யோக வாசிஷ்டம்

தமிழாக்கம்

S. V. கணபதி

அல்லயான்ஸ்

[125 – வது ஆண்டை நெருங்கும் முதல் தமிழ்ப் புத்தக நிறுவனம்]

யோகா வாசிஷ்டம்

Yoga Vasishtam

———

உரிமைப் பதிவு

முதற் பதிப்பு   : 2011
இரண்டாம் பதிப்பு   : 2012
மூன்றாம் பதிப்பு   : 2018
நான்காம் பதிப்பு   : 2023

© பதிப்பகத்தார்

விலை   :

ISBN   :   978-93-6283-903-9
Total No. of Pages   :   472 Pages
Laser Typeset   :   Image DTP, Chennai - 17
Printing   :   Repro Books Ltd., India

THE ALLIANCE COMPANY

Publishers & Booksellers

Old No. 244, New No. 64, Ramakrishna Mutt Road, Mylapore, Chennai - 600 004.
Tel.: **044 - 2464 1314** | Mob.: **928 928 1314**
www. alliancebook.com ♦ email: books@alliancebook.com

———

எஸ்.வி.கணபதி அவர்களால் எழுதப்பட்ட யோக வாஸிஷ்டம் என்ற இந்த நூலின், முதல் ஐந்து பிரகரணங்கள் அடங்கிய முதல் பாகத்தை 1948ம் ஆண்டு நமது நிறுவனத்தின் மூலம் வெளி யிடப்பட்டது. பிறகு, இந்நூலாசிரியர் மேலும் எழுதி, நிறைவு செய்துள்ளார். முப்பத்தைந்து ஆண்டுகளுக்கு முன்பே நிறைவு செய்யப்பட்ட இந்த நூலின் டைப் செய்யப்பட்ட மூலப்பிரதியை பாதுகாத்து, நம்மிடம் கொடுத்த அவரது குடும்பத்தாருக்கு வாசகர்கள் சார்பில் நன்றியைத் தெரிவித்துக் கொள்கிறோம்.

- பதிப்பகத்தார்

தத்துவ விளக்கங்களை அளிக்கிற ஹிந்து மத நூல்களில், யோக வாஸிஷ்டம் ஒன்று. வஸிஷ்ட மஹரிஷி கூறுகிற உபதேசங்களைக் கொண்ட, 'யோக வாஸிஷ்டம்' என்கிற இந்த நூல், வால்மீகி மஹரிஷியால் இயற்றப்பட்டது. இது வால்மீகி இயற்றிய ராமாயணத்தின் ஒரு பகுதி அல்ல ; ராமாயணத்தை இயற்றிய பிறகு, வால்மீகி இந்த நூலை, ராமாயணத்தின் ஒரு அனுபந்தம் போல இயற்றினார் என்று கருதப்படுகிறது, ஸம்ஸ்கிருத நூல்களில் மிக உயர்ந்தவை என்ற பட்டியலில் இடம் பெறத்தக்கது என்று அறிஞர்களால் கருதப்படுகிறது.

– சோ எழுதிய
'ஹிந்து மஹா சமுத்திரம்' நூலிலிருந்து...

முகவுரை

மனது என்னும் சொரூபத்தையுடையவனே மனிதன். இம்மனதானது அறிவின் வேறுபாடு. ஆகையால், தன் சுய நிலையாகிய அறிவை அறிந்து கொள்வதே மனித உருவமாக இயங்கினதன் நோக்கம், இதுதான் மனித ஜன்மத்தின் குறியும் பலனும்.

ஜன்மஸாபல்யம் இப்படி இருக்க, அறிவுதான் அனைவராலும் அறியப்படாமலிருக்கிறது. லட்சக்கணக்கான வருஷங்கள் மானிட உருவத்தில் கழிந்தும், இந்த 'அறிவு' என்னும் சொரூபத்தை அறிந்து அதை அடையும் முறைகளைப்பற்றி உரைத்தவரோ, எழுதினவரோ இதுவரையில் எத்தேசத்திலும் தென்படவில்லை. அதாவது வசிஷ்டர் ஒருவரைத் தவிர, இதர உலக வியவகாரங்களைப்பற்றியும், மானிட வாழ்க்கையைப் பற்றியும், அதைச் சீர்திருத்திக் கொள்ளும் முறைகள், இன்னும் அநேக வித சித்தாந்தங்கள் எல்லாம் அநேக மகான்களிடமிருந்து கேட்டோ, படித்தோ இருக்கிறோம். ஆனால் பிரபஞ்சத்திற்கு சாரமாயுள்ள அறிவைப் பற்றி நாம் அறியோம். வசிஷ்டர் ஒருவரே இதைப்பற்றிப் பூர்ணமாக எடுத்துரைத்தவர்.

அதாவது வால்மீகி மகரிஷியால் கேட்டு எழுதப்பட்ட காவிய மாகிய "யோக வாசிஷ்டம்' அல்லது "மகாராமாயணம்" என்பதே இங்கே குறிப்பிடுவது. இது வெகு காலங்களுக்கு முன் எழுதப் பட்டிருந்தும், இதர காவியங்களாகிய ராமாயணம், பாரதம், பகவத் கீதை, உபநிஷத் இவைகளைப்போல் அவ்வளவு பிரபலமாக வெளிப் படையாகவில்லை. ஏனெனில், இதை அறிந்தவர்கள் மிகவும் சொல்ப மென்றே சொல்ல வேண்டும். வேதாந்த பண்டிதர்களாலும் இந்நூல் வெகுவாய்த் தள்ளப் பட்டதுபோலும். மேல் சொல்லப்பட்ட நூல்க ளெல்லாம் பல பாஷைகளில் மொழிபெயர்க்கப்பட்டும், இவைகளுக் கெல்லாம் திலகம்போல் விளங்கும் இந்நூல் பெரியோர்களால்கூட மதிக்கப்படாமலிருந்தது உலகத்திற்கே ஒரு பெரிய நஷ்டந்தான்.

இதற்குக் காரணமென்ன வென்பதை ஊகிக்கத் தான் முடியும். நாம் நினைப்பதாவது:—

1. இக் காவியம் ஞானமார்க்கத்தைப் பற்றியே முற்றிலும் எடுத்துரைப்பதாலும், இம்மார்க்கம் பெரும்பாலும் ஜனங்களுக்கு ஒவ்வா தென்றும், அவர்களால் மிகக் கடினமானதாக பாவிக்கப் படுவதாலும் இருக்கலாம். எல்லா மார்க்கங்களிலும் மிக எளிதானது **பக்தி மார்க்கமே** யாகும். இதற்கும் அடுத்தபடியானது கர்ம மார்க்கம். இதிலும் மேன்மையானதும் மிகவும் சொல்ப ஜனங்களாலே மாத்திரம் அனுசரிக்கப் படும்படியானதும் யோக மார்க்கம். எல்லா வற்றைக் காட்டிலும் சிலாக்கிய மானதும் கடினமானதுமாகவே ஞான மார்க்கம் சகஜமாய்க் கருதப்படும்.

2. இந்நூல் பல கொள்கைகளுக்கு இடம் கொடுப்பதும் ஒரு காரணமாகும். எல்லாக் கொள்கைகளும் இந்நூலில் சமமாகப் பாவிக்கப்படுகின்றன. ஆகையால் கொள்கைகளில் மூழ்கிக் கிடப்பவர் களுக்கு இதில் ஆதாரம் யாதும் இல்லை. இக் காரணத்தால் எல்லோராலும் தள்ளப் பட்டிருக்கலாம். கொள்கைகளையும் மார்க்கங்களையும் வசிஷ்டர் மதிக்கவில்லை. இவைகளின் உதவியால் அடையவேண்டிய பதவியை அடைவதே வசிஷ்டரால் அங்கீகரிக்கப் பட்டது.

3. பொது ஜனங்களால் அங்கீகரிக்கப்பட்ட தெய்வம் என்பதன் கல்பித சொருபமும் தெய்வ பக்தியும் வசிஷ்டரால் தள்ளப் பட்ட தும் காரணமாகலாம். காரணம் எதுவாயினும் இக்காவியம் வெளி வராதது நமக்கு நஷ்டமே.

ஞான மார்க்கத்தைப்பற்றிப் பேச, இம் மார்க்கம் இக்காலத்தும் மிகக் கடினமென்று பாவிப்பது சரியோவென்று நாம் எண்ணு கிறோம். இதுவரையில் நடைபெற்ற மனித சரித்திரத்தை நோக்கு மிடத்து, நாம் தெளிவாய் அறிவது என்னவென்றால், முற்காலத்தில் பிரஜைகளை ஆதரித்துவந்த அரசர்களே புத்தி, திறமை, ஒழுக்கம் இவைகளில் மேன்மையாகப் பிரகாசித்து வந்தார்களென்று. இது நம் தேசத்தில் மாத்திரமல்லாமல் எல்லாத் தேசங்களிலும் தென்படும். காலப்போக்கில் இவ்வரசர்கள் நன்னெறிகளிலிருந்து நழுவி, இக்குணங்களெல்லாம் படிப்படியாக பிரஜைகள் வசமாயின. இக்காரணத்தாலேதான் அரசாட்சி பதவியும் அரசர்களிடமிருந்து பிரஜைகள் வசம் ஒப்பிக்கப்படலாயிற்று. இம்முறை இன்னும் பூமி முழுவதும் பரவிவருவதை நாம் கண்டு வருகிறோம்.

மேலும், நாளுக்கு நாள் பொது ஜனங்களின் புத்தி நுட்பமும், அனுபவமும், ஆராய்ச்சித் திறமையும் எல்லாம் அதிகரித்து வருகின்றன. புதிய புதிய தத்துவங்களும் சாஸ்திரங்களும் கண்டுபிடிக்கப்பட்டு

இவைகள் சில வருஷங்களில் பொது ஜனங்களிடம் சாமானிய அறிவு ஆவதையும் நாம் கண்டு வருகிறோம்.

இவைகள் போலவே, ஞானமும் ராஜ வம்சங்களிலிருந்து பிரஜைகள் வசம் பரவினதையும் நாம் அறிவோம். ஆகையால் பிரஜைகள் ஞான மார்க்கத்திற்கு உரியவரல்லரென்று இப்பொழுதும் நினைப்பது தவறாகும். நம் கொள்கையாவது, ஞானத்தை ஜனங்களுக்குப் பிரபலமாகப் போதித்துவந்தால், அக்ஞானம் நீங்கி எல்லோருமே சௌக்கியமாயும், சந்தோஷமாயும் வாழ்நாளைக் கழிப்பதுடன், சீக்கிரமே முக்தியையும் அடையலாம் என்பதே.

சென்ற மூவாயிர வருஷத்தின் உலகப் போக்கைக் கவனிப் போமாகில், இவ்வளவு காலமும் பொதுஜன சந்தோஷத்தின் பொருட்டு செய்திருப்பது மிகவும் சொல்பம். எவ்வளவோ புதிய விஷயங்கள் கண்டு பிடிக்கப்பட்டு விருத்தியடைந்தும், இவை யாவும் வாழ்க்கையை இன்பமாகச் செய்வதில் பிரயோஜனமற்றிருக் கின்றன. ஏனெனில் இன்பமும் சந்தோஷமும் நம் மனதைத் தழுவியே இருக்கின்றன. எவ்வளவு சௌகரியங்களும் ஐசுவரியமும் இருந்தா லும் வாழ்க்கையைச் சந்தோஷப் படுத்த இவை யாதொன்றாலும் முடியாது. ஞானத்தால்தான் மனதிற்குச் சந்தோஷம் ஏற்படும். ஞானமொன்றே மோக்ஷத்திற்கு உபாயமாகும். மற்ற மார்க்கங்கள் யாவும் ஞானத்திற்கு உபாயமாகலாம். இதை அறியாமல் இவ்வளவு காலம் ஜனங்கள் கஷ்டங்களுக்கும், விசனத்திற்கும் பாத்திர மானார்கள். ஆகையால் ஞானத்தை ஜனங்களுக்கு எடுத்துரைப்பது மிகவும் அவசியம்.

இதுவரையில் பக்தி, கர்ம, யோக மார்க்கங்களே ஜனங்களால் கடைப்பிடிக்கப்பட்டு வந்தன. இம்மார்க்கங்களால் பொது ஜனங்கள் அடைந்த பிரயோஜனம் ஒன்றுமில்லை. இங்குமங்கும் சில மகான்களைக் கண்டோ கேட்டோ இருக்கலாம். இதைத் தவிர ஜனக் கூட்டங்களுக்கு மொத்தமாக ஒரு நல்வழியைக் காட்டி அவர்களின் வாழ்க்கையை இன்பமுறச் செய்ய இம்மார்க்கங்களால் முடிய வில்லை. ஏனெனில் இவைகளால் புத்திக்குத் தெளிவு ஏற்பட வில்லை. ஆகையால்தான் மௌட்டிகமான பக்தியும், கருணை யில்லாக் கர்மமும், இன்பமற்ற யோக யாகப் பயிற்சியும் நாம் பார்க்க நேரிடுகின்றது. பார்த்தும், இவைகளில் நம்பிக்கை இழந்து திகைக்கிறோம். ஆகையால் இம்மார்க்கங்கள் சிலருக்குப் பயன் அளிப்பதாக இருந்தாலும், ஜனங்களின் தற்கால நாகரிகத்திற்கும்

பழக்க வழக்கங்களுக்கும் பயன்படா. இதை நாம் அனுபவத்தால் அறிவோம். ஞானத்தைப் புகட்டுவதால்தான் உலகம் ஒருவாறு சீரடையும்.

பொதுஜனங்கள் தற்சமயம் இருக்கும் தாழ்ந்த நிலைமைக்கு இன்னொரு காரணமும் உண்டு. அதாவது மத பேதம். இந்த மத சம்பந்த மான விஷயத்தில், கொள்கை வேறுபாடுகளினால் கடந்த இரண்டாயிரம் வருஷத்தில் ஜனங்களுக்கு ஏற்பட்டுவந்த கஷ்டங்கள் சொல்லி முடியாது. உலகத்தின் போக்கே இம்மதங்களை அனுசரித்து நடைபெற்றுவந்தது.

சத்யமென்பது எல்லோராலும் அங்கீகரிக்கப்பட வேண்டியது. அது எக்காலத்திலும் சத்யமாக இருக்கவேண்டும். எல்லோராலும் அங்கீகரிக்கப் படாதது அசத்யமென்பதில் சந்தேகமுண்டோ? ஆகையால் மத பேதங்கள் இருப்பதற்கு நியாயமே கிடையாது. பல பெயரிட்டுச் சொன்னாலும், எல்லோரும் ஒரு தெய்வத்தைத்தான் நம்புகிறார்கள். அப்படி இருந்தும் சண்டை சச்சரவுக்குக் காரண மென்ன?

இக் காரணத்தை "தெய்வம் என்பது என்ன? அதன் சொரூபம் எவ்வாறு" இவைகள் ஜனங்களுக்குச் சரியாக விளங்காமலிருப்பதில் காண வேண்டும். பல கொள்கை பேதங்கள் ஏற்பட்டதையும் இதிலேதான் காண வேண்டும். இத் தெய்வத்தைப்பற்றி மிகத் தெளிவாகவும் பூர்ண மாகவும் வசிஷ்டர் எடுத்துரைத்திருப்பதை இப்புத்தகத்தில் காணலாம்.

இதை இங்கே சுருக்கமாகச் சொல்வோமாகில், தெய்வமென்பது எல்லா வஸ்துக்களிலும் பிராணிகளிலும் வியாபித்திருப்பது. அதன் சொரூபம் அறிவே, இப் பிரபஞ்சம் அறிவு மயமாயிருக்கிறது. இவ்வறிவின் அசைவே பிரபஞ்சமாகிய தோற்றம். எல்லாம் தெய்வ மாக இருப்பதால், அறிகிறதும் அறியப்படுவதும் அதுவே. ஆகையால் எல்லாம் ஒன்றில் முடிவு என்பதுதான் சத்யம்.

ஆனால் இத் தெய்வம் எல்லாவற்றிற்கும் சாட்சியாய் இருப்பதைத் தவிர வேறு விஷயங்களில் ஈடுபடுவதில்லை. ஆகையால் மனித யத்தனங்களிலும் எண்ணங்களிலும் தெய்வம் கலந்து கொள்வதில்லை. அவனவன் செயல்களுக்கு அவனவனே காரணம். பலனை அனுபவிப்பவனும் அவனே. தெய்வத்தால் ஒரு அணுக்கூட இதில் பிரயோஜனமில்லை. இதுதான் கர்மமென்று சொல்லப் படுவது. கர்மமென்பது மனிதச் செயல்களுக்கு மாத்திரமில்லாமல் பிரபஞ்சத்தின் போக்குக்கே காரணமாகும்.

இவ்விரண்டு விஷயங்கள்தான் எல்லோராலும் அறியப்பட வேண்டியது. இது எல்லா சமயத்தாராலும் ஒப்புக்கொள்ளும்படி தான் இருக்கிது. ஆகவே இக்கொள்கைகள் மாத்திரம் பிரபலமாய்ப் பரவி வந்தால் உலகமெல்லாம் ஒரு மதமாய் ஒற்றுமையுடன் வாழ நேரலாமென்பதற்குச் சந்தேகமில்லை. இந்த நோக்கத்தைக் கருதியும், **யோக வாசிஷ்டம்** மிகவும் மேன்மையான காவியமென்று கருதப் படும்.

இந் நூல் எக்காலத்தில் எழுதப்பட்டதென்பதைப் பற்றி ஒரு நிச்சயத் திற்கு வரும்படி இல்லை. ஐரோப்பிய சித்தாந்திகளும், சில இந்திய சித்தாந்திகளும் சுமார் 1200–1400 வருஷங்களுக்கு முன் இக் காவியம் ஏற்பட்டதாக எண்ணுகிறார்கள். ஆதிசங்கரா சாரியாருக்குச் சற்று முன்னே பின்னோ என்பவர் பலர். இவர் களுடைய கொள்கைகளுக்கெல்லாம் ஆதாரமே கிடையாது. நமது அபிப்பிராயமாவது உபநிஷத்துகளுக்கு முன்னமோ இக் காவியம் ஏற்பட்டிருக்க வேண்டுமென்றும், இவ் வுபநிஷத்துகளுக்கும் இதுவே ஆதாரமென்றும். இதற்குக் காரணம் பின்வருமாறு:

1. முக்கிய உபநிஷத்துகளில் சொல்லப்பட்ட தத்வஞான மெல்லாம் யோக வாசிஷ்டத்தில் அடங்கியிருப்பதுடன் இவைகள் இன்னும் விவரித்தும் தெளிவாகவும் சொல்லப்பட்டிருக்கின்றன.

2. இவ்வுபநிஷத்துகள் யோக வாசிஷ்டத்திற்கு ஒருபடி அடுத்ததாகத் தான் கருதப்படும்; மேலாகச் சொல்லும்படி இல்லை.

3. ஆகவே, ஒரு குருவினிடம் பெற்ற உபதேசங்களைப் பல சிஷ்யர்கள் தாங்கள் கிரஹித்த வரையில் ஒவ்வொரு உபநிஷத்தாக வெளியிட்ட தென்பதே வாஸ்தவமென்று தோன்றுகிறது. இவ்வுபநிஷத் துகளின் சாரமாக யோக வாசிஷ்டத்தைச் சொல்லும்படி இல்லை. ஏனெனில் தத்துவங்கள் அனைத்தும் விஸ்தரித்தும், காரணங் களுடன் ஸ்தாபிக்கப்பட்டும் இருப்பதால்.

4. உபநிஷத்துகளில் சொல்லப்பட்ட மகரிஷிகளும், அவைகளை ஏற்படுத்திய மகரிஷிகளும் குரு உபதேசம் அடைந்தவர்களாகவே பேசப்படுகிறார்கள். வசிஷ்டரோ உபதேசம் பெற்றதாக யாவராலும் சொல்லப் படவில்லை.

மேற்சொல்லிய காரணங்களால், வசிஷ்டரே வேதங்களின் ஞான பாகங்களாகிய உபநிஷத்துகளுக்கு மூலாதாரமென்பது நம் அபிப்பிராயம்.

இம்முக்கிய உபநிஷத்துகளைத் தவிர்த்து, பிற்காலத்தில் ஏற்பட்ட அநேக சிறிய உபநிஷத்துகளுக்கும் இதுவே மூலம். யோக வாசிஷ்டத்தி லிருந்து அநேக சுலோகங்கள் ஒரு மாறுதலுமின்றி இவ்வுபநிஷத்துகளில் அடக்கப்பட்டுள்ளன. அவைகள் இங்கே குறிப்பிட்டுள்ளன.

* 1. மகா உபநிஷத்; 2. அன்ன பூர்னா; 3. அக்ஷி; 4. முக்திகா; 5. வராகே; 6. பிரகத் சன்யாஸ; 7. சாண்டில்ய; 8. யாக்ஞுவல்க்ய; 9. யோக குண்டலீ; 10. பிங்கல; 11. மைத்ராயணீ; 12. ஜபால தர்சன; 13. அமிருத பிந்து; 14. யோக சிகா; 15. திருபுரதாபினீ; 16. தேஜோ பிந்து; 17. செளபாக்ய லக்ஷ்மீ.

இவ்வுபநிஷத்துகளை ஏற்படுத்தினவர்களைத் தவிர்த்து, இதர மகான்களும் யோகவாசிஷ்டத்திற்குக் கடமைப்பட்டவர்களாக இருக்கிறார்கள். அதாவது கெளடபாதர், சங்கரர், ஸூரேஸ்வரர், பவபூதி, பர்த்ருஹரி, காளிதாசன், பாரவி எல்லோரும் விஷயத்தை மாத்திரம் கிரகித்ததோடன்றி, எல்லோரும் முழு சுலோகங்களை உபயோகித் திருக்கின்றார்கள்.

எல்லாவற்றிற்கும் மேலான ஆதாரம், யோக வாசிஷ்டத்தின் எளிய நடையும், எவ்வளவு மேலான தத்துவத்தையும் மனதைக் கவரும்படி நேராகவும் ஸ்பஷ்டமாகவும் சொல்லும் ரீதியும். கடின மான வார்த்தை களை உபயோகித்து, தர்க்கம் முதலிய சித்தாந் தங்களைப் பிரயோகித்து, தர்க்கம் முதலிய சித்தாந்தங்களைப் பிரயோகித்து ஒருவருக்கும் புரியாமல் வாதிப்பதை ஒழித்து, தன் அனுபவத்தை அப்படியே நேராகச் சொல்லி இருப்பதும் நமது கொள்கைக்கு இடங்கொடுக்கும்.

பிறகு வசனங்களையும் நடையையும் கவனிக்கும் பொழுது, பாணினி வியாகரணம் ஏற்படுவதற்கு முன் ஏற்பட்ட காவியம் இது என்பதில் சந்தேகமில்லை.

இந்த வாசிஷ்ட அல்லது மகா ராமாயணம் வெறுங் காவிய மாகச் சோதிக்கப்பட்டாலும், மற்றெல்லாக் காவியங்களைக் காட்டி லும், ராமாயணம், பாரதம் உள்பட, மென்மையானதென்றே சொல்லப்படும். வசன நடையிலும், வார்த்தைகளின் கோர்வைகளி லும், வர்ணனைகளிலும், கற்பனாசக்தியிலும் இவ்வளவு அழகிய நூல் எந்த பாஷையிலும் கிடையாது என்று சொல்வதில் ஒரு தவறும் கிடையாது. இயற்கை அமைப்பிலுள்ள அறிவிலும், இவை களைச் சமயோசிதமாக உபயோகிக்கும் திறமையிலும், இயற்கை அழகை வர்ணிப்பதிலும் நிகரற்ற நூலாகும் இந்த மகாராமாயணம்.

இந் நூலின் இன்னொரு விசேஷமாவது எளிய நடை. ஆகையால் எல்லோராலும் சுலபமாய்ப் புரிந்துகொள்ள முடியும். வித்வான்களால் மாத்திரம் படிக்கும்படி இல்லை. ஆதலால், எல்லோரும் இதில் புகட்டப்படும் ஞானத்தை அறிந்துகொள்வதே கவியின் கருத்து என்பதில் சந்தேகமில்லை. மேலும் தத்துவங்களை விளக்க அநேகம் கதைகளை சொந்தமாகக் கற்பனை செய்து வெகு அழகாகவும் கவி சொல்லி இருக்கிறார். பெரிய சித்தாந்தங்களை இம்மாதிரிதான் சொல்லவேண்டியது கிரமம் என்பதே கவியின் கொள்கை.

சித்தாந்தங்களைப்பற்றிப் பேசும்பொழுது இதர சாஸ்திரங் களாகிய அத்தைவ, சாங்கிய, நியாயய வைசேஷிக என்ற கொள்கை களைப்பற்றியும், பௌத்த மதக் கொள்கையையும் கவனித்து அவைகளின் சில குறை களையும் எடுத்துக் காட்டியிருக்கிறார். இதனால் இக்கொள்கைக ளெல்லாம் வசிஷ்டர் காலத்திலேயே வழங்கி வந்தனவென்றும், பிற்காலத் தில் ஒவ்வொரு சாஸ்திரமாக அந்தந்தப் பெரியோரால் கிரமாக ஏற்படுத்தப்பட்டதென்றும் நாம் அறியலாம். இந்த சாஸ்திரங்களெல்லாம் ஏற்பட்ட பிறகுதான் வசிஷ்ட ராமாயணம் எழுதப்பட்ட தென்பதை நாம் அங்கீகரிக்க வில்லை. ஆனால் எக்காலத்தில் எழுதப்பட்ட போதிலும் இதற்குச் சமமான நூல் எந்தப் பாஷையிலும் கிடையாது. ஆகையால் இதை எல்லோரும் அறியவேண்டியது அவசியம்.

இக்காவியத்தைப்பற்றி சிலரால் ஒரு குற்றம் எடுத்துக்காட்டப் பட்டுள்ளது. இதர சாஸ்திரங்களைப் போலும் வேறு பெரியோர் களால் செய்யப்பட்ட நூல்களைப் போலும் ஒரு கிரமமாகவும் ஒழுங்காகவும் இல்லாமல், சொன்ன தத்துவங்களே திரும்பத் திரும்பச் சொல்லப் பட்டிருக்கிறதென்பதே. இது ஒருவாறு வாஸ்தவ மாயினும், இந்நூல் கேள்வியும் விடையுமான பாவனையில் எழுதி யுள்ளதென்பதை நாம் கவனிக்கவேண்டும். சிஷ்யனுக்கு வேண்டிய குரு உபதேசங்களாக எழுதப் பட்டுள்ளதே தவிர, ஒரு கொள்கையை ஸ்தாபிக்கும் ரீதியில், பல அங்கங்களாய்ப் பிரித்து ஒவ்வொரு தத்துவத்தையும் விஸ்தாரமாக ஆராயும் கிரமத்தில் எழுதப்பட வில்லை. ஆகையால் சொன்ன தத்துவங்கள் அடிக்கடி ஞாபகப் படுத்தப்பட்டிருக்கின்றன. மேலும் கேட்பவனின் சந்தேகங்கள் பலவாறாக ஏற்படுகின்றன. இக்கேள்விகளுக்கு விடை அநேகமாய் ஒன்றாகவே இருக்கின்றது; இச்சமயங்களில் சொன்னவைகளைத் திரும்பச் சொல்லாமலிருக்க முடியாது. பிறகு மிகவும் அபூர்வமான தும் கடினமானதுமான தத்துவங்கள் ஒரு தடவை சொல்லி முடித்து

விட்டால் புத்திக்குத் தெளிவுபடுவது மிகவும் கடினம். ஒரே விஷயம் பல சந்தர்ப்பங்களில், தகுந்தவாறு மறுபடியும் விளக்கப்பட்டால் தான் புத்திக்குத் தெளிவுபடும். இக்காவியத்தின் கருத்து ஞானத் தைப் பரிபூரண மாக போதிப்பதாக இருப்பதால் மேற்சொன்னது ஒரு பிழையாகாது.

இங்கே, தத்துவங்களைப் போதிக்கும் முறை மிகவும் சிலாக்கியமான தென்றே கருதப்படும். பிரத்யக்ஷப் பிரமாணத்திற்கு ஒவ்வாதது ஒன்றும் அங்கீகரிக்கப்படவில்லை. நம் அனுபவத்திற்கு விரோதமானதையும் இந்திரியங்களுக்குப் புலப்படாதவைகளையும் ஒப்புக் கொள்வதில்லை. முதலில் தத்துவங்களைச் சுருக்கிக் சொல்லி, பிறகு விஸ்தரித்துரைத்துப் பிரமாணங்களுக்கு ஒத்தும் விரோதமா யும் இருப்பதை எடுத்துக்காட்டி, இவை மனதில் பதியும்படி ஒரு கதையைச் சொல்வதுமே அங்கீகரிக்கப்பட்ட முறையாகும். வேறு நூல்களையாவது சாஸ்திரங்களையாவது ஆதாரமாகக் கொள்ள வில்லை. இவைகளைப் பிரமாணமாகவும் மதிக்கவில்லை. சத்யத்தை ஸ்தாபிக்க பிரத்யக்ஷப் பிரமாணத்தைத் தவிர்த்து வேறு பிரமாணங் களை வசிஷ்டர் ஒப்புக்கொள்ளவில்லை. மேற் சொல்லியவைகளை இங்கே குறிப்பிட்டிருப்பது அவைகளின் குறையை எடுத்துக்காட்டும் பொருட்டே ஒழிய, ஆதாரமாக இல்லை. தார்க்கீகர்களும் இவர் கையில் அகப்படாமல் போகவில்லை.

இவ்வளவு சிலாக்கியமாகக் காவியத்தை எழுதியும் மற்றவர்கள் போல் மூர்க்கமான நம்பிக்கையை வசிஷ்டர் எதிர்பார்ப்பதில்லை. இங்கே சொல்லப்படும் மார்க்கங்களையே கடைப்பிடிக்க வேண்டு மென்று கட்டாயப்படுத்துவதில்லை. வேறெந்த மகானும் இவ்வளவு அகண்ட நோக்கத்தையுடையவராகத் தென்படவில்லை.

இன்னொரு விஷயம் கவனிக்கத்தக்கது. சாஸ்திரங்களை ஏற்படுத்தின வராவது அல்லது இவைகளைக் கரைகண்டவராவது எவரும் வசிஷ்டரைப் போன்ற புத்தி நுட்பம், தெளிவு, ஆராய்ச்சி அடைந்தவராக இல்லை. இவர்களெல்லாம் ஏதாவது சில பிரபஞ்ச விஷயங்களில் ஞானக் குறைவைக் காண்பிக்காமலில்லை. வசிஷ்டரிடமோ இவ்விதமான குறைகள் யாதுமில்லை.

அவரால் சொல்லப்பட்ட விஷயங்களெல்லாம் தற்காலத்து சாஸ்திரங்களை யொத்தே இருக்கின்றன. அவைகளில் சிலதைக் கூறுவோ மாகில்:—

1. தெய்வத்தின் சொரூபம் என்ன? 2. கூடுவிட்டுக் கூடுபாயும் தத்துவ மாவது எப்படி? 3. பிரளயம் மகாப் பிரளயம் எவ்விதம்

சம்பவிக்கின்றன? 4. மனிதப்பிறவி எப்படி ஏற்பட்டது? 5. நியதியின் தத்துவம் என்ன? 6.மனம், புத்தி, சித், அகங்காரம், கர்மம், வாசனை இவைகளின் தத்துவ மென்ன? 7. கர்மங்களின் நடை எப்படி? 8. சுதந்தரம், வினைப்பயன் இவைகளின் சொரூபம் 9. ஜகத்தின் உற்பத்தி எப்படி? 10. தேசகாலங்களின் சொரூபமும், அவைகளால் பந்தம் ஏற்படும் முறையும்.

இவைகளும், இன்னும் அநேக தத்துவங்களும் சம்சார நடத்தையை ஒட்டியவைகளும் லெளகிக விஷயங்களும், சித்தாந்தங் களும் வெகு மேன்மையாகவும் தெளிவாகவும் ஆராயப்பட்டுச் சொல்லப் பட்டிருக்கின்றன.

இந்த வசிஷ்ட ராமாயணத்தில் இன்னொரு விஷயம் முக்கிய மாக கவனிக்கத்தக்கது. அதாவது மனது என்பதைப் பற்றி வசிஷ்டர் வெகுவாய்ச் சொல்லி இருப்பது. மனதே நம் கிரியை, நடத்தை, ஒழுக்கம் எல்லா வற்றிற்கும் மூலகாரணம். ஆரம்பத்தில் சொல்லிய படி மனந்தான் மனிதனாகும். இப்படியிருந்தும் இம்மனத்தின் சொரூபத்தைப்பற்றி இக்காலம் வரையில் அறிந்தவர்கள் வெகு சொல்பம். அதைப்பற்றி விளங்கச் சொல்லி இருப்பவர் இன்னும் சொல்பம். வசிஷ்டர் ஒருவரே இம்மனதின் சொரூபத்தைப் பரிபூர்ணமாக ஆராய்ச்சி செய்து, வெகு தெளிவாகவும், மிக விஸ்தார மாகவும், பற்பல திருஷ்டாந்தங்களும் கதைகளும் சேர்த்துப் பலவாறாக எடுத்துரைத்திருக்கிறார். மனம் வியவகரிப்பதால் ஜகத்தோற்றம் ஏற்படுகிறது. மனம் சாந்தியடைந்தால் ஆத்ம லாபம் சித்திக்கிறது, ஆகையால் மனதின் போக்கை அறிவதே ஞான மார்க்கமாகும். இந்நூலில்தான் இது தெளிவாக விளங்கும். சாதாரண ஜனங்களும் இதை அறிந்துகொள்ளலாம்.

சமீபகாலத்தில் மேல்நாட்டு சாஸ்திரிகள் இம்மனதைப்பற்றி வெகு ஊக்கத்துடன் ஆராய்ச்சி செய்து வருகிறார்கள். இவ் வாராய்ச்சி களின் சாரமாக அநேக புத்தகங்களும் எழுதப்பட்டுள்ளன. ஆனால் இவை களை ஆராய்ந்து பார்த்தால், மனதின் வாஸ்தவமான சொரூபத்தை இவர்கள் அறிந்ததாகப் புலப்படவில்லை. எல்லாம் பேத்தலாகத்தான் தோன்றுகின்றன. இச்சாஸ்திரத்தில் மிகப் பிரபல மாக வழங்கிவரும் Freud, Adler, Jung கூட வெகு சொல்ப அறிவை அடைந்தவர்களாகத்தான் தோன்றுகிறார்கள். வாஸ்தவமான தத்துவங்களும், அம்சங்களும் இவர்கள் புத்திக்குப் புலப்படவில்லை. இந்த அறிவின் குறைபாட்டால்தான் சில நூதனமான சாஸ்திரங் களும் வெளிவரக் காரணமாயிற்று. அதாவது, Hypnotism, Mesmerism,

Telepathy, Clairvoyance, Clairaudience, Spirit-World. மனதின் தத்துவத்தை அறியாத குறையே இவைகளும் சாஸ்திரங்களாக வெளிக் கிளம்பின. மனதை அறிய வசிஷ்டரிடம் செல்லவேண்டும்.

இன்னொரு விஷயமும் கவனிக்கத்தக்கது; ஞானத்திற்கு மூல ஆராய்ச்சி 'நான் யார்' என்னும் விசாரணையென்பது வசிஷ்டரால் எடுத்துச் சொல்லப்பட்டது. அவருக்குப் பின் சமீபகாலத்தில் ஸ்ரீ ரமண மகரிஷி ஒருவரால் தான் இவ்வாராய்ச்சி மூலக்கருவியாகச் சொல்லப்பட்டிருக்கிறது. இவ்விருவர்களைத் தவிர்த்து வேறொரு வரும் இதை விசேஷமாக எடுத்துச் சொன்னதாக நாம் அறியோம்.

மேற்சொல்லியதை வேறுவிதமாகவும் பலவித தத்துவங்களாக, ஞானோதயத்திற்குச் சாதனமாகப் பெரியோர்களால் சொல்லப் பட்டுள்ளன. இவைகளில் எது உண்மை, எது உண்மையல்ல என்பதில் அபிப்பிராய பேதமுண்டு. இத் தத்துவங்களாவன:—

1. ஆத்மாதான் பிரபஞ்சம். பிரபஞ்சமே ஆத்மா. இவைகளை வெவ்வேறாகக் கருதுவதுதான் அக்ஞானத்திற்கும் பந்தத்திற்கும் காரணம் என்பது முதல் தத்துவம்.

2. பிரபஞ்சத்தின் ஒவ்வொரு அணுவிலும் ஆத்மா வியாபித்து நிற்கிறது என்பது இரண்டாவது தத்துவம்.

3. நான் ஆத்மா, எல்லாமுமே ஆத்மா என்பது மூன்றாவது தத்துவம்.

4. நான், ஜகத் எல்லாம் சூன்யம் என்பது நான்காவது நோக்கம்.

இந்த நான்குவிதக் கொள்கைகளில் எதை அனுசரித்தாலும் விடுதலைக்கு முறையாகும். இவைகளெல்லாம் சமான நோக்கங் களே; பேதமொன்றுமில்லை. இவைகளின் கருத்து மனதிற்கு ஒரு நிச்சயத்தைக் காட்டி, வித்தியாசங்களையும் அவைகளால் ஏற்படும் சஞ்சலத்தையும் ஒழித்து மனதை ஒருமுகப்படுத்துவதே. பாவனை அல்லது சங்கல்பத்தால்தான் மனது தன்னை விஸ்தரித்துக் கொண்டு அவைகளில் ஈடுபட்டுத் திண்டாடுகிறது. இதிலிருந்து விடுபட்டுக்கொள்ள பாவத்தின் எதிரடியான அபாவம் அல்லது அசங்கல்பமே முறை. இந்த அசங்கல்பத்தை சாதனம் செய்வதற்கு மேற்சொன்ன தத்துவங்களில் எதையனுசரித்தாலும் உபாயமாகும். இவைகளில் எது உண்மையென்ற கேள்விக்கே இடமில்லை. அப்படி உண்மையல்லாமல் இருந்தபோதிலும் பொய்யிலே பிறந்து வளர்ந்து

---

* This information is obtained from "Yoga Vashista" by Mr. B.L. Atreya. (page vii)

பொய்யாகவே இருக்கும் மனதை இன்னொரு பொய்யால் விடுவிப்பதாயிருந்தால் மறு கேள்வி ஏது?

இந்த யோக வாசிஷ்டத்தை வடமொழியிலிருந்து தமிழில் எழுதுவதில் எனக்கு மிகவும் உதவியாக இருந்தவர் ஸ்ரீமான் **வி.ஸ்ரீனிவாச சாஸ்திரிகள்** (சம்ஸ்கிருத பண்டிட், தேசீய பெண்கள் உயர்நிலைப்பற்றி, திருவல்லிக்கேணி). அவருடைய பெரு முயற்சியும் தீவிர உழைப்புமே இந்த நூல் மொழிபெயர்த்து முடிவதற்குக் காரண மாக இருந்தன. மேலும் எனக்கு இந்நூலில் ஊக்கத்தை அதிகரித்த தற்கு அவருடைய வாக்கு சாதுர்யமும் சொல் அழகும், அதாவது மொழிபெயர்ப்பதில், ஒருவாறு காரணமாகும்.

பிறகு இந்த நூலை எழுதுகையில் எனக்குப் பலவாறாக உதவி புரிந்து பிழைகளையும் திருத்தியவர் **ஸ்ரீ.பி. ஹனுமந்த ராவ்** ஆவர்.

மேலும் பலவிடங்களில் சொல் நடைகளையும் பதங்களையும் வேறுபடுத்தி உதவி புரிந்ததற்கு **ஸ்ரீமதி சகுந்தலா லக்ஷ்மீரதனுக்குக்** கடமைப்பட்டவனாவேன். சிறிய வயதில் அவர் இந்நூலை வெகு ஊக்கத்துடன் வாசித்து அனுபவித்தது ஆச்சரியப்படத்தக்கதே.

கடைசியாக, இப் புத்தகத்தை அழகிய முறையிலே அச்சிட்டு வெளியாக்கிய **'அல்லயன்ஸ் கம்பெனியார்'** அவர்களுக்கும் நான் மிகவும் கடமைப்பட்டிருக்கிறேன்.

எல்லோருக்கும் என் வந்தனத்தை இங்கு தெரிவித்துக் கொள் கிறேன்.

<h1 style="text-align:center">இரண்டாம் பாகத்தின்
முகவுரை</h1>

1. இந்த யோகாவாசிஷ்டத்தின் முதல் பாகத்தைப் படித்தவர்கள் மனதின் தத்துவமே அதில் பிரதானமாக்கப்பட்டதென்பதை அறிந்திருக்கலாம். இந்தப் பகுதியில் நிர்வாணம் அல்லது பிரம்மத்வம் என்ற பதவி விவரித்து உரைக்கப்பட்டுள்ளது. பிரம்மத்தை ஸ்தாபனம் செய்ய வசிஷ்டராள் அனுசரிக்கப்பட்ட முறையாவது, முதலில் மனஸ்தத்வத்தைத் தெளிவுபடுத்தி மனதே உணர்ச்சியாகிய பிரபஞ்சத்தின் நடைக்குக் காரணமென்று காட்டி, பிறகு மனதின் நாசமே ஜீவன் முக்தி நிலையென்று நிரூபித்தல். இது முதல் பாகத்தின் கருத்தும் முக்கிய மான அம்சமும் ஆகும். இந்த இரண்டாவது பாகமாகிய நிர்வாணப் பிரகரணத் தின் சாரமாவது: மனஸ் என்பது, கேவலம் நம்முடைய பிரம மென்பதே. ஆகையால் முதல் பாகத்தில் ஸ்தாபிக்கப்பட்ட மனஸ் இரண்டாம் பாகத் தில் அழிக்கப்படுகின்றது.

2. இம்முறை சரியா, நியாயமாவென்று கேட்கலாம். முதலில் ஒரு தத்வத்தை ஸ்தாபித்துப் பிறகு அதற்கு நேர் விரோதமான தத்வத்தைச் சொல்வது சாதாரணமாக அங்கீகரிக்கப்படமாட்டாது. ஆனால் பிரமத்தை தெளிவாக ஸ்தாபிக்க முதலில் அதற்குக் கருவியாய் உள்ள மனத்தத்துவத்தை நன்கு அறிதல் அவசியம். இந்த யுக்தி இன்றி வேறெவ்விதத்தாலும் பிரம்மத்தை ஸ்தாபிக்க முடியாது. இதர சாஸ்திரங்கள் நம் மனதை முற்றிலும் சீர்திருத்த சக்தியற்றிருப்பதன் காரணம் இந்த யுக்தியை அனுசரிக்காததே. பிரம்மத்தின் சொரூபத்தை இதர சாஸ்திரங்கள் விளக்கி இருந்தும், அதை பரிபூரணமாக நம் மனம் தெளிவுபடும்படி ஸ்தாபிக்கவில்லை. அப்படி ஸ்தாபிக்க முடியாத தத்துவங்களை சாஸ்திரங்கள் வேதங்களை ஆதாரமாகக் கொண்டு நம்முடைய நம்பிக்கையை எதிர்பார்க்கின்றன. வசிஷ்டர், வேதங்களின் ஆதாரத்தை மேற்கொள்ளவில்லை. ஏனெனில் மோட்சேபாயத்தைப் பற்றி வேதங்களில் ஒன்றும் சொல்லவில்லை. தர்மம், அதர்மம், காமம் இம் மூன்று விஷயங்களே வேதங்களில் அடங்கியுள்ளன.

3. தவிர மனம் ஜகத்தின் போக்குக்கே காரணமாய் இருப்பதும், எல்லாக் கர்மங்களைச் செய்வித்து மூல தத்துவமாக இருப்பதும் வாஸ்தவ மாகும். ஆனால் இம்மனத்தின் இன்னொரு நிலையும் அனுபவ சித்தம். அதாவது, மனம் அழிந்து எவ்வித மாறுபாடோ, இயக்கமோ அடையாமல்

கேவல சித்பிரகாசமாய் விளங்குவது. இது ஜீவன் முக்தர்கள் இருந்து வரும் நிலை. இதனால் ஏற்படுவது மனனம் செய்வது சொற்பகாலத்து வாழ்வென்டதே. இதுவே அதன் சுயநிலை. மனனம் உண்டாவது வாசனை யின் காரணத்திலாவது, அல்லது சொந்த பிரயத்தினத்திலாவது. சும்மா யிருப்பின் மனனம் ஏற்படாது. ஆகையால் உண்மையில் மனம் ஒரு இல்லாத தத்துவம். அதாவது, அது ஒரு தோற்றம். இது தான் இந்தப் புத்தகத்தில் ஸ்தாபிக்கப்படுவது.

4. இங்கே வேதங்களைப் பற்றி சற்று கவனிக்க, இவை அனாதி காலத்தவை. சிருஷ்டியுடன் பரமேஸ்வரனால் ஏற்பட்டவை என்று வழங்கப்பட்டு வருகின்றன. இது பாமர ஜனங்கள் பொருட்டு சொன்னதே தவிர, அறிஞர்களுக்கு அல்ல. வாக்கு பாஷை இவைகளைக் கருவியாகக் கொண்ட வேதங்கள் மானிட முயற்சியால் செய்யக் கூடுமே தவிர தேவர் களாலும், ஈஸ்வரனாலும் அல்ல. வேதங்கள் ஏற்படும் முன் பாஷைகள் ஏற்பட்டிருக்க வேண்டும். இதற்கு தேகம் இந்திரியங்கள் மனஸ் எல்லாம் தேவை. அதாவது, மானிட அமைப்பால்தான் பாஷை ஏற்படும். மேலும் வெகுகாலத்திய அனுபவங்கள், மனித பிரயத்தனம், தீர்க்க திருஷ்டி இவை களைக் கொண்டுதான் வேதங்கள் ஏற்பட்டிருக்கவேண்டும். இவை ஆகாயத்திலிருந்து அசரீரி வாக்குகளாக உதித்துவிடவில்லை. வெகு காலத்திய அனுபவமின்றி, ஜன சமூகத்திற்கு உரிய கருமங்களை விதிக்க இயலாது. அனுபவங்களின் சாரமே விதிகள். வேதங்கள் இந்த கிரமத்தில் ஏற்பட்டவை என்பதை அறிவாளிகள் அறியவேண்டியது. இந்த கொள்கைக்கு யோகாவாசிஷ்டத்தில் ஆதாரம் காணலாம்.

5. பிறகு பிரம்மம், வேதம் இவைகளைப் பற்றி அறிய வேண்டியது அவசியம். பிரம்மத்தை ஸ்தாபிக்க எந்த பிரமாணங்களைக் கருவி களாக்கிக் கொள்வது என்பதை நிச்சயித்துக் கொள்ளவேண்டும். மிகப் பிரபலமாக வழங்கி வரும், சாங்கிய வைசேஷணை முதலிய ஆறு தர்சனங்கள் ஒவ்வொன்றும் வெவ்வேறு பிரமாணங்களைக் கொண்டு பிரம்மத்தை ஸ்தாபனம் செய்ய முயன்று இருக்கின்றன. ஆனால் இத் தர்சனங்கள் ஒவ்வொன்றும் பிரம்மத்தின் ஒரு கலையை விஸ்தரித் திருப்பதாகத்தான் ஏற்படும். ஏனெனில் இப் பிரமாணங்கள் உலக வியவகாரங்களை நிர்ணயிக்கவும் உணர்ச்சிகளாகிய ஜகத் சமுதாயத்தின் நியாயத்தை ஸ்தாபிப்பதற்குமே உதவியாகும். வாக்குக்கும் மனதிற்கும் எட்டாத பிரம்மத்தை இப் பிரமாணங்களால் ஸ்தாபிக்க முடியாது.

6. பிரம்மத்தை ஸ்தாபிக்க ஒரு பிரமாணம் தான் நியாயமாக அங்கீகரிக்கப்படும்; அதாவது, பிரத்தியட்சிய பிரமாணம். பிரத்தியட்சியம்

என்பது, இந்திரியங்களுக்கு புலனாவதல்ல. கேவல அனுபவம். அனுபவத் தால் தான் பிரம்மம் அறியப்படுமே தவிர, வாக்காலும், மனதாலும் அதைச் சுட்டிக் காட்ட முடியாது. வாக்கும் மனதும் சர்வ சாந்தி அடைந்த நிலையில் தான் பிரம்மம் ஆகிய அனுபவம் ஏற்படும். உண்மையில் அனுபவம்தான் பிரம்மம். ஆகையால் வாக்கையும் மனதையுமே தழுவிய இதரப் பிரமாணங்களால் பிரம்மத்தை ஸ்தாபிக்க முடியாது என்பது இப்பொழுது தெளிவுபடும். வசிஷ்டர் அனுபவம் ஒன்றையேதான் பிரமாண மாக அங்கீகரிக்கிறார்.

7. பிறகு பிரம்மம் கேவல அனுபவமாகையால் அது பிறரால் போதிக்கப்பட்டு அறியப்பட மாட்டாது. பிறருடைய அனுபவத்தைக் கொண்டு நாம் அதை நிர்ணயிக்கவும் முடியாது. நமக்கு அது பிரயோஜன மும் இல்லை. அப்படியானால், நாம் அந்த நிலை அடைவது எப்படி? அது எல்லோராலும் அடைய முடியாத பதவிதான். எங்கோ கோடியில் ஒருவர் அந்நிலையை அடையத் தகுந்தவராக இருக்கலாம். மற்றவர்கள் அந்நிலையை அடையும் முயற்சியில்தான் இருக்கக்கூடும். ஆனால், காலக்கிரமத்தில் ஒவ்வொருவரும் அந்நிலையை ஒரு காலத்தில் அடைவார் .இப்பதவி அநேக ஜனங்களால் அடைய முடியாத காரணத்தா லும் பிறகு அனுபவமாக ஏற்பட முடியாததை மனதில் ஏற்றுக் கொள்வது கடினமாகையாலும், சில பெரியோர்கள் வேதங்களை பிரமாணங்களைக் கடந்தனவென்றும் அனாதி காலத்தியவை என்றும் சொல்லியிருக்க வேண்டும். உண்மையில் நாம் சொல்லியபடி வேதங்கள் மானிட முயற்சி யின் சிகரமே.

8. பிறகு நாம் மூட நம்பிக்கையைக் கையாளுவதாவென்று கேட்கலாம். அப்படியிருக்கத் தேவையில்லை. நாம் மேலே விவரித்துச் சொல்லியது பிரம்ம பதவியை அடைவதைக் குறித்து அந்த நிலையைப் பற்றிய விசாரணை செய்வதற்கு அந்நிலையில் இருக்க அவசியம் இல்லை. அப்போது விசாரணை என்பதே பொருந்தாது. பிறகு விசாரணை மனத்தால் செய்யப்படும் மனம் எல்லோருக்கும் உள்ளது. ஆகையால் பிரம்மத்தைப் பற்றிய விசாரணையை எல்லோரும் செய்யத் தகுந்தவர் களாவர். அவர் அவர்களின் புத்தினுட்பம், அறிவு,அனுபவங்கள் இவை களைக் கொண்டும் சந்நியானுசாரம் ஒரு பக்குவ நிலையை அடை கிறார்கள். அவர்கள் வரையில் அவருடைய கொள்கைகள் சரியே. அவர் களுடைய பிரம்ம பதவி அவ்வளவு மட்டும். சர்வமும் பிரம்மமாக இருக்க அவர்கள் மட்டும் பிரம்மத்தைத் தவிர்த்து வேறாக இருக்கக்கூடுமா- இந்த பரந்த நோக்கத்தை அனுசரிக்காத சாஸ்திரங்கள் குறையுள்ளவைகளாகத் தான் பாதிக்கப்படும். வசிஷ்டர் ஒருவரே இந்த யோகாவாசிஷ்டத்தில்

நம்முடைய இந்த அபூர்வ நோக்கத்தைத் தெரிவித்திருக்கிறார்.

9. பிரம்மத்தைப் பற்றிய விசாரணையில் இன்னொரு முக்கியமான விஷயத்தை நாம் கவனிக்க வேண்டும். இந்த விஷயத்தை கவனிக்காமல் நாம் தர்க்கம் செய்தால், பிரம்மத்தை ஸ்தாபிக்க முடியாது. இந்த விஷயம் தம்முடைய அனுபவத்தையொட்டியது. அனுபவம் ஒன்றுதான் பிரமாண மாகுமென்று நாம் மேலே சொன்னோம். இந்த அனுபவத்தை வைத்து ஆராய்ச்சியோ, தர்க்கமோ செய்யும் பொழுது, பிறருடைய அனுபவங் களை கூட்டி பேசுவது தகாது. ஏனெனில் இவை பேசுகிறவர் களின் அனபவமல்ல. இந்த நியாயம் உலக வியவகாரங்களுக்கும், விஷயங் களுக்கும்கூட பொருத்தமே. உதாரணமாக ஒவ்வொருவருடைய அனுபவத்திலும் ஜகத்தோற்றம் நித்ரையில் அழிவடைகின்ற தென்றால், இல்லையென்று சொல்வார் அனைவரும். ஏனெனில் அதே சமயத்தில் விழித்திருப்பவர்களுக்கு ஜகத் புலனாய்க் கொண்டு இருக்கின்றது. அனுபவத்தை வைத்து ஆராய்ச்சி செய்யும் போது ஒருவருடைய அனுபவமேதான் தர்க்கத்திற்கு ஆதாரமாகும். பிறருடைய அனுபவத் தைக் கலப்பது தகாது. நம்முடைய பிறப்பு இறப்பைப் பற்றிய அறிவும் இதற்குச் சமமாவதே. இவை நம்முடைய அனுபவமாகாது. நாம் பிறந்த தையும், நாம் இறப்பதையும் நாம் அறிவதில்லை - ஆயினும் இவை உண்மையென்று, நாம் அறிவோம். இவை உண்மையானால், பிரம்மமும் உண்மையாகும். இவை அனுமானத்தால் ஸ்தாபிக்கப்பட்டவையாகும். பிரத்யக்ஷத்தால் அல்ல.

10. பிறகு மெய்ப்பொருள் அல்லது பிரம்மம் என்ற நித்திய சத்தியம் எவ்வாறு இருப்பதென்பதை நாம் அறிய வேண்டும். இதற்கு இரண்டு அம்சங்கள் உண்டு. அதாவது, 1. அது எந்த வினாடியினும், எக்காலத்தும் மாறாமலும் அழியாமலும் இருக்கவேண்டும். 2. அது பிரபஞ்சத்திற்கு மூலமாக இருக்கவேண்டும். இக்குணங்களைக் கொண்டதே மெய்ப் பொருள். இதை ஆராய்ச்சி செய்வதற்கும் சித்தாந்தப் படுத்துவதற்கும் இங்கு சொல்லப்பட்ட முறையை அனுபவித்தால் முடியும். அதாவது 1. பிரத்யக்ஷமென்ற பிரமாணத்தைக்கொண்டும், 2. எப்பொழுதும் மாறு பாடின்றி எல்லாமுமாக இருக்கும் தன்மையைக் கொண்டுமே மெய்ப் பொருளை நிர்ணயம் செய்யலாம்.

11. இப்பொழுது, பிரும்மம் என்பதைப் பற்றி சற்று ஆராய்ச்சி செய்வோம். பிரபஞ்சமும் அதில் அடங்கியவைகளும் ஒரு கணமேனும் ஓயாமல் சதா மாறுதல் அடைந்து வருகிறதென்று, முட்டாளுக்கும் அனுபவம், அறிஞர்களுக்கும் அனுபவம். பிறகு, இந்த மாறுதல்களை

கவனிப்பதும் அறிவதும் நம் மனது. பிறகு இம்மனம் என்ற தத்துவமும் பிறப்பிலிருந்து இறப்புவரை சதா மாறி வருவதை சொற்ப விவேகிகள் கூட அனுபவமாக அறிவார்கள். இதனால் ஏற்படுவதாவது மாறுதலுக் குட்பட்ட மனது, பிரபஞ்ச மாறுபாடுகளை அனுபவித்து வருகிறது என்பது. இவ்விரண்டு அம்சங்களும் ஒரே ரீதியிலும், கால அளவிலும் மாறி வந்தால், மாறுதல் என்பது உணரப்படாது. ஆகையால் இவ்விரு போக்குகளும், வெவ்வேறு கால அளவில் வேகத்தில் நடைபெறுகின்றன என்பது சித்தம். மாறுதல்களை கவனிக்கவும் அறியவும். இன்னொரு மாறாத தத்துவம் தேவை.மாறாத தத்துவம் இல்லாமல், மாறுதல்கள் ஏற்பட இயலாது. மாறாமல் இருப்பதை வைத்துத்தான் மாறுதல்களை அடையக்கூடும். ஆகையால் எங்கும் எப்பொழுதும் சஞ்சலமற்ற சர்வ அமைதியான பரம்பொருள் இருக்க வேண்டுமென்பது தர்க்க நியாயத்தா லும், குசனையாலும் ஏற்படுகின்றது.

12. பிறகு மனதைப் பற்றி கவனிக்கையில் அது இந்திரியங்களுக்குப் புலப்படுவதில்லை, கிரியைகளைக் கொண்டு மனதின் இருக்கையையும், போக்கையும் நிர்ணயிக்கிறோம். இம் மனம் இரு நிலைக் கொண்டது. ஒரு நிலையில் அறிகிறவனாகவும், அறியப்படும் பொருளாகவும், மாறி மாறித் தோன்றி வருகின்றது. மற்றொரு நிலையில் எல்லாம் அஸ்தமித்த தோற்றம் ஏற்படுகின்றது. இந்த சாஸ்வதமான நிலையில் இருந்து வெளிக் கிளம்புவதுதான் மனம் என்று சொல்லும்படி பரிணமிக்கின்றது. அமைதி நிலை பிரம்மம். அமைதியற்றது மனம். அமைதி நிலையிலிருந்துதான் அடிக்கடி வெளி நோக்கம் ஏற்படுகின்றது. அமைதி நிலையை நாம் கவனிப்பதில்லை, மனம் என்ற அமைதியற்ற நிலையைத்தான் மனம் கவனித்து வருகின்றது. மேலும் அமைதி நிலை வெகு சொற்ப காலம்தான் நிலைத்து இருக்கிறது. ஏனெனில் நீடித்த பழக்க வழக்கங்களால் நாம் வெளிநோக்கிச் செல்லும் தன்மையிலேயே நிலைத்து விட்டதால். ஆகவே சஞ்சலத்தையே கணமாகக் கொண்ட மனம் என்ற நிலையும், மனம் சாந்தி அடைந்த நிலையும், ஒவ்வொருவருடைய அனுபவமாக இருந்த போதிலும், ஒரே நிலையைத்தான் எல்லோராலும் கவனிக்கப்பட்டும் பிரதானிக்கப்பட்டும் வருகிறது. இன்னொரு நிலையே பிரம்மம். இதை அனுபவிக்காதவர் இல்லையேனும் ஒருவரும் அந்த அனுபவத்தை அறிவது இல்லை. எல்லா சாஸ்திரங்களின் கருத்தும் இந்த அமைதி நிலையை அதிகரிக்கச் செய்யவும் அதைவிட்டு நழுவிய மனம் என்ற நிலையை குறைப்பதுமே.

13. தவிர நாம் விழித்திருக்கும் நிலையை கவனிப்போம். அப்பொழுது மனம் மூன்று நிலைகளில் ஏதாவது ஒன்றில் ஈடுபட்டிருக்க வேண்டும்.

அதாவது:-

1. வெளி விஷயங்களில் ஈடுபட்டிருப்பது. இதை உணர்ச்சி அல்லது விழிப்பு நிலை என்று சொல்லுகிறோம்.

2. மனதில் அடங்கிய உள் விஷயங்களில் ஈடுபட்டு இருப்பது. இது கனவுக்கு சமானமாகும், ஏனெனில் காலதேச உணர்ச்சி யும், வெளி உலகத்தில் கவனமும் இல்லாததால்.

3. இவ்விரண்டிலும் ஈடுபடாமல் அமைதியாய் இருப்பது. இது நித்திரைக்குச் சமானம். ஒரு எண்ணத்தை விட்டு, இன்னொன்றை பற்றும் நிலையில் அமைதிதான் உண்டு. ஆகவே, அமைதி என்பது, கனவிலும், நினைவிலும், தோற்றத்தி லும், அழிவிலும், மேலும் அவைகளில் இடையிலும் கூட சாஸ்வதமாக இருந்து வருவதை, ஒவ்வொரு புருஷனும் அனுபவித்த போதிலும், அதை அறிவது இல்லை. அமைதி கொண்ட நீர் மட்டத்தில் தான் அலைகள் ஏற்படுவது போல் அமைதிகொண்ட நிலையில் இருந்து தான் மனக்கிளர்ச்சிகள் பாவங்கள் ஏற்படுகின்றன. ஆகையால் சாந்தமான அமைதி நிலையில் தான், பிரபஞ்சம் இரண்டறக் கலந்து நிற்கின்றது.

14. சாஸ்திரங்களிலிருந்து நாம் அறிவதாவது, பிரம்மம் என்ற நிலையை அடைய படிப்பு, ஆராய்ச்சி, விடாமுயற்சி எல்லாம் தேவை யென்பது. இப்படி அநேக ஜன்மங்களில் தொடர்ந்து ஈடுபட்டுவந்தால் அப்பதவியை ஒரு காலத்தில் அடையலாம். இது ஒரு நோக்கம். இன்னொரு நோக்கத்தில் ஒவ்வொரு புருஷனும் அறியாமல் அனுபவித்து வரும் பிரம்மத்தை அறிய முயற்சி செய்ய வேண்டியதென்பது. நாம் அனுபவித்து வரும் நிலையை அறிவதற்கே நம் முயற்சி தேவை. நம் இடத்தில் சதா இருந்து வரும் நிலை, அதாவது நாம் உண்மையில் எதில் நிலைத்து, வியவகாரங் களைச் செய்து வருகிறோமோ, அந்நிலையைத்தான் அறிய முயல வேண்டும். அமைதி சாந்தம் அல்லது பிரம்மம் என்ற நிலை இருப்ப தைத் தான் நாம் அறியக் கூடும். அந்நிலையையே அறிவது இயலாது. ஏனெனில் அந்த நிலை அறிவைத் தாண்டி இருக்கிறது. அது கேவல அனுபவம்.

15. அடுத்த கேள்வியாவது, இவ் ஆராய்ச்சிக்குத் தகுந்தவர் யார் என்பது. உலக அனுபவமடைந்து சாஸ்திர ஆராய்ச்சியும் செய்து, பிறகு மெய்ப்பொருளை அறியும் ஆவலை உடையவர்களே இவ்வாராய்ச்சியில் ஈடுபடத்தகுந்தவர். இதரர்கள் இவ்வாராய்ச்சியில் ஒரு முடிவுக்கு வர முடியாது. ஆனால் அவர்களும் இந்நூலை அடிக்கடி வாசித்து ஆராய்ச்சி

செய்து மனோ தைரியழும், சாந்தமும் அடைவார் என்பது திண்ணம். போகங்களில் வைராக்கியம் ஏற்பட்டவர்களுக்கு தகுந்த பலன் வெகு சீக்கிரம் கிடைக்கும். இங்கே சொல்லப்பட்ட தத்துவங்களும் அவர்களுக்கு தெளிவாக விளங்கும். ஆகையால் அடையப்படும் பலன் அவர்களின் ஊக்கம், புத்தி நுட்பம், ஆராய்ச்சி இவற்றை தழுவி நிற்கிறது. யாரும் பயன் அடையாமல் இருக்க மாட்டார்.

16. பிறகு இவ்வாராய்ச்சியால் என்ன பலன் கிடைக்கும். என்ன நோக்கத்தைக் கொண்டு இவ்வாராய்ச்சியை மேற் கொள்ளவேண்டும். இவைகளைப்பற்றி சற்று கவனிப்போம். இந்த விசாரணை செய்யும் முன் ஜன்மத்தின் காரணமென்ன என்பதைப் பற்றி அறிய வேண்டும். இதை அறியாமல் ஜனங்கள் பரிதவிக்கும் நிலையில் இருந்து வருகிறார்கள். வசிஷ்டர் இதன் விஷயங்களைப்பற்றி வெகு தெளிவாக எடுத்துரைத் திருக்கிறார். இங்கே இவைகளைச் சுருக்கமாகக் கூறுவோம்.

17. ஜன்மத்தைப்பற்றி இரு நோக்கங்கள் உண்டு. முதலாவது, அது ஒரு பொய் தோற்றம் என்பது அல்லது பிரம்மத்தின் அற்ப காலத்தில் மாறுபட்ட சொரூபம் என்பது. இந்த நோக்கத்தை அனுசரித்தால் மறு கேள்விக்கோ விசாரணைக்கோ இடமில்லை. கருத்து: காரணம் எல்லாம் அதில் அஸ்தமனம் ஆகின்றன. ஆனால் இந்த நோக்கம் எக்காலத்தும் வெகு சிலராலேதான் அங்கீகரிக்கப்படும். ஆகையால் இதரர்களுடைய நோக்கத்தையே இங்கு நாம் முக்கியமாக கவனிக்க வேண்டும்.

18. ஜன்மம் வாஸ்தவமான அனுபவமாக இருப்பின் அதாவது உணர்ச்சிகளாகிய ஜகத் தற்காலத்து சத்தியம் என்றால் பிறகு இவை காரண காரிய சம்பந்தத்திற்கு உட்பட்டவைகளாகின்றன. சிருஷ்டி நாசம் இவைகள் எல்லாமே காரணகாரியத்திற்கு உட்பட்டவை. பிறகு ஜீவராசிகள் அனைத்தும் நான் என்னும் மூல உணர்ச்சியைக் கொண்டே விஸ்தரிக்கின்றன. இந்த உணர்ச்சியின்றி தனித்தனியான தன்மைகளோ குணங்களோ ஜீவிதம் கூட இருக்க இயலாது. ஜீவராசிகளில் தோன்றும் லட்சக்கணக்கான வேறுபாடுகள் இந்த மூல உணர்ச்சியின் வேறுபாடு களே. ஆகையால் ஒவ்வொரு ஜீவ தோற்றத்தின் நிலைமையை அதனு டைய கால தேச வேறுபாட்டைக் கொண்டுதான் பேசத்தகும். என்னு டைய பிறவி நிலையை என்னுடைய பூர்வ ஜன்மங்களின் வாசனையைக் கொண்டுதான் நிர்ணயிக்கத்தகுமே தவிர பிறர்மேல் சுமத்த முடியாது. என்னுடைய நிலைமை, ஜன்மம் இவையென்னால் ஏற்படுத்திக் கொள்ளப் பட்டவை. என்னுடைய கஷ்ட சுகங்களுக்கு நானே காரணம். ஆகையால் ஒவ்வொருவருக்கு இப்பொழுது ஏற்பட்ட ஜன்மம் பூர்வ ஜன்மங்களின்

வினைப்பயன். ஆகையால் ஜன்மம் வாஸ்தவமென்று பாவிக்கப்பட்டால் காரண காரிய சம்பந்தம் வாஸ்தவம், அதனால் முன்பின் ஜன்மங்களும் வாஸ்தவம். இந்த உண்மையை அனுசரித்து இப்பொழுது ஏற்பட்டிருக்கும் ஜன்மத்திற்கு காரணம். நம் பூர்வ ஜன்மப்பிரயத் தனங்கள். பலனில் முடியாத முயற்சிகளும், கை கூடாத மனக் கோரிக்கைகளும் நிறைவேறும் பொருட்டு இந்த ஜன்மம் எடுக்கப்பட்டது. இவைகள் அநேகமாய் இந்தப் பிறவியில் கைகூடலாம். சில அடுத்த ஜன்மங்களில் கைகூடும்படியும் இருக்கலாம். எப்படியிருப்பினும் ஜன்மங்களுக்கு காரணங்கள் இச்சைகள்.

19. ஆகையால் நடக்கும் ஜன்மத்தை எவ்வாறு நடத்த வேண்டியது என்பதே எல்லோரும் முக்கியமாக கவனிக்க வேண்டியது. நம் பிரயத்தினங்கள் ஒவ்வொன்றும் நீடித்த சந்தோஷத்தை அடையும் பொருட்டே செய்யப்படுகின்றன. ஆனால் இத்தகைய சந்தோஷம் எவ்வாறு எதில் அடையக்கூடும் என்றதை அறுயாத குறையால் பிரபஞ்ச வஸ்துக்களிலும் விஷயங்களிலும் தேட முயற்சி செய்து வருகிறோம். ஆனால் இவைகளில் அடையும் சந்தோஷம் நீடித்து இருப்பதில்லை. அற்ப வாழ்வாக முடிகின்றன. ஆகையால் இதர விஷயங்களை, நாடிச் சென்ற வண்ணம் இருக்கிறோம். எவற்றிலும் நீடித்த சந்தோஷம் அடையப் படாத காரணத்தால் ஓய்வில்லாத முயற்சியில் ஈடுபட்டு வருகின்றோம். ஆகையால் எக்காலத்தும் அடைவதற்கு அறிதான நீடித்த சந்தோஷத்தை தேடுவதே ஜன்ம சாபல்யமாய் முடிகிறது.

20. சந்தோஷம் என்பது மனோநிலை. இந்த மனோநிலை சாதாரண மாக வஸ்துக்களையும் விஷயங்களையும் அனுசரித்து அடையப்படு கின்றது. ஆனால் வஸ்துக்களும் விஷயங்களும் குணம் பொருந்தியவை யல்ல. நம்முடைய இச்சையின் காரணத்தால் வஸ்துக்களின் பேரில் குணம் சுமத்தப்படுகின்றது. ஆகையால் சந்தோஷம் என்னும் நிலை முதலில் கற்பனையாக இருந்தது. இது வஸ்துக்கள் விஷயங்களுடன் பிணைக்கப் பட்டு பிறகு இவைகள் மூலம் அந்த மனோநிலையை அடைவதாகும். ஆகையால் வஸ்து விஷய ஈடுபாட்டிலிருந்து மனதை விடுவித்துக் கொண்டால் அப்பொழுது அது தன் சுய நிலையாகிய சர்வ அமைதியில் நிலைக்கும். இந்நிலையே மோட்சம் எனப்படும். இந்நிலை நம்முடைய ஆயுள் காலத்தில் அடையப்பட வேண்டுமே தவிர இறந்த பிறகு வேறு நிலையில் அல்ல. நமது ஜீவிதம் பிரபஞ்சத்தின் போக்கை அனுசரித்து நடப்பது. அப்படி நடத்திக் கொண்டு மோட்ச பதவியை அடைவதே ஆயுளின் கருத்து, ஆகையால் கர்மம், ஞானம் இரண்டையும் அனுசரித்து வாழ்க்கையை நடத்துவது தான் வசிஷ்டரால் உபதேசிக்கப்பட்ட முறை. கர்மா - ஞானம் இவைகளின் சேர்க்கைதான் தேகம். மனசாகப் பரிண

மிப்பதால் இம்முறைதான் நியதிக் கிரமத்தை அனுசரித்த முறையாகும். தேகத்தின் பாதுகாப்பின் பொருட்டும், வாழ்க்கையை நடத்தும் பொருட்டும் கர்மங்களில் அவரவர்களின் பிறப்பு, நிலைமை, திறமை இவைகளை அனுசரித்து ஒவ்வொருவரும் ஈடுபடவேண்டியது அவசியம். ஆனால் கூடவே பிரபஞ்சம் அதில் அடங்கிய பொருள்கள் விஷயங்கள் இவைகளைப்பற்றி ஆராய்ந்து தத்துவத்தை அறிந்து மனதை சஞ்சலமற்று வைத்திருப்பதுதான் சரியான வாழ்க்கையாகும்.

21. இம்முறை வெகு சொல்ப அறிவாளிகளால் தான் அங்கீகரிக்கப் படும். பல நூற்றாண்டுகளாக சாதாரணமாக வழங்கிவருவதாவது, மோட்சம் நான்கு மறைகளால் அடையப்படும் என்றே: அதாவது 1. பக்தி, 2. கர்மம், 3. யோகம், 4. ஞானம் என்று நான்கு மார்க்கங்களாகக் குறிப்பிடப் பட்டுள்ளது. இது தவறான அபிப்பிராயம் என்பதில் சந்தேகம் இல்லை. ஏனெனில் பக்தியோகம் இரு முறைகளில் குறிப்பிட்ட விஷயங்களில் பந்தப்படுத்திக் கொள்வதால் விடுதலை என்பது பொருந்தா. பிறகு, கர்மம் ஞானம் இவ்விரண்டையும் கவனிக்க: இவற்றில் ஒன்றைமாத்திரம் அனுசரிப்பதிலும் பயன் இல்லை. கர்மத்தையே செய்து வருவதால் ஞானம் ஒரு பொழுதும் உதிக்காது. அல்லது ஞானம் ஒன்றையே அனுசரிப்ப தாலும் பலன் அடையப்படாது. அது ஏட்டு சுரக்காய்க்கு சமானமாகும். ஆனால் இந் நான்கு முறைகளில் ஏதாவது ஒன்றை அப்பியசித்து வருவதால் நன்மைகள் பல அவசியம் ஏற்படும். குணம் நடத்தை இவைகள் சீர்படும். ஆனால் இவைகள் ஒன்றும் தனியாக மோட்ச பாயம் ஆகா, மோட்ச சாதனத்திற்கு கர்மம். ஞானம் இரண்டையும் அனுசரிக்க வேண்டும். கர்மத்தில் தான் ஞானம் உதிக்க வேண்டும். ஞானம் உதித்த பிறகும் கர்மத்தில் தான் ஞானம் பக்குவம் அடைந்ததின் பலன் தெரியும். கர்மத்தில் தானே ஞானத்தின் பிரகாசத்தை அறியக்கூடும்.

22. தேகம் இருக்கும் வரை இந்திரியங்கள் இயங்கித்தான் தீரும். அப்படி இயங்குவதால் தான் அது ஆரோக்கிய நிலையில் இருக்க முடியும். இது தேகத்தின் நியதி. ஆகையால் நியதிக்கு விரோதமாக தேகத்தை கட்டைபோல் வைத்து பயிற்சி செய்வதும், பஞ்ச இந்திரியங்களை அடக்கு வதும் வியர்த்தமான அப்பியாசங்கள். இவைகளால் பொருட் படுத்தக் கூடிய பயன் ஒன்றும் அடையாமல் இருப்பது தவித்து தேகதின் நிலைமைக் கெட்டுப்போகும். ஞானம் அப்பியசிப்பதற்கும் குந்தகம் ஏற்படும். தேகத்தை அடைந்ததை மூலம் ஞானத்தைத் தேடுவதில் அதை உபயோகிக்க வேண்டுமே தவிர அதைத் துன்பப்படுத்துவதில் யாதொரு பயனும் இல்லை.

23. பிறகு எவ்விதமான கர்மங்களில் ஈடுபட வேண்டியதென்று கேட்கலாம். இந்த விஷயமாக அவரவர்கள் விவேகத்தை உபயோகித்து வயிற்று வளர்ப்பின் பொருட்டு செய்யும் தொழில்களிலும் காலம் தேசம் இவைகளை அனுசரித்த பழக்க வழக்கங்களிலும் நந்நடத்தை ஆச்சாரம் நீதி முறைகளிலும் மனசாட்சிக்கு விரோதமில்லாமல் நடந்து வருவதே அவசியம். எந்தக் கர்மாவைச் செய்து வந்தாலும் அதனால் மனதில் சந்தேகமோ, கல்மிஷமோ இல்லாமல் இருப்பது அவசியம். பிறகு பஞ்ச இந்திரியங்களை அடக்குவதை ஒழித்து அவைகளைச் சரியான மார்க்கத் தில் உபயோகிக்க வேண்டும். இந்திரியங்கள் வஸ்துக்களிடையே யுள்ள பேதங்களைக் காட்டிக் கொடுத்தாலும், இவைகளெல்லாம் உணர்ச்சி யின் விஸ்தரிப்பு என்றே அறியப்படும். இந்த மூல உணர்ச்சிதான் 'நான்' என்றும் சங்கல்பம், சேதனம், பிரகிருதி என்று பல பெயரால் வழங்கப் படுகின்றது. இந்த அறிவு இந்திரியங்கள் மூலம்தான் அறியப்படும். இந்திரியங்களை அடக்கி வைப்பதால் இந்த அறிவு ஏற்படாது. அறிவின்றி அமைதியும் இல்லை.

24. மேலும் கர்மங்களைச் செய்வதில் பற்றுதலின்றிச் செய்வது அவசியம். இப்படிச் செய்வதால் கர்மங்களில் தோஷமின்றி இருக்கும். பிற்பாடு பந்தம் ஏற்படாமலிருக்கும். இவைகள் பொருட்டே ஆராய்ச்சி யும் அதனால் அடையப்படும் ஞானமும் தேவை. உணர்ச்சியின் தத்துவ மும், அதை சீர்ப்படுத்தும் முறையும் ஞானத்தை கடைபிடிப்பதால் தான் அறியப்படும்.

வாசனை

25. மனதென்பது கேவலம் உணர்ச்சிக் கட்டம். இவ்வுணர்ச்சி பஞ்ச இந்திரியங்களின் மூலம் ஐந்து விதமாகப் பரிணமிக்கின்றது. இவைகளின் மூலம் ஏற்படும் மனோபாவங்களாகிய சந்தோஷம், துக்கம், கோபம் இன்னும் இதர மாறுபாடுகளும் உணர்ச்சிப் பெருக்கை அதிகரிக்கின்றன. தவிர சங்கல்பம் அல்லது கற்பனையால் இவைகள் இன்னும் அதிகரிக் கின்றன. இவைகள் அனைத்தும் சேர்ந்து மனமென்று வழங்கப்படுகிறது.

26. பிறகு உணர்ச்சியென்பது கணமாத்ரமான அனுபவம், அது மின்னல்போல் தோன்றி மறைகிறது. இப்படி ஏற்படுகிறவைகளை காலத் துடன் பிணைத்து வைத்துப் பார்க்கும் பொழுது அக்கட்டங்களில் நாம் ஒரு கிரமத்தைக் காண்கிறோம். இது நினைவின் விளைவு. நினைவு என்பது இல்லாதிருப்பின் உணர்ச்சிக் கட்டங்களில் ஒரு முறையோ அல்லது ஒழுக்கமோ அல்லது அவற்றின் இடையில் ஒரு சம்பந்தத்தையோ நாம் காணமுடியாது. ஆகையால் காலமென்ற கற்பனையையும்,

நினைவாகிய மோகத்தையும் கூடிய உணர்ச்சிக் கட்டங்களைப் பார்க்கும் பொழுது, அவை ஒரு ஜீவனின் ஆயுள்காலமாகத் தோன்றி வருகின்றது. நாடகத் திரையில் காணும் படங்கள் நடிப்பதுபோல் நமக்குப் புலப் படுவது நம் கண்களின் குறைபாட்டால். உண்மையில் கேவலம் சித்திரங் களின் கூட்டம் வெகு வேகமாகக் கண்முன் மாறிவரும் பொழுது நடிக்கும் தோற்றத்தைக் கொடுக்கிறது. அதேமாதிரிதான் நம் ஆயுள் காலமும். கண மாத்திர உணர்ச்சிகளைக் கொண்டு ஒரு இடைவிடாத அனுபவமாக தோன்றி வருகின்றது.

27. உணர்ச்சிக் கூட்டங்களைப் பிணைப்பது நினைவே. நினைவு ஏற்படுவது இச்சையால். இதனால் உணர்ச்சிகள் திரும்பித் திரும்பி ஏற்பட்டு வாசனையாக நின்று சம்சாரத்தின் விருத்திக்கு காரண மாகிறது. நினைவுதான் கணமாத்திரமான உணர்ச்சிகளை ஒரு மலைபோல் கோர்த்து ஒரு இடைவிடாத அனுபவப் பிரவாகமாகத் தோற்றுவிக் கின்றது. அடுத்தடுத்த நிமிஷங்களில் தோன்றிவரும் உணர்ச்சிகளுக்கு என்ன சம்பந்தம், இடம், காலம், சந்தர்ப்பம் எல்லாம் வெவ்வேறாக இருக்க இதைத் தான் நாம் சதா செய்து வருகின்றோம். இதனாலே தான் நம் தேகம் நிலைத்து நிற்பது. இதுவே ஜன்மத்திற்குக் காரணம். மேலும் இந்த நிலையின் காரணத்தால் சென்ற காலமும், வருங்காலமும் தற்காலத்துடன் சம்பந்தத்தை அடைகின்றன. ஞாபகம் இன்றி இந்த பாகுபாடு ஏற்பட முடியாது.ஒரே ஆயுள் காலத்தில் ஏற்படும் முன்பின் விஷயங்களைப்பற்றி பேசும் பொழுது, இவைகளைப் பிணைப்பது நினைவெனப்படும். வெவ்வேறு ஆயுள் காலத்தின் அனுபவங்களைப் பிணைப்பதை வாசனை என்று சொல்லுகின்றோம்.

28. நினைவென்னும் இனத்தைச் சேர்ந்த வாசனை ஒரு சத்தியம் அல்ல. அது ஒரு கேவல மனோபாவம். எந்த விஷயங்களில் இச்சை உண்டோ, அவைகளில் ஞாபகம் உண்டு. எவற்றில் இச்சை அதிகமோ அவற்றில் ஞாபகமும் அதிகம். இச்சையே இல்லாத இடத்து ஞாபகமும் வெகு குறைவாக இருக்கும். வாசனையும் இவ்விதமே. ஆகையால் வாசனை பலப்படுவதால் ஜன்மங்கள் விருத்தியாகின்றன. நம் இச்சைகளே நம் ஜன்ம வருசைகள். இச்சையும் கேவலம் ஒரு மனோ பாவம்.

29. இவ்வாசனையால் விளைவது இன்னும் ஒரு அனர்த்தம். சாதாரணமாக நாம் பதார்த்தங்களை ரூபமும் கனமும் கொண்டவை களாக பாவிக்கிறோம். இது ஞாபகம் என்னும் சக்தியால் (பாவனையால்) ஏற்படும் தோற்றம். எப்படி எனில் உணர்ச்சியென்பது கணமாத்திரமான அனுபவம். மேலும் அது அதிகசூட்சமமான தன்மையை அடைந்தது. ரூபம்

கனம் என்பவைகள் ஸ்தூலமான இனத்தைச் சேர்ந்தது. சூட்சும மான தைக் கொண்டு ஸ்தூலத்தை நிர்ணயிப்பது எப்படிப் பொருந்தும். உண்மையில் நாம் அனுபவிப்பது பதார்த்தங்கள் இல்லை. பதார்த்த உணர்ச்சிகள் ஆகையால் ரூபமும் கனமும் இவ்வுணர்ச்சிகளில் ஏற்பட்டு இருக்கின்றன. இப்படி ஏற்படுவது, ஒரே உணர்ச்சி அடிக்கடி உண்டாகி இவைகள் நினைவினால் சேர்க்கப்பட்டு உருவமும் கனமும் ஆக தோற்றம் அளிக்கின்றன. ஆகையால் பதார்த்தங்களும் அவைகளின் உருவமும் கனத்துவமும் நம்முடைய உணர்ச்சிகளும் உணர்ச்சிகளின் கனத்துவமும் ஆகின்றன. இந்த குணங்கள் உண்மையில் பதார்த்தங்களில் இல்லை. இந்த தத்துவங்கள் வசிஷ்டரால் வெகு அழகாக எடுத்துரைக்கப் பட்டிருக் கின்றன.

30. நிர்வாணம் - சமாதி: இந்நிலை அநேகமாய் எல்லோராலும் சரியாக அறியப்படாமல் விபரீதமாகவும் விநோதமாகவும் சொல்லப் பட்டிருக்கிறது. இந்நிலை பற்றி வசிஷ்டர் சொல்லியிருப்பதுதான் தெளி வாகவும் மனதிற்கு சமாதானமாகவும் நியதிக்கு விரோதமில்லாம லும் இருக்கிறது.

31. சமாதியென்றால் சமநிலையென்று பொருள்படும். சமநிலை யென்பது மனதை அனுசரித்து சொல்லும் நிலை. ஆகையால் மனது யாதொரு கொந்தளிப்பையோ, சஞ்சலிப்பையோ, சந்தேகத்தையோ அடையாமல் சர்வ அமைதியாய் இருப்பதே சமாதி ஆகும். இது கண மாத்திரமான அனுபவம் இல்லை. அவ்வித அனுபவத்தால் யாதொரு பிரயோசனமும் இல்லை. அது நீடித்தும், சாஸ்வதமாயும் இருந்தால்தான் அதை அடைந்தவருக்கும் நன்மை. பிறராலும் அது போற்றப்படும். எந்த சந்தர்ப்பத்தில் என்ன நேரிட்டாலும், மனதில் ஒரு வேறுபாடும் ஏற்படாமல் இருப்பதுதான் சமாதிநிலையாகும். அது மனம் நாசமான நிலையெனப் படும். அந்நிலையில் ஆத்மப் பிரகாசமே ஒளி வீசி நிற்கும். எல்லாம் ஆத்மா வாகவும் ஒன்றாகவும் புலப்படும். நான் நீ என்ற வேற்றுமைகள் புலப் படாது. ஆத்மா ஜகத்தாகவும், ஜகத் ஆத்மாவாகவும் நிற்கும். இதுவே ஜீவன் முக்த நிலை என்று வசிஷ்டரால் சொல்லப்பட்டுள்ளது.

32. இந்நிலையில் தேக இந்திரிய உணர்ச்சிகள் இல்லை என்று கருதுவது தவறு. தேகம் இருக்கும் வரை, நம் ஆதீனமின்றி ஆதியில் ஏற்பட்ட தோஷத்தால் ஆகையால் அதற்கு நியதியான தேக உணர்ச்சியை அடிக்கடி அடைந்தே தீரும். இவ்வுணர்ச்சி ஏற்படுவது சித்தம். விஷயங் களை நோக்கி நிற்கும் பொழுது இதர சமயங்களில் ஜீவன் முக்தனின் சித்தம் ஆத்மத்தில் லயம் அடைந்தவாறு இருக்கும். விஷயங்களை நோக்கின தருணங்களில் அப்பொழுது ஏற்படும் உணர்ச்சிகளும் ஆத்ம

மாக பாவிக்கப்பட்டு மனோ வேற்றுமை ஏற்படாதபடி உணரப் படும். ஆகையால் அது உணர்ச்சயற்ற உணர்ச்சியாகும். அவர்களின் மனதில் தோற்றங்கள் ஏற்படுவதில்லை, என்றும் சொல்லுவதற்கில்லை. ஆனால் ஏற்படும் தோற்றங்கள் அப்பொழுதைக்கப்பொழுது நாசம் அடையும். நம்மிடத்தோ இவை நீடித்திருந்து மனோவிகல்பங்களுக்கு காரணமாய் நின்று பல ஏவல்கள் ஏற்பட்டு செயல்கள் ஆக மனசாந்தியாகின்றன. இந்தப்படி சாந்தி பெறுவதற்கு வேண்டிய காலம் வெவ்வேறாக இருக்கலாம். சில நிமிஷங்களில் பூர்த்தியாகலாம், அல்லது பல வருஷங் களும் தேவையாய் இருக்கலாம். ஜீவன் முக்தர்களிடத்தோ உணர்ச்சிகள் ஒரு மாறுபாடுமின்றி உடனுக்குடனே சாந்தியாகின்றன. அவர்கள் கால மான பிறகு, மறுபிறப்பு இல்லாமல் உணர்ச்சியென்பது சர்வ சாந்தி அடைகின்றது. மற்றவர்களிடத்து உணர்ச்சி வாசனையின் பலனாக மறு ஜன்மமெடுத்து பிரவித்திக்கின்றது.

*　　*　　*

யோக வாசிஷ்டம்

1

வைராக்கியப் பிரகரணம்

1. சுதீக்ஷணன் சந்தேகம்

சுதீக்ஷணன் என்னும் ஒரு பிராம்மணனுக்குத் தத்துவ விசாரணையில் ஒரு சமயம் ஒரு சந்தேகம் தோன்றிற்று. அதை நிவர்த்தி செய்து கொள்ளும் பொருட்டு அவன் அகஸ்தியர் என்னும் ரிஷியின் ஆசிரமத்தை அடைந்து அவரைப் பணிந்து பின் வருமாறு கேட்டான்: "மகர்ஷே, மோட்சத்தை அடைய, சாதானம் செய்யவேண்டியது கர்மமா அல்லது ஞானமா?"

ரிஷி இக்கேள்விக்கு, "பறவைகள் எவ்வாறு தம்முடைய இரண்டு இறக்கைகளையும் உபயோகித்துத் தங்களைப் பாதுகாத்துக் கொள்ளு கின்றனவோ, அதேமாதிரி மோட்ச சாதனத்திற்குக் கர்மம், ஞானம் இரண்டையும் கடைப்பிடிக்க வேண்டும். இதற்கு உதாரணமாக ஒரு கதை சொல்லுகிறேன், கேள்" என்று சொன்னார்.

2. காருண்யன் வரலாறு

"அக்னிவேசியனென்ற ஒரு ரிஷியின் புத்திரனான காருண்யனென்ற இளைஞன் உரிய காலத்தில் கல்வி பயிலும்பொருட்டு, தகப்பனாரால் குருகுலத்திற்கு அனுப்பப்பட்டு, காலக்கிரமத்தில் எல்லாம் கற்றுக் கொண்டு வீடு திரும்பினான். கற்ற வித்தையின் பயனாக எல்லாக் கர்மங் களையும் விட்டுவிட்டு வீண் காலம் கழிக்கத் தொடங்கினான். இதன் காரணம் தகப்பனுக்கு விளங்கவில்லை. ஆகவே ஒரு நாள் பிள்ளையைக் கூப்பிட்டு, "மகனே, கர்மங்களையெல்லாம் விட்டதற்குக் காரணம் யாதோ?" என்று கேட்டார். புத்திரன், "பிதா, நான் ஸ்மிருதி, சுருதி இவைகளை ஆராய்ச்சி செய்ததில், கர்மங்களையே சாகும் பரியந்தம் அனுசரிக்க வேண்டுமெனச் சில இடத்திலும், கர்மத்தையெல்லாம் ஒழித்து

ஞானமார்க்கத்தைத் தழுவினால்தான் மோட்சம் சித்திக்கும் என்று வேறு இடத்திலும், ஆகவே இண்டு வழிகளையும் உபதேசித்திருப்பதைக் கண்டேன். இவைகளில் எதைக் கடைப்பிடிப்பதென்று நிச்சயிக்க முடியாமல் கர்மங்களை விட்டுவிடத் தொடங்கினேன்" என்று பதில் சொன்னான். விபரீத புத்தியால் பீடிக்கப்பட்ட மகனின் முன்னேற்றத்தைக் கருதிய தகப்பனார், தாம் ஒரு சிறிய கதை சொல்வதாகவும், அதைக் கேட்டுத் தாத்பர்யத்தை மனத்தில் வாங்கிக்கொண்டு பிறகு தன் இஷ்டம் போல் நடந்துகொள்ளலாமென்றும் சொல்லி விட்டுப் பின்வரும் கதையை உரைத்தார்.

3. சுருசி, தேவதூதன் வரலாறு

சுருசி என்னும் அப்ஸரப் பெண் ஒருத்தி ஹிமோத்கிரிச் சார்பில் ஒரு நாள் உல்லாசமாகக் காலம் கழித்து வருகையில், ஒரு தேவதூதன் ஆகாயமார்க்கமாகப் போவதைக் கண்டு, அவன் அம்மார்க்கமாய்ப் போவதன் காரணம் அறியும் ஆவலால், தன்னைப் பார்க்கும்படி அவனுக்கு அறிக்கை கொடுத்துக் கீழே வரும்படியும் அவனுக்கு அறிக்கை கொடுத்துக் கீழே வரும்படியும் அழைத்தாள். வந்ததும் வணங்கி, "இந்த மார்க்கம் செல்வது அபூர்வமாகையால், இன்று போகும் காரணம் என்னவோ?" என்று கேட்டாள். இவள் வேண்டுகோளுக்கு இணங்கித் தேவதூதன் காரணத்தைச் சொன்னான்.

4. அரிஷ்டநேமியின் வரலாறு

அரிஷ்ட நேமி என்னும் ஒரு ராஜரிஷி, ராஜ்ய பாரம் சலித்துப்போய் மோட்சோ பாயத்தைத் தேடும் பொருட்டு, ராஜ்யங்களைத் தம் பிள்ளை வசம் ஒப்பித்து, தாம் கந்தமாதனம் என்னும் மலைச்சார்பிலிருந்த ஒரு காட்டில் கோரமான தபஸ் செய்யத் தொடங்கினார். அவரைக் கண்டு வரும்படி தேவேந்திரனால் நான் அனுப்பப்பட்டேன். இப்பொழுது அவ்விடமிருந்து திரும்பிச் செல்லுகிறேன்" என்றான் தேவதூதன்.

இதைக் கேட்ட அப்ஸரஸ் போனதன் கருத்தைச் சொல்லும் படி வேண்டிக்கொண்டாள்.

தேவதூதன்- ராஜரிஷியின் தவ மகிமையைக் கண்டு களித்த தேவேந்திரன் அவருடைய பிரயத்னங்களுக்குப் பலன் அளிக்கும் பொருட்டு என்னை இந்திர விமானத்தை எடுத்துக்கொண்டு, எல்லா வைபவங்களையும் அமைத்து, மேள தாளங்களும், அப்ஸரஸ் கந்தர்வ கின்னரர்களும் கூடி ராஜரிஷியைச் சொர்க்கபோகம் அநுபவிக்கச் செய்யும்பொருட்டு அமராவதிக்கு அழைத்துவரச் சொன்னான். கட்டளைப்படி ராஜரிஷியினிடம் சென்று இந்திரனுடைய விருப்பத்தை

தெரிவித்தேன். அதற்கு அவர் சொர்க்க போகங்களால் தாம் அடைவது என்னவென்று கேட்டார். "மனிதர்கள் தாங்கள் செய்த புண்ணிய கர்மங் களுக்கு ஏற்றபடி சொர்க்கபோகம் அநுபவிக்கிறார்கள்; அநுபவம் முடிந்ததும் மறுபடியும் பூமியில் ஜனனமாகிறார்கள்" என்று நான் விடையளித்தேன். இதைக் கேட்ட ராஜரிஷி இவ்வித அநித்யமான போகங்களில் தமக்கு இச்சை இல்லையென்றும் ஆகையால் நான் இந்திரனிடம் திரும்பிச் செல்லலாமென்றும் சொல்லிவிட்டார். தேவேந்திரனிடம் போய் நான் நடந்ததைக் சொல்ல, அவன் ராஜரிஷியின் மேலான நோக்கத்தை ஊகித்து அவருக்குச் சரியான ஞான மார்க்கத்தைக் காட்டும்பொருட்டு வால்மீகி ரிஷியிடம் அழைத்துச் செல்ல விரும்பி என்னை மீண்டும் ரிஷியிடம் அனுப்பினான். கட்டளைப்படி ரிஷியை வால்மீகி முனிவரிடம் அழைத்துச் சென்றேன். அவரைக் கண்டு அரிஷ்ட நேமி வணங்கி "இப்பிரபஞ்சத்தில் அறியப்பட வேண்டியதையும், அறிவுக்குக் காரணமா யிருப்பதையும்பற்றித் தமக்குத் தெளிவாக உபதேசம் செய்யும்படி வேண்டிக்கொண்டார்.

5. வால்மீகியின் வசனம்

ரிஷியின் வேண்டுகோளை நிறைவேற்ற வால்மீகியானவர் ராமாயணத்தைப்பற்றிச் சொல்லி, அதில் நேர்ந்த வசிஷ்ட- ராம சம்வாதத்தைக் கேட்டு அறிந்துகொண்டால் எல்லா ஞானமும் சித்திக்கு மென்று சொன்னார். இதைக் கேட்ட ராஜரிஷி, ராமன் யாரென்றும், எவ்வாறானவன், அவன் பந்தப் பட்டவனா அல்லது முக்தனா என்னும் விவரமெல்லாம் தமக்குச் சொல்லும்படியும் வேண்டிக்கொண்டார். ராமன் விஷ்ணுவின் அவதாரம் என்றும், தனக்கு ஏற்பட்ட சில சாபங் களின் காரணமாக இந்த ராமாவதாரம் எடுத்ததாகவும் சொன்னார். "சச்சிதானந்த சொரூபியாயுள்ள நாராயணனுக்கும் சாபம் ஏற்படுவது முறையா?" என்றும், ஏற்பட்ட விவரத்தைத் தமக்கும் தெரிவிக்கும்படியும் ராஜரிஷி வேண்டிக்கொண்டார். வால்மீகி பதிலுரைத்ததாவது:

6. ராமாவதாரத்தின் காரணம்

வால்மீகி: விஷ்ணுவானவர் ஒரு சமயம் பிரம்மாவைப் பார்க்க ஸத்யலோகம் போயிருந்தபோது, ஸத்யலோக வாசிகள் எல்லோராலும் பூஜிக்கப்பட்டு, ஆனால் நிஷ்காமியாகிய ஸனத்குமாரரால் மட்டும் பூஜிக்கப்படாமலிருந்ததைக் கவனித்தார்; அவருக்கு அவ்வளவு கர்வமா என விஷ்ணு சபிக்கலானார். தபோ சக்தியில் கொஞ்சமும் குறையாம லிருந்த ஸனத்குமாரரும், இதற்குப் பிரதியாய்க் கொஞ்சகாலம் அக்ஞானியாய் இருக்கக்கடவது என்று விஷ்ணுவைச் சபித்து விட்டார். மற்றொரு சந்தர்ப்பத்தில் பிருகு என்னும் ரிஷியைப் பத்னியிடமிருந்து

பிரித்துவைத்ததால் அந்த ரிஷியும் தமக்கு ஏற்பட்ட சம்பவம் விஷ்ணு வுக்கும் நேரும்படி சபித்தார். தவிர, பிருந்தை என்பவளாலும், தேவதத்தன் என்பவனாலும் சாபத்திற்குப் பாத்திரமாகி, இந்தச் சாபங்களின் சாக்காக இவைகளைத் தீர்த்துக்கொள்ளும்படி விஷ்ணு மானிட அவதாரத்தை எடுத்தார். திரிலோக அதிபதியாக இருந்தாலும் தாம் செய்த கர்மங்களின் பலனை அனுபவிக்காமல் எவனும் தப்ப முடியாது. இதுவே நியதி- இவ்வாறு கூறி வால்மீகி மகரிஷி மேலும் சொல்லத் தொடங்கினார்.

7. மகாராமாயணம் ஏற்பட்ட முறை

வால்மீகி - மேற்கூறிய இந்த ராமாயணத்தை எவன் ஒருவன் ஊக்கத்துடன் கேட்டுக் கதாரூபமாய்ச் சொல்லிய தத்துவங்களை விவேகத்தால் அறிந்து கொள்ளுகிறானோ அவனுக்கு மறுபடியும் பிறப்பு என்பதே கிடையாது. பரத்வாஜ முனிவர் என்னை ஒரு சமயம் குருவாக அடைந்தபொழுது அவருக்கு இந்த ராமாயணம் சொல்லப்பட்டது. அதை அவர் அடிக்கடி மனத்தில் சிந்தனை செய்த காரணமாய் ஞான திருஷ்டி ஏற்பட்டு ராமன் ஜீவன்முக்தனாக எப்படி நடந்துகொண்டான், வாழ் நாளை எவ்விதம் கழித்தான் என்பவைகளை விவரமாக எடுத்துச் சொன்னால் மானிடர்களுக்குக் கடைத்தேறும் வழி ஏற்படும் என்று என்னிடம் சொன்னார். இதை அவர் என்னிடம் சொன்ன மாத்திரத்தில் எனக்கும் ஞானதிருஷ்டி ஏற்பட்டது. பிறகு பரத்வாஜரால் மறுபடியும் ஞாபகம் செய்யப்பட்டு, அவருக்கு "வசிஷ்ட-ராம ஸம்வாதம்" என்பதைப் பற்றிச் சொன்னேன். அதை இப்பொழுது உனக்கு நான் விவரமாய்ச் சொல்லுகிறேன்.

8. ராமனுடைய வைராக்யம்

ராமன் இளைய வயது தாண்டியதும், தேச யாத்திரை செய்ய ஆவலுற்றுத் தன்னை வெளியே அனுப்பும்படி தகப்பனாரை வேண்டிக் கொண்டான். இந்த வேண்டுகோளுக்கு இணங்கித் தசரதன் தகுந்த ஏற்பாடுகளெல்லாம் செய்து ராமனைத் தேச யாத்திரை செய்ய அனுப்பினான். ராமன் பல தேசங்களைச் சுற்றிப் பார்த்து, காடு, மலை, வனம், நதிகள் எல்லாம் கடந்து பல க்ஷேத்திரங்களைக் கண்டு, பல ஜனங் களையும் அவர்களின் பழக்கவழக்கங்களையும் அறிந்து, கொஞ்சகாலம் கழிந்தபின் தன் ராஜ்யத்திற்குத் திரும்பினான்.

தேச யாத்திரைக்குப் பிறகு ராமனுடைய மனநிலையே வேறாக இருந்தது. வயது பதினாறு நிரம்பாமலிருந்தும், அந்தப் பிராயத்திற்கேற்ற உலக நோக்கமும் ஈடுபாடுமில்லாமல் முதிர்ந்தவர்க்கேற்ற மனநிலை யுடையவனாக இருந்தான். ஒரு பொருளிலாவது அல்லது யாதொரு காரியத்திலாவது ஊக்கமோ சந்தோஷமோ இல்லாமலும், வாழ்க்கையி

லேயே ஒரு விதப் பற்று இல்லாமலும் இருந்தான். சாப்பாடு, தூக்கம் எல்லாம் குறைந்து, நாளுக்கு நாள் உடம்பு மெலிந்து தேஜஸ் குன்றி க்ஷீணகதி அடைந்து நின்றான். இளவரசன் இவ்வாறிருந்ததால் தாய் தகப்பன்மார்கள், சகோதரர், பந்துக்கள், மித்திரர்கள், வேலையாட்கள் முதலிய எல்லோருடைய நிலைமையும் நாளடைவில் சீர்கெட்டது. அரசன் என்ன செய்வதென்று தெரியாமலிருந்தான்.

9. விசுவாமித்திரர் வரவும், வேண்டுகோளும்

இப்படி இருக்கும் காலத்தில் ஒரு நாள் ராஜசபை நடைபெறும் பொழுது காவலாளிகள் வந்து ஒரு விஷயம் தெரிவித்தார்கள். விசுவாமித்திர ரிஷி வந்திருப்பதாகவும், சக்கரவர்த்தியைக் காண விரும்பு வதாகவும் கூறினர். இம் மகா புருஷன் வந்ததைப் பற்றித் தசரதன் சந்தோஷித்து, நல்வரவேற்று, வேண்டிய உபசாரங்களையும் செய்து அவர் தன்னைத் தேடிவந்த காரணத்தைத் தெரிவிக்க வேண்டிக் கொண்டான். தனக்கு இவ்வரவினால் ஏற்பட்ட பாக்யத்தின் நிமித்தமாய் அவர் எதைக் கேட்டாலும் தருவதாகவும் வாக்களித்தான். விசுவாமித்திரர் தசரதனை ஆசீர்வதித்துப் பிறகு தாம் ஒரு பெரிய யாகம் செய்ய உத்தேசித்திருப்ப தாகவும் அது பத்து நாட்கள் அல்லும் பகலும் நடக்கவேண்டி இருப்ப தால் அதற்கு ராட்சசர்களால் யாதோர் இடையூறும் ஏற்படாமலிருக்க ராமனுடைய உதவியை நாடி வந்திருப்பதாகவும் தெரிவித்தார். தாமே சிட்சிப்பதற்கு மேற்கொண்ட யாகமே தடையாய் நிற்பதாகவும் தெரிவித்தார். ராட்சசர்களின் பலம் தற்சமயம் அதிகரித்திருப்பதாலும், அவர்கள் மாயப்போர் புரிவதாலும், இவர்களைச் சிட்சித்துத் தவத்தைக் காப்பாற்ற ராமனே ஏற்றவனென்றும் சொன்னார்.

10. தசரதனின் மனக்கலக்கம்

இதைக் கேள்வியுற்றுத் தசரதன் ஸ்தம்பித்து நின்றான். ராமனை அனுப்பிவிட்டுத் தான் எப்படி ஜீவித்திருப்பது என்று எண்ணினான். ஆனால் மகரிஷியின் வேண்டுகோளைத் தான் நடத்திக் கொடுக்கக் கடமைப்பட்டவன். கடமையை நிறைவேற்றினால் தான் உயிர் இழப்பது நிச்சயம். ஆனாலோ ரிஷியின் கோபத்திற்கு ஆளாவதும் சரியல்ல. இவ்வாறு மனம் கலங்கி, ஆயினும் அந்தச் சமயத்திற்குத் தகுந்தவாறு நிதானித்தும் யோசித்தும் ரிஷியின் மனம் நோவாமலிருக்கும் வண்ணம் பின்வருமாறு சொல்லலுற்றான்:

"மகர்ஷே, வெகு காலம் சந்ததியில்லாமல் அந்திம காலத்தில் புத்திர பாக்யம் அடைந்ததும், எனக்கு ராமனிடமுள்ள வாஞ்சையும் நீர் அறிந்ததே. பிறகு ராமனுக்கு இன்னும் பால்ய வயது. அவன் செல்வத்தில் பிறந்து செல்வத்திலே வளர்ந்து அந்தப்புரத்தைத் தவிர்த்து வேறொன்றும்

அறியாதவனாக இருக்கிறான். ராமன் சண்டை செய்வதில் அநுபவ மில்லாதவன். எதிரியின் பலத்தை அறியும் சக்தியும், அதற்கேற்றபடி போர் புரியும் சாதுர்யமும் இந்தப் பிராயத்தில் எங்கிருந்து வரும்? மேலும் தாங்கள் சொன்ன ராட்சசர்களை எதிர்த்துச் சண்டை செய்ய ராமன் உரியவனாவானா? ஆனால் உங்கள் கட்டளையை நிறைவேற்ற நானே என் படைகள் அனைத்தையும் திரட்டிவந்து உங்கள் தவத்தைப் பூர்த்தி செய்விக்கிறேன். என் படைகள் அநேக சண்டைகள் செய்து நல்ல பயிற்சி அடைந்தும் வெற்றி பெற்றும் இருக்கின்றன. இச்சேனைகளே தேவேந்திரன் சகாயத்திற்கும் பல தடவை சென்றிருக்கின்றன. இவற்றின் உதவியால் ராட்சசர்களை நிர்மூலமாக்கி விடலாம். ஆகையால் தாங்கள் ராமனை அழைத்துப் போகும் எண்ணத்தை விட்டு என் உதவியை ஏற்றுக் கொள்ள வேண்டும். ராமன் இந்தக் காரியத்தில் பிரவேசிக்க நேர்ந்தால் நான் உயிருடன் இருப்பது அசாத்தியமே."

11. விசுவாமித்திரரின் கோபம்

இவ்வாறு கொடுத்த வாக்கைத் தசரதன் மீறிச் சொன்னதைக் கேட்டு விசுவாமித்திரர் கோபங்கொண்டு, ஆனால் அதை அடக்கிக்கொண்டு, சக்கரவர்த்தி தாம் எதைக் கேட்டாலும் கொடுப்பதாகவும், எந்தக் கொடைக்கும் தாம் தகுந்தவரென்றும் சொல்லிவிட்டு, இப்பொழுது பின்வாங்குவது சரியல்லவென்று சொன்னார். ஆயினும் அரசனை ஆசீர்வதித்துத் திரும்பிச் செல்ல விடை கேட்டுக்கொண்டார்.

12. தசரதனுக்கு வசிஷ்டர் போதனை

நடந்த சம்பங்களை யெல்லாம் அங்கிருந்தவாறு கவனித்து வந்த வசிஷ்டர், விசுவாமித்திரரின் அசுயைக்குத் தசரதன் பாத்திரமாவது சரியல்லவென்று தசரதனை நோக்கிச் சொன்னார். "தசரதா, நீ செய்வது இக்ஷ்வாகு குலத்திற்கே அவமானமாய் நேரிடும். நீயே தர்ம நெறி தவறினால் பிரஜைகள் அதனை எப்படி அநுசரிப்பார்கள்? விசுவாமித் திரருடைய யோக்யதைகளைப்பற்றி நீ மறந்தாய் போலும். அவர் சகலமும் அறிந்தவர். அவர் ராமனுடைய உதவியே தேவை என்றதில் ஒரு மர்மம் இருக்க வேண்டும். மேலும் மூன்று லோகங்களையும் ஜயித்த விசுவாமித் திரரே ராமனை மேற்பார்வையிட்டு வருகையில் உனக்கு ராமனைப் பற்றிய கவலை ஏன்? ராமனைப் பறிகொடுப்பதாக இருந்தால் அவர் அவனுடைய உதவியைக் கேட்டிருப்பாரா?" என்று சொல்லி முடித்தார்.

13. ராமன் சபைக்கு வருதல்

உடனே தசரதன் முனிவர்களின் வாக்கைத் தட்டுவது சரியல்ல என்று அறிந்து, மனத்தைத் தைரியம் செய்துகொண்டு, ராமனை

அழைத்துவரக் கட்டளை இட்டான். சிப்பந்திகளில் ஒருவன் உடனே ராமனை அழைத்துவரச் செல்ல, வேறு சிலர் தசரதனுக்கு ராமன் தற் சமயம் இருக்கும் நிலைமையையும் அவனுடைய தேகநிலையைப் பற்றியும் தெரிவித்தனர். அவனைச் சீர்திருத்த மகாபுருஷன் ஒருவனைத் தேட வேண்டுமென்று சொல்லி முடிக்க, ராமனும் சபைக்கு வந்து தகப்பனார், பிறகு பெரியோர்கள், பிராம்மணர்கள், சபையோர்கள் எல்லோரையும் வணங்கி நின்றான்.

14. ராமனின் வைராக்யம்

தசரதன் ராமனை ஆலிங்கனம் செய்துகொண்டு பிறகு அவன் தற்சமயம் இருக்கும் நிலைமையை எடுத்துக் காட்டி, அப்படி இருப்பது சரியல்ல என்றும், பெரியோர்களை ஆசிரயித்து அவர்கள் சொற்படி வாழ்நளைச் சீர்திருத்தம் செய்துகொள்ள வேண்டுமென்றும் உபதேசித் தான். தசரதன் பேசி முடித்ததும் வசிஷ்டர் ராமனை நோக்கிச் சில நல்ல வார்த்தைகளைச் சொல்லி, பிறகு அவனுக்கு விவேகம் ஏற்பட்டிருப்ப தாகவும், சிற்சில சந்தேகங்களைப் பெரியோர்களிடம் கேட்டுத் தீர்த்துக் கொண்டால் மனக்கலக்கம் நீங்கி ஞானம் உதயமாகுமென்றும் கூறினார். பிறகு விசுவாமித்திரர் ராமனைப் பார்த்து, "உன் மனம் கலக்கமடையக் காரணமென்ன? எவ்விதமான சந்தேகத்தால் நீ பீடிக்கப்பட்டாய்? அதை விவரித்துச் சொன்னால், அதைத் தெளிவு செய்து கலக்கம் நீங்க ஏற்பாடு செய்கிறேன்" என்று சொன்னார்.

பெரியோர்களின் வார்த்தைகளை ராமன் கேட்டு மனமகிழ்ந்து தன் மன நிலையைப் பற்றிச் சொன்னான். "நான் தீர்த்தயாத்திரை செய்து முடித்ததிலிருந்து, பல தேசங்கள், ஜனங்கள், அவர்களின் நாகரிகம் எல்லாம் பார்த்து உலக அறிவு ஏற்பட்ட காரணமாய், என் மனத்தில் ஒரு பெரிய சந்தேகம் தோன்றி அதன் தொடர்ச்சியாக வாழ்வில் விரக்தி ஏற்பட்டுவிட்டது. இந்தப் பிரபஞ்சத்தின் வாழ்வில் என்ன நீடித்த சந்தோஷம் இருக்கின்றது? நமது வாழ்நாள் அநித்யம். பிறந்தது முதல், இறப்பை எதிர்பார்க்க வேண்டி இருக்கிறது. யமன் கையில் அகப்பட்ட பொம்மையே நாம். நமது மனநிலை எவற்றிலும் நீடித்த சுகத்தை அநுபவிக்க முடியாமலிருக்கிறது. நம் ஆசைகளுக்கும் ஓர் அளவில்லை. ஓர் ஆசை தீருமுன், நம் மனது மற்றொன்றைப் பின்பற்றி நிற்கிறது. நமது தேகம் வருத்தத்திற்கும் பிணிக்கும் இருப்பிடமாக உள்ளது. குழந்தைப் பருவத்தில் தேக வலிமையும் அறிவுமின்றி விளையாட்டுத் திரவியம் போல் கருதப்படுகிறோம். இளைஞர் ஆன பிறகு புத்தி பலவிதப் பற்றுதலால் கெட்டுப் பருவம் வெகு சீக்கிரம் காலமாகின்றது. அதன் பிறகு பெண் மோகம் பிடித்து, புத்தி கெட்டு, தேக செளக்யத்தையும்

சந்தோஷத்தையும் இழந்து நிற்கின்றோம். பிறகு வெகு சீக்கிரம் முதுமையை எதிர்பார்க்கும் நோக்கம் அதிகரிக்கின்றது. ஆகவே நம் வாழ்வு பரிதபிக்கப்படும் ஒரு விளையாட்டு; நாம் படும் சந்தோஷங்களே நமது தீவினைக்குக் காரணமாகின்றன. நம் இந்திரியங்களே நமக்குச் சத்துருக்கள். எல்லாம் அநித்யம். ஒரு விவேகியானவன் சந்தோஷப் படும் படியாகப் பிரபஞ்சத்தில் என்ன இருக்கிறது? ஆகையால் நான் அறிய விரும்புவது இந்த வாழ்க்கையைத் தவிர வேறு எந்த வாழ்விலாவது நாம் பார்க்கும் சுக துக்கங்கள் இல்லாமல் இருக்கின்றனவா என்பதே" என்று ராமன் சொல்லி முடித்தான்.

ராமன் வார்த்தைகளைக் கேட்டுச் சபையோர்கள் எல்லோரும் மிகவும் ஆச்சரியப்பட்டார்கள். இளைய வயதில் இவ்வளவு அறிவும் வைராக்யமும் ஏற்பட்டது அபூர்வம். பூர்த்தியான ஞானம் உதயமா யிருப்பதை முனிவர்கள் கண்டறிந்தார்கள். ஆகையால் அவன் கேள்வி களுக்குப் பதில் சொல்லப் பெரியோர்கள் கடமைப் பட்டவர்கள் ஆயினர். ஆகவே விசுவாமித்திரர் ராமனைப் பார்த்துச் சில வார்த்தை களைச் சொன்னார்.

வைராக்கியப் பிரகரணம் முற்றிற்று

2

முமுக்ஷு வியவகாரப் பிரகரணம்

(தெய்வம் என்பது என்ன? மோக்ஷ உபாயங்கள்)

15. விசுவாமித்திர உபதேசம்

விசுவாமித்திரர் - ராமா, நீ அறியவேண்டியது ஒன்றுமில்லை. வாழ்வில் தெரிந்துகொள்ள வேண்டியவைகளை நீயாகவே தெரிந்து கொண்டு ஆகிவிட்டது. அதன் காரணமாக உனக்கு வைராக்யம் ஏற்பட்டு ஞானமும் உதயமாயிருக்கிறது. இனி நீ புதியதாக அறிய வேண்டியது ஒன்றுமில்லை. அறிந்ததைப் பெரியோர்களிடம் நிர்ணயித்துக்கொள்ள வேண்டியதுதான் பாக்கி. இதற்கும் ஏற்பாடு செய்துவிட்டால் சுகரைப்போல் பக்குவ மடைவாய்.

16. சுகர் விருத்தாந்தம்

வால்மீகி- இதைக் கேட்ட ராமன் சுகர் யாரென்றும் அவர் எப்படி இருந்தாரென்றும், எப்படிப் பக்குவமடைந்தாரென்றும் தெரிந்து கொள்ள ஆவலாக இருப்பதாகச் சொன்னான்.

விசுவாமித்திரர் அவன் இஷ்டப்படி சுகருடைய விருத்தாந்தத்தைச் சொன்னார்.

"உன் தகப்பனாரருகில் உட்கார்ந்திருக்கும் ஞானியாகிய வியாசருக்குச் சுகர் என்னும் நாமதேயம் பூண்ட அபூர்வமான புதல்வன் ஒருவன் இருந்தான். பிறவியிலேயே ஞானம் ஏற்பட்டிருந்ததால் இளைய வயதிலிருந்தே ஞான மார்க்கத்தை அநுசரித்து, 16 வயதுக்குள் சித்தி அடைந்துவிட்டார். ஆனால் எல்லாம் தம் சொந்த முயற்சியால் அறிந்து கொண்டபடியால் தாம் அறிந்ததற்கு மேலாக ஏதாவது தத்துவம் உண்டா இல்லையா என்ற நிச்சயம் ஏற்படவில்லை. இதைப் பெரியோர்களிடம் கேட்டு நிர்ணயம் செய்துகொள்ள விரும்பித் தம் தந்தையாகிய வியாஸ

ரையே குருவாகப் பாவித்துப் பின்வருமாறு கேட்டார்:- "சம்சாரம் என்பது எப்படி ஏற்பட்டது? யாரால் ஏற்படுத்தப்பட்டது? இதற்கு எப்பொழுது ஓய்வு?" வியாஸர் இந்தக் கேள்விகளைக் கேட்டுத் தக்கவாறு பதில் சொன்னார். சுகர் இவைகளைத் தாமாகவே அறிந்திருப்பதாகவும் இவைகளுக்கு மேல் ஏதாவது தத்துவமுண்டா என்றும் கேட்டார். நீ தெரிந்து கொண்டிருப்பதைத் தவிர வேறொன்றுமில்லையென வியாசர் பதிலளிக்கச் சுகர் சாந்தி ஏற்படாவண்ணம் இருந்தார். இனிச் சந்தேகம் வேறொருவர் சொல்லித்தான் தீருமென்று அறிந்துகொண்டு வியாஸர் தமக்குத் தெரிந்தது அவ்வளவுதானென்றும் அதற்குமேல் ஜனக மகாராஜனிடமிருந்து தெரிந்துகொள்ளலாமென்றும் சொன்னார்.

சந்தேக நிவர்த்தியில் ஆவலுற்றிருந்த சுகர் ஜனகரைக் கூடிய சீக்கிரமே காணும்பொருட்டு விதேக தேசத்திற்குப் புறப்பட்டுப் போனார். மகாராஜனின் அரண்மனையை அடைந்ததும், அரசனைப் பார்க்க விரும்புவதாகக் காவலாளியிடம் சொல்லியனுப்பினார். மகாராஜன் சேதி கேட்டதும் காணவந்தவர் யாரென்றும், வந்த காரணத்தையும் ஒருவாறு ஊகித்துக் கொண்டு, சில நாள் கழித்துப் பார்ப்பதாகத் தகவல் சொல்லி யனுப்பினார். அதன்படி ஏழு நாள் வரையில் சுகர் காத்து, பிறகு அரண் மனைக்குள்ளே அழைக்கப்பட்டு, அங்கே ஏழு நாட்கள் கழித்து, பிறகு அந்தப்புரவாசம் ஏழு நாள் ஏற்பட்டது. இங்கே ஷோடசோப சாரங்கள் நடந்தன. இவ்விதச் சோதனைகளுக்கெல்லாம் மனக்கலக்க மில்லாமல் நின்ற சுகரின் யோக்யதையை அறிந்த ஜனகர் இனிச் சோதனை போது மென்று, பாலனைப் பார்ப்பதாகச் சொல்லியனுப்பினார். சுகர் அண்டையில் வந்ததும், ஜனகர் எழுந்து நமஸ்கரித்துத் தம்மை நாடி வந்ததன் காரணத் தைக் கேட்டார். சுகர் தம் சந்தேகங்களை எடுத்துச் சொல்ல ஜனகரும் வியாசரைப் போலவே விடையளித்தார். முன் போலவே சுகர் அவை களைத் தாமாகவே ஏற்கனவே அறிந்திருப்பதாய்த் தெரிவித்தார். இதைக் கேட்டு ஜனகர், "நீர் பூர்ண ஞானத்தையடைந்து முக்தர் ஆகிவிட்டீர். உம்மால் அறியப்படவேண்டியது இனி ஒன்று மில்லை. விஷய சுகங் களிலும் உமக்கு இச்சை ஒழிந்துவிட்டது. ஆகவே நீர் என்னைக் காட்டிலும் மேலானவரே. உம் தகப்பனாருக்குக்கூட இவ்வளவு காலமாகி யும் உமக்கு ஏற்பட்டிருக்கும் பக்குவம் ஏற்பட வில்லை. இனி நீர் அடைந் திருக்கும் பதவியில் ஸ்திரமாய் இருக்கக்கடவீர்" என்று ஆசீர்வதித்தார்.

வால்மீகி- இந்த விஷயத்தைச் சொல்லி முடித்ததும் விசுவாமத்திரர் ராமனை நோக்கி, அவனும் அந்த நிலையிலிருப்பதாகவும், பெரியோர் களின் அநுக்கிரகம் பெற்று, புத்தி ஸ்திரமடைந்தால் பரம முக்தனாகி விடுவானென்றார். இவ்வநுக்கிரகம் செய்யத்தகுந்தவர் பரம ஞானியாயும் ரகு குலத்திற்கே குருவாயுமுள்ள வசிஷ்டரே. ஆகவே தொடர்ந்து அவரை

நோக்கித் திரிகாலத்தை அறிந்த அவரே இந்தப் பரம உபதேசம் செய்வதை ஏற்றுக்கொள்ளவேண்டும் என்றும், தாங்கள் இருவரும் முன்னொரு காலத்தில் நீடித்திருந்த பகையைத் தீர்த்துக் கொண்டு பிறகு இருவருமாக அடைந்த பிரம்மோபதேசத்தை இப்பொழுது ராமனுக்கு எடுத்துரைக்க வேண்டுமென்றும் சொன்னார். இப்படிச் செய்வதால் குருவுக்கும் சார்த்தகம் என்பதைத் தெரிவித்தார்.

வால்மீகி: இந்த வேண்டுகோளுக்கு இணங்கி வசிஷ்டர் உடனே ராமனுக்கு உபதேசிக்கும் பொருட்டு அவன் முகத்தைச் சற்று உற்று நோக்கி அவனுடைய சந்தேகங்களை யெல்லாம் நீக்குவதாகச் சொன்னார். உடனே ராமன் முனிவரை நோக்கி, "மகா மேதாவியாயும் எல்லோராலும் பூஜிக்கத் தகுந்தவராயுமிருக்கும் வியாஸர் முக்தனாகாம லிருக்க, பாலனான சுகர் எப்படி முக்தனானார்?" என்று கேட்டான். வசிஷ்டர் பதிலளித்த தாவது:-

17. வசிஷ்டர் உபதேசம்

வசிஷ்டர்: நாம் திரும்பித் திரும்பி எடுக்கும் ஜன்மங்களில், சிறப்பு, குணம், செல்வம் எல்லாவற்றிலும் சில ஒரே மாதிரியாகவும், மற்ற ஜன்மங்கள் வேறுபட்டும் இருக்கின்றன. எனக்குத் தெரிந்தவரையில் வியாசருக்குத் தற்சமயம் முப்பத்திரண்டாவது ஜன்மம். இந்த ஜன்மத்தில் செய்த காரியங்களாகிய வேத விபாகங்களும் இதர சாஸ்திரங்களும் திரும்பிச் செய்ய வேண்டிய கடமை இருக்கிறது. அதன் காரணமாகத்தான் இந்த நிலையிலிருக்கிறார். ஆயினும் அவர் ஜீவன்முக்தரே. அவர் இன்னும் பிரம்ம பதவியை அடைய நேரும். நீ இப்பொழுது அறிய வேண்டியது, வன்முக்தனான பிறகு விதேக முக்தியை அடையவது மிகவும் எளிதென்டதே. இவ்விரண்டு நிலைகளுக்கும் வித்யாசம் சொல்படமே. இது இப்படி நிற்க.

18. பௌருஷம்

பிரபஞ்ச வாழ்க்கையிலே நாம் முக்கியமாக அநுசரிக்க வேண்டியது 'பௌருஷம்' அல்லது தன் ஆண்மையை அடிப்படையாகக் கொண்ட தீவிர முயற்சி. தகுந்த முயற்சியால் உலகத்தில் அடைய முடியாதது ஒன்றுமே இல்லை. பிரம்ம பதவியுங்கூட தீவிரமும் ஒழுக்கமும் சேர்ந்த முயற்சியால் அடையப்பட்டதே.

ஆனால் செய்யும் முயற்சிகளைச் சரியான மார்க்கத்தை அநுசரித் தும் இடைவிடாமலும் செய்துவர வேண்டும். பலன் சித்திக்காவிடின் இதற்குக் காரணம், செய்த முயற்சியின் கோளாறே தவிர வேறு காரண மல்ல. தகுந்தபடி முயற்சி இருந்தால் காரியம் கை கூடியே தீரவேண்டும். இதுவே நியதி. இப்படிப் பலனை அடையும் வரையில் இடைவிடாமல்

முயற்சி செய்கிறவர்கள் உலகத்தில் எக்காலத்திலும் மிகவும் சொற்பம். பெரும்பாலும் ஜனங்கள் காரியம் எடுத்த பிறகு, அதில் ஊக்கம் குறைந்து முயற்சியில் தளர்ச்சியடைவதாலேயே அதில் அபஜயம் அடைகிறார்கள். சோம்பலே எல்லா ஜனங்களுடைய கஷ்ட நிஷ்டூரங்களுக்கும் முதல் காரணம். உலகத்தில் நாம் பார்க்கும் வலிமை, எளிமை, எல்லாவற்றிற்கும் காரணம் சோம்பலே, உலகமே க்ஷீண தசை அடைவதற்குக் காரணமும் சோம்பலே.

19. வினைப்பயன்

தவிர அநேகர் தங்களுக்கு விளையும் வினைப்பயன்களைப் பூர்வ ஜன்மத்தின் பலனாகக் கருதி சோர்வடைகிறார்கள். இதுவும் அக்ஞானமே. பூர்வ ஜன்மத்தில் செய்த பிரயத்தனங்களின் பலன்களை இந்த ஜன்மத் தில் நாம் அனுபவிப்பது வாஸ்தவமே. ஆனால் இனி நடக்கவேண்டிய யத்தனங்களில் அதன் வேகம் தற்சமயம் செய்யக்கூடிய முயற்சிகளுக்குக் குறைந்ததே. இவ்வித வாசனை வினைப்பயன்களைத் தற்சமயம் செய்யக் கூடும் பிரயத்தனங்களால் ஜயிக்கலாம். இது நம் வசத்தில் இருக்கிறது. இவ்வாறு எண்ணுவதை விட்டு நடப்பதெல்லாம் வினைப்பலன் என்று கருதி, வாழ்க்கையில் சோகமடைந்து, செய்யவேண்டிய முயற்சிகளைச் செய்யாமல் நிற்கும் மானிடர்கள் பரம மூடர்களே.

ஆலோசித்துப் பார்த்தால் நம் செயல்களுக்குக் காரணம் வினைப் பயனும் இப்பொழுது செய்யும் முயற்சியுமே. இவ்விரண்டைத் தவிர எந்தக் காரியத்திற்கும் அனுகூலமாகவோ பிரதிகூலமாகவோ இருப்பதற்கு வேறொரு காரணமுமில்லை. நடக்கவேண்டிய காரியங்கள் இவ் விரண்டின் பலத்தைத் தழுவியே நடந்து தீரவேண்டும். எதற்குத் தீவிரம் அதிகமோ அது ஜயமடைகிறது. ஆனால் வினைப்பயன் நம் நோக்கத்திற்கு எட்டாதது. அதை நம் எவ்விதமும் மாற்ற முடியாது. வினைப்பயன் அளவில் பட்டது, வளராது. முயற்சியோ நம்முடைய வசம். இம் முயற்சியை யுக்தி, புத்தி, விடாமுயற்சிகளோடு செய்துவந்தால் வினைப் பயனை நசிப்பித்துக் காரியங்களில் ஜயமடையலாம். பெரும்பாலும் ஜனங்கள் தங்களுக்கு விளைவதெல்லாம் தெய்வச் செயலாகக் கருதி, செய்ய வேண்டியவை செய்யாமல் மதிகெட்டிருக்கிறார்கள். அதாவது வினைப் பயன்களே தெய்வச் செயலாகக் கூறப்படுகின்றன. ஆனால் இவ்வினைப் பயன்களோ நம்முடைய பூர்வப் பிரயத்தனங்கள். ஆகையால் நமது தேகம் ஒரு பூர்வபிரத்யக்ஷ வினைகளின் போர்க்களமாயிருந்தது. அப்போரின் முடிவே நமது வாழ்வாக ஏற்படுகின்றது.

20. தெய்வம்— —அதன் சொரூபம்

நமக்கு வேண்டியவைகளைத் தேடிக்கொள்ள நம் பிரயத்தனத்தால்

முடியுமே தவிர வேறொன்றினாலும் முடியாது. தீவிர முயற்சியே தெய்வம். இதையே ஒவ்வொருவரும் ஆசிரயிக்க வேண்டும். நமது முயற்சி இல்லாமல் ஒரு காரியமும் சித்தி பெறாது. நம் புத்திக்குப் புலப்படாமல் தெய்வம் எங்கிருந்தோ நம் செயல்களுக்குப் பலனை அளிப்பதாக எண்ணு வது மூடத்தனம். இதைவிட அக்ஞானம் வேறில்லை.

நம்மால் செய்யப்படும் காரியங்களெல்லாம் நம் இந்திரியங்களால் செய்யப்பட வேண்டும். இந்திரியங்கள் மனத்தால் ஏவப்படுகின்றன. மனது புத்தியின் அசைவு. நாம் அநுபவிப்பதெல்லாம் கிரியைகளின் பலனே. ஆகையால் புத்தியின் அசைவுதான் பலன் ரூபமாக அநுபவிக்கப் படு கின்றது. நியதி இப்படி இருக்க, தெய்வத்தால் நடைபெறவேண்டியது என்ன?

மேலும் நாம் பிரபஞ்சத்தில் அடைவதெல்லாம் இங்கே சொல்லப் படும் மார்க்கத்தில் ஒன்றைத் தழுவியே அடையப்படவேண்டும்; அதாவது (1) சாஸ்திரங்களை அறிந்து ஆராய்ச்சி செய்து சித்தியடைவது; அல்லது (2) குரு முகமாக உபதேசமடைந்து தெரிய வேண்டியவைகளைத் தெரிந்துகொண்டு சித்தியடைவது; இதுவுமில்லாவிட்டால் (3) தன் சொந்த ஞானத்தாலோ பிரயத்தனத்தாலோ சித்தியடைவது. இந்த மூன்று மார்க்கங்களில் எதை அநுசரித்தாலும் நம் முயற்சிதான் தேவை யாக இருக்கிறதே தவிர, தெய்வத்தால் கொடுக்கப்பட்டு நாம் அடைவது ஒன்றுமில்லை.

21. மனிதப் பிரயத்தனம்

மனிதப் பிரயத்தனம் இல்லாமல் எப்பொழுது அவர்களின் காரியங்கள் யாதும் முடிவதில்லையோ, அப்பொழுது தெய்வாதீனம் என்னும் கொள்கையால் என்ன பயன்? உதாரணமாக, ஒரு பிராணியை உடல் வேறு, கழுத்து வேறாகக் கொன்ற பிறகு அதற்கு உயிர் கொடுப்ப தாக இருந்தால் கடவுள் செயலென்று நம்பலாம். இப்படிப் பிரபஞ்சத்தில் நடப்பதாக நாம் அறிந்ததில்லை.

தெய்வம் என்ன ரூபமாக இருக்க முடியும்? பதார்த்த ரூபமாகவாவது, புத்தியால் ஸ்மரிக்கப்படும் படியாவது இருக்க வேண்டும். இவ்விரண்டில் எந்த விதமாகவும் இருப்பதாகச் சித்தாந்தம் செய்யமுடிவதில்லை. அல்லது ஒரு சமயம் தெய்வமென்பது மூன்று உலகங்களுக்கும் அதிபதியாயிருந்து சகலத்தையும் ஆண்டு வருவதாக இருந்தால், நாம் ஒரு செயலிலும் ஈடுபடாமலும், எல்லாம் தெய்வம் செய்துவிடுமென்றும் சும்மா இருந்து விடலாம்; நமது முயற்சிக்குத் தேவையே இல்லை.

ஆகையால் தெய்வம் என்னும் கற்பனை மூடர்களுக்கு ஓர்

ஆறுதலாகப் பிரயோஜனமே தவிர வேறு பிரயோஜனம் ஒன்றும் இல்லை. பலனைக் கொடுக்கப் பிரயத்தனத்தால் முடியுமே தவிரத் தெய்வத்தால் முடியாது. பலன் கிரியா ரூபமாக உள்ளது; இது ஆகாய ரூபமாக எண்ணப்படும் தெய்வத்தால் நடைபெறாது. அதே இனமாக, அதாவது கிரியா ரூபமாக இருந்தால்தான் முடியும். ஆகவே பிரயத்தனமே பிரதானம். பிரயத்தனம் இல்லாமல் ஒரு மனிதன் பண்டிதனாக முடியுமா? அல்லது ஒரு சூரன் தன் பராக்கிரமமில்லாமல் சண்டையில் ஜயமடையக் கூடுமா? நமது அருகிலிருக்கும் விசுவாமித்திரரைப் பற்றிப் பேசுவோ மாகில் அவர் க்ஷத்திரிய குலத்தில் பிறந்தும் பிரம்ம ரிஷி ஆனது எவ்விதம்? தம் பிரயத்தனத்தால் இப்பதவி அடையப்பட்டதே தவிர, தெய்வ சகாயத்தால் அல்ல.

வால்மீகி: அப்பொழுது ராமன், "அப்படியானால் ஜனங்கள் எதைத் தெய்வமாகக் கொண்டாடுகிறார்கள்?" என்று கேட்டான்.

22. விடாமுயற்சியும் தெய்வமும்

வசிஷ்டர் இக்கேள்விக்குப் பதில் சொன்னதாவது:-

வசிஷ்டர்: பிரயத்தனத்தின் காரணமாகக் கிடைக்கும் பலன்களைத் தான் ஜனங்கள் தெய்வ சங்கல்பமாக எண்ணுகிறார்கள். வாஸ்தவத்தில் பலன்கள், மேலே சொல்லியபடி, அவரவருடைய பிரயத்தனமின்றிக் கிடைப்பதில்லை. இவ்விதப் பிரயத்தனங்கள் இப்பிறப்பிலாவது முற்பிறப்பிலாவது செய்யப்பட்டிருக்கலாம். மேலும் இப் பிரயத்தனங் களுக்குக் காரணம் மனதே. ஆகையால் தெய்வத்தால் நடக்க வேண்டியது ஒன்றுமில்லை. மனத்தின் ஆறுதலுக்காகக் கற்பிக்கப்பட்டதே தெய்வம்.

ஆகவே தற்சமயம் நமக்கு ஏற்படும் அநுபவங்களுக்குக் காரணம் இப்பொழுது செய்யும் கோரிக்கைகளோ பூர்வ வாசனைகளோ ஆகும். பூர்வவாசனை எப்படி இருந்தபோதிலும், தங்கள் முன்னேற்றத்தின் பொருட்டு ஜனங்கள் இப்பொழுது நல்வழிகளில் பிரயத்தனம் செய்து வருவதுதான் முறை. இவ்விதந்தான் பலனைச் சீக்கிரம் அடையலாம். பூர்வ வாசனை ஒரு சமயம் விரோதமாக இருப்பினும், இன்னும் அதிகப் பிரயத்தனத்திற்கு அதுவே காரணம். ஆகையால் பிரயத்தனமே பிரதான மென்று கருதி, நல்ல சாஸ்திரங்களைப் படித்து ஆராய்ச்சி செய்தும், அல்லது தகுந்த பெரியோர்களின் சகவாசத்தை அநுசரித்தும் ஞான மார்க்கத்தைக் கடைப்பிடிக்கவேண்டும். இதற்கு மனமே பிரதானம். இந்த மனத்தைக் கொஞ்சம் கொஞ்சமாக, பலாத்காரமில்லாமல் வசப்படுத்து வதிலேயே பௌருஷத்தைச் செலுத்த வேண்டும்.

இவ் விடாமுயற்சியைச் சிறு வயதிலிருந்தே பயின்று வருவது உசிதம்.

மேலும் முயற்சியுடன் யுக்தியையும் உபயோகித்துச் செய்யும் காரியங்களை, தகுந்த முறைகளோடு செய்வதால்தான், எல்லா விஷயங்களிலும் சந்தேக மின்றி வெற்றி பெறலாம்.

23. உபதேசத்திற்கு முன்னுரை

வால்மீகி, இனி உபதேசம் ஆரம்பிக்கும்பொருட்டுத் தாம் இப்பொழுது சொல்லப்போவதை நிர்மலமான மனத்துடன் கவனித்துக் கேட்டால் இகத்திற்கும் பரத்திற்கும் உபாயமாகும் என்றார். ராமனுக்குத் தற்சமயம் ஏற்பட்டிருக்கும் மனக்குழப்பம் தமக்கும் ஒரு சமயம் ஏற்பட்ட தாகவும் அப்பொழுது அவர் அடைந்த பிரம்மோடதேசத்தை இப்பொழுது எடுத்துரைப்பதாகவும் சொன்னார்.

24. வசிஷ்டர் பிறவியும், ஞானமடைந்த முறையும்

வசிஷ்டர்: முன்னொரு காலத்தில் இந்தப் பிரம்மாண்டம் ஒரே சாந்தமயமாயும் அறிவுமயமாயும் இருந்தது. அப்பொழுது நியதியைத் தழுவி இவ்வறிவுக் கடலில் ஓர் அசைவு ஏற்பட்டது. இந்த அசைவினால் தோன்றியதே சிருஷ்டி கர்த்தாவாகிய பிரம்மா. அவனது செயல் சிருஷ்டியே. பல யுகங்கள் இந்த சிருஷ்டி ஏற்பட்டுவந்த பிறகு, இவை களுக்கு ஒரு முடிவு வேண்டாமா என்ற எண்ணம் அவர் மனதில் உதிக்க அப்பொழுது என்னைச் சிருஷ்டி செய்தார். பிரம்மாவினால் படைக்கப் பட்ட பிரம்ம புத்திரனாகிய நானும் அறிவு ஒளியாகவே இருந்தேன். ஆனால் இப்படி இருப்பதால் தன் எண்ணம் நிறைவேறாதென்று, ஓர் அசைவால் அறிவாயிருக்கும் என் நிலைமையைக் கலக்கிச் சம்சாரத்தில் ஈடுபடும்படி செய்துவிட்டார். இந்த நிலையில் நான் கொஞ்ச கால மிருந்து, மிகவும் துக்கித்து, பிறகு விவேகம் கொஞ்சம் உதித்து, அதனால் சம்சாரத்திலிருந்து விடுபட்டுக்கொள்ளும் எண்ணம் மேலிட்டு, பிதா வாகிய பிரம்மாவையே இதற்கு வழி காட்டும்படி வேண்டிக் கொண்டேன். இதற்கு இணங்கி எனக்கு உபதேசம் செய்ய அதன் பலனாய்ச் சீக்கிரம் பழைய நிலைமையை அடைந்தேன். ஞானம் மீண்டும் ஏற்பட்டதிலிருந்து நான் அதே நிலைமையில் தான் இருந்து வருகிறேன். எனக்கு இப்பொழுது வாழ்க்கையில் அடையவேண்டியது ஒன்றும் இல்லை. ஆயினும் உலகத்திற்கு ஞானமார்க்கத்தை உபதேசிக்கும் பொருட்டே நான் உயிர் வாழும் கருத்து.

கதா ரூபமாக ராமனுக்கு மேலே சொல்லியதன் பொருளாவது:-

பிரபஞ்சம் இயற்கையில் அறிவு மயமாயுள்ளது. சமுத்திரத்தில் ஏற்படும் ஓர் அலைபோல், இந்த அறிவுக்கடலில், நியதியின் காரண மாகவே, அதாவது தனக்குத் தானாகவே, அசைவு ஏற்பட்டுச் சிருஷ்டி

உண்டாகிறது. சிருஷ்டி ஏற்பட்டவுடன் எல்லையில்லாமல் பெருகிப் பிரபஞ்சம் விஸ்தாரம் அடைகிறது. கிரியைகள் அதிகரித்தும் வருகின்றன. இச்சிருஷ்டிக் கிரமமாகப் பஞ்ச பூதங்கள், பிறகு மர வர்க்கங்கள், அப்புறம் ஜீவ ஐந்துக்கள் எல்லாம் அடுத்தடுத்து ஏற்பட்டுக்கொண்டே வந்து கடைசியாக மானிட ஐந்துவாக முடிகிறது. மானிட ரூபம் தரித்த பிறகு தான், சம்சார நிலையில் சுழன்று வருவதன் காரணம் என்னவென்று விசாரணை செய்வதற்கும் அதிலிருந்து விடுதலை அடையப் பிரயத்தனம் செய்வதற்கும் விவேகம் உதிக்கின்றது. இந்த முயற்சியின் பலனாக ஞானம் சித்தித்துச் சுய நிலை அடையப்படுகின்றது.

25. அரசர்களும், ஞானோபதேசம் செய்யப்பட்ட முறையும்

வால்மீகி: வசிஷ்டர் மேலும் சொன்னதாவது:-

வசிஷ்டர்: எனக்குப் பிறகு சனத்குமாரர், நாரதர் இன்னும் இதர மகான்களும் காலக் கிரமத்தில் ஜனனமானார்கள். மானிட வாழ்க்கை சீர்திருத்தம் அடையும் பொருட்டு இம் மகான்களால் கர்மானுஷ்டானங் கள், நியம நிஷ்டைகள், யாக யோகாதிகள் எல்லாம் ஒன்றன்பின் ஒன்றாக ஏற்படுத்தப்பட்டன. ஆனால் நாளுக்கு நாள் ஜனக் கூட்டங்கள் அதிகரிக்க இவர்களை ஆட்சி செய்தும் காத்தும் வரும்படி இப் பெரியோர்களால் அரசன் நியமிக்கப்பட்டு, நாளடைவில் ஓர் அரசன் போதாமல், பல அரசர்களும் நியமிக்கப்பட்டார்கள். எப்பொழுது பல அரசர்கள் ஏற்பட்டார்களோ அப்போதே இவர்களுக்குள் புத்தி மாறுதல் அடைந்தது. தவிர, பொது ஜனங்கள் நியமநிஷ்டைகளில் வேரூன்றி அவைகளின் தாத்பர்யத்தை மறந்தார்கள். அதனால் உலகத்தில் பலவிதத் தொந்தரவுகளும், சண்டை சச்சரவுகளும் புத்தி ஈனமும் உண்டாயின. காலக்கிரமத்தில் ஜனங்கள் பரிதபிக்கும் நிலைமையை அடைந்தார்கள். இக்கஷ்டங்களைப் பார்த்து ஞானிகள் கருணை புரிந்து, இவர்களைக் கை தூக்கிவிடும்பொருட்டு அரசாட்சி செய்துவந்த ராஜாக்களுக்கு ஞானோபதேசம் செய்தார்கள். ஏனெனில் இவர்களின் ஒழுக்கத்தைப் பார்த்துப் பிரஜைகளும் அப்படியே சீர்திருத்தம் செய்துகொள்வார்கள் என்ற அபிப்பிராயத்தால். ஆகவே இந்த ஞானோபதேசம் முதலில் அரசர்களுக்கே செய்யப்பட்டது. இப்படி உபதேசம் பெற்ற அரசர்களில் ஒருவனாகியும், இக்ஷ்வாகு குலத்தில் உதித்தவனுமானவனே உன் தகப்பனாராகிய தசரதன்.

26. ராமன் – ஞானோபதேசத்திற்குத் தக்க பாத்திரன்

இப்படி உயர்ந்த குலத்தில் பிறந்து சுயமாகவே ஞானம் இருப்பதால் உன் மனம் மிகவும் பக்குவமடைந்திருக்கிறது. மேலும் நிஷ்காரணமாக வைராக்யமும் ஏற்பட்டிருப்பதால், நான் சொல்லப்போகும் தத்துவங்

களை அறிந்துகொண்டு ஆராய்ச்சி செய்வதற்கு உன் மனம் தயாராக இருக்கிறது. வைராக்யம் கஷ்டத்தாலோ, வெறுப்பாலோ அல்லது மரண பயத்தாலோ உண்டாவது சகஜம். ஆனால் நிஷ்காரணமாகவும் நிஷ்பிரயோஜனமாகவும் வைராக்யம் ஏற்படுவதற்குப் பூர்வசித்தி இருக்க வேண்டும். ஆகையால் நீ சீக்கிரமே முக்தியடைவாய். இதன் பொருட்டு நான் இனிச் சொல்லப் போவதைக் கவனித்துக் கேட்டு, அவைகளை அநுசரித்து வாழ்நாளை செலுத்தக்கடவாய்.

27. முக்தியும் சம்சாரமும்

எல்லா மகான்களாலும் விரும்பப்படும் பதவி ஒன்றே. ஆனால் அதை அடையும் மார்க்கங்களும், அதைப்பற்றிய கொள்கைகளும் பலவாறாக இருக்கின்றன. ஏதாவது ஒரு வழியைக் கடைப்பிடித்து அடையவேண்டிய பதவியை அடைந்துவிட்டால் பிறகு எல்லாப் பேதங் களும் அடிபட்டுப்போய்ச் சாந்தம் ஒன்றே பூரணமாக நிலை நிற்கும். ஆனால் அந்த நிலைமையை அடைந்த பிறகு அதிலிருந்து நழுவாமல் நிலையாக நிற்கவேண்டும்.

இந்த நிலையை அடைய முழு முயற்சியையும் செலுத்திச் சம்சார மாகிய கடலைத் தாண்டவேண்டும். இந்தச் சம்சாரத்தில் அகப்பட்ட வர்கள் படும் துயரங்கள் எண்ணமுடியாமலிருக்கின்றன. நாம் புராணங்களி லிருந்து அறிந்த கொடூரமான நரக தண்டனைகளெல்லாம் வாஸ்தவத் தில் நமது வாழ்விலேதான் அநுபவிக்கப்படுகின்றன. ஆனால் எவன் இந்தச் சம்சாரபந்தத்தை ஒழித்து மன அமைதியை அடைகிறானோ, அவன் சம்சாரத்தை அநாயாசமாக நடத்திக்கொள்வான். அந்தச் சம்சாரத்திலும் அவன் சந்தோஷத்தையே அடைகிறான். இங்கே கூடி யிருக்கும் மகரிஷிகள் இந்த நிலையை அடைந்தவர்களே. அவர்கள் இப்போதும் சம்சாரத்தை நடத்திவந்தும் அதனால் துன்பப்படுவதில்லை.

28. முக்தியை அடையும் உபாயங்கள்

இந்த நிலையை அடையப் பௌருஷத்தால்தான் முடியும். வேறு யாதோர் உபாயத்தாலும், அதாவது யாத்திரை, கர்மாநுஷ்டானங்கள், யோகாப்பியாசம் முதலியவைகளா லெல்லாம் முடியாது. சம்சாரத்தில் ஒருவித விரக்தியும், ஆத்ம விசாரத்தில் ஆசையும் ஊக்கமும் இருந்தால் நாளடைவில் ஞானம் சித்திக்கு மென்பதில் ஒருவிதச் சந்தேகமும் இல்லை.

பிறகு உலக விஷயங்களை யுக்தியோடு ஆராய்ச்சி செய்யவேண்டும். யுக்தியில்லாமல் மௌடகமான ஆராய்ச்சியால் ஒன்றும் கைகூடாது. மூடத்தனத்தை விடக் கேவலம் வேறொன்றுமில்லை. இவ்விதச்

சங்கல்பத்துடன் பிரயத்தனத்தை மேற்கொண்டு ஆத்ம விசாரணையில் மனத்தைச் செலுத்த வேண்டும். சொந்த முயற்சியுடன், சாஸ்திரங்களை ஆராய்ந்து வருவதும், குரு உடதேசம் பெறுவதும் வெகு சீக்கிரம் பலனைக் கொடுக்கும். இந்த மூன்று உபாயங்களால் நிர்ணயிக்கப்படுவது அநேக மாய்ச் சத்தியமாகவே இருக்கும். இவ்வுபாயங்களால் அடையப்படுவது எல்லாப் பொருள்களிலும் விஷயங்களிலும் சம திருஷ்டி. அதனால் ஏற்படுவது சாந்தம். இதை அநுபவத்தில் பூர்ணமாகக் கொண்டுவந்து விட்டால் பிறகு ஆத்ம சித்தியை அடைவது மிகவும் எளிது. சம நோக்க மும் சாந்தமும் இருந்தால் அதற்கு ஈடாக இகத்திலாவது பரத்திலாவது ஒரு சந்தோஷமும் போகமும் இல்லை. சாந்தகுண முடையவர்களை விஷ்ணுவுக்குச் சமானமாகச் சொல்லவேண்டும். ஏனெனில் அவர்களுக்கு இந்த மூன்று லோகத்திலும் தேவையென்பதே இல்லை. இப்படி இருப்ப வர்களைக் காட்டிலும் மேலானவர் ஏது?

29. விசாரணையே மூலக்கருவி

கொஞ்சம் சமதிருஷ்டியும் சாந்தமும் ஏற்பட்ட பிறகு, சம்சாரத்தி லிருந்து விடுதலையடையச் செய்ய வேண்டிய உபாயம் என்னவென்றால் விவேகத்துடன் கூடிய விசாரணையே. வாழ்க்கையில் இன்ப துன்பங் களைக் கொடுக்கும் ஒவ்வொரு விஷயத்தையும் ஊகித்தும், ஆராய்ந்து பார்த்தும், இடைவிடாமல் பழகிவந்தால் வெகு சீக்கிரம் மனச்சாந்தி அதிகரிக்கும். விவேகத்துடன் ஆராய்ச்சி செய்வதால், எல்லாவித கஷ்டங்கள், மனக் குறைகள், மோகங்கள் நீங்குமென்பதில் சந்தேகமே இல்லை. உதாரணமாக, நல்ல இருட்டில் தனியாக ஒருவன் அகப்பட்டுக் கொண்ட சமயத்தில், பேயோ பிசாசோ இருப்பதாகவும், அது இவனை நாடியே வந்திருப்பதாகவும் நினைப்பதை நாம் அறிவோம். அதே கணத் தில் அவன் ஆராய்ச்சி செய்து பார்த்தால் பேய் மறைந்துவிடுகிறது. இவ்விதமே நம் வாழ்வில் அநேக விதமான மோகங்கள் தோன்றி, காரண மில்லாமல் மனத்தைக் கலக்குகின்றன. ஆனால் அப்போதைக்கப்போது ஒவ்வொரு விஷயத்தையும் ஒருவன் ஆராய்ச்சி செய்துவந்தால், அவன் சீக்கிரமே அக்ஞானத்திலிருந்து விடுபட்டு மனச் சாந்தியும், காரியங்களில் ஜயமும் அடைவான். சம்சாரத்தில் ஏற்பட்ட பந்தத்தை விலக்கிக் கொள்ள இதுவே முதல் தரமான கருவி.

விசாரணை செய்யாமலிருப்பதாலும் விவேகத்தை ஒவ்வொரு விஷயத்திலும் உபயோகிக்காமலிருப்பதாலும் வாழ்வில் நேரிடும் துன்பங்கள் கணக்கிட முடியா. நினைத்ததெல்லாம் சந்தேகத்திற்கும், தொட்டதெல்லாம் ஆபத்திற்கும் காரணமாயும் விளங்கும். அதைரியமும் அபஜயமும் எப்பொழுதும் கண் முன்னே நிற்கும். இவைகளை யெல்லாம் விலக்கி, வாழ்வைச் சந்தோஷப்படுத்துவன விவேகமும் விசாரணையுமே.

30. விசாரணை எவ்விதம்?

இந்த விசாரணை என்பது என்ன? "நான் யார்?", "இந்த சம்சார மாவது என்ன?" "எனக்கும் இதற்குமுள்ள சம்பந்தம் என்ன?", இவை களை ஆராய்ச்சி செய்வதே விசாரணையாகும். இதை இடைவிடாமல் பயின்று வருவதே பெருத்த தவம்.

இப்படிச் செய்யும் தவத்தால் மனத்திற்கு எப்பொழுதும் ஒரு சந்தோஷம் ஏற்படும். இந்தச் சந்தோஷம் நீடித்திருக்கும்பொருட்டுப் பேராசையை ஒழித்து, கிடைத்ததைக் கொண்டு திருப்தி அடைவது அவசியம். சந்தோஷம் கிட்டினால் நமக்கு வேறென்ன வேண்டும்? எப்பொழுதும் முகமலர்ச்சியுடன் இருப்பவர்களைக் கண்டால் பார்ப்பவர் களும் சந்தோஷமடைகிறார்கள். தங்கள் சந்தோஷத்தை அவர்கள் எங்கும் பரவச் செய்கிறார்கள். இந்தப் பாக்கியத்தால் மனம் நாளடைவில் சாந்தி அடையும். மனச்சாந்தி அடைந்தவர்களே எல்லோராலும் பூசிக்கப் படுபவர்கள். அவரே எல்லா மகரிஷிகளுக்கும் மேலானவர்கள். ராமா! இந்தப் பதவியை நீ அடையவேண்டுமென்பது என் கருத்து.

வால்மீகி: அன்று காலம் இத்துடன் கழிந்தது.

31. சம்சாரத்தைக் கடக்க உபாயங்கள்:

மறுநாள் சபை கூடியதும் வசிஷ்டர் பேசத் தொடங்கினார்:-

வசிஷ்டர்: பிரயத்தனத்தாலும், விவேகத்தாலும் மனத்தைச் சந்தோஷ நிலையில் வைத்துக்கொண்டு, மேலும் ஞானிகளின் சங்கத்தை யும் தேடிக்கொள்ள வேண்டும். சம்சாரத்தைக் கடப்பதற்கு இந்த உபாயம் மிகவும் சிலாக்யமானது. பெரியோர்கள் தங்கள் அனுபவத்திலிருந்து எல்லாம் சொல்வதால் கேட்போருக்குச் சந்தேகங்கள் சீக்கிரமே நிவர்த்தியா கின்றன. அவர்களை அண்டி இருப்போர்களுக்கு உலக வாழ்க்கையிலுள்ள பிரமங்களும் அக்ஞானங்களும் நீங்கிப் புத்தி தெளிவடைகின்றது. ஆகவே இந்த நான்குவித உபாயங்களின் பலன்கள் 1. சந்தோஷம் பரம லாபத்தைத் தருகின்றது; 2. பெரியோர்களின் சேர்க்கை சரியான மார்க்கத்தைக் காட்டு கின்றது; 3. விசாரணை ஞானத்தை அளிக்கின்றது; 4. சமகுணமோ எல்லா ஐசுவரியத்திற்கும் மேலான பரம சுகத்தில் நிலைபெறச் செய் கின்றது. ஆகையால் நீ இந்த உபாயங்களைக் கைப்பற்றினால் முக்தியை அடைவாய்.

32. இன்னுமோர் உபாயம் – முக்தனின் குணாதிசயங்கள்:

மேற்சொல்லிய உபாயங்களைத் தவிர்த்து இன்னுமொரு மார்க்க மாவது, சித்தின் சூக்ஷம ரூபத்தை இடைவிடாமல் விவேகத்தால்

ஆராய்ச்சி செய்துவருவது. இவ்விதமும் மேற்சொன்ன நிலையை அடைவது நிச்சயம். இப்படி ஜீவன்முக்தனா யிருப்பவன் சம்சாரத்தில் இருந்து வந்தாலும், எந்த விஷயத்திலும் பற்றுதலில்லாமல் ஒரு சாட்சி கர்த்தாவைப்போல் மிஞ்சிய காலத்தைக் கழித்துவருவான். தேடாமல் வந்த போகங்களை அநுபவித்தும், வராதவைகளைப்பற்றி யாதொரு குறையின்றியும் இருப்பான். சுகம், கஷ்டம், சந்தோஷம், விசனம் ஒன்றும் அவன் மனத்தை வேறுபடுத்துவதில்லை. சுருக்கமாகச் சொல்லும் பொழுது, மனம் ஒருவிதப் பற்றுதலுமில்லாமல், அசைவின்றிச் சம திருஷ்டியில் நிற்கின்றது. பிறகு இந்த ஜீவன் முக்த நிலையில் இருந்து கொண்டு, பதார்த்தம்- நான் என்று துவைத திருஷ்டியை நாசம் செய்ய வேண்டும். நான் என்ற உணர்ச்சி நசித்தால் பிரம்மந்தான் மிஞ்சும். பிரபஞ்ச மெல்லாமுமே பிரம்மம். இந்த நோக்கத்தில் இருப்போரை வாயால் உரைப்பதோ அல்லது மனத்தால் அறிவதோ அசாத்யம். அந்த நிலையின் சொரூபத்தைச் சொந்த அநுபவத்தில்தான் தெரிந்து கொள்ள முடியுமே தவிர வேறு எவ்விதத்திலும் அறிய முடியாது.

33. மகாராமாயணத்தின் பாகங்கள்

நான் சொல்லிவரும் இந்த ஞானோபதேசம் முப்பத்திரண்டாயிரம் சுலோகங்களில் அமைந்துள்ளது; ஆறு பாகங்கள் கொண்டது.

1. முதல் பாகமானது வைராக்யத்தைப் பற்றி ஆயிரத்து ஐந்நூறு சுலோகங்களில் சொல்லி இருக்கின்றது. விசாரணைக்குக் காரணம் வைராக்யமே.

2. இரண்டாவதான முமுக்ஷுப் பிரகரணம், தெய்வம் என்பதைப் பற்றி விவரித்துச் சொல்லி, மோட்சத்தை அடையக் கைப்பற்றும் உபாயங்களையும் எடுத்துக் காட்டுகின்றது. இது ஆயிரம் சுலோகங்களில் அமைக்கப்பட்டிருக்கின்றது.

3. மூன்றாவதான உற்பத்திப் பிரகரணம் நம்முடைய உற்பத்தி யைப் பற்றியது. அதாவது "நான் யார்" என்ற விசாரணை யைக் கொண்டது. அநேகமாய் எல்லாம் கதா ரூபமாகச் சொல்லப்பட்டிருக்கிறது. இது ஏழாயிரம் சுலோகங்களில் அடங்கியுள்ளது.

4. நான்காவதான ஸ்திதிப் பிரகரணம், நாம் இருக்கும் நிலையை, அதாவது அகங்காரத்தைப் பற்றி மூவாயிரம் சுலோகங்களில் சொல்லி யிருக்கிறது.

5. ஐந்தாவதாகிய உபசாந்திப் பிரகரணம், ஐயாயிரம் சுலோகங் களில் அடங்கி, சம்சாரத்திலிருந்து விடுதலை அடைய வழி

காட்டுகிறது. இது ஒன்றை ஆராய்ந்து அறிந்துகொண்டால் விடுதலை அடைவதில் சந்தேகமில்லை.

6.　　கடைசியான நிர்வாணப் பிரகரணம் 14,500 சுலோகங்களால் விஸ்தாரமடைந்தது. இது முக்தியைப் பற்றியும், முக்தி அடைந்தவர்கள் சொரூபத்தைப் பற்றியும் சொல்லுகின்றது.

இந்நூலில் சொல்லியவை யெல்லாம் நியாயத்திற்கோ யுக்திக்கோ விரோதமாக இல்லாமல், அநுபவத்திலிருந்தே சொல்லப்பட்டிருக் கின்றன. ஆகையால் விவேகிகளால் அங்கீகரிக்கப்படாதது எதுவும் இல்லை. சகல சாஸ்திரங்களின் சாரமாகவே இருக்கும், இங்கே சொல்லப் பட்டவை. இதைப் பற்றிச் சந்தேகமே தேவையில்லை. எவன் இந்த நூலைப் படித்துக் கிரகித்துக்கொண்டு விடாமுயற்சியோடு ஆராய்ந்து வருகிறானோ அவன் சம்சாரத்திலிருந்து விடுதலை அடைவது திண்ணம். இதையே படித்துச் சாதகமும் செய்வோருக்கு வேறு எவ்வித மார்க்கமும், அதாவது தீர்த்த யாத்திரை, கர்மாநுஷ்டானங்கள், யோகம், நிஷ்டை, இவைகள் யாவுமே தேவையில்லை. தனிமையாகவும் சௌகரியமாகவும் அமர்ந்து ஆராய்ச்சி செய்வதே இங்கே உரைத்திருக்கும் ஞானமார்க்கம்.

34. இந்த ராமாயணம் அமைக்கப்பட்ட முறை

இந்த ஞானோபதேசத்தைப் படிக்கத் தெரியாதவர்கள் கூடப் பண்டிதர்களைக் கொண்டு படித்துக் கேட்டு அறிந்துகொள்ளலாம். எல்லோருக்கும் புரியும்படி எளிய அழகிய நடையில் சுலோகங்கள் அமைக்கப்பட்டிருக்கின்றன. விவேகம் கதா ரூபமாக அநேக திருஷ்டாந் தங்களோடு போதிக்கப்பட்டிருக்கிறது. சொரூபமில்லாத பிரம்மம் சொரூபமுள்ள திருஷ்டாந்தங்களால்தான் நிரூபிக்கப்பட்டிருக்கிறது. ஆனால் இந்த உபமானங்களில் சந்தர்ப்பத்திற்கு வேண்டிய அளவுதான் பொருத்தத்தை எதிர்பார்க்க வேண்டும். முழுப் பொருத்தமும் எதிர் பார்க்கத் தகாது. ஏனெனில் பிரம்மம் புத்தியின் எல்லையைக் கடந்தது; திருஷ்டாந்தங்களோ அளவுக்கு அடங்கியவைகள். ஆனால் இவ்வித உபமானங்கள் இல்லாமல் தத்துவங்கள் புத்திக்குப் புலன்படா. கேட்பவர் புத்தியும் ஓர் அளவுக்கு உட்பட்டதே. அதேமாதிரிதான் சொல்லுபவரின் வாக்கும். ஆகையால் விஸ்தாரமாக எடுத்துரைத்து உபமானங்களால் தெளிவு படுத்தாமல் புத்தியால் கிரகிக்க முடியாது.

ஆகையால் அளவுக்குட்பட்ட திருஷ்டாந்தங்களால் ரூபமற்ற பிரம்மத்தை எப்படி நிர்ணயிப்பது என்னும் கேள்விக்கு இடமில்லை. அது கோணல் யுக்தியே தவிரச் சரியான கேள்வி ஆகாது. பார்க்கும் பொழுது இந்தப் பிரபஞ்சமே ஒரு கற்பனை; அநித்தியம்.

35. பிரத்தியக்ஷப் பிரமாணம் – இதனால் ஆத்மாவை அறிவது:

ஆத்ம சத்தியத்தை ஸ்தாபிக்கத் திருஷ்டாந்தங்கள் இல்லாமலும் முடியும், அதாவது எவற்றையும் சந்தேகமில்லாமல் ஸ்தாபிக்கக்கூடிய பிரத்தியக்ஷப் பிரமாணத்தால். பிரத்தியக்ஷம் என்பது நம் இந்திரியங் களால் அறியப் படுபவைகளுக்குச் சொல்வதே. இந்த அறிவை மனத்தில் ஏற்றுக்கொண்டால் அதுதான் அநுபவம். எல்லா அநுபவத்திலும் மேலானது, கண்களினால் அறிந்த அநுபவம். இதைத்தான் முதல் பிரத்தியக்ஷமாக அங்கீகரிக்கிறோம். இது மூன்று வகைப்பட்டது; 1. முன் ஜன்மத்திலே; பார்த்ததையோ அல்லது இந்த ஜன்மத்திலேயே பார்த்தது ஒன்றை மறந்து இருக்கும் நிலையிலோ இதரப் பிரமாணங்களினால் ஒன்றை நம்புவது; 2. ஏற்கனவே பார்க்கப்பட்டது ஒன்று மறுபடியும் கண்ணுக்குப் புலன்பட்டால் அப்பொழுது அநுபவமாகிறது; 3. தற்சமயம் முதல் தடவை நம் கண்முன் இருப்பதை மனத்தில் ஏற்றுக்கொள்வது உணர்ச்சியாகும். இம் மூன்றுவிதப் பிரமாணங்களும் சந்தர்ப்பத்திற்கு ஏற்றவாறு பெயரிடப்பட்ட ஒரே பிரமாணமாகிய பிரத்தியக்ஷம். இதுவே அறிவு, இதுவே ஜீவன், இதுவே புருஷன். இதுவே நமது அகங்காரத் திற்குக் காரணமாக இருப்பதும், அறிவுக்கு வஸ்துக்கள் புலப்படுகிற பொழுது பார்க்கப்படுபவைகளெல்லாம். தோற்றங்களாக நிற்கின்றன. அகண்டமான பார்வையே பிரபஞ்சமான தோற்றம். தண்ணீர் எப்படி அலையாகத் தோற்றமளிக்கிறதோ அதுபோலவே இந்த ஜீவன் தன்னிடத்தி லிருந்து கிளம்பியதும் தன் சொரூபமாயுள்ளதுமான பிரபஞ்சத்தைத்தான் தோற்றமாகக் காண்கிறது. ஆனால் ஆராய்ச்சி செய்கையில் இந்தத் தோற்றம் பொய்யென அறிந்து பிறகு மகத்தான பரம பதத்தைப் பிரத்தியக்ஷமாக்கிக் கொள்கிறது. அதாவது அஞ்ஞானம் அழிந்ததும் ஜீவன் பிரம்மத்தைப் பிரத்தியக்ஷமாக அநுபவித்து அதிலேயே கலந்து நிற்கின்றது.

36. முடிவு

ஆகவே இந்த ஆத்ம லாபத்தை அடைய நாம் எடுத்துக் காட்டிய மார்க்கங்களைத் தவிர்த்து வேறு மார்க்கம் கிடையாது. இருந்தபோதிலும் இவைகளை ஏற்றுக் கொள்ளாதவர்கள் வேறு சாஸ்திரங்களையாவது ஆராய்ச்சி செய்து அடைய வேண்டிய பதவியை அடைந்தால் சரியே. எப்படியும் சாந்தகுணம், ஞானிகளின் சேர்க்கை, தீவிர விசாரணை ஆகியவை மிக அவசியம். இவை ஒன்றுக்கொன்று ஆதாரமாக யிருப்பதால் நாளடைவில் மூன்றும் பலப்பட்டுப் பலனைக் கொடுக்கும். நீ ஏற்கனவே விவேகியாயிருப்பதால் வெகு சீக்கிரம் உனக்கு முக்தி சித்திக்கும்.

முமுக்ஷு வியவகாரப் பிரகரணம் முற்றிற்று

மொழிபெயர்த்தவர் குறிப்பு:

தெய்வம் என்னும் கொள்கை எல்லாத் தேசங்களிலும் எக்காலத்தி லும் மிகப் பிரபலமாக இருந்துவருகிறது. இதைப்பற்றி ஆராய்ச்சி செய்து வாஸ்தவமென்னவென்று அறிந்தவர்கள் வசிஷ்டரைப் போன்ற சில மகரிஷிகளே. இவர்களால் அறியப்பட்ட தத்துவம் வெளியிடப்பட்டும், அது பிரபலமாக வழங்காமல் ஜனக்கூட்டங்கள் மோகத்திலேயே இருந்து வருகிறார்கள். இதற்குக் காரணங்கள் இரண்டு வகை: 1. கஷ்டங்கள் நேர்ந்த காலத்தில் இவைகளை நீக்கிக்கொள்ள வழிதெரியாமல் பொது ஜனங்கள் தெய்வத்தின்மேல் பாரத்தைச் சுமத்துகிறார்கள். அவர்களுடைய கஷ்டங்களை ஏற்றுக் கொள்ள ஒரு தெய்வம் வேண்டியிருக்கிறது. எவ்வளவு தீரனாக இருந்தாலும் சில சந்தர்ப்பங்களில் அவனுக்கும் மனம் சோர்வடைந்துவிடுகிறது; 2. தெய்வமென்பது கிடையாது என்னும் கொள்கை, பொது ஜனங்களுக்குள் பரவினால், பயமழிந்து அநீதியும் அக்கிரமமும் அதிகமாக ஏற்படுமே என்ற பயம்.

இவ்விரண்டு காரணங்களையும் சோதித்துப் பார்க்கையில், ஒரு பொய்யான கற்பனையை ஜனங்களுக்குப் போதிப்பது தவறென்றே தோன்றுகிறது. முதலில், கஷ்டங்கள் சம்பவித்தால், வசிஷ்டர் சொல்லியபடி, அவைகளை நீக்கிக்கொள்ள வேண்டிய உபாயங்களைச் செய்தால் தீருமே ஒழிய தெய்வத்தால் செய்யக்கூடுமா? இல்லாத தெய்வம் எதைச் செய்யக் கூடும்? நமது குற்றங்களால் ஏற்படும் கஷ்ட நீஷ்டூரங்களை தெய்வமா ஏற்றுக்கொள்ள வேண்டும்? நாம் செய்த முயற்சிகள் சரியாயிருந்தால் கஷ்டம் தானாகவே நீங்கும். முயற்சி சரியின்றி எவ்விதம் நீங்கும்? பலனடையாவிட்டால் இன்னும் அதிக யத்தனம் செய்ய வேண்டியதே முறை; அதாவது பலன் கைகூடும் வரை.

இரண்டாவது காரணம் சரியென்று சொல்வதற்கில்லை. தெய்வம் என்னும் கொள்கையில் ஈடுபட்டவர்களால் செய்யப்படும் அக்கிரமங்கள் கணக்கிட முடியா. தெய்வத்தின் பெயராலேயே அநேக அநியாயங்கள் நடந்துவருகின்றன. ஒரு மதத்தார் இன்னொரு மதத்தாரைத் தங்கள் தெய்வத்தின் காரணமாகச் செய்திருக்கும் அநியாயங்கள் கணக்கில் அடங்கா. ஆகையால் துன்மார்க்கங்கள் இக்கொள்கையால் குறையு மென்பதற்குக் காரணமே இல்லை. இதை ஒழித்து, அவனவன் செய்யும் கர்ம பலன்களை அவனவன் அநுபவித்தே தீரவேண்டு மென்றும், தப்பவே முடியாதென்றும் அறிந்துகொண்டால் அநியாயம் கட்டாயம் குறையும்; அப்படிக் குறையாவிட்டாலும் அதிகரிக்காது. ஆகவே அசாத்தியமான ஒரு கொள்கையை ஜனங்களுக்குப் போதித்து ஏன் ஏமாற்ற வேண்டும்?

3

உற்பத்திப் பிரகரணம்

("நான் யார்?" என்னும் விசாரணை)

37. "நான்" என்பதும் "பந்தம்" என்பதும் என்ன?

வால்மீகி: இந்தப் பிரகரணத்தில் மேலே சொல்லப் போகிறவை களை இங்கே சுருக்கமாகச் சொல்லுகிறேன். கேள், என்று வசிஷ்டர் சொல்லத் தொடங்கினார்.

வசிஷ்டர் 1. அது, இது நான் என்னும் சப்தங்கள் கூடிய வாக்கின் பிரகாசங்களால் சுட்டிக் காட்டப்படும் பிரபஞ்சம், அல்லது பிரம்ம வித், தன்னிடத்திலே பிரம்மம் காணும் கனவாகிய தோற்றமே. இந்தப் பிரபஞ்சம் பிரம்மத்தில் அடங்கியுள்ளது. இது ஒரு தோற்றமல்லாது வாஸ்தவமில்லை. வாக்கின் குறைப்பாட்டினால் பிரம்மத்தை விட்டு வேறாகக் கருதப்பட்டு வருகிறது. யதார்த்தமாக, பிரம்மமேதான் ஜகத் தோற்றமும்.

2. பிரம்மத்தை எவன் யாதொன்றாகக் கருதுகிறானோ அவன் பிரம்மத்தை அதாகவே உணருகிறான். அதாவது பிரம்மம் நம்மால் எவ்விதமாகக் கருதப்பட்டாலும் அவ்விதமான தோற்றத்தையோ, உணர்ச்சியையோ அது கொடுக்கிறது. ஏனெனில் கருதுபவனும் தோற்ற மும் பிரம்மத்தில் அடங்கியவையாதலால்.

3. இந்தப் பிரபஞ்சம் என்பது என்ன? இது யாருடையது? இது எங்குள்ளது? என்னும் கேள்விகளுக்கு பதில் மேல் சொன்னதிலேயே காணலாம், அதாவது பிரபஞ்சம் பிரம்மத்தைத் தவிர வேறல்ல என்பதில்.

4. அடுத்த கேள்வியாகிய "பந்தம் என்பது என்ன?" என்பதற்கு இங்கே விடையளிப்போம்.

நமது இந்திரியங்களுக்குப் புலன் படுபவைகளே பந்தத்திற்குக் காரணம். இந்திரியங்களுக்குப் புலப்படாவிட்டால் பந்தமே கிடையாது. ஒரு பதார்த்தத்தைப் பார்க்கும்பொழுது நேத்திர உணர்ச்சியால் அறிவு

ஏற்படுகிறது. அதாவது அறிவு பதார்த்தத்திற்குச் சாட்சியாய் நிற்கிறது. இதன் பிறகு இந்தப் பதார்த்தத்தை மனத்தில் நினைத்து வந்தால் அதனால் பந்தம் ஏற்படுகிறது. நினைக்கப்படாமலிருந்தால் பந்தம் ஏற்பட முடியாது.

ஆகவே பந்தமென்பது உணர்ச்சிகளால் ஏற்படுவது. இந்த உணர்ச்சி என்பது எப்படி ஏற்படுகிறது? என்பது அடுத்த கேள்வி. எவன் உற்பத்தியாகிறானோ அவனுக்குத்தான் உணர்ச்சியும் உண்டு. உணர்வோனில்லாமல் உணர்ச்சியுமில்லை. இந்த உணர்வோன் எங்கே உற்பத்தியாகிறான் என்று கேட்டால், சம்சாரத்திலேதான், அதாவது பிரபஞ்சத்தில். அப்படியானால் இந்தப் பிரபஞ்சம் ஏற்படுவதற்கு முன்னால் எப்படி இருந்தது என்று கேட்கலாம்.

38. பிரம்மத்திற்கும் பிரபஞ்சத்திற்குமுள்ள சம்பந்தம்

பிரபஞ்சம் உற்பத்தியாகும் முன் எப்படி இருந்ததென்றால், ஒருவன் சொப்பனத்திற்குப் பிறகு நல்ல நித்திரையில் என்ன காட்சியைக் காண்கிறானோ அது போலவேதான். அலை அடங்கின சமுத்திரம்போல் கம்பீரமான காட்சி. அங்கே பிரகாசமுமில்லை, இருளும் இல்லை. எல்லாம் அடங்கி ஒடுங்கி அமைதிக் கடல் போல் நிற்கும். வாக்கிற்கும் மனத்திற்கும் எட்டாத சாசுவதமான நிலை. வியவகாரத்தின் பொருட்டு இதைத்தான் பல பெயரிட்டுப் பிரம்மமென்றும், ஆத்மாவென்றும், சித்தென்றும் சொல்லிவருகிறோம்.

சமுத்திரத்திலிருந்து கிளம்பும் நீரை நீரென்றோ கடலென்றோ கூறாமல் அலையென்று தனிப்பெயரிட்டு அழைப்பது போல, பிரம்மத்தில் அடங்கியும் அந்தரங்கமாயும் இருக்கும் பிரபஞ்சம், இயக்கத்தால் ஏற்படும் அசைவினால், வெளிக்கிளம்பிய தோற்றத்தைக் கொடுக்கிறது. ஜீவனென்பதும் இவ்விதம் ஏற்பட்ட பிரம்மவித்தே. பிரம்மத்திலிருந்து வெளிக்கிளம்பியதும் தான் வேறென்று தானாகவே தோன்றுகிறது. இந்த எண்ணம் உதித்தவுடன் தன் பூர்வ நிலை மறந்து, தனித்தோற்றம் அதனால் அதிகரித்து இதன் காரணத்தால் பூர்வம் மேலும் மறந்து பிரபஞ்ச நோக்கத்தில் ஈடுபட்டுக் கொள்கிறது. இந்த ஈடுபாட்டினால் நாளடைவில் பூர்வநிலைமை அடியோடு மறந்து பிரபஞ்சத் தோற்றத்திலேயே முற்றும் வேரூன்றி, பந்தத்திற்கு உட்பட்டு, அதிலிருந்து தப்பித்துக் கொள்ள முடியாமல் ஜீவன் திண்டாடுகிறது. ஆகவே பிரம்மத்திலிருந்து கிளம்பின தன்னை வேறாக நினைத்ததும் ஜீவனாகக் கருதப்பட்டு, இந்த ஜீவன் தன் கூட வே கிளம்பிய பிரபஞ்சத்தை நோக்கி அதில் நாளடைவில் ஈடுபட்டு, மனதாக நின்று, பந்தத்தில் வேரூன்றி, அதிலேயே பிறப்பு இறப்பை அனுபவித்து வருகிறது. ஆதலால், நாம், அதாவது பிரபஞ்சம், எவ்வித நிலைமையிலிருந்தாலும்

பிரம்மத்தில் அடங்கியும் அதைத் தவிர்த்து வேறாகாமலுந்தான் நிலை நிற்க முடியும். பிரம்மம் பிரபஞ்சத்தின் ஒவ்வொரு பரமாணுவிலும் தண்ணீரில் இருக்கும் சர்க்கரைபோல் வியாபித்து, தன்னை விட்டு வேறாக இராவண்ணம் ஊடுருவி நிற்கிறது. தங்கத்தினால் செய்யப்பட்ட பொருள் வளையலென்று கூறப்படினும் அதன் ஒவ்வொரு பரமாணுவி லும் தங்கத்தைத் தவிர்த்து வேறொன்று மில்லை. வளையல் தங்கமய மாகத் தான் இருக்கிறது. பிரபஞ்சத்திலும் அப்படியே; அதில் பிரம்மத் தைத் தவிர வேறொன்றுமில்லை. பிரம்ம மின்றி நிலைநிற்க முடியாது. உண்டானாலும் அழிந்தாலும் அது பிரம்மமே.

39. பிரம்மமும் மனஸும்

இப்படி எல்லாம் பிரம்ம மயமாக இருந்தும், பந்தத்தின் காரணமாக, பிரம்மம் மனதென்ற தாழ்ந்த நிலையை அடைந்தவுடன், அதன் காட்சியும் நோக்கமும் மாறிவிடுகின்றன. இந்த நிலையில்தான் பந்தம் மாயை என்னும் பலவாறாகக் கூறப்படும் மோகம் ஜீவனுக்கு ஏற்படுவது போல் தோன்றுகிறது. இவைகள் நாளுக்கு நாள் ஸ்திரப்பட்டும் வளர்ந்தும் பிரம்மாண்டமென்பது ஏற்படுகிறது. இப்படி வெளிப்படை யில் ஜகத்தாகத் தோன்றுவது, மனது என்னும் நிலையை அடைந்த பிரம்மத்தில் சூக்ஷமமாக இருந்து கொண்டே இருக்கிறது. மரமானது விதையில் எப்படி சூக்ஷமமாக இருக்கிறதோ அப்படியே பிரபஞ்சமும் நம் மனத்தில் எப்பொழுதும் சூக்ஷமமமக இருக்கிறது.

40. பந்தம் நீங்க அநுசரிக்கப்படும் உபாயங்கள்

மேற் சொன்னதிலிருந்து நாம் அறிவது, மோக்ஷத்தை அடைய நாம் செய்ய வேண்டிய உபாயம் "உணர்ச்சி" என்பதைத் தழுவி நிற்பதாக. ஏனெனில் இதுதான் பந்தத்திற்குக் காரணம். ஆகவே விடுதலை அடைய உணர்ச்சி நசிக்கவேண்டும். இதை எப்படி அடைவது? ஜபம், தபம் என்னும் முறைகள், அவைகளில் பந்தத்தை அதிகரிக்கின்றனவே தவிர இருப்பவைகளை ஒழியச் செய்வதில்லை. தீர்த்த யாத்திரை, தர்க்கம் இவைகளாலும் முடியாது. இவைகளுக்கெல்லாம் மேலாகக் கருதப்படும் "இல்லை, இல்லை" என்னும் சித்தாந்தத்தினாலாவது அடையப்படுமா? இருப்பதை இல்லையென்று சொல்வது எவ்வாறு? இல்லாதிருந்தால் தோற்றம் எப்படி ஏற்படுகிறது? இம்மார்க்கத்தினால் பந்தம் இன்னும் ஸ்திரப்படுமே தவிர நீங்குவதில்லை. யோகப் பயிற்சியாலும், இந்திரியங் களை அடக்கிக் கல்லைப்போலிருந்தும் பந்தத்தை நீக்கிக் கொள்ளலா மென்று சிலரின் உத்தேசம். இதுவும் நடவாத காரியம். கல்லைப் போல் எவ்வளவு நாள் இருக்க முடியும்? அல்லது நிர்விகல்ப சமாதியால் அடையலாமா? அப்படி நீங்குவதாக இருந்தாலும் கண்ணை விழித்த

வுடனே பழைய நிலைக்குத்தானே திரும்பவேண்டும்? மேலும் இப்படிச் சொற்பகாலம் துரீய பதவியை அடைவதில் லாபமென்ன? ஆகவே மேற் சொன்ன உபாயங்கள் அனைத்தும் நம்மை நாமே ஏமாற்றிக்கொள்ளும் வித்தைகளே. இம்மார்க்கங்களை அநுசரித்து 'திருசயம் அல்லது உணர்ச்சி'யை நீக்கிக்கொண்டவர்களை இங்கே கூடியிருக்கும் மகரிஷி களில் யாரும் கண்டதுமில்லை, கேட்டதுமில்லை. ஆகையால் அவை யாவும் சரியான மார்க்கங்களாகா.

பூவைவிட்டு மணம் எப்படித் தனித்திருக்காதோ, அல்லது எள்ளில் எண்ணெய் எப்படி வியாபித்திருக்கிறதோ, அதேமாதிரி பார்வை உணர்ச்சி என்பது பார்ப்பவன் உணர்வோனுடன் கூடியே இருக்கப் பட்டது. ஆகையால் பார்ப்பவன் அழிந்தால்தான் பார்வை நசிக்கக்கூடும். பார்வை என்பதில் நோக்கமில்லாமல் செய்துகொள்ளுவதில்தான் அது நசிக்கும். இப்படிச் செய்வதால் சித்தானது விகற்பமற்ற தன்மையை அடைகிறது. இதற்குத் திருஷ்டாந்தமாக ஒரு கதை சொல்லுகிறேன் கேள்.

41. முன்னொரு காலத்தில் யுகாந்தரமுடியில் மகாப்பிரளயம் ஏற்பட்டபொழுது, யமதர்மராஜனுடைய காரியதரிசிகள், தங்களுக்கு ஏற்பட்ட கட்டளைப்படி, எல்லா ஜீவன்களையும் இரையாக்கிக் கொண்டு வருகையில் 'ஆகாசஜன்' என்னும் பிராம்மணன் மட்டும் ஒரு கவலையுமில்லாமல் ஜீவித்திருந்தான். யமனுடைய முக்கிய காரிய தரிசியான மிருத்யு இதைக் கவனித்து, தனக்குக் கீழ்ப்பட்டவர்களால் விடப்பட்ட ஜீவனைத் தானே அழிப்பதாகப் புறப்பட்டான். பிராம்மணன் இருப்பிடத்தைச் சேர்ந்து, ஆனால் அவனை நெருங்க முடியாமலிருப்ப தைக் கண்டான். அவனிடமிருந்து கிளம்பிய தேஜஸ் அவ்வளவு பிரகாசமாக இருந்தது. பிறகு சக்திகளை யெல்லாம் சேர்த்து ஒருவாறு உள் நுழைந்து பிராம்மணனை வாரியெடுக்க முயன்றான். ஆனால் அவன் கைக்கு ஒன்றும் உருப்படியாக அகப்படவில்லை. வெகுநேரம் சிரமப் பட்டான். யாதும் பயனில்லை. என்ன செய்வதென்று தெரியாமல் திகைத்து, கடைசியில், தன் யஜமானனை யோசனை கேட்டு வரலா மென்று திரும்பினான். யஜமானனுக்கு நடந்த சம்பவங்களைத் தெரிவித் தான். யமன் அவைகளைக் கேட்டு மிருத்யுவை நோக்கி, "உன் இஷ்டப் படி ஜீவன்களை அழிக்கலாமென்று நீ எண்ணுவது தவறு. அதைச் செய் எவராலும் முடியாது. ஒவ்வொரு பிராணியும், தன் கர்மத்தாலேதான் தன் நாசத்தை விதித்துக் கொள்ளுகிறது. கர்மந்தான் ஜீவன்களுக்குக் காலம். ஆகையால் தாகானவே நசித்து வருவதுதான் உனக்கு இரை யாகும். ஆதலால் அந்தப் பிராம்மணனுடைய கர்மத்தைத் தெரிந்து கொண்டால் அவனுடைய ஆயுள் காலத்தையும் அறிவாய்" என்றான். இதைக்

கேட்டதும் மிருத்யு உடனே புறப்பட்டுப் பிராம்மணனுடைய கர்மங் களைத் தேடும் பொருட்டுப் பிரபஞ்சமெல்லாம் அலைந்து திரிந்து எங்கும் தகவல் அகப்படாமல் கவலையுடன் மறுபடியும் யமனை நாடிச் சென்றான். எங்கே தேடியும் கர்ம சேஷம் யாதும் இருப்பதாகத் தெரிய வில்லை என்று யமனிடம் சொல்லி, இந்த ஆகாசஜனுடைய சொரூபத் தைப்பற்றிச் சொல்லும்படியும் வேண்டிக்கொண்டான்.

யமன்: ஆகாசஜனுடைய சொரூபம் நிர்மலமான ஆகாசந்தான். பஞ்ச பூதங்களின் சம்பந்தம் இல்லாததால், உருவமும் அமைப்பும் அவனுக்கு இல்லை. உதவிக் காரணங்களைத் தழுவியோ அல்லது அவைகள் சம்பந்த மில்லாமலோ எது ஒன்று உண்டாகிறதோ அது தன் மூல காரணத்தைத் தவிர வேறாக, அதாவது இவ்விடத்தில் காரியமாக, மாறுதல் அடைய முடியாது. இது அநுபவத்தில் தெரிந்த தத்துவம். இங்கே இந்த ஆகாசஜனுக்குப் பூர்வ கர்மம் ஒன்றுமில்லை. இப்பொழுதும் கர்மமாகிய அநுபவம் இல்லை. அதாவது அவனுக்குப் பிரபஞ்சத்தில் நோக்கமே இல்லை. சித்தின் அசைவின்றி இருக்கிறான். ஒரு பிராண அசைவு இருப்ப தாகத் தோன்றுவதும் பார்ப்போர்க்கே தவிர, அவனுக்கு அதிலும் நோக்கம் இல்லை. அவன் கேவல சித் சொரூபமாக இருக்கிறான். இக்காரணங்களால் அவனுக்கு அழிவே இல்லை. மரணத்தின் நினைவு யார் மனத்தில் உதிக்கிறதோ அவன்தான் அதற்கு இரையாவான். ஆகாசஜனோ இவ்வித நினைவு யாதுமின்றி ஞான சொரூபமாகவே இருக்கிறான்.

நாம் காணும் சொரூபம் நமது தோற்றத்தில் ஏற்படுவது; இதற்குக் காரணம் அமைதிக் கடலாகிய பிரம்மத்தில் ஆதியில் ஏற்பட்ட அசைவே. இந்த அசைவு எங்குள்ளது என்றால் அது பிரம்மத்தில் அடங்கி யுள்ளதே, அதைவிட்டுப் பிரிக்க முடியாததே. தண்ணீரிலிருந்து ஓடும் தன்மையைப் பிரிக்க முடியுமா? அல்லது காற்றிலிருந்து அசைவை அகற்ற முடியுமா? அது போல் பிரம்மத்திலிருந்து 'ஸ்பந்தம்' அல்லது இயக்கம் என்பதைப் பிரிக்க முடியாது. இந்த ஸ்பந்தத்தின் காரணமாகத்தான் சிருஷ்டி ஏற்படுவதும். இத்துடன் 'நான்' என்னும் நினைவு அதிகரிப்ப தால் பிரபஞ்சமும் விஸ்தாரமடைகிறது. ஆகவே இந்த ஆகாசஜன் உதவிக் காரணங்களின்றித் தன் சுய சொரூபமாகிய சூன்யத்தில் நிற்கிறான். ஆதலால் இப்பேர்ப்பட்டவனை நீ எப்படி உன் வசமாக்கிக் கொள்ள முடியும்?

மிருத்யு: சூன்யத்திலிருந்து உண்டாவது எப்படி? பஞ்சபூதங்கள் இருப்பது எப்படி? இல்லாமல் போவது எப்படி?

யமன்: மகாப் பிரளயமென்ற நிலை ஏற்பட்டால் சர்வமும் ஐக்கிய மடைகின்றன. அப்பொழுது மிஞ்சுவது என்ன? அது சூன்யமே, அதுவே

பூர்ணமும். காரணம் காரியம் இரண்டும் நசித்தால் மிஞ்சுவது என்ன? அது சூன்யமே, அதுவே பூர்ணம். சொப்பனத்தில் அநுபவிப்பதெல்லாம் என்ன? காரணம் சூன்யமாக இருந்தும் ஸ்தூல தேகம் எப்படி அசையப் படுகிறது. அதுபோலவேதான் இந்தச் சூன்யமான பூர்ணத்திலிருந்து உற்பத்தியான தோற்றமும் நாசமடையும் தோற்றமும் உண்டாகின்றன. பிரபஞ்சம் ஏற்பட்டதாக இருந்தால் அது நாசத்தை அடைய வேண்டிய தும் திட்டம். உற்பத்தியாவதற்கும் நாசமடைவதற்கும் காரணமாய் ஒன்று சாசுவதமாய் இருந்தே தீரவேண்டும். இது எந்த கணத்திலும், எக்காலத்திலும் உற்பத்தி நாசமாகிய நியதி கர்மங்கள் ஏற்படும்படி, நிலையாயும் சாட்சியாகவும் நிற்கவேண்டும். எப்பொழுதும் சாட்சியாக இருப்பதென்றால் அது ஒருவித விகல்பமும் அடையக்கூடாது. ஆனால் அது எவ்வாறும் நம் புத்திக்குப் புலப்படுவதில்லை. ஆதலால் அது சூன்யமே ஆயினும் இதிலிருந்துதான் இந்தப் பிரம்மாண்டம் உற்பத்தி யாவதும் லயமடைவதும். ஆகையால் அதுவே பூர்ணம். இப்படி இருக்கும் பிராமணனை நீ எப்படி உன் வயமாக்கிக் கொள்ள முடியும்?

இதைக் கேட்ட மிருத்யுவுக்குத் தன் யோக்கியதை புலப்பட்டு மேல் செய்யும் பிரயத்தனங்கள் வியர்த்தமென்று அறிந்துகொண்டான்.

வால்மீகி: ராமன், இக்கதை முடிந்ததும், அந்தப் பிராமணன் பிரம்மாவாவென்று வசிஷ்டரைக் கேட்டான். வசிஷ்டர் ஆம் என்று சொல்லி, ராமன் மிக கவனமாகத் தன் வாக்குகளைக் கவனிப்பதைப் பற்றிப் புகழ்ந்தார்.

வசிஷ்டர்: மேல் சொல்லிய தத்துவங்களைச் சுருக்கிச் சொல்ல, பிரபஞ்சம் சித்தில் சுயமாயும் சூக்ஷ்மரூபமாயும் எப்பொழுதும் இருந்து வருகிறது. சித்திற்கு உணர்ச்சி என்பது இயல்பாகவே ஏற்பட்டிருக்கிறது. உணர்ச்சிகளின் வளர்ச்சியே சம்சாரமாகும். ஆகையால் இவ்வுணர்ச்சி கள் நசிக்கச் சித்தின் நோக்கத்தைத் திருப்புவதில் பிரயத்தனம் இருக்க வேண்டும்.

42. பிரம்மா – மனம்

வால்மீகி: இதைக் கேட்ட ராமனுக்கு ஒரு சந்தேகம் தோன்றி, அதை நிவர்த்தி செய்யும்படி கேட்டான்.

ராமன்: இது வரையில் சொல்லியதிலிருந்து ஏற்படுவது மனஸ் என்பதுதான் பிரம்மா என்று. அப்படியாயின் பூர்வ ஸ்மிருதியினால் நமக்கெல்லாம் ஏற்படும் சம்சார நிலை பிரம்மாவுக்கும் ஆதி ஸ்மிருதியின் காரணத்தால் ஏன் ஏற்படவில்லை?

வசிஷ்டர்: நமக்கு உண்டாகும் ஸ்மிருதி சங்கல்பத்தோடு கூடி

இருக்கிறது; மேலும் அது ஸ்தூல சரீரத்தைச் சேர்ந்தும் இருக்கிறது. ஆகையால் நாம் காரண காரிய விதிக்குப் பாத்திரமாகிறோம். பிரம்மா வுக்கோ பூத சம்பந்தமான சரீரம் இல்லை. ஆகையால் பிரபஞ்ச ஊடுபாடும் இல்லை. இருப்பதெல்லாம் நம் தோற்றத்தில் ஏற்படும் ஒரு சூக்ஷ்ம சரீரமே. மேலும் பிரம்மாவுக்குச் சங்கல்பமாவது அறியும் நோக்கமாவது இல்லை. ஆகையால் தனக்குத்தானே காரணமாக இருக்கிறான்.

43. ஜீவராசிகளின் இரு தேகம்

ராமன்: எல்லாப் பூத ஜாதிகளும் பிரம்மாவினால் ஏற்பட்டிருக்கும் பொழுது அவனுக்கு மாத்திரம் ஒரு சரீரமும், மற்ற ஜீவன்களுக்கெல்லாம் இரண்டு சரீரமும் எப்படி உண்டாகின்றன?

வசிஷ்டர்: நமக்கு இரண்டு சரீரங்கள் ஏற்பட்டது காரண காரிய வசத்தால். இந்த இரண்டாவது சரீரம் ஏற்படும் கிரமம் என்னவென்றால், ஜீவன் தன் சுய நிலையை அப்போதைக்கு அப்போது மறந்து வெளி நோக்கமாகிய உணர்ச்சிகள் அதிகரித்து இதனால் சம்சார சக்கரத்தில் சிக்கிக்கொள்வதே. ஆகவே ஜீவன்களுக்குக் காரண காரிய சம்பந்த பாவம் உண்டு; ஆனால் பிரம்மாவுக்கோ வெளி நோக்கமாவது அதனால் ஏற்படும் கர்மமாவது இல்லாமலிருப்பதால் ஒரு சரீரத் தோற்றந்தான் உண்டு.

44. பூத உடல் அசத்தியம்

பிரம்மத்திலிருந்து உண்டான ஜீவன்களுக்கு இந்தச் சூக்ஷ்ம சரீரம் இல்லாமலிருக்க முடியாது. மேலும் இந்தச் சரீரம் மாறுதல் அடைய முடியாது. ஆகையால் அது சத்தியமாகவே பிரவிருத்திக்க வேண்டும். மாறுதல் அடைவதென்றால் சத்தியத்தோடு சத்தியம் கலந்தால்தான் முடியும். அசத்தியம் சத்தியத்துடன் சேர இயலாது. ஆகையால் ஜீவராசி களிடம் தோன்றப்படும் பூத சரீரம் அசத்தியமே; அதாவது வெறும் தோற்றம்.

பிரபஞ்சம் தோற்றமாக இருந்தால் நம்மை எப்படிப் பாதித்து வருகிறதென்று கேட்கலாம். கனவில் காணும் பெண் நம் தேகத்தை எப்படிப் பாதிக்கிறதோ அவ்விதமேதான் அந்தத் தோற்றத்தின் செயலும், உருப்படியாக இல்லாத பெண்ணால் கனமுள்ள உடல் எவ்விதம் அசையப் படுகின்றது? அல்லது, சித்திரம் எழுதுகிறவன் ஒருவன் தன் மனத்தில் கற்பனை செய்த ரூபத்தைச் சித்திரமாக எழுதுகிறான். இந்தச் சங்கல்ப ரூபம், நிஜமா, அதற்கு அளவும் கனமும் உண்டா? இவைகளை ஆராய்ந்து பார்த்தால், அசத்தியமான சித்த விகற்பங்களும் லோக வியவகாரங்களும் அசத்தியமாகிய தேகத்தைத்தான் பாதிக்கின்றனவே தவிர, சத்தியமாகிய சித்தை ஒட்டுவதில்லை. இதை நாம் அனுபவத்தில்

அறிந்து வருகிறோம்.

ஆகையால் இந்தப் பூத சம்பந்தமான உடல் ஒரு மோகமே தவிர, சத்தியமல்ல. அறிவு, உணர்ச்சி என்னும் நோக்கங்களால்தான் பிரபஞ்சம் உணரப்படுகிறதே தவிர, உணர்ச்சி உணர்வோனிடம் ஐக்கியமாகி விட்டால், பிரபஞ்சமாகிய தோற்றமும் ஏற்படாது. அதாவது சுயநிலை மறந்தால் பிரபஞ்சம்; பிரபஞ்சம் மறைந்தால் சுயநிலை.

வால்மீகி: அன்று காலம் இவ்விதப் பிரசங்கத்தில் கழிய, சபை யோர்கள் கலைந்து தத்தம் காரியங்களைக் கவனிக்கப் புறப்பட்டுப் போனார்கள். மறுதினம் சபையோர்கள் திரும்பவும் கூடி, எல்லோரும் மகரிஷியின் உபதேசத்தைக் கேட்கும்பொருட்டு நிசப்தமாயிருக்கும் தருணத்தில், ராமன் வசிஷ்டரை நமஸ்கரித்துத் தனக்குள்ள ஒரு சந்தேகத் தைத் தீர்க்கும்படி கேட்டுக் கொண்டான்.

ராமன்: நேற்று நீங்கள் சொல்லியதன் தாத்பர்யம், மனஸே பிரம்ம மாகக் கருதப்பட வேண்டுமென்று. இந்த மனத்தில் சொரூபம் என்ன வென்பதைப் பற்றித் தெளிவாகச் சொல்லும்படி கேட்டுக்கொள்கிறேன்.

45. மனத்தின் சொரூபம்

வசிஷ்டர்: மனம் என்பது சூன்யமே, ஆகையால் அதற்கு ரூப மில்லை. ஆகாசம் எப்படியோ அப்படித்தான் மனமும். ஆகாசத்தைப் போல் அது சர்வ வியாபியாயும் இருக்கிறது. அது தானாகவே உண்டானது, ஆதியுமில்லை, அந்தமுமில்லை. நினைத்த கணம் தோன்று கிறது. ஆகவே அது சங்கல்பத்தைத் தவிர வேறில்லை. வெளித்தோற்றம் ஏற்படும்பொழுது மனஸ் இருப்பதாக நாம் அறிகிறோம். ஆகவே அது தோற்றத்தைத் தவிர வேறில்லை. அதைத்தான் பிரம்மாவென்று நாம் சொல்லுகிறோம். அதற்குச் சூக்ஷ்ம தேகம் மாத்திரந்தான் உண்டு. சங்கல்பத்தால் கொஞ்சம் கொஞ்சமாகப் பூதசம்பந்தமான தேகத்தை எடுத்துக்கொண்டு, அதிலேயே ஸ்திரப்படுத்திக் கொள்ளுகிறது. அப்போது மனஸ் என்று சொல்லப்படும். இப்படி மனமாக இருக்கும் தன்மையில் தான் ஜகத்தாகிய தோற்றமும் ஏற்படுகிறது. ஆகையால் இந்தப் பிரபஞ்ச மும் எப்பொழுதும் எக்காலத்திலும் அழியாத் தோற்றமே. ஆதலால் அதற்கு உற்பத்தி நாசம் என்பதும் இல்லை. பிரம்மா அல்லது அறிவோன் என்ற சத்தியத்தின் சக்தியாகிய அறியும் தன்மை (அறிவு) வெளிநோக்கங் கொண்டால் பிரபஞ்சமாகிய தோற்றம் ஏற்படுகிறது. அப்படியின்றி அறிவு அறிவோனிடம் ஐக்கியமாகி இருந்தால் அப்பொழுது இருப்பது ஒரு சத்தியமே, தனிமை. அந்தப் பதவிதான் கைவல்யமெனப்படுவது, அதாவது பிரம்ம பதவி. ஆகையால் ஜகத்தாகிய அசத்திலிருந்துதான் சத்தாகிய பிரம்மத்தை அறிகிறோம். பிரம்மாவில் அடங்கி "நான்"

என்னும் *பாவமும்* அழிந்தால் பரமசாந்தமும் அமைதியுமாயுள்ள பிரம்மத்தில் லயம் ஏற்படுகிறது.

ராமன்: சத்தியமாய் இருப்பதற்கு முடிவில்லை. அதற்கு அபாவமும் இல்லை. மேலும் தோஷத்தையே விளைக்கும் அறியும் தன்மையில் "இல்லை" என்பதும் இல்லை. அது எப்பொழுதும் கூடியே இருந்து வருகிறது. பிறகு இந்த அறியும் தன்மை நம்மை விட்டு எப்படி ஒழியும்?

வசிஷ்டர்: இதற்கு ஒரு மந்திரமுண்டு. அதாவது இந்தப் பிரபஞ்சத்தை ஒரு தோற்றமாக அதாவது பொய்யாக அறிவது. பிரபஞ்சமாகிய தோற்றம் ஒரு மதிமயக்கமே என்ற அறிவு ஏற்பட்டால் அறியும் தன்மை அல்லது உணர்ச்சி என்பதும் நீங்கும்.

ராமன்: அப்படியாயின் நாம் அநுபவிக்கும் யெளவனம், முதுமை, மரணம், மேலும் நம் கண் முன் புலப்படும் உலகம் இவையெல்லாம் பொய்யா? இதை ஏற்றுக்கொள்வது எப்படி?

வால்மீகி: வசிஷ்டர் முன்சொல்லியவைகளை மறுபடியும் தெளிவாக ராமனுக்கு எடுத்துச் சொன்னார். இவ்விதம் நினைக்க மனத்திற்கு ஏற்கா விட்டால், பிரபஞ்சம் தன்னைவிட்டு வேறல்ல என்ற பாவனையைக் கைப்பிடித்து உணர்ச்சியிலிருந்து விடுபடலாமென்றார். எல்லாம் பிரம்மமாக இருந்ததால் அறிவதற்கு ஒன்றுமில்லை. ஆகையால் வெளி நோக்கம் என்பதும் இல்லை. உள்ளும் புறமும் பிரம்மமே.

வசிஷ்டர் மறுபடியும் ராமனுக்கு மனஸின் சொரூபத்தைப்பற்றி விளக்கிச் சொன்னார். மகாப் பிரளயம் ஏற்படும் நிலையில் தனிமையாய் நிற்கும் பிரம்மத்திலிருந்து பிரம்மாவென்ற தோற்றம் முதலில் ஏற்பட்டு, அதிலிருந்து உற்பத்தியானது போல் தோன்றும் ஜீவன்களுக்குப் பதார்த்தங்களில் சிந்தை ஏற்பட்டு மனஸாகிய தோற்றம் உண்டாகிறது. இந்தச் சிந்தனை வெகுகாலமாக வேரூன்றி, மனிதர்களும் விசாரணை செய்யாத தோஷத்தால் பொய்யே நிஜமாகத் தோன்றி வருகின்றது.

46. மனோநாசத்தை அடைய அநுசரிக்க வேண்டிய உபாயங்கள்:

வசிஷ்டர்: இத்தோற்றமாகிய உணர்ச்சி ஜாலங்கள் ஞானமார்க்கத் தைக் கடைப்பிடித்தால்தான் முடியும். இந்த ஞானம் தேகத்தைக்கூடிய நிலையிலிருந்து தான் உதயமாக வேண்டும். தானம், தர்மம், கர்மா நுஷ்டானங்கள், பூஜை, யோகம் இவைகள் யாதொன்றினாலும் ஞானம் ஏற்பட முடியாது. ஞானம் என்பது "நான்" என்ற அங்கார பாவம் நீங்குதல், அதாவது ஜீவன் எதிலும் ஈடுபடாமலிருப்பதும் எதனாலும் இயங்காமலிருக்கும் தன்மையை அடைவதுமே. இத்தன்மையை அடைய முன்னமே சொல்லப்பட்ட உபாயங்களைக் கடைப்பிடிக்கவேண்டும்.

இவ்வுபாயங்களாவன: 1. விடாமுயற்சியுடன் கூடிய விசாரணை. இதுவே மூலக் கருவி. இதில்லாமல் ஒரு பலனையும் அடைய முடியாது. விசாரணையாவது "நாய் யார்?" என்னும் ஆராய்ச்சி. எவ்விசாரணையும் யுக்தியுடன் செய்யப்படவேண்டும்; இல்லாவிடின் பயனில்லை. எதனால் அறியத்தக்கது அறியப்படுமோ அதுவே யுக்தியாகும். 2. ஞானிகளின் சேர்க்கையும் இந்தச் சாதகத்திற்குப் பயனளிக்கத்தக்கது. ஞானியாவது யாரென்றால் சாதுக்களாகிய பெரியோர்கள் அனைவராலும் ஞானியாகக் கருதப்படுபவரே. ஞானிகளின் சேர்க்கையை வெகு ஜாக்கிரதையாய்ப் பாதுகாத்து, தெரியவேண்டியவைகளைக் கேட்டும் பார்த்தும் அறிய வேண்டும். இவ்விதச் சேர்க்கையாலேகூட முக்தியை அடையலாம். 3. தவிர, சாஸ்திரங்களை ஆராய்ச்சி செய்வதும் அவசியமே. ஆத்ம விசாரணை யைப் பற்றிய சாஸ்திரங்களே இங்கே சொல்லப்படுவன. இதர சாஸ்திரங்கள் இந்த விசாரணைக்குத் தேவையில்லை. ஆனால் சாஸ்திரங்கள் வெறும் சித்தாந்தங்களையே எடுத்துரைத்தும் விசாரித்தும் வந்தால் அவை பயன்படா. ஏனெனில் புத்திக்கு இவ்விதத்தில் தெளிவு ஏற்படாது. இக் காரணத்தைக் கருதியே நாம் இங்கே சொல்லிவரும் மகாராமாயணம் எல்லாச் சாஸ்திரங்களுக்கும் மேலானதாகவே எண்ணப்படும். ஏனெனில் விஷயங்கள் அநேகமாக இதிகாச ரூபமாகப் புத்திக்குத் தெளிவாகப் புலப்படும்படி சொல்லப்பட்டிருக்கின்றன. ஆகையால் கேட்பதற்குச் சலனமில்லாமலும் இன்பமாயும் இருக்கும். இந்த மகாராமாயணம் எல்லாவித மக்களுக்கும் மனம் ஒப்பும்படி இருப்பதால் எல்லோருக்குமே ஞானவழியைக் காட்டும். ஆயினும் இதர சாஸ்திரங்களால் இந்தச் சித்தி ஏற்படுவதாக இருந்தால் அவைகளையே பின்பற்றி ஆராய்ச்சி செய்யலாம். அறியவேண்டியதை அறிவது தான் பிரதானம்.

47. ஜீவன்முக்தன்

வால்மீகி: இம்மொழிகளைக் கேட்டபின் ராம ஜீவன்முக்தர் விதேக முக்தர்களைப் பற்றியும் அவர்களுக்குள்ள பேதங்களையும் லட்சணங் களையும் பற்றிச் சொல்லும்படி வேண்டிக்கொண்டான். அதன்படி வசிஷ்டரும் சொல்லத் தொடங்கினார். ஜீவன் முக்தன் சம்சாரத்தில் ஈடுபட்டிருப்பதுபோலிருந்தும், வாஸ்தவத்தில் அதில் ஒட்டாமலே காரியங்களை இச்சையோ வெறுப்போ இல்லாமல் செய்து வருவான். அனுபவத்தில் எல்லோருக்கும் சகஜமாய்த் தெரிந்த மனநிலை ஒன்று உண்டு. அதாவது கண்ணை விழித்திருக்கும் பொழுதே எதிரிலிருப்பது ஒன்றும் மனத்தில் படாமலிருப்பது. இந்த நிலைமை சாசுவதமாயும் நீடித்தும் அனுபவத்திற்கு வந்தால் எப்படி இருக்குமோ அம்மாதிரி நிலை யில்தான் ஜீவன்முக்தர்கள் இருக்கிறார்கள். தானாக ஒரு விஷயத்திலும்

பிரவிருத்திக்காமலும் யதேச்சையாய் வந்தவைகளைத் தள்ளாமல் அநுபவித்தும் வருவான். சுருக்கமாகக் கூறுமிடத்து அவனுக்குப் பிரபஞ்சத்தில் வேண்டியதும் இல்லை, வேண்டாததும் இல்லை.

48. விதேகமுக்தன்

விதேகமுக்தன் எல்லா ஐந்துக்களிலும் வஸ்துக்களிலும் தானாக இருந்து மூன்று லோகத்திலும் கலந்தவனாக இருப்பவன்; அவனே பிரம்மா. இப்படியாவதற்கு அறியும் தன்மை நீங்கவேண்டும். அறிவும் அறிவோனும் சமமாக இருக்க அறிவு எப்படி நசிக்குமென்றால், அது தீவிர முயற்சியால் கொஞ்சம் கொஞ்சமாகத்தான் நசித்து வரும். வெகு காலங்களாக அக்ஞானத்திலேயே மூழ்கிக் கிடந்தபடியால் படிப் படியாய்த்தான் அப்பியாசத்தின் பலனாக இது சித்திக்கும். முயற்சி சரியாக இருந்தால் முடிவைப் பற்றிச் சந்தேகமில்லை. உற்பத்தியானதாக இருந்தால் முக்தியை ஒவ்வொருவரும் அடைந்தே தீரவேண்டும். இதை அடைவதில் ஜனங்களுக்குள்ள வித்தியாசம், கால வித்தியாசமே தவிரப் பதவி வித்தியாசமில்லை.

49. பிரம்மம் சூன்யமுமல்ல, பூர்ணமுமல்ல:

ராமன்: மகாப் பிரளயமென்ற நிலை ஏற்படுவதாக ஒப்புக்கொண்டா லும், அது சூன்யமும் அல்ல, பூர்ணமும் அல்ல என்றும், பிரகாசமும் அல்ல இருளும் அல்ல என்றும் பலவாறாகச் சொல்வது எப்படி நியாய மாகும்?

வசிஷ்டர்: அமைதியாயிருக்கும் ஒரு தடாகத்தில் காற்று வீசினதும் அலை உண்டாகிறது. இந்த அலை வெளிக்கிளம்பும் முன் அது நீரில் அடங்கித்தான் இருந்தது. பிற்பாடு வெளிக்கிளம்பிய தோற்றத்தைக் கொடுத்தது. ஆகவே அலையை வைத்துப் பேசும் பொழுது நீர் அலை- சூன்யமாக இருந்தது. ஆயினும் அலை நீரில் கிளம்பும் முன் பூர்ண மாகவே இருந்து வந்தது. மேலும் ஒரு கல் தூணைப்பற்றி யோசிப்போம். சில்பி அதில் ஒரு சிலையைச் செதுக்குவதாக வைத்துக் கொள்வோம். சிலை கல்லில் முதலில் அடங்கி இருந்தது. அதற்கு ஓர் உருவம் அமைத்த பிறகு சிலைக்குக் கல்லிலிருந்து உற்பத்தி ஏற்படுகிறது. ஆகவே சிலை கல்லில் பூர்ணமாகவே இருந்து வந்தது. ஆனால் உற்பத்திக்கு முன் கல் சிலை சூன்யமாகவே இருந்தது. இப்படி ஒரே பதார்த்தத்தில் சூன்யத் தையும் பூர்ணத்தையும் நாம் காண்கிறோம். ஆனால் இவ்வுதாரணங் களில் கால வித்தியாசம் இருக்கிறது. பிரம்மத்திலோ தேசம் காலம் இரண்டும் நாசமடைவதால் ஏக காலத்தில் இரண்டு பாவமும் தோன்றுகிறது. இவ்விதந்தான் பிரம்மத்தில் பூதப்பிரகாசம் ஒரு தோற்றத்தையும் கொடுப்பதில்லை. ஆகிலும் பிரம்மந்தான் எல்லாவற்றையும் பிரகாசிக்கச்

செய்கிறது. அதாவது அறியச் செய்கிறது. மேலும் எப்படி ஒரு பதார்த்தத் தின் தன்மையைப் பார்த்ததத்தை விட்டுத் தனியே பார்க்க முடியாதோ அதே மாதிரி பிரபஞ்சமும் பிரம்மத்தைவிட்டுத் தனியே நிற்கமுடியாது.

50. உபமானங்களின் ஒற்றுமை, வேற்றுமை

மேலே சொல்லிய திருஷ்டாந்தங்களில் சொற்ப ஒற்றுமையைத் தான் எதிர்பார்க்கலாம். ஏனெனில் பேச்சிற்கும் மனத்திற்கும் எட்டாத பிரம்மத்திற்கு எதுவும் பூரண உபமானமாகாது. எது ஒன்று தன்னுள் இருக்கிறதோ அது தன்னால்தான் அறியப்படுமே தவிர அதைப் பிறரால் அறிய இயலாது.

51. ஆத்மாவின் சொரூபம்

வால்மீகி: ராமன் மறுபடியும் பிரம்மத்தின் சொரூபத்தைத் தெளிவாகச் சொல்லும்படி கேட்க வசிஷ்டர் சொல்லியதாவது:

வசிஷ்டர்: ஜீவனுக்கு மகாப்பிரளயமென்ற நிலை ஏற்பட்ட காலத்தில், காரண காரிய சம்பந்தம் அழிந்து இந்திரியங்களின் வியவகாரங்களும் ஓய்ந்து, மனத்தின் தன்மையும் அடங்கி, அதாவது ஜகத்தாகிய உணர்ச்சி நீங்கி, அப்பொழுது தோன்றும் தோற்றமே, அல்லது தோற்றமின்மையே பிரம்மமாகிறது. அது சித்தின் சூக்ஷ்மம், மகா சாந்தம், மகா நிர்மலம். ஒரு பொருளைப் பார்க்கும்பொழுது பார்ப்பவனுக்கும் பொருளுக்கும் இடையில் என்ன இருக்கிறதோ அதுவே பிரம்மம். கண்ணுக்கு எட்டாத தூரமிருக்கும் ஒரு பொருளை மனத்தில் நினைக்கும் பொழுது இவ்விரண்டிற்கும் இடையில் என்ன இருக்கிறதோ அதுவே பிரம்மம். அது ஆகாசத்தைக் காட்டிலும் பரம ஆகாசமாக இருக்கிறது. அறிகிறவன், அறிவு, அறியப்படுவது இம்மூன்றாகிய தோற்றமும் பிரம்மத் தைத் தவிர வேறில்லை.

மகாப்பிரளயம் ஏற்பட்டபொழுது ஜகத்மோகம் அழிகிறதென்றால் அது ஒருகாலம் ஏற்பட்டிருக்க வேண்டுமே என்று கேட்கலாம். இதன் தத்துவத்தை ஒரு பிரதி கேள்வியின் மூலமாக அறியலாம். கனவில் காணும் மலடியின் புத்திரனும் ஆகாசத்தில் காணும் வனமும் எங்கிருந்து வந்தன? அவை எங்கே மறைந்தன? இந்த மோகம் எப்படி ஆராய்ச்சி செய்த மாத்திரம் அழிகிறதோ அதேமாதிரி அக்ஞானம் நீங்கியதும் அவ்விடத் தில் ஞானந்தான் மிஞ்சி நிற்கிறது. அப்பொழுது ஞானம் ஏற்பட்டதான தோற்றத்தைக் கொடுக்கிறது. வாஸ்தவத்தில் பிரபஞ்சத்திற்கு உற்பத்தி யில்லை; ஆகவே அழிவுமில்லை. பிரபஞ்சத்தைப் பிரம்மத்தைத் தவிர்த்து வேறாகக் கருதும் நோக்கம் அழிந்ததும் அதே பிரபஞ்சம் பிரம்மமாகத் தனியாக நிற்கும். தங்கத்தால் செய்யப்பட்ட வளையலில் எந்தப் பாகத்தில்

வளையலென்பது இருக்கிறது? ஒவ்வோர் அணுவிலும் தங்கத்தைத் தவிர வேறொன்றையும் நாம் காண்பதில்லை. ஆகாசத்தில் சூன்யமென்பது எங்கிருக்கின்றது? அது முற்றும் சூன்யம், சூன்ய மயம். அதே மாதிரி பிரபஞ்சம் பிரம்மத்தைத் தவிர வேறில்லை. அதிலிருந்தே உற்பத்தியான தோற்றம் ஏற்பட்டால் அப்பொழுது அதைப் பிரம்மத்தைத் தவிர வேறாகக் கருதுவதேன்?

பிறகு தோற்றமாகிய ஜகத் ஜட சம்பந்தமானது. இது சத்தாகிய பிரம்மத்திலிருந்து எப்படி உற்பத்தியாகும் என்று கேட்கலாம். பிரகாசத் தினால் நிழல் எப்படி ஏற்படுகிறதோ அதுபோலவேதான் ஜடமாகிய ஜகத்தின் தோற்றமும் ஏற்படுகிறது. பிரகாசம் இல்லா விட்டால் அதன் பிரதியாகிய நிழல் ஏற்பட முடியாது. அப்படியே பிரம்மமாகிய சத்திய மில்லாமல் அசத்தாகிய ஜகத் தோற்றமும் ஏற்பட முடியாது. ஆகவே ஜகத் என்பது பிரம்மமே. ஆனால் அந்தத் தோற்றம் ஏற்படுவது நம்முடைய அக்ஞானத்தால்.

வால்மீகி: இவ்வார்த்தைகளால் ராமனுக்குத் தெளிவு ஏற்படாமல் மனக்கலக்கமே அதிகரித்தது. அவனுக்குத் தோன்றியதாவது: உணர்ச்சி, நோக்கம் அழிந்தால்தான் மோக்ஷம், ஆனால் இவை ஏற்படவே இல்லை; ஆகவே இவைகளுக்கு அழிவே இல்லை. இவை எப்பொழுதும் அறிகிறவ னோடு கூடியே இருக்கின்றன. பிறகு எப்படி இந்த மாயையை நீக்கிக் கொள்வது என்று நினைத்தான். இந்தச் சந்தேகத்தைக் கேட்டு, வசிஷ்டர் அதைப் போக்கும்படி சிருஷ்டி, ஜீவன் என்பவைகளைப்பற்றிய சித்தாந்தங் களை எடுத்துரைப்பதாகவும், இவைகளை மிகவும் கவனமாய்க் கேட்கும் படியும், அதாவது ஒவ்வொரு பதத்தையும் வர்ணனைகள், உபமானங்கள் எல்லாம் உட்படச் சொன்னார். இவைகளைச் சரியாக மனத்தில் வாங்கிக் கொண்டு விசாரணை செய்து வந்தால் புத்திக்குத் தெளிவு ஏற்படும் என்றார்.

52. ஜகத் மோகம் ஏற்படும் முறை:

வசிஷ்டர்: பிரபஞ்சம் என்பது பிரம்மத்தில் தோன்றுவதாகிய ஒரு தோற்றமே. நித்திரை என்னும் அவஸ்தைக்கு முன்னும் பின்னும் சொப்பனமாகிய தோற்றம் ஏற்படுவதைப் போலவேதான் ஜகத் தோற்றமும் உண்டாகிறது. இது ஏற்படும் கிரமத்தை இனிச் சொல்வோம். பிரபஞ்சம் சித் சொரூபமாயுள்ள பிரம்மத்தில் எப்பொழுதும் இருக்கை யென்னும் தன்மையுடன் இயல்பாகவே சூக்ஷமமாய் இருந்து வருகிறது. இதேமாதிரி அறியும் தன்மையும் அறிவில் சூக்ஷமமாய் அடங்கி இருக்கிறது. எப்பொழுது அறிவுக்கு அறியும் தன்மையில் அகங்காரமின்றி நோக்கம் உண்டாகிறதோ அப்பொழுது அதற்கு "அறிவு" என்று வெகு காலத்

திற்குப் பிறகு ஏற்பட்ட பெயர் கொடுக்கப்பட்டது. இவ்வறிவுக்குப் பாத்திரம் "பதார்த்தம்" என்ற கற்பனை வஸ்துக்களே. இவ்வறிவானது ஆகாயத்தைவிடச் சூக்ஷமமாயும் சுத்தமாயும் இருந்து தனக்குப் பாத்திர மாகிய பதார்த்தங்களையும் விஷயங்களையும் வியாபித்து நிற்கின்றது. இதுவே மூல உணர்ச்சியுமாகும். ஆகவே இப்படி அறிவாக வியாபித் திருப்பது பரமமான பிரம்மமே.

இவ்வறிவு மேலும் மேலும் அறியும் தன்மையில் ஈடுபட்டுப் பல பொருள்களைத் தீவிரமாகக் கற்பனை செய்யுங்காலத்தில் தனக்கும் பிரம்மத்திற்கும் உள்ள சம்பந்தத்தை மறந்து, ஜீவனென்றும் மற்றொன்று என்றும் பலவாறான சப்தங்களால் வியவகரிக்கத்தக்கதாகிறது. பிறகு இதே அறிவு சங்கல்பம் அல்லது பாவனையையே தன்னுடைய முக்கிய நோக்கமாகக்கொண்டு சம்சரிப்பதில் தீவிரமாக ஈடுபட்டு நிற்கின்றது. அப்பொழுது வஸ்துக்களின் தன்மையோடு கூடவே அந்த உருவங் களுடனே தானும் கிளம்புவதாகத் தோன்றுகின்றது. அதன் பிறகுதான் "இருக்கை" என்ற (சூன்யத்) தன்மை அறிவில் கிளம்புகிறது. இந்தச் சூன்யமாகிய ஆகாயந்தான் சப்த குணங்களுக்கு வித்தாகும். "ஆகாயம்" என்று பிற்பாடு பெயரளிக்கப் பட்டது இச் சூன்யத்திற்கே. பிறகு இந்த "இருக்கை" என்ற தன்மையோடு கூடவே "அகந்தை" அல்லது "நான்" என்பதும் உண்டாகிறது. அகங்காரமென்ற சொல்லுக்குப் பொருளா யிருப்பது இதுவே. சம்சாரம் நிலைநிற்க மூல ஆதாரமும் இதுவே. ஆகவே நிர்மலமான பிரம்மத்திலிருந்தே "தன்னை உணர்தல்" என்ற நோக்கம் ஏற்பட்டு அதன் காரணமாக, உண்மையில் இல்லாத- ஆயினும் இவ்வளவு சமுதாயமும் இருப்பதெனத் தோற்றமளிக்கும்- நிலைமை ஏற்படுகிறது.

இந்த நிலைமைக்கு இறங்கின அறிவு, கற்பனைகளைக் கிளை களாகக் கொண்ட மரத்தின் முக்கிய விதையாகிய அகங்காரத்திற்கு உட்பட்டு, அதன் அசைவால் தானும் சலனத்தை அடைகிறது. பிறகு அகங்காரத்துடன் கூடிய அறிவு ஆகாசம், சப்தம் இவ்விரண்டினுடைய சூக்ஷம ரூபத்தைப் பாவித்து அதனால் ஆகாயத்தைவிட ஸ்தூலமாகிக் கொஞ்சம் கொஞ்சமாய் ஆகாயத்தில் தன்னை விஸ்தரித்துக் கொள்ளு கிறது. இதுவே சப்த சமுதாயங்களுக்கு மூலமாகும். பதம், வாக்கியம், பிரமாணம் என்ற மூன்று அம்சங்களையுடைய வேதங்கள் இந்தச் சப்த சமுதாய மரத்தின் மலர்ந்த பூங்கொத்துக்களேயாகும். இந்தச் சப்த சமுதாயங்களால் நிரூபிக்கப்பட்ட அர்த்தங்களைக்கொண்டு விஸ்தரிக்கும் சட்ட திட்டங்களான உலக வியவஸ்தையானது இவைகளிலிருந்துதான் உற்பத்தியாகவேண்டும். இவ்வளவு பரிவாரங்களுடன் கூடிய அறிவுதான் பல உருவகங்களுக்குக் காரணமாக உள்ளதும், மேலும் ஜீவன் என்பதற்கும் காரணமாயிருப்பது. இந்த ஜீவன், பஞ்ச பூதங்களால் ஏற்படும்

பதினான்கு வித வேறுபாடுகளுடன் கூடிப் பதினான்கு வித உலகங்களாக விஸ்தரிக்கிறது.

பிறகு சித்தினுடைய வேகத்தால் ஸ்பரிசமென்னும் உணர்ச்சிக்குக் காரணமான ஸ்பரிச சூக்ஷ்மம் உண்டாகிறது. இந்த நிலையில் இதற்கு ஸ்பரிசமென்ற பெயர் ஒவ்வாது. ஸ்பரிச சமுதாயத்திற்குக் காரணம் பவன ஸ்பந்தம். அதாவது பிராணன் அசைவு. சகல பூதங்களுடைய செயல் களின் இயக்கமெல்லாம் இதிலிருந்தேதான் உண்டாகின்றது. அதிலேயே சித்தானது விளங்குவதால் அதனுடைய தெளிவு அநுபவத்தால் அறியப் படும். இந்தத் தெளிவு என்ற ஒளி அல்லது பிரகாசம் தேஜஸ் என்பதன் சூக்ஷ்மமாகும். ஆனால் இந்த சூக்ஷ்ம நிலையில் தேஜஸ் என்ற பெயர் ஒவ்வாது. இந்தத் தேஜஸின் சூக்ஷ்மமானது தனது விஸ்தாரத்தால் சூரியன், அக்கினி முதலிய ஒளிக்கூட்டத்திற்கு வித்தாகிப் பிறகு பல்வேறு உருவங் களைக் கொள்வதால் சம்சாரம் இன்னும் விஸ்தரிக்கிறது. பிறகு இந்தத் தேஜஸானது தனது சூக்ஷ்ம ரூபத்தைப் பாவித்துத் தான் அதிலிருந்த வாறே நீரின் தன்மையான ரசத்தை, அதாவது ஓடும் தன்மையைப் பாவிக் கிறது. ரச சமுதாயத்திற்கு ஆதாரமான தண்ணீரின் விஸ்தரிப்பிற்கு இதுவே வித்தாகும். பிறகு கற்பனையையே குணமாகக் கொண்ட இந்த ஜீவன் தன்னுடைய சங்கல்ப வசத்தினால் நாம ரூபங்களைக் கொண்டு கந்த தன்மாத்திரத்தை அதாவது அதனுடைய சூக்ஷ்மத்தைத் தன்னுள் காண்கிறது. இதன் காரணமாகப் பின்பு ஏற்படப்போகும் பூகோளத்தின் தன்மையோடு சேர்ந்து உருவ சமுதாயத்திற்கு வித்தாக நிற்கிறது. இவ்விதமே சித்தினால் பாவிக்கப்படுகிற சூக்ஷ்மத்தைத் தன்னுள் காண்கிறது. இதன் காரணமாகப் பின்பு ஏற்படப்போகும் பூகோளத்தின் தன்மையோடு சேர்ந்து உருவ சமுதாயத்திற்கு வித்தாக நிற்கிறது. இவ்விதமே சித்தினால் பாவிக்கப்படுகிற சூக்ஷ்மங்கள் யாவும் தாமாகவே ஒவ்வொன்றும் பூர்த்தியாகின்றன. ஆனால் இந்தப் பூதங்களில் யாதொன்றும் தனிப்படையாகவும் சுத்தமாகவும் அதாவது சித்தின் சேர்க்கையில்லாது புலப்படுவதில்லை.

எப்படி ஓர் ஆலம் வித்தில் பல ஆயிரம் மரங்கள் சூக்ஷ்மமாய் அடங்கியிருக்கின்றனவோ, அதே மாதிரி இந்த எல்லையற்ற பிரபஞ்சமும் சித்தில்தான் அடங்கியிருக்கிறது. சித்தானது உணர்ச்சி யென்பதில் நோக்கமடையும் காலத்தில் உணரப்டும் வஸ்துக்கள் தங்களுடைய உற்பத்தியைக் காண்பிப்பதோடு கூடப் பல விதங்களாகவும் விஸ்தரித்துக் கொள்கின்றன. இப்படிப் பரமாணுவின் மத்தியில் விளங்குவதோடுகூட கண நேரத்தில் பல கற்பங்களாகவும் மாறி நிற்கின்றன. சுழலற்று நின்றும் சுழலை நோக்கியே ஓடுகின்றது. எல்லாமும் கண நேரத்தில் சித்தினால் ஊடுருவப்பட்டு உருவத்துடன் காட்சியை அளிக்கின்றது. ஆகவே

சூக்ஷமங்களின் சமுதாயம் சங்கல்ப ரூபமான சித்துதான் என்று ஏற்படு கிறது. உணர்ச்சி (அறிவு) சரீரமின்றி நின்றுகொண்டு பரம சூக்ஷமமான ஒரு சரீரத்தைத் தானே கற்பனை செய்து கொள்கிறது. இவற்றிலிருந்து ஏற்படுவது என்னவென்றால் பிரபஞ்சம் முழுவதிலும் பஞ்சபூதங்களின் சூக்ஷமமே காரணமாய் நிற்கிறது என்பதே. இவைகளுக்கும் வித்தாய் நிற்பது முதன்மையானதும் சிறந்ததுமான ஒரு சக்தியே. அதுதான் எல்லாவற்றுக்கும் மூலமாகிய அநுபவ சித்தாந்தம்; அதிலிருந்தே பிரபஞ்சங்களின் விஸ்தரிப்பு ஏற்படுகிறது.

53. ஜீவனின் உற்பத்திமுறை

அதாவது பிரபஞ்சம் சித்தில் சூக்ஷம ரூபமாக (in potential state) அடங்கியே இருந்து சித்தின் அசைவால் ஜகத் என்னும் தோற்றம் வெளிப் படையாகக் காணப்படுகிறது. இதனால் பிரம்மம் சமமெனவும் சமமற்ற தெனவும் வியவகாரத்தில் சொல்லத் தகுதியாகிறது. முதலில் சித்தானது அறியும் தன்மையை அறிவதால் அதன் காரணமாகவே அறியப்படும் பொருள்களைக் கற்பனை செய்துகொள்கிறது. அதாவது அறிவின் அசைவால் கற்பனை உண்டாகிறது. அறியப்படும் பொருள்களில் அறிவின் சேர்க்கையாகிய அசைவு ஏற்பட்டால் அதுவே ஜீவனுக்குக் காரணமாகிறது. இந்த ஜீவன் அறியப்படும் பொருள்களிலேயே மூழ்கிக் கிடப்பதால் இந்த நிலைமையே ஜீவனுக்கு மாயையாகிறது. அதுவே அகங்காரமும். இந்த அகங்காரத்தின் பரிணாமமே புத்தி. இதுவே பிற்காலத்தில் மனஸென்றும் மனத்தின் சூக்ஷமமென்றும் அழைக்கப் பட்டது. இதுவே பூத உடலைத் தாங்கிப் பெருத்து நிற்கையில் மற்றவை களுடைய சூக்ஷமங்களைக் கற்பனை செய்துகொண்டு இவ்வளவு அகண்ட ஜகத்தாக விளங்குகிறது. சொப்பனத்தில் காணும் நகரம்போல, ஒரு நொடிப்பொழுதில் மகா ஆகாசமென்கிற அடர்ந்த காட்டில் பிரபஞ்சமானது கிளம்பிக் கிளம்பி நாசமடைகிறது. இந்தப் பிரபஞ்ச மாகிய புதருக்கு அகங்காரமே வித்தாகிறது. இந்த அகங்காரத்திற்கு நீர், நிலம், வெயில் எதுவும் வளர்ச்சிக்குத் தேவையில்லை. ஏனெனில் இவை களுக்கும் சித்தே காரணமாயிருப்பதால். ஆகையால் சொப்பனத்தில் காணும் நகரம் எப்படிச் சொப்பனமோ, அப்படியே சித்தின் விலாசம் சித்ரூபமே. அதாவது ஜகத்திற்கு வித்தாயிருப்பது பஞ்ச பூதங்களின் தன்மாத்திரங்கள், இவைகளுக்கு வித்தாயிருப்பது சித்தே. விதைபோல் பழம், ஆகவே பிரம்மத்தைப்போல் ஜகத். தன் மாத்திரங்களின் ஐந்து கணமும் சித்தின் வேகத்தால் மகா காசத்தில் தன் அங்கமாகக் கற்பனை செய்யப்பட்டவைகளேயன்றி உண்மையானவையல்ல. இந்தத் தன் மாத்திர கணங்கள் தங்களை விஸ்தரித்துக்கொண்டு உலக உருவத்தில் நிற்கும் நிலையிலும் சத்தாகவே கருதப்படும். ஏனெனில் எவ்வித கிரியை

யும் சித்தின்றி நடைபெற முடியாது.

பிரபஞ்சமாகிய தோற்றம் சித்தின் கற்பனையாகையால் அது எப்படிச் சத்தாகுமென்று கேட்கலாம். பிரபஞ்சத்திற்குக் காரணம் பஞ்சதன் மாத்திரங்களாகையால் இவையே பிரம்மமாகக் கருதப்படலாம். அதில் தவறில்லை. ஆகையால் பிரபஞ்சமும் பிரம்மமென்றே கருதப்படும். சிருஷ்டியின் ஆரம்பத்தில் பஞ்சதன்மாத்திர கணமானது எந்த நிலையி லிருந்ததோ அதே நிலையில்தான் மூக்காலத்திலும் இருக்கும். ஆகையால் உண்டாவது, இருப்பது, அழிவது என்னும் எண்ணங்களுக்கு இடமில்லை.

பிரம்மாகாசத்தில் நிற்கும் சித்தில், பிரம்மமே ஜீவாகாசத் தன்மையை தன்னிடத்திலேயே காண்கிறது. ஆகையால் ஜீவனானது ஆகாயத்தில் தோன்றும் ஆகாயமே.

54. ஜீவன் தேகத்தைத் தேடிக்கொள்ளும் முறை

பரமாகாசச் சொரூபமாகிய ஜீவாகாசம் சிந்தனையின் காரணமாக, தான் தேஜஸின் ஓர் அணுவென்று தானாகவே கருதுகிறது. இக்கருத்து மேலும் மேலும் பெருகி இல்லாதது இருப்பதாகத் திடமாகிறது. இந்த நிலையில் பார்ப்பவன் பார்க்கப்படுவது என்ற துவந்துவ பாவம் ஏற்பட்டுக் கொஞ்சம் கொஞ்சமாய் ஸ்தூலமாகிறது. பிறகு தன் இஷ்டப் படி பாவித்து அவன், இவன் நானென்னும் பாவனைகளையும் தன் தலையில் சுமத்திக் கொள்ளுகிறது. இது எப்படியென்றால் சொப்பனத் தில் தன்னையே ஒரு வழிப்போக்கனாகக் கனவு காண்பதுபோல். இதே மாதிரி பின்னர் ஏற்படும் உருவத்தை முன்பே பாவித்து அதனால் அது அவ்விதமே ஆகிவிடுகிறது. உடனே வெளிப்படையான தோற்றங்களை விட்டுவிட்டுத் தன் உள்ளும் நோக்குகிறது. வெளியிலும் இதுவே இருப்பதாயினும் கண்ணாடியில் காணும் மலைபோலச் சுருக்கிய தோற்றத்தைத் தன் உட்புறத்தில் காண்கிறது. தண்ணீரில் பிரதிபலிக்கும் சரீரமும், எதிரொலியில் அடங்கிய சப்தமும் எப்படிச் சக்தியற்று இருக்கின்றனவோ அப்படியே இந்த ஜீவன் எதில் பிரதிபலிக்கிறதோ அதை மீறி நடவாத நிலைமைக்குத் தன்னை உட்படுத்திக் கொள்ளுகிறது. பிறகு தானாகவே இயங்க ஆரம்பித்து, புத்தி, சித்தம், ஞானம் இவற்றின் சத்தை அல்லது இருப்பு என்ற தன்மையில் தன்னை விஸ்தரித்துக் கொள்ளுகிறது. பிறகு "நான் பார்க்கிறேன்" என்ற எண்ணம் உதித்து, அதனால் பார்க்கும் கருவிகளாகிய கண்களையும், ஸ்பரிசத்தை எண்ணி அதனால் "துவக்" என்ற இந்திரியத்தையும், கேட்பதற்காகக் காதுகளையும் ஜீவன் தன்னிடத்தில் காண்கிறது. ஆகவே கர்மேந்திரியங்களின் ஒத்துழைப்பாகிய செயல், ரூபம், ஒளி, அகங்காரம் இவை அனைத்தும் பாவனை செய்யப்பட்டு, சூக்ஷம சரீரத்தைக் கொண்டதாய் ஆகாசத்தில்

நிற்கிறது.

55. பிரம்மமும் ஜீவனும்

இவ்விதம் பிரம்மத்திலிருந்து கிளம்பினதாகத் தோன்றும் ஒரு பொறி, பாவனையின் காரணத்தால் வேறாக எண்ணப்பட்டு ஜீவனென்று சொல்லும்படி ஆகிறது. இதுவே ஜீவ சப்தத்தின் பொருள். அதாவது கற்பனை; பிரவாகமாகிய பிரம்மம். இப்படியே தேசம், காலம், செயல், பொருள் இவைகளையும் இந்த ஜீவன் கற்பனை செய்துகொண்டு அவற்றிலே ஈடுபட்டு அதனால் கட்டுப்பட்டு, பிரபஞ்சச் சுழலில் சூக்ஷம சரீரத்தைத் தாங்கி நிற்கிறது. தான் அசத்தியமே ஆயினும் ஒரு தோற்றத்தைக் கொடுப்பதால் நிற்கிறது. ஆகவே இதில் புதிதாக உண்டானது ஒன்றுமில்லை. எல்லாம் தானாகவே எப்பொழுதும் போல ஒன்றாய் நிற்கிறது. தோற்றமெனப்படும் எல்லாம் பொய்யே, அதாவது இந்தப் பிரபஞ்சம். ஏனெனில் அது கற்பனையாதலால்.

பிரம்மமென்ற ஆகாசம், பரம ஆகாசமாகவே என்றும், எப்பொழுதும், எங்கும், எந்நிலையிலும் அசைவற்று நிற்கிறது. உண்மைபோல் காணப்படும் அனைத்தும் இல்லாதவையே. இவைகள் எவராலும் என்றும் நியமிக்கப்பட வில்லை, உண்டாக்கப்படவும் இல்லை. இவற்றிற்கு வர்ணமென்றும் கிடையாது. இந்தப் பிரபஞ்சம் ஒரு நிறமற்ற சித்திரமே. இது செய்யப்பட்டதல்ல, ஆனால் அனுபவிக்கப்பட்டது. இது உண்மை யானதல்ல, ஆனால் உண்மைபோல் தோன்றுவது.

இந்த ஜீவனுக்கு முக்தன் என்ற நிலை ஏற்படும் பொழுது, தன்னைப் பல பொருள்களாகக் பாவனை செய்துகொள்வதற்கு முன்புள்ள ஞாபகம், அதாவது பிரம்மம், பிற்பாடு ஏற்படும் கற்பனைகளுக்குக் காரணமென்று கூற முடியாது. முக்தனாயிருக்கும் நிலையில் ஜீவனுக்கு ஞாபகம், செயல், சங்கல்பம் எதுவும் கிடையாது. அவை இருந்தால் முக்தனாகமாட்டான். மேற்கூறிய நிலையில் இருப்பதால்தான் அதாவது சூக்ஷம உருவத்தில், முக்தனை 'ஸ்வம்யம்பூ', 'பிரம்மா' என்று சொல்லப்படும் ஜீவனுக்கு ஏற்படும் கற்பனைகளுக்கு முற்பட்ட ஞாபகம் காரணமல்ல என்பது சித்தாந்தம். 'ஸ்வயம்பு' என்று கூறப்படும் நிலையிலுள்ள ஜீவனுக்குக் காரணம் வேறொன்றும் கிடையாது. தனக்குத் தானே காரணமான பொருளில் வேறு காரணத்தைக் கற்பிப்பது தர்க்க நியதிக்கு ஒவ்வாது.

ஆகவே சூக்ஷம உருவத்தில் நிற்கும் ஜீவன் எவ்வுருவம் கொள்ளு கிறதோ அந்த உருவத்தைக் கொண்டே இந்தப் பிரபஞ்சமும் உண்டானது. இந்த அனுபவம் அநாதியானது, ஆகையால் முடிவுமற்றது. ஆகையால் நாம் காணும் பிரபஞ்சம் பொய்யான கற்பனையே.

பரம்பொருளாய் இருப்பது ஆகாச ரூபியே, சூன்யமே, அதாவது எவ்வித உருவமும் இல்லாதது. ஆகையால் அம்மயமாயிருக்கும் பிரபஞ்சமும் அவ்வண்ணமே நிற்கும். தண்ணீரைக் காட்டிலும் திரவத்வம் (ஓடும் தன்மை) எப்படி வேறல்லவோ, அப்படியே பரமாத்மா வைக் காட்டிலும் சிருஷ்டியும் வேறல்ல. ஆகவே நமக்குப் புலப்படு பவைகள் யாவும் சமமே, சாந்தமே. வேறாகக் காணும் அக்ஞானம் நாமே நம்மிடத்தில் கற்பித்துக்கொண்டது. இதற்குத் தன்னை விட்டு வேறான ஆதாரம் ஒன்றும் கிடையாது. இது ஆதாரத்தில் அமைந்ததல்ல.

மேற்சொல்லிய நோக்கத்தை விட்டுப் பிரபஞ்சத்தை தனியாக உணர்ந்தாலென்ன என்று கேட்கலாம். அதனாலும் ஒரு பாதகம் கிடையாது. பரமாகாசம் என்பது சூன்யம், நிர்மலம்; இதில் சம்சரிப்பது, ஈடுபடுவது என்பதெல்லாம் தோற்றமேயாகும். எது உண்மையோ அதுதான் நிலைக்குமேயன்றி உண்மையற்றது சாசுவதமாய் நிலை நிற்காது. ஆகவே ஆதாரமுமில்லை, ஆதாரத்தை அண்டி நிற்பதுமில்லை. அப்பொழுது புலப்படுவதென்பதும் கிடையாது, பார்ப்பவன் என்ற ஒரு தனி புருஷனும் கிடையாது. ஆகவே பிரம்மாண்டமென்று தனியாக யாதுமில்லை. இதுதான் இந்தக் கொள்கைக்கும் முடிவு.

இந்த விஷயத்தில் விதண்டாவாதம் செய்ய இடமே கிடையாது. ஜகத்துமில்லை, ஜகத் சமூகமுமில்லை. எல்லாம் சாந்தம், யாவும் ஒன்றே. பிரம்மத்தின் விஸ்தரிப்பே யாவும். அது தானே தன் விஸ்தரிப்பில் ஒளி தருவதாய்த் தோற்றுகிறது. திரவப் பொருளின் தன்மை எப்படி நீர் என்று அழைக்கப்படுகிறதோ அவ்விதமே பிரபஞ்சம் சித்தைத் தவிர வேறல்ல. இல்லாதது தோன்றுகிறது, இருப்பதைப் போல் அநுபவிக்கப் படுகிறது. சொப்பனத்தில் காணும் நம்முடைய மரணம் நிஜமல்ல, ஆகையால் அந்தத் திருஷ்டி நாசமடைகிறது. அதேபோல் ஜகத்தில் நாம் காணும் பொருள்கள் உண்மைப் பொருள்களல்ல. ஆகையால் இந்த அசத்தாகிய ரூபமும் உணர்ச்சியும் அழிகின்றன. சித்துதான் நிலைத்து நிற்கும். சத்தாகிய சொரூபத்தைத் தாங்கிய உலகமும் சத்தாகத்தான் இருக்கவேண்டும். பிரபஞ்சத்தில் பிரபஞ்சமென்ற நோக்கந்தான் அக்ஞானமேயன்றி அதுவும் பிரம்மந்தானென்பது முடிவான சித்தாந்தமே. ஆகவே ஞானம், அறிவு, ஆகாசம் இவையே பிரம்மம். இவைகளே உலகமும்.

மேற் சொன்னவைகளைச் சுருக்கிச் சொல்வோமாகில் பரமாகாசத் தில் முதல் இயக்கம், அதி சூக்ஷமமாய், ஆகாச ரூபமாய் சமமாய் நின்று, பிரம்மா அதாவது பிராணிகளின் தலைவனென்று அழைக்குமாறு விளங்குகிறான். அவன் சுயம்பிரகாசன், அவனுக்குச் சூக்ஷம ரூபந்தான்

உண்டு, பூதசம்பந்தமே கிடையாது. ஆகையால் இதர காரண சகாய மில்லாமல் சங்கற்பிக்கப்பட்ட பூத சமுதாயம், பூத சமுதாயமென்ற வகையில், உண்மையல்ல. ஏனென்றால் அது உண்டாகவுமில்லை, உண்டாக்கப்படவுமில்லை. எல்லாம் வெறும் தோற்றமே; ஆத்மா ஒன்றே சத்தியமானது.

இந்த ஜகத்தாகிய பொய்த் தோற்றம், பகுத்தறிவு என்னும் குணத்தால் ஏற்படுகிறதே தவிர, பூரண அறிவு ஏற்பட்ட பிறகு இத்தோற்றம் புலப்படுவதில்லை. இந்தச் சம்பவம் "பகுத்தறிவு-பகுத்து அறிவு" என்னும் பதத்தின் பொருளிலேயே அடங்கியிருக்கிறது. இந்தத் தோற்றம் ஏன் உண்டாகிறதென்று கேட்கலாம். சூரிய கிரணங்களின் ஒளியால்தான் சூன்யமாகிய ஆகாயத்தை நாம் அறிய இயலுகிறது. அது போல ஜடமாகிய ஜகத் தோற்றத்தால்தான் சித்தாகிய சூன்யத்தையும் அறிய முடியும். நம் கண்முன் புலப்படும் ஆகாயத்தைவிட நம் சங்கல்பத் தில் (Imagination) தோன்றும் ஆகாயம் எவ்வளவு சூக்ஷ்மமோ, அதே மாதிரிதான் ஜகத் தோற்றத்திற்கும் சித்துக்குமுள்ள சம்பந்தம். ஆகவே எதுவும் உண்டாகவில்லை, அதனால் அழிவதென்பதும் கிடையாது. உண்டாவதும் அழிவதும் நம் மனத்தில்தான். இந்தத் தத்துவத்தை நன்கு விளக்கும்பொருட்டு ஒரு சிறுகதை சொல்லப்படும்.

56. லீலாவதி கதை

முன் ஒருகாலத்தில் பத்மன் என்று நாமம் பூண்ட அரசனொருவன், வீர சூர பராக்கிரமசாலியாய், அழகிலும் குணத்திலும் நிகரற்றவனென்று வழங்கி வந்தான். அவன் தனக்கு தகுந்தவளாயும், சௌந்தர்யமும் குணமும் பொருந்தியவளாயுமுள்ள லீலாவதி என்னும் உயர் குலப் பெண்ணை மனையாளாக அடைந்து செங்கோல் செலுத்திவந்தான்.

லீலாவதி எல்லாச் சுகங்களையும் புருஷனுடைய அன்புடன் கூடி அநுபவித்து வருகையில், திடீரென்று ஒருநாள், தன் கணவன் ஒரு சமயம் தனக்குமுன் மரிக்க நேரிட்டால், தன் கதி என்னவாகுமென்று தோன்றிற்று. இதனால் அவள் மிகவும் பயந்து தன் கணவனுடைய ஜீவன் அழியாமலிருக்கும்படி தானே பிரயத்தனம் செய்யவேண்டுமென்று தீர்மானித்து உடனே தகுந்த நியம நிஷ்டைகளை ஆரம்பித்து, ஞான தேவதையான சரஸ்வதியைப் பூஜித்து வந்தாள். பிரயத்தனம் தீவிர மாகவும் பௌருஷத்துடனும் கூடி இருந்தபடியால், பலன் சீக்கிரமே கிட்டி, சரஸ்வதி தேவியும் பிரத்தியக்ஷமாயினள். லீலாவதியின் சிரத்தை யாலும் ஒழுக்கத்தாலும், தான் மிகத் திருப்தியடைந்ததாகச் சரஸ்வதி சொல்லிவிட்டு அவளுக்கு வேண்டிய வரங்களைக் கேட்கும்படி கட்டளை இட்டாள். லீலாவதி, தேவியை நமஸ்கரித்து, பூஜை செய்து,

பிறகு தான்கோரும் வரங்களை வெளியிட்டாள். அவைகளாவன: 1. தனக்கு முன் தன் கணவன் ஒரு சமயம் காலமாகும் பட்சத்தில் அவனுடைய ஜீவன் அரண்மனை அந்தப்புரத்திலேயே இருக்க வேண்டும்; 2. தான் இஷ்டப்பட்ட போதெல்லாம் தேவி தன் தரிசனத்தைக் கொடுக்க வேண்டும்.

இவ்வரங்களைக் கொடுத்துவிட்டுத் தேவி அவ்விடமே மறைந்தாள்.

கொஞ்ச காலத்திற்குப் பிறகு, அரசன் காலமாகி அதனால் லீலா ஆழ்ந்த துயரத்திற்கு ஆளானாள். வெகு நேரம் பரிதபித்து மனம் உடையும்போல் இருக்கையில் அசரீரி வாக்கொன்று காதில் விழுந்தது. அதாவது சவத்தைப் பூக்களால் மூடிவைத்தால் பூவும் உடலும் வாடாம லிருப்பதுடன் இறந்த கணவனை அவள் மறுபடியும் அடைவாளென்றும். இதைக் கேட்டு லீலாவதி மனம் தேறி அப்படியே சவத்தை ஜாக்கிரதை செய்து, கொஞ்ச நேரத்திற்கெல்லாம் ஆழ்ந்த சிந்தனையில் அமர்ந்தாள். இதைத் தொடர்ந்து ஆத்ம விசாரணையில் மனம் செல்ல, அதையே ஆராய்ச்சி செய்து அதன் பலனாகச் சில தினங்களில் சமாதி நிலையை அடைந்தாள்.

சமாதியிலிருந்து விழித்ததும் தன் கணவன் ஞாபகம் வந்து, அவன் தற்சமயம் எங்கே எவ்வாறு இருக்கலாமென்று ஆலோசிக்க அதன் காரணமாகவே ஸ்தூலப் பிரபஞ்சத்தை மறந்தவளாய் சூக்ஷ்ம உலகத்தில் சஞ்சரிக்கலானாள். இச்சஞ்சாரத்தில் கண்ட காட்சியாவது தானிருக்கும் மண் உலகைப்போல் ஒரு விண்ணுலகும், அதிலே தன் கணவன் 16 வயது வாலிபன் போல் சுற்றத்தார், சேவகர்கள், சபையோர் எல்லோருடன் கூடி ராஜ்ய பரிபாலனம் செய்வதாகவும் இருந்தது. மேலும் தான் இதுவரையில் அனுபவித்தவைகள் எல்லாம் இவ்வுலகிலும் காணப் பட்டன. உடனே தன கணவன் இறந்தது ஞாபகம் வந்து அதைத் தொடர்ந்து ஸ்தூலப் பிரபஞ்ச நோக்கமும் ஏற்பட்டு, தன் அரண்மனை அந்தப்புரவாசிகளைப் பற்றிச் சிந்திக்கலானாள். அவர்கள் உயிர் வாழ்ந்திருப்பதும் நினைவிற்கு வந்தது. இது நிஜமானால் தான் கண்ட காட்சி யாதென அறிய விரும்பி, தேவியை நினைக்கலானாள். வரப்பிர சாதத்தின் காரணத்தால் தேவி உடனே பிரத்தியட்சமாகி லீலாவின் கோரிக்கை என்னவென்று கேட்க, அப்பொழுது அவர்கள் இருவருக்கும் நடந்த சம்பாஷணை பின்வருமாறு:-

57. சரஸ்வதியுடன் சம்பாஷணை:

லீலா: சித்தில் தோன்றும் பிரதிபிம்பமே ஜகத். ஆனால் அசைவு, இயக்கம் என்பவை சித்தில் ஏற்படுவதில்லை. ஜகத் என்பதில் இவைதாம் பூரணமாக இருக்கின்றன. இவை இரண்டில் எது நிஜம், எது பொய்?

சரஸ்வதி: நிஜம், பொய் இவ்விரண்டினுடைய தன்மைகள் யாவை?

லீலா: நான் இப்பொழுது உங்களை நேரில் காணுவது நிஜம், ஆனால் கொஞ்ச நேரத்திற்கு முன் நான் என் பர்த்தாவைச் சங்கல்பத் தில் கண்டது பொய். ஏனெனில் இந்தக் காட்சியில் தேசம் காலம் ஒன்றும் பொருத்தமாக இல்லை.

சரஸ்வதி: (சங்கல்பத்தில் கண்டவைகள் யாவும் வாழ்க்கையில் நடந்ததைத் தழுவியே இருக்கவேண்டும்.) மேலும் காரணத்தைவிடக் காரியம் வேறாக இருக்கமுடியாது; வாழ்க்கையில் அனுபவித்தது மெய்யாக இருந்தால், அதை அனுசரித்தே நிற்கும் சங்கல்பத் தோற்றம் எப்படிப் பொய்யாகும்?

லீலா காரணத்தைக் காட்டிலும் ஏன் காரியம் வேறாக இருக்க முடியாது? உதாரணமாக மண்ணினால் நீரை எடுக்க முடியாது. ஆனால் அதிலிருந்து செய்யப்பட்ட பானையால் எடுக்க முடியும்.

சர: ஆம், நீ சொல்வது சரியே, உதவிக் காரண சகாயத்தால் காரணத்தைவிடக் காரியம் சொல்ப மாறுபாடு அடையலாம். அப்படி யானால் உன் சங்கல்பத்தோற்றத்திற்கு உதவிக் காரணங்கள் யாவை?

லீலா: சங்கல்ப சிருஷ்டிக்கு ஸ்மிருதி (நினைவு) காரணமாகிறது.

சர: ஆம்: இதுதான் மேலும் சொல்லப்பட்டது; ஸ்மிருதி என்பதற்கு உருவமில்லை, அது ஆகாச ரூபமானது. அதன் காரணமாக ஏற்பட்ட வைகளும் ஆகாய ரூபந்தானே (சூன்யந்தானே)?

லீலா: அப்படியானால் இவ்வளவு காலம் நான் அனுபவித்த யாவும், என் பர்த்தா இருந்ததும் பிறகு இறந்ததும் எல்லாம் பொய்யா?

சர: ஆமாம், அதுதான் சத்தியம்.

லீலா: அப்படியானால் ஸ்தூல ரூபமான என் பர்த்தா எந்தக் கிரமப்படி சூக்ஷ்ம ரூபமான தோற்றத்தை அளித்தார்? இந்த விஷயம் எனக்கு விளங்கி விட்டால் பின்பு ஜகத்மோகமும் எனக்கு நீங்கும்.

சர: இதை விளக்க நான் ஒரு சிறு விஷயத்தைச் சொல்லுகிறேன். அதைக் கவனித்துக் கேட்டுக் கருத்தைக் கிரகித்துக்கொண்டால், உன் புத்தி தெளிவடையும்.

58. வசிஷ்ட–அருந்ததி விருத்தாந்தம்

விந்தியமலைப் பிரதேசத்தில் மிகவும் ரம்மியமான ஒரு சோலை யினிடையில் மானிட சிரேஷ்டராக விளங்கிவந்த வசிஷ்டரென்ற ஒரு பிராம்மணர் எல்லா விதத்திலும் தமக்குப் பொருந்திய அருந்ததி என்னும்

மனையாளை அடைந்து காலம் கழித்து வந்தார். ஒரு நாள் இப் பிராம்மணர் மலைச்சார்பின் வழியாகப் போய்க்கொண்டிருக்கையில் அடிவாரத்தை யதேச்சையாக நோக்க, அங்கே ஏராளமான படை களுடன் கூடி வேட்டையாட வந்த ஒரு மன்னனைக் கண்டு, இவ்வளவு வைபவமிருந்தால் எவ்வளவு நன்றாயிருக்குமென்ற இச்சை அவர் மனத்தில் உதித்தது. இதற்குப்பின் கொஞ்சகாலம் கழித்து இவர் கால மாகவே, மனையாளும் மிக வருந்தி, சோகத்தால் மனமுருகி, உயிர் துறந்து தன் கணவனை மற்றோர் உலகத்தில் மீண்டும் அடைந்தாள். அந்த வசிஷ்டரென்ற பிராம்மணர் உன் கணவரே, நீயே அருந்ததி. இப் பிராமணர் இறந்து 8 தினம் ஆகின்றது.

லீலா: நீங்கள் சொல்லியவை யெல்லாம் விபரீதமாகத் தோன்று கின்றனவே. நாங்கள் வசித்த நாட்டிற்கும் இந்தப் பிராம்மண தம்பதிகள் இருந்ததாகச் சொல்லப்பட்ட பிரதேசத்திற்கும் எவ்வளவோ யோசனை தூரம் இருக்கின்றது. மேலும் நாங்கள் இத்தேசத்தில் எவ்வளவோ காலம் இருந்தோம். வசிஷ்டர் காலமாகி இப்பொழுதுதான் 8 நாள் ஆனதாகச் சொல்லப்பட்டது. என் பர்த்தா சற்றுமுன் இன்னோர் உலகத்தில் 16 வயதுள்ளவராகத் தோன்றினார். இவையெல்லாம் என்ன? ஜாலமா அல்லது நிஜந்தானா? காலத்திலும், தேசத்திலும் ஒன்றுக்கு ஒன்று யாதும் ஒப்பவில்லையே.

59. கால தேச உணர்ச்சி

சர: காலம், தேசம் இரண்டும் ஒவ்வொருவருடைய மனநிலையைத் தழுவி இருக்கின்றன. ஒரே கால அளவு சில சமயங்களில் வெகு சீக்கிரம் கடப்பதாகவும், வேறு சமயங்களில் மிக மெல்ல நடப்பதாகவும் எல்லோரு டைய அநுபவம். சொப்பனத்திலும், மயக்கமான நிலையிலும் கால அளவு உணரப்படுவதில்லை ஆகவே காலமென்பது நம் மனத்தின் நிலையைத் தழுவி இருக்கிறதே தவிர, அது ஒரு தனி சத்தியமென்று ஏற்படவில்லை. இதேமாதிரிதான் தேசமும். இவ்விரண்டும் சித்தில் பிரதிபலிக்கும் தோற்றமே. இந்த அகண்டப் பிரபஞ்சத்தை ஒரு கணநேரத்தில் ஒரு தோற்றமாக நம் மனத்தில் காண்பதில்லையா? இதையே திருப்பிச் சொல்வோமாகில் மனத்தில் தோன்றிய ஆகாசமான தோற்றம் வெளிப் படையாக உருவமும் கனமும் கூடிய பிரம்மாண்டமான காட்சியாகிறது. ஆகையால் மனத்தில் தோன்றுவதும் வெளிப்படையாகக் காண்பதும் சித்தில் ஏற்படும் தோற்றங்களே. இதே மாதிரிதான் காலப்பிரமாணமும். பல வருஷங்களாக உன் மனத்தில் ஏற்பட்ட தோற்றம் வேறு சிலருக்குச் சொற்ப காலமாகத் தோன்றலாம்.

60. மரணத்திற்குப் பிறகு ஜீவன் செயல்

பிறகு ஜீவிதம் எடுக்கும் கிரமத்தைக் கவனிப்போமாகில், மரணத் திற்குப் பிறகு இந்த ஜீவன் சூக்ஷ்ம தேகத்துடன் எல்லாவற்றையும் நினைக்கின்றது. ஆனால் சற்று முன்பு ஸ்தூல சரீரத்துடன் நடத்திய வாழ்வு முற்றும் அதன் கவனத்திற்கு வருவதில்லை. மேலும் இந்தச் சூக்ஷ்ம நிலையில் இதற்கு முன் அனுபவித்தவைகள் அனுபவிக்கப்படாதவைகள் எல்லாம், ஞாபகமின்றி, ஸ்மரிக்கப்படும். எல்லை இல்லாக் கற்பனை களைச் செய்துகொள்ளச் சக்தி வாய்ந்திருப்பதால் ஜகத், காலம், தேசம், சம்சாரம், பந்துக்கள் எல்லாவற்றையும் கற்பித்துக்கொள்ளுகிறது. இதற் கெல்லாம் காரணம் முன் செய்த செயல்களே. ஆனால் இவைகள் ஜீவனு டைய நினைவுக்கு மாத்திரம் வருவதில்லை. ஏனெனில் அனுபவங்கள் தேகத்துடன் கூடி உண்டாயின. ஆகையால் அத்துடன் ஒழிந்தும் விடு கின்றன. ஆயினும் மறு பிறப்புக்கு வேண்டிய சங்கல்பங்களை அது செய்து கொள்ளுகிறது. இந்த நிலையில் அனுபவிக்காததுகூட அனுபவித்தது போல் தோன்றும், சொப்பனத்தில் அயல் மனிதனை தன் தகப்பனாகக் காணுவதுபோல். ஜீவனுக்குச் சங்கல்பமே முக்கியமான செயல். திரும்பித் திரும்பி தேகத்தை எடுத்துக்கொள்ளுவதும் இதனாலேதான்.

லீலா: பிராம்மணனுடைய சங்கல்பத்தால் என் பர்த்தா ஏற்பட்ட தாக இருந்தால், பிராம்மணன் யாருடையசங்கல்பத்தால் பிறந்தான்

சர: பிராமண உற்பத்திக்கு பிரம்மத்தில் ஏற்பட்ட ஆதிஸ்மிருதி தான் காரணம். ஆதிஸ்மிருதிக்கு யாதொரு காரணமும் கிடையாது. காரண காரிய பாவம் பிரம்மத்தில் ஒவ்வாது. அதில் எது எப்பொழுது தோன்றியதென்று சொல்ல முடியாது.

லீலா: உங்கள் உபதேசத்தால் என் அக்ஞானம் வெகுவாய் நீங்கியது. ஆயினும் ஒரு மனக்குறை, அதைப் பூர்த்தி செய்துகொள்ள வேண்டும். அதாவது அந்தப் பிராம்மணன் வசித்த இடத்தை உங்களுடன் நான் பார்க்க விரும்புகிறேன்.

பிரம்மாண்டத்தைச் சுற்றிப் பார்ப்பது எவ்வாறு?

அவ்விடத்தைப் பார்க்க நீ உன் தேகத்தையும் பிரபஞ்சத்தின் நினைவையும் விட்டு, மனத்தை நிர்மலமாகச் செய்துகொண்டு சங்கல்பித்துக்கொள்ளவும்.

லீலா: எனக்கு உங்கள் அனுக்கிரகம் இருக்கும் பொழுது ஏன் தேகத்துடன் போய்ப் பார்க்க முடியாது? அதற்கு ஒரு யுக்தி செய்ய உங்களால் முடியாமலிருக்குமா?

சர: ஜகத்தாகிய மனோ மோகத்திற்கு உருவமும் கனமும் கிடையாது. அது மனத்தால் கற்பிக்கப்பட்டது. அது மனிதரிடத்து வெகு காலமாய் வேரூன்றிவிட்டது.

இந்த மோகம் நீங்கும் வரையில் கனத்தை உடைய உடலே அதற்குத் தடையாக இருக்கிறது. ஆகையால் நீ உன் உடல்மேலுள்ள மோகத்தை நீக்கிக்கொள்ளும் வரையில் உன் எண்ணம் பூர்த்தியாகாது. உன் சங்கல்பத்திலே தோன்றும் தேசத்திற்கே உடலுடன் நீ போக முடியாம லிருக்கையில் வேறொருவன் சங்கல்ப நகரத்திற்கு நீ எப்படிப் போக முடியும்?

லீலா: அப்படியானால் நாம் இருவருமே சூக்ஷ்ம சரீரத்தூடன் போவதாக இருக்கட்டும். அப்பொழுது சங்கல்பம் செய்துகொண்டு தேகத்தை விட்டுவிட என்னால் முடியும், நீங்கள் எவ்வாறு என்னுடன் வரமுடியும்?

சர: என் சரீரம் மிகவும் சூக்ஷ்மமானது. அதற்கு எதுவும் தடங்கல் செய்ய முடியாது. என் சங்கல்பம் சித்தைக் காட்டிலும் வேறில்லை. ஆகையால் அது எங்கும் வியாபித்திருக்கிறது. நினைத்த மாத்திரம் அங்கே இருக்கலாகும். ஆனால் என்னை ஒட்டிக் கொண்டு நீ ஏன் என்னுடன் வரலாகாதென்று கேட்கலாம். ஸ்தூல சரீரத்துடன் கூடிய ஜீவன், முற்றும் சூக்ஷ்ம சரீரமாகியிருப்பதுடன் ஒட்டாது. கற்பனையால் ஒரு மலையைச் சிருஷ்டி செய்யலாம். அதை ஆகாயத்தில் பறக்கவும் வைக்கலாம். ஆனால் அதைப் பூத சம்பந்தமான மலையால் தடுக்க முடியுமா?

லீலா: அப்படியானால் இந்தச் சூக்ஷ்ம சரீரத்தை ஸ்தூல சரீரத்துடன் அடைய முடியுமா முடியாதா?

சர: ஏதாவது உண்டாகி யிருந்தால்தானே அதற்கு அழிவு என்று ஏற்படும்? பிரமத்தால் ஏதோ இருப்பதாக உன் மனத்திற்கு தோன்றி வருகிறது. பிரம்மம் நீங்கினால் நீ உன் சுய நிலையை அடைவாய். கயிற்றைப் பாம்பாக நினைத்தவனுக்கு, அறிவு ஏற்பட்டவுடன் பிரம்மம் நீங்கியது. அவ்விடத்தில் பாம்பு மறைந்ததென்றோ அல்லது பாம்பு கயிறாக மாறினதென்றோ சொல்ல முடியுமா? இரண்டும் தவறு. அதே மாதிரி அக்ஞானமே உன் பந்தத்திற்கும் மோகத்திற்கும் காரணம். இவ்வளவு காலம் விசாரணை செய்யாமலிருந்ததால் சம்சார வலையில் சிக்கிக் கொண்டு துக்கத்திற்குப் பாத்திரமானாய். இப்பொழுது விசாரணை செய்து வந்தால் அக்ஞானம் கண நேரத்தில் நீங்கலாம். இப்பொழுது இந்த அக்ஞானமும் அதனால் ஏற்படும் வாசனையும் மறையும் பொருட்டு உன் மனத்தில் ஒரு விதை விதைத்திருக்கிறேன். இனி அவைகள் நாளுக்கு நாள் குறைந்து, உன் மனது கூடிய சீக்கிரமே நிர்விகல்ப சமாதியை

அடையும்.

ஸ்தூல சரீரம் ஏற்படுவதும் அழிவதும்

சொப்பனத்தில் வாசனை நீங்கினால் நல்ல தூக்கம் ஏற்படுவது போல உலக வியவகாரத்தில் வாசனைகள் நீங்கினால் ஜீவன் முக்தனா கிறான். அதாவது எதிலும் இச்சையின்றிக் கிரியைகளை நடத்து கிறவனாவன். இந்த நிலையிலேயே இருந்து வந்தால் ஸ்தூல சரீரத்தில் பிடிப்புவிட்டுச் சூக்ஷ்ம சரீரம் பலப்படும். ஸ்தூல சரீரம் ஏற்படும் காரணம், அதாவது வாசனைகள், முற்றும் அழிந்தால் அப்பொழுதுதான் சூக்ஷ்ம சரீரத்திற்கு, வேறு சிருஷ்டியிலே, இதர மனங்களுடனே கலக்கும் சக்தி ஏற்படும். பூத சரீரத்துடன் இப்படிச் செய்ய முடியாது. ஏனெனில் அது பூத சரீரத்துடன் தான் சேரும்.

இப்பொழுது உனக்கு அகங்காரம் நீங்கினால் சுயமான அறிவு ஏற்படும், சூக்ஷ்ம சரீரமும் ஸ்திரமாக நிற்கும். ஸ்தூல சரீரத்தின் விருத்தி குறைபடும். ஸ்தூல சரீரத்தின் நாசந்தான் மரணமென்று வியவகாரத்தில் சொல்லப்படுவது. ஆனால் இந்த மரணமென்பதும், சொப்பனத்தில் காணும் ஜீவிதம், மரணம் எல்லாம் விழித்தவுடன் எப்படிக் கற்பனை யென்று தோன்றுகின்றனவோ, அப்படியே ஜீவனுக்கு அறிவு ஏற்பட்ட வுடன் கற்பனையென்றே தெளிவுபடும்.

இந்த ஜீவன்முக்த நிலையை அடைய இடைவிடா முயற்சியும், அப்பியாசமும் வேண்டும். இவ்வப்பியாசம் இருமுறைப்படும். அதாவது 1. பிரம்மாப்பியாசம்; 2. ஞானாப்பியாசம். முதலில் சொன்ன முறை கொஞ்சம் குறைப்பட்டதாகத்தான் பாவிக்கப்படும், ஏனெனில் இதுவும் ஒரு நோக்கத்தைக் குறித்துச் செய்யும் முயற்சியாதலால். ஞானாப் பியாசத்திலோ நோக்குகிறவன் நோக்கமென்ற துவைத பாவமும் நாச மடைகிறது. இதுதான் பரம சாந்த நிலையை அடையச் செய்கிறது.

61. சரஸ்வதியும் லீலாவும் வசிஷ்ட தேசம் செல்லுதல்

வசிஷ்டர்: பிறகு தேவியும் லீலாவதியும் இருவருமாக ஆகாயத்தில் சஞ்சரிக்கலானார்கள். இச்சஞ்சாரத்தில் பூமியின் எல்லைப் பிரதேசங்கள், சந்திர சூரிய நட்சத்திர மண்டலங்கள் எல்லாம் கடந்து அக்காட்சி களைக் கண்டு மறுபடியும் பூவுலகத்திற்குத் திரும்பினார்கள். திரும்பின தும் நேராக, பிராம்மண தம்பதிகள் வசித்துவந்த பிரதேசத்திற்குச் சென்று, அங்கே மரித்தவர்களைக் குறித்து ஆழ்ந்த துயரத்திலிருக்கும் குடும்பத் தைக் கண்டார்கள்.

உடனே தேவியானவள் மானிட உருவம் தரித்து, காலஞ்சென்ற பிராம்மணனுடைய மூத்த குமாரனாகிய ஜேஷ்ட சர்மாவைத் துக்கம்

விசாரித்து அவனுக்குத் தக்க ஆறுதலையும் சொன்னாள். லீலாவதியோ இருந்த வண்ணம் மறைந்தவாறு அநுக்கிரகம் செய்தாள். ஆனால் பிற்பாடு, அவ்வூரை விட்டுப் புறப்படும்முன் ஜேஷ்டசர்மாவை வனத்தில் சந்தித்த பொழுது, வனதேவதை ரூபமாக அவனுக்குத் தரிசனமும் அநுக்கிரகமும் கொடுத்தாள். பின் தேவியும் லீலாவதியும் மறைந்தார்கள்.

ராமன்: லீலாவதி ஏன் தன் பிள்ளையாகிய ஜேஷ்டசர்மாவுக்குத் தன்னுடைய சுயமான தரிசனத்தைக் கொடுக்கவில்லை?

வசிஷ்டர்: பூத உடலை யுடையவர்கள் பூத உடலுடன் இருப்பவர் களைத்தான் உணர முடியும். லீலாவதியோ அந்தச் சமயத்தில் சூக்ஷம சரீரத்துடன் இருந்தாள், ஆகையால் ஜேஸ்டசர்மாவால் உணர முடிய வில்லை. மேலும் லீலாவதிக்குச் சற்று ஞானம் உதயமாயிருந்தபடியால் பிள்ளை, உறவினர் என்ற அக்ஞானமில்லை, வாஞ்சை இல்லை. ஆனால் ஏன் அவனுக்கு அநுக்கிரகம் செய்தாளென்றால் சித்தின் குணமே எல்லோரையும் சந்தோஷப்படுத்துவது.

பிறகு இருவருமாக லீலாவதியின் அந்தப்புரம் அடைந்து, அங்கே ஒருவர்க்கொருவர் சங்கல்ப நிலையிலேயே உரையாடிக் கொண்டார்கள். அப்பொழுது லீலாவதி தன் குமாரன் ஏன் தன்னைப் பார்க்கவில்லை என்று சரஸ்வதியைக் கேட்டாள். லீலாவதிக்குத் துவைத பாவம் நீங்காம லிருந்தபடியாலும் மேலும் அவள் சூக்ஷம சரீரத்திலிருந்த படியாலும் ஜேஷ்டசர்மாவால் உணரமுடியவில்லையென்றும், பிற்பாடு துவைத பாவம் நீங்கியதும் வனதேவதையாகத் தரிசனம் கொடுக்க இயன்றது என்றும் சரஸ்வதி சொன்னாள். இதனால் லீலாவதியின் சங்கல்பம் சத்தியமானதாக ஏற்பட்டது.

பிறகு லீலாவதி தான் கடைசி முறையாகத் தன் கணவனை ஒரு தரம் பார்க்கவேண்டுமென்று இச்சித்தாள். அதற்குச் சரஸ்வதி பதில் சொன்னதாவது:-

"நீ இதுவரையில் எண்ணூற்று ஜன்மம் எடுத்தாயிற்று. இவைகளில் கடைசியாக ஏற்பட்ட ஜன்மத்தைப்பற்றிச் சற்று முன்புதான் சொன்னேன். பத்மனின் உடல் சவமாக அந்தப்புரத்தில் மூடப்பட்டிருக்கிறது. கொஞ்ச நேரம் முன் உன் சங்கல்பத்தில் தோன்றிய பர்த்தா இன்னோர் உலகத்தில் சம்சாரத்தில் மூழ்கி ராஜ்ய பாரம் செலுத்தி வருகிறான். ஆகவே இம் மூவரில் எந்தப் பர்த்தாவைப் பார்க்க இச்சைப்படுகிறாய்?" என்று கேட்டாள்.

லீலாவதி சற்று யோசனை செய்தாள். கொஞ்ச நேரத்தில் மனக் கலக்கம் நீங்கி, அக்ஞானம் முற்றிலும் அறுபட்டு ஞானம் மேலும்

முதிர்ந்தது. புத்தியின் தெளிவினால் பூர்வ ஜன்மங்களின் ஞாபகம் ஏற்பட்டது. இவைகளைத் தேவியிடம் சொல்லி, தான் இப்பொழுது இவைகளிலிருந்து விடுபட்டதாகச் சொன்னாள்.

பிரம்மாண்டத்தின் அளவு

ராமன்: மிகவும் கனம் பொருந்திய பிரம்மாண்டமாயுள்ள பிரபஞ்சத்தை விட்டு இந்தப் பெண்கள் இருவரும் எப்படி வெளிக் கிளம்பினார்கள்?

வசிஷ்டர்: இந்தப் பெண்கள் இருப்பிடத்தை விட்டு எங்கேயோ வெகு தூரம் போகவில்லை.

இந்த பிரம்மாண்டம் முழுவதும் ஒவ்வோர் அணுவிலும் அடங்கி இருக்கிறது. ஆகையால் பிரபஞ்சத்தின் எல்லையை அடைய இவ்விடத்தி லிருந்தே முடியும். இவ்விதமே அந்தப் பெண்களும் பிரம்மாண்டத்தைச் சுற்றிப் பார்த்தார்கள். பிராமணன் அரசனாக இருக்கச் சங்கல்பம் செய்து கொண்டான். ஆகையால் அந்தப் பிரதேசத்திலேயே அவ்விதமே அரசனாக ஆனான். பிரம்மாண்டமும் சம்சாரமும் சித்தில் உண்டான தோற்றங்களே. சித்தாகிய சத்தியத்திற்கு எல்லையே கிடையாது. எல்லையற்றதாகத் தோற்றமளிக்கும் பிரபஞ்சம் சித்தினுடைய அணுவில் அடங்கி இருக்கிறது. சித்தில் ஓர் அசைவு ஏற்பட்டால் அதிலிருந்து "ஸ்பந்த யுக்தி" (waves of mentation) என்று சொல்லப்படும் பல கோடி அசைவுகள் கூடவே ஏற்பட்டு பிரபஞ்சமாகிய தோற்றம் ஏற்படுகிறது.

பிறகு இந்தப் பெண்களிருவரும் மறுபடியும் உயரக் கிளம்பி பிரபஞ்சத்தின் எல்லையைக் கடந்து சந்திர லோகம், சூரிய லோகம், சூரிய கிரணங்களே எட்டாத காடாந்தர இருட்டாகிய பிரதேசங்களையும் கடந்து, பரம சாந்தமும் தேஜசும் நிறைந்த பிரம்மலோகத்தை அடைந்தார்கள். அவ்விடம் விட்டுப் புறப்பட்டுப் பத்மனாக இருந்த அரசன் தற்சமயம் அரசாட்சி செய்து வரும் உலகத்தை அடைந்து, அங்கே கண்டதாவது: வேறொரு சிற்றரசன் இந்த ராஜ்யத்தின்மீது படையெடுத்து வந்து இரு சேனைகளும் உக்கிரமாகப் போர் புரிவதையும், இக்காட்சியைக் காணவந்த அப்சரஸ், கின்னரர், வித்யாதரர்கள், முனிகளையும்.

குறிப்பு

லீலாவதி பல பிரதேசங்களைக் கடந்து, சங்கல்பத்திலென்று நாம் அறியவேண்டும். இருப்பிடத்திலேயே சங்கல்பத்தால் ஒவ்வொரு பூத சம்பந்தத்திலிருந்தும் விடுவித்துக்கொண்டு கடைசியில் அறிவு என்னும் சத்தியத்தில் மனத்தை லயப்படுத்தினாள். இந்நிலையில் அவளுக்கு இதர மனத்தில் நுழைந்து பார்க்கும் சக்தி ஏற்பட்டது.

வசிஷ்டர் சண்டையை மிகவும் பிரபலமாகவும், வெகு அழகாகவும் 32-39-வது சர்க்கங்களில் வர்ணித்திருக்கிறார். சூரனுடைய குணாதிசயங் களைப்பற்றியும், சண்டையில் மரணமடைபவர்களில் யார் சொர்க்கத் திற்கும் நரகத்திற்கும் உரிமையானவர்கள் என்பதைப் பற்றியும் விவரித்துச் சொல்லி இருக்கிறார். சூரனென்பவனுக்கு நற்குணம், ஒழுக்கம் இவை களிருப்பதுடன் தன் பிரஜைகளை காக்கும்பொருட்டு அநீதியாய்ப் படையெடுத்துவரும் அரசர்களுடன் போர் புரிவது முக்கியக் கடமை. இவ்வித அரசன் பொருட்டுப் போர்புரியும் பிரஜைகளே சொர்க்கத்திற்கு உரிமையானவர்கள். அக்கிரமமான அரசன் பொருட்டுக் கடமையென்று செய்யும் காரியங்களால் ஒரு நன்மையும் ஏற்படாது. இவ்விதப் பிரஜை களும் குற்றம் செய்தவர்களாகத்தான் கருதப்படுவார்கள்.

வால்மீகி: லீலாவதியின் சஞ்சாரத்தைக் கேட்டதும் ராமனுக்கு ஒரு சந்தேகம் தோன்றி அதைத் தெளிவுபடுத்தும்படி வசிஷ்டரைக் கேட்டான்.

ராமன்: லீலாவதி எவ்விதம் தங்கு தடையின்றி எங்கும் சஞ்சரிக் கலானாள்?

வசிஷ்டர்: சங்கல்பமாகிய சூக்ஷ்ம சரீரத்துடன் தான் இவ்விதம் செய்யக்கூடும்; பூத உடலுடன் போக முடியாது. ஏனெனில் பஞ்ச பூதங் களின் கட்டுப்பாட்டுக்கு உட்பட்டுத்தான் தேகம் இருக்கமுடியும். நீரினால் ஓடும் தன்மையை விட்டு நிற்க இயலாது. தீயால் மேல்நோக்கி எரிவதைவிட்டுக் கீழ்நோக்கி எரிய முடியாது. ஆகையால் உடலென்னும் ஞாபகமும் சிந்தனையும் இருக்கும் வரையில், அதாவது திரும்பித் திரும்பிப் பூத உடலை எடுத்துக்கொள்ளும் ரீதியில் மனிதர்கள் இருக்கும்வரையில், அதற்குண்டான கட்டுப்பாடுகளுக்கு (Laws of nature) உட்பட்டுத்தான் இருக்க வேண்டும்.

மொழியெர்த்தவர் குறிப்பு

(இதனாலும், கூடுவிட்டுக் கூடு பாய்வதென்று நாம் பலவாறாகக் கேட்டும் படித்தும் இருப்பதெல்லாம் கவித்வமென்று அறியவேண்டும். இது ஏற்படுவது மரணத்திற்குப் பிறகு ஜீவன் வேறு உடலை அடையும் பொழுதுதான். காலத்துக்குத் தகுந்தவாறு ஜீவன் வேறு உடலைத் தேடிக் கொள்ளும் கிரமமும் இதுவே.)

ஜன்மங்கள் ஏற்படும் முறை

"சூக்ஷ்ம நிலையிலிருக்கும் அறிவின் விஸ்தரிப்பே சம்சாரமாகவும் பிரபஞ்சமாகவும் தோற்றத்தை அளிக்கிறது. அறிவின் பிரவிர்த்திதான் சிருஷ்டியென்பதும். இந்த ஜீவனுடைய ஒவ்வோர் ஆயுள்காலமும் ஒரு சிருஷ்டியே. மூர்ச்சைக்குச் சமமான மரணமென்ற கதி ஜீவனுக்கு

ஏற்பட்டதும் தேகத்திலிருந்து விடுதலையடைந்து, நடந்ததெல்லாம் மறந்து, புதிய அநுபவத்தைத் தேடிக்கொள்ளுகிறது. இந்தப் புதிய அநுபவம் பூர்வ வாசனையின் காரணமாயிருந்தும், ஜீவன் அதை அறிவதில்லை. ஆனால் இதுவே அதற்கு அடுத்த சிருஷ்டி யாகிறது. இப்படி ஒவ்வொரு ஜீவனும் அடுத்தடுத்துச் சிருஷ்டியிலேயே பிரவிர்த்தித்து நிற்கிறது. ஒவ்வொரு சிருஷ்டியிலும் ஒரு பிரபஞ்சத்தை உண்டுபண்ணிக்கொண்டு அதிலே தன் காலத்தைக் கழித்து, இதுவே அடுத்த சிருஷ்டிக்கும் காரணமாயிருந்து, பிரளயமென்னும் மரணாவஸ்தை ஏற்பட்டு, அடுத்த சிருஷ்டிக்குத் தயாராகிறது. ஞானம் ஏற்பட்ட கணம் சிருஷ்டியின் வேகம் அடங்கும்; அப்பொழுது ஜீவன் பிரவிர்த்திப்பதைக் குறைத்து மகாப்பிரளய மென்னும் நிலையை அடைந்து தன் சுய சொரூபமாகிய அறிவென்பதில் ஸ்திரமாக நிற்கும். இப்படி இருப்பவள்தான் சரஸ்வதி தேவியும்.

கதைக்குத் திரும்ப, லீலாவதியின் இச்சையைப் பூர்த்திசெய்யும் பொருட்டு, சரஸ்வதி அவளை அழைத்துக்கொண்டு பத்மனைப் பார்க்கப் போனாள். சண்டையின் அலுப்பால் அரசன் அயர்ந்து தூங்கிக் கொண்டிருந்தான். பக்கத்தில் மந்திரியும் படுத்திருந்தான். பெண்களின் சந்நிவேசத்தால் அரசன் உடனே விழித்துக்கொண்டு, அவர்களின் முகலட்சணத்தால் யாரென ஊகித்துக்கொண்டு, வணங்கியவண்ணம் உட்கார்ந்து, தனக்கு அவர்களின் தரிசனத்தால் எளிதில் கிடைத்த பாக்கியத் தைத் தெரிவித்தான். இதனுள் மந்திரியும் விழித்துக்கொண்டு அவர்களை நமஸ்கரித்து நின்றான். பிறகு தேவியானவள் மந்திரியை நோக்கி அரசனு டைய வரலாற்றைப்பற்றிச் சொல்லும்படி கேட்டுக் கொண்டாள். மந்திரியானவன் உடனே அரசனுடைய குலம், கோத்திரம், பூர்விக மெல்லாம் எடுத்துச் சொல்ல, தேவி விதூரகனென்று அழைக்கப்பட்ட பத்மனைத் தொட்டு அநுக்கிரகித்து அவனைப் பேசச் சொன்னாள். தேவியின் திவ்ய ஸ்பரிசத்தால் விதூரகனுக்குப் பூர்வ ஜன்மங்களின் ஞாபகம் வந்து, அதன் காரணமாகக் கொஞ்சம் ஞானமும் உதித்தது. ஞாபகத்தில் தோன்றிய ஜன்மங்களைப் பற்றித் தேவியிடம் சொன்னான். கடைசியாகத் தேவியை நோக்கி, "நான் பூமண்டலத்தில் மரணமடைந்து ஒரு தினந்தான் கழிந்திருந்தும், பல வருஷங்கள் கழிந்தது போலிருப்பது எப்படி?" என்று கேட்டான். "காலமும் தேசமும் வெறும் தோற்றங்கள்; நீண்ட காலத்திய அநுபவம் சொப்பனத்தில் எப்படி சொல்ப நேரத்தில் முடிந்துவிடுகிறதோ, அது போலவேதான் உன்னுடைய பல வருஷங் களான உணர்ச்சியும்."

மொழிபெயர்த்தவர் குறிப்பு

இங்கே சொல்லியதன் தாத்பர்யமாவது: பூத உடலின் சம்பந்த மிருக்கும்பொழுது ஏற்படும் கால உணர்ச்சியும், சொப்பனம், மூர்ச்சை

ஆகிய தேக சம்பந்தமற்ற நிலையில் ஏற்படும் கால உணர்ச்சியும் வெவ்வேறாகுமென்பதாம். ஸ்தூல தேகத்திற்கு உண்டான கட்டுப்பாடு களும் நியதிக் கிரமங்களும் ஒருவித கால உணர்ச்சியையும் அளவையும் தருகின்றன. சூக்ஷ்ம நிலையில் இக்கட்டுப்பாடுகளின் தடை கிடையாது; ஆகவே கால அளவும் வேறாகும். இதனால், பிரபஞ்சகாலப் பிரமாணத்தை ஒத்து, வெகு நீண்ட காலத்தின் அனுபவம் கண நேரத்தில் ஏற்படலாம். பத்மனுக்கு ஏற்பட்ட அநேக வருஷத்திய அனுபவமும் இவ்விதமே.

தொடர்ந்து, தேவி, "இந்த உணர்ச்சி என்பது, ஒரு தோற்றம். சொப்பனத்தில் எவ்வளவோ அசம்பாவிதமான தோற்றங்கள் ஏற்படு கின்றன. இவைகள் எவ்வளவு நிஜமோ அப்படியேதான் ஜீவிதமென்ற தோற்றமும். கால அளவில்தான் வித்தியாசமிருப்பதாகத் தோன்றுகிறது. இவ்விரண்டு விதத் தோற்றங்களும் சாட்சியாய் நிற்கும் அறிவில் பிரதி பலிக்கும் கேவலக் காட்சிகளே. ஒவ்வொரு மூர்ச்சையாகிய மரணத் திற்குப் பிறகு, இடமும் காலமும் வேறாகத் தோன்றுகின்றன. அதாவது ஒன்றும் இருப்பிடத்தை விட்டு அசைவதில்லை.

பிரபஞ்ச அனுபவம் ஒரு தோற்றமென்பது

வசிஷ்டர்: ராமா! சரஸ்வதி தேவியின் மொழிகளிலிருந்து நாம் அறிவதாவது, பிரபஞ்சமாகிய தோற்றம் மூடர்களுக்குத்தான் வஜ்ராயுதம் போல் கெட்டியாயும் அழிவற்றதாயும் தோன்றுகிறது. உதாரணமாக அசத்தியமான வேதாளமென்பதன் பயம் ஒரு மூடனைச் சாகும் வரை விடாமல் பீடித்துக்கொள்ளுகிறது. வேதாளம் பொய்யாயிருந்தும் மூடன் படும் அவஸ்தைகள் மெய்யே. காட்டில் தாகத்தால் தவிக்கும் மானைக் கானலானது நீரைப் போன்ற தோற்றத்தைக் கொடுத்து ஏமாற்றம் செய்கிறது. தங்கத்தையே பார்க்காதவன் தங்க வளையலைக் காணும் பொழுது இதுவே தங்கத்தின் சொரூபமென எண்ணுகிறான். இவ்விதமே மூடர்களால் உணர்ச்சிகளிலேயே நோக்கமிருப்பதால் இந்திரியங் களுக்குப் புலப்படுகிறவைகள் சத்தியமென்று எண்ணப்படுகின்றன. இவை களைத் தவிர்த்து வேறொன்று சாசுவதமாயும் சத்தியமாயும் இருப்பதை இவர்கள் உணருவதில்லை.

சொப்பனத்தில் ஒரு நகரத்தைக் காண்கிறோம். காணும்பொழுது அது வாஸ்தவமாகவே இருக்கிறது. விழித்தவுடன், சொப்பனம் ஞாடகத்தி லிருந்தும், அசத்தியமென அது உணரப்படுகிறது. அதுபோலவே விழித் திருக்கும்பொழுது ஏற்படும் அனுபவங்களும் உணர்ச்சிகளும் அந்தக் காலத்தில்தான் சத்தியம். இதுவும் ஒரு நீண்ட சொப்பனமே, ஏனெனில் இதுவும் ஒரு கால அளவில் முடிவுபெற்று, அதாவது மரணம் ஏற்பட்ட தும், பிறகு இந்த அனுபவங்களும் அறியப்படாமல் போகின்றன.

ஆகையால் இரண்டுவித அநுபவங்களும் சித்தில் ஏற்பட்ட தோற்றங்கள், ஆகவே அசத்தியம். ஆனால் சத்தியமாகிய சித்தில் ஏற்பட்டவை களாதலின் இவைகளுக்குச் சத்திய பாவமும் உண்டு. அதாவது அந்த அந்தக் காலப்பிரமாணத்தில், இப்படித் தற்காலச் சத்தியமாக இருப்பதால்தான் ஒருவர்க்கொருவர் வியவகாரங்களை நடத்தி வரு கிறோம்.

விதூரதன் வரம் அடைதல்

கதைக்குத் திரும்ப, சரஸ்வதி தேவி விதூரதனைப் பார்த்து அவனைப் பார்க்க வந்ததன் கருத்து இத் தத்துவங்களை அறிவிக்கும்படி என்று சொன்னாள். லீலாவதிக்கும் இவைகள் போதிக்கப்பட்டன வென்றும், இவைகளைப் பிரத்தியட்சமாகக் காண்பிக்கும் பொருட்டு அவனிடம் அழைத்து வந்ததாகவும் சொன்னாள். விதூரதன் பிரமித்துச் சந்தோஷ மடைந்து தேவியின் தரிசனம் வீண்போகாமலிருக்கத் தனக்கு ஒரு வரத்தைக் கொடுக்கும்படி தேவியை வேண்டிக்கொண்டான். அதாவது: தான் தன் பழைய ராஜ்யத்திற்குத் திரும்பி அதே மனைவி, மந்திரி, சுற்றத்தாரெல்லோரையும் அடைய வேண்டுமென்று. தேவி வரனைக் கொடுத்து, ஆனால் இச்சண்டையில் அவன் தோல்வியடைந்து உயிரை யும் இழக்கலாகுமென்றாள்! இதன் பிறகு அவன் இஷ்டம் பூர்த்தியாகும். உடனே தேவி அவ்விடத்தை விட்டுப் புறப்பட யத்தனித்தாள். அச்சமயம் இரவாக இருந்தும் சண்டை வெளிப்புறம் நடப்பதாகக் காணப்பட்டது. விதூரதனுடைய சேனைகள் எதிர்பாராமலும் அதர்மமாகவும் இரவில் தாக்கப்பட்டதால், சின்னபின்னமாகி, பட்டணமெல்லாம் கொளுத்தப் பட்டு சண்டையும் ஒரு முடிவுக்கு வரும்போல் தோன்றிற்று. விதூரதன் இக்காட்சியை ஒரு கண்ணால் பார்த்தவனாக இருந்ததால் உடனே ஆயுதங்களணிந்து வெளிக்கிளம்பித் தன்னால் கூடிய சண்டையைச் செய்யப் புறப்பட்டான். அரசன் போனதும் அவனுடைய மனைவியாகிய லீலா தன்னையும் தன் தோழிகளையும் காத்துக் கொள்ளும் பொருட்டு தன் கணவனைத் தேடிவந்தவள் சரஸ்வதியும், பூர்வலீலாவும் இருக்கு மிடம் வந்து சேர்ந்தாள்.

இவளைக் கண்டதும் தன்னுடைய பிரதிபிம்பம் போலிருப்பதை உணர்ந்து பூர்வ லீலாதேவியை நோக்கி "நானாகிய இவள் இப்பொழுது இங்கே என்முன் எப்படி வந்தாள்? மந்திரியும் இதர பரிவாரங்களும் என் தேசத்தில் இருந்ததுபோலவே இங்கும் ஒரே காலத்தில் இருப்பது எப்படி?" என்று கேட்டாள்.

சரஸ்வதி: நாம் இப்பொழுது உணருவதும் அநுபவிப்பதும் முன்னால் சித்தில் ஏற்பட்ட சங்கல்பங்களே. உணர்ச்சியென்ற நோக்கம்

நம்மிடத்தில் வெகு காலங்களாக வேரூன்றியிருப்பதால் இவ்வெளித் தோற்றங்கள் சத்தியமாகவும் கன ரூபமாகவும் உணரப்படுகின்றன. ஆனால் சொப்பனத்தில் தோன்றுகிறவைகள் எப்படி அக்காலத்தில் தான் சத்தியமோ அப்படியே விழித்திருக்கும்போது ஏற்படும் அனுபவங் களும் அக்காலத்தில்தான் சத்தியம். சொப்பனத்தில் ஜாகிரத் அவஸ்தை அசத்தியம். விழித்திருக்கையில் சொப்பனம் அசத்தியம். ஜன்மாவில் சாவு அசத்தியம். சாவில் ஜன்மம் அசத்தியம். நாசம் இவைகளுக்கெல்லாம் சகஜம். ஆகவே இவைகள் சத்துமல்ல, அசத்துமல்ல, வெறும் மதிமயக்கம். அந்தந்தக் காலப் பிரமாணத்தில் அவை அவைகள் சத்தியம். ஆனால் நித்ய சத்தியத்தைக் குறித்துப் பேசுங்கால் எல்லாம் அசத்தியமே.

எக்காலத்திலும் எது ஒன்று அறியப்படாததோ அதுதான் பிரம்மம், அதுதான் ஜகத். இந்தப் பிரம்மத்தில், சிருஷ்டியானது விஸ்தாரமடை கிறது. அதில் நீ, நான் என்பவைகளெல்லாம் பொய். ஆகையால் இவை கள் மேல் ஏன் பற்றுதல்? இதில் மதிமயக்கத்துக்கு இடம் ஏது? இருட்டில் தோன்றுகிற பிசாசுகளெல்லாம் இருட்டே தவிரப் பிசாகுகளல்ல. அது போல நித்தியமான பிரம்மத்தில் தோன்றும் ஜனன மரணங்களும் பிரம்மமே தவிர ஜனன மரணங்களல்ல. இவைகள் நம் கற்பனைகளே யோகும்.

இந்தப் பிரம்மமானது ஆகாயத்திலும் பரமாணுக்களின் உட்புறமும், திரவ்யங்களின் ஒவ்வோர் அணுக்களிலும் வியாபித்திருப்பதால், இவைகள் யாவும் பிரம்மத்தைத் தவிர வேறாகமாட்டாது. ஆகையால் தானாக இருக்கும் இப் பிரபஞ்சத்தைத் தன் விருப்பம் போலெல்லாம் ஆத்மா காண்கிறது. சூரிய கிரணங்களில் காணப்படும் அணுக்கள்போல எண்ணிக்கையற்ற பிரம்மாண்டங்களாகிய அணுக்கள் இந்தப் பிரம்மம் உதிக்கையில் தோன்றுகின்றன. வாயுவின் அசைவும் கந்தமும், ஆகாயத் தின் சூன்யமும் உருவமற்றிருந்தும் எவ்விதம் இருப்பதாகவே அறியப் படுகின்றனவோ அதுபோலவேதான் பிரம்மமும். அதனுள் பிரபஞ்சம் விஸ்தாரமடைவதால் இருப்பதாகவே கொள்ள வேண்டும். இருப்பது, இல்லாதது, ஏற்பது, ஏற்காதது, சரம், அசரம், ஸ்தூலம், சூக்ஷமம் என்ப தெல்லாம் நம் புத்திக்கு விளங்குவதற்காக ஏற்பட்டவையே தவிர உண்மையில் பிரம்மத்தின் பாகங்கள் ஆகமாட்டா. பிரம்மத்தைக் காட்டி லும் வேரல்லாத இவற்றைப் பிரம்மத்தின் அவயவங்களாகக் கருதுவதும் பொருந்தாது. ஆகவே கயிற்றில் காணும் சர்ப்பத் தோற்றம் போல் பிரம்மத்தினிடத்தில் காணும் இப் பிரபஞ்சம் சத்தியமென்றோ அசத்திய மென்றோ முடிவாகக் கூறமுடியாது.

இந்த ஜீவன் என்பது சித் அல்லது பிரம்மத்தின் தன்மையாக

இருப்பதால், ஜீவன் சித்தில் விஸ்தரிப்பதாக எண்ணுவதே பொருந்தும். சித்தில் ஜீவன் தன்னை நெடுங்காலம் ஜீவனாகவே கருதி வந்ததால் ஜீவத் தன்மையே பெருகி வருகிறது. தோற்றமாகப் பெருகி வந்தாலும், ஜீவன் சத்தியமாகிய பிரம்மத்திலிருந்து உற்பத்தியானதால் தன் இச்சைகளையும் சத்தியமாகவே அடையவேண்டும். ஆகையால்தான் இவ்விச்சைகள் நினைத்தபடி பூர்த்தியாகின்றன. ஆனால் இவைகளும் தோற்றங்களே. ஆகவே இப் பிரபஞ்சம் சத்தியமாகக் கொண்டாலும் அசத்தியமாகக் கொண்டாலும் ஆகாயத்தில் தோன்றிய தோற்றமே. இதைத் தழுவியே இந்த ஜீவன் தன்னிடத்தில் (ஜீவாகாசத்தில்), தன் அநுபவங்கள் அசத்தியமாகி இருந்தும், சத்தியம் போலவே குலம், ஒழுக்கம், நடத்தை, பிறப்பு இவற்றால் ஒன்றெனவே தோன்றும்படி அதே மந்திரி, சேவகர்கள், குடிமக்கள் இவைகளைக் கொண்டு அதன் இஷ்டப்படி தோற்றத்தில் உண்டாக்கிக் கொள்கின்றது. இவன் விஷயத் தில் அவர்களும் சத்திய மானவர்களே, தேச காலங்களாலும் சமமான வர்களே. எங்கும் வியாபித்திருக்கும் ஆத்மாவின் சொரூபத்தை கொண்ட தோற்றத்திற்கு இதுவே நியதி. அதாவது சம்வித் (சித்) ஆகிற கண்ணாடி எங்குமிருப்பதால் சங்கல்பம் எங்கு எவ்விதம் உண்டாகிறதோ அங்கு அவ்விதமே பிரதி பிம்பம் தோன்றுகிறது. ஜீவாகாசத்தில் பிரதியை எதைச் செய்கிறதோ அது வெளியிலும் தோற்றமாகத் தோன்றுகிறது. அவ்விதமே உன் குலம், உன் குணம், உன் நடத்தை, உன் உருவமும் கொண்ட இந்த லீலா வென்பவளும் ராஜாவின் இச்சைப்படி அவ்விஷ்டம் பூர்த்தியாகும்படி தோன்றினவள். ராஜனுடைய மனோ ஆகாசத்தில் நீயும் அவளும் சமமானவர்களே. நீ எவ்வளவு நிஜமோ அவ்வளவு நிஜம் அவளும். ஆனால் வாஸ்தவத்தில் இந்த "நீ", இவ்வாகாசம், இதோ இருக்கும் "நான்", இந்த புவனம், இந்த பூமி, இவ்வரசன் ஆகிய எல்லாம் "நானே" யாகும். ஆகையால் மனக் கிளர்ச்சியின்றி சாந்தியுடன் உள்ளபடி ஒருமித்து நிற்பாயாக.

அச்சமயத்தில் ராஜனைத் தேடி வந்த இரண்டாவது லீலாவானவள் சரஸ்வதியைக் கண்டு உடனே வணங்கி அவளை நோக்கி தான் இப்பொழுது நேரில் பார்க்கும் உத்தமியை ஏற்கனவே அடிக்கடி கனவில் பார்த்திருப்பதாகவும், இன்று இக் கனவுகள் பூர்த்தியாகும்படி தனக்குத் தரிசனம் கொடுத்ததுடன் ஒரு வரமளிக்கவேண்டுமென்றும் வேண்டிக் கொண்டாள். தேவியும் அப்படியே வாக்குக் கொடுக்க, லீலா தான் இந்த உடலுடனே மறு ஜன்மத்தில் தன் பர்த்தாவை மறுபடியும் அடைய வேண்டுமென்று கேட்டுக் கொண்டாள். தேவி வாக்களித்தபடி கேட்ட வரனைக் கொடுத்தாள்.

ஸ்தூல தேகத்துடன் பல பிரம்மாண்டங்களில் சஞ்சரிப்பது எவ்விதம்?

உடனே ஞானலீலா தேவியை நோக்கி தனக்கு மாத்திரம் இந்தப் பூத உடல் தடங்கலாக இருப்பதாகவும் ஆகையால் சூக்ஷம சரீரத்துடன் தான் இதர பிரம்மாண்டங்களைப் பார்க்க முடியுமென்று சொல்லி விட்டு, இப்பொழுது இந்த லீலாவுக்கு இதே தேகத்துடன் பத்மனாகிய விதூரதனை அடைய அனுக்கிரகம் செய்தது எவ்வாறு என்று கேட்டாள். தேவியானவள், எக்காரியத்திலும் தான் செய்வது ஒன்றுமில்லையென்றும் ஒவ்வொருவரும் தங்கள் இச்சை, நோக்கம், பிரயத்தனம், இவைகளுக்குத் தகுந்தவாறு கிடைக்கும் பலனைத்தான் அனுபவிக்கிறார்களென்றும் சொன்னாள். தான் சாட்சியாய் இருப்பதைத் தவிர, கிரியைகளில் ஈடு பட்டுக்கொண்டு செய்வதொன்றுமில்லையென்றும், அவள் கோரியபடி அவளுக்குப் பலன் கிடைத்ததென்றும் சொன்னாள். "உன் மனத்தில் உடல் ஒரு தடங்கலாகத் தோன்றி உன் பர்த்தாவின் ஜீவன் அந்தப் புரத்தை விட்டுப் போகக் கூடாதென்று மாத்திரம் விரும்பினாய். அந்த லீலாவோ இப்பொழுது இருக்கும் உடலுடனே தன் கணவனை மறுபடியும் அடைய வேண்டுமென்று முயற்சி செய்தாள். ஆகையால் அவரவர் இச்சைப்படி   அவரவருக்குப் பலன் கிடைத்தது" என்று சொல்லி முடித்தாள்.

விதூரதனின் முடிவு: இவர்கள் இவ்வாறு பேசிக் கொண்டிருக்கை யில் விதூரதன் அரண்மனையை விட்டுப் புறப்பட்டுப் போர்க்களம் சென்று எதிர்த் தலைவனாகிய சிந்துராஜனைத் தேடி, அவனை எதிர்த்து அகோரமாகப் போர் புரியலானான். போர் அதிமும்முரமாக நடந்து வருகையில் விதூரதனுடைய சாமர்த்தியத்தைக் கண்டு லீலாவதி தேவி யைப் பார்த்து தன் கணவன் இவ்வளவு சாமர்த்தியமாகச் சண்டை செய்து வருகையில் எவ்வாறு தோல்வி அடைய முடியுமென்றும் கேட்டாள். அதற்குத் தேவி சிந்து ராஜனும் தன்னை வெகு நாளாகப் பூஜித்து வருவதாகவும் ஆனால் அவன் சண்டையில் ஜயத்தைக் குறித்தே தவம் செய்து வந்ததாகவும், விதூரதனோ இவ்வெண்ணத்தை விட்டு முக்தியைக் கோரிவந்ததாலும் சிந்து ராஜனே ஜயமடைவானென்று பதிலுரைத்தாள். இப்படிப் பேசிக்கொண்டே சண்டையைக் கவனித்து வருகையில், போரின் வேகம் மேலிட்டு, முடிவில் விதூரதனுடைய கை கால்களெல்லாம். துண்டிக்கப்பட்டுத் தன்னுடைய உயிரையும் இழக்கலானான். இதைக் கவனித்திருந்த இரண்டாவது லீலாவும் அதே சமயத்தில், இனித் தான் உயிர் வாழ்வது வியர்த்தமென்று, தன் உயிரைத் துறந்தாள்.

விதூரதனின் மறு பிறவி: இதன் பிறகு இவர்களின் கதி என்ன வென்று அறிய விரும்பிய ஞான லீலா, தேவியைத் தெரிவிக்கும்படி

கேட்டுக்கொண்டாள். தேவியானவள், இவ்விருவருடைய ஜீவன்களும் தங்கள் இச்சைப்படி பத்மனுடைய பழைய சாம்ராஜ்யத்தில், பத்ம னென்றும் லீலாவென்றும் நாமத்தையுடையவர்களாய் முன்போலவே ஜீவிதம் எடுத்துக் கொள்வார்கள் என்று சொன்னாள். லீலாவினுடைய ஜீவன் உடலை விட்டதும் பல பிரம்மாண்டங்களைக் கடந்து போவதான அனுபவத்தைச் சூக்ஷம நிலையில் உணர்ந்து மறுபடியும் பூலோகத்தில் ஜனனமாகும். வாஸ்தவத்தில் இருந்த இடத்தைவிட்டு எங்கும் செல்வ தில்லை. பல லோகங்கள் இருப்பதான கொள்கைகள் வேரூன்றி யிருந்த படியால் அந்த அனுபவமெல்லாம் சூக்ஷம நிலையில் காணப்பட்டுச் சங்கல்பங்கள் நிறைவேறுகின்றன.

ஞான லீலா: லீலாவின் உடல் இங்கேயே இருக்க, எவ்விதம் இந்த உடலுடனே தன் கணவனை அடைவதாகச் சொன்ன வார்த்தை பொருந்தும்?

சரஸ்வதி: அசத்தியமாகிய பூத உடல் சத்தியமாகிய சித்துடன் எப்படிக் கலக்க முடியும்? பூத உடலோ கற்பனையைத் தவிர வேறில்லை. இதை ஆசிரயித்து இருப்பதில்லை சித்தானது. அப்பொழுதுக்கப் பொழுது தன் இஷ்டப்படி ஒரு தேகத்தைத் தேடிக்கொள்ளுமே தவிர, ஒரே உடலில் ஸ்திரமாகச் சம்பந்தப்பட்டுக் கொள்வதில்லை. ஆகையால் லீலாவுக்கு இதே உடல் இருப்பதான உணர்ச்சிதான் இருக்குமே ஒழிய, இந்த உடலே அங்கே செல்வது முடியாது. அவர்கள் இருவர் மனத்திலும் பூர்வ ஞாபகம் உதித்து, பழைய உடல்களையே அடைந்ததான எண்ணம் ஸ்திரமா யிருக்கும். அதாவது இவர்கள் சித்தில் உதித்த எண்ணங்கள் இப்பொழுது பலன் ரூபமாக வெளிப்படையாக அனுபவத்திற்கு வரும்.

ஜன்மாக்களின் பிரவிருத்தி

ஆகவே இவர்களின் வரலாற்றைக் கவனிப்போமாகில், விதூரதன் பத்மனுடைய மனத்தில் தோன்றிய தோற்றம். பத்மன் பிராமணனாகிய வசிஷ்டன் மனத்தில் உதித்தவன். இந்தத் தோற்றம் ஒவ்வொன்றும் விஸ்தாரமடைந்து, அந்த அந்தப் பிரதேசத்தில் மனைவி, மக்கள், சுற்றத்தார், இனக் கூட்டம், தேசம் எல்லாம் கூடி ஒரு பிரபஞ்சமாகப் பெருகி வந்தது. இவ்விதம் ஒரு பிரபஞ்சத்திற்குள் இன்னொரு பிரபஞ்சம். இப்படி எவ்வளவோ லட்சக்கணக்கானவைகள் உண்டாகின்றன. பிறகு அழிகின்றன. ஒன்றுக்கொன்று சம்பந்தமே கிடையாது. ஏனெனில் ஒன்றால் மற்றொன்று பாதிக்கப்படுவதில்லை. எல்லாம் தோற்றங்கள், சத்தியமில்லை. ஆகவே லீலாவானவள் முக்தியை நாடுவதை விட்டு, கேவலம் தேகத்திலேயே ஆசை வைத்ததால் பத்மனுடைய மனோராஜ்யத்திற்குச் சென்றாள்.

ஞான லீலா: பாவம்- அபாவம், உண்டு-இல்லை என்ற உணர்ச்சிகள் எவ்விதம் ஏற்பட்டன; உஷ்ணம் சீதளம், ஆகாயம், நீர், பூமி என்பவை களும் அவைகளின் தன்மைகளும் ஏற்பட்ட விதம் என்ன? மரணம்- ஜனனம் இவைகளின் காரணம் யாது?

உணர்ச்சிகள் தோற்றமே

சரஸ்வதி: மகாப் பிரளயமென்ற நிலையாக இருக்கும்பொழுது, பிரபஞ்சமென்பது வெளிப்படையாகத் தோன்றாமல் கேவல அறிவு சொரூபமாக அதாவது சூக்ஷமமாக அறிவில் அடங்கி இருக்கிறது. அவ்வறிவானது "நான்" என்ற உணர்ச்சியை உணருங்கால் அறியும் தன்மை, உணர்ச்சி, திருச்யம் அல்லது நோக்கம் என்ற பல பெயரையுடைய வெளி ஸ்பந்தம் அல்லது இயக்கம் அதே மாதிரி திரும்பத் திரும்பி உண்டாகின்றது. இதனால் நாளடைவில் "நான்" என்ற மித்யா பாவம் நிலைப்பட்டு சூக்ஷம கதியிலிருந்து ஸ்தூல கதிக்கு இறங்குகிறது. இவ்விதம் உண்டானதே இந்தப் பிரம்மாண்டம்; உண்டு இல்லை என்பவைகளும். ஆகையால், இந்த வெளிநோக்கம் என்றது கற்பனையால் ஏற்பட்டதே.

பிறகு ஆகாயம், நீர், பூமி முதலிய பஞ்ச பூதங்களும் அவை களின் தன்மைகளும், ஸ்பந்த சக்தியை இயற்கையாகக் கொண்ட சித் அல்லது கேவல அறிவின் கற்பனைகளே. ஒவ்வொரு பூத ஜாதியையும் அவ்வவ்விதம், ஆதியில் உணர்ந்தபடியால் அதே உணர்ச்சிகள் இது வரையில் தொடர்ந்து வருகின்றன. இவைகளே நியதி என்றும் கூறப் படுவன. முதலில் சுயநிலை இருக்கும்பொழுது எதையும் எவ்விதமாகிலும் உணரும் நிலையிலிருக்கிறது. ஆனால் ஒருதரம் ஒருவிதமாக உணர்ந்த பிறகு அதே உணர்ச்சிதான் எப்பொழுதும் தொடரும். இதுவே நியதி என்று சொல்லப்படுவது. இவ்விதந்தான் நெருப்பில் சூடு என்ற தன்மை யும், பனியில் குளிர்ச்சியும். முதலில் உணரப்பட்டு அவைகளை நாம் நியதியில் ஏற்பட்டவைகளாகச் சொல்லிவருகிறோம். இப்பொழுது இவ்வுணர்ச்சிகளை மாறாக உணர நம்மால் இயலாது.

இருப்பதும் இல்லாததும் கூட இவ்விதம் சித்தில் (அறிவில்) தோன்றிய தோற்றங்கள்தான். இந்த ஜீவன் என்று சொல்லப்படுவதற்கு ஸ்தூல சம்பந்தமும் நோக்கமும் அதிகரித்ததாலும், தன்னுடைய சுய நிலையை மறந்த காரணத்தாலும், இந்திரியங்களுக்குப் புலன் படுபவைகளை இருப்பதாகவும், புலன்படாதவைகளை இல்லாததாகவும் கருதி வியவகரித்து வருகிறது.

அடுத்த கேள்வியாகிய மரணம் என்பது ஒரு மூர்ச்சையைத் தவிர வேறில்லை. மரணத்தால் ஜீவனுக்கு ஒரு முடிவு ஏற்படுவதில்லை. ஆதியில் இந்த ஜீவன் சிருஷ்டி என்னும் இயக்கத்தில் கட்டுப்பட்டுக் கொண்ட

மாத்திரமே தன்னுடைய காலத்தையும் நிர்ணயித்துக் கொள்ளுகிறது. இதுதான் ஜீவனுடைய ஆயுள்காலம். இந்தக் காலம் முடிவுபெறும் வரையில் தன்னை விஸ்தரித்துக்கொண்டும், ஓயாமல் பல ஜன்மங்களை எடுத்தும், அழிந்தும், கடைசியில் பூர்வ நிலையை அடைகின்றது. ஒரு நீண்ட கொடியானது பல கணுக்களால் பலப்படுவது போலவும், ஜீவ ஜந்துக்களுக்கு நித்திரைக்குப் பிறகு புதிய வலிமை ஏற்படுவது போலவும், மரணமும் அதேமாதிரி ஜீவனுக்கு அடுத்த ஜன்மத்தின் அனுபவங் களுக்குப் புதிய வலிமையைக் கொடுத்துத் தயார் செய்கிறது. ஆகவே நித்திரைக்குப் பிறகு மறுதினம் ஏற்படுவது போல மரணத்திற்குப் பிறகு மறு ஜன்மம் ஜீவனுக்கு ஏற்பட்டே தீரவேண்டும்.

ஜீவனின் ஆயுள்காலம் கால – தேசக் கிரியைகளைத் தழுவியது

மனிதர்களின் ஆயுள்காலம் ஒவ்வொரு யுகத்தின் போக்குப்படி, அதாவது கால, காரிய, கர்ம வித்தியாசங்களை அனுசரித்து, நிர்மாணிக்கப் படுகிறது. இந்தக் கிரமத்தை அனுசரித்து கலியுகத்தில் நூறு வருஷமும், துவாபர யுகத்தில் இருநூறும், திரேதா யுகத்தில் முன்னூறும், கிருத யுகத்தில் நானூறுமாக ஏற்பட்டுள்ளது. இந்த ஆயுள் காலங்கள் கிரமமாக வும், சாஸ்திர ரீதியாகவும் வாழ்க்கையை நடத்துகிறவர்களுக்கே ஏற்றன. சாஸ்திர விரோதமான நடத்தையையுடையவர்களுக்கு அக்கர்மங்களுக் கேற்றபடி ஆயுள்காலம் குறைவுபடும். அகால மரணம் ஏற்படுவது பூர்வ வாசனையின் காரணத்தாலே தவிர வேறு காரணத்தால் அல்ல.

மரணம் என்ற நிலையில் ஏற்படும் அனுபவங்கள் மனிதர்களின் நடத்தை, பழக்க வழக்கங்கள், கர்மங்கள் இவைகளைத் தழுவியே சம்பவிக் கின்றன. பொதுவாக மானிட வர்க்கம் ஆறு பாகங்களாகப் பிரிக்கப் படலாம்; அதாவது அதமம், மத்திமம், உத்தமம் என்று மூன்று விதப் பாப கர்மங்களைச் செய்கிறவர்களும், அதேமாதிரி மூன்றுவித புண்ய கர்மங்களைச் செய்கிறவர்களுமாக, ஒவ்வொரு வகுப்பைச் சேர்ந்தவர் களின் அனுபவங்களும் வேறு விதமாகும்.

மரணமென்ற மோகம் ஜீவனுடைய பூர்வகர்மங்களைத் தழுவியும் தற்காலத்திய கர்மங்களைத் தழுவியும் ஏற்படும். மரணத்திற்கு முன் ஜீவ நாடிகளின் ஸ்பந்தம் (Vibration) குறைந்து, அதனால் இந்திரியங்களின் சக்தியும் குறைந்து, இதைத் தொடர்ந்து தேகத்திற்குண்டான கிரியைகள் விபரீதமாக நடைபெற்றும், சுவாசம் மெலிந்தும், கடைசியாக உள்ளுக்கும் வெளிக்குமுள்ள சம்பந்தம் நின்று விடுகிறது. அப்பொழுது உடலானது மரணத்தை அடைந்ததாக பாவிக்கப் படுகிறது. அப்பொழுது இந்த ஜீவன் வாசனைகளைத் திரட்டிக் கொண்டு உடலைவிட்டு நீங்கி, பிரபஞ்சத்தின் பூத சம்பந்தமின்றி சூக்ஷம நிலையில் இருக்கின்றது. இந்நிலையில்தான்

நரக சொர்க்க போகங்களை யெல்லாம் அனுபவிக்கின்றது. இந்த நிலை யில் விருக்ஷம், மிருகம் இன்னும் இதரப் பிராணிகளாகிய ஜன்மங்களை அனுபவிக்கலாம். எல்லாம் கனவில் காணும் காட்சிபோல் நடைபெறும். எவ்வளவு காலம் இந்த ஜீவன் சூக்ஷம நிலையிலிருக்குமென்று சொல்ல முடியாது. ஆனால் இந்த நிலை காலதேசக் கட்டுப்பாடுகளுக்கு அடங்காமலிருப்பதாலும், இந்திரியங்களுக்கு நியதியாலுண்டான கட்டுப்பாடுகளையும் விட்டிருப்பதால், வெகு காலத்திய அனுபவங்களை -அதாவது ஜாகிரத் -அவஸ்தையைத் தழுவிய காலப் பிரமாணத்தை ஒத்து- சொற்ப நேரத்தில் அனுபவிக்கலாம். இந்த ஸ்திதியின் காலப் பிரமாணம் கனவுக்கு உண்டான காலப் பிரமாணமே தான். இந்த அனுபவங்கள் தீர்ந்தவுடன் ஜீவன் பழைய வாசனைகளின் காரணமாக, புதிய உடலைக் காண விரும்பி, இது அகப்பட்டவுடன் அதை அடை கிறது. சூக்ஷம நிலையில் ஜீவனுக்கு இருப்பிடம் எங்கே யென்று கேட்கலாம். அது எவ்விடத்திலும் தோன்றும் நிலையிலிருக்கிறது. ஆகையால் எங்கே தக்க உடலை உணருகிறதோ அவ்விடம் பிறப்பை எடுத்துக் கொள்ளுகிறது. ஆகவே மரணம் என்ற கதி உடலுக்குத்தான் ஏற்படு கிறதே தவிர ஜீவனுக்கல்ல. ஜீவன் சித்தின் சொரூபமாகையால், சித் ஒன்றாகையால், ஒரு ஜீவன் அழிவதென்றால் எல்லா ஜீவன்களும் அழிய வேண்டும். ஆகையால் அழிவு ஜீவனுக்கு அல்ல.

லீலா: பிறகு மனிதர்களுக்கு இந்த மோகம் ஏற்பட்டது எவ்விதம்?

சரா: சம்வித்தில் சேதனம் அல்லது ஸ்பந்தம் என்று சொல்லப்படும் இயக்கம் தோன்றியதும் இதுவே சித்தென்று ஒரு தனித் தோற்றமாக சம்வித்தில் தோன்றுகிறது. சித்தானது எவ்விதமெல்லாம் இயங்குகிறதோ அந்த இயக்கமெல்லாம் சம்வித்தில் பிரதிபலிக்கும் பிரம்மமாகிறது. சித்தானது தன்னை எவ்விதம் வேண்டுமானாலும் உணர்ந்துகொள்ளும் சக்தியை யுடையது. தன்னை நிஸ்பந்தமாகவோ அல்லது ஸ்பந்தமாகவோ இயக்கிக்கொள்ளலாம். நிஸ்பந்தமாக உணர்ந்த மாத்திரம் பஞ்ச பூதங் களுக்குக் காரணமாய் நின்று ஜடப்பொருளாக பிரவிர்த்தியாயிற்று. ஸ்பந்தமாக பாவனை செய்த மாத்திரம் ஜீவராசிகளுக்குக் காரணமாய் நின்று இவைகள் பிரவிர்த்திக்கலாயின. ஆகவே இரண்டு இனங்களும் சித்தின் விலாசமே. ஆனால் ஸ்பந்தமான பாவனையில் உணர்ச்சி யென்னும் தன்மை கூடவே இருக்கின்றது; நிஸ்பந்த பாவனையில் இது கிடையாது. இவ்விரண்டிற்கும் உள்ள வித்தியாசம் இதுவே. ஆதியில் இவ்விதம் இயங்க, அதுவே நிலையாய் நின்று நியதியாக ஏற்பட்டு விட்டது. இப்பொழுது ஒன்று மற்றொன்றாக மாறுவது இயலாது.

மேலும் சித்தானது பூத்தியென்ற கதியை அடைந்ததும், சித்தினுடைய இதர பாவனைகளை வேறாகவே மதித்து அந்த வேற்றுமையே இது

வரையிலும் தொடர்ந்துவந்தது. ஜீவராசிகளுக்கும் ஜடப்பொருள்களுக்கும் உள்ள வித்தியாசம் புத்தியின் உணர்ச்சியிலே தவிர சித்தென்னும் நிலையில் இவ்வித்தியாசம் புலப்படாது. ஏனெனில் எல்லாம் சித்தால் வியாபிக்கப் பட்டிருப்பதால். ஆகவே இப்பொழுது நிலைத்து நிற்கும் மோகம் ஆதியில் தோன்றியதே.

இச்சித்தானது ஸ்பந்த சக்தியைக் கூடி பிரவிர்த்திக்கையில், உணர்ச்சி என்பது கூடவே இருப்பதால், தன்னைத்தான் பிரவிர்த்தியில் அறியும் பொருட்டு பல இந்திரியங்களாகிய கண் காது என்பவைகளை யெல்லாம் சிருஷ்டித்துக்கொள்ளுகிறது. இந்தக் கருவிகளாலேதான் தன்னைத் தான் உணர முடியுமாகையால் பல ஜந்துக்கள் உண்டாவதற்குக் காரணமா யிற்று. இவைகளுக்குள் உள்ள வித்தியாசம் நிலத் தவளைக்கும் கல்லினுள் உள்ள தவளைக்குமுள்ள வித்தியாசம் போல் தான். ஒவ்வொரு ஐந்துவும் அதன் இனத்திலேயே சம்சரித்துவருவதால் மற்ற இனங்களின் அறிவில்லாமல் விருத்தி ஆகிக்கொண்டே இருக்கின்றது.

ஆகவே இவைகள் அனைத்தும் கற்பனையால் உண்டானவைகள். மேற்சொன்னவைகளைச் சுருக்கிச் சொல்வோமாகில், சத்யமென்பது ஒன்றே. அதாவது சம்வித். அதின்றி வேறல்லாததும், ஆனால் இயங்கும் பொழுது வேறாகக் கருதப்படுவதுமான சித்தானது, ஸ்பந்தசக்தியின் காரணத்தால், சூக்ஷ்ம நிலையிலிருந்து ஸ்தூல நிலையை அடைகின்றது. ஆகவே சித்தும் அதன் வேறுபாடாகிய இயக்கங்களும் அறிவில் தோன்றிய தோற்றங்களே. ஆனால் சத்யத்திலிருந்து பிரவிர்த்தியான படியால் தோற்றங்களும் சத்தியமான பாவனைகளையே அளிக்கின்றன. ஆகவேதான் சித்தின் வேறுபாடாகிய புத்தி புலப்படுபவைகளைச் சத்தியமாகவே உணருகின்றது. புத்தியென்னும் நிலையிலிருக்கும் வரையில் இவ் விதந்தான் உணரும். இதுவே நியதி. புத்தியின் எல்லையைத் தாண்டி சித்தின் சொருபத்தை அடைந்தால் இப்பிரபஞ்சம் பொய்யென்று தோன்றும்.

விதூரதனுடைய உடலை நோக்கியவண்ணம் லீலா கேட்கிறாள்.

லீலா: இந்த ஜீவன் எந்த மார்க்கமாக பத்மபுரத்திற்குச் செல்லும்?

மரணத்திற்குப் பிறகு ஜீவனின் ஸ்திதி

சர: அவனுடைய வாசனைகளைத் தழுவியும், அவன் எவ்விதக் கொள்கைகளை பாவித்து வந்தானோ அம்மார்க்கமாகவும் செல்லும்.

வசி: இவர்கள் சம்பாஷணை முடிந்ததும் அவ்விடத்தைவிட்டு விதூரதனுடைய ஜீவனைப் பின் தொடர்ந்தார்கள். விதூரதனுடைய ஜீவனோ உடலை விட்டுக் கொஞ்ச நேரத்திற்கெல்லாம், மரண மூர்ச்சையிலிருந்து தெளிவுபட்டு பிறகு தன் வாசனையின் வேகத்தால்

பிரபஞ்சத்தின் எல்லையைவிட்டு வெகு தூரம் சென்று பல பிரம மாண்டங்களைக் கடந்து யமபுரம் அடைந்து, யமபுரவாசிகளால் பிடிக்கப்பட்டு அந்த நகரத்திற்குப் பாத்திரமல்லவென்று அங்கிருந்து தள்ளப்பட்டது. அவ்விடமிருந்து நேராக பத்மபுரம் நோக்கிச் சென்று அரண்மனையின் அந்தப்புரம் அடைந்தது.

ராமன்: இந்த ஜீவனுக்குப் பத்மபுரியிலிருக்கும் சவத்தின் இருப்பிடம் எப்படித் தெரியும்?

வசி: தூர தேசத்தில் பணத்தைப் புதைத்து வைத்தவன் மனதில் அப்பணம் சதா எப்படிக் குடி கொண்டிருக்கிறதோ, அல்லது மரம் எப்படி சூக்ஷமமாக விதையிலிருக்கிறதோ, அதே மாதிரி பின்னால் ஏற்படுவது இவனிடத்தில் முன்னாலேயே சூக்ஷமமாக இருக்கும். அதனால் தக்க காலத்தில் இவன் தானாகவே வேண்டியதை உணருகிறான்.

மரணமடைந்தவர்களும் பிண்ட தானாதீகளும்

ராமன்: மரணமடைந்தவனுக்குப் பந்துக்களால் பிண்ட தானம் அளிக்கப்படாமலிருந்தால் அது ஜீவனை எப்படி பாதிக்கும்?

வசி: பிண்டம் அளிக்ககப்பட்டாலும் இல்லாவிட்டாலும் ஜீவனுக்கு இந்த வாசனை இருந்தே வந்ததால், அது அளிக்கப்பட்டதாகவே உணரும். சித்தில் சங்கல்பமாக பாவனை செய்யப்பட்டவைகளேதான் சூக்ஷம நிலையிலும் ஸ்துல நிலையிலும் சம்பவிக்கும். சங்கல்பம் செய்யப் படாத வைகள் அனுபவத்திற்கு வராது. ஆகையால்தான் பிண்டம் கொடுத்த ஸ்மரணை கூடியே இருக்கும். இதனால் தனக்கும் பிண்டம் அளிக்கப் பட்டதாகவே சூக்ஷம நிலையில் உணரும்.

ராமன்: ஒருவன் தனக்கு தர்ம மென்டதே கிடையாதென்ற எண்ணத் துடன் இறப்பானாகில் அவன் பொருட்டு அவன் பந்துக்களால் செய்யப் படும் தர்மங்களின் பலன் இவனுக்குச் சேருமா சேராதா?

வசி: தர்மங்களைச் செய்கிறவனுடைய சக்தியைப் பொருத்தது.

குறிப்பு:

(சூக்ஷம தேகத்திலிருப்பவனுடைய சக்தியைவிட ஸ்துல தேகத்தி லிருப்பவனுடையது குறைந்ததாகவே எண்ணவேண்டும்.)

ராமன்: பூர்வ லீலாவின் தேகம் என்ன கதி அடைந்தது?

வசி: அந்த தேகம் ஏது? அது எங்கிருந்தது? ஆகையால் அது எப்படிப்போகும்? ஒரு பிராந்திதானே இருந்தது. கனவில் கண்டதை எங்கேயென்று கேட்பது போலிருக்கிறது. வாஸ்தவமாக இருந்தால் தானே

அதின் இருப்பிடத்தை அறியலாம். லீலாவுக்கு ஞானம் உதித்து சூக்ஷ்ம நிலையை அடைந்ததும் மனோ மயக்கம் நீங்கியது. மேலும் பிரபஞ்ச மெல்லாம் ஆத்ம மயமாக இருக்கையில் தேகமென்ற கற்பனைக்கு இடமேது? ஞானம் உதித்த கணம் தேகமென்ற கற்பனை வெயிலைக் கண்ட பனிபோல் மறைந்து விடுகிறது. ஒரு ராட்டினத்தில் உட்கார்ந்த வனுக்கு பூமியானது சுழலுவது போல்தான் தோன்றும். அதே மாதிரி அக்ஞானம் இருக்கும்வரையில் தேகம், பிரபஞ்சம் எல்லாம் மெய் யென்றும், சித் அல்லது அறிவு பொய்யென்றும் புலப்படுகிறது. அக்ஞானம் நீங்கியதும் பொய்த் தோற்றமெல்லாம் மறைந்துவிடுகிறது. உலக வழக்கில் பேசும்பொழுது லீலாவுக்கு பரிபூர்ண ஞானம் உதித்ததும் தேகத்தின்மேலுள்ள இச்சை முற்றிலும் விட்டு அதிலிருந்து விடுபட்டாள்.

ராமன்: ஒரு ஞானி, உடலைவிட்டு அந்தர்தியானமானால் அவ்வுடலை சாமான்ய ஜனங்கள் எப்படி உணருவார்கள்?

வசி: ஞானியின் உடல் காணப்படுவதே இல்லை; ஏனெனில் அவர் சிந்தையில் தேகமென்ற வஸ்து இல்லாமல் இருக்க, பிறரால் அது எப்படி காணப்படும்? ஆனால் ஞானமடையும் முன் மற்ற ஜனங்கள் இதர பொருள்களை உணருவதுபோல்தான் இந்த தேகத்தையும் உணரு வார்கள்.

ராமன் ஸ்தூல சரீரமே சூக்ஷ்ம சரீரமாக மாறுகிறதா அல்லது இது வேறு காரணத்தால் ஞானிக்கு உண்டாகிறதா?

வசி: ஸ்தூல சரீரமென்பது ஞானியின் நோக்கத்தில் ஒரு தோற்றம். வெகுகாலத்து அக்ஞானத்தால் உருவமும் கனமுமடைந்து, அந்த அக்ஞானம் நீங்கியதும் இந்தத் தோற்றம் சொப்பனம்போல் மறைந்து விடுகிறது. சொப்பனத்தில் கண்ட பர்வதம் விழித்தவுடன் கற்பனை யென்று விளங்குவதுபோல் இந்த தேகமும் ஒரு சங்கல்ப ரூபமென்று விளங்குகிறது.

சொப்பனமும் ஜாக்ரத அனுபவங்களைக் கொண்டதே

ராமன்: சொப்பனத்தில் காண்பது எங்கே மறைந்துவிடுகிறது?

வசி: சொப்பனத்தில் காண்பதும் சித்தின் விகல்டமே. இது இந்திரிய சம்பந்தமில்லாமல் விழிப்பில் அறியப்பட்ட விஷயங்களையே ஆதார மாகக் கொண்டு, தான் அழுக்கால் மறைந்ததுபோல், பலவிதத் தோற்றங் களைக் காண்கிறது. இத் தோற்றங்கள் மறைந்ததும் நித்திரை ஏற்பட்டு ஒன்றிலும் ஒட்டாமலும் ஒருவித பாவனையும் இல்லாமலும் சித்தானது தனிப்படையாய் நிற்கிறது. விழித்ததும் இதே சித் பிரபஞ்சத்தில் ஊடுருவி நின்று இவைகளைத் தோற்றமாகக் காண்கிறது. ஆகையால் சொப்பனத்தி

லும் விழிப்பிலும் அதே சித்தானது தன்னைச் சங்கல்ப பதார்த்தங் களாகவும் கன பதார்த்தங்களாகவும் தோற்றுவிக்கின்றது. ஆகையால் இவ்விரு உணர்ச்சிகளும் காட்சிகளே தவிர சத்யமல்ல. இதை அனுபவ மாக அறிந்தால் அக்ஞானம் நீங்கி சித் சித்தாகவே உணரப்படும்.

நம் கதையைத் தொடர: விதூரதனுடைய ஜீவன் பத்மனுடைய தேகத்தினுள் மூக்குத் துவாரங்களால் உட்சென்றது. அப்பொழுது இந்த ஜீவனைப் பின்பற்றி வந்த சரஸ்வதியும் லீலாவும் இதைக் கண்டார்கள். லீலாவானவள் தேவியை நோக்கி பத்மன் இறந்தும் தான் சமாதியடைந் தும் எவ்வளவு காலமாயிற்றென்று கேட்டாள். ஒரு மாத காலமானதாக தேவி பதிலளித்தாள். "இப்பொழுதும் உன் சகிகளெல்லாம் தூங்கிக் கொண்டிருக்கிறார்கள். உலக வழக்கில் பேசுங்கால் உன் ஜீவன் ஒரு பக்ஷ காலத்தில் ஆவியாக மறைந்தது. நீ மரண மடைந்ததாக உன் பரிவாரங்கள் நிச்சயித்து, தேகத்தைப் பொசுக்கி வேண்டிய கர்மங்களையும் செய்து முடித்தார்கள். நீ என்னை சூக்ஷ்ம நிலையில் கண்டு என் அனுக்கிரகத் தால் ஞானமடைந்து அதில் ஸ்திரமாய் நிற்கிறாய். ஆனால் பூர்வ வாசனைகளெல்லாம் இன்னும் சாந்தியடையவில்லை. ஆகையால் நீ மறுபடியும் தேகத்தை எடுத்துக் கொண்டு கொஞ்சகாலம் ஜீவிதம் செய்ய வேண்டும்; ஆனால் ஞானம் ஏற்பட்ட காரணத்தால் உன்னுடைய உடல் மேல் ஒருவித பற்றுதலுமில்லாமல் காலத்தைக் கழிப்பாய். இப்பொழுது நாம் இருவரும் ஸ்தூல சரீரத்தை எடுத்துக்கொண்டு விதூரதன் லீலா இவர் களின் அனுபவத்தை விசாரிக்கலாம்."

இப்படிச் சொல்லிவிட்டு இருவருமாக தங்கள் இச்சைப்படி தேகத்தை எடுத்துக்கொண்டு லீலாவின் முன் நின்றார்கள். அவள் சொப்பனத்தி லிருந்து விழித்தவள்போல் கண்ணைத் திறந்து இவ்விரண்டு தேவதை களைக் கண்டு எழுந்து நமஸ்கரித்தாள். தேவி அவளை அனுக்கிரகித்து அவளுடைய வரலாற்றை விசாரித்தாள். அவள் தான் வேறு பிரதேசத் தில் இருந்ததாகவும் அங்கே மரணம் அடைந்து கொஞ்சம் நாழிகை ஒன்றும் அறியாமல் பிறகு ஆகாய மார்க்கம் சஞ்சரித்து கடைசியாக இவ்விடம் வந்து சேர்ந்ததாகவும் இங்கே தன்னுடைய பர்த்தா சண்டை செய்த சிரமத்தால் நித்திரை செய்வதாகவும் சொன்னாள். அச்சமயம் பத்மராஜனும் நித்திரையில் எழுந்தவன்போல் கண்ணை விழித்து, எதிரில் இருப்பவர்களைக் கண்டு, பிரமித்து, பூர்வ லீலாவை நோக்கி நீங்களிருவர் இருப்பதெவ்விதம் என்று எப்பொழுதும் போல் சகஜமாய்ப் படுத்த வண்ணமே கேட்டான். லீலாவானவள் விருத்தாந்தமெல்லாம் பூர்ண மாகச் சொல்லி, இருவர் இருப்பதின் தாத்பர்யத்தையும் விளக்கி, கடைசி யாக அவன் தலைப்புறம் இருப்பது சரஸ்வதி தேவியென்றும் சுருக்கிச் சொன்னாள். பத்மன் மிக வியப்புடன் எழுந்து தேவியை நமஸ்கரித்து

தனக்கு அனுக்கிரகம் செய்யும்படி வேண்டிக் கொண்டான். தேவியும் அவ்வாறே செய்து அப்படியே மறைந்தாள்.

பத்மராஜன் இவ்விரு மனைவிகளுடன் கூடி வெகுகாலம் மேன்மை யாக ராஜ்ய பரிபாலனம் செய்து, கடைசியில் மூவருமாக ஜீவன்முக்த நிலையை அடைந்து, அதன் பிறகு விதேகமுக்தியையும் அடைந்தார்கள்.

இக்கதையின் தாத்பரியத்தை யார் மனத்தில் வாங்கிக்கொண்டு அவைகளை அனுசரித்து வாழ்வை விடாமுயற்சியுடன் சீர்திருத்தி வருகிறானோ அவன் முக்தியை சீக்கிரமாக அடைவதில் சந்தேகமில்லை. நோக்கம் அல்லது அறியும் தன்மை பரமார்த்தத்திலிருந்து பிரவிருத்தி யானதே. ஆயினும் அது வெறும் தோற்றம் என்பதை அறிந்து ஜனங்கள் தங்கள் நடத்தையை சீர்திருத்திக்கொண்டால் சம்சார வலையில் சிக்கிக் கொள்ளாமல் ஆயுளை சந்தோஷமாக நடத்தி வரலாம். இதுவே இக்கதை யின் முக்கிய சாரம். மனதின் வேகத்தால்தான் சம்சாரம் எல்லை இல்லாமல் விஸ்தரிக்கிறது; ஆகையால் இதை அடக்கினால் சம்சாரம் வேரோடு அழியும். ஞானமும் சித்திக்கும்.

ராமன்: இந்த உபதேசங்களுக்கு நான் மிகவும் கடமைப் பட்டவனானேன். என் மனம் இப்பொழுது வெகு சாந்தியை அடைந்தது. ஆனால் ஒரு சந்தேகம், அதை நிவர்த்தி செய்யும்படி கேட்டுக் கொள்ளு கிறேன்   விதூரத பத்மனுக்கு சம்பவித்தவைகளெல்லாம் காலப் பிரமாணத்தில் ஒன்றும் சரியாக இல்லை. இவைகள் ஒரு ராத்திரியில் சம்பவித்தவைகளா அல்லது அநேக வருஷங்களிலா?

வசி: யாரார் எதை எவ்விதம் பாவனை செய்து வருகிறார்களோ அவரவர் அதை அவ்விதமே அனுபவிக்கிறார்கள். விஷத்தை அமிருத மாகவே பாவனை செய்துவந்தால் அது அவ்விதமேயாகும். ஒருவன் தன் சத்துருவிடம் சிநேக பாவனையையே செய்து வந்தால் அச்சத்ரு மித்திரனாவதில் சந்தேகமில்லை. ஆகையால் பதார்த்தங்களின் தன்மைகள் நம் எண்ணத்திலும் பாவனையிலும் இருக்கிறதே தவிர உண்மையில் அப்பதார்த்தங்களில் இல்லை. இதே மாதிரிதான் கால அனுபவமும். கால வித்தியாசங்களெல்லாம் நம் மனோ நிலையைத் தழுவி இருக்கின்றன. புராணத்தில் கூறப்பட்ட அரிச்சந்திரனுக்கு ஒரு ராத்திரியின் அனுபவங் கள் பன்னிரண்டு வருஷமாகத் தோன்றின. லவணனுக்கு ஒரு ராத்திரியின் அனுபவம் ஒரு ஆயுள் காலமாக தோன்றிற்று. ஒரு மனுவின் ஆயுள் காலம் பிரம்மாவுக்கு ஒரு நாளாகும். இவ்விதமே விஷ்ணு, சிவன் இவர் களுடைய ஆயுள் காலங்களும். ஆகையால் எல்லோருக்கும் எல்லாக் காலத்திலும் ஒரே காலப் பிரமாணமென்பது கிடையாது. பத்மன், விதூரதன், ஞானலீலா, லீலா, நீ, நான் ஒவ்வொருவரும் ஒரே காலத்தை

வெவ்வேறு அளவாக உணருகிறோம். ஆகையால் இந்தக் கால வித்தியாசங்களைப்பற்றி கவனிப்பதில் ஒரு பிரயோஜனமுமில்லை. முக்கியமாக அறிய வேண்டியது பத்மன், விதூரதன் அவர்களுடைய அனுபவங்களையும் அவைகளின் காரணங்களையும், மேலும் இக் கதையில் எடுத்துரைக்கப்பட்ட தத்துவங்களையுமே யாகும்.

ராமன்: மேற் சொல்லிய அனுபவங்கள் அரசனுக்கு மாத்திர மில்லாமல், கூடவே மந்திரி இதர பரிவாரங்கள் எல்லோருக்குமே ஏற்பட்ட கிரமம் என்ன?

பல ஜனங்களுக்கு ஒரே மோகம் எப்படி ஏற்படுகிறது?

வசி: ஒரு பெரிய பிரவாகமானது பக்கத்திலிருக்கும் சிறிய பிரவாகங் களையெல்லாம் சேர்த்துக் கொண்டு சமுத்திரத்தில் சேருகிறது. சிறிய பதார்த்தங்களுக்குச் சுவதந்திர நிலைமை கிடையாது. அவ்வினத்தின் முக்ய வஸ்துவைத் தழுவியே நிலைக்கின்றன. அதுபோலவே ராஜனை அண்டிப் பிழைத்த பிரஜைகளுக்கெல்லாம் ராஜனுடைய உணர்ச்சிகளே முக்யமாக ஏற்பட்டு அவ்வித அனுபவங்களும் சம்பவித்தன. சம்வித்தில் இதே மாதிரி ஒரு முக்யமான அசைவு அல்லது ஜீவத்தோற்றம் உண்டானால் அதை நாடியே பல சிறிய அசைவுகளும் ஏற்பட்டு பிரதான ஜீவனுடைய பரிவாரங்களாக அதன் அனுபவங்களையே பெரும்பாலும் அனுபவித்து வருகின்றன.

ராமன்: "நான்", "ஜகத்" இவ்விரண்டும் சம்வித்திலிருந்து தோன்றியும் இவற்றுள் பேதம் எவ்வாறு உண்டாயிற்று?

வசி: உணருகிறவன் உணரப்படும் வஸ்துக்களை சம்வித் அல்லது அறிவென்னும் கண்ணாடியில்தான் பார்க்கிறான். இவ்விரண்டு ஜாதியுமே சம்வித்தைத் தவிர வேறில்லை. சப்தம், அர்த்தம் இவைகளும் இந்த தத்துவத்தையே சுட்டிக் காட்டுகின்றன. இவைகளுக்குத் தனிச் சொரூபம் கிடையாது. பிரம்மந்தான் ஜகத் என்னும் ரூபத்தைக் கொடுக் கின்றது. ஆனால் ஜகத் பிரம்மமல்ல. ஏனெனில் ஒரு மூலப்பொருளுக்கு பல அவயவங்களுண்டு. ஆனால் இவ்வவயவங்கள் மூலப் பொருளாக மாட்டா. இந்த ஜகத் காட்சியின் மூலப் பொருள்களாகிய ஆகாயம், அப்பு, தேஜஸ் இவைகளெல்லாம் ஸ்மரணையில் ஒன்றன்பின் ஒன்றாகக் கற்பிக்கப்பட்டும் வெளிப்படையாக ஏக காலத்தில்தான் தோன்றின. உள்ளே அடங்கியில்லாமல் வெளியே தோன்றுவதற்குக் காரணமில்லை. இப்படி வெளித்தோற்றம் ஏற்பட்ட மாத்திரமே பேதம் என்பதும் கூடவே கிளம்பியது.

ஆகையால் சிருஷ்டியானது சம்வித்தில் ஏற்பட்டும், சம்வித்

சிருஷ்டிக்கு ஒரு காரணமாகாது. சிருஷ்டியானது சம்வித்தின் அவயவமு மல்ல. ஆனால் நமக்குத் தோன்றுவது அம்மாதிரிதான். இதே மாதிரி லயத்திலும் அது ஒட்டுவதில்லை. அது சாட்சியாக இருப்பது தான் சத்யம்.

இந்தப் பிரபஞ்சமெல்லாம் ஆதியிலிருந்து அந்தம் வரையில் பரமாணுவிலுள்ள சத்தில் தோன்றுகிறது. இப்படித் தோன்றுகிறவைகள் பிரபஞ்சத்திலுள்ள ஒவ்வொரு பரமாணுவிலும் அவ்விதமே தோன்றும். ஆகையால் சத்தினுடைய விஸ்தாரம் அளவிட முடியாதது.

ஜனனம் யாருக்கு?

ராமன்: ஞானமடைந்து, நிர்விகல்ப சமாதியும் சித்தித்து, ஏன் மறுபடியும் பூமியில் ஜனனம் ஏற்படுகின்றது?

வசி: ஜனனமாகிறவர்கள் நியதி யென்னும் கட்டுப்பாட்டுக்கு உட்பட்டவர்களேயாகும். இந்த நியதியும் சித்தின் சக்தியைத் தவிர வேறல்ல. இது சிருஷ்டி ஏற்பட்ட காலத்திலேயே அதன் கூடவே எல்லா வஸ்துக்களையும் வியாபித்து, எக்காலத்திலும் மாறுபாடு அடையாமலும் ஒவ்வொரு பொருளையும், கிரியையையும் தனக்கு உட்படுத்திக்கொண்டு நிற்கின்றது. ஆகவே சிருஷ்டியும் நியதியும் ஒன்றையொட்டி யொன்று பிரவிர்த்திக்கலாயிற்று. இந்த நியதியின் காரணத்தால்தான் பல ஐந்துக்கள் உண்டாகவும் இயன்றது. இல்லாவிடின் ஒரு பொருள் மற்றொன்றாக மாறியோ அல்லது ஒன்றுக்கொன்று வித்தியாச மில்லாமலோ உலகம் விஸ்தரிக்க வேண்டும். ஆகவே நியதியென்பது புல்பூண்டுகள், ஜீவராசிகள், தேவாசுரர்கள் எல்லாவற்றையும் வியாபித்து இவற்றிலுள்ள பேதங் களுக்கும் காரணமாய் நிற்கின்றது.

நியதியைப்பற்றி

இப்படி சம்சாரம், நியதியென்னும் தத்துவம் எல்லாம், பிரம்மா சிவன் இவர்களைப்போன்ற ஞானிகளால் நமக்கு அறிவிக்கப்பட்டன. மேற் சொல்லிய நியதிக்கு ஆதாரம் பௌருஷமே. இப் பௌருஷமில்லா விட்டால் நியதி நிலைக்காது. பௌருஷமே பிரதானம். பௌருஷமின்றி ஒரு செயலையும் சாதிக்க முடியாது. நியதியின் சுபாவமும் இப்படியே. ஒவ்வொருவருடைய கிரியைகளுக்கும் கர்மங்களுக்கும் நியதியேதான் காரணம். தற்சமயம் நீ என் உபதேசத்தை அடைவதும் நியதியின் குணத் தாலேதான். அப்படி இருந்தபோதிலும் மானிடர்கள் பௌருஷமில்லாமல் இருப்பின் அவர்களுடைய கதியும் மரம் மட்டைகளைப் போலவே தான் ஆகும். நியதியின் சக்தியால் தேகம் ஏற்பட்டதென்று அது நியதியாலேயே ஆதரிக்கப்படுமென்று ஒருவன் சும்மா இருப்பின், அவன் உயிரை இழப்பதில் சந்தேகமில்லை. நியதியானது எப்படிப் பௌருஷத்தால்

நிலைநிற்கிறதோ அவ்விதமே மனிதர்களும் பௌருஷத்தால்தான் நிலைநிற்க முடியும். ஆகையால் நியதியின் நடை எவ்விதமிருப்பினும் மானிடர்கள் பௌருஷத்தைக் கைக்கொண்டுதான் ஞானத்தை அடைய வேண்டும்.

(*குறிப்பு:* ராமனுடைய கேள்விக்கு நேரான பதில் வசிஷ்டர் வாக்கில் இருப்பதாகத் தோன்றவில்லை. ஆனால் இதர இடங்களில் பரம முக்தியை யடைந்தவர்கள் மறுபடியும் ஜனமாகிறதில்லை யென்று பல தடவை சொல்லி இருப்பதால் இங்கே நாம் ஊகிக்க வேண்டியது ஜனனம் ஓய்வு அடையாதவரை நியதிக்கு உட்பட்டிருக்க வேண்டிய தென்றும், மேலும் ஆதியில் ஜனனமான தோற்றம் ஏற்பட்டவுடன் நிர்ணயித்துக் கொண்ட காலம் முடியாமலிருக்கும் வரையில், ஜீவன் முக்தனான போதிலும், ஜனனம் ஓய்வதில்லை யென்றும், இதுவே இவ் விடத்தில் பொருந்தும்.)

ராமன்: இந்த ஜீவனானது பரப்பிரம்மத்தில் தோன்றியும் இரண் டென்ற பாவம் ஏற்பட்ட காரணம் என்ன?

ஜீவத்தோற்றம் இரண்டு என்ற பாவனையால் ஏற்பட்டது

வசிஷ்டர்: பிரம்மம் பரம சாந்தமாகவும் அமைதியாகவும் சதா இருப்பினும், மிகவும் அமைதியாயிருக்கும் ஒரு கடலில் ஒரு சிறிய அலை ஏற்பட்டால் எப்படியோ அப்படியே இந்த சாந்தக் கடலில் ஒரு ஸ்பந்தம் அல்லது அசைவு யதேச்சையாகவே ஏற்பட்டது. அதுவே இந்த ஜீவனென்ற தோற்றம். அது சித் சொரூபம். சேதனமே அதற்கு இயற்கையான குணம். சேதனம் சூக்ஷம நிலையில் சங்கல்பமென்றும் வெளிப்படையாகத் தோன்றும் பொழுது கிரியை யென்றும் சொல்லப்படும். இந்த ஜீவனானது சங்கல்ப வசத்தால் சகல வஸ்துக்களையும் பிராணிகளையும் முதலில் சூக்ஷமமாகவும் பிறகு பூத சம்பந்தத்துடனும் சிருஷ்டித்தது. இப்படிச் சிருடிக்கப்பட்டவைகளெல்லாம் ஜீவனின் பிரதிபிம்பமே. ஜீவன் பிரவிர்த்தியையே தொழிலாகக் கொண்டதனால் அதன் நோக்கம் முற்றிலும் அதிலேயே முழுகிக் கிடந்து தான் யாரென்று உணருவதில்லை. தன் இயக்கத்தில்தான் தன்னை உணருகிறது. இதுவே துவைத பாவத் திற்குக் காரணம். ஜீவனுக்குத்தான் இவ்வித உணர்ச்சி ஏற்படுகிறதே தவிர சதா ஆனந்தமயமாய் இருக்கும் பிரம்மத்திற்கு யாதொரு உணர்ச்சியும் ஏற்படுவதில்லை. ஆயினும் ஜீவனுடைய சிருஷ்டியிலும் சங்கல்பத்திலும் இந்த பிரம்மம் வியாபித்தே இருக்கிறது. ஏனெனில் ஜீவனும் அதைத் தவிர வேறல்லாததால். நம் தேகத்தில் ஜீவனென்பது எப்படி ஒவ்வொரு அங்கத்தையும் ஒவ்வொரு திருணத்தையும் வியாபித்திருக்கிறதோ அது போலவே பிரம்மம் எவ்விடத்திலும் எல்லா வஸ்துக்களிலும்

வியாபித்திருக்கிறது. இந்த ஜீவனுக்குத் தான் செய்யும் கிரியைகளே தன் கர்மாவாக ஏற்படுகின்றன. ஆகையால் தன்னுடைய கர்ம பலன்களி லிருந்து ஜீவன் எப்படித் தப்பிக்க முடியும்? இக்கர்மங்களே இந்த ஜீவனுக்குத் தெய்வம். வேறு தனிப் புருஷனான ஒரு தெய்வ மென்பது கிடையாது. மேலும் இந்த ஜீவன்தான் சிருஷ்டிகளுக்கெல்லாம் காரணம். இந்த ஜீவன்தான் பிரம்மாவென்றும் அழைக்கப்படுவது. இதைத் தவிர வேறு தனிப்படையான சிருஷ்டிகர்த்தா ஒருவன் இல்லை.

ஆகவே இந்த ஜீவனாகிய பரமாத்மத் தோற்றம், பிரவிரத்தி என்பதில் ஈடுபட்டுக் கொண்டதும் பிரவிர்த்திப்பது தானென்று உணர்ந்து தன் சுயநிலையை மறந்து, அதனால் மேன்மேலும் பிரவிர்த்தியில் ஈடு பட்டுக்கொள்ளுகிறது. ஒவ்வொரு பிரவிரத்தியின் முன் ஏற்படும் சங்கல்பமே மனதின் சொரூபமாகும். இது உருவத்தையும் கனத்தையும் அடைந்தால் பதார்த்தமும் பலனுமாகின்றன. மேற்கூறிய சங்கல்பமும் அதனால் விளையும் பலனும் "நான்" என்ற மூல இச்சையை முன்னிட்டு ஒவ்வொரு விஷயத்திலும் பிரவிர்த்தியாகின்றது. ஆகவே மனஸ் என்பது ஜீவனின் இச்சையைத் தவிர வேறில்லை. மனதே இப்பிரம்மாண்ட சம்சாரத்திற்குக் காரணம். இதனால் இந்திரியங்களும், இந்திரியங்களால் தேகமும் இயங்கு கின்றன. மனது, இந்திரியங்கள், தேகம் இவைகளின் சேர்க்கையே கிரியை யும் கர்மாவுமாகின்றன. ஆகவே மனதுதான், வெளி நோக்கம் ஏற்படுகையில், பிரபஞ்சத்தையும் உள் நோக்கம் கொண்ட பொழுது ஜீவனாகிய பரமாத்மாவையும் பார்க்கின்றது. இந்த இரண்டு பாவத்தை யும் வைத்துக்கொண்டுதான் விஸ்தரிக்கவும் செய்கின்றது. இதுவே துவைதபாவம். இது மனதிற்குத் தான் ஏற்படுகின்றது. ஜீவனாகிய பரமாத்மாவுக்கு இந்த துவைத பாவம் கிடையாது. ஆகவே தேகமும் பிரபஞ்சமும் மனதின் கன சொரூபம். மனது ஜீவனின் இச்சா சொரூபம். ஜீவன் பரமாத்ம சொரூபம். ஆகையால் பரமாத்மாதான் எல்லாமுமே. இதை அறிய ஓர் உதவியும் வேண்டியதில்லை. கண்ணெதிரிலுள்ள கைப்பொருள்போல் பிரத்யட்சமானது.

ஆத்மாவை அடைய இச்சைகளை ஒழிப்பதே தேவை

இந்தத் தத்துவத்தையறிய அதிகப் பிரயாசையும் வேண்டியதில்லை; வெகு எளிதாகவே அறியலாம். எப்படியென்றால் இச்சைகள் அநித்ய மென்று நாம் நன்கு உணருகிறோம்; அப்படியிருக்க இவைகளை அடியோடு ஒழித்தால் நஷ்டம் என்ன? இச்சைகள் ஒழிந்தால் மனதிற்கு வெளி நோக்கம் ஓய்ந்து உள் நோக்கம் ஸ்திரமாகிறது. இதுவே அறி வென்பதும். இச்சைகளை ஒழிக்க அப்யாசந்தான் முக்கியம். எது நமக்கு வெகு திருப்தியைக் கொடுக்கிறதோ அது முதலில் தியாகம் செய்யப் பட்டால் மற்றவைகளெல்லாம் வெகு சீக்கிரமாகவே விடப்படும். ஆகையால்

முக்தியை அடைய வெகு எளிதில் முடியும், அதாவது இந்த மனோ நிலையையுடையவர்களால்.

67. மனதும் ஆத்மாவும்

ராமன்: மனஸென்னும் தன்மையையுடைய ஜீவனுக்கும் பரமாத் மாவுக்கும் என்ன சம்பந்தம்? அது எப்படி உண்டாயிற்று?

வசிஷ்டர்: சர்வேசுவரனாக இருக்கும் பிரம்மம் சதா பரம சாந்த மாகவே இருக்கின்றது. ஆனால் அதில் அடங்கி இருக்கும் சக்தி அசைந்தால் ஜீவனென்று சொல்லப்படும் விஸ்தரிப்புக்குக் காரணமா கின்றது. இந்த ஜீவனுக்குச் சங்கல்டமே மூல காரியம். இந்த சங்கல்பமாகிய இயக்கந்தான் மனஸ் என்பது. மனஸினுடைய விஸ்தரிப்பு பிரபஞ்சமாகும்.

ரா: அப்படியானால் நாம் எதைத் தெய்வமென்றும், கர்மமென்றும் கருதுகிறோம்? எதைக் காரணமென்று சொல்லுகிறோம்?

வசி: பிரம்மத்தில் அடங்கிய சித் அல்லது அறிவானது அறியும் தன்மையில் இயங்கினால் அதுவே ஸ்பந்தமென்றும் உணர்ச்சியென்றும் சொல்லப்படும். இதுவே ஜீவனுமாகும். இந்த நிலையில்தான் இரண்டு என்ற நோக்கம் ஏற்படுகிறது. இதன் தொடர்ச்சியாக புத்தி, மனஸ், பிறப்பு, இறப்பு, கர்மம் எல்லாமுமே அடுத்தடுத்து ஏற்படுகின்றன. ஜீவன் எப்படி யதேச்சையாகத் தோன்றியதோ அதேமாதிரி, ஸ்பந்தசக்தி அடங்கியதும், பிரமத்தில் ஐக்கியமாகிறது. ஒவ்வொரு ஜீவனின் காலமும் வேறாகும். சில அநேக லட்சக்கணக்கான ஜன்மங்களுக்குப் பிறகு ஓய்வு அடை கின்றன. சில ஒரே ஜன்மத்திலும் ஓய்வு அடையலாம். எப்படியும் இவை பரமார்த்தத்தில் ஒரு தோற்றமே. ஆனால் இந்தத் தோற்றங்களுக்கு பரமாத்மமே காரணமென்று நினைக்கப்படலாம். ஒருவிதத்தில் இதை ஒத்துக்கொள்ளலாம். எப்படியென்றால் நிலத்தில் விதைத்த விதை மரமாக வளருகையில் ஆகாயம் வளர்ச்சிக்குத் தடை செய்யாமல் எப்படிக் காரண மாகின்றதோ அப்படி பிரம்மம் ஜீவனுக்குக் காரணமென்று கருதப் படலாம். ஒரு ஸ்படிகத்தின் அண்டையிலிருக்கும் வஸ்துக்க எல்லாம் பிரதிபலிப்பதால் அவையெல்லாம் அதினுள்ளிருப்பதான தோற்றம் ஏற்படுவதுபோல, ஜகத் முழுதும் பிரம்மத்தில் பிரதிபலித்து அதுவே காரணமாகத் தோன்றுகின்றது. ஆனால் இந்த விஷயத்தை ஆராய்ச்சி செய்து அறிவதால் பலனென்னவென்று கேட்கலாம். ஏனென்றால் எல்லா ஜீவன்களும் ஒருகாலம் முக்தியடைய வேண்டியதால். ஆராய்ச்சி யால் அடையும் பலனானது ஜன்மாக்களில் ஏற்படும் பாதைகளின்றி ஜீவன் வாழ்நாளைச் சந்தோஷமாகக் கழிக்கலாம். இதுதான் அறிவினால் ஏற்படும் பலன். ஆகவே பிரம்மம் யாதொரு சம்பந்தமுமின்றி ஜீவனுக்குக் காரணமாகின்றது.

விஷூசிகா கதை

மானிடர்கள் மனதில் எதைக் கற்பனை செய்து கொள்ளு கிறார் களோ அதையேதான் பின்பு அனுபவமாக அடைகிறார்கள். இவ் விஷயத்தை விளக்க புராணத்தில் ஒரு கதையுண்டு. அதாவது கர்கடி என்ற ராட்சசியைப்பற்றியது. அவளுக்கு விஷூசிகா வென்றும் பெயர்.

இமோத்கிரி பர்வத சார்பில் வசித்துவந்த இவள் விந்திய மலைக் காட்டைப்போல பிரம்மாண்ட உடலை தரித்தும், அகோர பார்வையை யும் உடையவளாகி இருந்தாள். இவளுடைய அடங்காப் பசிக்கு வேண்டிய தீனி ஒரு காலம் எங்கும் அகப்படாமல், என்ன செய்வதென்று சிந்தித்து கடைசியில் பிரம்மாவை நோக்கித் தவம் செய்வதே சரியென்று அப்படியே செய்யத் தொடங்கினாள். வெகுகாலம் கடின தபஸ் செய்த பலனாக பிரம்மா பிரத்யட்சமாகி, ஆசீர்வதித்து அவள் வேண்டுகோளைத் தெரிவிக்கச் சொன்னார். இறைவனுக்கு அடிபணிந்து, தான் எல்லா ஜீவப் பிராணிகளில் நுழையவும், பிறகு அவைகளைப் புசிக்கவும், ஆகிய இவ்விரண்டு தன்மைகளையுடைய வரன் வேண்டியதாக வணங்கிக் கேட்டுக்கொண்டாள். அவள் இச்சைப்படியே வரனைக் கொடுத்து பிரம்மா அப்படியே மறைந்தார்.

வரத்தினால் ஏற்பட்ட பலன்

வரன் கிடைத்த கொஞ்ச நேரத்திற்கெல்லாம், இவளுடைய பிரம்மாண்டமான உடல் கொஞ்சம் கொஞ்சமாக குறுகியும் மெலிந்தும், ஒரு கை அளவாகி விரல் அளவுக்குக் குறைந்து இன்னும் சற்று நேரம் கழிய கண்ணுக்குப் புலப்படாமல் சூரியக் கிரண அளவாகிவிட்டது. இப்படித் தன் நிலைமை க்ஷீணிப்பதைக் கண்டு வெகு வியப்படைந்தாள், பிறகு பயந்தாள். கடைசியில் நொந்துகொண்டாள். தான் கோரியது தனக்கு இவ்வளவு விபரீதமாக முடியுமென்று கனவிலும் எண்ணவில்லை. ஆனால் இப்படித்தான் நம்முடைய ஆசைகளெல்லாம் முடிவு பெறு கின்றன. நாம் எதை இச்சித்தாலும் அதைப் பிரயத்தினத்தால் அடைவது நிச்சயமே. ஆனால் அது நமக்குப் பின்பு எவ்வித சந்தோஷத்தைக் கொடுக்குமென்பது நிச்சயமில்லை. இப்படி விபரீதமாக விளையும் கிரமமென்னவென்றால், ஒரு விஷயத்தில் நாம் இச்சை வைக்கும் பொழுது மனதெல்லாம் அதிலேயே லயப்பட்டு அதைத் தழுவி நிற்கும் இதர விஷயங்களை கவனிக்க முடியாமலும் ஆகையால் அதற்குத் தேவையான ஏற்பாடுகளை செய்யாமலுமிருப்பதே சகஜம். இதனால் காரியம் கை கூடியும் அது நம்மைப் பிரதிகூலமாக பாவிக்கின்றது. ஆகவே எவற்றிலும் ஆசை என்பது கூடாது. இந்த ராட்சசியின் கதியைக் கவனித்தால் அது எவ்வளவு பரிதபிக்கத்தக்கது? எவ்வளவு அகோர தபஸ்! அதற்கு என்ன

பலன்!

விஷஊசிகா என்பதன் உட்பொருள்

இப்படி ராட்சசியாக உருவகப்படுத்தியது யாதென்றால் ஜீவ ஐந்துக்களுக்குச் சத்ருவாயிருக்கும் விஷக் கிருமிகளே. இவைகள் எங்கும் பரவியும் எல்லாவற்றிலும் வியாபித்தும், தேக சௌக்யம் கொஞ்சம் குறைந்தால் அப்பொழுது தேகத்தில் வேரூன்றி நாசத்திற்குக் காரணமா கின்றன. இவ் விஷக் கிருமிகள் இல்லாத இடங்கள் சொற்பம். உதாரண மாக, காற்று ஓட்டமில்லா இடங்கள், கொசுக்கள் நிரம்பிய இடம், சதா ஈரமாக இருக்குமிடங்கள், பில்வ மரமில்லாத இடம், அழுக்கு உடைகள், தேகத்தில் அதிக வளர்ச்சியடைந்த எலும்புப் பூட்டுகள், (Joints of bones) அதி வேகமாக அடிக்கும் காற்றுகளில், மூடுபனிகளில், நக சந்துக் களில், மனித சஞ்சாரமுள்ள இடங்களிலிருக்கும் புதர்களில், எச்சில், பாலைவனம், இவ்விடங்களிலெல்லாம் இக்கிருமிகள் சதா சஞ்சரிக்கின்றன. மேலும் யாத்ரீகர்கள், வழிநடைகள், பேன்பிடித்தவர்களால் உபயோகிக்கப் படும் பாத்திரங்கள் இவைகளால் இக் கிருமிகள் வேறு இடங்களுக்குப் பரவுகின்றன. மேலும் ஆத்ம ஞானமல்லாமல் இருப்பவர்களிடமும் இக் கிருமிகளிருப்பது நிச்சயம். இக் கிருமிகள் வியாதிகளுக்கு மாத்திரம் காரணமாக இல்லாமல் எல்லா ஜீவப் பிராணிகளிலும் வியாபித்திருக் கின்றன. நம் தேகம் முழுமையும் அதாவது ரோமம், தோல், மாமிசம், ரத்தம், எலும்பு, எல்லாமுமே இவைகளாலே வியாபிக்கப்பட்டு வளர்ச்சியும் அடைகின்றன. ஆகவே இவைகள்தான் ஜீவ ஐந்துக்களாகும். தேக நிலைமை சரியாகவும் ஒரு நிதானத்திலும் இருக்கும் வரையில் இக் கிருமிகளும் தங்கள் செயல்களை நேராகவே செய்து கொண்டு வருகின்றன. தேக சௌக்யம் குறைந்தால், அதாவது ஆகாரத்தினாலாவது அல்லது வேறு காரணத்தினாலாவது, அப்பொழுது இக்கிருமிகளே விஷமாகின்றன. ஆகவே அமிர்தமும் விஷமும் ஒரே கிருமி இனத்தின் மாறுதலான செயல்கள்.

விஷஊசிகாவின் தவம்

இந்தக் கேவல நிலைமையை அடைந்த ராட்சசி மனம் நொந்து பிறகு கொஞ்சம் விவேகத்தையும் அடைந்து தான் இக் கதியை தபஸால் அடைந்தது ஞாபகம் வந்து, மறுபடியும் தபசினால் நல்ல கதியடையலா மென்று தீர்மானித்து, யதேச்சையாக அங்கே வந்த ஒரு கழுகின் சுவாச மார்க்கமாக அதினுட் சென்று, அதை இமோத்கிரி மார்க்கம் செல்ல மனதைத் தூண்டி, கொஞ்சம் நாழிகை கழித்து பழைய இருப்பிடத்திற்கு வந்து சேர்ந்தாள். உடனே தபஸைத் தொடங்கி வெகுகாலம் இந்த நிலையிலிருந்தாள். தேவேந்திரன் இதை அறிய வந்து பிறகு நாரதரால்

தவத்தின் நோக்கத்தையும் தெரிந்துகொண்டான். தன் மகிமை குறைந்து விடுமோ வென்று பயந்து அதற்கு உபாயமாக வாயுபகவானை அழைத்து தபஸ்வினியைக் கண்டு வரன் அளித்துவரும்படி ஏவினான். வரத்தைப் பெறுவதால் தவத்தால் சேகரிக்கப்பட்ட பௌருஷம் குறையும். மேலும் வரப்பிரசாதத்தை அனுபவித்த பிறகு பழைய நிலைமைக்குத் திரும்ப நேரிடும். இதுவே இந்திரனுடைய சூழ்ச்சி. வாயு பகவான் அப்படியே சென்று அங்குமிங்கும் தேடி, கடைசியில் இருப்பிடத்தை அடைந்து, ஒரே காலில் நின்று அகோர தபஸ் செய்துவரும் காட்சியைக் கண்டு, அத்தபோ மகிமையால் பனிக்கட்டியால் மூடப்பட்ட மலையெல்லாம் ஜ்வாலை விட்டு எரிவது போல உஷ்ணத்தையும் உணர்ந்து ஒன்றும் செய்ய முடியாமல், தரிசனம் கிடைத்ததே தனக்கு பரம லாபமாகக் கருதி தேவேந்திரனிடம் திரும்பிச் சென்றார். நாரதரிடமிருந்து வரலாற்றைக் கேட்ட தேவேந்திரன் தன்னால் இயலாத வரப்பிரசாதம் பிரம்மா வினால்தான் கொடுக்கப்படுமென்று, பிரம்மலோகம் சென்று அவ்வதிபதிக்கு எல்லா விஷயங்களையும் தெரிவித்தான். இதைக் கேட்ட பிரம்மா தான் வரனளிப்பதாகச் சொல்லி, தபஸ்வினிக்கு மனோ ரூபமாக தன்னைத் தெரிவித்துக்கொண்டு என்ன உத்தேசத்தைக் கொண்டு தபஸில் ஈடுபட்டாளென்று கேட்டார். இதை உணர்ந்த ராட்சசி சற்று ஆலோசித்துப் பிறகு தனக்கு இப்பொழுது யாதொரு தேவையுமில்லை யென்று அறிந்துகொண்டாள். எல்லா விதப் பற்றுதல்களும் அவளுக்கு வேரோடு அறுபட்டன. மனம் நிர்மலமாகி எல்லாவற்றையும் பிரகாசிக்கச் செய்து நின்றது. ஆகையால் யாதொரு வரனையும் இச்சிக்காமல் மௌன மாகவே இருந்தாள். இதை அறிந்து பிரம்மாவானவர், இவளு டைய பூர்வ வாசனை முற்றிலும் அழியாமலிருந்தபடியால், நியதிக்கு விரோத மேற்படாமல், இவள் முதலில் கொண்ட இச்சை நிறைவேறும் படியும், தபசின் பலன் சித்திக்கும் வண்ணமும், பழைய ராட்சச சொரூபம் அடையச் செய்தார். ராட்சச சொரூபம் சூக்ஷமமாக இருந்தே வந்ததால் அது ஸ்தூலமாகும்படி செய்வித்ததின் கருத்து இதுவே. இவைகளை ராட்சசிக்குத் தெரிவித்து மேலும் இந்த தேகத்துடனே ஞானியாய், பாக்கி வாழ்நாளைக் கழிப்பாளென்றும் சொல்லி மறைந்தார்.

பிரம்மாவின் தரிசனத்திற்குப் பிறகும் கொஞ்ச காலம் தவத்திலேயே கழித்தாள். ஒரு நாள் நிஷ்டையிலிருந்து கண்ணை விழித்ததும் பசியால் தேகம் வருந்துவதை உணர்ந்தாள். இது ஸ்தூல தேகத்தின் நியதி. ராட்சச தர்மப்படி இப்பசியை இதரப் பிராணிகளைப் புசித்துத்தான் தீர்க்கவேண்டும். இப்படிச் செய்வதை விட தன் தேகம் அழிவதே மேலென்று நினைத்தாள். இப்படி யோசித்துக்கொண்டிருக்கும்பொழுது ஒரு அசரீரி வாக்கு காதில் விழுந்தது, அதாவது அக்ஞானிகளைப் புசித்தால் தோஷ

மில்லையென்றும் இவ்விதம் தன் பசியைத் தீர்த்துக்கொள்ளலாமென்றும். இதுவே சரியென்று தீர்மானித்துக்கொண்டு இரை தேடப் புறப்பட்டாள். போகும் வழியில் இவளுக்கு தோன்றினதாவது: மூடர்களுக்கும் ஆத்ம ஞானமில்லாதவர்களுக்கும் இருப்பை விட இறப்பே மேல். ஏனெனில் வாழ்வில் ஏற்படும் துன்பங்களை அனுபவிக்காம லிருக்கலாம். ஞானிகள் எல்லோருக்கும் நல்வழியை காட்டுகிறார்கள். இவர்களைப் புசிப்பதால் தனக்கும் நலமில்லை, உலகத்திற்கும் கேடு. இவ்விதமெல்லாம் எண்ணிய வாறு ஓர் அடர்ந்த காட்டை அடைந்தாள்.

ஞானிகளின் சந்திப்பு

கொஞ்ச தூரம் சென்றதும் இரண்டு மனிதர்கள் எதிரிலே வருவதைக் கண்டு, தனக்குத் தீனி அகப்பட்டதென்று எண்ணிக்கொண்டு, ஆனால் இவர்களை முதலில் விவேகிகளா அல்லது மூடர்களாவென்று பரிசோ திக்கத் தீர்மானித்து, பயங்கரமான கர்ஜனை செய்து "யார் அங்கே" என்று கேட்டாள். வந்தவர்கள் தீரர்களாயிருந்ததால் இவ்வுருட்டலுக் கெல்லாம் பயப்படாதவர்களாய், அவர்களில் ஒருவன் பின்வருமாறு பதிலுரைத்தான்.

"இந்தக் கேள்வியைக் கேட்பது யார்? எங்கள் நாட்டில் இவ்வளவு அட்டகாசம் செய்துகொண்டும் மரியாதையின்றிப் பேசுவதும் யார்? தனக்கு ஏதாவது தேவையாக இருந்தால் நேரில் வந்து வேண்டியதை வணக்கத்துடன் கேட்டுக்கொள்ளலாம். இந்தப் பிரதேசம் கிராத மண்டலத்தைச் சேர்ந்தது. இத்தேசத்தில் வசிக்கும் வேடர்களின் தலைவன் என் அருகிலிருக்கும் விக்ரமன். நான் அவருடைய மந்திரி. பிரஜைகளின் நன்மையைக் கருதி, அவர்களுக்கு யாதொரு தீங்கும் நேராதபடி நாங்களிருவரும் மாறுவேஷம் பூண்டு இரவெல்லாம் துஷ்டர்களைத் தேடி தண்டித்து வருகிறோம். நாங்கள் யாருக்கும் அஞ்சினவர்களில்லை. ஆனால் எங்களை நாடி எவர் யாசித்து வந்தாலும் அதை அவர் அடையாமல் போவதில்லை. ஆகையால் உனக்கு அவ்விதம் தேவை இருந்தால் விண்ணப்பம் செய்து கொள்ளலாம். இப்படி வணங்கிக் கேட்பதை விட்டு அவசரமும் படபடப்பும் மேற்கொள்வதில் பயனில்லை. இவைகளால் யாருக்கும் காரியம் கைகூடாது."

இம் மொழிகளைக் கேட்ட ராட்சசி, இவ்வளவு தீரர்களாயும் மரணத்தைப் பற்றி அலட்சியமாயும் இருப்பவர்கள் ஞானிகளாகத்தான் இருக்கவேண்டுமென்று தீர்மானித்துக்கொண்டு, ஆகையால் இவர்களைப் பரிசோதித்தால் தனக்குண்டான சிற்சில சந்தேகங்களை நிவர்த்தி செய்து கொள்ளலாம் என்று தன் எண்ணத்தைத் தெரிவித்தாள். "நீங்கள் யாராக இருந்தாலும் எனக்குப் பயமில்லை. நான் என் பசியைத் தீர்த்துக்கொள்ள இரைதேடி வந்தேன். நீங்களும் யதேச்சையாக என் வசம் அகப்பட்டீர்கள்.

ஆனால் நீங்கள் ஆத்ம ஞானமுடையவர்களாக இருந்தால் உயிர் தப்பிக்கலாம். ஆகையால் உங்களைப் பரிசோதிக்கும் பொருட்டு ஆத்ம விஷயமாகச் சில கேள்விகளைக் கேட்பேன்" என்று சொன்னாள்.

விஷஉசிகாவின கேள்விகள்

இப்படிச் சொல்லிவிட்டு மந்திரியை நோக்கி தன் சந்தேகங்களை பத்து கேள்விகளாகக் கேட்டாள். கேள்விகளுக்கு பதிலாக மந்திரி அவைகள் அனைத்தும் பரமாத்ம தத்துவத்தைத் தழுவி இருப்பதாகச் சொன்னான். "அது பிரபஞ்சத்திற்கெல்லாம் காரணமாக யிருந்தும் எதிலும் ஒட்டாமல் நிற்கின்றது. எல்லாம் அதில் அடங்கி இருப்பதென்றோ அல்லது அது எல்லாவற்றையும் ஊடுருவி நிற்பதாகவோ கருதலாம். மேலும் அது பரமாணுவின் தன்மையை அடைந்தது போலிருக்கிறது. பிரபஞ்சமாகிய காட்சி இப் பரமாணுவில் தோன்றுகின்றது. இதைச் சூன்யமாகவோ அல்லது பூர்ணமாகவோ பாவிக்கலாம். மனதைச் சேர்த்து ஆறு இந்திரியங்களுக்கும் புலப்படாமலிருப்பதால் சூன்யமாகத் தோன்று கின்றது. ஆனால் அது எக்காலத்திலும் எல்லாப் பொருள்களிலும் எங்கும் நிறைந்திருப்பதால் பூர்ணமென்றும் தோன்றுகின்றது. எவ்விதம் எண்ணப்பட்டாலும் இந்த பாவனைகளெல்லாம் நம் மனதில் புலப் படுபவைகள். ஆத்மாவுக்கு ஒரு வித பாவனையும் கிடையாது. அது ஒருமைத் தன்மையுடனும், பாவனையற்றும், நிர்மலமாயும், சாசுவதமாயும், கேவலம் இருக்கை என்ற தன்மையுடனும் இருக்கிறது. மற்றவைகள் எல்லாம் அதனுள். அதனாலேயே பிரதிபலிக்கும் தோற்றங்கள், ஆகையால் நாசத்திற்கு உட்பட்டவைகள். இத்தோற்றங்கள் அவரவர் மனோ நிலையைத் தழுவி கால வித்யாசங்களைக் காண்பிக்கின்றன. ஆகையால் மனோ நிலைதான் காலப் பிரமாணத்திற்கு ஆதாரமே தவிர காலமென்ற ஒரு தனி சத்யமில்லை. இதுவும் ஒரு கற்பனையே. ஆயினும் இத் தோற்றங்கள் நமக்கு கனமானதாகவும் புஷ்டியுள்ளதாயுமான அனுபவங்களைக் கொடுத்து வருகின்றன; அதாவது அக்ஞானம் நீங்கும் வரையில். ஏனெனில் அக்ஞானமாகிய மதிமயக்கமும் தோற்றமாகிய மதி மயக்கமும் ஒரே சமுதாயத்தைச் சேர்ந்தவைகளாதலால். ஆகையால் மோகந்தான் மோகத்தை உணருகிறது. சத்யம் சத்யமாகவேதான் இருக்கும். நமது மோகம் நீங்கினால் வஸ்துஜாலமாகிய மோகங்களும் அத்துடன் நாசமடைகின்றன. இந்நிலையில் மிஞ்சி இருப்பது உள்ளும் புறமும் வியாபித்து நிற்கும் ஆத்மா. இதற்குக் காலதேசக் கட்டுப்பாடுகள் கிடையாது. ஒரு பானையில் மூடிவைத்த ஆகாசத்தை ஆயிரம் மைலுக்கப்பால் திறந்தால் அதன் உள்ளும் வெளியுமுள்ள ஆகாசம் எப்படி வெவ்வேறா காதோ அப்படியே எல்லாப் பொருள்களையும் வியாபித்து நிற்கும் ஆத்மா வும் வெவ்வேறாக இருக்க முடியாது. இது போவதுமில்லை மாறுவது

மில்லை. இந்த மாறுபாடுகளெல்லாம் உற்பத்தியின் கிரமத்தை அறியாதவர்களுக்கே. தீவிர கானலில் அதற்கு விரோதமான நீர்க் காட்சி எப்படி ஏற்படுகிறதோ அதேமாதிரி ஞானத்தின் இருக்கையில் அக்ஞானத் தோற்றம் ஏற்படுகின்றது. இந்த அக்ஞானத்திற்குக் காரணம், "நான்" "பொருள்" என்ற பேத பாவனையே. இரண்டிலும் பொதுவாய் நிற்கும் ஆத்ம உணர்ச்சி ஏற்பட்டால் உடனே மோட்சத்திற்கு உபாயம் ஏற்படு கிறது."

இவ் வார்த்தைகளைக் கேட்ட விஷுசிகா மிகவும் சந்தோஷித்து, பிறகு அரசனை நோக்கி இந்த ஆத்ம தத்துவத்தைப் பற்றி அவன் அறிந்த தைச் சொல்லும்படி கேட்டாள். இவ்வேண்டுகோளுக்கு இணங்கி ராஜன் சொல்லத் தொடங்கினான்.

ராஜாவின் பதில்: "பிரம்மம் அல்லது ஆத்மா வென்பது ஜகத்தை ஒட்டிய அபாவம். பாவமாகிய உணர்ச்சியே ஜகத்; அபாவத்தன்மை ஆத்மா. அது எல்லாவற்றையும் விட்டொழிப்பதாயும் ஒன்றுமில்லாத தாயும் இருப்பதே. இதில் ஏற்படும் விஸ்தரிப்பே ஜகத். விஸ்தரிப்பு அடங்கும் பொழுது பிரளயம் ஏற்பட்டதாகச் சொல்லப்படும். இவ் விஷயத்தைப் பற்றி மேலும் சொல்லுகிறேன்.

பரமாணுவிலும் பரமாணுவாக, ஆகவே சூன்யமாக நிற்கும் பிரமத்திலேற்படும் விகல்பம் (மதி மயக்கம்) அறிகிறவன் - அறிவு என்ற இரட்டை பாவனையாகின்றது. பிறகு இந்த அறிகிறவனுடைய பிரதி பிம்பமாகிய ஜகத் அறியும் தன்மையால் அறியப்படுகிறது. ஆகவே நம்முடைய உணர்ச்சிகளைத்தான் வஸ்துக்களாக அனுபவிக்கிறோம். ஜகத் அல்லது பொருள்கள் சப்தங்களால் குறிப்பிடப்படுகின்றன. இச் சப்தத் திற்கும் அதன் அர்த்தத்திற்கும் அப்பால் நிற்பது பிரம்மம். இது எல்லாமு மாக இருந்த போதிலும் வாஸ்தவமாக ஒன்றுமில்லை. எல்லா சப்தங் களுக்கும் மூல அர்த்தமாக நிற்பது இந்த பிரம்மந்தான். இப்படி இருப்ப தற்குக் காரணமும் அதுவேதான்.

சித்தின் இயக்கமே சிருஷ்டியின் ஆரம்பமாகும். இந்த சித்தானது எவ்விதமெல்லாம் சங்கல்பம் செய்ததோ அவ்வவ்விதமே உணர்ந்து பொருள்களுக்கு ஆதாரமாயிற்று. நாளுக்கு நாள் சங்கல்பம் முதிர்ந்ததும் சூக்ஷ்மமான நிலையிலிருந்தவைகள் ஸ்தூல கதியை அடைந்ததும் பொருள்களென்று பாவிக்கப் படுகின்றன. அதனால் இப்பொருள்கள் நமக்கு சத்யமாகத் தோன்றுகின்றன. ஆகவே சூக்ஷ்மமாய் இருந்தவைகள் தான் ஸ்தூலமாக இப்பொழுது உணரப்படுகின்றனவே தவிர, முன் ஒன்று மில்லாமல் இப்பொழுது உணர்ச்சி ஏற்படுவதில்லை. நம் கண்களை உபயோகிக்கும் பொழுது அனுபவத்தில் வந்தவைகளைத்தான்

உணருகிறோமே தவிர புதியதாய் ஒன்றையும் உணருவதில்லை. ஒரு குழந்தை புதிய வஸ்துவைக் காணும்பொழுது அதன் மனதில் அப்பொழுது தோன்றியவாறு வஸ்துவை உணருகிறதே தவிர வஸ்துவின் சுய சொரூபத்தை அது அறிவதில்லை. ஆகையால் நம் மனதின் நிலையே வெளிப் பிரபஞ்சமாகிறது. ஒரு உத்யானவனத்தில் வசந்த காலம் வந்த வுடன் பலவித மலர்ச்செடிகள் வெவ்வேறு விதமாய் மலர்கின்றன. ஆகையால் இவைகள் வசந்தகாலத்தின் சாரமாகும். சாரம் ஒன்றாய் இருந்தும் மலர்கள் பலவிதமாகின்றன. அதேமாதிரி சித் ஒன்றாக இருந்தும் உணர்ச்சிகளும் அனுபவங்களும் வெவ்வேறாகின்றன. இப்படி யாக பல உணர்ச்சிகளுக்குக் காரணம் மனதே.

சித்தின் ஒளியால்தான், இதைத் தவிர்த்து வேறில்லாத, பிரபஞ்சமும் உணரப் படுகின்றது. சித்தின் பிரவிர்த்தியின்றி பிரபஞ்சம் பிரகாசிக்க, அதாவது உணரப்பட, முடியாது. சூரிய சந்திர மண்டலங்களும் பிரகாசிப்பது சித்தின் ஒளியாலே தான். சித்தானது பிரகாசிக்காவிட்டால் இவைகளின் ஒளியைக் காண முடியாது. வெளிச்சத்திற்கு எதிரடி இருட்டு. வெளிச்சம் உண்டானால் இருட்டு மறைந்துவிடுகிறது. ஆயினும் இவ் விரண்டையும் ஒரே சமயத்தில் உணர சித்தால்தான் முடியும். வெள்ளை மேகத்தில் இருக்கும் பனி வெளுப்பாகவும், மையின் மேல் வீழ்ந்த பனி கருப்பாகவும் இருப்பது போல, ஒளியில் சித்தானது பிரகாசமாகவும், ஒளி மறைந்ததும் இருட்டாகவும் உணரப்படுகின்றது.

தூர தேசத்தை ஒருவன் மனதில் சங்கல்பம் செய்துகொண்டு பிறகு அவ்விடம் சேர்ந்ததும் சங்கல்ப நகரத்தைப் பிரத்யட்சமாகக் காண்கிறான். சங்கல்பம் செய்வதற்கும் பிறகு இதைக் கண்டு ஆமோதிப்பதற்கும் இவ் விரண்டையும் தாண்டி நிற்கும் ஏக வஸ்துவால்தான் முடியும். அதுதான் இங்கு சொல்லப்படும் சித்.

ஆகவே இந்த சித்துதான் தன் இஷ்டப்படி பொருள்களாகிய தோற்றங்களைக் கற்பித்து அவைகளை வியாபித்தும் நிற்கின்றது. ஆகையால் நம்மால் காணப்படும் ஜகத் சித்தைத் தவிர வேறில்லை. விளையும் மரம் சூக்ஷமமாக விதையிலிருப்பதுபோல இந்த ஜகத் முழுவதும் சூக்ஷமமாக சித் பரமாணுவில் அடங்கி இருக்கிறது. இந்த விதையை ஒரு பானையில் மூடிவைத்தால் எப்படியோ அப்படித்தான் தேகத்தில் மூடிவைக்கப்பட்ட ஜீவனும். இப்படிப் பலவிதத் தோற்றங் களைக் கொடுத்தும் சித்தானது ஒரு மாறுபாடுமில்லாமலிருப்பதால், இரண்டு, ஒன்று என்னும் தத்துவங்களுக்கும் அதனிடத்தில் இடமில்லை. ஒன்று என்பது நினைத்தால்தான் இரண்டு என்பதற்கு இடம். ஆகையால் எண்ணிகையை விட்டு ஒன்றுமில்லை யென்னும் கொள்கையை

ஆசிரயிப்பதே சரியான மார்க்கம்". இவ்வாறு சொல்லி முடித்தான் அரசன்.

விஷஊசிகாவின் முடிவு:

ராஜா, மந்திரி இருவராலும் போதிக்கப்பட்ட ஆத்ம ஞான விஷயங்களைக் கேட்டு மனமகிழ்ந்து அவர்களின் விவேகத்தைப் பற்றிப் புகழ்ந்து, தான் அவர்களுக்கு மிகவும் கடமைப்பட்டதாகவும், இனி அவர்கள் தன்னுடைய ஆப்த சிநேகிதர்களானாரென்றும் சொன்னாள். மேலும் அவர்கள் செய்த உபகாரத்திற்குப் பிரதியாக தன்னிடமிருந்து ஏதாவது வரனைப் பெற்றுக்கொள்ள வேண்டுமென்றும், ஆகையால் அவர்களின் இஷ்டத்தைத் தெரிவிக்கவும் கேட்டுக் கொண்டாள். இதற்கு இணங்கி ராஜா இனி அவள் நியாயமாயும் யோக்யமாயும் இருப்பவர் களைப் புசிப்பதில்லை யென்று வாக்களிக்கக் கேட்டுக் கொண்டான். அப்படியே வாக்குக் கொடுத்து இனி தான் தன்னிருப்பிடம் சென்று தபஸைத் தொடங்குவதாகச் சொல்லிப் புறப்பட யத்தனித்தாள். ஆனால் அதை ராஜா உடனே மறுத்தான். பசியைத் தீர்த்துக் கொள்ளும் பொருட்டு தன் ராஜ்யம் நாடி வந்து, அதைத் தீர்த்துக் கொள்ளாமல் போவது சரியல்ல வென்றும், அதற்குத் தான் ஒரு யோசனை செய்திருப்பதாகவும் சொன்னான். அதாவது ராஜ தண்டனைக்குட்பட்ட துஷ்டர்கள், திருடர்கள் எல்லோரையும் தான் சேகரித்து வைப்பதாகவும், அவள் எப்பொழுதெல்லாம் தபஸிலிருந்து விழித்துப் பசியை உணருகிறாளோ அப்பொழுது இத் தேசம் வந்து இரையைச் சேர்த்து எடுத்துக்கொண்டு தன் தேசம் போய்ச் சாப்பிடலாம் என்றும் கூறினான். இதை ஆமோதித்த விஷஊசிகா, ராஜனுடைய சொற்படி, தன் சுயரூபத்தை விட்டு மானிட ரூபமெடுத்துக் கொண்டு ராஜா மந்திரியுடன் அவர்கள் அரண்மனை போய்ச் சேர்ந்தாள். அங்கே சிலநாள் தங்கிவிட்டுப் பிறகு சேகரித்து வைக்கப்பட்ட இரையைச் சேர்த்துக்கொண்டு, தன் சுயரூபமெடுத்து தன் இருப்பிடம் போய்ச் சேர்ந்தாள்.

ராஜா ஏற்பாடு செய்தபடி விஷஊசிகா அப்போதைக்கப்போது பசியால் பீடிக்கப்பட்ட போதெல்லாம் கிராத தேசம் சென்று இரையைப் பெற்று வந்தாள். இந்த அரசன் காலஞ்சென்ற பிற்பாடும் அத்தேசத்தில் இந்த வழக்கம் நடைபெற்று வந்தது. இன்னும் சில காலத்திற்குப் பிறகு ராட்சசி தன் உடலை விட்டுப் பிரியும் காலத்தை யுணர்ந்து தனக்கு பதில் வேறொருத்தியை முன்னமே நியமித்துவிட்டு அவள் பிரம்மாவின் வாக்குப்படி முக்தியடைந்தாள்.

துவைத பாவமின்றி வியவகரிக்க முடியாது

வால்மீகி: கதை முடிந்ததும் வசிஷ்டர் ராமனை நோக்கி இக்

கதையின் தாத்பரியத்தை மனதில் வாங்கிக் கொள்ளும்படிச் சொன்னார், அதாவது பிரம்மத்திலிருந்தே எல்லாம் உற்பத்தி என்பதை. "அதிலிருந்து இது" என்னும் வாக்கியத்திலேயே பேதம் இருக்கும் பொழுது, துவைதம் சத்யமல்ல வென்று எப்படிச் சொல்லலாமென்று ராமன் கேட்டான்.

பதம், வாக்யம் எல்லாம் வியவகாரத்திற்கு வேண்டிய கருவிகளே தவிர, சுயமாகவே அவைகள் சத்யமாகா என்றார் வசிஷ்டர். வியவகாரத் தில் இரண்டு என்னும் பாவமின்றி ஒரு செயலும் செய்ய முடியாது. நாமிருவரும் பேசுவதும் இப் பேத பாவத்தை அனுசரித்தே. எல்லாம் அறிந்த ஞானிக்கும் வியவகாரத்தில் பேதத்தை அனுசரித்துத் தான் எதுவும் செய்ய இயலும். ஆனால் அவர்களிடம் மூல தத்துவம் எப்பொழுதும் உணர்ச்சி யில் இருந்துவரும். வியவகாரமின்றி மூல தத்துவத்தைக் குறிப்பிடுவது சர்வ மௌனமே. ஆகையால் தான் சொல்லும் கதைகளி லும் வசனங் களிலும் தாத்பரியத்தை எடுத்துக் கொள்ள வேண்டுமே தவிர கேவலம் பத அர்த்தங்களைக் கவனிப்பதில் பிரயோஜனமில்லை என்று சொன்னார். சொல்லப்படும் தத்துவங்கள் சுலபமாயும் தெளிவாயும் புத்திக்குப் புலப்படும்பொருட்டு கதா ரூபமாயும் அழகிய சொற்களாலும், பல உதாரணங்களைச் சேர்த்தும் ஞானம் இங்கு உபதேசிக்கப்படுகிறது. இவ்விதம் சொல்லப்படாவிட்டால் இந்த உபதேசங்களை ஏற்றுக் கொள்வது மிகவும் கஷ்டம்.

இவ் விஷயமாக தனக்கே முன்னொருகாலம் சந்தேகம் தோன்றிய தாகவும் அவைகளை நிவர்த்தி செய்துகொள்ளும் பொருட்டு பிரம்மா வையே நாடிக் கேட்டதாகவும் அவர் பின்வருமாறு உபதேசித்ததாகவும் சொன்னார்.

பிரம்மா: சங்கல்ப கிரமத்தால் சிருஷ்டியில் நான் ஈடுபட்டுப் பலவிதமான வஸ்துக்கள், செடி கொடிகள் ஜீவராசிகள், மானிடர்கள் அனைவற்றையும் வரிசை வரிசையாக ஏற்படுத்திப் பல காலமாகிய பகல் நேரம் சென்றதும், அந்திப் பொழுதில் இதைப்பற்றி யோசிக்கலானேன். யோசித்துப் பார்க்கையில் பல பிரபஞ்சங்கள், ஜனக் கூட்டங்கள், பல சூரிய சந்திர மண்டலங்கள், இவைகளுக்குக் காரணமாகிய என்னைப் போன்ற பல பிரம்மாக்களையும் கண்டேன். இதன் பொருள் விளங்காமல், இதை அறியும் பொருட்டு ஒரு சூரியனை அழைத்து அவனைக் கேட்டேன். சூரியன் என்னை வணங்கி, நான் இக்கேள்வியைக் கேட்டது பற்றி மிக ஆச்சரியப்பட்டு, இருந்தபோதிலும் பதிலாக, நானின்றி இவை யொன்றுமில்லை என்றான். இதையொட்டி முன்னொரு காலத்தில் நடந்த சம்பவத்தையும் எடுத்துச் சொன்னான்.

ஐந்தவர் (இந்து புத்திரர்) விருத்தாந்தம்

சூரியன்: "கச்யபனென்ற பிரம்ம குலத்தில் பிறந்த இந்து என்ற பிராமணன் எல்லா சாஸ்திரங்களையும் படித்து, சரியான காலத்தில் தனக்குத் தகுந்தவளான நற்குலத்தில் பிறந்த மனைவியை அடைந்து ஆனால் புத்திர பாக்யமின்றி விசனித்திருந்தான். கடைசியாக இக் குறை யைத் தீர்த்துக் கொள்ளும் பொருட்டு இருவருமாக ஒரு தவத்தைத் தொடரத் தீர்மானித்து, அப்படியே ஒரு அடர்ந்த காட்டில் புகுந்து, சரியான இடத்தில் அமர்ந்து சில காலம் தவம் செய்தார்கள். தவம் வெகு சிரத்தையுடனும் ஊக்கத்துடனும் செய்யப்பட்டதால், சீக்கிரமே ஈசுவரன் பிரத்யட்சமாகி, தம்பதிகள் கோரின வரனைக் கொடுத்தனர். வரப் பிரசாதத்தால் காலக் கிரமத்தில் வெகு சுந்தரமாயும் விவேகிகளாயுமுள்ள பத்துப் புத்திரர்கள் பிறந்தார்கள். புத்திரர்கள் சரியான காலத்தில் எல்லா சாஸ்திரங்களையும் தகப்பனிடமே கற்றுவந்தபொழுது, பால்யமாக இருக்கையிலேயே, தாய் தகப்பன் இருவரும் காலமானார்கள்.

உற்றார் உறவினர் ஒருவருமில்லாத சிறுவர்கள், இனி நாட்டில் வாழ்வது கடினமென்று அறிந்து காட்டிற்குச் சென்று தங்கள் முன்னேற்றத்தைக் கவனிப்பதே சரியென்று அதற்கேற்றதைச் செய்யத் தொடங்கினார்கள். இந்த முடிவை யனுசரித்து, ஒரு குறிப்பிட்ட இடத்தை அடைந்து அமைதியுடன் உட்கார்ந்து விசாரணை செய்யத் தொடங் கினார்கள். உலகத்தில் மேன்மையான பதவி யாது, எது சாசுவதமான இன்பத்தைக் கொடுப்பது, எதெல்லாம் தியாகம் செய்யப்பட வேண்டியது என்பவைகளைப் பற்றியும் இவைகளுக்குச் சம்பந்தமான விஷயங்களைப் பற்றியும் எல்லோருமாகச் சேர்ந்து ஆலோசனை செய்தார்கள். அவர்களில் மூத்தவன் வெகு சீக்கிரமாக ஒரு முடிவுக்கு வந்தான். பிரம்ம பதவியே முயற்சிக்கவும் அடையத் தகுந்ததுமானது. இதற்கு மேலானது பிரபஞ்சத் தில் ஒன்றுமில்லை என்று தன் முடிவைச் சொன்னான். இதை எல்லோரும் ஆமோதித்து, அப்படியே அந்தப் பத்து பாலர்களும் பத்மாசனத்தில் அமர்ந்து தீவிரமாகத் தவம் செய்தார்கள். இவர்கள் செய்த தவமுறையாவது, "நான்" என்பது ஒவ்வொரு வஸ்து, பிராணி எல்லாவற்றி லும் பொதுவாகவுள்ளதே. இந்த "நான்" என்பதே பிரம்மம். "நானே" இவ்வுலகத்தைச் சிருஷ்டி செய்வதும், அழிப்பதும்: என்றவாறு. இத்தகைய தவநெறியைக் கைக்கொண்டு வெகு ஊக்கத்துடனும் விடாமுயற்சியுட னும் நீண்ட காலம் மனம் ஒருமைப்பட்டதின் பலனாக பத்து பாலர்களும் ஒரே காலத்தில் பிரம்ம பதவியை யடைந்தார்கள். இவர்களே இப்பொழுது பத்து திக்குகளுக்கும் அதிபதிகளாக பத்து பிரம்மாவாக விளங்குகிறார்கள்.

பிரம்மா: சூரியன் இக் கதையைச் சொல்லி முடித்ததும், இவர்கள் என் செயலில் முயன்றிருப்பதால் நான் எதற்குச் சிருஷ்டியில் தலையிட வேண்டுமென்று நினைக்கலானேன். அதைச் சூரியனிடம் வெளியிட அவன் இதற்கு பதிலுரைத்ததாவது:

பிரம்மாவுக்கு கர்மம் உண்டு என்பது

சூரியன்: உங்கள் செயலை நிறுத்துவதில் உமக்கு என்ன பலன்? உமக்குப் பற்றுதலென்பது இல்லாததால் சிருஷ்டியில் ஆகவேண்டியது ஒன்றுமில்லை. ஒரு தினம் என்பது எப்படித் திரும்பித் திரும்பி இடை விடாமல் சூரியனால் ஏற்பட்டு வருகிறதோ அதே மாதிரி உம்மிடத்தில் ஜகத்தானது திரும்பித் திரும்பி ஏற்பட்டும் அழிந்தும் வருகின்றது. ஆகவே இது உமக்கு ஒரு விளையாட்டைத் தவிர வேறல்ல. இந்தப் பிரபஞ்சத்தை சிருஷ்டித்தே தீரவேண்டுமென்ற முயற்சியுடன் நீர் இதைச் செய்வதில்லை. இப்பொழுது நீர் சிருஷ்டியைச் செய்யாவிடின் வேறு நித்ய கர்மா உமக்கு என்ன ஏற்படும்? பற்றுதலற்று கர்மாக்களைச் செய்வதே நமக்குரிய கடமை; எதுபோலென்றால் ஒரு சுத்தமான கண்ணாடி எவ்விதம் அதன் முன்னே தோன்றும் வஸ்துக்களை விருப்போ வெறுப்போ இன்றி பிரதிபிம்பித்துக் காட்டுகிறதோ அப்படியே. புத்திமான்களுக்குக் கர்மத் தியாகத்திலும், கர்மம் புரிவதிலும் ஒரே விதமான மனோ நோக்கந்தான் உண்டு. ஆகையால் நீங்கள் கர்மத்தை ஒழிப்பதைப் பற்றி யோசிக்கவேண்டியதில்லை. எப்பொழுதும் போல், நித்திரைக்கு ஒப்பான பற்றுதலற்ற மனதுடன் நித்திரையிலிருந்து விழித்தவனுக்குண்டான ஊக்கத்துடன் தங்கள் கர்மத்தை சம்பவத்திற் கேற்றவாறு தொடர்வீராக. இந்த ஐந்தவர்களின் சிருஷ்டியில் நீங்கள் சந்தோஷித்தால் உம்முடைய சிருஷ்டியில் அவர்களும் சந்தோஷிப்பார்கள். தாங்கள் இவர்களுடைய சிருஷ்டியை மனக்கண்ணால் காண முடியுமே தவிர புறக்கண்ணால் காண முடியாது. ஏனெனில் சிருஷ்டியென்பது ஊனக் கண்களால் நியமிக்கப்பட்டதல்ல, மனதால் செய்யப்பட்டது. ஆகையால் ஒருவன் மனதால் சிருஷ்டிக்கப்பட்டது அவனுடைய ஊனக் கண்களால்தான் உணரமுடியுமே தவிர பிறருடைய கண்களால் உணரமுடியாது. இந்தப் பத்து ஐந்தவ பிரம்மாக்களால் நிர்மிக்கப்பட்ட பத்து பிரபஞ்சங்களும் மனோதிடத்தால் நிலைபெற்று விட்டமையால் எவராலும் அழிக்கப் பட மாட்டாது. கர்மேந்திரியங்களால் செய்யப்படும் கிரியைகளே புறப் பொருள்களால் பாதிக்கப் படலாம். மனோ நிச்சயத்தால் செய்யப்பட்ட கிரியையை வேறொருவராலும் தடுக்கமுடியாது. வெகு காலம் எது ஒன்று திடமாக மனதினால் பாவிக்கப்பட்டு வருகிறதோ அதற்குச் சாபத்தினா லும் பாதகம் ஏற்படாது. சாபம் சரீரத்தைத்தான் பாதிக்கும்.

ஜகத்தானது மனத்திலிருந்து உற்பத்தி என்பது

சூரியன்: இந்தப் பரந்த பிரம்மாண்டம் மனது என்பதிலிருந்து உதித்ததே. ஆகையால் இந்த மனதுதான் பிரதான புருஷன். மனதால் செய்யப்படுவதுதான் செயலே ஒழிய கேவலம் தேகத்தால் செய்யப் பட்டது, அதாவது மனதின் ஏவலின்றி, செயலாகாது. இந்த ஸ்தூல தேகமானது மனதால் தேடிக்கொள்ளப் பட்டதே. ஆகையால் தேகம் யாதொரு செயலுக்கும் கர்த்தா ஆகமுடியாது, ஏனெனில் அது ஒரு ஜடப் பொருள். மனதின் வேகத்தால் சங்கல்பிக்கப்பட்ட ஒரு விஷயத்தை இந்த தேகமாவது அல்லது வேறு ஒரு ஜடப் பொருளாவது தடைசெய்ய முடியாது. மனது வேறொரு மனதால்தான் அசைக்கப்படும். இவ் விஷயத்தையொட்டி பூர்வீக விருத்தாந்தமொன்று உண்டு. அதைச் சற்று பொறுத்துக் கேட்பீராக.

இந்திரத்யும்னன் – அகல்யா கதை

முன்னொரு காலத்தில் இந்திரத்யும்னன் என்ற அரசனொருவன் தன் மனைவியாகிய அகல்யா யென்பவளுடன் அரசாட்சி செய்து வருகையில், அதே தேசத்தில் வசித்து வந்த இந்திரனென்று நாமம் பூண்ட பிராமண விடன் ஒருவன், தன் துர் நடத்தைகளாலும் முக அழகினாலும் வெகுப் பிரபலமாய் வழங்கப்பட்டு வந்தான். இந்தப் பெயரும் பிரதாபமும் அகல்யா ராணிக்கும் தெரிய வந்தது. புராணத்தில் கேள்விப்பட்ட இந்திரன் அகல்யா விருத்தாந்தம் இவள் மனதில் வேரூன்றிய காரணத்தால், தாங்களிருவரும் கூட இவ்விதமான கள்ளச் சிநேக பாவனைக் குரியவர் களாக எண்ணி, நாளடைவில் இந்திர நாமத்தில் காதல் பெருகி, பிறகு சோகமுமடைந்தாள். நாளுக்குநாள் தன் கணவனாகிய அரசனை மறந்தாள். பிறகு தன் மனதைக் கொள்ளை கொண்ட இந்திர நாமத்தில் தன்னையும் மறந்தாள். இதையெல்லாம் கவனித்து வந்த ராணியின் தோழி ஒருத்தி தன் யஜமானியின் பரிதாப நிலையைக் கண்டு பரிதபித்து இவள் நேசித்து வந்த புருஷனை சந்திக்க ஏற்பாடு செய்தாள். இவ்விருவரும் சந்தித்த பிறகு சிநேகம் அதிகரித்தது, கொஞ்ச காலத்தில் இரு மனதும் ஒன்றென ஆகிவிட்டது.

இவ் விஷயம் நாளுக்கு நாள் ஊரெல்லாம் பரவி ராஜனுக்கும் தெரியவந்தபடியால் ராஜ நீதிக் கிரமமாக இருவரும் தண்டிக்கப்பட லானார்கள். தண்டனையால் யாதும் பயன்படாமல், இன்னும் அதிகக் கொடூர தண்டனைகள் விதிக்கப்பட்டன. இவைகளால் கூட குற்றவாளி கள் பாதிக்கப்படவில்லை. தவிர இத் தண்டனைகளால் இவர்களின் காதல் இன்னும் அதிகரித்தது. அரசனுக்கு இனி என்ன செய்வதென்று புலப் படாமல் தன் குலகுருவாகிய பரத முனிவரிடம் விஷயங்களைச் சொல்லி

அவரைச் சபிக்கச் சொன்னான். விவரத்தை அறிந்த முனிவர், ராஜ தர்மம் நிலைபெறும் பொருட்டு, அவ் விருவரையும் அழைத்து, நாசமாகும்படி சபித்தார். இதைக் கேட்ட இந்திரனென்ற பிராமணன், இவர்களின் மதியீனத்தைக் கேட்டு நகைத்து முனிவரை நோக்கிச் சொன்னான்.

மனதின் சொரூபம்

"பெரிய முனிவராக இருந்தும் இப்படி மதியை இழப்பதைப் பார்த்து வியப்படைகிறேன். நீங்கள் விஷயத்தைத் தீர விசாரிக்கவில்லை போலும். எங்கள் இருவருக்குமுள்ள காதல் எவ்விதமென்று நீங்கள் அறியவில்லை. இந்தக் காதல் தேக சுகத்தைத் தேடியோ, அல்லது சிற்றின்பத்தைப் பற்றிய தாகவோ நினைப்பது தவறு. இந்தக் காதல் எக்காலத்தும் எந்த கணத்தி லும் அழியாது; சாசுவதமாயுள்ளது. இரு மனதும் ஒன்றான நிலையில், அதாவது எனக்கு ஜகத்தெல்லாம் அகல்யாவாகவும் அவளுக்கு அதே ஜகத் இந்திரமயமாகவும் இருக்கையில் உங்கள் சாபம் எங்களை என்ன செய்யக்கூடும்? ஏன் வீணாக மதிகெட்டு உங்கள் தபோ மகிமையை இழக்கிறீர்கள்? உங்கள் சாபம் எங்கள் தேகத்தைத்தானே பாதிக்கலாம். எங்கள் மனதை என்ன செய்யக்கூடும்?" என்று சொல்லி முடித்தான்.

ஆனால் சாபத்தின் தீவிரத்தால், அதற்குப் பாத்திரமானவர்களிரு வரின் உடலும் மரணகதி யடைந்தன. அதன்பிறகு இவ்விரு ஜீவன்களும் எக்காலத்திலும் ஜோடியாகவே புருஷனும் மனைவியாயும் ஜீவிதம் நடத்தி வந்தார்கள்.

ஆகையால் மனோ நிச்சயம் தீர்க்கமாகவும் தளர்ச்சியின்றியும் இருந்தால் அதை யாராலும் எவ்விதமும் பழுது செய்ய முடியாது. எவ்வித சாபமும் அதைப் பாதிக்காது. இவ்விதமான மனோ திடத்தால் இந்த இந்து புத்திரர்கள் பிரம்ம பதவியை அடைந்தார்கள். ஆகையால் அவர்களின் சிருஷ்டிக்கு உம்மால் யாதொரு தீங்கும் செய்யமுடியாது. ஏனெனில் அது கேவலம் மனோ சிருஷ்டி. அவர்களின் சிருஷ்டியைப் பற்றி தாங்கள் கவனிப்பது தகுதியும் அன்று. யுக்தியும் அன்று. ஆகையால் தாங்கள் தங்களுடைய நித்ய கர்மாவை அனுஷ்டித்து எப்பொழுதும் போல சிருஷ்டியைச் செய்துவருவதே நலம். ஆகாசமென்பது, எவ்வளவு சிருஷ்டிகள் ஏற்படினும் அவைகளெல்லாவற்றிற்கும் இடம் தரும். ஆகையால் எப்பொழுதும்போல் ஆத்மாவில் நோக்கத்தை வைத்தவாறு சிருஷ்டிக் கிரமத்தை நடத்துவீராக" என்று சொல்லிப் போனான்.

ஜீவராசிகளும் இரண்டு சரீரங்களும்

பிரம்மா: இந்தப் பிரபஞ்சத்தில் ஊக்கத்தினாலும் விடாமுயற்சியா லும் மனிதர்களால் அடையப்படாதது ஒன்றுமே இல்லை. பிறகு எல்லாப்

பொருள்களும் இரண்டு சரீரங்களை ஆசிரயித்திருக்கின்றன, அதாவது எப்பொழுதும் சஞ்சலமென்பதையே குணமாகக் கொண்ட மனஸ் என்பதையும், இரண்டாவதாக உருவம் அமைக்கப்பட்ட ஜீவ சரீரத்தையும். இந்த ஜட சரீரந்தான் சாபம் மந்திரங்களால் பாதிக்கப்பட்டு நாசமடைய லாம். ஆனால் மனதென்பதோ திடமாய்த் தன் சக்தியை யுணர்ந்து இருக்குமாயின் யாதொன்றாலும் அசைக்கப்பட முடியாது. மனோதிடம், தைரியம் இல்லாதவர்கள்தான் சாபங்களுக்குப் பாத்திரமாவார்கள், அதுவும் மனதின் மூலமாக. இந்த மாமிச தேகத்தால் தானாகவே எதையும் செய்ய முடியாது. மனதோ எதையெல்லாம் கோருகிறதோ அதையெல்லாம் அடைந்தே தீரும். ஒன்றை இச்சிப்பதும், பிறகு அதன்பொருட்டுப் பிரயத்தனப்படுவதும், கடைசியில் பலனையடைவதும் எல்லாம் மனதால் நடைபெற்று வருகிறதே தவிர தேகத்தால் இல்லை. மனதின் ஏவலைச் செய்யவேண்டிய ஒரு கருவியே தேகம். ஆகையால் இம் மூன்று லோகங் களுக்கும் மூலமாயிருக்கும் மனதை சாபமும் மந்திரமும் என்ன செய்ய முடியும்? மேற் சொல்லப்பட்ட கதைகளாலும், மேலும் மாண்டவ்யன் வெகு காலம் கழுவு முனையிலிருந்து தபசு செய்து வந்ததிலிருந்தும் இன்னொரு முனிவர் பாழுங் கிணற்றிலிருந்துகொண்டு தபஸ் செய்து தேவ பதவியை அடைந்ததிலிருந்தும் மனதின் சொரூபம் நன்கு விளங்கும்.

     குயவன் பானையைச் செய்து முடித்ததும் மண்ணாகிய சொரூபம் பானையில் மறைவது போலும், தங்க ஆபரணங்களில் தங்கத்தின் சொரூபம் மறைவது போலும், மனதானது தன் பௌருஷத்தால் இச்சை கொண்டதை அடைந்து அந்தப் பலனில் தான் மறைகிறது. ஆகையால் பலன் என்பதும் மனதின் வேறுபாட்டைத் தவிர வேறில்லை." இவ்வாறு சொல்லிவிட்டு தன்னையும் அனுக்கிரகித்து பிரம்மா அந்தர்தியான மானார் என்று வசிஷ்டர் சொல்லி முடித்தார்.

     வசிஷ்டர்: பிரம்மதேவன் உபதேசத்திலிருந்து ஏற்படுவது, மனஸ் என்பது பிரம்மத்திலிருந்து தானாகவே ஒரு இயக்கத்தினால் உண்டான தென்பது. மேலும் இந்த பிரம்மாவென்ற புருஷன் மனசுதான் என்றும் நான் அறிந்தேன். இந்த இயக்கமே மூல அவித்தை அல்லது மூல அக்ஞானம். இதனால் பிறகு தன் கல்பனா சக்தியால் "நான்" - "நீ" யென்ற பேதங்களும் பிறகு ஜகத்தாகிய பல பொருள்களும் கற்பிக்கப்பட்டன. ஆகவே சிருஷ்டி ஆரம்பத்தில் மனஸாகிய ஒரே சரீரந்தான் ஏற்பட்டது. பிறகு இது தன் இச்சையால், பிரம்மாண்டத்தின் உற்பத்திக்குக் காரணமாகிய பஞ்ச பூதங்களையும் அவைகளின் வேறுபாடாகிய இதர சக்திகள், ஆகவே பதினான்கு மூல வஸ்துக்களையும் கொண்டு, சூரிய கிரணங்களாலும் வெப்பத்தினாலும் சிருஷ்டிக்கப்பட்ட உருவ அமைப்புக்களில் பிராண னென்று கூறப்படும் சக்தியாக உட்சென்று, இவ்விதம் இரண்டாவது

சரீரத்தை அடைகின்றது. வாசனை என்பது இவ்விதம் ஏற்பட்டு, பிறகு சம்சாரமென்ற பிரவாகம் உலகத்தைத் திரட்டி நிற்கின்றது. ஆகவே இச்சா சொருபங்களே இந்தப் பூதாதிகளெல்லாம்.

முக்திஸ்திதி எல்லா ஜனங்களுக்கும் உண்டு

பிரபஞ்ச வாழ்க்கையை யும், சம்சாரத்தையும் கவனித்தால், மானிட வர்க்கங்கள் மூன்று முக்கியப் பிரிவுகளாகப் பிரிக்கப்படும். அதாவது உத்தம, மத்திம, அதமமென்று. இந்த மூன்று பிரிவுகள் மறுபடியும் ஒவ்வொன்றும் மூன்று கிளைப் பிரிவுகளாக அதாவது சாத்வீக, ராஜஸ, தாமஸமென்று பிரிக்கப்படலாம். இந்தப் பிரிவுகளில் அடங்கப்பட்ட ஒவ்வொரு ஜனக்கூட்டங்களும் அவரவர்களின் குணம், செயல், சம்சார ஈடுபாடுகளையொத்து வெகு சீக்கிரமோ, அல்லது கொஞ்சம் தாமதித்தோ, அல்லது வெகு காலம் தாமதித்தோ சம்சாரத்திலிருந்து விடுபட்டு மோட்சத்தை அடைகிறார்கள். ஆகவே ஒவ்வொரு மனிதனும் காலக் கிரமத்தில் மோட்சத்தை அடைவது நிச்சயம். ஒருவர்க்கொருவரில் உள்ள வித்தியாசம் காலத்தில் தானே தவிர பதவியில் இல்லை.

அப்படி இருந்தும் இந்த கதியை அடையும் வரையில் சட்சாரத்தில் சுழன்று திண்டாட வேண்டியிருப்பதால் நம்முடைய யத்தனங்க ளெல்லாம் இந்தப் பதவியைக் கூடிய சீக்கிரம் அடையும்பொருட்டுச் செய்யப்பட வேண்டும். இந்தச் சம்சாரமாவது ஏற்கனவே சொன்னபடி கர்மாவினால் ஏற்பட்டது. கர்மாவோ கர்த்தாவைத் தவிர்த்து தனி சொருபமாக இல்லை. பூவும் வாசனையும் போலவும், சமுத்திரமும் அலையும் போலவும், கர்த்தாவும் கர்மாவும் கூட ஏக காலம் உதித்து, விஸ்தரித்து, அழிந்து சம்சாரத் தோற்றம் நடைபெற்று வருகிறது.

ஆகையால், மனதின் இயக்கந்தான் கர்மாக்களுக்குக் காரணமா கின்றது. இக் கர்மாக்களே மறுபடியும் மனதிற்குச் சஞ்சலமேற்படக் காரணமாகின்றன. ஆகவே ஒன்றைத் தழுவி மற்றொரு விஸ்தரிக் கின்றது. கர்மா நாசமடைந்தால் மனஸ் நாசமடையும். மனசு நாசமடைந் தால் கர்மாவுக்கு நாசம். மனசு சங்கல்ப சொருபம்; சங்கல்பமென்பது அசைவின் சொருபம்; இந்த அசைவினால் ஏற்படும் கிரியைகளெல்லாம் பாவனையின் பலன்களே.

ராமன்: முனி சிரேஷ்டரே! சங்கல்ப ரூபமாகிய மனஸ் ஜட சம்பந்தமான விஷயங்களில் எப்படி நிலை பெற்றது என்பதை எனக்கு விளக்கிச் சொல்வீராக.

மனது ஜடசம்பந்தத்தை அடைவதெப்படி?

வசிஷ்டர்: மனஸ் சஞ்சல சொருபமென்று மேலே சொன்னோம்.

சஞ்சலம் ஏற்படக் காரணமென்ன? தான் யாரென்று அறியாமையே சஞ்சலத்திற்குக் காரணம். இந்தச் சந்தேகத்தினால் ஒவ்வொரு பொருளிலும் தானிருப்பதாகப் பாவித்து அதில் தன்னைக் கண்டு அதிலேயே சிக்கிக்கொள்கிறது. இப்படி எல்லாப் பொருள்களிலும் பற்றுதல் அடைந்து அவைகளாகவே மாறிவிடுகிறது. இதனால் ஜடத் தன்மை வேரூன்றி விட்டது. இப்படியின்றி தான் யாரென்ற வாஸ்தவ ஞானம் ஏற்பட்டு, சந்தேகமின்றி இருக்குமானால் மனதுக்கு சஞ்சலமேது? ஆதலால் தன் சுயநிலையாகிய சாந்தத்தில் அது நிலைத்து நிற்கும். ஆகையால் அக்ஞானமே சஞ்சலத்திற்குக் காரணம். இச்சஞ்சலங்களே கிரியை, கர்மா, வாசனை என்பவைகளாக ஏற்படுகின்றன. எவ்விதக் கிரியைகளும் மனதின் ஏவலின்றி ஏற்படமுடியாது.

ஆகவே சுத்த சம்வித்தே ஒரு களங்கத்தினால் மனஸென்ற நிலைக்கு வந்தது. இந்த மனஸ் ஏதாவது ஒரு விஷயத்தில் ஒருமுகமாகி ஒரு நிச்சயத்தை அடையும்பொழுது புத்தியென்று சொல்லப்படுகிறது. மனஸுக்கு, நானென்ற பாவம் ஏற்பட்ட பொழுது அகங்காரமென்று சொல்லப்படும். ஒரு பாலனைப்போல் பல விஷயங்களில் சஞ்சலப் பட்டால் அப்பொழுது சித்தமென்று சொல்லப்படும். இவ்விதமே கர்மம், கற்பனை, ஸ்மிருதி, வாசனையென்று சமயத்திற்கேற்றபடி பல வேறு நாமங்களால் வழங்கி வருகிறது. இருப்பது சுத்த சம்வித் ஒன்றேயாகினும், இரண்டு என்ற பாவம்தான் பூரணமாக உணரப்படுகிறது. இதுதான் வித்தையென்று அக்ஞானத்தால் சொல்லப்படுகிறது.

ராமன்: உங்கள் உபதேசத்திலிருந்து மனஸ் ஜடமா, அல்லது அஜடமாவென்ற நிச்சயம் ஏற்படவில்லை. இதைத் தெளிவு படுத்தும்படி கேட்டுக் கொள்ளுகிறேன்.

மனது ஜடமா அஜடமா?

வசிஷ்டர்: அது இரண்டுமான தோற்றத்தையுடையது, ஆகையால் இரண்டிற்கும் நடுவிலுள்ள தன்மை யென்றே சொல்லவேண்டும். இதுவோ அதுவோவென்ற நிச்சயம் தனக்கு ஏற்படாமல் ஆதலால் இங்குமங்கும் ஊஞ்சலாடித் திகைத்து நிற்பதைத்தான் மனஸென்று சொல்லுகிறோம்.

இதரக் கொள்கைகளாகிய நியாய, வைசேஷிக சாங்கிய ஜைமினி, புத்த சமயத்தவர்களால் இந்த மனஸின் சொரூபம் வெவ்வேறு விதமாகச் சொல்லப்படுகின்றது. ஆனால் இக் கொள்கைகள் யாவும் புத்திக்கோ, யுக்திக்கோ ஒப்பவில்லை. ஆகையால் இங்கே ஒரே ரூபமாக விஸ்தரித்துச் சொல்லப்பட்டதை மனதில் வாங்கிக் கொள்ளவும். சுருக்கிச் சொல்வோ மாகில், மனஸ் ஜடமாக இருந்தால் சம்சாரத்திற்குக் காரணமாக இருக்க

முடியாது. அஜடமாக இருந்தாலும் அப்படியே. சேதனத் தன்மையுள்ள சிலந்திப் பூச்சி எப்படி ஜடமாகிய நூலை தன் தேகத்திலிருந்து வெளிப் படுத்தியும், பிறகு தன்னுள் இழுத்துக்கொள்ளவும் செய்கிறதோ, அது போலவே சுத்த சம்வித்தானது இப் பிரபஞ்சத்தை தன்னிடம் தோற்ற வைக்கவும் மறைக்கவும் செய்கிறது. காண்கின்ற புருஷனும், மறைக்கின்ற புருஷனும் இம்மனஸே.

ஆகவே இந்த மனஸ்தான், தேவர்கள், யட்சர்கள், அசுரர்கள், கின்னரர்கள், மனிதரென்றெல்லாம் விஸ்தரித்து, தன்னையே வெவ்வேறாகக் கருதி, அவ்விதமே கண்டு அனுபவித்து, பிறகு சஞ்சலித்து, துக்கித்து கடைசியாக விவேகம் தோன்றி ஆத்மாவை அடைகிறது. ஆத்மாதான் சத்யம், சாசுவதம், பரம சுகம். இதிலிருந்து தோன்றிய மனதோ சிருஷ்டிப்பதிலும் நாசமடைதலிலுமே சுழலுகின்றது. ஆகையால் மனம் க்ஷீணித்தால் ஆத்மலாபம். இந்த மனஸைத்தான், சித்தாகாசம், சிதாகாசம், ஆகாசம் (பௌதிகம்) என்று மூவிதமாக ஞானமடையாத வர்களுக்குச் சொல்லப்படும். ஆனால் வாஸ்தவத்தில் ஞானிகள் அறிந்த படி அது ஒரே சொரூப முடையது. இடம், காலங்களைத் தழுவி வெவ்வேறு பெயரால் அழைக்கப்படலாம்.

சம்சார ஈடுபாடு மனதிற்கே

இந்த மனஸின் பிரதாபத்தை விளக்க ஒரு பூர்வ காலத்து விஷயத்தைச் சொல்லுகிறேன். இப்பூமியின் ஒரு பாகத்தில், ஒரு காலத்தில் ஆயிரம் கைகளை அடைந்த பிராமணன் ஒருவன் இருந்தான். நான் ஒரு தினம் யதேச்சையாக இக்காட்டின் வழிச் செல்லுகையில் இந்தப் பிராம்மண னைக் கண்டேன். கண்டது மிக ஆச்சரியப்படத்தக்கது, ஏனெனில் இவன் தன் ஆயிரம் கைகளிலும் கனத்த தடிகளைப்பற்றி தன்னைத் தானே பலமாக அடித்துக்கொண்டு, போதுமான அளவு அடி விழுந்தபிறகு அதன் துன்பத்தால் வெகு தூரம் ஓடிக் களைத்து கடைசியில் போய் ஒரு பாழுங் கிணற்றில் விழுந்தான். கொஞ்சம் சிரமம் தீர்ந்ததும் அங்கிருந்து கிளம்பி, மறுபடியும் அடித்துக்கொண்டு ஓடிக் களைத்து, கடைசியில் ஒரு முள் நிறைந்த புதரில் போய் விழுந்தான். திரும்பத் திரும்ப இவ்வாறு செய்து வந்ததன் காரணம் தெரியாமலும், மேலும் அவன் என்ன இன்பத்தை அடைகிறானென்பதை அறியவும், ஓடிக்கொண்டிருந்த பிராமணனை நிறுத்தி அவன் அவ்வண்ணம் செய்வதன் நோக்கமென்ன வென்று கேட்டேன். கேட்டவுடன் சற்றுத் தயங்கி பிறகு கொஞ்சம் ஆலோசித்து, அதைத் தொடர்ந்து துக்கித்து, கடைசியாக முக மலர்ச்சியடைந்தான். அதன்பிறகு இவனுடைய பல கை கால்களெல்லாம் ஒவ்வொன்றாக மறைந்து உடல் சுருங்கி சிரசும் நாசமடைந்ததைக் கண்டேன். இவ்விதம் தேகத்திலிருந்து விடுபட்டவனாய் மறைந்தான்.

அவ்விடம் விட்டுச் சற்று தூரம் சென்றபிறகு இன்னொரு பிராமண னைக் கண்டேன். அவனும் அதேமாதிரி அடித்துக்கொண்டும், ஓடிக் கொண்டும் ஒரு வாழைத் தோட்டத்தில் போய் விழுவதும், அவ்விடம் விட்டு எழுந்து பழையபடி அடித்துக்கொண்டு ஓடுவதுமாகச் செய்து வந்தான். இன்னும் சற்று தூரம் சென்றபிறகு இன்னுமொரு பிராமணன் அதே விதம் செய்வதையும், ஆனால் முள் காட்டை நாடிச் செல்வதைக் கண்டேன். மேலே போகப் போக அநேக ஜனங்கள் அவ்விதமே செய்வ தைக் கண்டு வந்தேன். இவர்களை நெருங்கித் தாங்கள் செய்வதின் கருத் தென்னவென்று கேட்டபொழுது சிலர் என்னைக் கண்டு நகைத்தார்கள். சிலர் அசட்டை செய்தார்கள்; சிலர் நான் ஒன்றுமறியாதவனென்று எண்ணிப் பேசாமலும் போய்விட்டார்கள்.

ராமா! இந்தக் கதையின் தாத்பர்யத்தை நீ அறிவாயென்று நினைக்கிறேன். நான் கண்டதாகச் சொன்ன பிராமணர்களெல்லாம் அவரவர்களின் மனதே. இம்மனதே பல மனிதக் கூட்டங்களாகப் பல்வேறு விதமாக விஸ்தரித்து, சிலர் புத்திமான்களாகவும், சிலர் மகா மோகமடைந்தவர்களாகவும், வேறு சிலர் முழு முட்டாள்களாகவும் இருந்து, உலக நடைக்குக் காரணமாயிருந்து வருகிறார்கள். இம் மனது தான் உலகத்தில் அடையப்படும் இன்ப துன்பங்களையும் அனுபவித்து வருகிறது. ஜடமாகிய தேகம் என்ன அனுபவத்தை ருசிக்க முடியும்? சில மனது, முள் காட்டில் விழுவதுபோல் துக்கத்தை நோக்கியே செல்லு கின்றது. விவேகம் போதிக்கப் படினும் ஒப்புவதில்லை. சில மனங்கள் சுகபோகங்களை நாடியே செல்லுகின்றன. விவேகத்தையுடைய மனங்கள் மிகவும் சொல்பம். இவைகள்தான் நல்ல போதனையால் லாபத்தை அடைகின்றன. ஆகையால் இந்தப் பிரபஞ்சத்தின் விஸ்தரிப்புக்குக் காரணம் மனஸே. பிரபஞ்சம் நடைபெறுவதும் இந்த மனஸாலே . இதுதான் ஜீவனென்றும் சொல்லப்படும்.

மேற் சொல்லிய கதையில் உரைத்தபடி இன்ப துன்பங்களை மனது தானாகவே தேடிக்கொள்ளுகிறது. தான் சங்கல்பித்ததையே இன்னொரு சொரூபத்தில் பலனாக அடைகிறது. ஆகையால் யார் ஒருவன் கர்மமும் பலனும் ஒரே மனதின் வேறுபாடென்று அறிந்து அதற்கு மூலமாகிய சங்கல்பத்தை ஒழித்து சாந்தத்தையும் மௌனத்தையும் அடைகிறானோ அவன் ஆத்மாவை அறிவான். ஆகவே மனஸ்தான் உற்பத்தியானதாகவும் அழிந்ததாகவும், இருப்பதாகவும் இல்லாததாகவும் தோன்றுகிறது. சாசுவதமான தோற்றத்தை எப்பொழுது கொடுக்கவில்லையோ அப்பொழுது அது சத்யமில்லை. தவிர ஞானம், அக்ஞானம், சம்சாரம், விடுதலை யென்பனவெல்லாம் இம் மனதைப் பற்றிச் சொல்வதேயன்றி ஆத்மாவைப் பற்றியல்ல. இந்த மனஸோ அசத்யம், ஆகையால் அதைத்

தழுவியிருப்பதெல்லாமும் அசத்யமே. ஆத்மாவைப்பற்றிப் பேசுங்கால் இவைகள் ஒன்றுமே ஒட்டாது. ஆகையால், பந்தம், மோட்சம் என்பவைகள், அக்ஞானிகளைக் குறித்துச் சொல்லும் வார்த்தைகளே ஒழிய வாஸ்தவமில்லை. ஆகையால் தான் பிரபஞ்சம் முற்றிலும் தோற்றமென்று நாம் சொல்லுகிறோம்.

பாலன் கதை

வசிஷ்டர்: இந்தப் பிரபஞ்சம் எவ்வளவு அசத்யமென்பதைத் தெரிவிக்க ஒரு சிறிய கதையுண்டு. ஒரு நாள் ஒரு சிறிய குழந்தை தன் தாயாரை வேடிக்கையான கதையொன்றைச் சொல்லக் கேட்க, அவள் இக் கதையைச் சொன்னாள்.

"முன்னொரு காலத்தில் ஆகாயப் பிரதேசத்தில் உண்டாகாத பெரிய பட்டணம் ஒன்றிருந்தது. அப்பட்டணத்தில் மூன்று அழகிய ராஜ குமாரர்கள் இருந்தார்கள். அவர்களில் இரண்டுபேர் பிறக்கவேயில்லை, ஒருவன் கர்ப்பம் தரிக்கப்படவேயில்லை. இம் மூவரும் ஒருநாள் வெளியூர் சென்று திரவியம் தேடி வரலாமென்று உத்தேசித்துக் கிளம்பி ஒரு காட்டுப் பாதையைத் தொடர்ந்து செல்லுகையில் தாகமெடுத்து நீரைத் தேட மூன்று ஓடைகளைக் கண்டார்கள். அவைகளில் இரண்டு வற்றியும், ஒன்றில் தண்ணீரே இல்லாமலுமிருந்தது. மூவரும் ஓடைகளில் இறங்கி ஸ்நானம் செய்து தண்ணீரும் அருந்தி பக்கத்தில் தென்பட்ட மூன்று மரங்களை அணுகி பழுங்களைச் சாப்பிட எண்ணினார்கள். இந்த மூன்று மரங்களில் இரண்டு வளவேயில்லை. ஒன்றுக்கு விதையே கிடையாது. இந்த மரங்கள்மேல் ஏறி வேண்டியவாறு பழங்களைத் தின்று திருப்தியடைந்தார்கள். பிறகு அக்காட்டை விட்டுச் சென்று சிறிது நேரத்தில் ஏற்படாத நகரமென்றை அடைந்து அங்கே சுவரே யில்லாத பெரிய சத்திரமொன்றைக் கண்டார்கள். சத்திரத்திலே மூன்று பாத்திரங்களிருந்தன. இரண்டு இருக்கவேயில்லை. ஒன்று ஓட்டை. இப் பாத்திரங்களில் நூறு படி அரிசியைச் சமைத்து, வாயில்லா விருந்தாளி களுக்கு அன்னமிட்டு பாக்கியைத் தாங்கள் சாப்பிட்டு சுகமாக நித்திரை செய்தார்கள்." இக் கதையைக் கேட்ட குழந்தை மிகவும் சந்தோஷம் அடைந்தது. இப்படி உண்டாகாத ஜகத்தில்தான் எல்லாச் சம்பிரமும் நடைபெற்று வரு கின்றன.

ஆகையால் இந்த மித்யையான ஜகத்தில் ஏன் இவ்வளவு பற்றுதல்! ஜகத் இருப்பது நம்முடைய மனதில் மாத்திரமே. இப்படி மனதால் கல்பிக்கப்பட்டதை ஏன் மனதாலேயே அழிக்கக்கூடாது? இந்த ஜகத்திலிருக்கும் பொருள்களனைத்தும் அல்லது ஜகத் முழுதுமே நாசமடைந்தாலும் என்ன நஷ்டம்? யாருக்கு நஷ்டம்? இதனால்

ஆத்மாவுக்கு ஒரு குறையும் ஏற்படுவதில்லை. மலர் வாடி கசக்கப்பட்ட போதிலும் அதிலுள்ள வாசனைக்கு என்ன நஷ்டம்? அது காற்றில் கலந்து விடுகிறது. பானை உடைந்து போனால் அதிலுள்ள ஆகாசத்திற்கு என்ன நஷ்டம்? அது மகா ஆகாசத்தில் கலந்துவிடுகிறது. அது போலவேதான் நம் தேகம் நாசமானாலும். வண்டானது ஒரு பூவை இழந்தால் இன்னொரு பூவை நாடிச் செல்லுகிறது. நமக்கும் ஒரு தேகம் போனால் இன்னொரு தேகம் கிடைக்கிறது. மரணமென்பது தேச கால வித்தியாசத் தில் ஏற்படும் ஒரு மரபே. இந்த தேகத்தை ஒரு கருவியாக உபயோகித்து வந்த மனஸ் ஆகாயத்தில் கலந்து நின்று, திரட்டி வைத்த வாசனைகளின் பலனாக, மறுபடியும் ஒரு தேகத்தைத் தேடிக் கொள்ளுகிறது. ஆகையால் மரணத்தைப் பற்றி வருந்துவது அவிவேகமே.

இப்படி இந்த மோசங்களெல்லாம் மனஸால் உண்டாவதால் அது நாசமடைய வேண்டிய உபாயங்களை, விசாரணை செய்தல் அவசியம். இவ்விதப் பிரயத்தினங்கள் மனதாலேதான் செய்யவேண்டும். மனோ நாசம் ஆத்ம லாபம்.

மனதும் செயல்களும்

மனஸானது பிரம்மத்தின் சொரூபமாக இருந்தும் அதற்கு இந்த சம்சாரமென்னும் பந்தம் ஏற்படுவது, தன்னை ஜகத்தாகிய தோற்றத்தில் விஸ்தரித்துக் கொள்வதாலேயே. அதாவது தன்னையே வேறாக பாவித்து அதுவே தானாக மாறி நிற்கும் தன்மையை யுடையது. தனக்கு இஷ்ட மிருந்தால் வேண்டிய அளவு தன்னை விஸ்தரித்துக்கொள்ளும், இல்லா விட்டால் சுருக்கிக் கொள்ளும். மனது எந்த விஷயத்தில் ஈடுபட்டுக் கொள்ளுகிறதோ அதைத் தொடர்ந்து இந்திரியங்கள் ஊழியர்களைப் போல் வேலை செய்கின்றன. மனதின் ஊக்கத்தையொத்துத்தான் இந்திரியங்களும் பரபரப்பாகவோ தாமதமாகவோ வேலை செய்கின்றன. வெறும் இந்திரியங்களால் செய்யப்படும் செயல்கள் கர்மங்கள் ஆக மாட்டா. மனதால் ஏவப்பட்டனவே கர்மங்களாகும். அடையப்படும் பலன்களும் மனதின் ஊக்கத்தையும் முயற்சியையும் அனுசரித்துத்தான் கிடைக்கும். ஆகையால் எல்லா சங்கல்பங்கள், கிரியைகள், கர்மாக்கள், பலன்கள் அனைத்தும் மனதை அனுசரித்தே நடைபெறுகின்றன. ஆகையால் பிரபஞ்சத்தின் போக்கு மனதின் போக்கேயாகும்.

கால தேச உணர்ச்சிகள் மனோநிலையைத் தழுவித் தான் ஏற்படு கின்றன. இவ்வுணர்ச்சிகளை அனுபவிப்பதும், அங்கீகரிப்பதும் மனதே. மனதால் ஒரு சிறிய பிரதேசத்தை எல்லையற்றதாகவும், அல்லது ஒரு அகண்டப் பிரதேசத்தைக் கையளவாகவும் சங்கல்பித்துக்கொள்ள முடியும். ஒரு நிமிஷத்தை நீண்ட காலமாகவும் அல்லது நீண்ட காலத்தை

ஒரு நிமிஷமாகவும் அனுபவிக்கும் சக்தியையுடையது மனது. இந்திரியங் களோடு கூடி பிரபஞ்ச விஷயங்களில் மனது ஈடுபட்டிருக்கையில் காலப் பிரமாணம் ஒருவிதம். இது இந்திரியங்களின் நுட்பத்தையும் சாமர்த்தியத் தையும் அவைகளுக்கு இயற்கையில் ஏற்பட்ட கட்டுப்பாடுகளையும் தழுவி, சூரிய சந்திரர்கள் பூமி இவைகளின் சம்பந்தத்தால் நிர்ணயிக்கப் பட்டதாக இருக்கிறது. இவ்வளவு கட்டுப்பாடுகளையும் கூடிய காலப் பிரமாணத்தையும் மனது தன் இஷ்டப்படிதான் உணருகிறது. எப்படி யெனில் ஒரே கால அளவை சந்தோஷ நிலையில் வெகு சொற்பமாகவும், விசனத்தில் வெகு நீண்டதாகவும் உணருவது எல்லோரும் அறிந்ததே.

பிறகு இந்த இந்திரியங்களின் சுமையை நீக்கிக் கொண்டபொழுது, அதாவது ஒரு மூர்ச்சையிலாவது, நித்திரையிலாவது, அல்லது மரணத்திலாவது காலப் பிரமாணம் மனதின் இஷ்டப்படி நேரிடுகிறது. அப்பொழுது அளவென்பதே கிடையாது. அதன் போக்கே அதன் அளவு. மனோவேகம் என்று வழங்குவதும் இந்த சந்தர்ப்பங்களை யொத்து ஏற்பட்ட வசனம். ஒரு கல்ப காலத்து அனுபவம் ஒரு நொடிப்பொழுதில் ஆவது ஆச்சரியமில்லை. ஆகையால் காலம் தேசம் இரண்டும் வியவகாரத்தின் பொருட்டு ஏற்பட்ட கற்பனைகளாகும். மனதால் இவைகள் நிர்ணயிக்கப்பட்டு அதனாலேயே வேண்டிய பொழுது உதறித் தள்ளப்படுகிறது. இந்த கால தேசங்களின் சொரூபத்தை விளக்கும் புராதன கதையொன்றைச் சொல்லுகிறேன் கேள்.

லவண உபாக்யானம்

வசிஷ்டர்: முன்னொரு காலத்தில், இப் பூகோளத்தின் ஒரு பாகத்தில் உத்தரபாண்டவம் என்று ஒரு பிரதேசமிருந்தது. அந்த தேசம் இந்திர லோகத்தை இகழும்படி நீர்வளம், நிலவளம், குடிவளம் பொருந்தியும், மாட மாளிகை, கூட கோபுரங்களால் சிங்காரிக்கப்பட்ட அழகிய பட்டணங்கள் கூடியுமிருந்தது. மிகப் பிரசித்திபெற்றிருந்த இந்தப் பூபாகம், குணத்திலும், அழகிலும், பராக்கிரமத்திலும் நிகரற்றவனாகக் கருதப்பட்ட, அரிச்சந்திரன் குலத்தில் உதித்த லவணனென்ற அரசனால் செங்கோல் செலுத்தப்பட்டு வந்தது. அரசன் ஒருநாள் தன் சபா மண்டபத்தில் மந்திரிமார்கள், காரிய தரிசிகள், சபையோர்கள் இவர் களுடன் கூடி ராஜ்ய காரியங்களை விசாரித்தபிறகு, இதிகாச புராணங் கள் படிப்பதைக் கேட்டவாறு சிம்மாசனத்தில் வீற்றிருந்தான். அந்தத் தருணத்தில் ஒரு இந்திரஜால வித்தைக்காரன் மிக அமைதியுடனும் கம்பீரத்துடனும் சபை முன்வந்து அரசனை நோக்கிச் சில வார்த்தைகளைச் சொன்னான். தான் ஒரு விசித்திரமான ஜாலவித்தை காண்பிப்பதாகவும் அதற்குப் பிரதியாய் தான் யாதும் விரும்பவில்லை யென்றும் சொல்லி

அரசனுடைய அனுமதியும் பெற்று அவனைச் சற்று உற்று நோக்கிப் பார்த்தான். அரசனும் இமைகொட்டாமல் சற்று கவனித்த பிறகு, தன்னுடைய சிற்றரசன் ஒருவனுடைய உயர்தரக் குதிரையைச் சபையில் கண்டதாக உணர்ந்து, பிறகு ஒன்றும் அறியாதவனாகத் தன் ஆசனத்தில் சாய்ந்தான். இரண்டு முகூர்த்தகாலம் கழித்து கண்ணை விழித்துக் கொண்டு, ஒரு நொடிப் பொழுது தன் இருப்பிடம் அறியாமல் பிறகு புத்தி சற்று தெளிவு பட்டதும் சடையோர்களை ஞாபகம் செய்து கொண்டு அவர்களை நோக்கித் தனக்கு சற்றுமுன் ஏற்பட்ட அனுபவத்தை சொன்னால்.

லவணன்: "நான் சவாரி செய்யும்பொருட்டு அனுப்பப்பட்டதாகக் கருதிய குதிரைமேல் அமர்ந்ததும், அது வாயுவேகம் மனோவேகமாக ஆகாயத்தில் பறந்து, பல தேசங்களைக் கடந்து, சூரியோதயத்தில் நம் தேசத்திற்கு ஒப்பாகும்படியான ஒரு திவ்ய தேசபாகம் அடைந்தது. கொஞ்ச நேரத்தில் இதன் எல்லையையும் கடக்க, ஒரு மரத்தின் கிளை எதிரில் படர்ந்திருப்பதைப் பார்த்து நான் அதைப் பிடித்துக் கொண்டு காலைத் தூக்கியதும் அடியிலிருந்த குதிரை மாயமாய்ப் பறந்துவிட்டது. பிறகு கால் நடையாய் வெகுதூரம் நடந்து சாயந்திர வேளைக்கு ஒரு சிறிய கிராமத்தைச் சேர்ந்த எல்லையை அடைந்தேன். பசியால் வருந்தி சற்று இளைப்பாறுகையில், ஆகாரத்தை தலையில் சுமந்துபோகும் ஒரு பெண்ணைக் கண்டேன். பசியின் கொடுமை பொறுக்க முடியாமல், அவளிடம் கொஞ்சம் அன்னம் யாசிக்கலாமென்று எழுந்து அவளைப் பின்தொடர்ந்து வேண்டிக் கொண்டேன். சாப்பாடு தன் தகப்பனுக்கு எடுத்துச் செல்லுவதாகவும், காலையிலிருந்து வேலை செய்து வருவதால் அவன் மிகப் பசியுடன் காத்திருப்பான் ஆகையால் அவன் உணவை வேறொருவருக்கும் கொடுக்க முடியாதென்றும் சொல்லிவிட்டாள். மேலும் தான் சண்டாள குலத்தைச் சேர்ந்தவளாதலால் என்னைப்போல் உயர் குலத்தவர்களுக்கு அந்த அன்னம் தகாதென்றும் சொன்னாள். பசியால் வருந்துவோருக்கு அது பாதகமில்லையென்று சொல்லியும் கேட்கவில்லை. மானத்தை மதியாமல் மீண்டும் மீண்டும் கேட்டதின்மேல் அவள் ஒரு முடிவுக்கு வந்தாள். அதாவது நான் அவள் ஜாதிமுறைப்படி அவளை மணந்து கொண்டால் அன்னத்தில் பாதி கொடுப்பதாகச் சொன்னாள். கணவனுக் காக இப்படிச் செய்வது குற்றமில்லையென்பது அவள் கொள்கை. ராஜ குலத்திலுதித்தும், பசியின் கொடுமை பொறுக்க முடியாமல், இச் சண்டாளியை மணம் செய்துகொள்ள சம்மதித்தேன். இவ்வாக்களித்த பிறகு பாதி அன்னத்தைக் கொடுத்தாள். சாப்பிட்டதும் அவளுடன் சென்று தகப்பனைக் கண்டு, பிறகு எல்லோருமாக அந்தி நேரத்தில் பறைச் சேரியை அடைந்தோம்.

சில தினம் கழிந்ததும், வாக்களித்தபடி அவளுடைய ஜாதி முறைப் படி இச் சண்டாளியை மணம் செய்துகொண்டேன். சில காலத்தில் நானும் சரியான சண்டாளனானேன். பூர்வ நடத்தையெல்லாம் முற்றிலும் மறக்கப்பட்டன. காலக் கிரமத்தில் ஒன்றன் பின் ஒன்றாக நான்கு குழந்தைகள் பிறந்து, இவைகள் வளரவும் நான் வயதில் முதிரவும் காலம் சென்ற வண்ணம் இருந்தது. சண்டாள சம்சாரத்தில் முற்றிலும் பீடிக்கப் பட்டேன். அக்காலங்களில் நான் யாரென்று நானே அறியேன்.

இப்படியாக முதுமைப் பருவத்தை அடைந்து நான் காலம் கழித்து வருகையில் மகா கொடுமையான க்ஷாமம் வந்து ஜனங்கள் கூட்டங் கூட்டமாக வறுமையினால் உயிர் துறந்தும், தேசமெல்லாம் வறண்டு புல் பூண்டு தண்ணீரும் இன்றி ஒரு பாலைவனத்திற்கு ஈடாயிற்று. ஆகையால் என் மனைவி மக்கள் சகிதமாய் அண்டை தேசத்தை நாடிச் சென்றேன். போகும் வழியில் களைப்பால் எல்லோரும் ஒரு மரத்தடியில் படுத்திருக்கையில் இளையமகன் பசியினால் மிக வருந்தி சாப்பிட ஏதாவது மாமிசம் வேண்டுமென்றான். எங்கு தேடியும் இது அகப்பட வில்லை. குழந்தை உயிர் துறப்பானே என்று விசனித்திருக்கையில் ஒரு எண்ணம் உதித்தது. அதாவது நான் இறந்தால் மனைவி மக்களாவது என் மாமிசத்தை உண்டு உயிர் பிழைக்கலாமே யென்று. இதைப் பூர்த்தி செய்யும் பொருட்டு சில குப்பை செத்தைகளைச் சேகரித்து தீ மூட்டி அதில் பிரவேசிக்க காலைத் தூக்கினதும் நான் இங்கே என் கண்ணை விழித்துக்கொண்டேன்.

மேல் சொல்லிய எழுபது வருஷத்திய அனுபவங்கள் இந்த இந்திர ஜால வித்தையால், சொற்ப நேரத்தில் ஏற்பட்டன" என்று சொல்லி லவணன் முடித்தான்.

வசிஷ்டர்: அவன் சொல்லி முடிப்பதற்குள் எதிரிலிருந்த ஜால வித்தைக்காரனும் மாயமாய் மறைந்துவிட்டான். சபையோர்கள் மிகவும் வியப்படைந்தார்கள். ஆனால் இது கேவல ஜாலவித்தையன்று என்பதை அவர்கள் உணர்ந்தனர். கடவுளே அரசனுக்குச் சம்சார மாயையை விளக்கும்பொருட்டு பிரத்தியட்சமாக வந்து ஜாலமாகக் காட்டிச் சென்றார். நானும் அந்த சபையில் அன்று இருந்தபடியால், எல்லாம் நானே காணலானேன்.

மனதே பிரபஞ்சம்

ஆகவே பிரபஞ்சத்தில் நடை பெறுவதெல்லாம் மனதை அனுசரித்தே. மனதுதான் பிரபஞ்சமாகவும், அதில் நடைபெறும் விஷயங்களாகவும் இவ் விஷயங்களால் நேரும் சுகதுக்கங்களாகவும் கடைசியில் இவைகளை யெல்லாம் துறந்து விடுதலையடைவதும். ஜடமாகிய தேகம் மனதின்

கருவியாயிருந்து அதன் ஏவலைச் செய்வதைத் தவிர வேறு என்ன செய்யக்கூடும்? தானாக எதைச் செய்வதற்கும் சக்தியற்றது. மனது இதில் வாசம் செய்திருக்கும் வரையில் அது தேக மென்றும், மனது அதை விட்டகன்றதும் சவமென்றுந்தான் கருதப் படுகிறது. மனதானது கவனமற்றிருப்பின் எவ்விஷயமோ, பதார்த்தமோ உணரப்படுவதில்லை. ஆகையால் தேகத்தின் அசைவுகள் செயல் ஆகமாட்டா. மனதால் தூண்டப்பட்டு அதன் ஏவலை நிறைவேற்றும் படியான கிரியைகளே செயல் எனப்படும். இவ்விதச் செயல்களுக்குத்தான் பலன் உண்டாகும். ஆகையால் உலகத்தில் நடைபெறும் செயல்கள் எல்லாம் மனதின் விளையாட்டுகளே. மேலும், பிரபஞ்சத்தில் வஸ்துக்களென்று கருதப் படுபவைகளெல்லாம் சுதந்தரமாக யாதொரு உபயோகத்தையும் அடைந்திருக்கவில்லை. மனதின் இச்சையைத் தழுவியே இவைகளின் உபயோகங்களும். ஆகையால் இப்பதார்த்தங்களெல்லாம் மனதால் வியாபிக்கப்பட்டிருக்கின்றன. வாஸ்தவமாக ஆகாயம், காற்று, நீர், பூமி எல்லாமுமே மனதால் சிருஷ்டிக்கப் பட்டவைகளே. இவைகளின் இருப்பை மனதின்றி யார் உணருவது? அல்லது அவைகளை யார் அறிவது? தவிர வாழ்க்கையில் ஏற்படும் சுக துக்கங்களும் இவ்விதமே. இவைக ளெல்லாம் அனுபவிக்கப்படுவது மனதால். ஆனால், இந்த சுக துக்கங்கள் பதார்த்தங்களில் இல்லை. ஏனெனில் இவைகளெல்லாம் ஜடப் பொருள்கள். ஆகையால் சுகம் - துக்கமிரண்டும் மனதால்தான் சங்கல்பித்துக் கொள்ளப் பட்டவைகள். சுகத்தைத் துக்கமாகவும் துக்கத்தைச் சுகமாகவும் அனுபவிக்க மனதால் முடியும். ஆகையால் பிரபஞ்சமென்பதும் வாழ்க்கையென்பதும், மனதின் சஞ்சலமாகிய சங்கல்பக் கூட்டங்களே. இச் சங்கல்பங்களுக்குக் காரணமான பேதங்கள் எல்லாம் ஒரு நொடிப்பொழுதில் மாறி நிற்கலாம், மனதானது ஒருமுகப்பட்டால். ஆகையால் நம் பிரயத்தனங்கள் முழுமை யும் மனதை வெளி நோக்கிச் செல்லாமலிருக்கும்படி செய்தல் வேண்டும். இதை வெகு ஊக்கத்துடனும், இடைவிடாலும் பயின்று வந்தால் மனதிற் கேற்பட்ட பற்றுதல், வாசனை யெல்லாம் அறுபட்டு, சம்சாரத்திலிருந்து விடுதலை ஏற்படும்.

மோக்ஷோபாயம்

ஆகவே இந்த மோக்ஷோபாயமென்பது மனதை மனதாலேயே அடக்கிப் பிறகு அதை நாசமடையச் செய்வது. இதை அப்பியசிப்பதும் வெகு எளிதே. ஆனால் அதற்கு ஓர் முறையுண்டு. அதாவது எது நமக்கு அதிக சந்தோஷத்தையோ விருப்பத்தையோ கொடுக்கின்றதோ அதையே முதலில் தியாகம் செய்வது, அல்லது அதில் விருப்பமின்றிச் செய்து கொள்வது. இவ்விதம் ஒன்றொன்றாகப் பல விஷயங்களிலும், பதார்த்தங் களிலும் ஏற்படும் இச்சையோ அல்லது மனோ வேறுபாடுகளோ

உண்டாகாமல் அப்யசித்து வந்தால், மனதிற்கு முதலில் சஞ்சலம் குறையும், மேலும் அது நம் அதீனத்திற்கு வரும். அப்பொழுது நம் இஷ்டம்போல் ஆசைகளையும் வாசனைகளையும் ஒழிப்பது சுலபமாகும். இதற்குப் பிறகும் கூட ஊக்கம் குறையாமல் இம்மார்க்கத்தை கைப்பற்றி வந்தால், மனது வெகு சீக்கிரத்தில் நாசமடையும். மனம் நாசமானால் பிரபஞ்சத்தில் சம பார்வை ஏற்படும். அதனால் துவைத பாவமும் நீங்கும். இதுவே ஜீவன் முக்த நிலையாகும். இந்த நிலையிலிருக்கும் பொழுதும் அதைவிட்டு நழுவாமலிருக்க முயற்சியுடன் இருத்தல் வேண்டும்.

மேற்சொன்ன பிரயத்தனத்தின் பலன் இவ்வளவு மேன்மையானதும் பரம சாந்தமுமான பதவியாக இருக்க, அதை எல்லோரும் ஏன் அனுசரித்து வரக்கூடாது? இப்படிச் செய்துவராதவர்கள் மூடர் களன்றோ? அவர்களுக்கு நற்கதி எவ்விதம் சம்பவிக்கும்?

சற்று நித்ய வியவகாரங்களைக் கவனிக்கையில், வெகுவாய் ஜனங்கள் கஷ்டமோ, மனக் கவலையோ நேர்ந்த காலத்திலும், அல்லது பந்துக்களில் யாராவது இறந்தாலும் அதிகமாக துக்கித்து மனத்தளர்ச்சி யடைவதை நாம் அறிவோம். இதைச் சற்று விசாரித்துப் பார்த்தால், கவலையால் நிவர்த்தியாவது ஒன்றுமில்லை யென்று புலப்படும். இறந்தவர்கள் திரும்பித் திரும்பி இப்பிரபஞ்ச வாழ்வில் ஈடுபட்டுத்தான் தீரவேண்டும். ஆகையால் இவர்களை நினைத்துப் புலம்புவது அக்ஞானம். இவ்விதம் ஒவ்வொரு விஷயத்தையும் ஆராய்ச்சி செய்து மனோ வேறுபாடுகளைத் தள்ளி சாந்தி அடைவதை அப்யசித்து வந்தால் சம்சாரம் இன்பமாய் நடைபெற்று வரும்.

இந்த மனஸின் சொருபத்தையும் அது உண்டான கிரமத்தையும் அறிந்தால், இந்த மோக்ஷாபாயத்தை அனுசரிப்பது எளிதாகும். இது ஏற்பட்ட கிரமம் முன்னமே சொல்லப்பட்டது. அதாவது நிர்மலமான பிரம்மத்தில் அலைபோல் ஏற்பட்ட அசைவே சித்தென்பது. அசைவு தான் இதன் சொருபம். இந்த அசைவின் காரணத்தாலேதான் உற்பத்தி உண்டாகின்றது. இந்த அசைவு ஒவ்வொரு ஜடாஜடப் பொருளிலும் கிரமமாகவும், ஒழுக்கத்துடனும் ஒரு கணக்குக்கு அடங்கியும் ஏற்பட்டது. ஆகையால் இவ்வசைவின்றி பிரபஞ்சத்தில் ஒரு வஸ்துவுமில்லை. அப்படி யின்றி நம் புத்திக்கும் புலன்பட முடியாது. ஆகவே இந்தப் பிரபஞ்சம் அசைவினால் வெளித்தோன்றிற்று.

இந்த சித்தே ஜீவ ஐந்துக்களில் மனஸாகத் தோன்றி மானிட வர்க்கத்தில் மிகப் பிரபலமாகி, அதுவே மானிட வாழ்க்கையாகவும் நிற்கின்றது. இம் மனஸின் சொருபம் சஞ்சலம், ஏனென்ின் இது சித்தின் வர்க்கத்தைச் சேர்ந்ததால். ஆனால் இதற்கு ஒரு கணக்கோ, கிரமமோ,

ஒழுக்கமோ கிடையாது. இதுவே மனதுக்கும் சித்துக்குமுள்ள வித்யாசம். யாரிடம் மனம் அதிகச் சஞ்சலமாயிருக்கின்றதோ, அவர்களே வாழ்விலும் அதிக இன்ப துன்பங்களை அனுபவிக்கிறார்கள். இதர ஐந்துக்களுக்கும் மானிட வர்க்கத்திற்கும் உள்ள வித்தியாசமும் மனதால் ஏற்பட்டதே.

ஆகையால் இதை அறிந்து இந்த மனதை ஒரு சீர்திருத்தம் செய்ய வேண்டும், எப்படியென்றால் யதேச்சையாக உதிக்கும் எண்ணங்களை ஒவ்வொன்றாகக் கவனித்து, ஆராய்ந்து, இவைகள் தங்களிஷ்டப்படி யின்றி ஒரு முறையாக ஏற்படும்படி அப்யசித்து வரவேண்டும். இப்படிச் செய்து வருவதால் மனது ஒரு கிரமமாக வேலை செய்யும். நன்கு அப்யசித்த பிறகு மேலும் விஷயங்களை ஆராய்ந்து அவைகளை ஒவ்வொன்றாகத் தியாகம் செய்யவேண்டும். செய்வது கடினமாயிருப்பினும் மனதை திடப்படுத்திக் கொண்டு அப்யாசத்தை இடைவிடாமல் செய்து வரவேண்டும். ஒரு அரசனை தண்டிக்க எப்படி வேறொரு அரசன் தேவையோ அப்படி எல்லாவற்றிற்கும் காரணமாயிருக்கும் மனதையடக்க மிக திடமான புத்தியை உபயோகித்தல் வேண்டும். இப்படிச் செய்து வந்தால் மனனமென்பது கொஞ்சம் கொஞ்சமாக மெலிந்து எண்ணங் களும் தோன்றாமல் இருக்கும். இச்சைகளின்றி எண்ணங்கள் எது?' எண்ணங்கள் உதிக்காமலிருக்கையில் மனமென்பது ஏது? வாஸ்தவத்தில் அது எப்பொழுதும் இருக்கவில்லை; ஆகையால் இப்பவும் இல்லை.

ஆகவே முக்தியை அடைய இந்த மார்க்கத்தைத் தவிர வேறு மார்க்கமே கிடையாது. இந்த முறையானது எல்லாச் சாஸ்திரங்களை ஆராய்ச்சி செய்தும் என்னுடைய சொந்த அனுபவத்தாலும் அறியப் பட்டது. அதாவது மனதை மனதாலே தான் வெல்லவேண்டுமென்பது. மனம் வெல்லப்பட்டால் மூவுலகமும் வெல்லப்படும். மனம் வெல்லப்பட்டு அது நாச மடைந்தால் ஆத்மா பிரத்யட்சமாகக் காணப் படும். அதாவது மனமென்று வழங்கிவந்த இல்லாமை, இருக்கையாகிய ஆத்மாவாக நிற்கும். சாதாரணமாக இந்த மனம்தான் ஜடப்பொருளாக வும் ஆத்மாவாகவும், ஆக இரட்டை சொரூபமான காட்சியை அளித்து வருகின்றது. ஜட சம்பந்தமற்று தனிப்படையாக அது இருக்குமாயின், அப்பொழுது அது மனமன்று, ஆத்மாவே.

வாசனை அக்ஞானம்

இந்த ஆத்மாவை அடையத் தடையாயிருப்பது வாசனையென்ற அக்ஞானமே. இது ஒரு பொருளல்ல. இதற்கொரு உருவமுமில்லை. அதை எவ்விதமும் உணர இயலவில்லை. ஆயினும் பிரபஞ்சத்தின் போக்குக்கு இதுவே மூல காரணம். இதன் சொரூபத்தை மனிதர்களின் செயல் களினால்தான் அறிய வேண்டும். இதன் தூண்டுதலின்றி பிரபஞ்சத்தில்

ஒரு செயலும் நடைபெறுவதில்லை. இன்றைக்கு நடப்பது நேற்றைய வாசனையால், நாளை நடக்கப்போவது இன்றைய வாசனையால். இவ்விதம் இது உலகம் முழுவதையும் பற்றி, அதில் ஊடுருவி நிற்பதின் காரணம் யாது? அக்ஞானமே. ஞானத்தின் ஒளி வீசினால் சூரியனைக் கண்ட பனிபோல் இது மறைந்துவிடும். இருளாகிய அக்ஞானத்திலேயே அது வளர்ந்தும் புஷ்டியாகிக்கொண்டும் இருக்கும். ஆனதுபற்றி நாம் யோசிக்கவேண்டியது, ஞானம் உதிக்கும் வரையில் நாம் என்ன செய்ய வேண்டியது என்பதே. ஆத்ம நோக்கமிருந்தால் வாசனையைப்பற்றி கவனிக்கத் தேவையில்லை. ஏனெனில் நம் செயல்களெல்லாம் வாசனையால் ஏற்படுவதால், "நான் செய்கிறேன்" என்னும் எண்ணத் திற்கு அப்பொழுது இடமில்லை. பிறகு வாசனையே செயல்களை நடத்து கிறது. இப்படி விஷயங்களில் கர்த்தாவென்ற எண்ணம் அழிந்தால் வாசனை களும் கூடவே அழிவடையும். அப்பொழுது பழைய வாசனைகளும், சக்தி குறைந்து, செயல்களில் நோக்கமற்றவனைப் பாதிக்க முடியாமல், அடங்கிப் போகும். ஆகையால் வாசனையை ஒழித்துக் கொள்ளும் மார்க்கம் அகங்காரம் என்ற அக்ஞானத்தை நீக்கிக்கொள்வதாகும்.

வாசனையென்னும் அக்ஞானம் ஜடமாகிய தேகத்தை ஒட்டியோ அனுசரித்தோ இல்லை. அது மனதைத் தழுவி நிற்கிறது. அதாவது அக்ஞானம் மனோமாத்ரமே. இந்த அக்ஞானம், பிரபஞ்சத்தின் உற்பத்தி எல்லாம் கணமாத்ரமான சங்கல்பத்தால் ஏற்பட்டவைகள். ஒரு தடவை ஏதாவது சங்கல்பிக்கப்பட்டால் பிறகு, திரும்பித் திரும்பி அதே ஸ்மரணை மனதிலுண்டாகி, ரூடியாகி, கனத்துவத்தையும் அடைகிறது. இதேமாதிரி ஒவ்வொரு விஷயமும் பொருளும் மனதால் கற்பிக்கப்பட்டும் ஆதரவுபட்டும் இருக்கின்றது. இவைகளே மனதின் பங்கத்திற்குக் காரணம். ஆகவே அக்ஞானம் சங்கல்பத்தால் ஏற்பட்டதால் சங்கல்பத் தாலேயேதான் அது அழிவையும் அடையவேண்டும். "நான்", "நீ" "பிரபஞ்சம்" என்பவைகள் நம்மால் பாவனை செய்யப்பட்டதின் காரண மாக சத்யமாகவே உணரப்படுகின்றன. இப்படிச் சத்யமல்ல வென்ற பாவனையையே நாம் சங்கல்பித்து வந்தால் அதுவே சத்யமாக உணரப் படும். கண மாத்திரத்தில் உற்பத்தி ஏற்பட்டபடி கண மாத்திரத்தி லேயே நாசமும் ஏற்படும், அதாவது ஆத்ம உணர்ச்சி உண்டானவுடன்.

பந்தம் ஏற்படும் முறை

பந்தம் அதாவது சம்சாரம் ஏற்பட்ட முறையாவது, முதலில் சங்கல்பமும், இது அடிக்கடி ஏற்படும்போது ஸ்மரணையாகி, ஸ்மரணை யால் இச்சையுண்டாகி சம்சாரம் ஏற்படுகிறது. இந்த முறைக்கு எதிரடி யானதைக் கைப்பற்றினால் விடுதலையடையப்படும். எப்படியெனில்,

விஷயங்களில் இச்சை குறைந்தால் ஞாபகம் க்ஷீணிக்கும். ஞாபகம் குறைந்தால் சங்கல்பத் தீவிரம் குறையும். சங்கல்பம் ஒழிந்தால் அக்ஞானம் ஏது? நிழலானது சூரியப் பிரகாசத்தை அடைய விரும்பினால் தனது நாசத்தால்தான் அதை அடைய இயலும். அதேமாதிரி ஞானத்தில் நோக்கம் சென்றால் அக்ஞானத்தின் நாசமேற்படும். அக்ஞானமென்ற ஒரு தத்துவமிருந்தால் தானே அதை ஒழிக்க அதிகச் சிரமம் தேவை. நிர்மலமான ஆகாயத்தில் நாம் நீலத்தன்மையைக் காண்கிறோம். இது கண்களின் சக்திக் குறைவால் ஏற்படும் தோற்றம். பிரகாசமேயற்று வெறும் இருளேதான் நீலமான தோற்றத்தைக் கொடுக்கின்றது. அதேமாதிரி இந்த அக்ஞானமும், பந்தங்களால் ஏற்பட்ட சக்திக் குறைவால் சூன்யத்தில் தோற்றத்தைக் கொடுக்கிறது. ஆகையால் அபாவமான சங்கல்பத்தால் தான் ஞானம் ஏற்படும். அதாவது யாதொரு எண்ணமும் மனதில் உதிக்காத நிலையில்.

வால்மீகி: இம்மொழிகளைக் கேட்டதின் பலனாக ராமனுடைய முகம் தெளிவுபட்டுப் பிரகாசமடைந்தது. இந்த உபதேசங்களால் தனக்கு ஞானம் உதித்ததென்றும், ஆகையால் தான் முனிவருக்கு மிகவும் கடமைப் பட்டதாகவும் தெரிவித்துக்கொண்டு மேற்படி லவணோபாக்யானத்தில் தனக்குத் தோன்றிய ஒரு சிறிய சந்தேகத்தை நிவர்த்தி செய்யும்படி கேட்டுக்கொண்டான். லவணனுக்கு நிஷ்காரணமாக சண்டாளனான மதிமயக்கம் ஏன் ஏற்பட்டது, அதன் கருத்தென்னவென்று கேட்டான்.

செயலற்ற எண்ணங்களுக்கும் பலனுண்டு என்பது

அரிச்சந்திர குலத்திலுதித்த இந்த லவணன், தன் குல ஒழுக்கப்படி ராஜஸூய யாகம் செய்து முடித்தான். ஆனால் மற்றவர்களைப்போலன்றி இந்த யாகத்தை இவன் மானசீகமாக ஒன்றரை வருஷ காலத்தில் செய்திருந்தான். ஆனால் யாக முறைப்படி வெளி தேசங்களில், யாகம் முடிந்ததும், பன்னிரண்டு வருஷ காலம் சஞ்சரித்து பல கஷ்டங்களை அனுபவிக்க வேண்டிய கிரமத்தை அனுஷ்டிக்காமல் போனதால் இந்த அனுபவம் சம்பவித்தது. யாகம் மானசீகமாக செய்யப்பட்டதால், இந்த அனுபவம் மானசீகமாகவே ஏற்பட்டது. அன்று ஜால வித்தைக்காரனாக வந்தவன் ஒரு தேவதூதன்.

ஆகையால் எல்லா வியவகாரங்களைச் செய்வதும், அவைகளின் பலன்களை அனுபவிப்பதும் மனதாகிய புருஷனே. ஆதலால் இம் மனதை மேற்சொல்லியபடி வசம் செய்துகொண்டு ஆத்ம நோக்கத்தில் திடமா யிருப்பாயாக. அப்படிச் செய்துவந்தால் இந்த யோக பூமியைக் கொண்டு ஏழுவித பக்குவ நிலையில் ஒன்றையாவது அடையலாம்.

ராமன்: யோக பூமியாவது எது? ஏழு வித பதவிகள் யாவை? இவை களை எனக்கு விளக்கும்படி வேண்டுகிறேன்.

ஏழுவித மானிடப் பிறவி

வசிஷ்டர்: இந்த தேகத்தைத்தான் யோக பூமியென்றும் ஞான பூமியென்றும் சொல்லுவது. ஏனெனில் இதை ஆசிரயித்துக் கொண்டு தான் யோகம், ஞானம் என்றவைகளை அடையவேண்டும். பிறகு, இந்த ஏழு விதப் பதவிகள் மானிடர்களிருக்கும் நிலைமையைக் குறித்துச் சொல்வது, அதாவது அவரவர்களின் பாப புண்ணிய கர்மங்களுக்குத் தகுந்தவாறு இருக்கும் நிலைமையையொத்து. இவை வியவகாரத்தின் பொருட்டு ஏற்படுத்தப்பட்ட பிரிவுகள். இந்த ஏழுவிதப் பதவிகளை ஞானத்தை யொட்டியாவது அல்லது அக்ஞானத்தை தழுவியாவது பிரிக்கலாம். எப்படிப் பிரிக்கப்பட்டாலும் எல்லா மனித வர்க்கங்களும் இவ்வேழில் ஒன்றாகிய பதவியில் அடங்கியே தீரவேண்டும். இந்த ஏழு விதப் பதவிகளாவன:-

1. ஜடப் பொருள்களை விட வேறில்லாதவாறு கருதும்படி, பிரபஞ்ச வாழ்க்கையிலேயே முற்றிலும் ஈடுபட்டு பரம்பொருளின் உணர்ச்சி லவலேசமில்லாமலும், வாழ்க்கையெல்லாம் இச்சைகளாகவே இருப்பதே கடைசியான ஏழாவது நிலை. இந்த வாழ்வு ஜட வாழ்வைக் காட்டிலும் உயர்ந்ததல்ல. ஏனெனில் இது தேகமே பிரதானமென்று தேகத்தைப் போஷித்து வரும் வாழ்வாய் இருப்பதாலே. இந்த நிலையிலிருந்து கரையேறுவதற்கு, சுபதிச்சைகளைக் கருதியும் துராசைகளை யொழித்தும், நல்லொழுக்கங்களை அனுசரித்தும் வந்தால், மனது சிறிது சுத்தப் பட்டு இதற்கு மேலான பதவியை அடையலாம்.

2. அடுத்த பதவி சொப்பன ஜாகிரதையென்று சொல்லப்படும். அதாவது நீண்ட சொப்பனமாகிய வாழ்வை சத்யமென்றே பாவித் திருப்பது. இந் நிலையில் கடவுளென்ற ஒரு பரம்பொருளின் உணர்ச்சி யிருந்து அதனால் சில நல்லொழுக்கங்கள் ஏற்பட்டு வாழ்க்கை சற்று சீர்திருத்தப்பட்டிருக்கும்.

3. ஐந்தாவதான நிலை சொப்பன நிலை எனப்படுவது, அதாவது வாழ்க்கையை அநித்யமாக உணர்ந்து சற்று சம்சாரத்தைப் பற்றுதலின்றி நடத்துவது. இந்த நிலையில் மனதை ஒடுக்கிப் பழகி வந்தால் சங்கல்பங் கள் நீங்கும்.

4. நான்காவது ஜாகிரத சொப்பனமெனப்படும். ஜாகிரத நிலையில் இருந்துகொண்டே சம்சாரத்தை சொப்பனம் போல் உணர்ந்து முற்றிலும் பற்றுதலற்றிருப்பது. இந்த நிலையில் மனதை ஒருமுகப்படுத்தி ஆத்மாவை தியானித்துவந்தால் அடுத்த நிலை ஏற்படும்.

5. இந்த மூன்றாவது நிலை அதிஜாகிரத நிலை என்று சொல்லப் படும். ஆத்ம தத்வம் அறியப்பட்டும், "நான்" "நீ" யென்ற துவைத பாவம் நீங்காமல் சம்சாரத்தைச் செலுத்தி வருவது. இந்நிலையில் பதார்த்த பாவனைகளை ஒழிப்பதை அப்யசித்து வந்ததால் அடுத்த பதவியை அடையலாம்.

6. இரண்டாவது நிலை வெறும் ஜாகிரதை நிலையெனப்படும். பதார்த்த பாவனைகளற்று "நான்" என்னும் உணர்ச்சிதான் மிஞ்சி நிற்கும். இந்த நானென்ற நினைவை ஆத்மாவாக இந்த நிலையில் பாவித்து வருதல் வேண்டும். இதுவே ஜீவன் முக்த நிலை யெனப்படுவது.

7. ஆத்ம உணர்ச்சி ஸ்திரப்பட்டு நானென்ற நினைவும் அழிந்தால் அதுவே பீஜ ஜாகிரத நிலை யென்றும், விதேகமுக்தி என்றும் சொல்லப் படுவது.

இவைகளை நீ அறிந்துகொண்டு தீரனாகவும் ஜீவன் முக்தனாகவும் ஆகக்கடவாய். இப்படி இருப்பவர்களுக்குச் சம்சாரம் ஒரு திருண மாத்திரம். அக்ஞானம், பயம், துன்பம் யாதும் அவர்களை அண்டாது.

இதுகாறும் சொல்லிவந்ததின் பொருளாவது பிரபஞ்சம் பிரம்மத் தைத் தவிர வேறல்லவென்பதே. தங்க வளையலில் தங்கத்தைத் தவிர்த்து வேறொன்றும் நாம் காண்பதில்லை. தங்கமின்றி வளையலேது? தங்கத் தின் ஆதரவைக்கொண்டுதான் வளையலோ அல்லது இதர ஆபரணங் களோ, பொருளாலும் வார்த்தைகளாலும் விஸ்தரிக்கப்படுகின்றன. இவ்விதம் எந்தப் பொருளை ஆராய்ந்து பார்த்தாலும் அதில் கடைசியில் பிரம்மத்தைதான் உணரமுடியும். எப்படியென்றால் ஒரு வஸ்துவை அறிய, அறிகிறவன் வஸ்துவில் ஐக்யமானால்தான் முடியும். இப்படி ஒன்றோ டொன்று லயமடைய, இரண்டும் ஒரே இனத்தைச் சேர்ந்திருக்க வேண்டும். அல்லது அறிகிறவனையும் அறியப்படுவதையும் ஒருமித்து ஓர் உணர்ச்சியை ஏற்படுத்துவதே அறிவாகிய பிரம்மம்.

கனவு, நினைவு இரண்டின் சம்பந்தம்

தங்கத்தில் காணும் வளையலைப்போல, பிரம்மத்தைக் காட்டிலும் வேறாகக் கருதப்படும் பிரபஞ்ச அக்ஞானம் எவ்வளவு ரூடியாய் விஸ்தரித் திருக்கின்றது என்பது, லவணனுக்கு மேற்படி ஏற்பட்ட அனுபவத்தால், நமக்குத் தெளிவுடும். சடையோர்களுக்கு நான் தாத்பரியத்தைச் சொன்ன மறுநாள், லவணன் என் மொழிகளைச் சிந்தித்து, தான் சொப்பனத்தில் அனுபவித்த சம்சாரமும் பிரதேசமும் ஒரு சமயம் எவ்விடத்திலாவது வாஸ்தவமாகவே இருக்கலாமோ வென்று நினைத்தான். பிறகு இதைச் சோதிப்பதே சரியென்று தீர்மானித்துக்கொண்டு சைன்யத்தைத் திரட்டிக்

கொண்டு மந்திரிகளுடன் புறப்பட்டான். தான் கனவாகக் கண்ட காட்சிகளை ஞாபகம் செய்துகொண்டு, தன் சண்டாள வாழ்க்கை நடந்த பிரதேசத்தைத் தேடிச் சென்றான். பல தினங்கள் கழித்து விந்தியமலைச் சார்பை யடைந்து, அங்கே பல காடுகளைச் சோதித்து கடைசியில் தான் கண்ட காட்டை யடைந்து அவ்விடமிருந்து தான் வசித்து வந்த கிராமத்தை யடைந்தான். பார்க்கப் பார்க்க யாவும் வியப்படையத்தக்கதாக இருந்தன. கனவில் கண்ட கிராமம், ஜனக்கூட்டம், உற்றார், உறவினர் எல்லாம் உருவமும் ஜீவனும் கொண்டு கண்ணெதிரில் புலப்பட்டார்கள். தன் மனைவியின் சுற்றத்தார்கள், அந்தப் பெண்ணுக்கேற்பட்ட அதிருஷ்ட தசையையும், பிற்பாடுண்டான பல துன்பங்களையும் நினைத்துப் புலம்பு வதையும் பார்க்க ஆச்சரியம் அதிகரித்தது. அவ்வூரார்களைக் கேட்டும் வேறுவிதமாகப் பரிசோதித்தும் பார்க்கையில் தான் கண்ட சொப்பனம் இங்கே வாஸ்தவமாக நடைபெற்றிருப்பதாக அறியவந்தான். அதனால் மனம் கலங்கினான். அன்று கண்ட கனவுக்கும் இங்கே பிரத்யட்சமான காட்சிக்கும் என்ன சம்பந்தம்? ஒன்றும் அவனுக்கு விளங்கவில்லை. பிறகு கிராமவாசிகளுக்கு வேண்டிய வெகுமதியளித்து தன் பரிவாரங்களுடன் வீடு திரும்பினான். மறுதினம் சபை கூடியதும் என்னைப் பார்த்து, தான் கண்டதையெல்லாம் விவரமாகச் சொல்லி இவைகளுக்குள்ள சம்பந்தத் தைத் தனக்கு விளக்கும்படி வேண்டிக்கொண்டான்.

அப்பொழுது அவனுக்கும் சபையோர்களுக்கும் விவரமாக எடுத்துரைத்தேன். நாம் விழிப்பில் காண்பவைகளும் சொப்பனத்தில் காண்பவைகளும் வெறும் தோற்றங்களேயன்றி வாஸ்தவமல்ல. கனவில் வெகு அசம்பாவிதமான செய்கைகளையெல்லாம் நாம் காண்கிறோம். நம் மரணத்தையே கூடக் காணலாம். அதே மாதிரி நம் மனதில் கற்பனை செய்யப்பட்டவைகளை விழிப்பிலும் காட்சிகளாகக் காண்கிறோம். ஒரு கண நேரத்தை நீண்ட காலமாகவும், அல்லது நீண்ட காலத்தை ஒரு கண நேரமாகவும் அனுபவிப்பதையும் நாம் அறிவோம். இவையெல்லா முமே சம்வித்தாகிய கண்ணாடியில், சித்தால் தோற்றுவிக்கப்படும் தோற்றங்கள், சத்யமல்ல. இப்படி இருக்க ஒன்றை மெய்யாகவும் மற்றொன்றைப் பொய்யாகவும் நினைப்பதற்கு இடமேது? ஒரு பெரிய மலையானது சிறிய கண்ணாடியில் பூர்த்தியாக எப்படிக் காணப்படு கிறது? அம்மாதிரி தேச கால நிபந்தனைகளுக்குக் கட்டுப்பட்டிருக் கையில் மனதால் காணப்படும் காட்சி ஒருவிதம். இக் கட்டுப்பாடுகளின்றி காணும் காட்சி இன்னொரு விதம், அதாவது கனவில், இவைகளை ஒன்றோடொன்றைச் சேர்த்து வைத்துப் பேசினால் அசம்பாவித மாகத்தானிருக்கும்.

விந்திய மலைச்சார்பில் சண்டாளக் கிராமத்தில் நடந்தவைகள்

லவணனுக்குச் சொப்பனமாகப் பிரதிபிம்பித்தன. அல்லது லவணனு டைய சொப்பனமாகிய சங்கல்பம் விந்திய மலையில் சொரூபத்தை யடைந்தது, அதாவது பூர்த்தியாயிற்று. இவ்விரண்டு விதமான கொள்கை களும் சரியே.

சொப்பனத்திலும் விழிப்பிலும் காணப்படும் காட்சிகளை வேறு விதமாகவும் பாவிக்கலாம், அதாவது இரண்டும் தோற்றங்களல்லாமல் சத்யமுமல்ல, அசத்தியமுமல்ல என்பதே இன்னொரு கொள்கை. காட்சிகள் காணப்படுவதால் அசத்யமாகாது, ஆனால் காணப்பட்ட வைகள் மறைந்து விடுவதால் சத்யமும் ஆகாது. மற்றொருவாறும் இவை களைக் கருதலாம், தற்காலத்துச் சத்யமென்று. சொப்பனத்தில் காண்ப வைகள் அப்பொழுது சத்யம், ஆனால் விழிப்பில் அசத்யம். விழிப்பில் காண்பது சொப்பனத்தில் அசத்யம். ஆனால் சம்வித்தை வைத்துப் பேசினால் எல்லாம் அசத்யம். கண்ணாடி பிரதிபிம்பத்தை எப்படி விருப்போ வெறுப்போ இல்லாமல் தோற்றுவிக்கிறதோ அதேமாதிரி சம்வித்தானது தோற்றங்களைக் கனவிலும், நினைவிலும் தோன்றியபடி பிரதிபலிக்கச் செய்கின்றது. ஒன்றில் காலதேச சங்கல்பமின்றியும், மற்றொன்றில் இச் சங்கல்பத்தைக் கூடியும், தோற்றுவிப்பதின் காரணத்தால் சம்வித்தானது தோற்றங்களுக்குக் கர்த்தாவாகாது; எப்படி கண்ணாடி பிரதிபிம்பங் களுக்குக் கர்த்தா இல்லையோ அப்படியே. இந்தக் காரிய- காரண சம்பந்தம் ஒரே இனத்தைச் சேர்ந்தவைகளுக்குத் தான் பொருந்தும். சம்வித்தை எந்த இனத்தில் சேர்க்கத் தகும்? தோற்றமாகிய ஜகத்தின் விஸ்தரிப்பு எப்படி ஏற்படுகிறதென்பதைக் கவனிப்போம். சித் அல்லது மனஸ் கர்த்தாவாக நிற்க அதன் அசைவு சங்கல்பமாகவும், அதன் தொடர்ச்சியாக அது செயலாகவும் மாறுகிறது. இது ஜடப் பொருள் களில் நோக்கத்தைச் செலுத்தினால் அவைகளுடன் லயமாகி அவைகளின் தன்மையை உணருகிறது; அதாவது அவைகளின் அறிவு மனதிற்கு ஏற்படுகிறது. அந்த கணம் மனஸே ஜடமாய் நின்று தன் சுதந்திரத்தை இழக்கிறது. இப்படியே ஒவ்வொரு பதார்த்தத்திலும், விஷயத்திலும், உணர்ச்சியிலும் தானே அதுவாய் நின்று பல நாம ரூபங்களை யடைந்து பிரபஞ்சமாய் விஸ்தரிக்கின்றது.

இந்த அறிவு என்னும் சேதனம் ஏற்படுவதற்குக் காரணம், அகங்காரம் அல்லது "நான்" என்ற உணர்ச்சி. இந்த உணர்ச்சியுடன் கூடவே அறிகிறவன், அறியப்படுவது என்ற சங்கல்பங்களும் ஏற்படுகின்றன. ஆகையால் இவ்வுணர்ச்சியை ஒழிப்பதே முக்ய யத்தனமாக இருக்க வேண்டும். அறிகிறவன், அறியப்படுவது அல்லது "நான்" பதார்த்தம் என்னும் பாவனை ஒழிந்தால் அபாவமாகிய தன்மைதான் மிஞ்சும். இதுவே பிரம்மம்.

ஆத்ம உணர்ச்சியை அடையும் முறை

1. இந்தப் பிரகரணத்தில் சொல்லியவைகளைச் சுருக்கிச் சொல்வோ மாகில், மனிதர்கள் கடைத்தேற ஆரம்பத்திலேயே சாஸ்திரங்களைப் படித்து ஆராய்ச்சி செய்தும் நல்லோர் சேர்க்கையை அடைந்தும் முயற்சிப்பதே. இவைகளால் சற்று விவேகம் ஏற்பட்டுப் பிறகு படிப்படி யாக நல்லொழுக்கம், விசாரம், பகுத்தறிவு, பற்றுதலற்றிருத்தல், மன மொடுக்கம், துவைத பாவம் நீங்குதல், கடைசியில் ஜீவன் முக்த நிலையும் ஏற்படும்.

2. பிறகு சம்சாரத்திலிருந்து விடுதலையடைய முக்கியமான தடை வாசனையே. இவ்வாசனையின் பலன்களாகிய மோகம், மரணம் என்பவைகள் முதலில் தேகத்தைத்தான் பாதிக்கின்றன. பிறகு இவை களால் ஏற்படும் இன்ப துன்பங்கள் மனதைப் பாதிக்கின்றன. ஆகையால் வாசனையை ஒழிப்பது மிக அவசியம். அதற்கு "நான் ஆத்மா" என்ற உணர்ச்சி ஏற்பட வேண்டும். மனதை ஒடுக்கினால்தான் இவ்வுணர்ச்சி சித்திக்கும். மன தானது செயல்களில் எவ்வளவு எளிதாக ஈடுபடுகிறதோ அதேமாதிரி செயல் இல்லாமையில் ஏன் ஈடுபடக்கூடாது? இதைப் பயிற்சி செய்து வந்தால் மனம் சாந்தியடைவதில் சந்தேகமில்லை.

3. பிரபஞ்சம் என்பது, பிரம்மத்திலிருந்து உற்பத்தியானது போல் தோன்றும் மனஸின் தோற்றமே. சூரியன் கிளம்பியதும் அதன் கிரணங்கள் எங்கும் வியாபித்து நிற்பதுபோல் மனஸ் தோன்றியதும் பல பிரபஞ்சங்களும் சூக்ஷமமாய்க் கூடவே தோன்றுகின்றன. இதுதான் பிரம்மாவென்றும், சித்தென்றும், அகங்காரமென்றும் பலவாறாகச் சாஸ்திரங்களில் கூறப்படுகின்றது. ஆனால் எப்படி சூடு அனலைக் காட்டிலும் வேறில்லையோ, அல்லது நீரைக் காட்டிலும் அலை வேறில்லையோ, தங்கத்தைக் காட்டிலும் வளை வேறில்லையோ, அப்படி இந்த மனஸாகிய பிரபஞ்சமும் ஆத்மாவைக் காட்டிலும் வேறில்லை. வியவகாரத்தின் பொருட்டுப் பல நாம ரூபங்கள் ஏற்பட்டிருந்தும் விசாரணை செய்து பார்த்தால் சகலமும் ஆத்மாவைத் தவிர்த்து வேறில்லை யென்று விளங்கும்.

உற்பத்திப் பிரகரணம் முற்றிற்று

4

ஸ்திதிப் பிரகரணம்

('நான்' என்பதன் விஸ்தரிப்பு)

வசிஷ்டர்: இந்தப் பிரகரணத்தில் 'நான்' என்று வழங்கிவரும் அகங்கார ரூபத்தைப்பற்றிச் சொல்லப்படும். இதைச் சரியாக அறிந்து கொண்டால் முக்தியடைவதற்குச் சகாயமாக இருக்கும்.

ஜகத் தோற்றம் பொய்யென்பது

பிரபஞ்சம் ஸ்திரமாயும் சாசுவதமாயுமிருப்பதாக நம் மனத்தில் தோன்றினாலும் அது சொப்பனத்தில் கண்ட காட்சிகளைப் போலவே அசத்தியம். ஒரு சித்திரத்தில் எழுதப்பட்ட உருவம் எவ்வளவு சார மற்றதோ அப்படியேதான் இப் பிரபஞ்ச உணர்ச்சியும் கூட. இவ்வுணர்ச்சி களை நாம் எவ்வாறு அனுபவிக்கிறோமென்றால், குரங்குகள் நெருப்பின் அனலைக் கண்ட அனுபவத்திலிருந்து சிவப்பு நிறமான குன்றி மணிகளைச் சேகரித்து அவைகளை அனலாகப் பாவித்துக் குளிர் காய்ந்து சந்தோஷத் தையும் அடைவது போல. மோகத்தில் காண்கிற கந்தர்வ நகரம் மறைவது போல, பார்த்துக்கொண்டிருக்கையிலேயே பிரபஞ்சமாகிய தோற்றமும் விசாரணை செய்யும் பொழுது அநித்யமாக அறியப்படுகிறது. நாம் சங்கல்பத்தில் மிகச் சந்தோஷிக்கத் தக்கவைகளைக் கற்பனை செய்து கொள்ளும்பொழுதும், அல்லது வெகுசாரமான கதையைக் கேட்கும் பொழுதும் அனுபவிக்கும் இன்பத்தைவிட வேறானவையல்ல, பிரபஞ்ச அனுபவங்களால் ஏற்படும் இன்பங்களும். இவ்வின்ப துன்பங்களும் அவ்வளவு சூக்ஷ்மமானவை! ஏன், சூன்யமே! சூரியனிடத்திலிருந்து கிளம்பும் கிரணங்களுக்குச் சொரூபமாவது வஸ்துத் தன்மையாவது இல்லா திருந்தும், அவை சகலத்தையும் பிரகாசிக்கச் செய்கின்றன. மேகங்களிடை யில் வானவில்லாகிய காட்சியைக் காண்கிறோம். இல்லாதவைகளே இருப்பதென நமக்குத் தோற்றத்தை அளிக்கின்றன. அதே மாதிரியே பிரபஞ்ச மாக ஏற்படும் நம் உணர்ச்சியில், வஸ்துத் தன்மையாவது சத்யமாவது லவலேசமும் கிடையாது. எல்லாம் வெறும் தோற்றம், அதாவது சூன்யம்.

ஜகத்தின் உற்பத்தியும் பொய்யென்பது

ராமன்: மரமானது விதையில் சூக்ஷ்மமாக இருப்பது போல ஜகத்தும் ஆத்மாவில் சூக்ஷ்மமாக இருந்து உற்பத்தியாகின்றது என்று எனக்குப் புலப்படுகின்றது. இவ்விஷயத்தை எனக்குத் தெளிவு செய்யும்படி கேட்டுக் கொள்கிறேன்.

வசிஷ்டர்: நீ சொன்னது மகா மூடத்தனமான கொள்கை. அவிவேகி களின் புத்திக்குப் புலப்படுவதற்கு ஏதாவது ஒரு சித்தாந்தத்தைக் கொண்டு புலம்பவேண்டியிருப்பதால் இந்த உபமானம் எடுத்துச் சொல்லப்பட்டது. நீயும் இதுதான் உற்பத்திக் கிரமமென்று எண்ணுவது தவறு. மரமும் விதையும் நமது இந்திரியங்களுக்குப் புலப்படும் வஸ்துக்கள். ஆகையால் இவைகளில் காரணகாரிய சம்பந்தத்தை நாம் உணருகிறோம். சூன்ய மாகிய பிரம்மத்தில் உணர்ச்சிகள் ஏற்படுவதெப்படி? ஆகவே ஜகத்தாகிய உணர்ச்சி அதிலிருந்து உண்டானதென்பது யுக்திக்குச் சமாதானமாகாது. பிரம்மத்திற்கும் ஜகத்திற்கும் அதாவது சூன்யத்திற்கும் உணர்ச்சிக்கும் காரண காரிய சம்பந்தம் ஒவ்வாது. இது பரமாணுவிலிருந்து மேரு பர்வதம் உண்டாயிற்றென்பது போலாகும். அல்லது நெருப்பில் குளிர்ச்சியைத் தேடுவதுபோலாகும், ஆகையால் ஜகத்தை உற்பத்தியானதாக நினைப்பது தவறு. சிலர் மகாப் பிரளயம் ஏற்பட்ட பிறகு பிரம்மாவுக்கு அழிவு ஏற்படுவதற்கு முன்னிருந்த வாசனையின் காரணத்தால் ஜகத் உற்பத்தி யாவதாக நினைக்கலாம். இதுவும் தவறே. சாதாரணமாக நமது தோற்றத்தில் யதேச்சையாக ஒரு சங்கல்ப நகரம் தோன்றுகின்றது. இதற்கு என்ன வாசனை இருந்தது? பிரம்மாவுக்கும் அவ்விதமே, அதாவது யாதொரு வாசனையுமில்லை. இதை வேறு விதமாகவும் எடுத்துச் சொல்லலாம். மகாப் பிரளயம் ஏற்பட்ட நிலையில் எல்லோரும் மோட்சத்தை யடைவதால் வாசனைகள் அறவே அழிந்து விடுகின்றன. ஆகவே ஜகத்தின் உற்பத்திக்குக் காரணம் ஏது?

வாஸ்தவம் என்னவென்றால் பிரம்மந்தான் ஜகத், ஜகத்துத்தான் பிரம்மம். அறிவு என்னும் உணர்ச்சி ஏற்படுங்கால் பிரம்மம் ஜகத்தாகத் தோன்றுகிறது; அறிவும் உணர்ச்சி அடங்கினால் ஜகத் பிரம்மமாய் இருக்கிறது. ஆக எப்பொழுதும் ஒன்றுதான் சத்தியமாய் நிற்கும். அது, இது என்ற துவைத பாவந்தான் அக்ஞானம்.

மேற்சொன்னதை இன்னும் விவரித்துச் சொல்வோமாகில், மகா நிர்மலமான சித்திலிருந்து அதே இனத்தைச் சேர்ந்த உதவிக் காரண மின்றி, பிரபஞ்சம் எப்படி உற்பத்தியாகும்? எப்பொழுது காரண மில்லையோ அப்பொழுது மூன்று காலத்திலும் இப்பிரபஞ்சமும் இல்லைதான். அல்லது பிரபஞ்சமே மூலகாரணமாகிய பிரம்மமென்று

சொல்லலாம். அதைத் தவிர்த்து வேறாகக் கருதுவதற்கு இடமில்லை. மேலும் பிரபஞ்சம் ஏற்கனவே இருந்ததாக எண்ணப்படின் உற்பத்தியாவது தவறு, அல்லது ஏற்கனவே இல்லாவிடில் இப்பொழுது வருவதற்கும் நியாயமில்லை. ஆகையால் பிரபஞ்சத்தைப் பிரம்மத்தை விட்டுத் தனியாக அறிவது தவறே.

ஜகத் வேறாகத் தோன்றுவது மனத்திலே – அதற்கு உபாயம்

மேற்சொன்ன உணர்ச்சி ஏற்படுவது மனதினாலே. மனம் பிரபஞ்சமாகத்தான் விஸ்தரிக்கும். ஆகையால் இந்த உணர்ச்சிகள் அழிவதில் யத்தனம் செய்து வந்தால் மனம் அழிவடையும். மனம் அழிந்தால் பிரபஞ்சமாகிய தனித் தோற்றம் நாசமடையும். ஆனால் பிரபஞ்சத் தோற்றம் அழிவதால் மனம் அழியவேண்டிய அவசியமில்லை. ஆகையால் மனத்தின் நாசத்தைத் தேட முயற்சி செய்தல் அவசியம்.

மனத்தின் விஸ்தரிப்பு – சுக்கிரன் விருத்தாந்தம்

இந்த மனத்தின் விஸ்தரிப்பு எவ்வளவு அகண்டமாயும் அற்புத மாயும் இருக்கிறது என்பதை விளக்க ஒரு கதை சொல்லுகிறேன்; அதைக் கவனித்துக் கேட்பாயாக:

மந்தரபர்வதச் சார்பில் பிருகு என்னும் மகரிஷி ஒரு காலத்தில் ஒரு நீண்ட தபஸைத் தொடங்கியிருந்தார். அப்பொழுது அவருடைய குமாரனாகிய சுக்கிரன், அவர் கூடவே இருந்து வந்தான். தாயார் இல்லாததாலும் தகப்பனார் உலக சிந்தையை மறந்து தபசில் ஈடு பட்டிருந்ததாலும், பாலனான சுக்கிரன் தானாகவே வளர்ந்து வந்தான். யாதொரு வேலையுமில்லாத நேரமெல்லாம் தகப்பனாரைப்போல் தானும் தபஸில் இருந்து வந்தான். இவ்வாறு யெளவன பருவத்தை அடைந்ததும் நிகரற்ற ரூபலாவண்யத்தை அடைந்தவனாகவும் மகா தேஜஸ்வியாகவும் விளங்கினான்.

சுக்கிரனின் மனோராஜ்யம்

ஒரு நாள் நிஷ்டையிலிருந்து கண்ணை விழித்த தருணம் ஆகாய மார்க்கமாக ஓர் அப்ஸரப் பெண் உல்லாசமாகப் போவதைக் கண்டான். அவளுடைய யெளவனப் பருவம், சுந்தரமான ரூபம், முகத்தின் அழகு எல்லாம், ஒருவரையும் அதுவரையில் காணாத சுக்கிரனுக்கு மனத்தைக் கவரத்தக்கதாகத் தோன்றிற்று. சற்று அவளையே உற்று நோக்கவே, அப்சரசும் யெளவன புருஷனின் அழகால் மனத்தை இழக்கலானாள். ஆனால் ஒருவர்க்கொருவர் தூரதிருஷ்டி ஆயினதைத் தவிர வேறொன்றும் சம்பவிக்கவில்லை. இளைய சுக்கிரனானவன், அப்சரசின் உருவத்தை நன்கு மனத்தில் வாங்கிக்கொண்டு, உடனே கண்களை மூடி அவள் நிமித்தம்

தபசில் ஆழ்ந்தான். கொஞ்ச காலத்தில் தபோவேகத்தினால் நினைத்ததை அடையும் சக்தியை அடைந்தான். அந்த நிலையில் மனத்தில் குடி கொண்டிருந்த அப்சரசை அடையும் பொருட்டு இந்திர லோகத்தை நாடிச் சென்றான். அங்கே இந்திரனால் வெகு அன்புடன் வரவேற்கப் பட்டு, இந்திர லோகத்தின் போகங்களை வேண்டிய காலம் அனுபவிக்கும் படியும் அனுமதி பெற்றான். அதன்பின் அவன் தேடி வந்த அப்சரசைக் கண்டு அவளுடன் வெகு காலம் சரச சல்லாபமாகக் கழித்தான். இப்படிப் பல யுகங்கள் கழிந்த பிறகு ஒரு நாள் சுக்கிரனுக்குத் தன் தகப்பனாரின் ஞாபகமும், அவருக்குத் தான் செய்துவந்த பணிவிடைகளும் மனத்தில் உதித்து, கூடவே தான் செய்த புண்ணிய கர்மங்கள் முடிவு பெற்றனவோ என்னும் சந்தேகம் தோன்றிற்று. இப்படித் தோன்றியதும் அப்சரசுடன் கூடிய சம்சாரம் முடிவுபட்டு அவனுடைய கல்பனா ஜீவனுக்கும் நாசம் ஏற்பட்டது. அந்த ஜீவன் அதன் பிறகு பல ஜன்மங்கள் அடுத்தடுத்து எடுத்துக் கடைசியாக ஒரு முனி புத்திரனாகப் பிறந்து தபோமகிமை களையும் பெற்றிருந்தது.

இவ்வளவு காலம் சென்றும் சுக்கிரனுடைய தேகம், தகப்பனார் பிருகுவின் தபோபலத்தால், பஞ்ச பூதங்களாலோ அல்லது மிருகங்களாலோ அழிவடையாமல் பாதுகாக்கப்பட்டு வந்தது. ஆனால் தேகம் சருகுபோல் ஒடுங்கியும், பார்க்கப் பயங்கரமாகவும் விரக்தி ஏற்படும் வண்ணமுமாக இருந்தது. இந்நிலையில் பிருகு முனிவர் ஒரு நாள் தபசிலிருந்து கண் விழித்து, தன்னுடன் இருந்த மகனைக் காணாமல் தியானத்தால் அவன் தற்சமயம் இருக்கும் நிலையை உணர்ந்தார். உடனே தேகத்தைத் தேடி, இருக்கும் நிலைமையைக் கண்டு மகா கோபங் கொண்டார். யமனுக்குத் தன் புத்திரனைக்கூட இரையாக்கிக் கொள்ள அவ்வளவு தைரியமா என்று எண்ணி, கமண்டலத்தைக் கையிலெடுத்து யமனைச் சபிக்கத் தொடங்கினார். அந்த கணமே காலத்துக்கு அதிபதியான யமன், இதை ஞான திருஷ்டியால் உணர்ந்து, உடனே மானிட உருவம் தரித்து முனிவரின் முன் வந்து நின்றார். முனிவரை ஒரு கணம் நோக்கிச் சில வார்த்தை களைச் சொல்லத் தொடங்கினார்.

தர்மராஜன் – பிருகு முனிவர் சம்பாஷணை

யமன்: பிருகு முனிவரே! நீங்கள் பிராமணனாக இருந்து மகா கடுமையான தபசுகளைச் செய்து, ஞானத்தையும் அடைந்தவராக யிருந்தும், தற்சமயம் ஒரு சாதாரண மனிதன்கூடச் செய்யத் துணியாத செயலில் தலையிடுவதாக இருந்தீர். காலத்தால் பீடிக்கப்படாதவர் எவர்? காலத்திற்கு இரையாவது அவரவரின் கர்மத்தாலென்று உமக்குத் தெரியாதா? என் கடமை நியதியை நிலைநாட்டுவதென்பதும் நீர் அறிந்த விஷயமே. இதரர்களைப்போல் பிரியத்தினாலோ அல்லது ஒரு

குறிப்பிட்ட எண்ணத்துடனோ நான் என் கர்மாவில் ஈடுபடுவதில்லை. சகல தேவர்களும், இந்திரன், ருத்ரன், விஷ்ணு, சிவன் எல்லோருமே எனக்கு இரையாவதில் தப்புவதில்லை. இதை அறியாதவனும் ஒருவனு மில்லை. அப்படி இருக்க, ஞானியான நீரே பரபரப்பாய்ச் சாபமிடத் துணிந்தது வெகு ஆச்சரியப்படத் தக்கது. கோபத்தை முன்னிட்டுக் காரியத்தில் இறங்குவது வியர்த்தமென்று நீர் அறியவில்லையா? உங்களு டைய சாபம் என்னை என்ன செய்யக்கூடும்? ஏன் வீணாக உங்கள் தபோ மகிமைக்கு விக்கினம் தேடிக் கொள்ளுகிறீர்? என்னுடைய நிஜ சொரூபத்தை இன்னும் நீர் அறியவில்லை. இதோ என் விசுவரூபத்தைப் பாரும். நான் சர்வாத்மாவாக இருக்கிறேன். உமக்கு இன்னும் அகங்காரம் நீங்காமலிருப்பதால், பிள்ளையென்ற வாஞ்சை மேலிட்டது. தான் கர்த்தா என்ற எண்ணத்தை மேற்கொண்டவர்கள் மூடர்களல்லவோ? தண்ணீரில் சந்திரபிம்பத்தைக் காணும் போது தண்ணீரைக் கர்த்தா வென்று எண்ணலாமா? ஆனால் தண்ணீர் இல்லாவிட்டால் பிரதி பிம்பம் ஏற்படாது. இவ்விதமான சம்பந்தந்தான் ஆத்மாவுக்கும் சிருஷ்டிக்கும் இருப்பது. சிருஷ்டி நியதியைத் தழுவியும், நியதி சிருஷ்டியைத் தழுவியும் விஸ்தரிக்கின்றன. இவைகளில் கர்த்தா, போக்தா என்பன ஏற்படுவதைப் போலவே அழிவையும் அடைகின்றன. இந்த நடையில் என் விருப்புக்கோ வெறுப்புக்கோ இடம் ஏது? நியதியை நிலை நாட்டுவதே நம் கடமை.

உங்கள் புத்திரன் விஷயத்தைக் கவனிக்க, ஒவ்வொருவருக்கும் இரண்டு சரீரமிருப்பது நீர் அறிவீர். அதாவது பூத சரீரமும், மனோ சரீரமும். சுக்கிரன் மனோ சரீரத்தைக் கொண்டு மகா சங்கல்பத்தை யடைந்தவனாய் தன் இஷ்டம்போல் பல கர்மங்களை மேற்கொண்டு பல ஜன்மங்களை எடுத்து நான்கு சதுர்யுகத்தைக் கழித்தான். அவன் செய்த வினைப் பயன்களை அவன் அனுபவிக்கலானான். தற்சமயம் பிராமண குமாரனாகவும் அபூர்வ ஞானத்தை அடைந்தவனாகவும் இருக்கிறான். உம்முடைய ஞானக் கண்ணால் பார்த்தால் நீர் அவனை அறியலாம்.

வசிஷ்டர்: இப்படி யமன் சொல்லி முடித்ததும் பிருகு முனிவர் சற்றுக் கண்ணை மூடித் தியானித்து, தன் புத்திரன் இருக்கும் இடம், நிலை எல்லாம் உணர்ந்து பிறகு கண்ணை விழித்துக் காலபுருஷனைப் பார்த்துச் சொன்னார்.

பிருகு முனிவர்: நீங்கள் சொன்னதெல்லாம் சத்தியமே. நான் செய்யத் துணிந்தது பெரும் தவறாகும்; அவசாரத்தால் மதி இழந்தேன். ஆனால் என்னைப்போல் பூத உடலைத் தாங்குபவர்களுக்கு இதுவே நியதி. எவ்வளவு அறிவாளியாக இருந்தும் இவ்விதச் சந்தர்ப்பங்களில் மனோ விகாரமடைந்து நாங்கள் மதியை இழக்கிறோம். கர்த்தா போக்தா

என்ற உணர்ச்சி, வெகுகாலம் வேரூன்றினதால், மனத்தில் இருந்து கொண்டே இருக்கிறது. அது எங்களுக்கு ஏற்பட்ட நியதி.

நான் இப்பொழுது சமங்கா நதிக்கரையில் தபசிலிருக்கும் என் மகனைக் கண்டேன். மேலும் சகலப் பிராணிகளுக்குமுள்ள இரண்டு சரீரங்களில் மனதுதான் சம்சாரமாகிய தோற்றத்தை நடத்தி வருகிற தென்றும், மனதே ஜகத்தாக வியாபித்து நிற்பதையும் நன்கு இப்பொழுது அறிந்தேன்.

பேத புத்தியே மனம் : தர்மராஜனின் உபதேசம்

வசிஷ்டர்: காலத்திற்கு அதிபதியானவன் இதைக் கேட்டு ஆமோதித்து, பிறகு பிருகு முனிவருக்கு உபதேசம் செய்தார். குடத்தி லுள்ள ஆகாசத்திற்குக் குடம் எவ்வளவு ஆதாரமோ அவ்வளவுதான் இந்த மனதாகிய ஜீவனுக்குப் பூத உடலும். மனத்தின் செயல் மனனம் செய்வதே. இப்படிச் செய்து தன்னை விஸ்தரித்துக்கொள்கிறது. மனம் ஏற்படும் நிலையில் பேதமும் கூடவே ஏற்படுகின்றது. பேதந்தான் மனமாகும். பேதம் அதிகரிப்பதால்தான் பிரபஞ்சமும் விஸ்தரிக்கின்றது. பொருள்கள் மனத்தின் பாவனைகளாகும். பாவிக்கப்பட்டதுபோல் அனுபவத்தை மனம் அடைகிறது. ஆகவே பாவனை, பொருள், அனுபவம் இம்மூன்று நிலையிலும் மனந்தான் வெவ்வேறு சொரூபமாகத் தோற்றத்தைக் கொடுக்கிறது. பதார்த்தங்களின் தன்மைகளும், உஷ்ணம், சீதளம் என்பவைகளும் மனத்தின் உணர்ச்சிகளைத் தவிர வேறில்லை. ஆகையால் மனதின்றிப் பிரபஞ்சமில்லை. மனது பிரம்மத்தில் ஏற்பட்ட பேதம்; பேதம் ஒழிந்தால் சம்சாரம் அடங்கும். இந்த மனம் என்னும் தோற்றத்தால் பந்தப்பட்டவர்களே அசுரர்கள், மானிடர், தேவர்களும். இவர்களில் ஒருவர்க்கொருவர் உள்ள வித்தியாசம் பந்தத்தன்மையில். ஆகவே எல்லோரும் பந்தத்தால் பீடிக்கப்பட்டவர்களாகும், பிரம்மா, ருத்ரன், ஹரி உட்பட. இவர்களுடைய கதியும் பரிதபிக்கப்பட்டதாகும். ஆகையால் இவர்களின் பதவியை அடைவதிலும் பிரயோஜனமில்லை. அடையவேண்டிய பதவி அந்தப் பரமபதம் ஒன்றே.

சுக்கிரன் பூர்வதேகத்தை அடைதல்

யமதர்மராஜன் இவ்வாறு சொல்லி, பிருகு முனிவரின் கையைப் பிடித்து, இனிச் சுக்கிரனைப் பார்த்து வரலாமென்று அழைத்து இருவருமாக, சூரிய சந்திரர்கள் யாத்திரை புறப்பட்டதுபோல், ஆகாய மார்க்கமாகச் சமங்கா நதியை நோக்கிச் சென்று சில நேரம் கழித்துப் பிராமண முனிவர் தபஸ் செய்துவந்த இடத்தை அடைந்தார்கள். வந்ததும் சமாதியிலிருக்கும் பிராமணனைக் காலன் விழிக்கவைத்து அவன் தபஸ் செய்வதன் நோக்கத்தைத் தெரிவிக்கும்படி கேட்டான். பிராமணன்

வந்தவர்களை நல்வரவு கூறி அவர் யாரென்று விசாரித்தான். தன் ஞானக் கண்ணால் தெரிந்துகொள்ளும்படி காலபுருஷன் பதிலளித்தார். அவ்வாறே கண நேரம் பிராமணன் கண்ணை மூடித் தியானிக்க, வந்தவர்கள் யாரென்றும், தன்னுடைய பூர்வ ஜன்மங்களையும் உணர்ந்தான். கடந்த லட்சக்கணக்கான ஜன்மங்களையும், அவைகளால் உண்டான அனுபவங்களையும், கடைசியாகத் தற்காலம் ஏற்பட்ட ஞானப் பதவியையும் உணர்ந்தான். வந்தவர்களுக்கு இவைகளை எடுத்துரைத் தான். தற்சமயம் தனக்கு யாதொரு தேவையில்லை என்பதாகவும், ஆயினும் நியதியின் கட்டுப்பாட்டினால், தேகம் இருக்கும்வரையில், தன் கர்மங்களைச் செய்து வர உத்தேசமென்றும் சொல்லி முடித்தான்.

இதைக் கேட்ட காலபுருஷன், பிராமணனைப் பார்த்து, அவன் இப்பொழுது பற்றுதலற்றிருந்தும், பழைய இருப்பிடமாகிய மந்தரகிரியை யடைந்து அங்கே விட்டுவந்த தேகத்தை மீண்டும் தரிக்க வேண்டிய கிரமம் இருப்பதாகச் சொன்னார். ஏனெனில் அந்த ஜன்மத்தின் பலனைப் பூர்த்தியாகச் சுக்கிரன் அனுபவிக்கவில்லை. மேலும் சுக்கிரதேகத்துடன் ஜீவன் முக்தனாகி அசுரர்களின் குருவாக நியமிக்கப்படும் கிரமமும் ஏற்படும். இப்படிச் சொல்லி முடித்த பிறகு மூவரும் ஆகாய மார்க்கமாக மந்தரகிரியை யடைந்து, சுக்கிர தேகத்தைக் கண்டு, இந்தத் தேகத்தில் புகுந்து கொள்ளும்படி பிராமணனிடம் சொல்லிவிட்டுக் கால புருஷன் அந்தர்த்தியானமானார்.

அவ்வாறே பிராமணன் பழைய உடலில் தன் ஜீவனை நினைத்துப் புகுந்து, பிராமண தேகத்தை விட்டான். வெறும் தோலும் எலும்புமாக இருந்த தேகம் ஜீவசக்தியை அடைந்ததும் கொஞ்சம் கொஞ்சமாகத் தெளிந்து, அசைவுற்று, ரத்த ஓட்டம் கிரமமாகச் செல்ல, பழைய யௌவனமும் பூர்ணமாக உண்டாயிற்று. ஜீவன் அகன்ற பிராமணதேகம் சவமாயிற்று. பிருகு முனிவருக்கு, உடனே மகனென்ற வாஞ்சை உண்டாகிப் பிள்ளையை ஆலிங்கனம் செய்துகொண்டார். பிறகு முறைப்படி சவத்திற்கு வேண்டிய கர்மங்களைச் செய்து முடித்து, இருவரும் வெகுகாலம் ஜீவன் முக்த நிலையில் இருந்தார்கள். இப்படி இருக்கையில் சுக்கிரன் அசுரர்களால் தங்கள் குருவாக இருக்கும்படி வேண்டப்பட்டு, அதை ஒப்புக் கொண்டு அவர்களுடைய பிரதேசம் சென்றான். பிள்ளையை விட்டுப் பிரிந்த பிறகு, பிருகு முனிவர் மீண்டும் தன் தபசில் ஆழ்ந்தார்.

தேகத்தின் நியதி

வால்மீகி: இக் கதை முடிந்ததும் ராமன் வசிஷ்டரைப் பார்த்து, இவ்விரு முனி சிரேஷ்டர்கள் ஜீவன் முக்தர்களாக இருந்தும் ஏன் தங்கள் உடலின்மேல் வாஞ்சை, அதாவது தகப்பன் மகனென்ற பிரீதி, மேலும்

ஏன் அவர்கள் விடுதலையடையவில்லை என்று கேட்டான். அதற்கு வசிஷ்டர், "அவர்கள் எல்லா இச்சை மோகங்களை மனத்தில் ஒழித்திருந் தும் தேகத்தின் நியதியை கடக்க முடியாமல் நீ எடுத்துக் காட்டிய உணர்ச்சிகளுக்குக் கட்டுப்பட்டவர்களாகத் தோன்றினார்கள்" என்றார். தேகம் இருக்கும் வரையில் அதன் நியதிக்கு உட்பட்டும் உலக வழக்கங் களாகிய கட்டுப்பாடுகளை அனுசரித்து மிருப்பதே ஞானிகளின் ஒழுக்கம். ஆனால் அவர்கள் இவ்வித அனுசரணைகளால் பந்தப்பட்டிருப்ப தில்லை. யாதொரு பலனையும் கருதாமல் அவர்கள் கர்மங்களை இச்சை- துவேஷமில்லாமல் செய்து வருகிறார்கள். இவைகளைக் கேட்ட பிறகு ராமனுக்கு மேலும் சில சந்தேகங்கள் தோன்றி அவைகளை நிவர்த்தி செய்யும்படி வசிஷ்டரைக் கேட்டுக் கொண்டான்.

ராமன்: சுக்கிரனுக்கு மனத்தோற்றமாக ஏற்பட்ட சம்பவங்கள் எவ்விதம் வாஸ்தவமான அனுபவங்களாக நிறைவேறின?

நம் அனுபவங்கள் ஏற்படும் முறை

வசிஷ்டர்: எல்லோருக்குமே தோற்றமாக மனத்தில் உண்டாவது தான் பிற்பாடு பலனாக அனுபவிக்கப்படுகிறது. சுக்கிரனுக்கு இவ்விதம் ஏற்பட்டதில் யாதொரு ஆச்சரியமும் இல்லை. ஆனால் ஒரு விஷயம் கவனிக்கத்தக்கது. சாதாரணமாக எல்லோருடைய மனமும், பல ஜன்மங்களெடுத்து பந்தம் மேலுக்கு மேல் அதிகரித்திருப்பதால், களங்கப் பட்டிருக்கும். ஆனதால் மனத்தோற்றங்கள் நிறைவேறுவதற்குக் கால தாமதமாகும். மனமானது எவ்வளவுக்கெவ்வளவு பந்தமின்றிப் பரிசுத்தமாயிருக்கிறதோ அவ்வளவு சீக்கிரம் தோற்றங்களும் நிறைவேறப் படும். சுக்கிரனுக்கு இதுவே முதல் ஜன்மமாக இருந்து வாசனைகளால் பீடிக்கப்படாமலிருந்ததால் சங்கல்பங்கள் உடனே நிறைவேறுவதற்கு லகுவாக இருந்தது. ஞானிகளுக்கும் இவ்விதமே ஏற்படும்.

ராமன்: இது அவனுக்கு முதல் ஜன்மமாக இருந்தால், எவ்விதம் பல ஜன்மங்களெடுத்த இதரர்களுக்குப் போலவே காலதேசக் கிரியை களாகிய அனுபவங்கள் சுக்கிரனுக்கும் உண்டாயின?

வசிஷ்டர்: அப்படி ஏற்படுவதில் ஆச்சரியமென்ன? விதையைப் போல்தான் மரமாகும். பிருகு முனிவரின் புத்திரனாக உதித்த காரணத்தா லேயே அவருடைய அனுபவங்களெல்லாம் சுக்கிரனுக்கு வாசனா ரூபமாக இருப்பதுதானே சகஜம். இவைகள் அவனிடம் சூக்ஷ்மமாக இருந்ததால் அவனுடைய தோற்றம் ஆகாசத்தில் கிளம்பியது.

கனவு விழிப்பு என்பவைகளைப்பற்றி

ராமன்: சொப்பனத்திற்கும் ஜாகிரத நிலைக்கும் உள்ள பேதம்

என்ன? ஜாகிரத நிலையென்பது எவ்விதம் ஜாக்கிரதையாகும்? பிறகு சொப்பனமாவது என்ன? ஜாகிரத அனுபவங்கள் சொப்பனத்தில் தோன்றுவது எப்படி?

ஜாகிரத, சொப்பன, சுஷுப்தி, துரியநிலைகளும், மனத்தின் நிலையும்

வசிஷ்டர்: இரண்டு நிலைகளிலும், அனுபவிக்கும் புருஷன் ஒருவனே, அதாவது மனம் அல்லது ஜீவன். இந்த மனமானது ஜாகிரத நிலையில், சங்கல்பித்துக் கொண்டதை இந்திரியங்களின் உதவியால் ஜகத்தில் சங்கல்பித்தபடியே காண்கிறது. வேறாகக் காண்பதில்லை. காணப் பட்டதை அனுபவிக்கின்றது. இப்படியான அனுபவங்களை நிஜமென்றும் ஸ்திரமென்றும் நாம் சொல்லுகிறோம். ஆராய்ந்து பார்க்கையில் இதுவும் ஒரு மோகமென்றுதான் சொல்லப்படும், ஏனெனில் மனம் தன்னை வேறாக உணருவதால். ஆனால் இவ்விதந்தான் ஜாகிரத நிலையில் சதா நடை பெற்று வருகிறது. சொப்பனத்திலோ இந்திரியங்கள் அடங்கியிருப்பதால் மனத்திற்கும் வெளிப் பிரபஞ்சத்திற்கும் சம்பந்தமில்லாமல் போகின்றது. ஆகையால் ஜாகிரத நிலையில் ஏற்பட்ட அனுபவங்களை மனமானது சூக்ஷ்ம நிலையில் அனுபவிக்கின்றது. இந்த அனுபவங்களை நாம் விழித்த பிறகு பொய்யாகப் பாவிக்கிறோம். வாஸ்தவத்தில் அந்தந்த நிலையில் அவ்வவ்வனுபவங்கள் சத்தியமே. ஆனால் இரண்டு வித அனுபவங்களும் மனத்தின் சுய சொரூபமின்றிக் கற்பனை செய்யப்பட்ட தோற்றங்களே யாதலால் இரண்டும் மோகமேயாகும். ஜாகிரத நிலையானது ஒரு நீண்ட சொப்பனத்தைத் தவிர வேறில்லை.

மூன்றாவது நிலையாகிய நித்திரையில், காற்றில்லாத இடத்து வைத்த தீபம்போல், மனம் யாதோர் அனுபவமுமின்றிச் சலனமற்றிருக் கிறது. அறியும் தன்மையுமற்று இருப்பதால் இது ஒரு ஜாட்ய நிலை யென்றுதான் சொல்லத்தகும். இம் மூன்று நிலைகளையும் விட்டு நான்காவதான துரீய பதவியில், நித்திரையிலிருப்பது போலவே, ஜாட்ய மாகிய பிரபஞ்ச உணர்ச்சியற்று இருக்கும் தானே பிரபஞ்சமாகவும், பிரபஞ்சமே தானாகவுமிருக்கும் நிலையாகும் இத்துரீய பதவி. அறிவதற்கு இப்பொழுது பொருள் கிடையாது. ஏனெனில் எல்லாம் அதுவாக இருப்பதால். கண்ணினால் இதர வஸ்துக்களை பார்க்க முடியும். தன்னையே எவ்விதம் பார்க்க இயலும்? ஆகையால் தன் மயமாய் இருக்கும் ஜகத்தைப் பார்ப்பதென்பது இவ்விடத்தில் பொருந்தாது.

ஆகையால் நீ சுக்கிரனைப்போல் உணர்ச்சிகளாகிய மனத்தை அடக்கி மோட்சத்தை அடைவாயாக. மனத்தை வெளி நோக்கத்தில் சற்றுச் செலுத்தின காரணத்தால் சுக்கிரன் சம்சார வலையில் சிக்கிக்

கொண்டு, அலைந்து, திரிந்து வெகு காலங்களுக்குப் பிறகுதான் மோட்சத்தை அடைய முடிந்தது.

ராமன்: எல்லாம் பிரம்மமாக இருந்து, பிரம்மத்தைத் தவிர்த்து வேறு சத்தியமில்லாமலிருக்க, இந்தச் சம்சாரமென்ற மோகத்தைக் கற்பிக்கும் மனமும் பிரம்மத்தைத் தவிர வேறாக இருக்க முடியாது. அப்படி இருக்க மோகம் ஏற்படுவது எவ்விதம்?

வசிஷ்டர்: உன் கேள்வி வெகு சிலாக்யமானதே. இதனால் நீ நன்றாகக் கவனித்து வருவதாகவும் மேலும் ஆராய்ச்சி செய்து வருவதாகவும் அறிகிறேன். ஆனால் இக் கேள்விக்குத் தற்சமயம் பதில் சொன்னால் உன் புத்திக்கு விளங்காது. ஏனெனில் இப்பொழுது நாம் மனதின் தத்துவத்தை ஆராய்ந்து வருகிறோம். பிற்பாடு பிரம்மத்தைப் பற்றி நாம் பேசும்பொழுது இக்கேள்வி பொருத்தமாயிருக்கும். அப்பொழுது சொல்வதின் பொருளும் உன் மனதிற்கு விளங்கும்.

இவ்விடத்தில் நாம் மேலும் மனதைப்பற்றி ஆராய்ச்சி செய்வோம். மனதின் குணம் சஞ்சலம். இந்தத் தன்மையானது இயங்குவதிலும் கிரியைகளாக முடிவு பெறுவதிலும் தோற்றுவிக்கப்படுகிறது. ஆகவே கிரியை, கர்மாவென்பவைகள் மனதைத் தவிர்த்து வேறல்ல. மனம்தான் கர்மா, கர்மாதான் மனம். கர்மமின்றி மனமில்லை, மனமின்றிக் கர்மா இல்லை. ஆகையால் மோட்சத்தை அடைவதற்கு மனதை ஒழிப்பதினால் தான் முடியுமென்பதில் சந்தேகத்திற்கு இடமேது?

மோக்ஷோபாயம் வேறு கொள்கைகள்

இந்த மனத்தத்துவத்தை யொத்துத்தான் இதர கொள்கைகளை அனுசரிப்போர் அதாவது வேதாந்த, சாங்கிய, விக்ஞான, பௌத்த உபாயங்களைத் தெரிவித்திருக்கிறார்கள். ஆனால் இம் மார்க்கங்களெல்லாம் மனதின் கட்டுப்பாட்டை அனுசரித்திருப்பதால் மோக்ஷ மார்க்கமென்று சொல்லத்தகாது. எல்லையைக் கடந்து நிற்கும் பிரம்மத்தை இவ்விதம் எல்லைக்குள் அடைவது சாத்யமா? ஆகையால் இம்மார்க்கங்களைக் கடைப்பிடிப்பதில் பிரயோஜனமே இல்லை. பிரபஞ்சம் சம்சாரம் என்பவை பாவனையால்தான் ஏற்படுவதாலும், இவைகள் சங்கல்பத்தைத் தவிர்த்து வேறல்லாததாலும், அபாவம் செய்து வருவதினால்தான் மோட்சனம் சித்திக்குமே தவிர வேறெவ்விதத்தாலும் முடியவே முடியாது. சிந்தனை, எண்ணம் என்பவைகளை அடியோடு ஒழிக்கவேண்டும். அப்பொழுது தான் மனம் நித்திரையிலிருப்பதுபோல் இருக்கும். அல்லது பிரபஞ்ச மெல்லாம் பிரம்மமென்ற பாவனை ஏற்படவேண்டும். அப்படியுமின்றி நானே பிரபஞ்சம், பிரபஞ்சமே நான் என்ற பாவனையாகிலும் ஏற்பட்டால் உணர்ச்சி என்பது நசிக்கும். இதுவும் சித்தியைக் கொடுக்கும்.

நம் பிரயத்தனங்கள் யாவும் தேகத்தை அனுசரித்தும், அதன் உதவியாலும் செய்யவேண்டி இருப்பதால், அதை நம் கைவசத்தில் வைத்துக்கொண்டு தான் மேற்படி முயற்சிகளைச் செய்ய வேண்டும்.

ராமன்: சாதாரணமாக மனிதர்களுக்கு இத்தேகம் முக்தியடையத் தடையாக இருப்பதாகத்தான் சொல்லப்படும். ஆனால் தாங்கள் சொல்வதோ, நம் முயற்சிகளுக்கு இத்தேகம் சௌகரியமாக இருப்ப தென்று. இது புதிய கொள்கையாக இருக்கிறதே!

மோட்ச சாதனத்திற்குத் தேகம் தடங்கலா?

வசிஷ்டர்: ஆம்! ஆனால் இதுதான் சத்யம். அக்ஞானிக்கு மாத்திரமே இத்தேகம் அசௌகரியமாகவும் தடங்கலாகவும் தோன்றும். விவேகத்தை யடைந்தவனுக்கு இத்தேகத்தால் யாதொரு பாதையும் ஏற்படுவதில்லை. இதனால் எல்லாவித போகங்களையும் அனுபவிக்கச் சௌகரியமாக இருக்கின்றது. இந்திரனுக்கு அமராவதிப் பட்டணம் எப்படியோ அப்படியே இத்தேகமும் ஒரு விவேகிக்கு. விவேகியானவன் இந்திரியங் களையும் மனதையும் முதலில் பிரயத்தனத்தால் ஜயித்துத் தன் கைவசப் படுத்திக்கொண்டு, பிறகு தன் இஷ்டம்போல் சம்சாரத்தை நடத்தி வருகிறான். யாதொரு இச்சையோ துவேஷமோ இல்லாமல், வந்தவை களை அனுபவித்தும், வராதவைகளைப்பற்றிச் சிந்திக்காமலும் காலத்தை அனாயாசமாகச் செலுத்துவான். இந்த தேகத்தை இழப்பதில் சிந்தை யின்றியும் புதிய தேகத்தை எடுப்பதில் ஆசையின்றியும் இருப்பான். கஷ்டம், சுகம், துக்கம், சந்தோஷம் என்பவைகளை அறியாமல் எல்லாவற்றிலும் சம பார்வையுடன் இருப்பவனுக்கு யார்தான் ஒப்பாகும்? இவ்வித மகா புருஷனை நான் நமஸ்கரிக்கிறேன்.

இப்படி மனதை அடக்கிச் சர்வ அமைதியாக இருப்பதை விட்டு, தேகம், மனம் இவைகளின் தேவையிலும், நோக்கத்திலும் சிக்கிக் கொண்டால் பிறகு அநேகவிதத் துன்பங்களுக்குப் பாத்திரமாகத்தான் வேண்டும். ஆகையால் உலக வியவகாரத்தில் நீ காம, வியால, கடன் என்னும் அசுரர்களைப் போல் இராது, பீம, பாச, த்ருட னென்பவர்களைப்போல் இருப்பாயாக. இவர்களின் விருத்தாந்தத்தை இப்பொழுது உனக்குச் சொல்லுகிறேன்.

தாம, வியால, கடன் விருத்தாந்தம்

சம்பரன் என்ற அசுரத் தலைவன் ஒருகாலத்தில் பாதாளத்திற்கு அதிபதியாக இருந்து வந்தான். இவன் அநேக காலம் தபஸ் செய்து பிரம்மா, ஈசுவரன் இவர்களின் பரிபூர்ண அனுக்கிரகத்தையும் அவர் களிடம் அநேக வரங்களையும் பெற்று, மூன்று லோகங்களையும் ஜயித்துத்

தன் வசமாக்கிக் கொண்டான். பிறகு இந்திரனுடைய நகரத்தையும் பதவியையும் இகழத்தக்கவாறு, பாதாளத்தில் பிரம்மாண்ட நகர மொன்றை ஏற்படுத்தி எல்லாவித போகங்களுக்கும் தகுந்த சௌகரியங் களையும் உண்டாக்கி, இந்திரனுக்குப் பதின்மடங்கு மேலாக விளங்கி நின்றான்.

இதைக்கண்டு தேவர்கள் வியப்பும் பொறாமையும் அடைந்து ஆனால் ஒன்றும் செய்யமுடியாமல் மன வருத்தப்பட்டு இருந்தார்கள். ஆயினும் சம்பரனை எவ்விதமாயினும் துன்பப்படுத்திக்கொண்டே இருப்பதுதான் சரியென்று தீர்மானித்துக்கொண்டு தங்களால் முடிந்த போதெல்லாம் அவன் சேனைகளைத் தாக்கியும், பட்டணங்களை அழித்தும், பலவாறு இம்சித்து வந்தார்கள். இது பொறுக்கமுடியாமல் போகவே, சம்பரன் வெகு கோபங்கொண்டு இத்தேவர்களை நிர்மூல மாக்கிவிட எண்ணித் தாமன், வியாலன், கடனென்று மூன்று அசுரர் களைச் சிருஷ்டித்தான். இவர்களின் குண விசேஷம் என்ன வென்றால், தங்கள் கடமையைச் செய்வதைத் தவிர்த்து வேறொன்றும் அறியார். நன்மை - தீமை, ஜயம்- அபஜயம், சந்தோஷம் - துக்கம் இவைக ளென்ன வென்று கூடத் தெரியாது. மேலும், முதல் சிருஷ்டியானபடியால் இவர்கள் பூர்வ வாசனையுமில்லாமல் இருந்தார்கள். ஆகையால் தங்கள் கட்டளையை இக் குணத்திற்கேற்றவாறு சளைக்காமல் செய்யத் தகுந்த வர்களாக இருந்தார்கள்.

தேவாசுர யுத்தம்

சம்பரன் இவர்களைத் தன் சேனைத் தலைவர்களாக நியமித்து தேவர்களை அழித்துவர அனுப்பினான். சம்பரன் எண்ணியபடியே இச்சேனைகள் தேவேந்திரன் பட்டணத்தைத் தாக்கித் தேவர்களை யெல்லாம் அதம் செய்து வந்தார்கள். எவ்வளவு பராக்கிரமத்துடன் சண்டையிட்டும் தேவர்கள் அசுர சைன்யங்களை எதிர்க்க முடியாமல் போனார்கள். பிறகு ஒளிந்து மறைந்து சண்டை செய்தும் மாய யுத்தம் செய்தும் ஒன்றும் பயன்படாமல் உதையோடு ஓடலானார்கள்.

கர்மாவில் ஈடுபட்டுக்கொண்டே இருந்தால் அகங்காரமும் நாசமும் ஏற்படும்

இப்படித் தப்பித்த தேவர்கள் ஒன்றுகூடி பிரம்மாவை நோக்கிச் சென்று சரணாகதி அடைந்தார்கள். இவர்களின் நிலைமையைக் கண்டு பிரம்மா பரிதபித்து சற்று ஆறுதல் சொல்லி மேற்கொண்டு செய்ய வேண்டிய யத்தனங்களைக் காட்டிக்கொடுத்தார். பல வரப்பிரசாதங் களைப் பெற்ற சம்பரன் இப்பொழுது அழிக்கப்பட மாட்டானென்றும், ஆனால் ஒரு லட்ச வருஷ காலம் கழிந்ததும் அவன் ஆயுளுக்கு முடிவு

உண்டாகும் என்றார். அதுவரையில் தேவர்கள் விடாமுயற்சியோடு சண்டையிட்டுக்கொண்டே வந்தால் தங்கள் எண்ணம் பூர்த்தியாகு மென்றார். அசுரத் தலைவர்களாகிய தாம, வியால, கடன் மூவரும் சண்டையைப் பற்றுதலற்றுச் செய்வதால் வெல்லப்படாமலிருக்கிறார்கள். ஆனால் அடிக்கடி சண்டையில் ஈடுபட நேரிட்டால் அதனால் பற்றுதல் ஏற்பட்டு, கூடவே வாசனையும் அதன் பரிவாரங்களாகிய பேத புத்தி, அகங்காரம் எல்லாம் ஒன்று சேர்ந்து பிறகு லகுவாக ஜயிக்கப் படுவார்கள் என்றும் சொல்லியனுப்பினார்.

அசுரர்களின் தோல்வி

உடனே தேவர்கள் தங்கள் இருப்பிடம் அடைந்து கொஞ்ச காலம் ஒளிந்து வசித்து, பிறகு சேனைகளைத் திரட்டி அசுரர்கள்மேல் மாயா யுத்தம் செய்து வந்தார்கள். ஓயாமல் சண்டை செய்து வரவே, தாம, வியால, கடன் மூவரும் கொஞ்சம் கொஞ்சமாக அகங்காரத்தை அடைய லானார்கள். அதனால் இச்சையும் தன் தேகமென்ற எண்ணமும் அதைப் பாதுகாக்கும் பொறுப்பும் ஏற்பட்டுவிட்டது. இவ்வளவு கேவல நிலைக்கு இறங்கின அசுரத் தலைவர்களைத் திடமாகவும் மனோ தைரியத்துடனும் தேவர்கள் தாக்கினார்கள். மனம் கலங்கியிருந்த தலைவர்கள், சண்டை மேலிட்டதும் திகிலடைந்து உயிர் பிழைக்கப் போர்க்களத்தைவிட்டு ஓடி விட்டார்கள். தலைவர்கள் ஓடின பிறகு பரிவாரங்கள் இருப்பது ஏது? எல்லோரும் பயந்து ஓடுவதைக் கண்டு, தேவர்கள் இன்னும் அதிக உளக்கத் துடன் துரத்தித் துவம்சம் செய்தார்கள்.

இச் செய்தியைக் கேட்டதும் சம்பரன் மகா கோபங்கொண்டு இச் சேனைத்தலைவர்களைத் தண்டிக்க எண்ணினான். ஆனால் இவர்களோ தண்டனைக்குப் பயந்து ஏழாவது பாதாளமாகிய யமபுரத்திற்குச் சென்று ஒளிந்துகொண்டார்கள். சம்பரன் கைக்கு அகப்படாவிட்டாலும் யம கிங்கரர்கள் கையிலகப்பட்டு உயிரை இழக்க நேரிட்டது. இப்படியான மரணத்திற்குப் பிறகு அவர்களடைந்த மனோ நிலைக்குத் தகுந்தபடி புழுவாகவும் மிருகங்களாகவும் பல ஜன்மங்கள் எடுக்கலாயிற்று. ஆகவே எவ்வளவு மகத்தான நிலைமையிலிருந்தாலும் அகங்காரங் கொண்டால் இந்த அசுரர்கள் அடைந்த நிலைமைக்குத்தான் வரவேண்டும்.

இருக்கையும் இல்லாமையும்

ராமன்: இக்கதை விஷயமாக எனக்கு ஒரு சந்தேகம், அதை நிவர்த்தி செய்யும்படி வேண்டுகிறேன். இருப்பது இல்லாமல் போகமுடியாது, இல்லாதது இருக்கையென்ற தன்மையையும் அடைய முடியாது. ஆகவே இந்த மித்யா ரூபமான மூன்று அசுரத் தலைவர்களுக்கும் இருப்பு என்ற குணம் எப்படிப் பொருந்தும்?

வசிஷ்டர்: நீ சொல்வது சரியே; ஆனால், இருக்கை, இல்லாமை என்பவைகளை நீ எவ்வாறு உணருகிறாய்?

ராமன்: கதையில் சொல்லப்பட்ட அசுரத் தலைவர்கள் இல்லாதவர் கள், இங்கே இருக்கும் நாம் இருப்பவர்கள்.

வசிஷ்டர்: அவர்கள் இல்லாதவர்களானால் நம்மை மாத்திரம் இருப்பவர்களாக எப்படிச் சொல்லமுடியும்? அவர்கள் சித்தின் விகாரம். நாமும் சித்தின் விகாரம். நாம் இருப்பதாக இருந்தால் அவர்களும் இருந்தது சத்யம். அல்லது அவர்கள் இல்லாதவர்களானால் நாமும் இல்லாதவர்களே. இதுதான் வாஸ்தவம். இல்லாதது தான் இருப்பதாகத் தோற்றத்தைக் கொடுத்து வருகிறது. இதுதான் அக்ஞானம்.

அசுரத் தலைவர்களின் விமோசனம்

ராமன்: இந்த மூன்று அசுரர்களுக்கும் விமோசனம் எப்பொழுது ஏற்படும்! அல்லது வேறு நற்கதியே கிடையாதா?

வசிஷ்டர்: இந்த விஷயத்தைப்பற்றி யம கிங்கரர்களே அவர் களுடைய அரசனாகிய யமதர்ம ராஜனிடமிருந்து கேட்டுத் தெரிந்து கொண்டார்கள். பிறகு அவர்கள் இதை அசுரத் தலைவர்களுக்கு மன ஆறுதலுக்காகச் சொன்னார்கள். இந்த ஜன்மத்திற்குப் பிறகு மீனாகப் பிறந்து அதற்கப்பால் பறவை ஜன்மம் எடுத்து ஒருவரையொருவர் விட்டுப் பிரிந்து காலம் கழிக்கையில், அவர்கள் வசித்துவரும் காஷ்மீர தேசத்தில் மகா தீரனான அரசனும் அவனுக்கேற்ற மிக ஞானியாயுள்ள மந்திரியும் அமைந்திருப்பார்கள். அரசனுடைய உத்யான வனத்தில் இம் மூன்று அசுரர்களும், ஒன்று குருவியாகவும், ஒன்று கிளியாகவும், மூன்றாவது கொசுவாகவும் வசித்து வருகையில் மந்திரியானவன் தாம, வியால, கடன் என்றவர்களின் வரலாற்றைப் பற்றி ஒரு காவியம் செய்து அதை வெளி யிடுவான். இதைக் கேட்டவுடன் இந்த மூன்று அசுரர்களும் மோட்சத் திற்குத் தயாராவார்கள்.

ஆகையால் சம்சாரமென்ற மோகத்தில் சிக்கிக்கொண்ட மாத்திரமே எப்பேர்ப்பட்ட மகான்களும் வெகு கேவல நிலையை அடைவார்க ளென்று இக்கதையால் விளங்கும். இச்சை, தேவை என்பவையே இதற்குக் காரணம். யார் ஒருவன் தேவையென்பதையே அறியாமலிருக்கிறானோ அவனே மகா புருஷன்; எல்லோராலும் பூஜிக்கத் தகுந்தவன்.

விடா முயற்சியே மோட்ச சாதனமாகும்

வசிஷ்டர்: இந்த மேற் சொன்ன நிலையை அடைய ஊக்கஞ் சேர்ந்த விடா முயற்சியே பிரதானம். இவ்வித முயற்சியால் உலகத்தில் அடையப் படாதது ஒன்றுமே இல்லை. பிரயத்தனம் பலனில்தான் முடியவேண்டும்.

இதுவே நியதி. பலன் சித்திக்காவிட்டால் முயற்சியில் குந்தகமென்று அறிதல் வேண்டும். முயற்சி பயனில் முடியாதிருப்பதைவிட உலகத்தில் வேறு அதிசயம் கிடையாது. இப்படி முயற்சியால் உத்தம பதவியை அடைந்தவர்களைப்பற்றி நாம் புராணங்களில் கேட்டிருக்கிறோம். மருத்தன் என்ற அசுரன் தன் வீட்டிற்குப் பிராமணார்த்தத்திற்கு, பிரகஸ் பதியின் சகோதரனாகிய சம்வர்த்தனைக் கொண்டு தேவர்களை வர வழைத்தான். நந்தி பதினான்கு வயதில் மிருத்யுவை ஜயித்து அமரத்வத்தை அடைந்தான். சாவித்ரீ தன் வாக்கின் சமத்காரத்தால் மிருத்யுவிட மிருந்து தன் கணவன் சத்தியவானுடைய உயிரை மீட்டி வந்தாள். இதோ இருக்கும் விஸ்வாமித்திரர் க்ஷத்திரயனாகப் பிறந்தும் பிரம்மரிஷி ஆயினர்.

இவ்வித விடாமுயற்சியை நீ அகங்காரத்தை ஒழிப்பதில் உபயோகிப் பாயாக. அகங்காரத்தால்தான் பிரபஞ்சம் விஸ்தாரமடைகிறது. இந்த அகங்காரம் மூவகைப்பட்டது:-

1. எல்லோராலும் அனுபவிக்கப்பட்டும் அதனால் பிரபஞ்ச வியவகாரத்தில் மூழ்கிக் கிடப்பதும் ஒன்று. இதுவே வேரோடு அறுபட வேண்டிய அகங்காரம்.

2. பிரம்மத்தின் ஒரு அணுவாக எண்ணி வியவகாரத்தை முற்றிலும் மனதில் ஒழித்து உத்தம பதவியிலிருக்கும் அகங்காரம், இரண்டாவது.

3. இவ்விரண்டிற்கும் மேலாக, தானே பிரம்மமென்று அறிந்து சம பார்வையுடன் இருப்பது மூன்றாவதாகிய அகங்காரம். இப்பதவிகளைப் படிப்படியாக முயற்சியால் அடையலாம். ஆகவே நீ இவ்வித முயற்சியைச் செய்வாயாக.

ராமன்: எல்லாம் பிரம்மமென்றால் நாம் இப்பொழுது இருக்கும் நிலையும் பிரம்ம நிலை; பிறகு நம் பிரயத்தனத்திற்கு என்ன அவசியம்?

வசிஷ்டர்: ஆம், நீ சொல்வது சரியே; ஆனால் இந்த பிரும்ம நிலை யில் துக்கமும் துன்பமும்தான் அனுபவிக்கப்படுகின்றன; இப்படி யின்றி சாஸ்திர விதிப்படி பிரம்மத்தை அடைந்தால் நித்யானந்தம் சம்பவிக்கும். ஆகையால் உன் இஷ்டப்படி நீ செய்யலாம்.

பீம, பாச, த்ருடன் விருத்தாந்தம்

வசிஷ்டர்: மேற் சொல்லிய கதையைத் தொடங்க, சம்பரன் தன் சேனாதிபதிகளுக்கும் சேனைகளுக்கும் சம்பவித்ததையும், இத் தோல்விக்குக் காரணமும் அறிந்துகொண்டு, மறுபடியும் மூவரைச் சிருஷ்டித்தான். இவர்களே பீம, பாச, த்ருடனென்ற சேனைத்

தலைவர்கள். இவர்கள் ஆத்ம ஞானிகளாகவும், ஆகையால் எப்பொழு
தும் எந்நிலையிலும் மனோ வேறுபாடின்றி தங்கள் காரியத்தைச்
செய்கிறவர்களாகவும் சிருஷ்டிக்கப்பட்டார்கள். சேனைகளை இவர்
களிடம் ஒப்படைத்துத் தேவர்களைத் தண்டிக்கும்படி அனுப்பினான்.
கட்டளைப்படி தேவ சேனைகளைத் தாக்கி, இச்சையோ அல்லது
கவலையோயில்லாமல், ஓயாமல் சண்டை செய்து வந்தார்கள். ஆகையால்
அபஜயமென்பதையும் அறியவில்லை. தாங்களாகவே சண்டையைத்
தொடராமல், தங்களை எதிர்த்து வந்த தேவர்களை விடாமலும், ஒருவித
துவேஷம், பற்றுதல் இன்றி தங்களுக்கேற்பட்ட கட்டளையை நிறை
வேற்றும் எண்ணத்துடன் சண்டை. செய்து வந்ததால், ஜயத்தையே
கைப்பற்றியிருந்தார்கள். தேவ சைன்யங்கள் சளைத்துக் களைத்து இனிச்
சண்டை செய்வது முடியா தென்று அறிந்துகொண்டு ரணகளத்தை
விட்டு ஓடி பிரம்மதேவனிடம் சரணமடைந்தார்கள். பிரம்ம தேவன்
இவர்களின் முறையைக் கேட்டு, இருக்கும் நிலைமையும் அறிந்துகொண்டு
இனித் தேவர்களால் யாதொன்றும் செய்ய முடியாதென்பதை உணர்ந்தார்.
தானே இவ்விஷயத்திற்கு ஒரு முடிவு செய்வதாகக் கூறி, சம்பரனை
நேராகத் தேடிச் சென்று அவனை யுத்தத்தில் சம்ஹாரம் செய்தார்.
இதனால் சம்பரனும் முக்தியை அடைந்தான். இப்படி யஜமானன்
காலமானதும் பீம, பாச, த்ருடனென்ற அசுரத் தலைவர்களுக்கு யுத்தம்
செய்ய வேண்டிய கடமை ஒழிந்து விட்டது. காற்று வீசும் வரையில்
தீபம் அசைந்து கொண்டிருக்கும், காற்று நின்றவுடன் தீபமும் அசையாமல்
ஒளியைக் கொடுக்கும். அது போல் சம்பரனாகிய காற்று நின்றவுடன்,
ஆத்ம ஞானிகளாகிய பீம, பாச, த்ருடன் மூவரும் தங்கள் சுய ரூபமாகிய
அறிவாக நின்றார்கள். இதனால் தேவர்களும் தப்பிப் பிழைத்தார்கள்.

பிரபஞ்சம் இயற்கையில் இல்லை, செயற்கையில் உண்டு

ஆகவே பிரபஞ்சமென்பது வாக்கினாலும் பாவனையாலும்
மாத்திரம் இருக்கை யென்ற தன்மையை அடைகின்றது. ஆகையால் இது
நம் செயற்கையால் ஏற்பட்ட பிரபஞ்சமே ஒழிய இயற்கையாக
ஏற்பட்டதல்ல. எல்லா வஸ்துக்களும் நம் பாவனைகளே. ஆக இந்த
பாவனைகளில்தான் பல என்ற உணர்ச்சிகள் நமக்கு ஏற்படுகின்றன.
பாவனை ஒழிந்தால் எல்லாப் பொருள்களும் அஸ்தமன மடையும்; சத்திய
மொன்றுதான் யாதொரு மாறுபாடுமில்லாமல் நிற்கும்.

பிரபஞ்சம், சம்சாரம் என்பவைகள் மனம் என்னும் தோற்றத்தில்
தான் பிரதிபலிக்கின்றன. மனம் அசைவற்று நின்றால் இவைகளும்
வேறுபாடில்லாமல் ஏக காட்சியைத்தான் அளிக்கும். ஆனால் மனம்
என்பதே ஒரு கற்பனை; ஆகையால் இதில் பிரதிபலிக்கும் காட்சிகளும்

அசத்யமாகத்தான் இருக்கவேண்டும். மனம் நாசமடைந்தால் பந்தம் - மோட்சம் என்பவைகளும் நாசமடையும். ஆத்மாவில் இவைகளுக்கு இருப்பிடமேது? இவைகளொன்றும் அதில் ஒட்டாது. இவைகளை நீ அடிக்கடி ஆராய்ச்சி செய்து பகுத்தறிந்து அனுபவத்திற்குக் கொண்டு வருவாயாக. அனுபவத்தில்தான் பலன் ஏற்படும். தத்துவங்களை அறிந்து கொள்வதில் மாத்திரம் யாதொரு பயனும் இல்லை. அனுபவத்தில் கொண்டுவந்தால்தான் இந்திரியங்களும் மனமும் அடங்கும். அதனால் சித்தியும் மனச்சாந்தியுமுண்டாகும். சாந்தி உண்டானால் வாழ்க்கையை யாதொரு கவலையுமின்றி அனாயாசமாக நடத்தலாம். இதுதான் ஞானிகளுக்கேற்ற மார்க்கம். கர்மங்களை யாதொரு பற்றுதலுமின்றிச் செய்து வருவதே அறிவாளிகளின் நோக்கம். இத் தத்துவங்களெல்லாம் வாழ்க்கையைச் சீர்திருத்தும் பொருட்டே சொல்லப்பட்டன.

வால்மீகி: வசிஷ்டர் மேற்படி உபதேசங்களை எடுத்துரைத்தும், ராமனுக்குப் புத்தி முற்றிலும் தெளிவடையாததால், மீண்டும் வசிஷ்டரை நோக்கி பிரம்மமொன்றுதான் சத்யமென்றால் அசத்யமாகிய ஜகத் அதிலிருந்து உற்பத்தியானதென்பது எப்படிப் பொருந்தும் என்று கேட்டான். வசிஷ்டர் இதைக் கேட்டதும் சற்று ஆலோசிக்கலானார். மிகத் தெளிவாகவும், நானாவித நியாயங்களைக் கொண்டு தத்துவங்களை எடுத்துச் சொல்லியும் ராமன் புத்திக்குப் புலப்படவில்லை என்று உணர்ந்தார். இதற்குக் காரணம் அவன் இன்னும் பக்குவமடையாததே. ஆகையால் அவன் இப்பொழுது தத்துவங்களை மனதில் வாங்கிக் கொண்டால் போதுமென்றார்.

பிறகு இவைகளை அடிக்கடி ஆராய்ச்சி செய்தால் நாளடைவில் பக்குவமடைவானென்றும் சொன்னார். இப்படிச் சொல்லி முடித்த பிறகு உபதேசத்தைத் தொடர்ந்தார்.

ஜகத்தாகிய காட்சி நம் மனதில் சதா மாறுதலடைந்துகொண்டே இருக்கிறது—இதன் தத்துவம்

வசிஷ்டர்: இந்திரஜாலத்தைப் பார்க்கும்பொழுது நாம் மிகவும் அசம்பாவிதமான விஷயங்களையும் வீசித்திரமான காட்சிகளையும் காண்கிறோம். மிகச் சொல்ப நேரம் காணும் காட்சிகளே இவைகள். இப்படிப் போலவேதான் ஜகத்தாகிய காட்சியும். மானிடர்கள் உலகத்தில் உதித்து, வளர்ந்து, அழிவடைவதும் சொற்ப காலத்தில்தான். இந்த அளவிட்ட காலத்தில் இவர்கள் மனதில் ஜகத்தின் சொரூபம் சதா மாறுதலடைந்தே வருகிறது. எந்த ஜகத் சொரூபமும் வாஸ்தவமென்று சொல்லுவதற்கில்லை. மறு பிறப்பில் அனுபவிக்கும் ஜகத்தானது

மறுபடியும் வேறானது. அவ்விடத்தும் இப்படியே கணத்திற்கு ஒரு சொருபத்தை இவர்கள் மனதில் கொடுத்து வருகிறது. ஆகையால் இதைச் சத்யமென்று எவ்வாறு சொல்லத்தகும்? பிரம்மம் ஒன்றுதான் சத்யம். இதில் தோன்றும் தோற்றங்களே ஜகத். இக் காட்சிகளும் அனுபவங் களும் பிரம்மத்தைத் தவிர்த்து வேறாக இருக்கமுடியாது. அப்படி வேறாக நினைப்பதே அஞ்ஞானம், ஏனெனில் அது தான் சம்சாரத்திற்கு காரணமாகிறது. கடலில் எவ்வளவோ அலைகள் ஏற்படினும் அவைக ளெல்லாம் நீரைத் தவிர வேறில்லையல்லவா? அது போலவே ஜகத்தும் பிரம்மத்தைத் தவிர்த்து வேறில்லை.

ஆகையால் ஜகத்தை பிரம்மத்திலிருந்து உற்பத்தியானதாக நினைப்பது தவறு. இவ்விதமான எண்ணம் உண்டாவது மனதின் தன்மையாலும் அதன் சக்திக் குறைபாட்டாலுமே. ஆகையால் அது அசத்யமான மனத்தின் அனுபவமே தவிர, பிரம்மத்தின் அனுபவமல்ல. சத்யமாக ஒன்று எப்பொழுதும் நிலைத்திருப்பதால்தான் அசத்யமாகிய தோற்றங்களுக்கும் இடம் கொடுக்கிறது.

ராமன்: இந்த பிரம்ம தத்துவத்தைப்பற்றித் தாங்கள் எனக்கு வெகு கம்பீரமாகவும் சாதுர்யமாகவும் எடுத்துரைத்ததின் பலனாக, எனக்கு ஒரு கணம் பிரம்மத்தை அறிந்ததாகவும் அடுத்த கணம் மேகத்தால் மறைந்த சூரியனைப் போலவும் இருக்கிறது. சந்தேகங்கள் முற்றிலும் நிவர்த்தியாக வில்லை. ஆகையால் இந்த சுத்த, களங்கமற்ற பிரம்மத்தில் அக்ஞான அழுக்கு எப்படி நேர்ந்தது என்பதை மீண்டும் விவரித்துச் சொல்ல வேண்டிக்கொள்கிறேன்.

பேதங்களை அதிகரிப்பதே வாக்கின் கருத்தாகும்

வசிஷ்டர்: ராமா! என் வார்த்தைகளால் உனக்கு பிரம்மம் ஒரு கணம் அறியப்பட்டும் அடுத்த கணம் அறியப்படாமலுமிருந்தால் பிரம்மம் அப்படித்தான் இருக்கவேண்டுமென்று அறிவாயாக. இது இப்பொழுது உனக்கு விளங்காது. சித்தாந்தப் படுத்தும் காலத்தில் நீயாகவே இதை அறிவாய். தற்சமயம் என் வாக்குகளின் கருத்தை மனதில் வாங்கிக் கொள்வதே உனக்குத் தகும். வார்த்தைகள் பேதத்தை அனுசரித்துத்தான் கற்பிக்கப்படுகின்றன. பேதங்களைத் தள்ளிவிட்டால் வார்த்தைகளுக்குத் தேவை ஏது? இவ்வார்த்தைகள் ஒருவர்க்கொருவர் செய்யவேண்டிய வியவகாரத்தின் பொருட்டும், உபதேசத்தின் பொருட்டுந்தான் பிரயோஜனம். வார்த்தையின்றி, தத்துவங்களைப் பிறருக்குப் போதிக்கமுடியாது. ஆகையால் வாக்கானது பேதங்களை அனுசரித்து அக்ஞானத்தின் விஸ்தரிப்பைச் சுட்டிக்காட்டும்.

அக்ஞானத்திலிருந்துதான் ஞானம் ஏற்படவேண்டும்

ஆயினும் பிரம்மத்தை அறிய இந்த அக்ஞான நிலையிலிருந்துதான் முயற்சிக்கவேண்டும். அக்ஞானத்தைக் கொண்டுதான் ஞானத்தை ஸ்தாபிக்கலாம். சுத்த அக்ஞானத்திலிருந்து கொஞ்சம் கொஞ்சமாய் ஞானத்தை விருத்தி செய்துகொண்டு பிறகு பிரயத்தனத்தாலும் விவேகத் தாலும் பூரண ஞானத்தை அடைவதுதான் முறை.

ஆகவே மானிடர்கள் படும் துன்பமெல்லாம் வாஸ்தவத்தில் இல்லாததானதும் ஆராய்ந்து பார்த்தால் உடனே நாசமடையும் தன்மையை அடைந்ததாகும். அக்ஞானத்தாலேதான், ஏற்பட்டதென்று ஏன்கனவே சொல்லப்பட்டது. கடலின் ஒரு பாகத்தில் அலைகள் கிளம்புவதுபோல, சர்வ அமைதியுற்ற பிரம்மத்தில் அதனுள் அடங்கியே இருக்கும் ஸ்பந்த சக்தியால் ஒரு அசைவு ஏற்பட்டு பிரபஞ்சத்தின் உற்பத்திக்குக் காரணமாயிற்று. கடலின் உள்பாகம் அசைவற்றும் கம்பீரமாகவும் இருப்பதுபோல பிரம்மமும் கேவலம் சாட்சியாய் நிற்கின்றது. இயக்கத்திற்குக் காரணமாய் இருப்பதைத்தான் சித் சக்தி யென்று சொல்லுவது. இதைத்தான் இதர கொள்கைகளை யுடையவர்கள், பிரகிருதி, மலம், கர்மம், பந்தம், இச்சை, மாயையென்று பலவாறாகக் குறிப்பிடுகிறார்கள். எப்பெயரிட்டாலும் அது ஆத்மாவைத் தவிர வேறாகாது.

மேற்சொன்ன இயக்கத்தின் காரணத்தால் பஞ்சபூதங்களும் ஒன்றன்பின் ஒன்றாகக் கற்பிக்கப்பட்டு இவைகளின் சம்பந்தத்தாலும் வேறுபாடுகளினாலும் பதினான்கு முக்கிய தத்துவங்கள் ஏற்பட்டு பிரபஞ்சத்திற்கு மூலகாரணமாய் நின்றன. சித்தின் விஸ்தரிப்பு இப்படி நடைபெற்று வருகையில் அகங்காரமென்பது கிரமமாகவும், சகஜமாகவும் ஏற்பட்டு, இதிலிருந்து புத்தியென்னும் நிலையும், புத்தி விஷயங்களில் ஈடுபட்டுக்கொண்டபொழுது மனம் என்னும் தன்மையும் ஏற்பட்டன. மனம் நிலைபெறாமல் பல வியவகாரங்களில் பற்றுதலையடைவதால் சித்தமென்று சொல்லப்படும் கேவல நிலையை நாளடைவில் அடை கிறது. இந்த நிலைமையில்தான் இந்திரியங்களைக் கூடிய உடல் அல்லது க்ஷேத்திரத்தை அடைகிறது. இந்த க்ஷேத்திரத்திற்கு அதிகாரி சித்தம், மனம், புத்தி, அகங்காரம், ஜீவன் என்று பல பெயரைத் தரித்த ஆத்மாவே. இந்த க்ஷேத்திரமாகிய உடல்தான் முதுமை, மரணம் என்பவைகளுக்குப் பாத்திர மாகும். மூட ஜனங்கள் தாங்கள் ஆத்மாவைக் காட்டிலும் வேறில்லை என்பதை மறந்து, ஒரு மலையைக் காணும்பொழுது அதைத் தாங்கள்தான் தாங்கி நிற்பதாக எண்ணி, எல்லா வியவகாரங்களிலும் தாங்களே கர்த்தா வாக நினைத்து அதனால் கோபம், தாபம், துக்கம், முதுமை, மரணம்

இவைகளுக்கு இருப்பிடமாகிறார்கள். இதுதான் அக்ஞானம். யாருக்கு இந்த அக்ஞானமென்று யோசித்தால், உண்மை அறியப்படும்.

வால்மீகி: இவைகளைக் கேட்டதும் ராமனுக்கு சற்று மனக் குழப்பம் ஏற்பட்டு வசிஷ்டரை மறுபடியும் இந்த தேகம் உண்டான கிரமத்தை விஸ்தரித்துச் சொல்லும்படி கேட்டுக்கொண்டான். இதற்கிணங்கி வசிஷ்டர் மீண்டும் மேற்சொல்லியவைகளை விவரித்து ராமனுக்கு உரைத்தார்.

ஞானமார்க்கத்தை அனுசரிப்பது வாழ்க்கையின் பொருட்டே

வசிஷ்டர்: இந்த ஞான மார்க்கத்தை அனுசரித்து இதனால் ஏற்படும் விவேகத்தை வாழ்க்கையில் உபயோகிப்பதே உபதேசத்தின் கருத்து. ஆகையால்தான் பெரியோர்கள் இத்தத்துவங்களைப் பொது ஜனங் களுக்கு அடிக்கடி எடுத்துரைக்கிறார்கள். ஆராய்ந்து பார்த்தால் வாழ்க்கையில் நேரும் சுகதுக்கங்கள் மனதையும் தேகத்தையும்தான் பாதிக்கக்கூடும். தேகமோ, மரம் மட்டையைவிட வேறல்லலாத ஜடப் பொருள். முதுமை, மரணம் இவைகளால் பீடிக்கத்தக்கது. உணர்ச்சி, அறிவு என்னும் சூக்ஷமத்தை அறியாதது. ஆகவே இதன் பாதை நம்மைப் பாதிக்காது. பிறகு மனம் என்பது சூன்யத் தன்மையை யுடையது. இல்லாத ஒரு கற்பனை. அது ஆத்மாவைக் காட்டிலும் வேறல்லாததாக இருந்தும் அதை மறந்து வேறாக இருப்பதான ஒரு மோக நிலை. இந்த மோகம் பாதிக்கப்பட்டால் யாருக்கு நஷ்டம்? ஆத்மாவையோ ஒன்றும் ஒட்டாது, ஒன்றும் பாதிக்காது. இதனால் ஏற்படும் சுக துக்கங்களாகிய மோகங்கள் மனம் - தேகம் என்னும் மோக ரூபங்களைத்தான் பாதிக்கின்றன. ஆகையால் இதைக் குறித்து யார்தான் கவலைப்படலாம்?

ஒரு மனிதனின் நடத்தையைப்பற்றி கவனித்தால், அவன் தன்னை நெருங்கி இருப்போர்களைக் குறித்தும், அவன் தன்னை நெருங்கி இருப் போர்களைக் குறித்தும், தனக்கு வாழ்க்கையில் தேவையானவைகளைக் குறித்தும்தான் இன்ப துன்பங்களை அடைகிறான். இவைகளைத் தவிர்த்து இதர விஷயங்களைப் பற்றியோ, அல்லது ஜனங்களைப் பற்றியோ ஒரு கவலையுமின்றி யிருக்கிறான். இவைகள் விஷயமாக ஒருவித மனக்கலக்கமும் அடையாமல் சற்று ஒரு அறிவாளியைப்போல் விளங்குகிறான். இதே மாதிரி தன்னுடைய சிறிய உலகத்திலும் நடந்து கொண்டால் மனோ சாந்தியடைவது எளிது. யாருக்குமே வெளி விஷயங்களில் ஈடுபடுவதாக இருந்தால் கவலைக்கு அளவே இல்லை. அப்படியின்றி வெளி விஷயங் களில் ஈடுபடாமலிருப்பது போலவே தன் விஷயங்களிலுமிருந்தால் இன்பத்திற்கு அளவே இல்லை. ஆகவே நாம் கவனித்த மனிதனின் நடத்தையில் யாதொரு ஒழுக்கமும் நீதியும் கிடையாது. தானாகவே சில

விஷயங்களைத் தியாகம் செய்தும் சிலவைகளை மேற் கொண்டும் தானாகவே இன்ப துன்பங்களுக்குப் பாத்திரமாகிறான். ஞானிகளோ எல்லா விஷயங்களையும் ஒரே நோக்கத்துடன் பாவிக்கிறார்கள். அதாவது மோகமாக; ஆகையால் சாந்தத்தை அடைந்திருக்கிறார்கள். ஆகவே நீயும் இவ்விதம் இருப்பாயாக.

ஜகத் மோகம் காலதேச உணர்ச்சியால் ஏற்படுகிறது

வசிஷ்டர்: நாம் இதுவரையில் சொல்லியதன் பொருளாவது- இந்த சம்சாரம், ஜகத் என்பவைகள் ஒரு நீண்ட சொப்பனமென்றே. தேச காலம் என்னும் கட்டுப்பாடுகளில் அடங்கியிருக்கும் காலத்தில்தான் பிரபஞ்ச மாகிய தோற்றம் காணப்படுகிறது. இவ்விரண்டும், ஆனால், கற்பனைக ளென்று முன்னமே சொல்லப்பட்டன. இவைகள் விளங்கும் வரையில் தான் இக்காட்சிகளும் காணப்படுகின்றன; இவைகளை விட்டுப் பார்த்தால் காட்சிகளும் தோன்றுவதில்லை. இக்காட்சிகள் எக்காலத்தும் காணப்பட்டே வருகின்றன; ஆரம்பமும் இல்லை, அழிவும் இல்லை. எவ்வளவோ பிரம்மா, விஷ்ணு, சிவன் இதில் தோன்றியும் நாசமடைந்து மிருக்கின்றார்கள். தோன்றல், இருத்தல், அழிதல் இவைகளே சிருஷ்டியின் கிரமம். திரும்பித் திரும்பி இவைகள் சதா நடைபெற்றுக்கொண்டே வரும். ஒன்றும் சாசுவதமாக இருப்பதில்லை. ஆதலால்தான் இவைகள் சத்யமாகாதென்று சொல்லப்படுவது. இந்த அசத்தாகிய தோற்றம் இப்பொழுது தோன்றுவதுபோல்தான் எக்காலத் தும் தோன்றிவரும். இதில் அசம்பாவிதமாக, ஏதாவது புதியதாக காணலாமென்பதற்கும் இடமில்லை. நியதியின் கிரமம் ஒருபொழுதும் மாறாது. ஆகையால் விபரீதமான நடத்தைக்கோ உலகப் போக்குக்கோ யாதொரு காரணமுமில்லை. இதன்படி உலகம் ஒரு காலம் நாசமடையலா மென்னும் கொள்கைக்கும் இடமில்லை. அப்படியின்றி உலகம் ஒரு சமயம் அழிந்தாலும் நமக்கென்ன நஷ்டம்? இவ்வித மனோநிலையையும் திடத்தையும் நீ அடைவாயாக.

இந்த இந்திர ஜாலமாகிய சம்சாரம் சத்யமா அல்லது அசத்யமா என்பது தாசுரனுடைய வரலாற்றிலிருந்து அறியப்படும்.

தாசுரன் விருத்தாந்தம்

மகத தேசத்தில் முன்னொரு காலத்தில் சிரலோமா என்ற ஒரு முனிவர் காட்டில் தவம் செய்து வருகையில் பத்தினியை இழந்து தன் குமாரனாகிய தாசுரனென்ற சிறுவனைத் தானே கொஞ்ச காலம் பாதுகாத்து வந்தார். சில வருஷங்கள் சென்றதும் சிரலோமாவும் காலமானார். இளைஞனான தாசுரன் மிகவும் துக்கித்துப் புலம்பினான்.

அனாதையான நிலைமையை இச்சிறுவனால் காட்டில் தனித்து தாங்க முடியவில்லை. இந்த நிலையைக் கண்ட அந்தக் காட்டுக்கு அதிபதியாகிய வனதேவதை இளையவன் பேரில் கருணைகொண்டு, அவனுக்குத் தேறுதல் சொல்லும் பொருட்டு அசரீரியாகச் சில வாக்குகளைச் சொன்னாள். "சிறுவனே! துக்கத்தில் மூழ்கிக் கிடப்பது உனக்குத் தகாது. சூரியன் உதிக்கும் பொழுதே அஸ்தமிப்பது நிச்சயமென்று நாம் எப்படி அறிவோமோ அப்படியேதான் மனிதர்களின் வாழ்க்கையும். இதை அறிந்தும், மேலும் நீ தவத்திலும் ஞானத்திலும் சிறந்த பிராமணன் புத்திரனாக இருந்தும் இவ்வளவு பரிதபிக்கும் நீ உன் முன்னேற்றத்தைக் குறித்து பிரயத்தனம் செய்" என்று சொல்லி நிறுத்தினாள்.

இதைக் கேட்டதும் தாசுரன் சற்று சிந்தையில் ஆழ்ந்து சொற்ப நேரத்திற்கெல்லாம் ஒரு முடிவுக்கு வந்தான். இந்த முடிவின் பிரகாரம், மிகவும் அசுத்தமான பூமியில் வாசம் செய்துகொண்டு நித்யகர்மங்களைச் செய்வது சரியல்லவென்று அவனுக்குத் தோன்றிற்று. ஆகையால் அந்தக் காட்டை அலங்கரித்து வந்த ஒரு பெரிய மரத்தின்மேல் தவம் செய்வதே சரியென்று தீர்மானித்து அப்படியே செய்யத் தொடங்கினான். இந்தத் தவத்தின் முறைப்படி, நிலத்தில் தீயை மூட்டி ஹோமத்திற்குத் தன் தேகத்தை அறுத்து ஆஹுதி செய்தான். பிராமணனுடைய மாமிசம் தேவர்களுக்கு ஏற்காததால் இந்த ஹோமத்தை நிறுத்த, தேவர்களின் பொருட்டு அக்னிபகவான் தாசுரன்முன் பிரயத்யட்சமாகி அவனுக்கு வேண்டிய வரனைக் கொடுப்பதாகச் சொல்லி யாகத்தை நிறுத்தும்படி கேட்டுக் கொண்டார். கிடைத்த வரப்பிரசாதத்தால் அக்காட்டில் மேரு பருவதத்தைப் போல் ஒரு பிரம்மாண்டமான மரத்தை உற்பத்தி செய்து கொண்டு இவ்வுலகத்திலிருப்பதுபோல மர உலகத்திலும் ஏற்பட்ட பறவை சம்சாரங்களிடையில் தாசுரன் தன் தவத்தைத் தொடங்கினான். வெகு காலம் இப்படித் தவம் செய்தும் ஒரு பலனும் கிட்டாமலிருப்பதைக் கண்டான். இதற்குக் காரணமென்னவென்று தீர்க்கமாக ஆலோசனை செய்த பிறகு, கேவலம் கர்மங்களைச் செய்வதாலும், தவம், யாகம், யக்ஞம் இவைகளாலும் ஞானம் சித்திக்காதென்ற தீர்மானத்தை அடைந்தான். சங்கல்பத்தை ஒழித்தால்தான் ஞானம் ஏற்படுமென்ற முடிவையும் அடைந்தான். இதன் பிறகு இம்மார்க்கத்தில பிரயத்தனங்களைச் செய்தான். இதன் பலனாக, கொஞ்சம் கொஞ்சமாக அக்ஞானம் நீங்கி கடைசியாக பூர்ண ஞானத்தையும் அடைந்தான்.

ஒரு நாள் அங்கே அருகில் வசித்து வந்த ஒரு அப்சரஸ் தாசுரனிடம் வந்து வணங்கி, தான் அனாதையாக அக்காட்டில் காலத்தைச் செலுத்தி வருவதாகவும் ஆகையால் தன்னை ஆதரவு செய்யும்பொருட்டு முனிவர்

தன்னுடன் கூடி வாழ வேண்டுமென்றும் கேட்டுக்கொண்டாள். இப்படி இருவரும் சேருவதால் முனிவருடைய ஞானத்தையும் தன் அழகையும் கூடிய புத்திரன் உதித்து அதனால் உலகத்திற்கு நன்மை ஏற்படு மென்றாள். இதைக் கேட்ட தாசுரன், சம்சார வாழ்க்கை தனக்குத் தேவை யில்லை யென்றும் ஆனால் அவளுக்குத் தேவையானது காப்பாற்றத் தகுந்த ஒரு புத்திரன் தானே யென்றும் அவ்வாறே ஒரு வரனைக் கொடுத்து அனுப்பினார். அப்சரஸ் இவ்வரனைப் பெற்றுக்கொண்டு தன் இருப்பிடம் சென்று கொஞ்ச காலத்திற்கெல்லாம் ஒரு புத்திரனை அடைந்தாள். பன்னிரண்டு வருஷகாலம் புத்திரனை வளர்த்து, பிறகு அவன் கல்வி பயிலும்பொருட்டு, புத்திரனை அழைத்துக்கொண்டு மீண்டும் முனிவரிடம் சென்றாள். முனிவர் இவள் வேண்டுகோளுக்கிணங்கி சிறுவனுக்கு ஞானோபதேசம் செய்ய ஏற்றுக்கொண்டார். ஆனால் சிறுவனைத் தன் வசம் ஒப்புவித்து அவள் தன் இருப்பிடம் செல்ல வேண்டுமென்று கட்டளையிட்டார். வாக்களித்தபடி அப்சரஸின் புத்திரனுக்குத் தெரிய வேண்டியவைகளையெல்லாம் போதித்து, பிறகு ஞானத்தையும் உபதேசித்தார். இந்த ஞானோபதேசம் இங்கு சொல்லப் படும்.

ஜகத்தோற்றம் மனோமாத்திரம்

தாசுரன்: ஜகத்தென்று வழங்கப்பட்டு நம்மால் அனுபவிக்கப்படு வதாகத் தோன்றுவது எல்லாம் சங்கல்பத்தில்தானே தவிர, வாஸ்தவமாக அவ்விதச் சத்தியம் ஒன்றுமில்லை. சங்கல்பமாக மனதில் தோன்றுவதை வெளியில் ஜகத்தாக உணருகிறோம். சங்கல்பமின்றி இருக்கையில் வெளித் தோற்றங்களுக்கும் யாதொரு உருவமில்லை. இருக்கை யென்னும் தன்மையும் கிடையாது. அல்லது உருவம் இருப்பதாகக் கொண்டாலும் அவ்வுருவத்தில் காணும் மாறுபாடுகள் சங்கல்பத்தில் இருக்கின்றனவே தவிர வஸ்துக்களில் கிடையாது. ஏனெனில் இவ் வஸ்துக்கள் அவைகளி லிருக்கும் நிலைமையிலேதான் இருக்க முடியும். ஆனால் அவைகள் அளிக்கும் தோற்றங்களோ மாறுபாடுகளை அடைந்தவைகளாக இருப்ப தால், இம்மாறுபாடுகள் மனோ விகாரங்களென்றேயாகும். இவைகளே சங்கல்பம் எனப்படும். ஆகவே பிரபஞ்சத்தின் விஸ்தரிப்புக்குக் காரணமா யுள்ள மனோ பாவங்கள் மனத்திலேயே உதித்து, வெளிப் பதார்த்தங் களைக் கருவிகளாகக் கொண்டு, இவைகள் மனதால் அனுபவிக்கப்பட்டு, இவ்வனுபவங்களே பிரபஞ்சமெனும் தோற்றமாகின்றன. ஆகையால், சங்கல்பம் அல்லது பாவனைதான் பிரபஞ்சம், சம்சாரம்.

மோட்சத்தைக் குறித்த முயற்சியாவது என்ன?

ஆகவே முக்தியையடைய சங்கல்பத்தை ஒழிக்க வேண்டும். இதை

ஒழிக்க ஆராய்ச்சியும் முயற்சியும் தான் பிரதானம். முயற்சியாவது பிரபஞ்சம் சத்யமல்ல வென்ற அறிவு மனதில் வேரூன்றும்படி சதா யத்தனிப்பதே. இது அநித்யம், எக்காலத்திலும் இருக்கவில்லை, அது இருப்பதெல்லாம் நம் மனதில்தான். மனம் அடங்கினால் பிரபஞ்சமும் மனதில் நாசமடைகின்றது, இவ்விதம் ஒவ்வொரு விஷயத்தையும் ஆராய்ச்சி செய்து, அதன் இல்லாமையை உணர்ந்துவந்தால் பிரபஞ்சத் தின் சுய சொரூபம் காணப்படும்.

இப்படியன்றி, பிரபஞ்சம் சத்யமென்று நினைத்தாலும் அது ஆத்மாவைத் தவிர்த்து வேறல்லவென்ற அறிவு ஏற்படவேண்டும். சகலமும் ஆத்மாவாக இருப்பின் இரண்டென்னும் தன்மைக்கு இடமேது? ஆதலால் இவ்விதமும் மனதில் சங்கல்ப விகல்பங்கள் ஏற்படாம லிருக்கும். பிறகு மனது ஆத்ம சொரூபத்தை அடையும்.

இந்த பாவனையையும் தள்ளி, பிரபஞ்சம் சத்துமில்லை, அசத்து மில்லை என்பதை ஆசிரயிப்பது எல்லாவற்றிலும் மேலான தத்துவம்! இம் மூன்றில் எந்த மார்க்கத்தைக் கைக்கொண்டாலும் முடிவில் சம திருஷ்டி ஏற்படும். இந்த சம திருஷ்டியே ஆத்ம உணர்ச்சி யென்பது. ஆகையால், ஞானத்திற்குச் சாரமாய் நிற்பது; முதலில் பிரபஞ்சம் ஒரு மனோ மோகமென்பது; 2. அல்லது, பிரபஞ்சமே பிரம்மம் (ஆத்மா) என்ற பாவனை 3. அதுவுமில்லாவிட்டால், பிரபஞ்சம் சத்துமல்ல அசத்து மல்ல என்ற பாவனை இதையே வேறுவிதமாகச் சொல்வோமாகில் நான் எதற்கும் கர்த்தாவில்லை யென்றும், நானே சகலத்திற்கும் கர்த்தா வென்றும், நான் கர்த்தாவுமல்ல அகர்த்தாவுமல்ல வென்றும் மூவாறாகப் பொருள் படும்.

இது படிப்படியாகத்தான் அடையப்படும். பிரபஞ்சம் முழுதும் வேண்டும் வேண்டாமென்ற இரு பாவனைகளைக் கொண்டே சம்சாரச் சுழலில் சிக்கிக் கொண்டு தவிக்கின்றது. இவ்விரண்டைக் கடந்தவர்கள் மிகவும் சொல்பமே. எவ்விதப் பதவியில் இருந்த போதிலும், மூன்று லோகங்களுக்கும் அதிபதியாயிருந்தாலும், வேண்டும் வேண்டாம் என்பவைகளைத் தியாகம் செய்யாமலிருக்கும் வரையில் யாவரும் சம்சாரத்திலிருந்து விடுதலை அடைய முடியாது. இவர்கள் ஒரு ஞானிக்குத் திரணமாத்திரம்.

ஸ்திதிப் பிரகரணம் முற்றிற்று

5

உபசமப் பிரகரணம்

(சாந்தி அடையும் முறைகள்)

ராமனின் ஆலோசனை

வால்மீகி: வசிஷ்டர் இவ்வாறு சொல்லி முடித்ததும், அங்கே வந்திருந்த மகாசபை கலைவதற்கு அறிக்கை கொடுக்குமாறு ஆசனத்தை விட்டு எழுந்தார். சபையோர்களும் உடனே எழுந்து ஒவ்வொருவராக ஆசாரியரை வணங்கி விடைபெற்றுக்கொண்டு தத்தம் தினசரி காரியங்களைத் தொடரச் சென்றனர். வசிஷ்டரும் விசுவாமித்திரருடன் தம் ஆசிரமத்தை நாடிச் சென்றார். தசரத புத்திரர்களும் இன்னும் இதர பெரியோர்களும் முனிவர்களைப் பின்தொடர்ந்து வழிகாட்டி ஆசிரமத் தில் விட்டுவிட்டு ஆசீர்வாதம் பெற்றுக் கொண்டு வீடு திரும்பினார்கள்.

ராமலக்ஷ்மண சகோதரர்கள் மேற்கொண்ட கர்மானுஷ்டானங் களைச் செய்து முடித்துக்கொண்டு, உணவை முடித்து, நித்ராகாலமென்று வழங்கிவரும் வேளையில் படுக்கைக்குச் சென்றார்கள். ராமன் அன்று இராப்பொழுதெல்லாம் உட்கார்ந்தவண்ணம் வசிஷ்டரின் வாக்குகளை ஞாபகம் செய்துகொண்டு அவைகளைப்பற்றி ஆலோசித்துக் கொண்டிருந்தான்.

யோசிக்க யோசிக்க சந்தேகங்கள் பெருகின. வெகு நேரத்திற்குப் பின், கொஞ்சங் கொஞ்சமாக புத்தி தெளிவுபட்டு ஒரு முடிவும் தென் பட்டது. மனதை அசையாவண்ணம் செய்துகொள்வதே அவசியமென்று புலப்பட்டது. ஆனால் இதை எப்படி அடைவது? மனத்தின் சஞ்சலத் தையோ சொல்லிவிட முடியாது. இதை ஒரு விஷயத்திலும் ஈடுபடாமல் நிலை நிறுத்துவது பிரம்மப் பிரயத்தனமல்லவா? ஆயினும் சாந்தி அடைவதின் பொருட்டு இதைப் பயிற்சி செய்வதை விட்டால், சம்சாரச் சுழலினின்று தப்புவது எப்படி?

இரவை இவ்விதம் கழித்து, அதிகாலையிலேயே எழுந்து கர்மானுஷ்டானங்களை முடித்துக்கொண்டு பரிவாரங்களுடன்

முனிவரின் ஆசிரமத்துக்குச் சென்று இரு மகரிஷிகளையும் ரதத்தில் அமரச் செய்து சபா மண்டபத்திற்குத் திரும்பினார்கள். தசரதன் முனிவர் களைப் பணிந்து நல்வரவு கூறி, வசிஷ்டருடைய மகா வாக்யங்களைப் புகழ்ந்தான். பிறகு எல்லோருமாக ஆசனத்தில் அமர்ந்தார்கள். மகா சபையும் தினம்போல் கூடியிருந்தது. வசிஷ்டரின் முகத்தையே அனைவரும் உற்று நோக்கிய வண்ணம் இருந்தார்கள். நிசப்தமான சமயம் பார்த்து ராமனை நோக்கி வசிஷ்டர் தான் நேற்று உரைத்தவைகளை ஆலோசித் தானா வென்று கேட்டார், இரவெல்லாம் அவர் வாக்குகளையே நினைத்து அவைகளின் கருத்தை ஆராய்ந்து சேகரித்துக் கொண்டதாகவும் ராமன் சொன்னான்.

வசிஷ்டர் மிகவும் சந்தோஷித்து, ராமனின் குணாதிசயங்களை மெச்சித் தான் சொல்லி வரும் ஞானோபதேசத்திற்கு அவனே சரியான பாத்திரமென்றும், ஆகையால் முயற்சியில் ஈடுபட்டு மனதைச் சீர்திருத்தம் செய்துகொண்டு, தகப்பனாருக்குப் பின் ராஜ்யபாரத்தை ஏற்றுக் கொண்டு ஒழுக்கத்துடனும் நீதியுடனும் பிரஜைகளைப் பரிபாலித்து நிகரற்றவனாக விளங்க வேண்டுமென்றும் போதித்தார். பிறகு சபையோர்களை நோக்கி, தான் இப்பொழுது உபசமப் பிரகரணத்தை ஆரம்பிப்பதாகச் சொன்னார்.

சம்சார பாரம் மனதை யொட்டியது

வசிஷ்டர்: இந்த சம்சாரம் என்னும் அனுபவத்தை அடைவது எது? நம் தேகமோ வெறும் ஜடப்பொருள். அதற்கு உணர்ச்சி யென்பது கிடையாது. ஆகையால் சம்சாரத்தை அது அனுபவிக்க முடியாது. பிறகு ஆத்மா அனுபவிக்கிறதா என்றால் அது சர்வ சுத்தமாயும் நிர்மலமாயும், பரிபூர்ணமாயும் உள்ளதானதால், ஒருவித அழுக்கும் அதில் ஒட்டாது. ஆகாயமானது மேகத்தாலோ அல்லது தூசி, துப்புகளாலோ அசுத்தமா கிறதா? தண்ணீரிலேயே உற்பத்தியாகி அதிலே இருக்கும் தாமரை அத்துடன் கலக்கின்றதா? தங்கம் எவ்வளவு அசுத்தத்திலிருந்தாலும் அத்துடன் இரண்டறக் கலக்கின்றதா? அதே மாதிரி அனாத்மாவாகிய தேகத்தோடு ஆத்மா கலக்குமா? அது எப்பொழுதும் தனிப்பட்டது. ஆகவே இந்த சம்சாரமானது தேகம் ஆத்மா இவ்விரண்டிற்கும் இடையே தோன்றிய மனதைத்தான் பாதிக்கும். அதாவது அக்ஞானத்தை அக்ஞானம் பாதித்தால் யாருக்கு நஷ்டம்? நமக்கு ஏன் இதனால் சந்தோஷமோ, வருத்தமோ? மகாஜகங்களே, நாம் ஒவ்வொருவரும் ஆத்மா என்று நீங்கள் அறிவீர்களாக. இவ்விஷயமாக நான் எவ்வளவு கையெடுத்துக் கதறியும் ஏன் நீங்கள் இதை ஏற்றுக்கொள்வதில்லை?

சீக்கிரம் விடுதலை அடைவதற்கு வேண்டிய குணவிசேஷம்

தாமஸம், ராஜஸம், சாத்வீகம் என்ற மூவித குணங்களால் வகுக்கப்

பட்ட ஜன சமுதாயங்களில், முதல் இரு வகுப்பில் சேர்ந்தவர்கள் சம்சாரச் சுழலிலிருந்து எக்காலும் கரை ஏறமாட்டார்கள், அதாவது தங்களைச் சீர்திருத்தம் செய்துகொள்ளும் வரையில். ராஜஸ சாத்வீகத்தையுடையவர் களோ, அதாவது இங்கே இருக்கும் சில மகரிஷிகளும், ராமன் முதலியவர் களைப் போன்றவர்களும், ஞானத்தை அடைவதில் ஊக்கமாய், பெரியோர் களின் சேர்க்கையை அடைந்து, சாஸ்திரங்களையும் நன்கு ஆராய்ச்சி செய்து வெகு சீக்கிரமே விடுதலைக்குப் பாத்திரமாவார்கள். இவ்வினத் தோர் பார்த்த மாத்திரம் அறியப்படுவார்கள். அதாவது தங்களுடைய விசேஷ குணங்களால், சுத்த சாத்வீகத்தை அடைந்தவர்கள் எக்காலத் திலும் வெகு சொல்டமே. இவர்கள் பக்குவமடைந்திருப்பதால் வெகு சீக்கிரம் மோட்சமடைந்து விடுவார்கள். ஒரே ஜன்மத்தில் கூட. இவ்விஷயமாய் ஒரு விருத்தாந்தத்தைச் சொல்லுகிறேன்.

ஜனகர் விருத்தாந்தம்

மிக மேன்மை பொருந்தியும் அழகு வாய்ந்ததும் இருந்த விதர்ப்ப தேசம், ஒரு காலம் ஜனகரென்று வழங்கிவந்த மகாராஜனால் அரசாட்சி செய்யப்பட்டு வந்தது. இவ்வரசன் அழகிலும் குணத்திலும், பராக்ரமத்தி லும் நிகரற்றவனாக எல்லோராலும் பூஜிக்கப்பட்டு வந்தான். சாஸ்திரங் களை நன்கு ஆராய்ச்சி செய்வதும், உதார குணத்தைப் பெற்றும், யாசிக்க வந்தவர்களுக்கு இல்லையென்று சொல்லாமலும், குடி மக்களை மிக அன்போடும் ஆதரவோடும் பாதுகாத்து வந்தான்.

இப்படி இருக்க„ வசந்த காலத்தில் ஒரு நாள் தன் பரிவாரங்களோடு அரண்மனையை விட்டு வெளிக்கிளம்பி உத்யான வனத்திற்குச் சென்றான். அங்கே வந்ததும், பரிவாரங்களைப் பின்னே தங்கவிட்டு தனிமையாய் வனத்தில் உட்சென்றான். கண்முன் தோன்றின செளந்தர்யங்களையும், ஏராளமாக மலர்ந்திருந்த பூவின் மணத்தையும் அனுபவித்தவாறு உல்லாசமாக வனத்தில் சென்று கொண்டிருக்கையில், திடீரென பேச்சுக் குரல் கேட்க, அவ்விடமே நின்று கவனிக்கலானான். யாரோ சித்த வித்யசதரர்களென்று அறிந்துகொண்டு, இருப்பிடத்தி லிருந்தே அவர்களின் வாக்குகளைக் கவனித்தான். பேசினவர்கள் பலர்; ஒவ்வொருவரும் ஒரு சித்தாந்தத்தை வெளியிட்டனர்:-

சித்தர்களின் சம்பாஷணை

1. பார்க்கிறவன்- பார்வை, இரண்டின் சேர்க்கையால் ஏற்படும் ஆனந்த சொருபமாயும் சலனமற்றதாயுமுள்ள அறிவையே ஆத்மாவாகக் கருதி அதை நாம் உபாசிக்கிறோம்.

2. பார்க்கிறவன் பொருளில் பார்வை என்று வழங்கும் லயத்தை அடையுமுன் இருக்கும் நிலையையே ஆத்மாவாகக் கருதி அதை நாம் உபாசிக்கிறோம்.

3. பார்ப்பவனுக்கும் பொருளுக்கும் இடையே உள்ளதும், உண்டு -இல்லை இவ்விரண்டிற்கும் இடையில் உள்ளதும் அறியப்படுவதற் கெல்லாம் அறிவாகவும் இருக்கும் ஆத்மாவை நாம் உபாசிக்கிறோம்.

4. எது ஒன்று எல்லாவற்றையும் வியாபித்திருக்கின்றதோ, எல்லாமுமே எதனால் நிலைநிற்கின்றனவோ, எதன் பொருட்டு எல்லா மும் இருக்கின்றனவோ அதையே ஆத்மாவாக நாம் உபாசிக்கிறோம்.

5. 'அஹம்' என்னும் பதத்தில் கடையெழுத்தின்றி ஏற்படும் உச்சரிப்பு, முடிவின்மையை விளக்குகிறது; மேலும் இது சதா தன்னையே சுட்டிக் காட்டுகிறது. இச்சொரூபமே ஆத்மா என்று நாம் உபாசிக்கிறோம்.

6. தன்னுள்ளே பிரகாசிக்கும் ஆத்மாவை விட்டு விட்டு வெளியி லிருக்கும் தெய்வத்தை நாடுகிறவர்கள் கையிலிருக்கும் கெளஸ்துபத்தை விட்டு வெளியிலிருக்கும் ரத்தினத்தை நாடுபவர்போல் ஆவார்கள்.

7. எல்லா ஆசைகளையும் விட்டதன் பலனாக ஆத்ம ஞானம் ஏற்படும். ஆத்ம ஞானம் ஏற்பட்டால் எல்லா ஆசைகளும் ஒருங்கெனவே விடப்படும்.

8. எல்லாப் பொருள்களும் உலக வியவகாரங்களும் கடைசியாகத் துன்பத்தில்தான் முடிவு பெறுகின்றன. இதை அறியாதவர் மனிதர்களல்ல, கழுதைகளே.

9. எல்லாத் துக்கங்களுக்கும் காரணம் இந்திரியங்களாதலால், இவ்விஷப்பாம்புகளைத் தலையெடுக்கும் பொழுதெல்லாம், இந்திரன் வஜ்ராயுதத்தால், பறந்த மலைகளை அடித்து ஒரே ஸ்தானத்தில் நிலை நிறுத்தினதுபோல, அடித்து அடக்கவேண்டும்.

10. மனது உபசமத்தை அடைந்து தன் சுயநிலையில் இருந்து கொண்டு சாந்தத்தையும் சம நோக்கத்தையும் அடைந்து நிற்கும் நிலையே உன்னதமான பதவியென்று சொல்லப்படும்.

ஜனகனின் மனக்கலக்கமும் தீர்க்காலோசனையும்

இந்த மகா வாக்கியங்களை ஜனகன் கேட்டதும், உத்யான வனத்தில் போகும் உத்தேசத்தை நிறுத்தி (ஏனெனில் வித்யாதரர்கள் மனிதரைக் கண்ட கணம் அவ்விடத்தை விட்டு அகன்று விடுவார்களென்ற பயத்தால்) பிறகு தன் பரிவாரங்கள் இருக்குமிடம் திரும்பி இவர்களுடன்

அரண்மனை போய்ச் சேர்ந்தான். மறு தினம் வீட்டைவிட்டுத் தனிமை யாகவே வெளிக்கிளம்பி அருகிலிருந்த ஒரு பர்வதத்தின் சிகரத்தை அடைந்து, அங்கே வெகு நேரம் ஆலோசனையில் அமர்ந்தான். வித்யா தரர்கள் சொன்ன வாக்கியங்கள் ஒவ்வொன்றையும் ஞாபகப்படுத்திக் கொண்டு அவைகளின் கருத்தையும் தான் இதுவரையில் நடத்திய வாழ்நாளையும் ஆராய்ந்து பார்த்தான். இவ் வாழ்நாள்களும் தான் அடைந்த போகங்கள், ஐசுவரியமெல்லாம் மிகவும் அல்பமாகத் தோன்றின. இந்த பிரம்மாண்டமான பிரபஞ்சத்தில் தன்னுடைய தேகம் ஒரு திரண மாத்திரம். ஆயுள் காலத்தைக் கவனித்தால், அதுவும் அப்படியே. இந்த சொல்ப காலமும் பால்யப் பருவத்தாலும், முதுமையினாலும் வெகுவாய்க் குறைந்துவிடுகிறது. மீதிய காலத்தில் இன்ப துன்பங்களால் பீடிக்கப்பட்டு, அடைந்த சம்பத்து, ஐசுவரியங்கள் எல்லாம் பிற்காலத்தில் கனவுபோல் காணப்படுகின்றன. எதுவும் நீடித்த சுகத்தைக் கொடுக்கத் தகுந்ததல்ல, இந்திரன், பிரம்மா, விஷ்ணு, சிவன், எல்லோருங்கூட காலனுக்கு இரையா கின்றார்கள். பிறகு நம்முடைய அற்ப காலத்து ஜீவிதத்தில் என்ன பற்றுதல்? இதுவரையில் காலம் வீணாகக் கழிக்கப்பட்டது. இனிமேலா வது ஞானத்தைக் கடைப்பிடிக்க வேண்டும் என்ற முடிவுக்கு வந்தான்.

இப்படி ஆழ்ந்த சிந்தனையிலிருந்ததால் காலம் கழிந்ததைக் கவனிக்க வில்லை. ஆகையால் சிப்பந்திகளில் ஒருவன் யஜமானனைத் தேடி வந்து, தினசரி காரியங்களுக்குக் குந்தகமேற்பட்டதாகவும், அரசனைப் பார்க்க வந்த பெரியோர்கள், சிற்றரசர்கள் எல்லோரும் காத்திருப்பதாகவும், ராஜன் தன் கர்மங்களைக் கை விட்டால் பிரஜைகள் அதிகத் துன்பப் படுவார்களென்றும் அறிக்கை கொடுத்தபொழுதுதான் கால உணர்ச்சி ஏற்பட்டது. இவ்வார்த்தைகளைக் கேட்டதும் மறுபடியும் சிந்திக்க லானான். கர்மங்கள் யாவும் துன்பத்திலே முடிகின்றன. ஆகையால் ஏன் இவைகளைக் கைக்கொள்ள வேண்டும்? ஆனால் இவைகளைத் தியாகம் செய்வதால் அடையப்படுவது என்ன? கர்மங்கள் இந்திரியங்களால் செய்யப்படுகின்றன. ஆகையால் மனதில் ஒட்டாமல் கர்மங்களைச் செய்தால் ஒரு ஆபத்துமில்லை. ஆகவே மனதைச் சாந்தி செய்து கொண்டு ஒன்றிலும் பற்றுதலில்லாமல் கர்மங்களைச் செய்வதே சரியான முறை. இந்த முடிவுக்கு வந்தான் ஜனகன். உடனே சேவகனுடன் வீடு திரும்பித் தன் நித்ய கர்மங்களையும், ராஜ காரியங்களையும் தினம் போல், ஆனால் இச்சையோ துவேஷமோ இல்லாமல், நடத்தி வந்தான். அன்று முதல் ஜீவன் முக்தனாகவே விளங்கி வந்தான் ஜனகன்.

முக்திக்கும் தேவை முயற்சியே

யதேச்சையாகவும் வெகு சீக்கிரமாகவும் முக்தன் ஆவதற்கு இதுவே உதாரணம். இதைக் கவனிக்கும் பொழுது சொந்த முயற்சியாலும்

விவேகத்தாலுந்தான் ஜனகனால் ஜீவன்முக்த நிலை அடையப்பட்ட தென்பதை நாம் உணர்வோம். இதர சகாயத்தால் அடையப்படவில்லை. ஏற்கனவே, அதாவது முன் ஜன்மத்தில், செய்யப்பட்ட பிரயத்தனங் களோடு, இப்பொழுது செய்யப்படும் யத்தனங்கள் கூடி, பலனைத் திடீரென, அதாவது தெய்வாதீனமென்று சொல்லும்படி, கொடுக்கின்றன. வாஸ்தவத்தில் இங்கே தெய்வ சகாயம் ஒன்றுமில்லை. மேலும் இம் முக்தியானது சாஸ்திரங்களாலோ, குருவினாலோ அல்லது பூஜை, யக்ஞும், யாகாதிகளால்கூட அடையப்படாது. தன் சொந்த விசாரணையாலும் விவேகத்தாலுந்தான் அடையப்படும்.

இப்படி அடிக்கடி ஒவ்வொரு விஷயத்தையும் தீவிர விசாரணை செய்வதால் புத்தி வெகு நுட்பமாய்ப் பிறகு எக்காரியத்தையுங் கவலை யின்றி நடத்துந் திறமையை அடைகிறது. அதனாலேதான் புத்திமான் எவ்வளவு கஷ்ட நிலையையும் திரணமாகக் கருதுகிறான். புத்தியற்றவர் களோ அல்ப விஷயங்களைக் கண்டும் மலைக்கிறார்கள். மதம் பிடித்த யானையைக் கூட வெல்லும் சிங்கம், வெகு சுலபமாகவே தந்திரமுள்ள நரியால் நாசத்தை அடைகிறது. ஆகையால் யுக்தியுடன் புத்தியை உபயோகித்தால் பிரபஞ்சத்தில் எதுதான் அடையப்படமாட்டாது? சொர்க்கம், பாதாளங்கூட இஷ்டப்பட்டால் அடையப்படும். பிறகு இந்த சம்சாரக் கடலைத் தாண்டுவது என்ன சிரமம்?

ஆகையால், புத்தியைச் சீர்திருத்தி வெகு நுட்பமாயிருக்கச் செய்யப் பிரயத்தனத்தால்தான் முடியும். ஆகாயத்தில் எவ்வளவு தூசி பறந்தாலும், அது எப்படி நிர்மலமாகவே இருக்கின்றதோ அதேமாதிரி நம் புத்தியை யும் எவ்வித நிலைமையிலும் களங்கமற்று வைத்திருப்பது அவசியம். பூமியை எவ்வளவுக்கு எவ்வளவு உழுது சீர்திருத்தி வைக்கிறோமோ அதற்குத் தகுந்தபடி பலனை நாம் அனுபவிக்கிறோம். அப்படியே புத்தி யையும் பக்குவம் செய்துவைத்தால் அதற்கேற்ற பலனைக் காண்போம். புத்தியின் தெளிவால் வஸ்துக்களிலும் விஷயங்களிலும் 'நான்' என்னும் நினைவும் ஐக்கியமும் நீங்கும். அதாவது அகங்காரமும் பந்தமும் ஏற்படாமலிருக்கும். இப்படியே பழகி வந்தால் தகுந்த காலத்தில் எல்லாம் தியாகம் செய்யப்பட்டு, மனமென்பது நிர்மலமான ஆகாயத் தைப் போலுள்ள 'சித்'தாக விளங்கும். இந்த நிலையில் எல்லாம் சம நோக்கத்துடன் பார்க்கப்படும். நான், பதார்த்தம் என்ற தோற்றங்கள் அற்று ஜீவன் சுத்த அறிவு மயமாய் இருக்கும்.

பந்தத்திற்குக் காரணம் இச்சை

பந்தம், சம்சாரம் என்பவைகள் மனது எவற்றைக் கருதிச் செல்லு கிறதோ அவைகளால் ஏற்படுகின்றன. ஆகையால் வேண்டும், வேண்டாம்

என்னும் நிலைதான் பந்தங்களுக்குக் காரணமாயிருப்பதால் இவைகளே முதலில் தியாகம் செய்யப்பட வேண்டும். இவ்விரண்டும் இரண்டுவிதக் குரங்குகளாக இருந்துகொண்டு நம்மைச் சதா சஞ்சல நிலையில் வைத்துச் சாந்தியின்றிச் செய்கின்றன. இவைகளுக்கு இடங்கொடுக்காமலிருக்க சதா விசாரணை செய்வதால்தான் முடியும். அப்படிச் செய்து வந்தால் சம்சாரமாகிய மரத்திற்கு வேர் அறுபட்டது போலாகும். இதுவே மகா வைராக்கியம் எனப்படும்.

மனமே பிராணன், அதுவே ஆத்மா

இம் மனதென்பது வாஸ்தவத்தில் ஆத்மாவைத் தவிர்த்து வேறல்ல. ஸ்பந்தம் அல்லது பிராணன் ஆத்மாவுடன் சேருகையில், அதாவது ஆத்மா ஸ்பந்திக்கையில் மனதென்ற தோற்றம் ஏற்படுகிறது. பிராணன் அல்லது ஸ்பந்த சக்தி ஜடசொரூபம்; ஆகையால் மனதும் அவ்வண்ண மாகின்றது. இந்த ஸ்பந்தந்தான் கலனை, அல்லது சங்கல்பம் எனப்படும். சங்கல்பமாவது அசைவு; இவ்வசைவே பிராணன் எனப்படுவதும். உதாரணமாக வெகு தூரத்திலிருக்கும் ஒரு பொருளை நாம் தியானிக்கும் பொழுது, அப்பொருள் தோற்றத்தில் ஏற்படுவது பிராணனால். இதைத் தான் மனமென்று சொல்லுகிறோம். ஆத்மா இங்கும் அங்கும் சாட்சியா யிருப்பதால் இவ்விரண்டு இடத்திற்கும் நடுவில் பிராண ஸ்பந்தம் ஏற்பட்டு தோற்றமுண்டாகிறது.

பிராணாயாமம் என்பது என்ன?

மேற் சொல்லப்பட்ட பிராணனை அடக்கும் நிமித்தம், பிராணா யாம மென்ற நியமம் யோகமார்க்கத்தை அனுசரிப்பவர்களால் ஏற்படுத்தப்பட்டது. இதனால் பிராணனை அடக்குவதாகப் பொருள் படுத்த வேண்டுமே தவிர பிராணவாயுவை யென்றல்ல. அதாவது சஞ்சலத்தையே தொழிலாகக் கொண்ட மனதை அசைவின்றிச் செய்வதே பிராணாயாமம்: மூச்சை அடைப்பதல்ல. இது விபரீத அர்த்தமென் பதற்குச் சந்தேகமில்லை. இப் பிராணயாமம் அப்யசிப்பதற்கு, ஆசைகளை ஒழிப்பதும் பழக்க வழக்கங்களை (Habits) ஒழிப்பதும், வைராக்யமும் தேவை. இவைகளை அனுசரித்து அப்யசித்து வந்தால் மனது அடங்குவ துடன் பிராண வாயுவின் கதியும் ஒழுங்குப்படும்.

மனம் ஜடமோ, அஜடமோ?

மனமானது, தான் சித்தினுடைய சொரூபமென்பதை மறந்து, சங்கல்ப வசத்தால் வெளிநோக்கம் அடைந்து, தன்னால் கற்பிக்கப்பட்ட வஸ்துவைத் தானென்பதாக உணர்ந்து அதிலேயே ஐக்கியமாகின்றது. ஆதலால், இவ்வித ஜட சம்பந்ததத்தால் மனமும் ஜடமென்று கருதப்

படலாம், அதாவது இந்நிலையிலிருக்கும் வரையில். தன் சுயசொரூபத்தை மறந்திருக்கையில் இது சத்தியமெப்படியாகும்? ஆகவே அது மித்யையே. ஆயினும் சித் சக்தியைக் கூடியிருப்பதால் தான் கருதுவதையெல்லாம் அடையவும் செய்கிறது. ஆனால் ஒரு பொம்மை எவ்வளவு சாதூர்யமாகச் செய்யப்பட்டாலும், அது நடனம் செய்யுமா? அல்லது சித்திரத்தில் வரையப்பட்ட நிழலில் நாம் சிரமம் தீர்த்துக் கொள்ளலாகுமா? அப்படி, மனம் சுத்த ஜடமாக இருப்பின், தான் கோரியவைகளை எல்லாம் அடைய லாகுமா? அது எக்காலத்திலும் சித் சக்தியைக் கூடியே இருப்பதால் அஜடமென்றும் சொல்லத்தகும். ஜடப்பொருள்களில் ஈடுபடாமல் சித்தையே நினைத்தால் சுத்த சித்தாகிறது; இல்லையேல் ஜடமாய் விஸ்தரிக்கின்றது.

ஆராய்ச்சிக்குப் பாத்திரம் யார்?

இங்கே சொல்லப்பட்ட உதாரமான ஆராய்ச்சிகளெல்லாம் மூடர்கள் பொருட்டாவது, சம்சாரத்தில் பற்றுதல் உடையவர்கள் பொருட்டாவது பேசப்படவில்லை. யார் வைராக்கியத்தை அடைந்து விடுதலையடைய மார்க்கம் தெரியாமல் இருக்கின்றார்களோ அவர்களே இவ்வாராய்ச்சிகளைக் கேட்கத் தகுந்தவர்கள். மூர்க்கரிடத்து இவ்வித ஆராய்ச்சி வியர்த்தமே.

உலகத்தின் போக்கு

இந்த மனத்தைப்பற்றி இன்னும் ஆராய்ச்சி செய்வோம். எதை நாம் மனமாகப் பாவிக்கிறோம்? அறிவு என்பது ஆத்மாவிடத்தில் இருக்கிறது. பிராணன் ஆத்மத்தில் ஸ்பந்திக்க, அறிவு ஏற்படுகிறது. தேகம் தன் ஸ்வதர்மத்தைச் செய்து வருகிறது. பிறகு மனத்துக்கு இடமேது? ஆகவே இது மித்யையே. மேலும் பிராணன், தேகம் இரண்டும் ஆத்மாவின் அனுக்கிரஹத்தால் தங்கள் செயல்களைச் செய்து வருகின்றன. ஜகத் முழுதும் ஆத்மாவினால்தான் நிலைநிற்கின்றது. ஆகையால் இதை அடைவதில் தான் நம் பிரயத்தனங்கள் இருக்கவேண்டும்.

ஜகத்தில் சதா எவ்வளவோ விசித்திரமான செயல்கள் நடைபெற்று வருகின்றன. சதா சிருஷ்டியும் அழிவும் ஏற்பட்டுக்கொண்டே இருக் கின்றன. இவை தண்ணீரிலும், ஆகாயத்திலும், மண்ணிலும், பிராணிகள் உடலிலும் நடைபெறுகின்றன. மனித வர்க்கங்களில் எவ்வளவோ வித்தியாசங்களும் வேறுபாடுகளும் இருக்கின்றன. அநேகமாய் எல்லோரும் மூடராயும் மூர்க்கராயுந்தான் இருக்கிறார்கள். ஆகையாலே தான் ஆசைகளிலும் ஆபத்துக்களிலும் சுழன்று பல ஜன்மங்களெடுத்து நாசமடைகிறார்கள். இவைகளையெல்லாம் கவனிப்பதில் பலனென்ன? இவர்களைக் கைதுரக்கிவிட யாரால் முடியும்? ஏனென்றில் அவரவர்கள்

முயற்சியின்றிப் பிறரால் யாதும் செய்ய முடியாது. பார்க்கப்போனால் உலகத்தில் அநேக ஜந்துக்களுக்கு நாசம் ஏற்படுவது பிற ஜந்துக்களுக்கு இரையாவதாலோ அல்லது வேறு பிராணிகளின் துவேஷத்தாலோதான். பெரிய மீன்கள் சிறிய மீன்களைப் புசித்து ஜீவிக்கின்றன. நம் தேகத்திலும் ஆடைகளிலுமுள்ள பேன் மூட்டைப் பூச்சியால் புசிக்கப்படுகின்றது. மூட்டைப் பூச்சி சிலந்தியாலும், சிலந்தி வேறொன்றாலும் நாசமடை கின்றன. தவளை பாம்பாலும், பாம்பு கீரிப்பிள்ளையாலும், கீரிப் பிள்ளை பூனையாலும், பூனை நாயாலும், நாய் கரடியாலும், கரடி புலியாலும், புலி சிங்கத்தாலும், சிங்கம் யாளியினாலும் நாசமாகின்றன. இந்த யாளியோ மேகத்தில் இடியைக் கேட்டவுடன் உயிரை இழக்கின்றது. இதெல்லாம் இப்படியிருக்க மகா விஷ்ணுவே மனிதனாகப் பிறந்து இந்த சம்சார வலையில் சிக்கிக்கொண்டு பிறகு மோட்சத்தை அடைய உபாயத் தைத் தேடுகிறார். ஆகையால் உலகத்தின் போக்கைப் பார்த்து அதை மாறுபடுத்துவதிலோ சீர்திருத்துவதிலோ சிக்கிக்கொண்டால் அதி லிருந்து மீளுவது அசாத்யம். உலகத்தின் போக்கு தானாகவே நடக்கும்.

சாந்தம்

ஆகையால் நீ உன் மனதை அடக்கிச் சாந்த நிலையை அடைய முயலுவாயாக. எவ்விதமென்றால், ருசிக்கப்படும் பொருளுக்கும் ருசிப்பவனுக்கும் இடையேயுள்ள ருசியென்னும் சத்தியத்தில் மனதை நிலைநிறுத்தி, அதாவது அறிகிறவனுக்கும் அறியப்படும் பொருளுக்கும் இடையே நின்று இவ்விரண்டிற்குமுள்ள சம்பந்தத்தைத் தெரியப்படுத்தும் அறிவில் நிலையாய் மனதை நிறுத்துவதால், சாந்தநிலை ஏற்படும் என்று சொல்லி நிறுத்தினார் வசிஷ்டர்.

அகங்காரம் ஒழிந்தால் தேகத்திற்கு நாசமா?

வால்மீகி: பிறகு வசிஷ்டர் பேராசையால் ஏற்படும் துக்கங்களை ராமனுக்கு எடுத்துச்சொல்லி அதன் சொரூபத்தையும் விரித்துரைத்தார். இந்த பேராசைக்குக் காரணம் அகங்காரமே. ஆகையால் அதை அடியோடு ஒழிக்க வேண்டுமென்றார். அதற்கு ராமன், அகங்காரத்தால் தான் இந்த தேகம் நிலைத்திருக்கும் பொழுது, அதை எவ்விதம் நாசம் செய்வது? அப்படிச் செய்வதால் தேகம் நாசம் அடையாதா? என்று கேட்டான்.

அதற்கு வசிஷ்டர் அவ்விதமாவதில்லை யென்றும், தேகத்தின் நாசம் காலக்கிரமத்தில் ஏற்படுமே தவிர, அகங்காரம் ஒழிவதால் உண்டாவ தில்லை என்றும் சொன்னார். தேகமின்றி ஞானப்பதவியை அடைய முடியாது. இவ்வித ஞான நிலையில சாந்தமும் சமதிருஷ்டியுமே கூடிய ஜீவன் தேகத்தில் பரிணமிக்கும். ஜனகரைப் போன்ற மகான்கள் இந் நிலையில்தான் இருந்து வருகிறார்கள். இந்நிலையிலிருக்கையில் வாசனை

முற்றிலும் தீர்ந்த பிறகு விதேக முக்தி நிலை ஏற்படும் என்று வசிஷ்டர் சொன்னார்.

மனிதப் பிரயத்தனம் ஜீவன்முக்தியடையும் பொருட்டே செய்யப்பட வேண்டியது; இதற்கு மார்க்கங்கள் யாவை?

வால்மீகி: விதேக முக்தி நிலையையும், அதற்கும் மேலான பிரம்ம பதவியையும் நாம் கவனிக்க வேண்டிய அவசியமில்லை. தேகத்தினால் ஏற்படும் மேன்மையான ஜீவன் முக்த நிலையே நம் குறிக்கு உள்ளடங்கியது. இதுவே நம் யத்தனத்தால் அடையப்பட வேண்டியதும்.

இந்தப் பதவியை அடைய மேற் சொல்லப்பட்ட பல மார்க்கங்களில் ஏதாவதொன்றை அனுசரித்து அதையே விடாமுயற்சியுடன் பின்பற்றி வருதல் அவசியம். 'நான்', 'பிரபஞ்சம்' இவைகளைப் பற்றி ஆராய்ச்சி செய்தால் நான்கு விதமான அறிவில் ஏதாவதொன்று எல்லோருக்குமே சகஜமாக ஏற்படும். அவைகளாவன:-

1. "நான், என்னுடைய தாய் தகப்பனுடைய புத்திரன்" என்ற பாவனை. இதுவே பந்தத்திற்கு மூலாதாரம். மோட்ச சாதனத்திற்கு இந்த நோக்கம் பயன்படாது.

2. "நான் எல்லா சூக்ஷ்மத்திற்கும் அதிசூக்ஷ்மமாயுள்ள சொரூபி" இந்த நோக்கம் மோக்ஷ சாதனத்திற்குத் தகுந்ததே.

3. "நான் ஆத்மா; எல்லாமுமே ஆத்மா" என்று உணர்தலும் மோட்சத்திற்கு உபாயமாகும்.

4. "நான், ஜகத் எல்லாம் சூன்யம்" என்ற நோக்கமும் மோட்ச சாதனமாகும்.

முதலில் சொல்லப்பட்ட ஒரு நோக்கந்தான் சம்சாரச் சுழலில் சிக்கி வைக்கும் மூடமான நோக்கம். மோட்சத்திற்கு உபாயமான இதர மூன்று வித நோக்கங்களில், நாம் உபாசித்து வருவது சர்வமும் ஆத்மாவென்டதே. இது ஒன்றே சத்யமானதும் நித்யமானதும். இரண்டு என்ற நோக்கத்தை மனதில் தியாகம் செய்து, ஆனால் கர்மங்களைச் செய்வதில் இந்த துவந்துவ பாவத்தைக் கைவிடாமலிருப்பதுதான் ஞானிகளால் ஏற்றுக் கொள்ளப் பட்டது. இரண்டென்னும் தன்மையின்றிக் கர்மம் ஏற்பட முடியாது. ஆகையால் நீ இவ்விதம் ஜீவன்முக்தனாக இருந்து கொண்டு, உலக வியவகாரங்களையும் ராஜ்ய பரிபாலனத்தையும் செய்து வருவாயாக. கர்மங்களைத் தியாகம் செய்வது உசிதமில்லை; அப்படிச் செய்வதும் முடியாது. அதிலுள்ள வாசனைதான் தள்ளப்பட வேண்டும். தாய், தகப்பன், பந்துக்கள், மித்திரர்கள் என்ற பாவனைகளெல்லாம், உலக வியவகாரத்

தின் பொருட்டு நியமிக்கப்பட்ட விதிகளே தவிர, இவைகளில் உண்மை ஏதுமில்லை.

புண்யன் பாவனன் கதை

இவ்விஷயங்களைத் தெளிவாகக் காட்டும் பூர்வீகக் கதையொன்று உண்டு; அதைச் சொல்லுகிறேன் கேள்:-

முன்னொரு காலத்தில் மகேந்திர பர்வதச் சார்பில், ஒரு திவ்வியமான வனத்தின் மத்தியில், ஒரு முனி சிரேஷ்டர், தன் மனைவியுடனும், பிரகஸ் பதியின் புத்திரனான மகா மேதாவியான கசனைப்போன்ற இரு குழந்தை களுடனும் கூடி வசித்து வந்தார். ஒரு குழந்தை புண்யனென்றும், மற்றொரு குழந்தை பாவனனென்றும் பெயரிடப்பட்டிருந்தன. இக் குழந்தைகள் காலாகாலத்தில் தகப்பனிடம் கற்றுக் கொள்ள வேண்டியவைகளை அறிந்தும் நல்ல யௌவன பருவத்தை அடைந்தார்கள். ஆனால் இவ்விருவர்களுக்குள் உள்ள வித்தியாசம் என்னவென்றால் மூத்தவன் அறிவில் தேர்ந்தும், இளையவன் அக்ஞானத்தால் கொஞ்சம் மூடுபட்டும் இருந்ததே.

இப்படி இருந்துவரும் காலத்தில், ஞானியாயிருந்த தகப்பன், தன் ஆயுள்காலம் முடிந்ததென்று அறிந்துகொண்டு, பிள்ளைகளுக்கு வேண்டிய போதனைகளைச் செய்து, அனுக்கிரகித்து விடுதலையடைந் தான். இதன் பிறகு, தாயும் கணவனுக்குப் பிறகு தான் வாழ்வது வியர்த்த மென்று எண்ணி, தான் செய்யவேண்டிய கர்மங்களைச் செய்துவிட்டு, கணவனால் கற்பிக்கப்பட்ட யோக உபாயங்களைக் கொண்டு அவளும் சாந்த பதவியை அடைந்தாள்.

தாய், தகப்பன் இருவரையும் ஏககாலத்தில் இழந்த பாலர்கள் திக்கற்றவர்களாக நின்றார்கள். சில நேரம் கழிந்தபிறகு, மூத்தவன் தன் விவேகத்தால் மனதை ஆறுதல் செய்துகொண்டு, செய்யவேண்டிய கர்மங்களைச் செய்யத் தொடங்கினான். இளையவனோ துக்க சாகரத்தில் மூழ்கினவனாக அழுது புரண்டு, செய்யவேண்டிய கர்மங்களைச் செய்யாமலுமிருந்தான். இவன் இப்படியிருக்க, புண்யன் கர்மாதிகளை ஒழுக்கம் தவறாமல் சில தினங்களில் முடித்து, பிறகு தன் சகோதரனைக் கூப்பிட்டு அவனுக்கு விவேகத்தை உபதேசித்தான்.

புண்யன்: சகோதரனே! நீ இவ்விதம் துக்கப்படுவதில் பயனென்ன? அக்ஞானமே உன் துக்கத்திற்குக் காரணம். நீ உன்னைப்பற்றிச் சரியாக விசாரணை செய்யாததாலேயே இவ்விதம் துக்கத்திற்குப் பாத்திரமானாய். யோசித்துப் பார்த்தால் நீ உன் தாய் தகப்பனார் பொருட்டு வருத்தப் படுவது புத்தியின்மை யென்று அறிவாய். நீ வருத்தப்பட வேண்டியது உன்

நிமித்தமே தவிர அவர்கள் நிமித்தமல்ல. ஏனெனில் அவர்கள் தங்கள் சுயநிலையாகிய ஆத்மாவை யடைந்தார்கள்; நீ இன்னும் சுக துக்கங் களுக்கு பாத்திரமாக ஜீவித்திருக்கிறாய். ஆகையால் அவர்கள் நற்கதி அடைந்தார்களென்று நீ சந்தோஷித்திருக்க வேண்டும்.

பிறகு நீ எடுத்திருப்பது இந்த ஒரு ஜன்மந்தானா? இதற்குமுன் எவ்வளவோ ஜன்மங்க எடுத்து, யாராரோ உன் தாய் தகப்பனாராக இருந்திருக்க, அவர்கள் பொருட்டெல்லாம் யாதொரு விசனமுமின்றி யிருந்து, இப்பிறவிக்குக் காரணமான தாய்தகப்பனாரைப் பற்றி மாத்திரம் துக்கப்படுவதில் கிரமம் என்ன? இவ்விஷயத்தால் நானென்பதும், நீயென்பதும், பந்துக்கள் என்பதும் அக்ஞானமென்று அறியவில்லையா? ஆத்மா ஒன்றே சத்யமாய் இருக்க, இந்த பேதங்களுக்கெல்லாம் ஆதாரமேது? யாராக இருப்பினும் அவன் ஆத்மாவைத் தவிர்த்து வேறாக இருக்க முடியாது. ஆகையால் நீ நான் எல்லாம் ஒரே ஆத்மாவைத்தான் சுட்டிக்காட்டும்.

இவ்வாறு சரியான மார்க்கத்தில் யுக்தியுடன் நீ விசாரணை செய்து வருவாயாகில், ஞானம் உதித்து சாந்தியை அடைவாய்."

வசிஷ்டர்: இந்த உபதேசத்தை பாவனன் மனதில் வாங்கிக்கொண்டு தானாகவே திரும்பத் திரும்பி விசாரணை செய்யத் தொடங்கினான். சில காலத்தில் தமயனைப் போல் பாவனனும் புண்ணியனாகி, பிறகு இருவரும் வெகு காலத்திற்குப் பின் மோட்சத்தை அடைந்தார்கள்.

ராமா! இதைத் தவிர்த்து இன்னொரு விருத்தாந்தமும் உண்டு. அதாவது பலி சக்கரவர்த்தியைப் பற்றியது. அவன் கடைப்பிடித்த மார்க்கத்தை அனுசரித்தாலும் மோட்சத்திற்கு உபாயமாகும்.

பலி சக்கரவர்த்தியின் கதை

வசிஷ்டர்: வெகு காலங்களுக்கு முன், விரோசனனென்று வழங்கப் பட்டு மகா மேதாவியாயும், ஞானியாயுமிருந்த அசுரத்தலைவனுக்கு பலி யென்று சொல்லப்பட்ட, புத்திரனொருவன் இருந்தான். தகப்பனைப் போலவே மகா பராக்கிரமசாலியாயும், ஜக தப மகிமைகளையும் அடைந்து இவைகளால் பிரம்மா, விஷ்ணு, சிவனாகிய மும் மூர்த்திகளின் வரப் பிரசாதங்களையும் அடைந்தவனாக இருந்தபடியால் திரிலோகங் களையும் ஜயித்து தன் அரசாட்சிக்கு உட்படுத்திக்கொண்டான். இவ்வித நிகரற்ற பதவியிலிருந்தும், பக்தியைக் கைவிடாமலிருந்தான். ஆகையால் வெகு காலம் மூன்று லோகங்களும் இவன் அரசாட்சிக்கே உட்பட்டு இருந்தன.

நல்லதும்கூட காலக் கிரமத்தில் சலிப்பைத்தான் கொடுக்கும். அதன்படியே பலியானவன் ஒரு நாள் தன் வாழ்க்கையைப்பற்றிச் சிந்திக்கலாகி, இன்னும் எவ்வளவு காலம் செய்ததையே செய்தும், அனுபவித்தவைகளையே திரும்பித் திரும்பி அனுபவித்தும் காலம் கழிப்பது என்று எண்ணினான். இதற்கும் ஒரு முடிவு வேண்டாமா வென்று தோன்றிற்று. ஆகையால் உடனே தன் தகப்பன் இருப்பிடம் சென்று, தன் மனக்கலக்கத்தைத் தெரிவித்து, இன்னும் மேலான பதவி ஏதாவது அடையத்தக்கதுண்டா என்று கேட்டான்.

விரோசனன்: நீ அரசாட்சி புரியும் மூன்று லோகங்களைப்போல் இன்னும் அநேக பிரம்மாண்டங்களைத் தாங்கி வரும் அரசன் ஒருவனிருக்கிறான். அவனை ஒருவனாலும் அறிய முடியாது. அவனைக் காண அவனுடைய மந்திரியின் தயவே தேவை. இந்த மந்திரி மகா பராக்கிரமசாலி. அவனே எல்லா உலகத்தையும் எல்லாத் தேவர்கள், அசுரர்கள், மனிதர்கள், பிராணி வர்க்கங்கள் அனைத்தையும், தன் இஷ்டம் போல், ஆனால் அரசனுடைய பார்வையில், ஆட்சி செய்து வருகிறான். ஒவ்வொருவரும் அனுபவிக்கும் சுக துக்கங்களெல்லாம் அவனாலே ஏற்படுகின்றன. ஆகையால் இவனையே நீ முதலில் அணுகி ஜயம் பெற வேண்டும். இவனை ஜயித்தால் எல்லாப் பிரபஞ்சங்களையும் ஜயித்தது போலாகும். இவனை ஜயித்த பிறகு தான் ராஜனுடைய தரிசனம் கிடைக்கும். இவனை வெல்ல அஸ்திர சஸ்திரங்களாலாவது அல்லது வேறு எவ்வித பலத்தாலாவது ஆகாது. இவன் உதவியைக் கொண்டு அரசனுடைய தரிசனம் ஒரு கணமாவது அகப்பட்டால் இவன் வெல்லப்படுவான். அரசனுடைய கருணையின்றி இவன் வசீகரப் படமாட்டான்.

இம் மந்திரியை வெல்லப் பௌருஷமும் யுக்தியும் தான் வேண்டும். இவைகளைக்கொண்டு விடாமுயற்சியுடன் அப்யசித்து வந்தால் இவன் வசமாவான். இவனைத்தான் மனமென்று சொல்வது. ராஜாவென்று சொல்லப்பட்டது ஆத்மாவைத் தவிர்த்து வேறில்லை.

இந்த ஆத்மாவை அடைய மகா வைராக்கியமே தேவை. பதார்த்தங் களிலும் விஷயங்களிலும் இச்சை அடியோடு ஒழிந்தால், மனம் நாசமடைந்து ஆத்ம லாபம் சித்திக்கும். ஆகவே சொந்த முயற்சியால் தான் இது அடையப்படலாமே தவிர, குருவினாலோ அல்லது தெய்வ சகாயத்தாலோ அடையப்பட மாட்டாது. தெய்வமென்பதை நம்பி முயற்சியை விட்டால் எதுவும் கிட்டாது. இந்த தெய்வமென்பது மானிடர்களால் கற்பிக்கப்பட்டதே. கிரியைகளின் பலன் எதிர்பாராத காலத்தில் அடையப்படும் பொழுது தெய்வச் செயலென்று சொல்லப்

படுகிறது. ஆகையால் நீ ஆத்மாவில் உன் பூரண நோக்கத்தையும் செலுத்தி, தீவிர முயற்சியை மேற்கொண்டு ஆராய்ச்சி செய்து வருவாயாக.

பலியின் மனக்குழப்பம்

வசிஷ்டர்: இதைக் கேட்டதும் பலிக்குத் தான் இவ்வளவு காலத்தை வீணாய்க் கழித்ததாகத் தோன்றிற்று. 'திரிலோகங்களையும் ஜயித்து தேவர்களை யெல்லாம் பகைத்துக்கொண்டதின் பலன் அற்ப ஐசுவரிய மும் பெண் போகங்களையும் அடைந்ததே. எவ்வளவு ஐசுவரியமிருந்தும் என்ன பயன்? பெண் போகங்கூட திரும்பித் திரும்பி ஒரே மாதிரிதான் அனுபவிக்கத்தக்கது. எல்லாம் பித்துப் பிடித்தவன் செயல் போல் தோன்றுகின்றனவே ஒழிய, ஒரு விவேகியின் செயலாக இல்லை. இப்பொழுது நான் விவேகியானேன். இனி நான் ஆத்ம தரிசனத்தில் ஊக்கமுள்ளவனாகி அதை எவ்விதமும் அடைந்தே தீருவேன். இனி என்னுடைய மோகங்களெல்லாம் ஒழிந்தன. ஆயினும் என் குல குருவாகிய சுக்ராசாரியரையும் கண்டு அவருடைய அனுக்கிரகத்தைப் பெறலாம்' என்று சற்று அவரை நினைக்கலானான். உடனே சதா நிஷ்டையிலிருக்கும் சுக்ராசாரியருக்கு தன் சிஷ்யனுடைய வேண்டுகோள் மனதிலுதித்து, அதே கணம் அவனிருக்குடம் அடைந்தார். உடனே பலி அவரை வணங்கி உபசரித்து, தன்னுடைய தற்சமயத்து மனோ நிலையைத் தெரிவித்துப் பிறகு இந்த 'நான்', 'பிரபஞ்சம்', 'ஆத்மா' இவை களைப் பற்றித் தெளிவாகச் சொல்லும்படி வேண்டிக் கொண்டான்.

சுக்ராசாரியார்: நான் இப்பொழுது வேறு விஷயமாகச் சீக்கிரம் செல்லவேண்டி இருப்பதால், உன் கேள்விகளுக்கு வெகு சுருக்கமாகப் பதில் சொல்லத்தான் நேரமிருக்கின்றது. சொல்லப்போகும் தத்துவத் தைப் புரிந்துகொள்ள நீ பக்குவமாயிருந்தால், இவ்வார்த்தைகளே போது மானது. பக்குவமாக இல்லாவிட்டால் எவ்வளவு சொன்னாலும் உன் புத்திக்குத் தெளிவுபடாது. ஆகையால் சொல்வதைக் கவனமாகக் கேள். "நான், நீ, இந்த ஜகத் எல்லாம் சுத்தசித்தைத் தவிர்த்து வேறல்ல. சித் சேதனத்தில் ஈடுபடுகையில், நீ, நான் என்ற தோற்றங்கள் ஏற்படுகின்றன. இவைகளே பந்தத்திற்குக் காரணம். சித் அசேதனமாக இருந்தால், தோற்றங்கள் அழிவடைகின்றன. இதுவே மோட்சமென்பது. சேதனமாய் நிற்கும் அகண்டப் பிரபஞ்சம் முழுவதிலும் சித்தானது ஊடுருவி நிற்கின்ற தென்பதுதான் சகல சாஸ்திரங்களின் சித்தாந்தமும். இவ்வளவேதான் இவ்விஷயமாக முடிவாகச் சொல்லக் கூடியது. இனி நான் அவசரமாக சப்தரிஷிகளின் சங்கம் போக வேண்டி இருப்பதால் விடை பெற்றுக் கொள்ளுகிறேன்."

வசிஷ்டர்: இவ்வாறு சொல்லிவிட்டுச் சுக்ராசாரியார் மறைந்தார்.

பலியானவன் இவ்வார்த்தைகளை மனதில் வாங்கிக்கொண்டு உடனே ஆலோசனையில் அமர்ந்தான். மேலும் மேலும் விசாரணை செய்ததன் பலனாக, முனிவர் சொன்ன மொழிகளின் பொருள் விளங்கியது. எல்லாம் சித்தின் ஒளியென்றே அனுபவமாகத் தோன்றிற்று. சித் பிரகாச மின்றி சந்திரசூரியர்களின் ஒளியைக் கூட உணரமுடியாது. இந்த ஜகத்தும் நிலை நிற்க முடியாது. "ஆகையால் நானும் இந்த சித்தே. நானே இந்த பிரம்மாண்டமாகவும் பரமாணுவாகவும் இருக்கிறேன். 'நான்' இல்லாமல் இடம், காலம், பொருள் என்பவைகள் ஏது?" இவ்வாறாக எண்ணங் களில் மனது ஒருமுகப்பட்டு, இருந்த இடத்திலேயே சமாதி நிலையை அடைந்தான் பலி.

மகாராஜாவை வெகு நேரம் காணாத காரியஸ்தர்கள், மந்திரிமா ரெல்லாம் பலவிடங்களில் தேடிக் கடைசியில் இருக்குமிடத்தைக் கண்டுபிடித்து, அவன் இருக்கும் நிலையைப் பார்த்து வியப்படைந் தார்கள். அரசனுக்கு என்ன நேர்ந்ததோ என்று தெரியாமல், அதைத் தெரிந்துகொள்ள குலகுருவையே நாட வேண்டும் என்று அவர்கள் நினைக்கலானார்கள். நினைத்தமாத்திரம் சுக்ராசாரியரின் உருவம் அங்கு தோன்றிற்று. காரியதரிசிகளின் வியப்பின் காரணத்தை உணர்ந்து, பலி இருக்கும் நிலைமையையும் ஒரு கணநேரம் தியானத்தால் அறிந்து கொண்டு, பரிவாரங்களுக்கு ஆறுதல் சொன்னார். பலியானவன் தற்சமயம் பகவான் பதவியை அடைந்து சமாதியில் இருப்பதாகவும், கொஞ்ச காலத்தில் இது தானாகவே கலைந்து பழைய நிலைக்கு வருவானென்றும் சொன்னார். அதுவரையில் மந்திரிமார்களை ராஜ காரியத்தைக் கவனிக்கும்படி சொல்லிவிட்டுப் போயினர்.

பலி ஞானமடைதல்

ஆயிரம் தேவ வருஷ காலம் பலியானவன் சமாதியிலிருந்து, பிறகு கண் விழித்ததும் தன் பரிவாரங்கள் எதிரிலிருப்பதைக் கண்டான். இவ்வளவு சீக்கிரம் இவர்கள் திரும்பி வந்ததைக் கண்டு வியப்படைந் தான். ஏனெனில்தான் ஒரு கண நேரந்தான் நிம்மதியுடன் இருந்த தாகத் தோன்றிற்று. அதனுள் சம்சாரம் முன்வந்ததே என்று மனம் சலித்தான். பிறகு சற்று ஆலோசனை செய்ததில், தனக்கு மோட்சத்தைப் பற்றிய ஆவல்தான் எதற்கு? ஏன் சம்சாரத்தைப்பற்றி வெறுப்புக் கொள்ள வேண்டும்? எதுவும் தனக்கு விருப்பமில்லை, வேண்டாமென்பதும் இல்லை. யதேச்சையாக வந்ததை அனுபவிக்க வேண்டியதே தனக்கு முறை என்ற முடிவுக்கு வந்தான். பிறகு தன் பரிவாரங்களுடன் கலந்து ராஜ்ய விஷயங்களை முன் போலவே கவனிக்கத் தொடர்ந்தான். ஆனால் அவைகளில் யாதொரு பலனையும் கருதவில்லை.

இதன் பிறகு ஒருநாள் தன் ஐசுவரியங்களையெல்லாம் தர்மம் செய்யத் தீர்மானித்து, அதன் பொருட்டு ஒரு யாகத்தை மேற்கொண்டு, மூன்று லோகத்திலும் தகுந்தவர்களையெல்லாம் வரவழைத்து ஏராள மாகத் தானம் செய்தான். முனிவர்களும் தேவர்களும்கூட அழைக்கப் பட்டிருந்ததால் நாராயணனும் வந்திருந்தார்.

அப்பொழுது தேவலோகம் இந்திரனுடைய அரசாட்சிக்கு உட்பட வேண்டிய கிரமத்தை நாராயணன் அறிந்து, மேலும் இந்திரன் அதன்மேல் கண்ணாயிருப்பதையும் உணர்ந்து தவிர பலியானவன் ஞானத்தைப் பரிபூர்ணமாக அடைந்து ராஜ்யத்தில் யாதொரு இச்சையும் இல்லாம லிருப்பதால், கிரமத்தைப் பூர்த்தி செய்விக்க இதுவே நல்ல சமயமென்றும் அறிந்துகொண்டார். ஆகையால் ஒரு சூழ்ச்சியினால் தானம் வாங்கும் முறையைக்கொண்டு பலியைப் பாதாளத்தில் தள்ளிவிட்டார். அப்படித் தள்ளப்பட்டும் பலியானவன் அதைப்பற்றி ஒரு சிந்தனையுமின்றி எப்பொழுதும்போல் சம நோக்கத்தில் இருந்து கொண்டு பாதாளத்தில் சர்வ சுகியாய் இருந்து வந்தான். ஆனால் சில காலம் கழித்து அவன் மீண்டும் இந்திரனுடைய பதவியை அடைய நேரிடும்.

ஆகையால் ராமா! நீயும் இந்த பலி சக்ரவர்த்தியைப்போல் பூர்ணப் பிரயத்தனத்துடன் இந்த சாந்த நிலையை அடைய முயற்சி செய்வாயாக. மற்றபடி நீ பக்குவமடைந்திருப்பதை உன் வாக்கின் நடையிலிருந்தே அறிவேன். நீ வெகு சீக்கிரம் ஜீவன்முக்தன் ஆவாய். ஆகையால் அதைரியத்தை விட்டு, லோக விஷயங்களில் வெறுப்பின்றி மனதை நிர்மலமாக வைத்துக்கொண்டு உன் கடமைகளைச் செய்துவருவாயாக.

பிரஹ்லாதன் கதை

வசிஷ்டர்: சத்வ குணத்தைப் பூரணமாக அடைந்தவர்கள் வெகு சீக்கிரம் மோட்சத்தை அடைவார்கள். இதை விளக்க இன்னொரு விருத் தாந்தமும் உண்டு. அதைச் சொல்லுகிறேன் கேள்.

ஒரு காலத்தில் வெகு பராக்கிரமும் தபோமகிமையும் கொண்ட இரண்யகசிபு என்ற அசுரத் தலைவனொருவன் இருந்தான். தன் தபோ சக்தியினாலும், அடைந்திருந்த வரப்பிரசாதங்களினாலும் மூன்று லோகங் களையும் ஜயித்து, தேவலோகத்தின் ஐசுவரியங்களைக் கைப்பற்றித் தன் வசமாக்கிக் கொண்டு, மேலும்தேவர்களைத் தன் அரசாங்கத்தில் பணிவிடை செய்ய வற்புறுத்தி, அப்சரப் பெண்களைத் தன் அந்தப்புரத்தில் சைரந்திரிகளாகவும் அமைத்து எல்லோரையும் இம்சித்து அட்டகாசம் செய்து கொண்டிருந்தான். இத்துடன் புத்திர சம்பத்தும் மனம் குளிர ஏற்பட்டிருந்தது. கடைசிப் புத்திரனான பிரஹ்லாதன் தகப்பனைப் போலவே மகா தீரனாக இருந்தான். ஆனால் குணம் தகப்பனைப்

போலில்லாமலும், மேலும் மிக அறிவாளியாகவும் பிரஹ்லாதன் விளங்கி வந்தான். இவைகளால் இரண்யகசிபுவுக்கு மதம் உச்சிக்கு ஏறி விட்டது.

இரண்யகசிபுவின் வதம்

தலைவன் எவ்வளவு பராக்கிரமமுடையனாயினும், அவனுடைய அக்கிரமங்களையும் அநீதிகளையும் பிரஜைகள் எவ்வளவு காலந்தான் பொறுப்பார்கள்? பொறுமைக்கும் ஓர் அளவுண்டு, பொதுமக்களிடத்து. ஆகையால் தேவர்கள், துன்பத்தைப் பொறுக்க முடியாமல் பகவான் நாராயணனிடம் முறையிட, அவர் உடனே நரசிம்மாவதாரமெடுத்து, கண் பார்வையாலேயே அசுரர்களைப் பொசுக்கி உடனே அந்தர்த் தியானமானார். இரண்யகசிபுவும் எரிபட்டான். பிறகு தேவர்கள் தங்கள் ராஜ்யத்தை மீண்டும் அடைந்து பழைய நிலைமையில் இருந்தார்கள். அசுரர்களிலோ அநேகமாய் எல்லோரும் மாண்டார்கள். பட்டணங்க ளெல்லாம் தீக்கு இரையாயின. இவ்வழிவுக்குத் தப்பின பாகங்களுக்கும், அசுரப் பிரஜைகளுக்கும் தலைவனாக பிரஹ்லாதன் ஒருவனே பகவான் கோபத்திற்கு இரையாகாமல் இருந்தான்.

பிரஹ்லாதனின் மன வருத்தம்

நடந்த சம்பவங்களைக் குறித்துப் பிரஹ்லாதன் மிகவும் துக்கித்தான் மகா சூரர்களான அசுரர்களெல்லாம் கணநேரத்தில் நசித்தார்களே! நம் சக்தியெல்லாம் இவ்வளவுதானா? நம்மிடம் பணிவிடை செய்து வந்த தேவர்கள் இப்பொழுது நமக்கு எஜமான ஸ்தானத்தை வகிக்கிறார்கள்! நம் பெண்களுக்கு தேவலோகத்தில் பணிவிடை செய்ய நேர்ந்தது! நமக்கும் எவ்வளவு கேவலமான நிலைமை ஏற்பட்டது! இந்த தேவர்கள், தங்களால் செய்யமுடியாத காரியங்களை நாராயணனிடம் முறையிட்டுக் கொண்டு சாதித்துக் கொள்ளுகிறார்கள். அசுரர்களோ தங்கள் பராக்ரமத் தால் தலைதூக்கி வரும்பொழுதெல்லாம், திரும்பித் திரும்பி நாசத்திற்கு ஆளாகிறார்கள். இந்த நாராயணனுக்கு ஏன் இவ்வளவு பட்சபாதம்?

பிரஹ்லாதனின் தீர்மானம்

இந்த நாராயணனுடைய சக்தியைத்தான் என்னவென்று சொல்வது! நாம் எவ்வளவு பராக்ரமத்தை அடைந்தபோதிலும் அவன் பார்வையைக் கூட எதிர்க்க முடியாமல் போகிறதே! இனி நாம் தலைதூக்க என்ன செய்வது? இவனை வசம் செய்துகொள்வதே சரியான யோசனை. இவனை எவ்விதம் வசம் செய்வது? அவனாகவே நான் ஆகவேண்டும். இதுவே சரியான முறையென்று தீர்மானித்துக்கொண்டான்.

உடனே, அதே மாதிரி சங்கல்பம் உடையவனாய் தியானத்தில் அமர்ந்தான். படிப்படியாக விஷ்ணுவின் ஒவ்வொரு அங்கத்தையும்

சங்கல்பித்துக்கொண்டு, அப்படியே தானுமிருப்பதாகப் பாவித்துக் கொண்டு, பிறகு அவனுடைய முழு சொரூபத்தையும் தானடைந்தான். இந்தப் பாவனையில் நிலையாக நின்று, அப்படியே சமாதியை அடைந்தான்.

அசுரர்கள் விஷ்ணு பக்தர்களானது

இப்படித் தலைவன் விஷ்ணு பக்தனானதைப் பார்த்து இதர அசுரர்களெல்லோரும்கூட அவ்விதமே ஆனார்கள். இச்செய்தி தேவ லோகத்திற்குத் தெரியவந்து, தேவர்கள் "இதென்ன அதிசயம்! என்ன விபரீதத்திற்கோ அசுரர்களின் விஷ்ணுபக்தி! இவர்களும் நாராயணனால் காப்பாற்றப்பட்டால் நம்முடைய கதி என்ன" என்று யோசித்தார்கள். ஆகையால் உடனே விஷ்ணுவை நாடி, இப்படி அசம்பாவிதமான விஷயம் நேரிட்டிருப்பதாகவும் இதனால் தங்கள் இனத்தார்களுக்கு என்ன விபரீதம் நேரிடுமோ என்றும் தேவர்கள் முறையிட்டுக் கொண்டார்கள். இதைக் கேட்ட விஷ்ணுவானவர் ஒரு நொடிப் பொழுதில் தியானத்தால் விஷயத்தை நன்கு உணர்ந்து, தேவர்களை நோக்கி, நல்லோர் தீங்கைச் செய்ய மேற்கொண்டால் தகாதே ஒழிய, கெட்டவர் நல்லவராக மாறினால் ஒரு தீங்கும் விளையாதென்று ஆறுதல் சொல்லி அனுப்பி விட்டுத் தானும் அந்தர்த்தியானமானார்.

பிரஹ்லாதனுக்கு விஷ்ணு தரிசனம் கொடுத்தது

பிரஹ்லாதன் சிலகாலம் கழித்து சமாதியிலிருந்து கண்ணை விழித்ததும், விஷ்ணுவானவர் எதிரில் நிற்பதைக் கண்டான். பிரஹ்லாதனுடைய தபஸையும் பக்தியையும் மெச்சி தான் இவைகளால் மிக சந்தோஷம் அடைந்ததாகச் சொல்லி அவன் என்ன வரங்களை எதிர்பார்க்கிறானென்றும் கேட்டார். பிரஹ்லாதன் விஷ்ணுவை மிகச் சிரத்தையுடனும் பக்தியுடனும் நேரில் பூஜை செய்து பிறகு தனக்கு என்ன தேவை யென்பதைத்தான் அறியவில்லை யென்றான். இதைக் கேட்ட விஷ்ணு மிகவும் சந்தோஷித்து சர்வ சாந்தமும் அமைதியும் கொண்ட ஆத்மாவை அவன் அடையக் கடவதென்று அனுக்கிரகம் செய்து மறைந்தார்.

பிரஹ்லாதன் ஞானியானது

இதன் பிறகு, விஷ்ணுவின் அனுக்கிரகத்தின் பிரசாதமாக ஆத்ம சிந்தனையில் ஈடுபட்டு, 'நான் யார்' என்னும் விசாரணையில் முழு மனதையும் செலுத்தினான். படிப்படியாக தேகமோ, கர்மேந்திரியங்களோ, ஞானேந்திரியங்களோ, அல்லது மனதோ ஒன்றும் 'நானாக இருக்க முடியாது என்று தீர்மானத்திற்கு வந்தான். எல்லாவற்றையும் பிரகாசிக்கச் செய்யும்

சித்தே ஆத்மா; இதன்றி யாதொரு வஸ்துவும் நிலைநிற்காதென்றும், இதுவே பிரபஞ்சமென்னும் தோற்றத்தை அளித்துக்கொண்டு, தான் நிஷ்களங்கமாகவும் எப்பொழுதும் பூரணமாகவும் இருக்கின்றது, என்றும் தீர்மானத்தை அடைந்தான்.

நான் இப்பொழுது ஆத்மாவாக எவ்விடத்திலும் இருக்கிறேன். நானில்லாமல் வஸ்துவேது, இடமேது? இந்நிலை எவ்வளவு பரமானந்தமா யிருக்கிறது! எவ்வளவு காலமாக ஒரு சிறிய பிரதேசத்தை மகத்தாக நினைத்தும், அல்ப சுகங்களைக் கருதியும் காலத்தை வீணாகக் கழித்தேன். என் முன்னோர்களும்கூட எவ்வளவு மூடர்களாக இருந்தார்கள்? ஒரு சிறிய ராஜ்யத்தின் பொருட்டுத் தேவர்களைப் பகைத்துக்கொண்டு, அடைய வேண்டிய பரமமான நிலையை மறந்து, தங்கள் நாசத்தைத் தேடிக் கொண்டார்கள். நம் குல குருவாகிய சுக்ராசாரியர்கூட நம் இனத்தாருக்கு கடைத்தேறும் வழியைக் காட்டாமலிருந்துவிட்டார். இவர்களைக் கைதூக்கிவிட ஒரு பிரயத்தனமும் செய்ய வில்லையே. ஏன் எல்லா அசுரர் களும் இந்தப் பரமானந்தத்தை அடையக் கூடாது?

இந்த ஆத்மாவை எவ்வாறு வர்ணிப்பது, எவ்வாறு அறிவது? வாக்குக்கும் மனத்திற்கும் எட்டாமல், ஆயினும் சர்வ வியாபியாயிருக்கும் ஆத்மா சர்வ மௌனத்தால்தான் சுட்டிக் காட்டப்படும். வஸ்து ஜாலங் களின் உள்ளும் புறமும் ஆத்மாவே; சூரிய சந்திரர்களும் ஆத்மாவே. மூறு காலத்தையும் சமமாக்கித் தான் ஏகமாய் நின்று இருப்பினும், அதைப் பூர்ணமென்று தான் சொல்லத் தகும். பாவம்-அபாவமென்ற இரண்டு தன்மையாகவும் இருந்தும், ஒன்றை ஒழிப்பதால் மற்றொன்று ஏற்படுவ தின் பொருட்டு சமமென்றும் சொல்லப்படும். பிறகு வெகு சூக்ஷமாயும் எவ்விதத்திலும் புலப்படாமலிருப்பதாலும் சூன்யமென்றும் சொல்லத் தகும். வார்த்தைகளின் குறைப் பாட்டால் இப்பதவி மோட்சமென்று சொல்லப்படுகிறது.

அசுர ராஜ்யம் க்ஷீணித்தல்

இவ்வித ஆராய்ச்சியையே மேற்கொண்டவனாய்ப் பிரஹ்லாதன் சமாதியை அடைந்தான். வெகு காலம் சமாதியில் இருந்தபடியால் அசுர சாம்ராஜ்யம் அரசனுடைய மேற்பார்வையின்றி வெகு கேவலமான நிலையை அடைந்தது. ஜனங்கள் நீதி நெறியிலிருந்து நழுவினார்கள். சிநேகிதர், சுற்றத்தார் என்னும் முறைகள் மறைபட்டன. ஏழைகளும், பல ஹீனர்களும் ஐசுவர்யம் பெற்றவர்களுக்கு அடிமையானார்கள். களவு, கொலை, ஒருவன் மனைவியை இதரர் அபகரித்தல்- இவ்வித துன்மார்க்க முறைகள் அதிகரித்தன. சுருக்கமாக, அசுர ராஜ்யம் நிர்மூலமடையும் நிலையிலிருந்தது.

பிரஹ்லாதன் மீண்டும் ராஜ்யபாரம் செலுத்தல்

இவ்வித நிலையில், விஷ்ணுவானவர் பால் கடலில் கிரமப்படி ஆறுமாதகால நித்திரையிலிருந்து கண் விழித்தார். உடனே தன்னை ஆதாரமாகக்கொண்ட பிரபஞ்சம் எப்படி நடைபெற்று வருகிறதென்று கவனிக்கலானார். முதலில் தேவர்களை நினைத்து அவர்களுடைய க்ஷேமத்தையும், தேவேந்திரன் தன்னுடைய பதவியில் நிலையாயும் சந்தோஷமாயும் இருப்பதையும் அறிந்துகொண்டார். பிறகு பூலோகமும் சரிவர நடந்துவருவதை அறிந்தார். கடைசியாக பாதாளத்தைக் கவனிக்கும் பொழுது அது முற்றிலும் சீர்கெட்டிருப்பதையும், அதற்குக் காரணம் தலைவனில்லாது இருப்பதென்றும் உணர்ந்தார். அசுரர்கள் இவ்வாறு நாசமடைவது சரியல்லவென்று எண்ணினார். ஏனெனில் அதனால் தேவர்களும், செயல்கள் குன்றி, முன்னேற்றத்திற்கு வசதியின்றி, நாசமடைவார்கள். அது பிரபஞ்சத்தின் அழிவுக்குக் காரணமாகும். பிறகு தானும் யாதொரு கர்மமில்லாமல் ஆத்ம நிஷ்டையில் இருக்க வேண்டியதே. இப்படி அழிவைத் தேடுவது தனக்கும் உரிமையல்ல; அதற்கு ஈசுவரனிருக்கிறான். தனக்கு விதிக்கப்பட்ட தர்மம் பிரபஞ்சத் தைப் பரிபாலிப்பதே. ஆகையால் அசுரர்கள் நாசமாகாமல் அவர் களுக்குத் தகுந்த தலைவனை நியமிப்பதே சரி. இந்த ஸ்தானத்தை வகிக்க பிரஹ்லாதனுக்கு யார் ஈடாகும்? அவனால் தேவர்களுக்கும் யாதொரு தீங்கும் நேரிடாது. ஆகையால் இவனை நிஷ்டையிலிருந்து எழுப்பி ராஜ்யபாரத்தை ஏற்றுக்கொள்ளச் செய்யவேண்டுமெனத் தீர்மானித்துக் கொண்டார்.

உடனே பால்கடலிலிருந்து எழுந்து, தன் ஆயுதங்களைத் தரித்து, லக்ஷ்மி சகிதமாய் கருட வாகனத்தின் மீதேறி பிரஹ்லாதன் இருக்குமிடம் நோக்கிச் சென்றார். இருப்பிடம் அடைந்ததும், பிரஹ்லாதனை விழிக்கச் செய்வதற்கு தன் சங்கினால் உலகமெங்கும் எதிரொலிக்கும்படி ஊதினார். விஷ்ணுவின் பிராணதொனியாக இருந்தபடியால் பிரஹ்லாதனின் சமாதி கலைக்கப்பட்டு, பிறகு கொஞ்சம் அசைவுற்று அவன் கண்ணை விழித்துக் கொண்டான். பிறகு உலகப் பிரக்ஞை முற்றிலும் ஏற்படும்படி பிரஹ்லாதனை நோக்கி, "மகாத்மா பிரஹ்லாதா" என்று அழைத்தார். அவ்வாக்கின் சக்தியால் அவன் தேகம் அசைவுண்டு, மனமும் உலக விஷயங்களில் இயங்கும்படியான தன்மையை அடைந்தது. அச்சமயம் பார்த்து பிரஹ்லாதனுக்கு விஷ்ணு பின்வாருமாறு உபதேசித்தார்.

விஷ்ணு: பிரஹ்லாதா! நீ பரிபூர்ண ஞானி யாகிவிட்டாய்; ஆத்ம தத்துவத்தை நன்கு உணர்ந்தாய். ஆதலால் உனக்கு வேண்டும், வேண்டா மென்றதே கிடையாது. நோக்கம் இப்படி இருக்க, எப்பொழுதும்

சமாதியிலே நீ உட்கார்ந்து தேகத்தை நாசம் செய்து கொள்வதின் பயன் என்ன? ஏனெனில், வாஸ்தவத்தில் சமாதி நிலைக்கும் மரணத்திற்கும் வித்தியாசம் இல்லை. நான் நியதியின் போக்கை அறிந்தவன். இந்நியதியின் பிரகாரம் உன் தேகம் கல்ப கால பரியந்தம் அழியாமல் நின்றே தீர வேண்டும் (அதாவது தேகத்தை மறுபடியும் மறுபடியும் எடுத்துக் கொள்ளும் தன்மை). பிரம்மா, ருத்ரன், நான் எல்லோரும் அழிவு அடையும் காலத்தில்தான் உன் தேகத்திற்கும் நாசமேற்படும். ஆகையால் இப்பொழுது பலாத்காரமாக நீ தேகத்தை விட்டிருக்கும் நிலையை அடையக் கருதுவது சரியல்ல. ஞானிகளுக்கு வேண்டாமென்ற நோக்கமும் தகாதல்லவா?

ஜீவிதத்திற்கும் மரணத்திற்குமுள்ள பேதம்

ஜீவிதமென்பது இப்பொழுது தரிக்கப்பட்ட உடல்மேலுள்ள ஆசையைக் குறிப்பது; மரணமென்பது இந்த தேகத்தின் நாசத்திற்குப் பிறகு ஏற்படும் தேகத்தின் மேலுள்ள ஆசையைக் குறிப்பிடுவது. உனக்கு இவ்விரண்டுவித ஆசைகளிலும் நோக்கம் கிடையாது. நீயே சர்வ வியாபியான ஆத்மாவாக இருப்பதால், ஒரு இடம் விட்டு மற்றொரு இடம் போவதற்கும் போகாமலிருப்பதற்கும் கிரமம் ஏது? தேகமிருந்தும் அதன்மேல் நோக்கமில்லாததால் தேகமில்லாத தன்மையை உடைய வனாக இருக்கிறாய்.

வாழ்க்கையைத் துறப்பது ஞானிகளுக்கு முறையல்ல

மேலும் உன்னைப்போல மகா புருஷர்கள் உலகத்தில் வாழ்க்கையை நடத்திவந்தால் ஜனங்களுக்கு க்ஷேமம் உண்டாகும். ஏனெனில் ஜனங் களும் நீதி முறைகளைப் பின்பற்றி சம்சார வாழ்க்கையில் இன்பத்தை அடைவார்கள். உலகத்திற்கே திலகம் போல் விளங்கும் உன்னைப் போன்ற சத் புருஷர்கள் உலகத்தைத் தியாகம் செய்தால், ஜனங்களுக்கு நற்கதியை போதிப்பது யார்? நல்லோர்களும் ஞானிகளும் உலகத்தைத் துறந்தால், அறிவில்லாதவர்களும் துஷ்டர்களுமே அதன் போக்கைக் கவனிக்க நேரிடும். அப்பொழுது உலகத்தின் நடை எவ்வாறிருக்கும்?

ஆகையால் சதா சமாதியிலிருக்கும் நோக்கத்தை நீ விட்டுவிட்டு, நியதியின் போக்கை அனுசரித்து தேகம் தானாகவே நாசமடையட்டும். உன் பிரயத்தனமெல்லாம் மனம் ஒருமுகப்பட்டிருப்பதில் இருக்க வேண்டும். இச்சை, துவேஷம், வேண்டும், வேண்டாம் என்ற துவந்துவ பாவங்களை மனவேறுபாடில்லாமல் அனுபவித்தும், வராதவைகளைப் பற்றிக் கவலையின்றியிருப்பதுமே உன்னைப்போன்ற ஞானிகளுக்குத் தகுந்த முறை. கர்மத்தில் துவந்துவ பாவமும், மனதில் அபாவமும்தான் சமநிலை யென்றும், புறநோக்கம் அற்ற ஜீவன் முக்த நிலையென்றும்

கருதப்படும்.

வசிஷ்டர்: இம்மொழிகளைக் கேட்டதும் பிரஹ்லாதன் தான் ஒருவித நோக்கமும் இல்லாதிருப்பதால் பகவான் இஷ்டப்படி செய்யலாம் என்று சொன்னான். பிறகு பகவானே பிரஹ்லாதனைச் சிம்மாசனத்தில் அமரச் செய்து, தேவர், வித்யாதரர், முனிவர்கள் முன்பு மகுடாபிஷேகம் செய்து வைத்தார். பிறகு அசுரர்களையும் ஆசீர்வதித்து, நாராயணன் திரும்பிச் சென்றார்.

இந்தப் பிரஹ்லாதனுடைய வரலாற்றை யார் கேள்வியுற்று அதில் போதிக்கப்பட்ட ஒழுக்கங்களையும் தத்துவத்தையும் ஆராய்ச்சி செய்து அவ்விதம் அனுசரித்து வருகிறானோ அவன் மோட்சத்தை அடைவதில் சந்தேகமில்லை.

ராமன்: பிரஹ்லாதன் தேகம் மனம் இரண்டின் ஸ்மரணையையும் விட்டு ஆத்ம சிந்தனையிலே இருக்க, எவ்விதம் விஷ்ணுத் தொனியினால் சமாதியிலிருந்து எழுப்பப்பட்டான்?

வசிஷ்டர்: தேகத்தைத் தரித்திருக்கும் வரையில், நியதிக்குட்பட்ட தேக ஸ்மரணைக்கு அடிக்கடி வராமலிருக்க முடியாது. ஆகையால் சமாதியையே நோக்கி இருந்தாலும், திரும்பித் திரும்பி தேக உணர்ச்சி களுக்கு உட்பட்டு உலக விஷயங்களுக்கு விழித்தே தீர வேண்டும். பஞ்ச பூதங்களாலே ஏற்பட்டிருக்கும் தேகம் அப்பூத உணர்ச்சிகளுக்கு உட்படாமல் எப்படி இருக்க முடியும்?

மேலும் பிரஹ்லாதன் விஷ்ணுவையே ஆத்மாவாகக் கருதி அந்த ஸ்மரணையில் சமாதியிலிருந்ததால் விஷ்ணுவானவர் நினைத்த தருணம் சமாதியிலிருந்து அவன் வெளி நோக்கத்தை அடைந்தான்.

பிரஹ்லாதன் முக்தியடைந்தது தன் பிரயத்தனத்தால்

ராமன்: முக்தியை அடைய சொந்த முயற்சியே தேவையென்று முன்னமே சொல்லப்பட்டது. ஆனால் பிரஹ்லாதன் விஷ்ணுவின் அனுக்கிரகத்தால் முக்தி அடைந்தது எவ்விதம்?

வசிஷ்டர்: இங்கே விஷ்ணுவின் அனுக்கிரகம் ஏது? தன் சொந்தப் பிரயத்தனத்தாலும் ஆராய்ச்சியாலுந்தான் ஆத்மத்தை அறிந்தான். மேலும் இங்கே விஷ்ணுவென்று சொல்லப்பட்டது ஆத்மாவே. வியவகாரத்தின் பொருட்டு ஒரு நாமம் கொடுக்கப்பட்டது. பிரயத்தனத் திற்குப் பிறகு பலனாக சித்தி அடையப்பட்டதே தவிர, முயற்சிக்கு முன், வரனாக ஒன்றும் கிடைக்கவில்லையே!

ஆத்மா ஆத்மாவினால்தான் காணப்படும். வேறெவ்விதத்தாலும்

காணப்படாது. இதற்குப் பௌருஷமும் ஆராய்ச்சியும்தான் உதவும். ஜனங்களால் வழங்கப்பட்ட தெய்வமென்ற சொரூபத்தால் முடியாது. குருவின் மூலமும் அதை அடைய முடியாது. அப்படி அடைவதாக இருந்தால், குருவினுடைய ஆடுமாடெல்லாம் மோட்சத்தை அடைய லாமே! எனவே, இது பிறரால் கொடுக்கப்படுவதன்று.

இவ்விஷயத்தில் இதர உபாயங்களாகிய பூஜை முதலியனவும் பயன்படா. ஆராய்ச்சி செய்யத் தகுதியற்றவர்களுக்கே பூஜை விதிக்கப் பட்டது; விவேகிகளுக்கு இது தகுந்த மார்க்கமல்ல. பூஜை பக்தியுடன் செய்யப்பட்டால் அதனால் மனம் சுத்தியாகலாம். ஆனால் ஆத்மலாபம் அடைவதென்பதைக் கனவிலும் எண்ணவேண்டாம். எந்த மார்க்கத்தை அனுசரித்தாலும் கடைசியில் இந்திரியங்களையும் மனதையும் அடக்கி ஆத்மாவைக் காணும் பிரயத்தனத்தில் பௌருஷத்தை உபயோகித்தால் தான் ஆத்ம தரிசனம் சித்திக்கும். வீணாகப் பூஜையில் காலங் கழிப்பதை விட நேராக மனதை வசம் செய்வதில் தீவிர முயற்சியைச் செய்வதே உசிதம். மூடர்களுக்கு விதித்த மார்க்கமாகிய பூஜையை விவேகிகள் ஏன் மேற்கொள்ளவேண்டும்?

காதியின் வரலாறு

வசிஷ்டர்: ஆகவே சித்தத்தை ஒடுக்கி மாயையாகிற பிரபஞ்சத்தில் அகப்பட்டுக் கொள்ளா வண்ணம் பிரயத்தனம் செய்து வருவதே நமக்கு உரிய மார்க்கம். இந்தப் பிரபஞ்சமாகிற மாயை எவ்வளவு விஸ்தார மானது என்பதை விளக்க ஒரு சிறு கதை சொல்லுகிறேன், கேள்.

கோசலமென்ற தேசத்தில் முன்னொரு காலத்தில் காதியென்ற ஒரு பிராமணனிருந்தான். அவன் சாஸ்திரங்களை நன்றாக ஆராய்ந்த வனாயும் அதனால் வாழ்நாளைச் சிறப்பாய்ச் செலுத்துபவனாகவும் இருந்தான். திடீரென ஒரு நாள் அவன் நகர வாழ்க்கையை வெறுத்து, காட்டில் போய்த் தவம் செய்யத் தீர்மானித்து, உடனே புறப்பட்டு விந்தியாரண்யத்தில் காடும் நதியும் சேர்ந்த இடமொன்றை அடைந்து அங்கே சில காலங் கழித்தான்.

பிறகு ஒரு நாள் பெருந் தவமொன்றைத் தொடங்கக் கருதி, ஆற்றிலிறங்கி நீரில் நின்றவாறு தவம் செய்தான். எட்டு மாதம் கழிந்த பிறகு தேகமும் சற்று மாறுதலடைவதாக இருக்கும் சமயம் விஷ்ணுவின் தரிசனம் கிடைத்தது.

தவத்தால் தான் மிக சந்தோஷமடைந்ததாகவும், அவனுக்கு வேண்டிய வரத்தைக் கேட்டுக்கொள்ளலாமென்றும் விஷ்ணு சொன்னார். இச்சை களையெல்லாம் துறந்த காதி, தான் பிரபஞ்சமாகிய மாயையை முற்றிலும்

அறிய இஷ்டப்படுவதாகச் சொன்னான். அவ்விதமே அறிந்து பிறகு ஞானத்தையும் அடையக் கடவதென்று அனுக்கிரகித்து விஷ்ணு மறைந்தார்.

காதியின் மனத்தோற்றம்

சில நாட்கள் கழிந்தும் விஷ்ணுவின் ஆசீர்வாதம் நடைபெற வில்லை யென்ற சிந்தனையுடன், நீராடும் பொருட்டு ஆற்றிலிறங்கி மூழ்குகையில் அவனுக்கு ஒரு விசித்திரமான காட்சி மனக் கண்ணில் புலப்பட்டது. அதாவது:

தான் சவமாய்க் கிடப்பதாகவும், தன் பந்துக்களும் சிநேகிதர்களும் அழுது புரண்டு துக்கத்தில் மூழ்கிக் கிடப்பதாகவும் இருந்தது. பிறகு தான் ஒரு சக்கிலிப் பெண் வயிற்றில் ஆண் சிசுவாய்ப் பிறந்து, காலக் கிரமத்தில் யௌவன மடைந்து, ஒரு வேடனாக இருந்து அக்காட்டுப் பிரதேசத்தில் மகா தீரனென்று வழங்கி வந்தான். பிறகு தன் இனத்திலே ஒரு பெண்ணை மணந்து, பல குழந்தைகளையும் அடைந்து, வயதும் அதிகரித்து உடல் ஒடுங்கலாயிற்று. இனிக் காட்டுவாசம் சரியல்ல என்று அடுத்த கிராமத்தில் ஒரு குடிசையில் வசித்து வந்தான். நல்ல முதிர்ந்த வயது அடைந்த காலத்தில் மனைவி, குழந்தைகள், சுற்றத்தார் எல்லோரையும் வெகு சீக்கிரத்தில் ஒவ்வொருவராக இழந்தான். விதியின் கொடுமையைக் கண்டு வருந்தி அவ்விடத்தை விட்டு அகலுவதே மேலென்ற எண்ணத்துடன் கால் சென்றமட்டும் போனான். வெகுநாள் பிரயாணத்திற்குப் பிறகு கிராடமண்டல மென்னும் ஓர் அழகிய பட்டணத்தை அடைந்தான். அந்நகரத்தில் உள்ளே போகையில் ஓர் அரண்மனை வாசலைக் கண்டு, அநேக ஜனங்கள் கூடி இருப்பதையும் பார்த்தான். இக்கூட்டத்திற்கு காரணமென்னவென்று விசாரிக்க, அவ்வூர் அரசன் சந்ததி இல்லாமல் இறந்ததாகவும், தேச வழக்கப்படி யானை யிடம் மாலை கொடுத்துப் புதிய அரசனை நியமிக்க வேண்டி இருப்ப தாகவும் கேள்விப் பட்டான். அதற்கேற்றபடி ஒரு யானை மாலையுடன் தயாராக இருப்பதையும் கண்டான். இந்த யானையைச் சற்று உற்றுப் பார்த்த வண்ணம் நிற்கையில், திடீரென மாலை இவன் கழுத்தில் விழுந்தது. மேலும் தும்பிக்கையால் பிடிபட்டு யானை முதுகின்மேல் உட்கார வைக்கப்பட்டான். உடனே அந்த ஜனங்கள் கரகோஷத்துடன் அவனை ராஜாவாக அங்கீகரித்து சிம்மாசனத்தில் அமர்த்திப் பட்டா பிஷேகம் செய்தனர்.

இப்படி 8 வருஷ காலம் காவலனென்ற நாமத்துடன், ராஜ்ய பரிபாலனம் செய்த பிறகு, ஒருநாள் தன் அரண்மனை வாசற்புறம் கால் நடையாகப் போய்க் கொண்டிருக்கையில் ஒரு சக்கிலியன் எதிரில் வந்து,

"ஓ, கடஞ்ஜா! என் சுற்றத்தானே, நீ இங்குதான் இருக்கிறாயா, ராஜாங்கத் தில் வேலை செய்கிறாயா?" என்று கேட்டான். அதற்கு அவன் ஒன்றும் பதில் சொல்லாதவனாய் மனக்கலக்கத்தோடு அரண்மனைக்குத் திரும்பினான். அரண்மனைவாசிகள் சிலர் இதைக் கவனித்து விட்டதால், மந்திரிகள், இதர கனவான்கள் எல்லோருக்கும் இச் செய்தி தெரியவந்தது. இவ்வளவு காலம் தாங்கள் ஒரு சண்டாளனை ராஜாவாக அடைந்ததைப் பற்றி மிக விசனித்து, இந்தப் பாபத்தைத் தொலைக்க அக்னிப்பிரவேசம் செய்தால்தான் தீருமென்று தீர்மானித்து, அவ்வாறே எல்லோரும் அக்னிக்கு இரையானார்கள். ராஜா இந்த விபரீதச் செயலைக் கண்டு மிகவும் வருந்திப் பொது ஜனங்கள் அழிந்த பிறகு தான் மாத்திரம் ஜீவிப்பதில் என்ன பயனென்று தானும் அக்னிகுண்டத்தில் வீழ்ந்தான்.

காதியின் விழிப்பு

அதே கணம் தண்ணீரில் அமர்ந்த காதியானவன் பூர்வ பிரக்ஞையை அடைந்தான். கண் விழித்ததும் கொஞ்ச நேரம் புத்தி ஸ்வாதீன மில்லாதவன்போல் இருந்தான். கள் குடித்தவன் போதை தெளிந்ததும் இருப்பதுபோல, அல்லது மயக்கத்திலிருந்து தெளிந்து எழுந்தவன்போல இருந்தான். தன்னைச் சுற்றிப் பார்த்துப் பழைய ஞாபகம் முற்றிலும் வந்த பிறகு, தான் கண்டது கனவென்று தீர்மானித்துக் கொண்டான். ஆனால் வெகு சொல்ப நேரத்தில் எவ்வளவு நீண்ட காலத்து அனுபவம் ஏற்பட்டதென்பதை நினைக்க வெகு ஆச்சரியமாக இருந்தது. இது ஜகத்தின் மாயையென்று அறிந்துகொண்டு, விவேகமும் அடைந்து காலம் கழித்துவந்தான்.

காதி தன் மனத் தோற்றத்தை இதர மனிதனிடமிருந்து கேள்விப்படுவது

சில தினங்களுக்குப் பிறகு பிராமணன் ஒருவன் அதிதியாக இவனை நாடி வந்தான். அவனுக்கு வேண்டிய உபசாரங்களைச் செய்து, உணவு அளித்துப் பல விஷயங்களைப்பற்றி அவனுடன் பேசிப் பொழுதைக் கழித்தான். இரவில் இருவரும் படுத்தபடியே பேசிக்கொண்டிருக்கையில் காதி யதேச்சையாக அதிதியை நோக்கி ஏன் அவனுடைய தேகம் மிகவும் க்ஷீணித்திருக்கிறதென்று கேட்டான். அதற்குப் பிராமணன், தான் பிராயச்சித்தம் செய்துகொள்ளும் பொருட்டு பிரயாகை போயிருந்த தாகவும், அங்கே இரண்டு பக்ஷம் சாந்திராயண விரதம் இருந்ததாகவும், அதனால் உடம்பு மெலிந்ததென்றும் சொன்னான். இந்த விரதங்களை ஏற்றுக்கொண்டதன் காரணம், தான் ஒருமாத காலம் கிராட தேசத்தில் வாசம் செய்துவந்த பொழுது, அத்தேசத்தரசன், எட்டு வருஷ காலம் அரசாட்சி செய்துவந்த பின்னர், சண்டாள வம்சத்தைச் சேர்ந்தவனாக

ஜனங்களுக்குத் தெரியவந்து, எல்லோரும் அதனால் ஏற்பட்ட பாபத்தைத் தொலைக்க அக்னிகுண்டம் பிரவேசித்தார்கள்; அரசனும் அவ்வாறே செய்தான். ஆகையால் தானும் பிராயச்சித்தம் செய்துகொள்ள நேரிட்ட தென்று அந்தப் பிராமணன் சொன்னான்.

காதியின் மனக்கலக்கம்

காதிக்கு உண்டான ஆச்சரியம் சொல்லிமுடியாது. தன் மனதில் தோன்றியது வெறும் காட்சியா அல்லது நடந்த சம்பவத்தின் பிரதிபிம்பமா என்பது விளங்கவில்லை. ஆகையால் மறுதினம், அதிதி விடைபெற்றுச் சென்றபின், தன் மனதில் தோன்றிய பிரதேசங்களை நேரே கண்டு பரிசோதிப்பதாக, வெளிக்கிளம்பினான். சில நாட்களில் கிராட தேசத்தை அடைந்து அங்கு பல ஜனங்களைக் கண்டு விசாரித்தான். சக்கிலியாகிய வேடன் வசித்து வந்த இடங்களை விசாரித்து அங்குபோய்ச் சோதித்தான். பிறகு கிராட தேசத்தின் எல்லைப் பிரதேசங்களுக்குச் சென்று அங்கும் விசாரித்தான். கனவுத் தோற்றத்தில் ஏற்பட்ட சம்பவங்க ளெல்லாம் வாஸ்தவமாக நடைபெற்றதாக எல்லோராலும் ருசுப்படுத்தப் பட்டது. இவைகள் நடந்து பன்னிரண்டு வருஷமானதாகவும் அறிந்து கொண்டான். காதிக்கு மனக்கலக்கம் அதிகரித்ததே தவிர, குறையவில்லை. மாயையின் விஸ்தாரிப்பும் விசித்திரமும் எவ்வளவு அளவு கடந்ததென்று எண்ணினான். ஆயினும் இதன் மூலத்தை அறிய ஆவல் கொண்டவனாய், ஏகாந்தமான ஓர் இடத்தை அடைந்து விஷ்ணுவைக் குறித்துத் தியானித்தான்.

விஷ்ணு தரிசனம்

சில நேரத்தில் விஷ்ணு பிரத்யக்ஷமாகி, காதியை நோக்கி, மாயையின் விளையாட்டை. வேண்டிய அளவு அனுபவித்தும் மறுபடியும் எதைக் குறித்து நிஷ்டையென்று கேட்டார். பகவானை நமஸ்கரித்து, தான் மாயையைப்பற்றித் தெரிந்து கொண்டும், மனத் தோற்றத்திற்கும் பிரத்யக்ஷமான அனுபவத்திற்கும் சம்பந்தம் புரியவில்லை யென்று சொன்னான். அதற்கு பகவான் அளித்த பதில் வருமாறு:-

விஷ்ணு: பிரபஞ்சம் முழுதும் சித்தில் சூக்ஷமமாக அடங்கி இருக்கிறது, மரத்தின் கிளை, இலை, பூ எல்லாம் வித்தில் அடங்கி இருப்பதுபோல. சித்தில் அடங்கி இராதது வெளியிலும் தோன்ற முடியாது. ஆகையால் பிரபஞ்சத்தில் நடைபெறுவதெல்லாம் சித்தில் அடங்கி இருக்க, இந்த அற்ப விஷயம் மனதில் பிரதிபலித்ததில் ஆச்சரியம் என்ன? மேலும் சித்தில் காண்பது ஒரு தோற்றம் தானே! அதுவே வெளியிலும் காணப் படும்பொழுது, இதை வாஸ்தவமென்று எப்படிச் சொல்லலாம். ஆகையால் அதுவும் பொய்யே. மேலும் நீ கிராட தேசம் அடைந்து அங்கே விசாரித்ததும், பார்த்ததும் நிஜமன்று. நீ அங்குச் செல்லவே இல்லை.

போகும் மார்க்கத்தில் நடையின் களைப்பால் அயர்ந்து தூங்கும் பொழுது கண்ட கனவே எல்லாம். மனதின் தீவிரத்தால் இக்கனவை வாஸ்தவமென எண்ணலானாய். ஆகையால் நீ கண்டதெல்லாம் தோற்றங்களே.

வசிஷ்டர்: இவ்வாறு சொல்லி முடித்து, விஷ்ணு மறைந்துவிட்டார். காதிக்கு மனக்கலக்கம் கொஞ்சமேனும் குறையவில்லை. சில நாள் ஆராய்ச்சி செய்து பார்த்தான். குழப்பம் மேலிட்டது. ஆகையால் மறுபடியும் விஷ்ணுவைக் குறித்துத் தபஸ் செய்தான். பகவான் மறுபடியும் பிரத்யக்ஷமாகி மீண்டும் என்ன சந்தேகமென்று கேட்டார். "உங்களைப் போல மகான்களால் மனதிற்கு சாந்தி ஏற்படுவதை விட்டு, சந்தேகங்கள் அதிகரிப்பது சரியல்ல. நீங்கள் சொன்னதில் ஒன்றுக்கொன்று பொருத்தமே இல்லை. கிராட தேசத்தில் நடந்த சம்பவங்கள் பல வருஷங்களுக்கு முன்; இவைகள் என் தோற்றத்தில் பிரதிபலித்தது சில மாதங்களுக்கு முன். நான் கண்டது கனவு; அங்கே நடந்தது பிரத்யக்ஷம். எனக்கும் இவை களுக்கும் சம்பந்தமென்ன?" என்று சொல்லித் தன் மனக் கலக்கத்தை நீக்கும்படி வேண்டிக்கொண்டான்.

மனத்தின் சொரூபம்

விஷ்ணு: மனம் என்பது எல்லாப் பிராணிகளையும் வியாபித்து நிற்கும் ஒரே சக்தி. இது ஒவ்வொருவருக்கும் வெவ்வேறு காட்சியைக் கொடுக்கவும், பல பேருக்கு ஒரே காட்சியைக் கொடுக்கவும் சக்தியைக் கொண்டது. ஆதலால்தான் சக்கிலியனுக்கும் கிராட தேச வாசிகளுக்கும் உனக்கும் ஒரே தோற்றம் மனதில் உதித்தது. ஆனால் அது உன்னிடத்தில் தோற்றமாக நின்றுவிட்டது; அவர்களிடமோ அனுபவமாக நடை பெற்றது.

இன்னொரு விஷயமும் கவனிக்கத் தக்கது. செடி கொடிகளெல்லாம் கால வித்யாசங்களை அனுசரித்து எப்படி வளர்ச்சி அடைகின்றனவோ அதேமாதிரி மானிடர்களும் வியவகாரத்தின் பொருட்டு கால மென்பதை நிமித்தமாகச் செய்து கொண்டார்கள். இக்காலம் மனத்தால் சங்கல்பித்துக் கொள்ளப் பட்டது. பிறகு மனத் தோற்றங்களை இக்காலத்துடன் சேர்த்துப் பார்க்கும்பொழுது காணும் காட்சிகளில் கால வித்தியாசம் காணப்படுகிறது. ஆகவே, மனதில் காட்சியாகக் காணப் படுபவைகளும், வெளியில் பிரத்யக்ஷமாக நடைபெறுபவைகளும், சர்வ வியாபியான மனதில் எப்பொழுதும் இருந்தே வருகின்றன. அவரவர் மனதில் இக் காட்சிகள் பிரதிபலிக்கும் பொழுது, கால வித்தியாசத்துடன் கூடிய அனுபவங்களாக அவர்கள் உணருகிறார்கள், கடஞ்சென்ற சக்கிலியன் இருந்தது வாஸ்தவம். அவன் கிராட தேசத்தற்கு அரசனானதும் வாஸ்தவமே. இதை நீயும் அறிந்தவாக இருந்தாய். இந்தத் தோற்றந்தான்

பல வருஷங்களுக்குப் பின் உன் மனதில் தோன்றிற்று. இப்படி வாஸ்தவமாக நடைபெற்ற விஷயங்கள் தான் யதேச்சையாக சிலர் மனதில் தோற்றமாக பல வருஷங்களுக்குப் பின்னும் ஏற்படலாம். முற்றிலும் மறக்கப்பட்டவைகள்கூட இவ்விதம் காண்ப்படலாம்.

இப்பொழுது உனக்கு மோகம் நீங்கி இருக்கும். இனி மாயையின் விசாரணையை ஒழித்து ஆத்மாவைக் குறித்து விசாரித்து மோட்சத்தை அடைவாயாக என்று அனுக்கிரகித்து விஷ்ணு மறைந்தார்.

வசிஷ்டர்: இதன் பிறகு காதியானவன் மாயை விசாரணையை ஒழித்து 10 வருஷ காலம் ஆத்ம விசாரணையில் ஈடுபட்டுக் கடைசியில் முக்தியடைந்தான்.

மாயையின் மோகம் இவ்வளவு ஆடம்பரத்துடன் கூடி, பலமாகவும் விஸ்தாரமாகவும் இருந்து வருகிறது. இது ஆத்மாவின் வாசனையைக் கூடியே இருப்பதால் எல்லா ஜனங்களையும் தன் வசமாக்கிக் கொள்ளு கிறது. இந்த மோகத்திலிருந்து தப்பினவர்கள் மிகவும் சொல்டமே. ஆகவே ஆத்மாவை அடையும் நோக்கத்தை வைத்துக்கொண்டுதான் மாயையை விலக்கிக் கொள்ளவேண்டும்.

உத்தாலகன் கதை

வால்மீகி: இந்த ஆத்மாவை அடைய உத்தாலகனைப் போல, பஞ்ச பூதங்களின் தத்துவத்தை அறிந்து கொண்டு, தேகம், பிரபஞ்சமாகிய பஞ்ச பூத விசேஷங்கள் மேலுள்ள ஆசையை ஒழிப்பது தகுந்த மார்க்கமாகும் என்று வசிஷ்டர் சொல்ல, ராமன் உத்தாலகன் எவ்விதம் ஆத்மாவை அடைந்தான் என்று கேட்டான்.

வசிஷ்டர்: கந்தமாதனம் என்னும் மலைப்பிரதேசத்தில், ஆறு, பூச்செடிகள், மரங்கள், சௌகரியம் கூடிய ஒரு பாகத்தில் உத்தாலக னென்ற பிராமணன் ஒருவன் ஏகாங்கியாக வசித்து வந்தான். நித்யகர்மங் களை ஒழுக்கத்துடன் செய்தும், சாஸ்திரங்களைப் படித்தும், கடினமான தபஸுகளைச் செய்தும் வந்ததால், அவனுக்கு விவேகம் ஏற்பட்டு அதனால் பின்வரும் எண்ணங்கள் மனதில் உதித்தன. "மனிதர்கள் படும் துயரங்களுக்குக் காரணம் எண்ணங்கள். இவ்வெண்ணங்கள் சங்கல்பத் தால் விருத்தியாகின்றன. நான் எப்பொழுது இவைகளை அடியோடு ஒழித்து நிராசையுடனும் சித்தவிருத்தியின்றியும் இருப்பேன்? எப்பொழுது நான் பிரபஞ்சத்தை முற்றிலும் விட்டொழித்து ஏகாங்கியாக ஆத்மத்தில் சாந்தியடைவேன்?" இவ்வித எண்ணங்களைத் தொடர்ந்து, மனதை அடக்குவதில் பிரயத்தனத்தைச் செய்ய வேண்டுமென்ற தீர்மானத்தை அடைந்தான். உடனே பத்மாசனத்தில் அமர்ந்து ஆத்ம ஸ்மரணை செய்ய

ஆரம்பித்தான்.

இந்திரியங்களால் ஏற்பட்ட தடை – இதை ஒழித்தல்

கண்ணை மூடியதுதான் தாமதம், மனம் சஞ்சலமடைய ஆரம்பித்தது. நானாவித விஷயங்களைத் தொடர்ந்து ஓடிற்று. அடக்கப் பிரயத்தனம் செய்ததில் இன்னும் அதிக சஞ்சலமடைந்தது. இதன் காரணமென்ன வென்று யோசித்தான். மனதிற்கு விஷயங்கள் பஞ்ச இந்திரியங்களால் ஏற்படுகின்றன. இவ்விஷயங்களில் விருத்தி ஏற்படுவது இந்திரிய சுகங்கள் மேலுள்ள ஆசையே. இவ்வாசைகளை ஒழித்தால்தான், மனது வற்றும். இப்படித் தோன்றவே, மனதை நோக்கித் தனக்குத் தானே சொல்லிக் கொண்டான்: "ஏன் உனக்கு இந்த விஷய சுகங்களில் ஆசை? இவை களால் உண்டாகும் தீங்கை நீ அறியவில்லைபோலும். சத்தத்தைக் கேட்டு மான் தன் உயிரை இழக்கிறது. ஆண் யானை ஸ்பரிசத்தால் தன் சுதந்தரத்தை இழக்கிறது; விளக்குப் பூச்சி நேத்திரத்தாலும், மீன் ருசியினாலும், தேனீயானது வாசனையாலும் உயிரை மாய்த்துக் கொள்ளுகின்றன. இவைகளுக்கெல்லாம் ஒரு இந்திரியந்தான் நாசத்திற்குக் காரணமாயிருக் கின்றது. உன்னை ஐந்து இந்திரியங்கள் சேர்ந்து நாசம் செய்து வருகின்றன. இதை அறியாமல் நீ திண்டாடுகிறாய். உனக்குக் கொஞ்சமும் விவேக மில்லை. இனி இதை அறிந்து இவ்வாசைகளை அடியோடு ஒழித்துச் சாந்தி யடைவாய்."

பிறகு தன் தேகத்தைப்பற்றி யோசித்தான். எந்தப் பரமாணுவிலும் 'நான்' என்பது இருப்பதாகத் தெரியவில்லை. எதுவும் தனிமையாக ஆத்மாவென்று உணரப்படவுமில்லை. இவ்வாறு வெகு நேரம் ஆராய்ச்சி செய்தபின் ஆத்மா சர்வ வியாபி, சுயம் பிரகாசம் பெற்றது, பகுக்கப் படாதது, சிரஞ்சீவி, சாந்தம் என்று உணர்ந்தான். 'நான்' என்பதை அறியாதவர்களே சம்சாரத்தில் சிக்கிக் கொண்டு திண்டாடுகிறார்கள். தேகத்தையும் மனதையும் நானென்று பாவிப்பதன் பலனே இந்த அக்ஞானம். ரத்தம், மாமிசம், தோல், ரோமம், எலும்பு, நரம்புகளாகிய ஜடப் பொருள்களுக்கு உணர்ச்சி யென்பது கிடையாது. அப்படி இருந்தால் சவத்திற்கும் உணர்ச்சி இருக்கவேண்டும். கண்ணினால் மூக்கிற்கு ஏதாவது சகாயமுண்டோ! அல்லது காது மூக்கிற்கு சந்தோஷத் தைக் கொடுக்குமோ? இவ்விந்திரியங்களும் தவிர, தோல், ரத்தம் ஆகிய தேக பாகங்களும் மனதின் ஏவலைச் செய்து வஸ்துக்களிடமிருந்து இன்பம் பெறும் பொருட்டே மனதால் தேடிக்கொள்ளப்பட்டன. தன் இச்சைகளைப் பூர்த்தி செய்துகொள்ளும் வரையில் மனம் இவ்வுடலை ஆதரித்து வருகிறது. பிரயோஜனமின்றிப் போன பின், உடனே இக் கூட்டை விட்டுப் புதிய கூட்டைத் தேடிக்கொள்ளுகிறது.

மனமும் ஜடமே

பிறகு மனதைப்பற்றி ஆராய்வோமாகில், அது ஒரு இந்திரியத் திற்கும் புலப்படுவதில்லை. அதன் இருக்கை இந்திரியங்களின் செயல் களால் தான் உணரப்படுகிறது. தேடினால் காணோம். தேடாமலிருக் கையில் அது எல்லாவற்றையும் செய்து வருகிறது. ஆகவே அது ஒரு சொரூபத்தைக் கொண்ட வஸ்துவோ அல்லது தத்துவமோ இல்லை. ஜடத்தன்மையால்தான் அது உணரப்படுகிறதாகையால், அதுவும் ஜட மென்றுதான் கருதப்படும். ஆகையால் அழிவிற்கு உட்பட்டதே. ஆக, தேகமாவது, மனமாவது 'நான்' ஆகாது. இவ்விரண்டும் சேர்ந்துதான் இந்த சம்சார மோகத்தை விருத்தி செய்துகொண்டு இருக்கின்றன. ஜன்மம்-மரணம்தான் இவைகளின் முக்கிய அம்சம். ஜன்மத்தின் முடிவு மரணம், மரணத்தின் முடிவு ஜன்மம். ஒன்றில்லாமல் மற்றொன்றில்லை. தேகமும் மனமும் கூட அவ்விதமே.

பிறகு 'நான்' என்பது எது?

ஆகையால் 'நான்' என்பது எப்பொழுதும் எந்த நிலையிலும் எக்காலத்தும் ஒவ்வொரு உணர்ச்சியிலும் உணர்வோனாகவும் சாட்சியாகவும் இருக்கும் அறிவே. இதுவே நித்ய சத்யம். இதுவே 'நான்'. இதுவே பிரம்மம். ஒவ்வொரு பொருளும பிரம்மமே. ஆகவே எல்லாம் நானாக இருக்கிறேன். இந்த சத்யத்தையே ஆசிரயித்திருப்பேன்.

'ஓம்' என்பதைத் தியானிக்கும் முறை

இந்தத் தீர்மானத்துடன், பத்மாசனத்தில் இருந்தபடி, கண்களைப் பாதி மூடிக்கொண்டு தியானம் செய்தான். பிறகு மூன்றரை மாத்திரையில் அடங்கிய பிரணவத்தை உரக்க உச்சரித்தான். முதல் இரண்டு மாத்திரை யில் அடங்கிய 'அ'கார 'உ' காரங்களைச் சேர்ந்த 'ஓ' என்னும் சப்தத்தை உரக்க உச்சரிக்கும் பொழுது, உடல் முழுதும் அத்தொனியைப் பிரதி பலிக்கும்படி செய்து, உள்ளடங்கிய மனதை வெளி ஆகாசத்தில் கலக்கும் படி பாவனை செய்துகொண்டான். இதுவே பிராணாயாம முறையில் ரேசகமென்பது. இதனால் மனம் உள்ளும் வெளியும் ஒன்றாக நின்று சர்வவியாபியான உணர்ச்சியை அடையும். இந்நிலையில் தேகத்திற்கு, வாயுவுடன் கூடி நிற்பதைத் தவிர்த்து, வேறு உணர்ச்சி கிடையாது. பிறகு தொடர்ந்து அடுத்த மாத்திரையில் அதே சப்தத்தின் முடிவை சமமாக உச்சரித்து மனதை ஒரு நிலையில் நிற்கச் செய்தான். இதுவே கும்பக மெனப்படுவது. அப்பொழுது மனம் நிர்மலமாய் யாதொரு விஷய பாவமு மில்லாமல் இருந்தது. கடைசியில் பூரகம் செய்ய வெளி ஆகாசமான மனதை உள்ளே இழுக்கும் **பாவத்துடன்** கூடி 'ம்' காரத்தை உச்சரித்தான். மனம் ஒரு சஞ்சலமுமின்றி நிலைநின்றது. சாந்தியும் ஏற்பட்டது. சற்று

நேரத்திற்கெல்லாம் மனம் கலைந்ததும் திரும்பித் திரும்பி மேலே சொல்லியபடி பிராணாயாமத்தைச் செய்தான். ஹடயோக முறைப்படி பிராணாயாமத்தைச் செய்யவில்லை. ஏனெனில் அதனால் சிற்சில சித்திகள் ஏற்படலாமே தவிர, சாந்தி உண்டாகாது.

உத்தாலகன் முக்தியடைந்தது

இப்படிப் பிராணாயாமம் அடிக்கடி செய்தும், பூர்வ வாசனையின் காரணத்தால், மனம் சஞ்சலித்து பல விஷயங்களைப் பின்தொடர்ந்த வண்ணம் இருந்தது. இப்படி நேரும்போதெல்லாம் எண்ணங்களை உதறித் தள்ளினான். காலக் கிரமத்தில் மனதின் தீவிரம் அடங்கியது. இன்னும் சில காலத்தில் எல்லா எண்ணங்களும் ஒருங்கனவே ஒழிந்தன. அப்பொழுது தான் சாசுவத சாந்தி ஏற்பட்டதாக இருந்தான். அதன் பிறகு ஒரு பிரகாசத்தை உணர்ந்தான். இதைத் தள்ளியதும் தூக்கம் மேலிட்டது. இதுவும் தள்ளப்பட்ட பொழுது அக்ஞானமான இருளால் சூழப்பட்டான். அதையும் ஒழித்தான். இவ்விதமான தோற்றங்கள் ஏற்பட்டதன் காரணம், இந்த அபிப்பிராயங்கள் வெகு காலம் மனதில் ஊறி இருந்ததே. இவைகளொல்லாம் தள்ளப்பட்ட பிறகு சாசுவதமான தும், களங்கமற்றதுமான சாந்த நிலையை உத்தாலகன் அடைந்தான். இப்படி ஏற்பட்ட நிலையை வெகு காலம் திரும்பித் திரும்பி பயின்று வந்த பிறகு கவலையற்று இருக்கலானான். மறுபடியும் அக்ஞானத்தில் சிக்கிக்கொள்வோமென்ற பயம் இருக்கவில்லை.

இந்த நிலையில் இவனைத் தேவர்கள், முனிவர்கள், சித்தர்கள், வித்யாதரர்கள் எல்லோரும் அணுகிப் பூஜித்தார்கள். இவனைச் சொர்க்கத்திற்கும் அழைத்தார்கள். அதன்பொருட்டு அவர்கள் சொன்ன தாவது: "சர்வப் பிரயத்தனங்கள், தானம், தர்மம் எல்லாம் காமத்தை அடையும்பொருட்டே செய்யப்படுகின்றன. இக்காமங்களை அடைய சொர்க்கமே சிறந்த இடம்; கல்ப காலம் வரையில் இவைகள் அனுபவிக்கப் படலாம்." இவைகளைத் திரணமேனும் உத்தாலகன் மதிக்காமல் வந்தவர் களை மரியாதையுடன் விடைகொடுத்தனுப்பினான். பிறகு சில காலம் தேசம் தேசமாக, காடு மலை, வனாந்திரம் என்றும் கவனியாமல் சுற்றித் திரிந்தான். ஏனெனில் தேகமிருக்கும் வரை இந்திரியங்களுக்குத் தொழில் கொடுத்தே தீரவேண்டும். தங்குமிடத்தில் மனதை அடக்கி இச்சைகளின்றிச் செய்ய வேண்டிய கர்மங்களைச் செய்து வந்தான்.

உத்தாலகன் விதேக முக்தியை அடைதல்

வசிஷ்டர்: இப்படி வெகு காலம் கழிந்த பிறகு தேகத்திலிருந்து விடுதலையடையும் தருணம் அறிந்து, உத்தாலகன் ஒரு தனிமையான இடத்தை அடைந்து பத்மாசனத்தில் உட்கார்ந்தான். அவன் அக்காலத்

தில் இருந்த நிலைமை சித்-சாமான்ய மெனப்படும்; அதாவது சித்தானது இயங்கும் தன்மை முற்றிலுமின்றி சுத்த சித்தாக எங்கும் பிரகாசிக்கும் தன்மையில் இருந்தது. அதாவது அதற்கு இயற்கையாகிய சம நிலையை அடைந்திருந்தது. இதுவே சத்வ-சாமான்ய நிலை யென்றும் சொல்லப் படும். இருக்கையென்ற ஒரு தன்மையை மாத்திரம் கொண்ட நிலை. இது ஜீவன் முக்தர்களுக்கு மாத்திரமே ஏற்படும். பிரம்மா, விஷ்ணு, சிவன், நாரதர், நான் எல்லோரும் இந்த நிலையில் இருப்பவர்களே. உள்ளும் புறமும் ஆத்மாவைத் தவிர்த்து வேறொரு விஷயபாவனையும் இல்லாம லிருப்பதே. அதாவது அபாவத்தையே பாவித்துவரும் நிலை, அல்லது பாவத்தை அபாவம் செய்வது. பார்வைக்கு வஸ்துவாய் இருப்பவைகளில் எல்லாம் ஆத்மாவை உணரும் நிலை. தேகம் இருந்தும் இல்லாமல் போயிருப்பது. ஆகையால் இந்தச் சுமையை ஏன் வீணாய்த் தாங்க வேண்டும்? நியதியையும் பூர்வ கர்மாவையும் தழுவி இத்தேகம் அழியும் சமயத்தை உத்தாலகன் அறிந்து அனாயாசமாக பரம ஆகாசமான அறிவுக் கடலில் கலந்தான்.

(மொழி பெயர்த்தவர் குறிப்பு)

1. 'ஓம்' என்பதைக் குறித்து

இந்த "ஓம்" என்னும் பதம், புராணங்கள், மந்திர சாஸ்திரங்கள், தத்துவ சாஸ்திரங்களில்கூட வெகு விசேஷமாகவும் சக்தியுள்ளதாகவும் அடிக்கடி கூறப்பட்டிருக்கிறது. இதில் நாம் தெளிவாக அறிய வேண்டியது ஒரு விஷயம். அதாவது அப்பதத்தில் ஒரு விசேஷமுமில்லை என்று. ஆனால் நம் முன்னோராகிய ரிஷிகளும் ஞானிகளும், பிரபஞ்சத்தின் உற்பத்தி, நடை, அழிவு, அதாவது இறந்தகாலம், நிகழ்காலம், எதிர்காலம் மூன்றையும் ஒருமிக்க ஒரே பதத்தால் வியவகாரத்தில் சுட்டிக்காட்டும் படி உபயோகித்து வந்தார்கள். எல்லாப் பெரியோர்களாலும் இப்பதம் மேற்சொன்ன அர்த்தபாவத்துடன் உபயோகிக்கப்பட்டு வந்ததால், அது நம்மாலும் வெகு பக்தியுடன் கருதப்பட வேண்டியது. மூன்று காலத்தி லும் அழியாமல் நிற்கும் ஆத்மாவைச் சுட்டிக் காட்டுவதாலேயே அதற்கு அவ்வளவு மகிமை.

2. சொர்க்கத்தில் காமம் பூர்த்தியாவது

சொர்க்கத்தில் காமத்தைப் பரிபூர்ணமாக அனுபவிக்கும் பொருட்டு உத்தாலகன் அழைக்கப்பட்டானென்று மேலே சொல்லப்பட்டது. இங்கு வார்த்தைகளின் சாதாரண அர்த்தபாவத்தை எடுத்துக்கொள்வது தவறு. அவற்றின் விசேஷ அர்த்தத்தைக் கவனிக்க வேண்டும். மனம் புருஷனாக வும், தேகம் பெண்ணாகவும் பாவிக்கப்பட்டு, பெரியோர்களால் அடிக்கடி சொல்லப்பட்டது. பிரகதாரண்யக உபநிஷத்திலும் இதைக் காணலாம்.

இந்த பாவனையைக் கொண்டுதான் அர்த்தனாரீசுவர தெய்வம் ஜனங் களால் கொண்டாடப்படுகிறது. மனம் தேகம் சேர்ந்த மானிட சொருபத் தையே இது விளக்குகிறது.

இதன்படி, நாம் செய்யும் தர்மார்த்தங்களின் கருத்து மோட்சத்தில் காமத்தை அடையும்பொருட்டே, அதாவது மனமாகிய புருஷன் தேகமாகிய பெண்ணை அடையும்பொருட்டே சொர்க்கபோகங்களின் முடிவு மீண்டும் மானிட ஜன்மெடுப்பதென்பது எல்லோரும் அறிந்த விஷயம். உழைத்ததற்குக் கூலி அகப்பட்ட பிறகு மறுபடி உழைப்பை நாட வேண்டியதே கிரமம். ஆகையால் கர்மாக்களின் பலன் ஜன்மமே.

ஜீவன் முக்தர் இருவிதம்

ராமன்: ஜீவன் முக்தர்களாய் இருப்பவர் இருவர்களில், ஒருவர் வியவகாரங்களை நிஷ்காமமாக நடத்தியும், மற்றொருவர் உலகத்தைத் துறந்து தனிமையாகவே காலத்தைப் போக்குபவராயும் இருந்தால், எவர் மேலானவர்?

வசிஷ்டர்: அவ்விருவர்களும் ஜீவன் முக்தர்களாக இருப்பின், இருவரும் சமமே. இப்பதவி மனோ நிலையைக் குறித்துச் சொல்லப் படுகிறதே தவிர, இந்திரியங்களாலும் தேகத்தாலும் செய்யப்படும் கர்மங்களைக் குறித்தல்ல. இவ்விருவரிடத்தும் கர்மங்களில் மனம் ஈடுபடாமலிருப்பதால் இருவரும் சமமே. காட்டில் தனிவாசம் செய்து, தேகாதி கர்மங்களையும் விட்டு, ஆனால் மனம் சர்வதா விவகரித்துக் கொண்டிருந்தால் இதைவிட அக்ஞானம் ஏதுமில்லை. இப்படியின்றி, நகரவாசம் செய்து சம்சாரத்தை நடத்தி எல்லாக் கர்மங்களையும் செய்து, ஆனால் மனத்தில் யாதொரு சங்கல்பமோ இச்சையோ இல்லாமலிருந்தால், அவனைக் காட்டிலும் புண்ணியவான் யார்?

இந்த மனித சங்கல்பங்களுக்கு, பூர்வ வாசனையே காரணம். இவ்வாசனைகளால் ஏற்படும் கர்ம ஏவல்களைக் கண்டித்து மனத்தின் சஞ்சலத்தைக் குறைப்படுத்திய வண்ணம் இருப்பதே முறை. வாசனையால் ஏற்படும் கர்மங்களுக்கும் தற்சமயம் செய்யப்படும் கர்மங்களுக்கும் அகங்காரமே மூலகாரணம். ஆகையால் இதை ஒழித்தால் எல்லாம் ஒழியும்.

ஆத்மாவை அறிய அகந்தை தேவை

இந்த அகந்தையும், தவிர வஸ்துக்களின் தன்மைகள், பேதங்கள், தேசம், காலம் எல்லாம் ஏற்படுவது சித்தின் தன்மையாகிய உணர்ச்சியால். பிறகு இந்த ஜகத் முழுதும் ஆத்மாவைத் தவிர்த்து வேறல்ல என்று ஏற்கனவே சொல்லப்பட்டது. ஆகவே இந்த ஆத்மாவாகிய பொருள் களிடத்து அவைகளின் தன்மைகளை உணருதல் என்று ஏற்படும் பொழுது,

உணர்ச்சி உணருகிறவன் என்ற பேதம் காணப்படுகிறது. உதாரணமாக மிளகில் இருக்கும் காரம், உப்பில் இருக்கும் உப்புத் தன்மை, கரும்பில் இருக்கும் இனிப்பு, கல், மலை இவைகளின் கெட்டித் தன்மை, ஆகாசத் தின் சூன்யத்தன்மை எல்லாம் உணரப்படுவது சித்தின் இயக்கத் தாலே. இத் தன்மைகளெல்லாம் வஸ்துக்களில் அடங்கியிருந்தும், இவை களை உணர தனிப் புருஷன் தேவை. உணர்கிறவன் இல்லையேல் உணர்ச்சிகள் எவ்வாறு அறியப்படும்? இவைகளை ஆராய்ச்சி செய்தால், உணர்கிறவன், உணர்ச்சி, உணரப்படுவது மூன்றும் ஆத்மாவென்று விளங்கும். ஆகையால் இந்த ஆத்மா தன்னை உணர வேண்டுமென்றால் ஒதுங்கி நின்று வேறு புருஷனாக இருந்தால்தான் முடியும். இதுதான் ஜகத்தில் நடைபெறுவதும். தனிமையாகவே இருக்கும் நிலையில் உணர்ச்சி ஏற்பட நியாயமில்லை. இம்முறையில்தான் அகங்காரம் ஏற்படுகிறது.

இந்த அகங்காரம் ஆத்ம தரிசனம் கிட்டும்வரையில் நீங்காது. 'நான்' என்னும் **பாவம்** இருக்கும் வரைதான் ஆத்மாவை அடையும் யத்தனமும் இருக்கக்கூடும். ஆகவே ஆத்மத்தில் இரண்டறக் கலக்கும் வரையில் இந்த அகங்காரம் அழியாமலே தான் நிற்கும். இவ்வாறான அகங்காரம் ஆத்மாவைத் தவிர்த்து எப்படி வேறாகக் கருதப்படும்? எதுவாகிலும், எவ்விதமாய்ப் பாவிக்கப்படினும் அவ்விதமாய்க் காணும் படி செய்து கொடுப்பது இந்த எல்லாமுமாய் இருக்கும் ஆத்மாவே. ஆத்மா ஒன்றுதான் சர்வமாயும் சாசுவதமாயும் இருப்பது.

சுரகுவின் வரலாறு

வசிஷ்டர்: மேலே சொன்ன விஷயத்தைத் தழுவி ஒரு இதிகாசம் உண்டு. அதனால் கேவலம் ஆத்ம விசாரணையாலேயே சாந்தம் ஏற்படு மென்பது விளங்குவதால், அதைக் கேட்பதனால் உனக்கு மனம் தெளிவடையும்.

இமோத்கிரி மலைப் பிரதேசத்தைச் சேர்ந்த, எங்கும் பனிக் கட்டியால் மூடப்பட்ட, கைலாச கிரியின் அடிவாரத்தில் கிரதேச மென்று ஒரு பிரதேசம் வழங்கப்பட்டு வந்தது. இந்தத் தேசத்து ஜனங்கள் பெரும்பாலும் எமஜடர் என்ற வேடர்களே. இவர்களை அரசாண்டு வந்த சுரகு என்ற வேந்தன் குபேர பட்டணத்திற்கு ஈடாகும்படி, பலவித திரவியங்களைச் சேகரித்தும், மகா பராக்ரமசாலியாயும், காவியத்தில் சுக்ராசாரியாரைப் போலவும், உதாரகுணம் பொருந்தியும் இருந்து ஜனங் களைச் சிறப்புடன் பரிபாலித்து வந்தான். செய்ய வேண்டிய கர்மங்களை மனம் கலங்காமலும் தைரியமாகவும் செய்து வந்தான். வெகு காலம் சாந்த மனதுடன் அரசாட்சி செய்துவந்த பிறகு, இந்த நல் வாழ்க்கையில் சற்றுச் சலிப்பை அடைந்தான். சில சமயம் குற்றம் செய்தவர்களைத் தண்டனை

செய்யும் பொழுது, தன்னால் இவர்கள் ஏன் கஷ்டங்களுக்கு ஆளாக வேண்டுமென்று தண்டனையைக் குறைத்தான். பணத் தேவையினால் தான் அநேகக் குற்றங்கள் செய்யப் படுகின்றன என்று சிலருக்குப் பணத் தையும் கொடுத்தான். பிறகு குற்றங்களுக்கு தண்டனை விதிக்காமலிருப்பது தவறென்றும், அதனால் இதர ஜனங்களுக்குத் தீங்கு ஏற்படுமென்றும் எண்ணலானான். இவ்வாறான மனோ சஞ்சலத்தை அடைந்திருக்கையில் ஒருநாள், மாண்டவ்யர் என்ற மகரிஷி யதேச்சையாக இவன் இருப்பிடம் வந்து சேர்ந்தார்.

அவரைக் கண்டதும் மனம் களித்து, தன் சந்தேகங்களைத் தீர்க்கவே வந்தாரென்று நினைத்து வெகுவாக உபசரித்துப் பிறகு தன் சந்தேகங் களை நிவர்த்தி செய்துகொள்ளும் பொருட்டு சில கேள்விகளைக் கேட்டான்.

சுரகு: முனீசுவரரே! தாங்கள் சத்தியத்தை அறிந்து சாந்த நிலை பெற்றவராக இருக்கிறீர். நானோ செங்கோல் செலுத்தும் முறைப்படி அனுக்ரக, நிக்ரகங்களால் அநேக ஜனங்களைத் துன்பங்களுக்கு உட் படுத்துகிறேன். தரும நெறியாய் அரசாட்சி செய்யாவிடின் ஜனங்களும் சீர்கெட்டுப் போவார்கள். இவ்விதச் சந்தேகங்களால் என் மனம் துன்பப் படுகின்றது. மனிதருக்கு சந்தேகத்தைவிடக் கொடிய துன்பம் ஏது? ஆகையால் இவைகளைத் தாங்களே தீர்த்து, என் மனம் சாந்தி அடையச் செய்வீராக.

மாண்டவ்யரின் உபதேசம்

மாண்டவ்யர்: அரசே! நீ கோருவதை அடைய உன் பிரயத்தனத் தால்தான் முடியும். அதை என்னாலாவது வேறெவராலாவது நீ அடையும் படி செய்ய இயலாது. நீ தேடும் சாந்தம் உன்னிடத்திலேயே உளது. அது நீயாகவே இருக்கிறாய். ஆகையால் இதை அடைய உன் ஆராய்ச்சியே தேவை. இவ்வாராய்ச்சியாவது "நான் யார்?", "இந்த ஜகத்தாவது என்ன", "எனக்கும் இதற்கும் என்ன சம்பந்தம்", இவைகளைப் பற்றித் தீர்க்கமாக ஆலோசனை செய்துவருவாயாகில், ஞானம் தானாகவே சித்திக்கும். இடைவிடா ஆராய்ச்சியாலே ஞானம் உண்டாவதென்பது அனுபவத்தில் தெரிந்த விஷயம். இவ்விசாரணையால் ஜகத் முழுதும் உணர்ச்சிகளைத் தவிர்த்து வேறல்ல என்ற நிச்சயம் ஏற்படும். இந்த உணர்ச்சிகளால் ஏற்பட்ட ஜகத் விடப்பட்டால் மிஞ்சுவது ஆத்மாவே. ஆகையால் திருச்ய விஷயங்களெல்லாம் உன்னால் விடப்பட்டால் நீயே ஞான மயமாக இருப்பாய்."

சரகுவின் ஆராய்ச்சி

இவ்வாறு சொல்லிவிட்டு முனிவர் விடைபெற்றுச் சென்றார். சுரகு

ஒரு கண நேரமும் தாமதிக்காமல் இருந்தபடியே யோசிக்கத் தொடங் கினான். "மேரு பர்வதத்தைச் சிந்திப்பின் அது நானுமல்ல, நான் அதுவு மல்ல; இது பித்யகூஷ்யமாகவும் சந்தேகமில்லாமலும் தெரிந்த விஷயம். பிறகு நான் அரசாட்சி செய்து வரும் இந்தப் பிரதேசம், நான் அதுவும் அல்ல, அது நானும் அல்ல. இது என்னுடைய ராஜ்யமாக எப்படி நேர்ந்தது? கேவலம் ஒரு கட்டுப்பாட்டால் நான் ராஜாவாகக் கொண்டாடப்படுகிறேன். இந்தப் பதவியை இப்பொழுதே துறந்தேனாகில் ஒருவனும் என்னை ராஜாவாக மதிக்க மாட்டான். ஆகவே பிரபஞ்சத்தில் அடங்கிய வஸ்துவோ விஷயமோ நான் இல்லை. பிறகு இத்தேகம் கேவலம் ஜடப்பொருள். மனமும் அவ்வண்ணமே கருதப்பட வேண்டி இருக்கிறது. ஏனெனில் இது ஜடப் பொருள்களிலேயே எப்பவும் சிக்கிக் கொண்டிருப்பதால், புத்தி, ஜீவன் என்று சொல்லப்படுகிறவைகளும் இவ்விதமே. பரம திருஷ்டியில் இவைகளும் அறிவுக்குப் பாத்திரமா கின்றன. ஆகையால் மிஞ்சினதாகிய நிர்மலமான பரிபூரண அறிவே என் ஸ்வரூபமாகும். பிரம்மா, விஷ்ணு, ருத்ராதிகள், யமன், இந்த ஜகத் எல்லாம் நூலில் கோர்க்கப்பட்ட மணிகளைப் போல் இந்த ஆத்மாவை அனுசரித்தே நிலைநிற்கின்றன. இதுவே எங்கும் வியாபித்து, சூக்ஷ்மமாயும் ஸ்தூலமாயும் தோற்றங்களைக் காட்டி, ஆனால் தான் ஒன்றிலும் இயங்காமல், இருக்கின்றது. இதுவே 'நான்' ஆகும். இப்பொழுது என் மனம் தெளிவடைந்தது. இனி இந்த நிலையையே பற்றியிருப்பேன்" என்று தீர்மானித்துக்கொண்டான்.

வசிஷ்டர்: இந்தத் தத்துவம் அறிந்தபிறகு சுரகு ராஜ்யத்தை வெகுகாலம் மேன்மையாக அரசாட்சி செய்து, குடிமக்களைப் பரிபாலித்து வந்தான். எல்லா வியவகாரங்களையும் செய்தும், ஆனால் மனதில் ஒரு களங்கமுமின்றி, சதா ஆத்ம திருஷ்டியை உடையவனாய், சுகம்-துக்கம், இச்சை-துவேஷம், வேண்டும்-வேண்டாம் என்ற பாவங்களை ஒழித்த வனாய், சமகுணமும் சாந்தமும் கூடி ஜீவிதத்தை நடத்தி வந்தான். அதாவது சதா நித்திரையிலிருப்பவன் போல் வியவகாரங்களை நடத்தி வந்தான்.

ராமன்: சஞ்சலத்தையே தன்மையாகக் கொண்ட இம் மனத்தினால் சதா ஆத்ம திருஷ்டியை எவ்விதம் அனுசரிப்பது?

வசிஷ்டர்: சுரகுவின் விருத்தாந்தத்தில் ஒரு விஷயம் எடுத்துக் காட்ட மறந்தேன். அதை நீ கேட்டால், மனதை வசம் செய்யும் உபாயத்தை அறிவாய்.

சுரகு–பரிகோ சந்திப்பு

சுரகுவுக்கு இளைய வயதில் சிநேகிதனான பரிகோ என்ற ராஜ

குமாரன் பாரசீக தேசத்தை அரசாண்டு வந்தான். ஒரு சமயம் ஒரு கொடிய பஞ்சம் நேரிட்டு அநேக ஜனங்கள் மாண்டார்கள். அரசன் கருணைபுரிந்து திரவியங்களை ஏராளமாகச் செலவு செய்தும் பஞ்சம் குறையவில்லை. இனி, தான் அரசனாக இருந்து பிரயோஜனமில்லை யென்று எண்ணி ராஜ்யத்தைத் துறந்து, வனங்களிலும் காடுகளிலும் தவம் செய்து வந்தான். சில காலம் இப்படித் தபசிலும் ஆத்ம விசாரணையி லும் வெகு ஊக்கமாகப் பிரயத்தனம் செய்து வந்ததன் பலனாகப் பரிபூரண ஞானத்தை அடைந்தான். இந்த நிலையில் பல தேசங்களைச் சுற்றி வருகையில் சுரகு இருக்கும் நாட்டை அடைந்து அவனையும் யதேச்சை யாகக் கண்டான். இருவரும் ஞானமடைந்து பக்குவ நிலையில் இந்தச் சந்திப்பு நேர்ந்தது. வெகு காலம் கழித்துச் சந்தித்தபடியால் அநேக விஷயங்களைப் பற்றிப் பேச நேர்ந்தது. கடைசியாக, தாங்கள் விவேகம் அடைந்த விஷயத்தைக் குறித்தும் பேசினார்கள். பரிகோ மேலும் சுரகுவை, சமாதி நிலையை அடைந்தானா என்று கேட்டான்.

சமாதியென்பது என்ன?

சுரகு: சமாதி என்பது என்ன? மனம் சமநிலையை அடைந்து உள்ளம் சதா குளிர்ந்தவண்ணம் இருப்பதுதானே; அதாவது மனம் என்னும் நிலை அழிந்து அது ஆத்மாவாக நிற்பதுதானே? இந்நிலையில் எவ்விதமான வியவகாரங்களைச் செய்தாலென்ன? மனம், ஆத்மாவாகிப் பிரபஞ்சமெல்லாம் ஆத்மாவாக உணரப்படும் பொழுது ஆத்மத்தை விட்டு நழுவுவதெப்படி? இந்த ஆத்மாவை உணராத வரையில் பத்மாசனத்தில் அமர்ந்தோ, மூச்சை அடக்கியோ, அல்லது பிரம்மாஞ்சலி செய்தோ மனத்தை அடக்கும் பிரயத்தனங்கள் பொருந்தும். இதைச் சமாதியென்று எப்படிச் சொல்லத்தகும்? ஆத்மத்தை உணர்ந்தவன் ஒரு கண நேரங்கூட அனாத்மாவாக இருக்க முடியாது. காலம் அதனுடைய ஒவ்வொரு அம்சத்தையும் எப்பொழுதும் கூடியே இருப்பது போல, ஆத்ம உணர்ச்சியும் இடைவிடாமல் இருந்தே தீரவேண்டும். வாயு வானது எப்படி எங்கும் வியாபித்திருக்கிறதோ அதேமாதிரி ஞான வானுக்கு ஆத்ம உணர்ச்சிதான் ஒவ்வொரு விஷயத்திலும் தோன்றும். ஆத்மமின்றி வேறொன்றும் அவன் நோக்கத்தில் புலப்படுவதில்லை. ஒரு குணவானிடத்தில் நற்குணந்தான் பிரகாசிக்கும். குணமில்லாத தன்மை எவ்வாறு காணப்படும்? அதேமாதிரி பிரபஞ்சத்தில் 'இருக்கை' என்பதை உணர்ந்த ஞானியின் நோக்கத்தில், 'இருக்கையற்றது' என்ற தன்மை எப்படி ஒரு கண நேரமாவது புலப்படும்? வாஸ்தவத்தில் இந்த சமாதி யைப் பற்றிய கேள்வியே தவறு. எல்லாம் ஆத்மாவாக உணரப்படும் நிலையில் எது எதில் சமாதியடையும்? ஆத்மா ஆத்மாவிலேயே சதா நிலைபெற்று நிற்கிறது. நான் இந்த நிலையில்தான் இருந்து வருகிறேன்.

வசிஷ்டர்: இவைகளைக் கேட்ட பரிகோ வெகு சந்தோஷித்து சுரகுவைப் புகழ்ந்து பேசினான். பிறகு இருவரும் விடை பெற்றுக் கொண்டு தங்கள் சுயகாரியங்களைக் கவனிக்கத் தொடங்கினார்கள்.

பாசன் விலாசன் வரலாறு

ஆத்மாவை அடைய, மனதை மனதாலே வசப்படுத்தி அதை அழிக்கவேண்டும். அப்பொழுது தான் ஆத்மா பிரகாசிக்கும். இவ் விஷய மாக ஒரு புராதன இதிகாசம் ஒன்றுண்டு. அதைக் கேட்பாயாக.

முன்னொரு காலத்தில் திருலோகத்திற்கும் ஒப்பான பிரம்மாண்ட மலைப்பிரதேசம் ஒன்று இருந்தது. தேவலோகம், பூலோகம், பாதாளம் எல்லாம் அதனுள் இப்பிரபஞ்சத்தைப் போலவே அமைக்கப்பட்டும், அந்தந்த லோகத்திற்குத் தகுந்த ஜட அஜட வர்க்கங்கள் நிரம்பியும் இருந்தன.

அதன் பூபாகத்தில், ஓர் அழகிய வனத்தில் அத்திரி மகரிஷியின் ஆசிரமத்தில் இரண்டு பிராமண சிரேஷ்டர்கள் வசித்து வந்தார்கள். இருவரும் மகா பண்டிதர்களாய், எல்லா சாஸ்திரங்களையும் ஆராய்ச்சி செய்து சுக்கிரன், பிரகஸ்பதியைப்போல விளங்கி, அத்தியந்த சிநேகிதர் களாயும் இருந்து வந்தார்கள். ஒவ்வொருவருக்கும் ஒரு புத்திரன் இருந்தான். ஒருவன் பாசனென்றும் மற்றொருவன் விலாசனென்றும் வழங்கப்பட்டு வந்தனர்.

பிள்ளைகள் யெளவன காலம் அடைந்ததும், இரு தகப்பன்மார் களும் ஏக காலத்தில் காலமானார்கள். இணைபிரியாச் சிநேகிதர்களா யிருந்த பாலர்கள் தாங்கள் செய்யவேண்டிய கர்மங்களைச் செய்து முடித்து, சில காலம் கூடியே இருந்து பிறகு பிரியலானார்கள். வெகு காலம் கழிந்து இருவரும் முதுமையடைந்த பிறகு, மறுபடியும் யதேச்சை யாகச் சந்திக்க நேரிட்டது. ஒருவரை ஒருவர் கண்டு சந்தோஷித்து, பல விஷயங்களைப்பற்றிப் பேசியபிறகு, விலாசன் பாசனைப் பின்வருமாறு கேட்டான்.

விலாசன்: பாசா! உலகத்தில் எனக்கு பந்து நீ ஒருவனே. இவ்வளவு காலம் நீ எங்கே சென்றிருந்தாய்? உன் மனத் துன்பமெல்லாம் தீர்ந்து நீ பூரண ஞானத்தை அடைந்தாயா?

பாசன்: விலாசா? மனம் ஓய்வடைந்து, அடையப்பட வேண்டியதை அறியும் வரையில் விடுதலை ஏது? ஜனன மரணத்திற்கு உட்பட்டுத்தான் இருக்க வேண்டும். மனதில் தோன்றும் இச்சைகளை ஒழித்து, இரண்டு என்ற பாவம் நீங்கி, ஆத்ம ஞானம் ஏற்படும் வரையில் சுகமேது, சாந்த மேது?

வசிஷ்டர்: இப்படியாகவே ஒருவர்க்கொருவர் பேசியும், பிறகு இருவரும் முக்தியை அடையத் தீர்மானித்துக்கொண்டு, ஆத்ம விசாரணையே செய்து வெகு காலத்திற்குப்பின் ஞானத்தை அடைந்தனர்.

ஞானிகள் வாழ்க்கையை நடத்தும் முறை

விவேகத்தை உடையவர்கள் சம்சாரக் கடலை இப்படிச் சுலபமாகத் தாண்டிவிடுவர். தேகத்தின் மேலுள்ள பற்றுதலை நீக்கி அதன் செயல் களில் ஈடுபட்டுக் கொள்ளாமல் சாட்சியாகவே நின்று சமமாய் இருப் பார்கள். ஒரு ரதத்தின் அச்சு உடைந்தால் சாரதி எப்படி பாதிக்கப் படுவ தில்லையோ, அப்படியே தேகத்தின்பால் ஏற்பட்ட வியவகாரங் களில் சஞ்சலமில்லாமல் ஸ்திர மனமுடையவர்களாக இருக்கவேண்டும். உலகில் அநேகவிதமான பொருள்கள் இருக்கின்றன. ஒன்றுக்கொன்று யாதொரு சம்பந்தமும் இல்லை. ஒன்று அழிவதால் மற்றவைகளுக்கு ஒரு பாதையுமில்லை. நம் தேகமும் இவ்விதமென்றுதான் கருதப்பட வேண்டும். தேகத்தின் நாசத்தால் சித்துக்கு நாசமேது? ஞானி, அக்ஞானி இருவரும் தேகம் உடையவர்களாக இருக்கிறார்கள். ஞானியானவன் எல்லாக் கர்மங்களையும் செய்தும் செய்யாதவனைப்போல இருக்கிறான். அக்ஞானியோ அவைகளால் இன்ப துன்பங்களை அனுபவித்து ஜனன மரணச் சுழலில் சிக்கிக்கொள்கிறான்.

ஜீவிதத்தின்மேலுள்ள ஆசையே துன்பங்களுக்குக் காரணம்

ஆகையால் ஞானிக்கும் அக்ஞானிக்கும் உள்ள வித்தியாசம் தேகத்தின் மேலுள்ள பற்றுதலே. இப்பற்றுதல் இருவகைப்படும். முதலாவது அக்ஞான வசத்தால் கேவலம் ஜீவிதம் செய்வதையே கருதி இருப்பது ஒன்று; இது பந்தத்திற்குக் காரணமாகும். மற்றது ப்ரோப காரமானது. செடி கொடிகள், மரம் மட்டை யெல்லாம் நிலத்திலிருந்த நீரை எவ்வண்ணமோ பருகி, வெயிலினால் வாட்டப்பட்டும், காற்றினால் அடிபட்டும் வளருகின்றன. இக்கஷ்டங்களை யெல்லாம் சகிப்பது உயிர் வாழ்வதன் பொருட்டே. கிருமிகள், புழுப் பூச்சிகளெல்லாம் பல விதமாகக் கஷ்டப்பட்டு, சந்து பொந்துகளில் வசித்து எப்படியோ உயிர் வாழ்கின்றன. எதன் பொருட்டு இவைகளையெல்லாம் அனுபவிக்க வேண்டும்? ஜீவிதத்தின் மேலுள்ள ஆசையினாலே. கழுதை ஏன் மூட்டை சுமக்க வேண்டும், அடியும் உதையும் படவேண்டும்? தன் ஜீவிதத்தின் மேலுள்ள பற்றுதலாலே. மனிதரும் இவ்வாறே கஷ்ட நிஷ்டூரங்களுக்குப் பாத்திரமாயும், இவைகளிலிருந்து தப்பித்துக் கொள்ள வகை தெரியாம லும் அவைகளிலேயே சுழன்று நிற்கிறார்கள்.

போற்றத்தக்க பற்றுதல்

இப்படியில்லாமல் ஆத்மத்தை உணர்ந்து தேகத்தின்மேல் ஒருவித ஆசையுமின்றி ஜீவிதத்தை நடத்துகிறவர்கள் மேன்மை பொருந்திய பற்றுதலுடையவராவர். பஞ்ச பூதங்கள் தத்தம் தன்மைகளில் நிலை நிற்பதும், திக்குபாலர்கள் திக்குகளைக் காப்பாற்றி வருவதும், சூரிய சந்திரர்கள் இடைவிடாமல் சஞ்சரித்து வருவதும், இவைகளெல்லாம் பொது நன்மைக்காக இருப்பதால் போற்றத்தக்க பற்றுதல் ஆகும். மகா விஷ்ணு திருலோகங்களை ஆதரிப்பதும், பிரம்மா திரும்பித் திரும்பி சிருஷ்டியில் ஈடுபடுவதும் பற்றுதலாலேதான். ஆனால் இதுவும் போற்றத் தக்க பற்றுதலே; இப்பற்றுதலுக்குக் காரணம் வாசனையே. இந்த வாசனையால் கட்டுப்பட்டுப் பிரபஞ்சம் சதா நடைபெறுவது என்ன ஆச்சரியம்?

ஆகையால் எவன் பற்றுதலை ஒழித்து, தேக வியவகாரங்களில் ஈடுபட்டுக்கொள்ளாமல் சாட்சியாக நின்று சம்சாரத்தை நடத்தி வருகிறானோ அவனே ஜீவன்முக்தன் ஆகிறான். அப்படியன்றிப் பற்றுத லுடன் காரியங்களைச் செய்கிறவர்கள் துன்பத்தைத்தான் அனுபவிக்க வேண்டும். இவர்கள் நரகத்திற்கும் தீக்கட்டையாவார்கள். சமுத்திரக் கரையிலுள்ள மணலை எண்ணினாலும் எண்ணலாம்; இவர்கள் எடுக்கும் ஜன்மங்களைக் கணக்கிடலாகாது.

வாசனையை ஒழிப்பது மனதை அழிப்பதாகும்

ஆகையால் வாசனைகளால் ஏற்படும் தூண்டுதல்களை அடக்கி மனதை அசைவற்றிருக்கும்படிச் செய்வதே யுக்தியாகும். அதாவது எப்பொழுதும் எல்லாச் சந்தர்ப்பங்களிலும் எல்லாவித எண்ணங்களை யும் மனதில் ஒழித்தவனாயிருத்தல். மனதில் யாதொரு சிந்தையும் இருப்பது கூடாது. வஸ்து, விஷயம் இவைகளின் ஸ்மரணையும் நீங்க வேண்டும். மனதைப் புருவமத்தி, நாசி நுனி, பிரம்ம ரந்திரம் இவைகளில் நிலைநிறுத்துவதாகிய தியானமும் விடப்பட வேண்டும். ஆத்மா வென்னும் சிந்தைகூட மனதில் இருக்கக்கூடாது. சுருக்கமாக மனம் சர்வ சூன்யமாய் இருப்பதே முறை. இதை இடைவிடாப் பயிற்சியினால் அடைந்தால், பிறகு ஆத்மா தானாகவே பிரகாசிக்கும். மனம் முற்றிலும் ஒழிந்தால்தான், ஆத்மா உதிக்க இயலும்.

அமாவாசை கிட்டும் பொழுது சந்திர கலை கொஞ்சம் கொஞ்ச மாகக் குறைந்து, அமாவாசையன்று சந்திரன் முற்றிலும் மறைந்து சூரியப் பிரகாசத்தில் கலந்துவிடுவதுபோல, மனமும் ஆத்ம ஜோதியில் மறைந்து விட வேண்டும்.

துரியாதீத பதவியென்பது

இவ்வித நிலையில் மனதை வைத்திருப்பவன் என்ன கர்மங்களைச் செய்துவரினும், அக்கர்மங்கள் இந்திரியங்களால் செய்யப்பட்ட வைகளாகவே கருதப்படும். பார்ப்போருக்குச் செயல்களாகத் தோன்றி னும் நிஜமாக அவைகள் இச்சை-பலனென்ற நோக்கமில்லா தவைகளாம். மனம் மேரு பருவதம்போல் அசைவற்றே இருக்கும். நிஷ்களங்கமான மனதில் அப்படியே ஒருவித மாறுபாடின்றிப் பிரதிபலிக்கும்; ஏனெனில் மனம் ஆத்மாவாகப் பிரகாசிப்பதால். சதா நித்திரையில் இருப்பவன் போல்தான் இவன் இருப்பான், அதாவது லோக வியவகாரங்களில்; ஆத்ம விஷயத்திலோ அவன் எப்பொழுதும் விழித்தவனாகவே இருப்பான். ஒரு குழந்தை கை கால்களை யாதொரு சிந்தனையுமின்றி உதைத்துக் கொள்ளுகிறது; அவ்வாறேதான் ஜீவன் முக்தன் கர்மங்களைச் செய்வதும். அவன் உள்ளம் எப்பொழுதும் குளிர்ந்தே இருக்கும். இந்நிலைதான் பெரியோர்களால் துரியத்தைத் தாண்டிய பதவி என்று சொல்லப்படுவது. இப்பதவி, தேகத்தைக் கூடிவாழும் நிலையில்தான் அடையப்பட வேண்டியது. இதற்கு அடுத்த பதவியானது, தேகத்திலிருந்து விடுதலை அடைந்தபிறகு சித்திக்கும். இந்நிலையில் தண்ணீரில் போட்ட உப்பைப் போல் ஜீவன் ஆத்மாவுடன் கலந்துவிடும்.

இப்பதவி ஆனந்தத்தையும் தாண்டி நிற்பது; அதுவே ஆனந்த மயமாய் இருப்பதால், அதற்கு உணர்ச்சி யென்பது எப்படிப் பொருந்தும்? இதுவே அனானந்த பதவி என்றும் சொல்லப்படும். இதைப்பற்றி வாயால் சொல்லவோ மனத்தால் உணரவோ சாத்தியமில்லை. அது இவைகளுக்கு எட்டாத நிலை.

எப்பதவியைக் கோரி நாம் முயற்சி செய்வது?

நாம் செய்யவேண்டிய முயற்சிகளெல்லாம் தேகத்தைக் கூடி அடையும் பதவியைப் பற்றியே; அதாவது ஜீவன்முக்த நிலை. இதுவே வாழ்க்கையில் இன்பத்தையும் சுகத்தையும் தரும். இப்படி இருப்பதை நீ கருதி உன் கர்மங்களைச் செய்வாயாக. தேகத்தில் அபிமானம் இல்லை யென்றால் கர்மங்கள் பற்றுதலின்றித்தான் செய்யப்படும். ஆராய்ந்து பார்த்தால் தேகத்திற்கும் ஆத்மாவுக்கும் என்ன சம்பந்தம்? ஒன்று ஜடம், மற்றது அஜடம். பனிக்கட்டி சுடுகிற தென்றால் பொருந்துமா? நெருப்பில் நீர் பெருகுமா? வெளிச்சத்தில் இருட்டைக் காணலாமா? இவைகள் எவ்வளவு அசம்பாவிதமோ அப்படித்தான் தேக -ஆத்மா சம்பந்தமும். ஒன்று நித்திய சத்தியம், சுயம் பிரகாசமுள்ளது; மற்றது கேவலம் ஜடப் பொருள். இவ்விரண்டும் ஒன்றோடொன்று எப்படிக் கலக்கும்? ஆகையால் பந்தம் - மோட்சம் என்பது அறிவின்மை. ஆத்மாவுக்கு பந்தம் இல்லாமல்

மோட்ச கதி என்பது எவ்விதம் பொருந்தும்?

தேகத்தின் தத்துவம்

தேகம் ஸ்பந்தத் தன்மையால் வளர்ச்சி யடைகிறது. சப்தம், ரூபம், கந்தம் இவைகளை யடைந்து இவைகளால் இயங்கவும் செய்கிறது. இது பஞ்சபூதங்களைக் கொண்டு அமைக்கப்பட்டுள்ளது; அழிவடைந்தவுடன் மீண்டும் பஞ்சபூதங்களாக மாறித் தத்தம் இனத்தில் கலந்து நிற்கும். மண்ணால் செய்யப்பட்ட பலவிதச் சாமான்கள் உடைந்த பிறகு மண்ணாகத்தான் இருக்கும். தங்கத்தினால் செய்யப்பட்ட ஆபரணங்கள் எல்லாம் தங்க மயமாய்த்தான் இருக்கும். அதே மாதிரி நம் உடலும் பஞ்ச பூதமயந்தான். ஒரு கல்லிலிருந்து பல பதுமைகள் செய்யப்படுகின்றன. இப் பதுமைகளில் ஒன்றுக்கொன்று என்ன சம்பந்தம்? அதே மாதிரி, பஞ்ச பூதங்களால் செய்யப்பட்ட பல உடல்களில் ஒன்றுக்கொன்று என்ன சம்பந்தம்? தாய், தகப்பன், பந்துக்கள், சிநேகிதர்கள் எல்லாம் நம் பாவனைகளே தவிர, பூத மயமாகிய உடல்களுக்கு இவ்விதச் சம்பந்தம் ஏது? ஆண், பெண் என்பதும் உருவ அமைப்பின் வித்தியாசமே தவிர, அவைகளில் அதிசயமான தத்துவமோ சத்யமோ எங்கிருக்கிறது? இந்த தேகத்திற்கு உற்பத்தியும் அழிவுமே இயல்பு. ஆகையால் இதைப்பற்றி ஓர் உற்சாகமோ கவலையோ அடைவது புத்தியின்மையே. தேகம் மரணத்தை அடைவது சகஜம். ஆகையால் இதைப் பற்றித் துக்கிப்பது மதியீனம் அல்லவா? எங்கிருந்து வந்தது? மீண்டும் பூர்வ நிலையைத்தானே அடைய வேண்டும், அதாவது ஞானிகளின் உடல். அக்ஞானிக்கோ மறுபடியும் வேறு உடல் உண்டாவது திண்ணம். ஆகையால் எவ்விதத்திலும் விசனத்திற்குக் காரணம் கிடையாது. ஆதலால் தேகத்தை, மரம், மட்டை, கல் இவைகளைப்போல் பாவிப்பதே ஞானிகளின் முறை.

ஆத்மாவின் சொரூபம்

தேகம் இப்படியிருக்க, ஆத்மா எப்படி இருக்கின்றது? ஆத்மா ஆத்மாவாகத்தான் இருக்கும். அது ஒரு மாறுதலையும் அடைய முடியாது. தேகத்துடன் சேர்ந்திருப்பதான பாவனை நம் அக்ஞானத்தால் தான். இவ்விரண்டும் சேருவதற்கு ஒரு நியாயமும் இல்லையென்று நாம் மேலே கூறியுள்ளோம். தேகத்திற்கு ஏற்படும் மாறுதல்களால் ஆத்மா வுக்கு வாசதை ஏதுமில்லை. சமுத்திரத்தில் எவ்வளவோ அலைகள் அடுத்தடுத்து ஏற்படுகின்றன. பிறகு அதிலேயே கலந்துவிடுகின்றன. இச் சமுத்திரத்தில் அநேகப் பொருள்கள், திரவியங்கள் எங்கெங்கிருந்தோ கொண்டுவரப்பட்டு, சேகரிக்கப்பட்டுப் பிறகு வேறு பிரதேசங்களில் தள்ளப்படுகின்றன. இப்பொருள்களுக்கும் சமுத்திரத்திற்கும் ஏதேனும் சம்பந்தம் உண்டோ அல்லது அலைகளால்தான் சமுத்திரத்திற்குக்

கவலையுண்டோ? இந்த அலைகள் போன்ற கொந்தளிப்புத்தானே இந்த ஜீவன்களும். ஆகையால் வஸ்து மயமான பிரபஞ்சத்தில் நியதியைத் தழுவி ஏற்படும் செயல்களாலும், மாறுதல்களாலும் சர்வவியாபியாகிய ஆத்மா வுக்குக் கவலையுண்டோ? அது கேவலம் இருக்கையென்ற ஒரு தன்மையை மட்டும் அனுசரித்திருக்கின்றது.

இப்பேர்ப்பட்ட ஆத்மாவாக இருக்கும் ஜீவன், உணர்ச்சி- உணர் வோன் என்ற பேத வசத்தால் ஜகத்தாகிய அனுபவத்தில் ஈடுபட்டு வருகிறது. ஆத்மாதான் ஜகத்தை வியாபித்து உணர்ச்சிக்குப் பொருளாய் இருப்பது என்னும் நோக்கம் எவனிடத்தில் திடப்பட்டு வருகிறதோ அவன் நோக்கத்தில் அப்பொழுது ஜகத்தோற்றம் அழிந்து ஆத்ம திருஷ்டி ஏற்படும். .

வாஸ்தவத்தில் உணரப்படுவது - உணர்ச்சி - உணர்வோன் மூன்றும் ஒரே சத்யம்தான். அப்படி இல்லாமலிருந்தால் திருஷ்டியே (உணர்ச்சி) ஏற்படமுடியாது. இம் மூன்றையும் வெவ் வேறாகக் கருதுவதுதான் பந்தத்திற்குக் காரணம். ஆத்மாவொன்றைத் தவிர்த்து வேறொரு சத்தியமுமில்லை. ஆகையால் இதையே சதா திடமாக பாவனை செய்தல் அவசியம், 'நான்' நானும் இல்லை, வேறொன்றும் இல்லை, தனிமையும் இல்லை, பலவும் இல்லை, அண்டையிலிருப்பதும் இல்லை. தூரத்தி லிருப்பதும் இல்லை, நான் பதார்த்தம் இல்லை, விஷயமும் இல்லை. பஞ்சபூதங்களும் இல்லை, அவைகளைத் தவிர்த்து வேறும் இல்லை என்று அறியப்படும். இந்த பாவனை ஏற்பட்டு நிலை நிற்குமாகில் அதுவே பரம திருஷ்டியாகும்.

இப்படி அல்லாமல், இரண்டு என்னும் பாவனையை ஒழித்து இருப்பதும் சரியான மார்க்கம். மனதை நிர்மலமாக வைத்துக்கொண்டு புலப்படுகிறவைகளெல்லாம் நான், நானே ஆதித்யன், நானே தேவர்கள், மனிதர், அசுரர், நானே பஞ்ச பூதங்கள், சர்வமும் சர்வதா நானே என்ற பாவனையும் - பரம திருஷ்டிக்குக் காரணமாகும். இந்த பாவனை இரு விதமாக ஏற்படலாம். அணுவிலும் அணுவாகயிருந்து எல்லாவற்றையும் வியாபித்திருப்பதான பாவனை ஒன்று; எல்லாம் சேர்ந்த மகத்தான 'நான்' என்ற பாவனை இரண்டாவது. இவ்விரண்டு விதமான சத்வ அகங்காரங் களும் கூட, மோட்ச சாதனமாகும். மூன்றாவதான 'இது நான்' 'அது நான்' என்று சுட்டிக் காட்டும்படியான (தமோகுணம் படைத்த) அகங்காரமே சம்சாரத்திற்குக் காரணம். இம் மூன்றுவித அகங்காரங்களையும் ஒழித்தும் மிஞ்சியது எதுவோ அதை பற்றியிருப்பதும் சரியே.

மோட்சம் எது?

எவ்விதம் ஆராய்ச்சி செய்தாலும், கடைசியில் ஒரு தீர்மானத்தைத்

தான் அடைய வேண்டும் - அதாவது சத்யம் ஒன்றுதான் என்று. ஆராய்ச்சி செய்யாதவர்கள்தான் இரண்டென்னும் பாவனா தோஷத் தினால் சம்சாரத்தில் சிக்கிக்கொண்டு பல துன்பங்களை அனுபவிக் கிறார்கள். மேற்சொன்ன ஆத்மத்தை அடைவதே மோட்சம் என்பது. வேறு மோட்சம் என்று ஒரு ஸ்தலம் இந்த பிரம்மாண்டத்தில் இருப்பதாக எண்ணுவது புத்தியீனம். அவ்வித மோட்ச மென்பதுமில்லை, நகர மென்பதுமில்லை. மோட்ச பதவி என்பது சித் முற்றிலும் சேதனமற்று இருக்கும் தன்மையே.

ஆத்மா பிரத்யக்ஷப் பிரமாணத்தால் ஸ்தாபிக்கப்பட்டது

இந்த ஆத்மா சர்வவியாபியாக இருப்பது அனுமானத்தாலோ அல்லது வேறு யுக்திப் பிரமாணங்களாலோ ஸ்தாபிக்கப்படவில்லை. சத்தியத்தை அவ்விதம் ஸ்தாபிக்க முடியாது. அவ்விதம் ஸ்தாபிக்கப் பட்டது சத்தியமாகாது. ஆத்மா பிரத்யக்ஷப்பிரமாணத்தால் ஸ்தாபிக்கப் பட்டதே. உதாரணமாக நம் தேகத்தில் ஒரு ஸ்பரிசம் ஏற்படுவதைக் கவனிப்போம். உடனே அந்த உணர்ச்சி ஏற்படுகிறது. இந்த உணர்ச்சி யாவது என்ன? இதை ஸ்தூலமென்றோ அல்லது சூக்ஷமமென்றோ சொல்லத் தகுமோ! இது ஒரு ஸ்பந்தம் அல்லது அசைவே. எதனுடைய அசைவு? ஆத்மா அல்லது அறிவின் அசைவைத் தவிர வேறல்ல. இதே மாதிரி மற்ற இந்திரியங்களாலும் பூதங்களாலும் ஏற்படும் உணர்ச்சிகள் அறிவின் அசைவே. இவ்வுணர்ச்சிகளாகிய அசைவுகளுக்கு ஒருபுறம் பதார்த்தம் அல்லது விஷயமும், இன்னொருபுறம் ஆத்மா அல்லது அறிவும் இருக் கின்றன. முதல் சொல்லப்பட்ட நுனியை வாஸ்தவமாகக் கருதினோ மானால் அது பந்தத்திற்குக் காரணமாகின்றது. இரண்டாவது நுனியை அனுசரித்தால் ஞானம் ஏற்படும். ஆகையால் ஆத்மா ஒவ்வொரு கணமும், எங்கும் வியாபித்து நிற்கும் பிரத்யக்ஷ சத்தியம். அணுவிலும் அணுவாகிய காலமாவது தேசமாவது, அதன் வியாபகமின்றி இப் பிரபஞ்சத்தில் இருக்க முடியாது.

ஆத்மாவின் அனுபவம் யாருக்கு ஏற்படும்?

இந்த ஆத்மாவின் அனுபவம் பஞ்ச பூதங்களைக் கொண்ட மனதிற்குத்தான் ஏற்பட முடியும். ஜடப் பொருள்களாகிய கல், மண் முதலியவைகளாவது, செடி கொடி வர்க்கங்களாவது, அல்லது சஞ்சரிக்கத் திறமை வாய்ந்த மிருகங்களாவது ஆத்ம அனுபவத்தை அடைய இயலாது. ஏனெனில் இவைகளுக்கெல்லாம் பஞ்ச பூதங்களின் அமைப்பு வேண்டிய அளவு இல்லாததாலும், மேலும் மனன சக்தியின்றி இருப்பதாலும் ஆத்ம உணர்ச்சி எக்காலத்திலும் ஏற்பட முடியாது. மனித தேகத்தில் மாத்திரந் தான் இவ்வாறு உணர்ச்சிகள் சரிவரப் பொருந்தி இருக்கின்றன. ஆகையால் மானிட வர்க்கம் ஒன்றினால்தான் ஆத்ம சத்தியம் உணரப்படும்.

இவ்விநோதமான அமைப்பு ஏற்பட்டதன் காரணம் ஆத்மத்தை உணரும்பொருட்டே. ஆகையால் நம் தேகத்தை இச்சத்தியத்தை உணர்வதன் பொருட்டு உபயோகித்தல் வேண்டுமே தவிர, தேகத்தையே போஷித்து அதன் செயல்களில் ஈடுபட்டுக் கொள்ளுவதன் பொருட்டு அல்ல.

ஆத்ம உணர்ச்சியை அடைய சர்வத் தியாகியாயிருந்து மனதை நிர்மூலம் செய்யவேண்டும். மனம் சஞ்சலமற்று இருந்தால், அதாவது மனனம் செய்யும் தன்மை, முற்றிலும் அற்று இருந்தால், அப்பொழுது அது ஆத்மாவாகப் பிரகாசிக்கும். குடத்தில் வைத்த விளக்கைப்போல ஒளி மயமாக இருக்கும். மௌன பதவி என்று சொல்லப்படுவதும் இதுவே. கை கால்களை அசையாமல் வைத்து, வாயை மூடியிருப்பது மௌனம் ஆகாது. சரியான மௌனத்திற்கு இவை தேவையில்லை. ஒன்றிலும் ஈடுபடாமல் ஆத்மத் தியானத்தில் இருப்பதே மௌனமாகும்.

சர்வத்தியாகியின் நிலை

மேற் சொல்லியபடி மனம் அசைவற்று நிற்கும் பொருட்டு, இச்சை களை யெல்லாம் முற்றிலும் ஒழித்து சர்வத்தியாகியாக இருத்தல் வேண்டும். மோட்சத்தை அடையும் இச்சையும் இருக்கலாகாது. ஏனெனில் இதுவே மனதின் அசைவிற்குக் காரணமாகிப் பிறகு வெகுப் பிரபலமாகப் பெருகும். இதுவே சர்வத்தியாகம் எனப்படும்.

இப்படி இச்சையின்றி இருப்பவனின் ஆனந்தத்திற்கும் மனக் குளிர்ச்சிக்கும் உலகத்தில் ஈடு ஏது? சந்திரனைக் கோர்த்துக் கழுத்தில் மாலையாகக் கட்டிக்கொண்டாலும் இக் குளிர்ச்சிக்கு ஈடாகுமா? திரிலோகத்திற்கு அதிபதியாயினும் இவன் சந்தோஷத்திற்கு ஒப்பாகுமா? அல்லது ஒரு செளந்தர்ய சுந்தரியின் ஆலிங்கனங்கூட ஆசையற்ற மனத்தின் ஆனந்தத்திற்கு ஈடாகாது. தேவை என்பதே இல்லாதவனுக்குப் பிரபஞ்சத்தில் எதுதான் திருப்தியைக் கொடுக்கும்? அவன் மனம் எப்பொழுதும் ஆத்மாவில் லயமடைந்த வண்ணம் இருக்கும். உலக வியவகாரங்களைச் செய்துவந்தால் என்ன? பார்ப்போருக்கு அவன் விஷய சுகங்களில் மூழ்கிக்கிடப்பதுபோல் தோன்றினும், வாஸ்தவத்தில் அவன் மனம் எப்பொழுதும் ஆத்மத்தை விட்டு நழுவாமல் இருக்கும். பரபுருஷனை இச்சைகொண்ட ஒரு பெண் பலவித தேக அசௌகரியங்கள், இடையூறுகள், மனோவேதனைகளையெல்லாம் ஒருவித சோகமுமின்றித் தாங்கிவருகிறாள்; எப்படியென்றால் ஆசைப் புருஷன் அவள் மனதில் சதா குடிகொண்டு அதைக் கவர்ந்து எல்லா அசௌகரியங்களையும் மதியாவண்ணம் செய்துவிடுகிறான். ஆத்மாவைக் கண்ட ஞானியும் இவ்விதமே உலக வியவகாரங்களை நடத்தி வருவான். ஆகையால்

அறிவாளிகளுக்கு ஆத்மத்தை அடையும்பொருட்டுச் செய்யவேண்டிய யத்தனங்களுக்கு உதவும் கருவியே தேகம். ஒரு உத்தம பெண் விவாகத்திற்குச் சில காலத்திற்குப் பின் தன் ஆசை நாயகன் சண்டாளனென்று அறியவந்தால், அக்கணமே ஆசையெல்லாம் வெறுப்பாக மாறி அவனை அதே கணம் தியாகம் செய்கிறாள். அதுபோல, தேகத்தின் மித்யா சொரூபம் அறியப்பட்டவுடன் அதன் மேலுள்ள பற்றுதல் நீங்கும்.

ஜீவன் முக்தர்கள் – உதாரணம்

இப்படி இருப்பவர்களே ஜீவன்முக்தர்கள். இவ்வித ஜீவன்முக்தர்கள் அநேகரை நாம் அறிவோம். ஜனகன் ஜீவன்முக்தனாக ராஜ்யபாரம் செலுத்தி வருகிறான். பூர்வகாலத்தில் உன் குலத்திலே உதித்த திலீபனும், மானிடருக்கு ஆதி புருஷனான மனுஷம், மகா சிரேஷ்டரான மாந்தாதாவும் இவ்விதம் இருந்தவர்களே. அசுரர்களில் பலிச்சக்ரவர்த்தியும், தானவர்களில் பிரஹ்லாதனும் ஜீவன் முக்தர்களே. இந்திர ஜாலங்களுக்கு அதிபதியாகிய சம்பரன், சம்சாரமாகிய இந்திரஜாலத்தையும் கடந்தவனாக விளங்குகிறான். அசுர குருவாகிய சுக்கிராசாரியரும் அவர் சிஷ்யனாகிய புதனும் சதா ஆகாயத்தில் சஞ்சரித்தவண்ணம் பூமிக்குப் பலனைக் கொடுத்து வரும் ஆத்ம ஞானிகளே. தேவ குருவாகிய பிரகஸ்பதியும், தன் பத்னியின் நிமித்தம் சந்திரனிடம் சண்டையிட்டபோதிலும் ஆத்ம ஞானியே. சந்திர சூரியர்களும் அப்படியே. பிரபஞ்சத்தின் உற்பத்திக்குக் காரணமாகிய பிரம்மாவானவர், ஓய்வில்லாமல் இப் பிரபஞ்சம் விஸ்தரித்துக் கொண்டிருந்த போதிலும், சலிக்காமல் இதில் ஈடுபட்டே இருக்கிறார். விஷ்ணு, ஈசுவரன், சுப்ரமணியர் இவர்களும் இடைவிடாமல் தங்களுக்குண்டான கர்மங்களைச் செய்தே வருகின்றனர். பிருங்கி என்னும் ரிஷி, ஈசுவர பக்தியால் தன் தேகத்திலுள்ள ரத்த மாமிசம் எல்லாம் தியாகம் செய்தார். ஆத்மத்தில் பரிபூரணமாக லயப்பட்டதனால்தான் இவ்வாறு செய்ய முடிந்தது. மூன்று லோகங்களிலும் சதா சஞ்சாரம் செய்து அவ்விடத்தில் நேரும் விஷயங்களையெல்லாம் கவனித்து வரும் நாரதரும் ஆத்ம ஞானி ஆவர். பிருகு, பரத்வாஜர், சுகர், இங்கிருக்கும் விசுவாமித்திரரும் ஜீவன் முக்தர்களே.

இன்னும் எவ்வளவோ ஆயிரக்கணக்கான ஜீவன் முக்தர்கள் நமக்குத் தெரிந்தும் தெரியாமலும் இருக்கலாம். ஒவ்வொருவரும் வெவ்வேறு விஷயங்களைக் கவனித்து வரலாம். சிலர் ராஜ்ய விஷயங்களைக் கவனிப்பதிலும், சிலர் சம்சாரத்தை நடத்துவதிலும், சிலர் உலக வியவ காரங்களைக் கவனிப்பதிலும், சிலர் நாட்டில் வாழ்வதிலும், சிலர் காட்டிலும் இப்படிப் பலவிதமாக இருக்கலாம். சிலர் இதர ஜனங்களுக்குத் தெரியும்படியும், சிலர் கண்ணுக்குப் புலப்படாமலும் இருக்கலாம்.

இவர் அனைவர்க்கும் மேலாகிய ஆத்மா எப்பொழுதும் எல்லாமு மாக இருந்து பிரபஞ்சத்தின் விஸ்தரிப்பைத் தாங்கிய வண்ணம் இருக் கிறது. இதுவே விஷ்ணு என்றும், ஈஸ்வரன் என்றும் பல பெயர்களால் வழங்குவது. இவ்விஷயங்களில் நாம் ஒரு யுக்தியைக் கவனிக்கவேண்டும்.

அசத்திலிருந்து சத் ஏற்படுவது

கல்லாகிய மலத்திலிருந்து தங்கமாகிய திரவியத்தை அடைகிறோம். பாபம் என்ற பயத்தால் உலகம் நீதியை அனுசரிக்கின்றது. மேலும் பொய்யினால் நன்மையோ அல்லது உண்மையோ ஏற்படலாம். சத்யமான ஆத்மாவால் அசத்யமாகிய ஜகத்தோற்றம் ஏற்பட்டுக் கொண்டே இருக் கிறது. அநித்யமாகிய தேகத்தின் மூலமாக நித்யமாகிய ஆத்மாவை அடை கிறோம். சூன்யத்தை தியானம் செய்வதாலும் ஆத்மாவை அடைகிறோம். அசத்தியமான ஜகத்தில் சத்யமாகிய ஆத்மா வியாபித்திருக்கிறது. பாவம் - அபாவங்களின் தன்மை இவ்விதம் இருப்பதை அறிவது அவசியம்.

மோட்சத்திற்கு உரிமையுள்ளவர் எவர்?

சர்வமும் ஆத்மாவாக இருப்பதால், எல்லா ஜகத் சமூகங்களுக்கும் முக்தி ஏற்படுவது நிச்சயம். இதுவே நியதி. ஆனால் ஸ்தாவர இனமாகிய மரம், மட்டை, செடி, கொடிகளுக்கும், ஜங்கமப் பிராணி வர்க்கங்களுக்கும் பிரபஞ்சமென்ற மோகம் கிடையாது சங்கல்பவசத்தால் ஏற்படும் சுகதுக்க உணர்ச்சிகளும் கிடையாது; மனம் என்பதும் கிடையாது. ஆகவே இவைகளுக்கு முக்தியென்னும் நிலை ஒவ்வாது. மானிடவர்க்கம் ஒன்றே இப்பதவிக்கு ஏதுவாகும். ஒவ்வொரு மனிதனும் ஒரு காலத்தில் முக்தியை அடைந்தே தீரவேண்டும். ஆனால் பிரயத்தனத்தால் விவேகத்தையும் யுக்தியையும் அடைந்து ஆராய்ச்சி செய்துவந்தால் வாழ்வை இன்பத் துடன் நடத்தி முக்தியைச் சீக்கிரம் அடையலாம்.

வால்மீகி: வசிஷ்டர் இப்படிச் சொல்லிய பிறகு, ராமனுடைய குணாதிசயங்களை அறிந்தவராய், ஜீவன் முக்தனாவதற்கு அவன் உரியவன் என்றும் ஆகையால் சம்சாரத்தைவிட்டு ஒதுங்கி நிற்கத் தேவை யில்லை என்றும் சொன்னார். சம்சாரத்தைப் பாம்பாக அறிவது சரியே; ஆனால் அதை அப்படி அறிந்து பிறகு பாம்புக்குக் கருடனாக இருந்து அத்துடன் பயமின்றி விளையாடலாம். அக்ஞானி சம்சாரத்தில் ஈடுபட்டுக் கொள்ளுகிறான், ஞானியோ சம்சாரத்தில் விளையாடுகிறான்.

சித் ஸ்பந்தமே ஜகத்

வசிஷ்டர்: ஆகவே நாம் அறிந்தாவது இந்த ஜகத்தாகிய தோற்றம் சித்தின் ஸ்பந்தத்தினால் ஏற்படும் அசத்யமே. கடலில் ஒரு சிறிய அலை கிளம்பியதும் அதைத் தொடர்ந்து பல அலைகள் உண்டாகின்றன.

சூரியன் உதயமானதும் அதன் கிரணங்கள் உலகமெங்கும் பரவி இருட்டைப் போக்கடித்துப் பிரகாசத்தைக் கொடுக்கின்றன. அதே மாதிரி, சித்தாகிய சூரியன் இயங்கினதும் உலகமாகிய தோற்றத்தைப் புலப்படுத்து கிறது.

ஸ்பந்தம் எப்படி ஓய்வடையும்?
யோக, ஞான மார்க்கங்கள்

ராமன்: சித்தின் ஸ்பந்தந்தான் ஜகத் என்பது சரியே. ஆனால் இதை அறிவதில் லாபமென்ன? பிறகு இதை எப்படி அடக்குவது? இவைகளை எனக்கு விளக்கும்படி வேண்டிக்கொள்கிறேன்.

வசிஷ்டர்: பனிக்கட்டியும் அதன் வெள்ளை நிறமும் வெவ்வேறாகக் கருதப்படினும் அவை ஒன்றைவிட்டு ஒன்று தனியாக நிற்காது. எள்ளும் எண்ணெயும் அல்லது பூவும் வாசனையும் அப்படியே. இவ்விதமேதான் சித்தும் ஸ்பந்தமும், ஒன்று நசித்தால் மற்றதும் கூடவே நசிக்கும்.

பிறகு இதை அடக்கும் மார்க்கங்கள் இரண்டு, அதாவது மேற் சொன்ன இரண்டு அம்சங்களைத் தழுவி. ஒன்று சித்த விருத்திகளைத் தடைசெய்யும் யோக மார்க்கம்; மற்றொன்று சித்தத்தின் நாசத்தையே தழுவிய ஞான மார்க்கம்.

ராமன்: பிராண அபான வாயுக்களைத் தடை செய்து மனதை அடக்கும்படியான யோக மார்க்கத்தைப் பற்றி எனக்கு உரைப்பீராக.

வசிஷ்டர்: நமது தேகம் அநேக நாடிகளால் வியாபிக்கப்பட்டு, இவைகளின் ஸ்பந்தத்தால் தேகத்தில் விசித்திரமான கிரியைகள் நடைபெறுகின்றன. இந்த நாடிகள் எல்லாவற்றின் ஸ்பந்தத்திற்கும் ஒரே பிராணன் தான் காரணம். அபான, வியான, உதான, சமானமென்று சொல்லப்படும் இதர ஸ்பந்தங்கள் கற்பனைகளே; ஒவ்வொரு தேக பாகத்தை ஒட்டி ஒரே பிராணனுக்கு வேறு பெயர்கள் கொடுக்கப் பட்டன. காலத்தை அனுசரித்து மலர்கள் எப்படி மலர்கின்றனவோ அப்படியே 'இரண்டு' என்ற **பாவம்** ஏற்பட்ட கணமே சித்தம் விஸ்தரிக்க ஆரம்பிக்கின்றது. இதனால் சங்கல்பங்கள் அலைகள்போல் அடுத்தடுத்து உதிக்கின்றன. ஆகவே ஸ்பந்தம் அல்லது பிராணன்தான் மனம்; ஸ்பந்தம் குறைந்தால் மனம் சாந்தி அடைகிறது. மனம் விஸ்தரித்தால் சம்சாரம் வலுக்கிறது. எப்படி யென்றால் சூரியன் உதயமானதும் ஜனங்கள் பிரவிர்த்தியில் ஈடுபடுவதுபோல்.

பிராணாயாமம் செய்யும் முறை

இந்த மனதினுடைய ஸ்பந்தத்தைத் தடைசெய்யும் யோகமார்க்கம் பலவிதம். ஆனால் இதைப் பிரயாசமின்றிச் செய்வதே முக்கியம்.

பிராணனென்பது ஸ்பந்தம், வாயுஅல்ல. ஆகையால் வாயுவை அடக்கித் தேகத்தைத் துன்பப்படுத்துவதில் லாபமில்லை. ஸ்பந்தத்தை அடக்க ரேசகம், கும்பகம், பூரகம் என்பவைகளில் ஏதாவதொன்றை அனுசரித்து மனதை ஒருமுகப்படுத்துவதே பிராணாயாமம் எனப்படும். மனோ விருத்திகளை அடக்கி ஒரே விஷயத்தில் மனதை நிறுத்தி அப்யசிப்பதே யோகமெனப்படும். இவைகளைத் தவிர வேறு அப்பியாசங்களும் உண்டு, அதாவது, நாசி நுனியிலோ அல்லது 12 அங்குலத்திற்கு அப்பாலோ, அல்லது புருவ மத்தியிலோ பார்வையை நிறுத்தி, மனதையும் அப் பார்வையிலே செலுத்துவது. எவ்வித அப்யாசமாயினும் மனதை வசப் படுத்துவதில் கண்ணாயிருக்க வேண்டும்.

இருதயமென்பது எது?

ராமன்: பூத வர்க்கங்களின் இருதயத்தில் ஆத்மா பிரகாசிப்பதாகச் சொல்லப்படுகிறது. இந்த இருதயமாவது எது?

வசிஷ்டர்: இது இருவகைப்படும். முதலாவது ஜனங்களால் சாதாரணமாகச் சுட்டிக் காட்டப்படும் மாமிச பிண்டம்; இரண்டாவது விவேகிகளால் சொல்லப்படுவது, பதார்த்தங்களின் தத்துவம் அல்லது சொரூபந்தான்.

ராமன்: யோக மார்க்கத்தை அறிந்து கொண்டேன்; இனி, ஞான மார்க்கத்தைப்பற்றிச் சொல்வீராக.

ஞான மார்க்கம்

வசிஷ்டர்: ஆதியும் அந்தமும் இல்லாத ஆத்மா ஒன்றுதான் சத்தியம். இதுவே பிரபஞ்ச முழுதும் வியாபித்தும் ஆதரித்தும் வருகிறது என்ற நிச்சயம் மனதில் ஏற்பட்டு, அதைச் சர்வதா சாதனம் செய்து வருவதே ஞான மார்க்கம். எக்காரியத்தைச் செய்யும் முன்னும், அல்லது எந்த எண்ணம் மனதில் உதித்த போதும், அந்த கணமே அது எதற்காக, எவ்விதம், யார் பொருட்டுச் செய்யப்படுவது என்ற விசாரணையைச் செய்து, இவைகளுக்கெல்லாம் சாட்சியாய் நிற்கும் அறிவின் உணர்ச்சி களே இது என்பதை உணர்ந்து வருவதே சாதனமாகும். ஆகையால் இச்சாதனம் சும்மா யிருக்கும்பொழுது மாத்திரம் செய்யப்படும் அப்பியாசமல்ல; சதா செய்யப்பட வேண்டியது. எதைச் செய்த போதிலும் விசாரணை செய்த பின்னரே, காரியத்தைத் தொடரவேண்டும். இப்படிப் பயின்று வந்தால், நாளடைவில் மனம் ஆத்மாவை நோக்கியே செல்லும். இதனால் காரியங்களுக்கு ஏதாவது குந்தகமேற்படலாம் என்ற பயமே வேண்டியதில்லை. காரியம் இன்னும் நன்றாக நடைபெறுவதோடுகூட, அதனால் ஏற்படும் பலன்களில் பற்றுதலும் குறைந்துவிடும்.

ஞானிகளும், ஜீவன் முக்தர்களும் சதா இவ்வாராய்ச்சியைச் செய்து கொண்டே இருப்பார்கள். ஏனெனில் அப்படிச் செய்வதாலேதான் மனம் மறுபடியும் உலக வியவகாரங்களுக்கு நழுவாமலிருக்கும். சதா ஆராய்ச்சி செய்வதே ஞானத்திற்கு ஊன்றுகோல்.

வீதஹவ்யன் விருத்தாந்தம்

வசிஷ்டர்: கேவலம் ஆராய்ச்சி செய்வதாலேயே ஞானமடையலாம் என்பதற்கு இன்னொரு திருஷ்டாந்தமும் உண்டு. அதை இப்பொழுது சொல்கிறேன்.

விந்தியமலைச் சார்பில் ஒரு காலத்தில் வசித்து வந்த வீதஹவ்ய னென்ற முனிவர், சாஸ்திரங்களைப் படித்தும், கர்மானுஷ்டானங்களைச் செய்தும், வெகு காலம் ஞானோதயமாகாததைக் கண்டு மேலும் இவை களைக் குறித்து ஆராய்ச்சி செய்யலானார். இதன் முடிவாகக் கர்மங் களுக்கு ஓய்வில்லை என்றும், ஞானத்தை அடைய ஆராய்ச்சியால்தான் முடியும் என்றும் தீர்மானித்து, அம்மார்க்கத்தையே கடைப்பிடித்துச் சில காலத்தில் பலனையும் கண்டார்.

இந்தப் பக்குவமான நிலையில் ஒரு நாள், நிர்விகல்ப சமாதியை அடைய எண்ணி, உடனே பர்ணசாலையில் உட்புகுந்து, பத்மாசனத்தில் அமர்ந்து, கண்களை மூடிக் கொஞ்ச நேரம் மனதை அடக்கிப் பிறகு, பின்வருமாறு ஆலோசிக்கலானார்:

பந்தம் தேகத்தால் ஏற்படுவதில்லை

கர்மங்களெல்லாம் இந்திரியங்களால் செய்யப்படுகின்றன. இவ்விந்திரியங்களோ ஜடப்பொருள்கள். இவைகளால் சுயேச்சையாக யாதொன்றும் செய்ய முடியாது. வெளி வஸ்துக்களுக்கும் இவைகளுக்கும் என்ன சம்பந்தம்? ஒரு பொருளைக் கண்களால் பார்க்கும்பொழுது, கண் அனுபவிப்பது ஒன்றுமில்லை. கண் கண்ணாகவும் பதார்த்தம் பதார்த்த மாகவுமே இருக்கின்றன. இவ்விரண்டையும் பிணைத்த சம்பந்தமும், பார்வையால் ஏற்படும் அனுபவமும், சாட்சியாய் எது நிற்கிறதோ அதில் தான். ஆகையால் பந்தம் இந்திரியங்களால் ஏற்பட முடியாது.

பந்தம் மனத்தாலும் ஏற்படுவதில்லை

பிறகு மனதைப் பற்றிக் கவனித்தால், இது குரங்கைப் போல் சதா சஞ்சலத்திலேயே கண்ணாயிருக்கிறது. இதற்கேற்றாப்போல் பஞ்ச இந்திரியங்களின் சகவாசமும் ஏற்பட்டுள்ளது. அவைகளை ஒட்டிப் பதார்த்தங்கள்மேல் இச்சை வைத்து வருத்தத்தைத் தேடிக்கொள்ளுகிறது. பிச்சைக்காரன் வீடுவீடாகப் போய்க் கெஞ்சுவதுபோல், சுகத்தை அடைவதாக எண்ணி ஒவ்வொரு பதார்த்தமாகப் பார்த்துவருகிறது.

கடைசியில் அடைவதோ துக்கம்! ஜட பதார்த்தங்களோடு கூடி இருப்ப தும் ஜடந்தானே! ஆனால் மனம் நினைத்துக் கொள்வதோ, தானே எல்லாம் செய்வதாகவும் அடைவதாகவும்! ஜடத்தன்மையைப் பொருந்திய தற்குச் செயலும் போகமும் ஏது? ஜடப்பொருள்கள் அநித்தியம், ஆகவே அசத்தியம். ஒரு கணம் தோன்றி அடுத்த கணமே அழிகிறவைகளுக்கு இருக்கை என்ற தன்மை ஏது? ஆகையால் இவைகளெல்லாம் தோற்றங் களே, இல்லாதவைகளே. இந்த மனமும் அதே மாதிரி இல்லாததே. இல்லாதது கர்த்தாவாகவும் போக்தாவாகவும் எப்படி இருக்கமுடியும்? இத் தன்மைகள் சர்வ வியாபியாயிருக்கும் சித்துக்கே உரிமை. சித்திற்கும் மனத்திற்கும் பந்துத்துவம் இருக்க முடியாது. ஏனெனில் சம ஜாதி அல்லது நிலைமையிலிருப்பவர்களுக்குத்தான் பந்துத்துவமும், மித்ரத்துவமும் ஏற்படும். சூக்ஷ்மமாய் இருக்கும் சித்துக்கும் ஜடமாகிய மனத்திற்கும் இந்த சம்பந்தங்கள் ஒவ்வாது. கண் ஒரு பொருளைப் பார்க்கும் பொழுது அவ்விரண்டிற்கும் என்ன சம்பந்தம்? மூக்குக்கும் மலரின் வாசனைக்கும் என்ன சம்பந்தம்? அதேமாதிரி ஜடப் பொருள் களையே பின்பற்றும் மன திற்கும் சூக்ஷ்மமான சித்துக்கும் யாதொரு சம்பந்தமும் இருக்க முடியாது. அகங்காரமாகிய மோகத்தால்தான் மனம் தன்னைச் சித்தாகப் பாவித்துக் கொள்கிறது. அது சித்தாக இருந்தால், அது எல்லாமுமாக இருக்க வேண்டும்; நான், நீ யென்ற வித்தியாசங்களை உணரக்கூடாது. உற்பத்தி, நாசம் என்றவைகளுக்கும் உட்படக்கூடாது.

ஆகையால் மனதை ஜடமாகப் பாவித்தால் அதற்குக் கர்த்தா போக்தா என்பது கிடையாது. அப்படியின்றி ஜடபாவனைகளை விட்டு இது ஆத்மத்வத்தையடைந்தால், அப்பொழுதும் அதற்குக் கர்த்தா போக்தா என்ற தன்மைகள் ஒவ்வாது. ஏனெனில் அப்பொழுது அதுவே எல்லாமுமாகவும் ஒன்றாகவும் இருப்பதால். ஒன்று என்பதில் கர்த்தா காரியம் என்ற இரட்டை பாவம் எப்படிப் பொருந்தும்? ஆகவே இவைகள் ஜடமாகிய வஸ்துக்களிலாவது அல்லது ஆத்மாவாகிய சத்தியத்திலாவது பொருந்தா. இரண்டு என்ற பாவனையால் ஏற்படும் தோற்றங்களே ஜடப் பொருள்கள்.

இவ்வாறு தீர்க்க ஆலோசனையில் வெகுகாலம் இருந்தபிறகு வீதஹவ்யனுக்குப் பரிபூர்ண ஞானம் ஏற்பட்டது. இந்த நிலையில் ஸ்திரமாக இருந்து கொண்டு தன் இந்திரியங்களையும் மனதையும் நோக்கி தனக்குத்தானே பின்வருமாறு சொல்லிக் கொண்டான். "உங்களை நான் இப்பொழுது நன்கு அறிந்துகொண்டேன். இவ்வளவு காலம் உங்களால் நான் ஏமாற்றப்பட்டேன். இப்பொழுது எனக்கு அறிவு ஏற்பட்டது. விபரீதமான புத்தி இவ்வளவு காலம் என்னிடத்து நிலை நின்ற காரணம் உங்களை ஆத்மாவென்று நினைத்ததே. வாஸ்தவத்தில் நீங்கள்

இல்லாதவர்கள், ஆகவே எப்படி ஆத்மாவாக இருக்க முடியும்? ஆகையால் நீங்கள் போகலாம். உங்கள் சகவாசம் போதும். நீங்கள் நாசமானால், எல்லோருக்கும் க்ஷேமம்; உங்களுக்கும் க்ஷேமம். ஏனெனில் இல்லாமைதான் ஆத்மத்தின் சொரூபம். ஆகையால் உங்களுக்கும் மோட்சகதி ஏற்படும்."

இதற்குப் பிறகு வெகு காலம் மௌனமாய் சமாதியிலிருந்தான். வெளி உலகில் எவ்வளவோ சம்பிரமங்கள் நடந்தும், பல சப்தங்கள், ஜனங்களின் போக்குவரத்து, ஜலப் பிரவாகம், பூகம்பம் இன்னும் அநேகவித இடையூறுகள் ஏற்பட்டும் சமாதி கலையாமல் வீற்றிருந்தான். பிறகு ஒரு நாள் சமாதியிலிருந்து விழித்துச் சுற்றிப் பார்த்தான். தன் உடல் முழுதும் மண் புற்றால் மூடப்பட்டிருந்தது. ஆனால் பிராண ஸ்பந்தம் லேசாக உடலில் இயங்கிக் கொண்டிருந்தது. பிறகு உள்ளும் வெளியும் இயங்கிய பிராண ஸ்பந்தமாகிய தோற்றங்கள் சில புலப் பட்டன. இதைத் தொடர்ந்து தன்னுடைய பூர்வஜன்மங்களின் போக்கை அறியும் பொருட்டுக் கண்ணை மூடி நினைக்கையில், தான் கைலாசத்தில் சிவ பக்த முனியாக அநேக காலம் கழித்ததாகவும், வித்யாதரனாக இருந்த தாகவும் உணர்ந்தான்.

ராமன்: நீங்கள் சொல்வது கால தேசக் கிரமங்களுக்கு விரோதமாக இருக்கின்றதே! அநேக காலத்து அனுபவங்களும், பல தேச அனுபவங் களும் சொல்ப நேரத்தில் ஒன்றன்பின் ஒன்றாகத் தோன்றுவது எப்படிப் பொருந்தும்?

கால தேசக் கிரமங்கள் மனதில் அடங்கியவை

வசிஷ்டர்: காலம், தேசம் இரண்டும் நம்முடைய உணர்ச்சிகள். தன்னுடைய தற்காலத்துத் தன்மையாகவே கால தேசங்களை மனம் உணருகின்றது. இவை இரண்டும் மனோ மாத்திர உணர்ச்சிகள். மனதை விட்டுத் தனிப் பிரமாணங்களல்ல. மனதின் அசைவு எப்பொழுதும் ஒரேமாதிரி இருப்பதில்லை. ஒரு சமயத்தில் வெகு நிதானமாகவும் மற்றச் சமயங்களில் வெகு துரிதமாகவும், ஒரு கணம் வெகு சிறிய பிரதேசத்தில் அடங்கியபடியும் வேறு கணம் பூமி முழுவதையும் அடக்கியபடியும், இப்படித் தன் இஷ்டப்படியெல்லாம் காலத்தையும் தேசத்தையும் அனுபவித்து வருகிறது. ஆகையால் மனதின் வேகத்தைத் தழுவித்தான் காலம் ஒவ்வொரு கணமும் நிர்ணயிக்கப்படுகிறது.

வீதஹவ்யனின் மனத்தோற்றங்களைக் கவனிக்க பூர்வ ஜன்மங்களில் இச்சைகளாகப் பாவிக்கப்பட்ட இந்திரப் பதவி, சிவபக்தனான முனி எல்லாம் அநேக ஆயிர வருஷங்களில் நடைபெறும் பாவனைகளாக இருந்தன. தற்சமயமிருக்கும் மனோ நிலையில் இவைகள் வெகு சீக்கிரம்

நடைபெறும் தோற்றங்களாகக் காணப்பட்டன. மேலும் தேகத்தை அனுசரித்து நேரும் அனுபவங்களுக்குக் காலப் பிரமாணம் வேறு. அப்படி யின்றி அனுபவங்கள் மனோ மாத்திரமாக இருப்பின், அவை வெகு சொல்ப காலத்தில் ஏற்படும். மேலும் ஆயிர வருஷத்திய அனுபவங் களுக்கு, நடைபெறும்பொழுது அவ்வளவு காலம் வேண்டியிருப்பினும், தற்சமயம் இவைகளை மனதில் சிந்திக்கும்பொழுது,   வெகு சொல்ப காலத்தில் பூரணமாகக் காணலாம்.

ராமன்: வீதஹவ்யன் ஜீவன்முக்தனாக இருந்தும் பந்தம் மோட்சம் என்ற நோக்கங்களை அடைந்ததேன்?

சித் என்பதை அனுசரித்துப் பேசும்பொழுது, பந்தம் மோட்சம் என்பது பொருந்தாது

வசிஷ்டர்: ராமா! உனக்குத் திரும்பித் திரும்பி இந்த சந்தேகம் ஏற்படுவதேன்? வீதஹவ்யனின் சிதாகாசத்தில் இந்தப் பாவங்கள் ஏது? உன்னுடைய சிதாகாசத்திலும்கூட அவை ஏற்பட முடியாதே! ஏனென்றால் அவைகள் அசத் ரூபம்! ஜகத் முழுதும் சித்மயமாய் இருக்கும் பொழுது சித்தால் வேறொன்றை எவ்வாறு உணரமுடியும்? ஆனால் ஜகத் நோக்கம் ஏற்படும் பொழுது, அதாவது சித்தானது மனம் என்னும் நிலைக்கு இறங்கியதும், ஜீவன்முக்தன் புலப்படுபவைகளைக் காட்சி களாகவே உணருகின்றான். இதர ஜனங்களோ இவைகளை வாஸ்தவம் எனக் கருதுகின்றார்கள்.

வீதஹவ்யன் முக்தி அடைதல்

வீதஹவ்யன் தன் தேக நிலையைக் கண்டதும் மறுபடியும் ஏன் இந்த உடலை அடைவது என்று எண்ணினான். அடுத்த கணம் தனக்குத் தேகம் இருந்தும் இல்லாமற்போயினும் எல்லாம் ஒன்றே, ஆகையால் இதை நாசம் செய்யும் பிரயத்தனம் தான் ஏன்? என்ற தீர்மான மடைந்து தேகத்தை மீண்டும் அடைய முயற்சி செய்தான். இதன் பொருட்டுச் சூரியனையும் பிங்களனையும் வணங்கி, தேகத்தில் உட்புகுந்து அதை இயங்கச் செய்தான். இப்படிச் சில காலம் கழித்த பிறகு விதேகமுக்தியை அடையும் எண்ணம் உதித்தது. உடனே ஆசனத்தில் அமர்ந்து கர்மேந்திரியங்களை யும் ஞானேந்திரியங்களையும் அவைகளைச் சேர்ந்த பூதங்களில் லயம் செய்து பிறகு மனதை நிர்மலமாகச் செய்து கொண்டான். இந்த நிலையில் மனம் அசைவற்று இருக்கும். இப்படி ஸ்படிகம்போலுள்ள மனதில் ஒரு பிரகாசம் ஏற்பட்டது. அதை அவன் கவனிக்கவில்லை. பிறகு அந்தகார மாகிய இருள் தோன்றிற்று, அதையும் அவன் கவனிக்கவில்லை; அதன் பிறகு மனம் கேவலம் இருக்கையென்ற தன்மையை அடைந்தவாறே பரம ஆகாசத்தில் கலந்தது. வீதஹவ்யன் பரமாத்மாவாக ஆனான். அவன்

தேகம் நாளடைவில் மண்ணுடன் கலந்தது.

ஞானம் சொந்த முயற்சியால்தான் சித்திக்கும்

இந்தக் கதையை அடிக்கடி ஆராய்ச்சி செய்து வந்தால், அநேக தத்துவங்கள் வெளிப்படும். இங்கே சொல்லப்பட்டவைகளும், இனி சொல்லப்போவதும் எல்லாம் என்னுடைய சொந்த அனுபவத்தால் அறியப்பட்டவைகள்; மேலும் வெகு காலம் ஜீவித்து இந்த நீண்ட ஆயுள் காலத்தில் அடிக்கடி ஆராய்ச்சி செய்து சாரமாய்க் கண்டவைகளுமாகும். ஆகையால் இவைகளை மனதில் வாங்கிக் கொண்டு நீயும் அடிக்கடி ஆராய்ச்சி செய்துவருவாயாகில் ஜீவன் முக்தனாவதில் சந்தேகமில்லை. ஆனால் நான் சொல்வதிலேயே உனக்கு ஞானம் ஏற்படாது. உன் முயற்சியும் ஆராய்ச்சியுந்தான் பிரதானம்.

வீதஹவ்யன் தன்னுடைய சொந்த முயற்சியாலும் ஆத்ம விசாரணை செய்து வந்ததாலுமே பரமாத்மா ஆயினன். நீயும் அவ்விதம் சோகம், பயம், விசாரமின்றி, ஆராய்ச்சி செய்தவண்ணம் கர்மங்களைச் செய்து வருவாயாக.

ராமன்: ஜீவன் முக்தர்களாய் இருப்பவர்களுக்கு ஆகாயத்தில் சஞ்சரிப்பதும் இன்னும் இதர சித்திகளும் ஏற்படுவதுண்டா?

சித்திகளும் அவைகளின் அளவும்

வசிஷ்டர்: நீ சொல்லும் சித்திகளெல்லாம் பதார்த்தங்களுக்கு இயற்கையால் ஏற்பட்ட தன்மைகளையும் சக்திகளையும் தழுவியே அடையப்படும். இத்தன்மைகளையும் சக்திகளையும் மீறியோ அல்லது விரோதித்தோ யாதொரு சித்தியும் அடையப்பட முடியாது. எவ்வித சித்தியும் இந்தக் கட்டுப்பாடுகளுக்கு அடங்கியே இருத்தல் வேண்டும். அபூர்வப் பிரயத்தனத்தால் அடையப்படும் சித்திகள், வஸ்து, காலம், கிரியைகளைத் தழுவியே இருக்கவேண்டும். நியதிக்கு விரோதமாக பிரம்மா, விஷ்ணு, சிவனாலும் யாதொன்றும் செய்யத் தகாது. உதாரணமாக விஷம், மது இவ்விரண்டும் அதற்கு ஏற்ற பலனைத்தான் கொடுக்கும், ஏனெனில் அவ்வஸ்துக்களின் தன்மை அவ்விதம். அதே மாதிரி காலம், கிரியை, மந்திரம் இவைகளும் தங்களின் தன்மைக்கு ஏற்ற பலன்களைத்தான் கொடுக்கும். இவ்வஸ்துக்களின் சக்திகளைத் தவிர்த்து வேறு சித்திகளை அடைவது முடியாத காரியம்.

ஆனால் ஜீவன்முக்தர்களாக இருப்பவர்களுக்கு இவ்வித சித்திகளை அடையும் நோக்கமும் கருத்தும் கிடையாது. வஸ்துக்களின் மேல் சிந்தை யும் ஆசையும் சென்றால் ஜீவனுக்கு முக்தி ஏது? எல்லாவற்றிலும் மேலான ஆத்மத்தில் தங்கள் நோக்கத்தைச் செலுத்தியவர்கள் இந்தக் கேவல சித்தி

களைக் குறித்து ஒரு பொழுதும் சிந்தியார். தேவை என்பதையே அறியாத நித்யதிருப்தர்களுக்குச் சித்திகளைக் குறித்த நோக்கம் எவ்விதம் ஏற்படும்?

ராமன்: வீதஹவ்யனுடைய தேகம் வெகு காலம் போஷிக்கப் படாமலும் கவனிக்கப்படாமலும் இருந்தும் எவ்விதம் துஷ்ட ஐந்துக்களாலாவது பஞ்ச பூதங்களாலாவது நாசமடையாமல் இருந்தது?

வாசனைகளைக் கடந்தவர்களுக்கு எவ்விதத் தீங்கும் நேராது

வசிஷ்டர்: எவர்களிடத்து வாசனை என்பது முற்றிலும் ஒழிந்து சம்வித் ஞானம் ஒன்றே புலப்படுகின்றதோ, அவர்களிடத்து பஞ்ச பூதங்களாவது, ஜீவஜந்துக்களாவது ஏதும் செய்யமுடியாது. ஆகையால் தான் இம்மகாபுருஷர்கள் வெகு காலம் தங்கள் தேகத்திற்கு யாதொரு தீங்கும் நேராமல் சமாதியில் காலத்தைக் கழிக்கிறார்கள். இதன் தத்துவம் என்ன வென்றால் மனம் எதில் இச்சைகொள்கிறதோ அதாகவே மாறி நிற்கும். ஒரு வஸ்துவைக் கண்டதும் அவ்வஸ்துவாக மாறுகின்றது; சிநேகிதனைக் கண்டதும் சிநேக *பாவமாகவும்*, சத்துருவைக் கண்டதும் விரோத *பாவமாகவும்* தோன்றுகின்றது. இது மனதினுடைய தன்மை. ஆகையால் மனனம் செய்யுமிடத்தில்தான் இதர மனங்களும் வேறுபாட்டை அடைகின்றன. உதாரணமாக அதிகாரியின் உத்தரவைக் கொண்டு வேலைக்காரன் பாதையிலிருக்கும் மரங்களை வெட்டுகிறான். அவ்வழியாகச் செல்லும் வழிப்போக்கர்களும் மரங்களை வெட்டுவதில் ஈடுபட்டுக்கொள்வார்களா? அதேமாதிரி மனம் என்னும் இயக்கமில்லாத மகான்களிடத்து இதரர்கள் மனவேறுபாடு அடையார். காட்டு மிருகங்கள் கூட அவர்களுக்கு ஒரு தீங்கும் செய்வதில்லை.

இன்னொரு யுக்தியும் உண்டு. அதாவது தேகத்தில் இருவித அசைவுண்டு, வாயுவால் ஏற்படும் தேக அசைவும், ஸ்பந்த சக்தியாகிய மனதின் அசைவும். இவ்விரண்டும் நிரோதம் செய்யப்பட்டால் தேகம் மேருபர்வதத்தைப்போல அவ்வளவு ஸ்திரமாகி விடும். இந்த சித் இருக்கை யென்ற தன்மையுடன் கூடியே இருத்தல் வேண்டும். ஸ்பந்தமற்ற நிலையில் யாதொன்றாலும் தேகத்திற்குத் தீங்கு நேரிடாது. இதை பின்பற்றித்தான் யோகிகள் வெகுகாலம் ஜீவித்திருக்கிறார்கள்.

ராமன்: மனது நாசமடைந்த பிறகு சம நோக்கமென்பது எதற்கு ஒப்பும்? மனம் பிரம்மத்தில் லயமாய்விட்டால் சம நோக்கமாகிய குணம் எப்படிப் பரிணமிக்கக்கூடும்?

மனதின் நாசம்

வசிஷ்டர்: மனம் அல்லது சித்தத்தின் நாசம் இருவகைப்படும், ஒன்று ஸ்வரூப நாசம்; மற்றொன்று அரூப நாசம்- அதாவது சொரூபத்தைக்

கூடியதும், சொரூபமற்றதும். முதல் சொல்லியது ஜீவன்முக்த நிலையைக் குறிப்பிடும். மற்றொன்று விதேக முக்த நிலையைக் குறிப்பிடும். சொரூபம் கூடிய நிலையில் சித்தம் நாசமடைந்தாலும் சித், சத்தை அல்லது இருக்கை என்ற தன்மையுடன் கூடியே இருத்தல் வேண்டும். இதுதான் சம குணத்தை அடைந்ததாகக் கருதப்படும்.

ராமன்: மனம் நாசமடைந்தது என்று பேசுங்கால் 1. யாருடைய மனம் நஷ்டமென்று ஏற்படுகிறது? 2. பிறகு நாசமடைந்த மனம் எவ்வாறு இருக்கும்? 3. அதனுடைய நாசம் எவ்விதமானது? 4. நாசத்தினுடைய இருக்கை எப்படிப்பட்டது?

வசிஷ்டர்: நீ கேட்ட முறைப்படி பதில் சொல்கிறேன். கவனித்துக் கேள்.

எந்தத் தீரன், சுகமோ துக்கமோ ஏற்பட்ட நிலைகளில் மனவேறு பாடின்றிக் கவலையற்று மலைபோல் ஸ்திரமாய் இருக்கிறானோ அவன் மனம் நாசமடைந்ததாகக் கருதப்படும். 'இது நான், அது நானல்ல' என்னும் பாவனைகள் எவன் மனதில் உதிப்பதில்லையோ அவன் மனம் நாசமடைந்ததாகும். எந்த தீரன் ஆபத்துக்காலத்தில் சஞ்சலமின்றியும், சந்தோஷம் உண்டாகும் இடத்தில் உற்சாகமின்றியும், மதந்தரும்இடத்தில் மந்த புத்தியின்றியும், எப்பொழுதும் சம குணத்துடன் பிரகாசிக்கிறானோ அவன் மனம் நாசமடைந்ததாகும். இப்படி நாசமடைந்த மனதை உடையவனே ஜீவன் முக்தனெனப்படுவான். மனதின் நாசமே சத்வத்தின் உதயம். சத்வத்தின் இருக்கை தான் மனதின் நாசத்திற்கு அறிகுறி. ஜனன மரணத்திற்குக் காரணமான வாசனை முற்றிலும் நாசமடைந்து பரிமளிக்கும் ஜீவன் முக்தனுடைய மனம் இருக்கையென்ற ஒரு தன்மையில்தான் தோற்றமளிக்கிறது; இதுவே சத்வம் எனப்படும்.

நாசமடைந்ததென்று சொல்லப்பட்ட ஜீவன்முக்தனின் மனம் எப்பொழுதும் எல்லாவற்றிலும் சம நோக்கமுடையதாய் இருக்கும்; குண வேற்றுமைகளால் பாதிக்கப்படாமல் சர்வதா குளிர்ச்சியடைந்ததாக இருக்கும். இதுவே ஸரூப மனோநாசம் என்பது. சொரூபமற்ற மனோநாசமானது விதேகமுக்தி நிலையில் ஏற்படுவது. இந்த நிலையை, குணமுடையதென்றோ அல்லது குணமற்றதென்றோ, தேஜஸென்றோ அல்லது தமஸென்றோ, சத்தாகவோ அல்லது அசத்தாகவோ எவ்விதமும் கருதப்படாதபடி, ஆனால் பரம சூக்ஷமமாய் எல்லாவற்றையும் தன்னுள் அடக்கிக்கொள்ளும்படியான மகத்தான சத்தியமாகக் கொள்ள வேண்டும்.

பிரம்மாண்டத்தின் உற்பத்தி

ராமன்: இந்தப் பரம ஆகாச கோசத்தில், பிரம்மாண்டமானதும் திடமானதுமான பிரபஞ்சமும் அதனுள் அடங்கிய சகல வஸ்துக்கள், தாவர ஐங்கமப் பிராணிகள், மனிதர், அசுரர், தேவர் எல்லாம் எதைக் காரணமாகக்கொண்டு உற்பத்தி ஆயின? அந்த பீஜத்திற்கு எது காரணம்? இவைகளைப்பற்றி எனக்கு விவரமாய்ச் சொல்லும்படி வேண்டிக்கொள்ளுகிறேன். ஞானம் அடைவதற்குச் சாரமாய் இருப்ப தைச் சொல்லவும்.

வசிஷ்டர்: எல்லாச் சுக துக்கங்களுக்கும் முதல் காரணம் சரீரம். செடி கொடிகளின் மலர்ச்சிக்கும் வளர்ச்சிக்கும் வசந்தகாலம் எப்படிக் காரணமாகின்றதோ, அதே மாதிரி இந்தத் தேகமும் சித்தின் **பாவ- அபாவத்** தன்மையால் ஏற்படும் சுக துக்கங்களின் விஸ்தரிப்புக்குக் காரண மாகிறது. இந்தச் சித்தின் **பாவனைகள்**, சொப்பனம் ஏற்படுவது போலும் சங்கல்பத்தில் கந்தருவநகரம் ஏற்படுவது போலும் தான், உண்டா கின்றன. சித்தின் விஸ்தரிப்புக்குக் காரணம் இருவகைப்படும். அதாவது 1. பிராணனுடைய ஸ்பந்தம்; 2. திடமாகிய பாவனை. காரணம் இரண் டென்று சொல்வது அனுபவத்திற்கும் விரோதமில்லை. உதாரணமாக நீர் எடுக்கும் விஷயத்தைக் கவனித்தால், நீரிருக்கும் இடமும் அதை எடுக்கப் பாத்திரமும் வேண்டும். ஒன்றுமட்டும் இருந்தால் போதாது. அதே மாதிரிதான் சித்தின் விருத்திக்கும் இரு காரணங்கள் இருப்பது சகஜமே. நாடிகளில் பிராணனுடைய ஸ்பந்தம் ஏற்பட்டவுடன் சித்தும் ஏக காலத்தில் விஸ்தரிப்பை அடையத் தயாராக இருக்கின்றது. பிராணன் இயங்குவது நின்றால் சித்தின் அசைவும் நின்றுவிடும். பிராணன் நிரோதப் பட்டு அசைவின்றியிருந்தால் அப்பொழுதுதான் சாந்தி ஏற்பட்டதாகும். பிராணனின் அசைவு மறுபடியும் நேரும்பொழுது அதே கணம் உணர்ச்சியும் உண்டாகிறது. இந்த உணர்ச்சியானது தேகத்தில் ஸ்புரிக்கும் பொழுது, தோற்ற ஜாலங்கள் ஏற்படுகின்றன. எந்த இந்திரியத்தை அனுசரித்து நிற்கிறதோ, அதன் மூலம் அந்த கணம் தோற்றமுண் டாகும். சுழன்றுகொண்டிருக்கும் சக்கரத்தில் உட்கார்ந்திருப்பவன் காணும் காட்சிகளைப்போல் உணர்ச்சிகள் ஓடும் வழியெல்லாம் காட்சிகள் தோன்றுகின்றன. ஆகவே சம்வித் அல்லது உணர்ச்சியை நிரோதம் செய்தால் சாந்தம் உண்டாகுமென்று ஏற்படுகிறது. ஆனால் உணர்ச்சிகள் அநேகம். இவைகளை ஒவ்வொன்றாக நிரோதம் செய்வது சாத்யமல்ல. ஆதலால் இவ்வுணர்ச்சிகள் ஏற்படுமிடத்து இவைகளை அங்கீகரிப்ப தில்லையென்ற நிச்சயம் வைத்துக்கொண்டால், அவைகளால் யாதொரு மனோவேற்றுமையும் ஏற்படாது. இப்படி உணர்ச்சிகளினிடையில் அசைவற்றிருப்பது உன்னதமான பதவி. மேலே சொன்ன பிராண

ஸ்பந்தத்தை நிரோதம் செய்யும்பொருட்டே, யோக மார்க்கத்தைக் கடைப்பிடித்தவர்களால் பிராணயாமம், தியானம் என்ற முறைகள் எடுத்துக் காட்டப்பட்டன.

ஞான மார்க்கம்

ஆனால் ஞான மார்க்கத்தை அனுசரிப்பவர்களால் சொல்லப் படுவது வேறாகும். அதாவது ஆத்மத்தில் சித்தத்தின் உற்பத்திக்குக் காரணம் வாசனையே. இவ்வாசனையைப்பற்றி, பெரியோர்களால் சொல்லப்பட்டதைக் கேள்.

விசாரணை செய்யாமல் ஒரு பதார்த்தத்தைப் பார்க்கும்பொழுது மனதில் ஒரு பாவனை ஏற்படுகிறது. இந்தப் பாவனை திடமானதும், அது வாசனையாக நிற்கும். இவ்வாசனையின் காரணத்தால் பாவனை தீவிரமாகி, உணர்ச்சியென்ற ஸ்பந்தம் உணரப்படும் வஸ்துவாக மாறி நிற்கும். ஆக ஒன்றுக்கொன்று காரணமாய், உணரப்படும் வஸ்துக்களுக்கு அதீனமாயிருக்கும் நிலையே மனம் என்று சொல்லப்படுகிறது. ஆகவே, இந்த மனமாக நிற்கும் நிலைக்கு விசாரணை செய்யாத துர்த்திருஷ்டியே காரணம்- அதாவது அக்ஞானம். ஆகவே **பாவனை**, வாசனை இவ் விரண்டில் ஏதாவது ஒன்று அழிந்தால் மற்றொன்றும் கூடவே அழியும். **பாவனை** ஏற்படாமல் வாசனை ஏற்பட முடியாது; அல்லது வாசனை முற்றிலும் அழிந்தால் பாவனையும் ஏற்படக் காரணமில்லை.

எவன் உணர்ச்சி என்னும் தன்மையில் ஈடுபடாமல் நிர்மலமான அறிவின் தன்மையில் இருக்கிறானோ அவனே மனமற்றவனாவான். அவனே ஜீவன்முக்தன். வறுக்கப்பட்ட விதைபோல் யாதொரு கிளர்ச்சிக்கும் ஆதாரமில்லாதவனாவான். எக்காரியத்தைச் செய்தாலும் இயந்திரத்தைப்போல், **பாவனையின்றி** இருக்கும் நிலையே அந்நிலை. இவ் வாசனை **பாவனை** இரண்டும் எள்ளும் எண்ணையும் போலவும், விதையும் மரமும் போலவும் ஒன்றுக்கொன்று காரணமாகும். ஆனால் உணர்ச்சியானது உணருகிறவனின்றி இருக்க முடியாது. உணருகிறவனு டைய நோக்கமே உணர்ச்சியாகும், உணர்ச்சியே பிறகு வஸ்துவாகும். ஆகையால் உணருகிறவன்தான் வஸ்துவாகப் பிரதிபலிக்கின்றான். உணர்ச்சியின் அழிவே வஸ்து ஜாலங்களின் நாசம் ஆகும். உணருகிறவனு டைய சங்கல்டமே உணர்ச்சி, ஆகவே பதார்த்த மும், சங்கல்பம் ஏற்படாத நிலையில் அறிகிறவனும், அறியப்படும் பொருளும் கேவலம் "அறிவாய் அதாவது ஒன்றாய் நிற்கும்." ஆகையால் அறிவில் எது தோன்றினாலும் அதை உடனே அழித்தால், பிறகு உணர்ச்சி ஜாலங்களே அதாவது சம்சாரமே ஏற்படாது. இதுவே மோட்சத்திற்கு உபாயமாகும். ஆகையால் நீ உணர்ச்சியென்னும் தன்மையில் இருந்துகொண்டு, ஒன்றையும் உணராமல்

இருப்பாயாக. உணர்ச்சியே இல்லாமலிருப்பது ஜாட்யமாகும்; தமோ குணத்தால் நிறையப்பட்டது. ஆகையால் உணர்ச்சியேயின்றி இருத்தலாகாது.

ராமன்: அதாவது ஜடமற்ற உணர்ச்சி ஏற்படவேண்டுமென்று ஆகும். அது எப்படி முடியும்? ஏனெனில் உணர்ச்சியானது ஜாட்யம்.

உணர்ச்சியின் தத்துவம்

வசிஷ்டர்: உணர்ச்சியே இல்லாமல் இருக்க முடியாது. நித்திரையில் மாத்திரம் தான் இது ஏற்படலாம். நித்திரை ஒரு ஜாட்ய அவஸ்தை. விழிப்பில் உணர்ச்சிகள் ஏற்பட்டுக்கொண்டே இருக்க அவைகளை ஏற்றுக்கொள்ளாமலிருப்பது, அதாவது அவைகளால் யாதொரு வேறுபாடில்லாமல் தன் சுய நிலையில் இருப்பதே அஜாட்யமான உணராமை. வேறுபாடு அடையும்பொழுதுதான் மனம் இருப்பதாக அறிகிறோம். வேறுபாடு இல்லாமலிருந்தால் மனம் அழிந்து கேவல அறிவாய் நிற்பதைக் காண்போம். யோகிகளும், ஞானிகளும் அதாவது ஜீவன் முக்தர்கள் இந்நிலையில்தான் இருக்கிறார்கள். பட்டுப் பூச்சி தானே தன் வலையில் சிக்கிக்கொள்வதுபோல் அறிவானது அறியும் தன்மையில் ஈடுபட்டுக்கொண்டு, பதார்த்தங்களாக விஸ்தரித்து, சம்சாரத்தில் சிக்கிக் கொண்டு, திண்டாடிக் கடைசியில் துயரங்களால் மதியடைந்து மறுபடியும் பூர்வ அறிவு நிலையை அதாவது மோட்சத்தை அடைகின்றது. எதிலிருந்து நழுவியதோ அதையே மறுபடியும் அடைகிறது. ஆகவே பிரபஞ்சமெல்லாம் அறிவைத் தவிர வேறல்ல. நான், நீ, பதார்த்தம் என்னும் **பாவனைகளெல்லாம்,** அறிவினுடைய சங்கல்பங்களே. இச் சங்கல்பமே பாவனை வாசனை இவ்விரண்டிற்கும் மூல காரணம்.

ஜகத்தின் முடிவு

ஆகவே பிரபஞ்சமெல்லாம் சம்வித் அல்லது அறிவில் முடிவை அடைகிறது. இந்த நிலை தேகத்தைக் கூடியிருக்கும் நிலையைத் தழுவிச் சொல்லப்பட்டது. இந்த நிலையில் வாசனை, பாவனை இவைகளுக்கு மூலமாகிய சங்கல்பம் முற்றிலும் ஒழிந்து, அறிவு தனிப்படையாக நிற்கும். பிறகு தேகம் நசித்ததும் இவ்வறிவும் ஒரு முடிவை அடையவேண்டும். ஏனெனில் அறிவு இயங்குவதற்கு யாதொரு நிமித்தமும் இல்லை. ஆகையால் கேவலம் இருக்கையென்ற தன்மையை அடைகின்றது. இதுவே ஒன்றாகவும் பலவாகவும் கருதப்படும். ஆனால் பலவாகக் கருதுவது சரியல்ல. ஏனெனில் இவ்வொவ்வொன்றிலும் "இருக்கை" என்பதுதான் சாஸ்வதமாக இருப்பது. ஆகையால் அதுதான் பலவற்றினு டைய நிஜ சொரூபம்.

இந்த இருக்கை என்பதுதான் எல்லாவற்றிற்கும் மூலகாரணம். இதற்குக் காரணம் ஒன்றுமில்லை. இதுவே வாக்குக்கும் மனதிற்கும் எட்டாத நிலை. இதை இருப்பதாகவோ அல்லது இல்லையென்றோ சொல்ல முடியாது. அது தேஜஸ்ஸுமில்லை தமஸ்ஸும் இல்லை, அது காலமுமில்லை காலமற்றதுமில்லை. எல்லாமும் அதுவே, ஒன்றும் அது இல்லை.

ராமன்: மேல் சொல்லிய இரண்டுவித உபாயங்களில் எதை அனுசரித்தால் வெகு சீக்கிரம் மோட்ச பதவியை அடையலாம்?

ஞானமார்க்கமே உயர்ந்தது

வசிஷ்டர்: இது வரையில் அநேக உபாயங்கள் சொல்லப்பட்டன. இவைகளில் யோகமார்க்கமும் ஞானமார்க்கமும் முக்கியமாகும். ஆனால் யோகமார்க்கம் நல்ல குரு உபதேசம் பெற்று, வெகு காலம் பிரயாசைப் பட்டுப் பழகி வந்தால் ஞான மார்க்கத்துக்கு உபாயமாகும். அம்மார்க்கத் தால் மாத்திரம் ஞானத்தை அடைய முடியாது. ஏனெனில் அது உணர்ச்சி சமுதாயத்தை ஒட்டியே நிற்பது. உணர்ச்சியில் ஈடுபட்டிருக்கும் வரை, ஞானம் எவ்விதம் சித்திக்கும்? ஆகையால் வீணாகக் காலத்தை கழிக்காமல் நேராக ஞான மார்க்கத்தையே அனுசரிப்பது தான் உசிதம்.

இம்மார்க்கத்தைக் கவனித்தால், வாசனையை ஒழிக்கும் முறையை மேற்கொள்வது தவறு. மேரு பருவதத்தை அசைத்தாலும் வாசனையைத் தனியாக அழிப்பது அசாத்தியம். எவ்வளவு காலம் முயற்சி செய்தாலும் அதைச் செய்ய முடியாது. சித்தம் (மனம்) நசிக்காமல் வாசனை போகாது. வாசனை போகாமல் சித்தம் அழியாது. ஆத்மா உணரப்படாமல் சித்தம் நசிப்பதில்லை, வாசனையும் க்ஷீணிப்பதில்லை. வாசனையும் சித்தமும் அழியாமல் ஆத்ம உணர்ச்சி ஏற்படுவதில்லை. ஆகவே மூன்றையும் ஆசிரயித்து, பௌருஷத்துடனும் விவேகத்துடனும் யத்தனம் செய்து வந்தால் காலக் கிரமத்தில் ஆத்ம தத்துவம் அறியப்படும். இதுவே எல்லாவற்றுக்கும் தாழ்ந்த முறை. அநேகர் இதைத்தான் அனுசரிக்க முடியும். இதற்கு மேலான மார்க்கம் உணர்ச்சிகளை நிரோதம் செய்து வருவது. இதையும் வெகுகாலம் கிரமமாகவும் ஊக்கத்துடனும் பழகி வந்தால் பலனை அடையலாம். இதைவிட வெகு சீக்கிரம் ஆத்ம பதவியை அடைய சத்ய சாமான்ய நிலையைப் பௌருஷத்துடனும், யுக்தியுடனும் அனுசரித்து வருவது. இந்த சத்ய சாமான்ய நிலையின் எல்லையாகிய "கேவலம் இருக்கை" யென்ற தன்மையை ஒரு கண நேரமாவது விவேகத்தால் அடைந்தால், ஆத்ம பதவி உடனே சித்திக்கும்.

மனிதனாய்ப் பிறந்து, கொஞ்சமாவது ஆத்ம விசாரணையில் ஈடுபடாமலும், சேதனம் என்பதைக் கொஞ்சமாவது அடக்கிப் பழகாம லும் இருந்தால் அந்த ஜன்மம் வியர்த்தமே. ஆசாபாசங்களில் கொஞ்ச

மாவது வைராக்கியம் ஏற்படாமலிருந்தாலும் அந்த ஜன்மமும் வீணே. இவைகளால் திரும்பித் திரும்பி ஜன்மமெடுத்து துக்க சாகரத்தில் மூழ்கிக் கிடக்க வேண்டும்.

விவேகிகளாய் இருப்பவர்கள் மேல் சொல்லிய மார்க்கங்களில் ஏதாவதொன்றை அனுசரித்துக் காலக் கிரமத்தில் ஞானத்தை அடைந்து பிறகு சுகியாய் இருப்பர். ஞானமே பலம், ஞானமே சுபம், ஞானவானே தைரியசாலி, ஞானவானே மனிதன், மற்றவர்களெல்லாம் பசுவிற்குச் சமானம். ஆகையால் நீயும் ஞானியாகக் கடவது. ஞானம் என்பது சம்பந்தம், அதாவது அறிகிறவன் அறியப்படுவதில் லயமாவது. இதுவே பந்தமுமாகும். இங்கே இரண்டு என்ற **பாவம்** பந்தத்திற்குக் காரணம், ஒன்று என்ற **பாவம்** மோட்சத்திற்கு உபாயம். இவ்வித ஐக்கிய மின்றி ஞானமும் ஏற்படாது, பந்தமும் ஏற்படாது. இவ்விரண்டிலுமுள்ள வித்தியாசம் என்னவென்றால் ஒரு நிலையில் பற்றுதலில்லாமலும், மற்றொரு நிலையில் பற்றுதலோடு கூடியும் இருப்பதே.

ஆகையால் நீ இனி உன் வாழ்நாட்களை நடத்த வேண்டிய முறை யாவது, மனதை சஞ்சலமற்றதாக வைத்துக்கொண்டு யாதொரு கர்மத்திலாவது விஷயத்திலாவது நோக்கத்தைச் செலுத்தாமல், ஆனால் யதேச்சையாக ஏற்படும் கர்மங்களைப் பற்றுதலின்றிச் சரிவரச் செய்தும், பிறகு எவ்வித சம்பவத்திலும் அதாவது சுகத்திலும் துக்கத்திலும், ஆபத்திலும் செளகரியத்திலும், மனம் கலங்காமல் 'நான் ஆத்மா' என்ற நிச்சயத்தை நழுவ விடாமல் ஸ்திரமாயும் சமமாயும் மெளனமாயும் இருப்பதே. இவ்வாறு இருந்தால், நீ ஜீவன்முக்தன் ஆவாய்.

உபசமப் பிரகரணம் முற்றிற்று

நிர்வாணப் பிரகரணம்

முக்தி அல்லது கைவல்யம்

முதல் பாகம்

வால்மீகி: மறுநாள் சபைகூடி, எல்லோரும் ஆசனத்தில் அமர்ந்து, மகரிஷியின் வாக்குகளை கவனித்துக் கேட்கும் பொருட்டு, நிசப்தமாய் அவர் முகத்தையே கவனித்திருக்கையில், வசிஷ்டர் மேலே சொல்லத் தொடங்கினார்.

வசிஷ்டர்: இராமா, இதுவரையில் நான் சொல்லிவந்த தத்துவங் களைத் திரும்பித் திரும்பி ஆராய்ச்சி செய்து வருகிறாயா? சொந்த ஆராய்ச்சியால் தான் புத்தி தெளிவுபடும். அதின்றி ஒரு பலனும் சித்திக்காது. எக்காரியத்தில் ஈடுபட்ட போதிலும் ஆராய்ச்சியும் ஆத்ம சிந்தனையும் விடாமல் தொடர்ந்து இருப்பது அவசியம்.

நான் இது வரை சொல்லியதின் தாத்பரியம், மனது நிர்மலமாக வும், வாசனையற்றதாகவும், பற்றுதல் இன்றியும் இருந்தால் அதுவே அறிவாக நிற்கும் என்பது. இந்த நிச்சயம் உன் மனதில் வேரூன்றா விட்டால், நான் மேற்சொல்வது ஒன்றும் உனக்கு விளங்காது. ஆத்மா தான் சத்தியம். அது ஒன்றாய் நிற்கின்றது. பலதான தோற்றங்கள் கற்பனைகள். ஆனால் இக் கற்பனைகளும் சித்தால் வியாபிக்கப்பட்டுள்ளன. இவைகள் ஏற்படுவதும் சித்தினாலே. ஆகையால் சித்தத்தைத் தவிர்த்து வேறொன்றை உணர்வதோ அறிவதோ முடியாது.

இப்படி எல்லாவற்றையும் சித்தாக அநுபவித்து கர்மங்களைச் செய்து வருகிறவர்களே ஜீவன் முக்தர்கள். அவர்களுக்கும் இந்திரியங்கள் இருப்பதன் காரணத்தால் மனது உலக விவகாரங்களை நோக்கி சென்றே தீரும். ஆனால் அவைகளால் மனது ஒரு மாறுபாடும் அடையாது; ஏனெனில் மனது தன் வசப்பட்டிருப்பதால் இவ்வித மகான்களுக்கு திரிலோகமும் ஒரு திரணமே.

சித் அறியும் தன்மையில் இருக்கும் நிலையில் ஏற்படும் விலாசமே ஜகத்தோற்றம். சித்தின் ஒளியால் தான் ஜகத் தோற்றுவிக்கப்படுகிறது. ஆதலால் சித்தைக்காட்டிலும் வேறாகாது ஜகத். பூவைக்காட்டிலும் எப்படி மணம் வேறன்றோ, அனலைக்காட்டிலும் உஷ்ணம் வேறல்லவோ, பனியைக்காட்டிலும் குளிர்ச்சி வேறல்லவோ, அப்படி ஜகத் தோற்றமும் சித்தைத் தவிர்த்து வேறாகாது. பிறகு சித் என்ன வென்றால், அது நம் அனுபவத்தைக் காட்டிலும் வேறா? அனுபவம் அகங்காரத்தைத் தவிர்த்து வேறா? அகங்காரம் தானே ஜீவன் எனப்படுவது. ஜீவன் மனஸ் ஆகத் தானே பிரவர்த்திக்கின்றது. மனஸ் தேகத்தாலும், இந்திரியங்களாலும் விளங்குகின்றது. உடலோ ஜகத் சமுதாயத்தைத் தவிர்த்து வேறல்ல. ஆகவே, இவைகளின் பிரவிர்த்தி சக்கரம் போல் சுழன்றவாறு ஜகத் வியவகாரங்களாகத் தோன்றுகின்றன.

ஆகாயத்தில் ஆகாயமும், சூன்யத்தில் சூன்யமும்தான் பூர்ணமாக இருப்பதுபோல, சத்தியத்தில் சத்தியமும் பூரணத்தில் பூர்ணமும்தான் நிற்கும். அதேமாதிரி அறிவில் அறியப்படுபவைகள் சித்தோடு கூடிய - பாவ அபாவமாகும். பாவனைகளால் ஒன்று பலவாகத் தோன்றி வரு கின்றது. வாக்கியங்களில் ஒரேபதம் இடத்திற்கு ஏற்றபடி வெவ்வேறு பொருள்பட உபயோகிக்கப்படுவது போல், ஒரே சித்தானது, பாவனை களின் காரணத்தால் பலதாக அனுபவிக்கப்படுகின்றது.

சம்சாரம் – அக்ஞானம்

இந்த சம்சாரமாகிய அந்தகாரத்திற்கு மூல காரணம் பேத புத்தியால் ஏற்படும் அக்ஞானமே. பேத புத்தியாவது நான் வேறு ஆத்மா வேறு என்கிற நம்பிக்கை. இதன் மூலம், அநேக பேதங்கள் அடுக்கடுக்காக மனதில் தோன்றி சஞ்சலத்திகும் துக்கத்திற்கும் காரணமாகின்றன. ஜனங்கள் சாதாரணமாக நான் என்பதை உடல் என்று பாவித்து அதுவே ஆத்மா வென்றும் நம்பி வருகிறார்கள். உண்மையில் உடல் துக்கத்திற்கு இருப்பிடம். இதை ஏனோ ஆத்மாவின் இருப்பிடமாகக் கொள்ள வேண்டும்? ஆத்மா சுத்தமாயும் நித்தியமாயும் உள்ளது. தேகம் அசுத்தமாயும் அநித்தியமாயும் உள்ளது. ஒன்றுக்கொன்று ஒருவிதமும் ஈடில்லை. இரண்டும் ஒரே ஜாதியும் இல்லை. ஒன்றோடு ஒன்று திரணமும் ஒட்டாது. சம்பந்தம் சற்று இருந்து மற்ற சமயத்தில் இல்லாது இருக்கவும் முடியாது. ஏனென்றால் அப்பொழுது எக்காலத்தும் சேர்ந்தே இருக்கலாமே- பிறகு, ஆத்மா வின்றியே தேகம் நிலைத்திருக்கின்றதாவென்று கேட்கலாம். ஆத்மா வின்றி ஒன்றும் தோன்றக்கூட முடியாது. அது இருப்பது தேகத்தோடு ஒட்டாமலும், ஒரு மாறுபாடும் அடையாமலும், சாட்சியாகத்தான். ஆகாயத்தின் இருக்கையில், மேகங்கள் உண்டாகி அதிலேயே சஞ்சரிக்

கின்றன. இங்கு ஆகாயத்திற்கு மேகங்கள் சம்பந்தம் ஏதாவது உண்டா?

அக்ஞானத்திற்குக் காரணம் ஆசைகள்

அக்ஞானம் ஏற்படுவது பொருளாசை பெண்ணாசையால். ஆராய்ச்சியை மேற்கொண்டவர்கள் இம்மோகங்களால் பீடிக்கப்பட மாட்டார்கள். இவ்வாசைகளால் ஏற்படும் மனோவேறுபாடுகளும் துன்பங்களும் தொலையா பிறவிகளுக்கு காரணமாகின்றன. ஐஸ்வரியம் வருவதும் சோதனையின் பொருட்டே என்று நாம் எண்ண வேண்டும். ஏனெனில் எவருக்கும் ஐஸ்வரியம் நீடித்திருப்பதில்லை. சொற்பகாலத்து வாழ்வே அது. இந்த சொற்பகாலத்தில் மோகத்தால் பீடிக்கப்பட்டு ஆசாபாசங்களை அதிகரித்துக் கொண்டால் விமோசனம் ஏது? யோசிக்கையில் இரத்தம், மாமிசம், தோல் இவைகளைக் கொண்ட உடலின்மேல் மனதை இழுப்பது மதியீனம். தேகத்தில் உதிக்கும் துர்நீர் துர்க்கந்தம், இவைகளை நினைத்தால், உடலின்மேல் ஆசையேற்படுவது ஒரு அதிசயமே. கவிகள் பெண்களின் முகம் அங்கங்கள் இவைகளை வெகுசாதுரீயமாக வர்ணித்திருப்பதைக் கொண்டு ஜனங்கள் புத்தியை இழக்கிறார்கள். சாரமற்ற இவ்வித போகங்களை விசாரணை செய்து தள்ளி மனதை அடக்கினால் சாந்தி உண்டாகும்.

அக்ஞானத்திற்கு காரணம் சிருஷ்டி என்ற பிரமம்

சிருஷ்டி என்ற மோகமும் அக்ஞானத்திற்குக் காரணமாகின்றது. ஆராய்ந்து பார்த்தால் இப்பிரும்மாண்டத்தில் பஞ்ச பூதங்களும் அவை களின் வேறுபாட்டை தவிர்த்து வேறு என்ன சாரமாய் இருக்கின்றது. இயற்கையின் போக்கு ஸ்தாவர ஜங்கம பிராணிகளின் ஓய்வில்லாப் பிறப்பு இறப்பைக் கொண்டது. இதில் மனதை இழக்கும்படி சாரமாய் யாதுமில்லை. பிரம்மா, விஷ்ணு ருத்திரர்களும்கூட சிருஷ்டி சங்காரத்தில் அகப்பட்டவர்களே. ஆகையால் அவர்களும் ஒரு காலம் அதை அடைந்தே தீருவார். மொத்தமாக சிருஷ்டியென்பது அக்ஞானத்தின் விலாசம்.

ராமன்: தெய்வங்களாகக் கொண்டாடப்படும், ருத்ராதிகளும் அக்ஞானத்திற்கு உட்பட்டவர்களாக எப்படி இருக்கக்கூடும்?

வசிஷ்டர்: ஞானம் அக்ஞானம், இவ்விரண்டின் எல்லையைத் தாண்டி நிற்பது ஆத்மா ஒன்றே. இவ்வாத்மத்தை விட்டு சிருஷ்டி என்னும் செயல் கிரமத்தையாவது அல்லது அறிவென்னும் குண விசேஷத்தை யாவது பற்றி பேசுங்கால் அவையே மூல அக்ஞானம். மூல ஞானமும் அவையே. இந்த ஒதுங்கிய நிலையிலிருந்து ஆத்ம நோக்கத்தை வைத்துப் பேசினால் அதை ஞானம் என்றும் சிருஷ்டி கிரமத்தை வைத்துப் பேசினால் அதை அக்ஞானம் என்றும் சொல்கின்றோம். நீரில் தான்

அலை ஏற்படும். அலை அடங்கினால் அது நீராக நிற்கும். விதையி லிருந்து பழம் உண்டாகிறது. பழத்திலிருந்து மீண்டும் விதை உண்டா கிறது. இவைகள் போலவே ஞானத்திலிருந்து அக்ஞானத்திற்கு நழுவு கிறோம். அக்ஞானம் அழிந்தால் ஞானமே விளங்குகின்றது. ஆகவே இவ்விரண்டு நிலைகளும் கற்பனைகள். அதாவது ஆத்மாவை வைத்துப் பேசும்போது, வாஸ்தவம் என்னவென்றால், இல்லாதவைகளே வியவகாரத்தில் விரோத பாவனைகளாக வழங்கி வருகின்றன.

அக்ஞானத்தின் விஸ்தரிப்பு

இந்த மூல கற்பனை சூட்சுமம், மத்திமம், ஸ்தூலம் என்று மூவகைப் படும். இவைகள் மறுபடியும் சத்துவ, ரஜஸ், தமஸ் ஆக மூன்று குணங் களாகப் பிரிக்கப்படும். சிருஷ்டியில் ஏற்பட்டவைகள் அனைத்தும் இவ்வொன்பது பிரிவுகளில் ஒன்றாக இருக்க வேண்டும். இப் பிரிவுகளில் நாகர், வித்யாதரர், சாத்வீக பாகத்தில் தமோ குணமுடையவர்களாகவும், ரிஷிகள் சித்தர்கள் சாத்வீக ரஜோ குணமுடையவர்களாகவும், தேவர்களாகிய பிரம்மா, விஷ்ணு, ருத்ரன் மூவரும் சாத்வீக பாகத்தில் சத்வ குணமுடைய வர்களாகவும் கருதப்படுவார்கள். இத்திரிமூர்த்திகளும் இருக்கை என்ற பாவனையை அழித்து உண்டு இல்லை என்ற நோக்கத்திலிருந்து விடுபட்டு ஆத்மாவில் கலக்கும் வரை அக்ஞான நிலையில் இருப்பவர் களாகவே கருதப்படுவார்கள். இவர்கள் மானிட ஜன்மத்திலிருந்து படிப்படியாக அக்ஞானத்தை ஞானத்தில் வேரூன்றிக் குறித்த பதவியை அடையாதவர்களாவார். பிரபஞ்சதில் உள்ளவைகள் எல்லாம், இத்திரு மூர்த்திகள் உட்பட, தேச கால கற்பனைக்கட்கு உட்பட்டவையே. உள்ளும் புறமும் ஆத்மா ஒன்றுதான், எதிலும் ஒட்டாமல் எல்லா இயக்கங்கட்கும் காரணமாய் இருந்து இவைகளின் அழிவால் அறிவைத் தாண்டி நிற்கும் தன் தன்மையைத் தெரிவிக்கின்றது. பிரபஞ்ச வியவகாரங்களில் ஆத்மா வுக்குச் சன்னிதான சம்பந்தத்தைத் தவிர வேறு சம்பந்தம் கிடையாது. ஆகாயம் இன்றி மேகங்கள் ஏற்படாது. ஆனால் ஆகாயம் மேகத்தோடு ஒட்டுவது இல்லை.

ஆகவே, தோற்றமாகிய பிரபஞ்சம் அசத்தியம் என்று ஏற்படுகின்றது. இது அறிவின் விலாசம். இந்த அறிவு, ஸ்தாவரங்கள், ஜீவ ஜந்துக்களின் மனித வர்க்கம் எல்லாவற்றிலும் ஒன்றாய் நின்று, இவைகளின் இயக்கங் களுக்கு மூல காரணமாய் இருந்து அவைகளைப் பிரகாசிக்கவும் செய் கின்றது. சித் பிரகாசம் ஸ்தாவர ஜங்கமப் பிராணிகளால் உணரப்படுவ தில்லை. இவைகள் வாசனையால் கட்டுப்பட்டு திரும்பித் திரும்பி உற்பத்தி நாசத்திற்குட்பட்டு விடுதலை அடையமுடியாமல் தவிக்கின்றன. இவைகளுக்கு மனனம் செய்யும் தன்மையாவது மனமற்ற தன்மையாவது கிடையாது. ஆகையால் மோட்சேபாயத்தைத் தேட சக்தி அற்றவைகளா

கின்றன. எப்பொழுது துக்கத்தில் இருப்பவைபோல் வடிகட்டின தமோகுணத்தை அடைந்தவையாக இருக்கின்றன. ஆராய்ச்சியென்பது, அவைகளிடத்து லவலேசும் இல்லை. ஆகையால் விவேகமும் மோட்ச மும் சித்திப்பதெப்படி? மானிட இனம் ஒன்றே மனதை அடைந் திருப்பதால் உணர்ச்சிகளால் பிரபஞ்சத்தை உணர்ந்து, அவைகளால் எல்லையில்லாத் துன்பங்களை அனுபவித்துத் திண்டாடி ஆராய்ச்சியில் இறங்கி விவேகத்தை அடைந்து, ஆத்ம லாபத்தை சம்பாதித்துக் கொள்ள திறமையுற்று இருக்கின்றது.

இத்தத்துவங்களை அடிக்கடி சொல்வதன் கருத்து அவை உன் மனதில் நன்றாய் பதியும் பொருட்டே. லட்சக் கணக்கான ஜன்மங்கள் எடுத்து அக்ஞானம் வேரூன்றி இருப்பதால் அது எளிதில் அழியாது. ஆகையால் ஒவ்வொரு விஷயத்தையும் அடிக்கடி இடைவிடாமல் அப்பியாசம் செய்து வந்தால்தான் ஞானம் ஸ்திரம் அடையும். தத்துவத்தை அறிவதில் மாத்திரம் பயன் இல்லை. அதை அனுபவத்தில் அப்பியசித்து வரவேண்டும். அதாவது, அவரவர்களுக்கு விதிக்கப்பட்ட கருமங்களைச் செய்து வருகையில் அவைகளின் உள் கருத்தை அறிந்து ஆத்மத்தில் நோக்கத்தைச் செலுத்த வேண்டும்.

இப்படி ஆத்ம தத்துவத்தை அறிந்து அதன் நோக்கத்திலேயே ஸ்திரமாய் இருந்து, தங்களுக்கேற்பட்ட கர்மங்களை பலனைக் கருதாமல் செய்துவரும் ஞானிகள் அநேகர் உளர். ஜனகன் மகத்தான ராஜியத்தை பரிபாலனம் செய்ய வேண்டியிருந்தும் ஞான திருஷ்டியிலேயே இருந்து வருகிறான். மகா விஷ்ணு கூட அடிக்கடி பூமியில் உதித்து அநேக கருமங்களைச் செய்தும் ஆத்ம சிந்தனையிலிருந்து நழுவாமலும் இருக் கின்றார். பிரம்மா, சிவன், சூரிய சந்திரர்கள் எல்லோரும் சதா கருமங் களைச் செய்து கொண்டே இருந்தும், ஆத்ம நோக்கத்தை ஒரு கணமும் விடாமல் இருந்து வருகிறார்கள். இதர மகரிஷிகளாகிய நாரதர், புலஸ்தியர், ஆங்கிரசர், பிருகு, அத்ரி, சுகர், சுக்கராசாரியார், பார்க்கவர் இன்னும் மற்ற ராஜ ரிஷிகளும் ஒரு நிச்சியத்தைக் கொண்டு அதிலே நிலையாய் நின்று, தங்கள் கர்மங்களை ஒழுங்கு தவறாமல் செய்து வரு கிறார்கள்.

ராமன்: இம் மகா புருஷர்கள் எந்த நிச்சயத்தைக் கொண்டு அவர்கள் இருக்கும் மென்மையான பதவியை அடைந்தார்கள்.

வசிஷ்டர்: ஜகத்தும், அதில் அடங்கியவைகளும், பிரம்மம் என்னும் நிச்சயத்தைக் கொண்டு. காலம், தேசம், திக்குகள், ஆகாயம், சூரியன், சந்திரன், பூமி, பாதாளம் எல்லாமுமே பிரம்மம். பிரம்மம்தான் சித்தாக வும், மனசாகவும் இந்திரியங்களாகவும் கிரியைகளாகவும், பலன்களாகவும்,

விஸ்தரிக்கின்றது. எல்லாம் அனுபவிக்கப்படுவதும் அதனாலேயே. பிரும்மம்தான் ஞானமாகவும், அக்ஞானமாகவும் தோன்று கின்றது. பிரம்மம்தான் அக்ஞானமாகிய பிரம்மத்திலிருந்து, ஞானமாகிய பிரம்மத்தை அடைகின்றது. ஞானி அக்ஞானி, புல் பூண்டு எல்லாம் பிரம்மம். தேகமாகிய பிரம்மம் மரணமாகிய பிரம்மத்தில் தேர்ந்து மறு பிறப்பாகிய பிரம்மத்தையாவது ஆத்மா என்ற பிரம்மத்தையாவது அடை கிறது. பிரம்மம் ஒன்றைத் தவிர, வேறொன்றும் எங்கும், எக்காலத்தும் கிடையாது. தங்கம்தான், வளையல், காப்பு, கொலுசு என்று பல பெயரால் வழங்குகிறது. நீர்தான் சமுத்திரம், அலை, நுரை, ஆவி என்று பல பெயரால் சுட்டிக் காட்டப்படுகின்றது. இவைகளில் பத விFF்தியாசத் தைத் தவிர, பொருள் வித்தியாசம் இல்லை. ஆகையால் இங்கே பல ஜாலங்களால் ஏற்படும் மோகத்தைத்தான் நாம் காண்கின்றோம். நீ நான் என்பதெல்லாம் பொய். நீயும் இல்லை, நானும் இல்லை. நான் பிறக்கவும் இல்லை. இறக்கவும் இல்லை. பிறக்கப்போவதும் இல்லை. எல்லாம் அக்ஞானம். இந்த நிச்சயத்தைக் கொண்டுதான், அந்த மகா புருஷர்கள் விதித்த கருமங்களைச் செய்து வந்து நிச்சய திருப்தர்களாக இருக் கிறார்கள்.

ராமன்: முனிசிரேஷ்டரே! உங்கள் உடதேசத்தால் என் மனம் பூரண சாந்தியை அடைந்தது. இனி ஜீவன் முக்த நிலையை அடைய நான் திறமையுள்ளவன் ஆவேன். ஆயினும் ஒரு சந்தேகத்தை நிவர்த்தி செய்வீராக. முக்தனாவதற்கு இரு மார்க்கங்கள் சொல்லப்பட்டன. ஞானம் என்றும் யோகம் என்றும், இவ்விரண்டில் எது மேலானது. எது லகுவாக அப்பியசிக்கத்தக்கது.

வசிஷ்டர்: ராமா, கார்க்கம் இருப்பது ஒன்றே. அதாவது ஞானத்தை பின்பற்றுவது. யோகம் என்பதின் கருத்தும் அதைச் செய்யும் முறையும் இதை அனுசரித்தே. ஆனால் வழக்கத்தில் சில வித்தியாசங்கள் ஏற்பட்டு விட்டன. இந்த வழக்க முறைப்படி ஞான மார்க்கம் மனதின் அசைவை அடக்கி அமைதி நிலையை அடைவதென்றும், யோகம் என்பது பிராண னின் அசைவை நிரோதம் செய்து அதன் மூலமாக மனதை அடக்குவ தென்றும் சொல்லப்படும். பிராணனை நிரோதம் செய்யும் பொருட்டு சுவாசத்தை முதலில் சமமாக்கிக் கொள்ளவேண்டும். இதற்கு தேசம், காலம், ஆசனம், இன்னும் பல ஆடம்பரங்களும் தேவை. இங்ஙனம் படாடோபத்துடன் செய்யப்படும் முயற்சியால் மனதிற்கு அமைதி ஏற்படுவது மிகக்கடினம். ஆனால் பல பெரியோர்கள் இம்மார்க்கத்தைக் கைப்பற்றி இருக்கிறார்கள். நம் அபிப்பிராயம் ஞான மார்க்கமே சிலாக்கியம் என்று. இருந்த போதிலும், இந்த யோகமார்க்கத்தைப் பற்றி நான் வேறொருவரிடத்து கேள்வியுற்றதை உனக்கு விவரமாய்ச் சொல்லு

கிறேன் கேட்பாயாக.

காக புசுண்டர் விருத்தாந்தம்

வசிஷ்டர்: கானல் நீருக்கு ஒப்பான இப்பொய்யான உலகமென்னும் காட்சிக்கு ஒரு காரணமாகக் கருதப்பட்டு வருவது பிரம்மா என்ற ஆதி புருஷன். அவருடைய மானசீக புத்திரனாகிய வசிஷ்டனென்று நாமம் பூண்ட நான், துருவ நக்ஷத்திரத்தை அனுசரித்து இருக்கும் நக்ஷத்திர மண்டலத்தில் வெகு காலமிருந்து வந்தேன். ஒரு நாள், இந்திர லோகத் தில் ஒரு பெரிய சபை கூடியிருக்கையில் நானும் எதேட்சியாக அங்கே போக நேரிட்டது. அப்பொழுது, அந்த சபையோருக்கு மௌன விரதத் தைக் கைக்கொண்டிருந்த "சாதாதன்" என்ற மகரிஷி, என்றும் சிரஞ் சீவியான காக புசுண்டர் என்ற மகா புருஷரைப் பற்றிச் சொல்லிக் கொண்டிருந்தார். புசுண்டர் இருப்பிடம் மேருமலையின் கிழக்கு பாகத் தில், எங்கும் சிவந்து, கெம்பு மயமாக சுவாலை வீசுவதான காட்சியைத் தரும் மலைச் சிகரத்தில், ஒரு பிரம்மாண்டமான மரத்தின் பொந்து என்றும் சொன்னார். மகரிஷி விருத்தாந்தத்தை சொல்லி முடித்தவுடன், நான் சபையை விட்டகன்று, மகாபுருஷனைப் பார்க்க ஆவலாய் அவரிருப்பிடம் நோக்கிச் சென்றேன்.

குறிப்பிட்ட மலைச் சிகரத்தை அடைந்து, தனி சிருஷ்டிபோல் தோன்றிய பிரம்மாண்டமான ஒரு மரத்தைக் கண்டேன். இந்த மரப் பிரதேசம், மிருகங்கள், மானிடர், தேவர், கின்னரர், எல்லாம் கூடி ஒரு தனி உலகமாகத் தோன்றிற்று. மரத்தில் ஒரு கிளையில் குகைபோன்ற ஒரு பொந்து தென்பட்டது. குகையில் காக்கைக் கூட்டமும் அதன் மத்தி யில் மகா தேஜசும் சாந்தமும் பொருந்திய தலைவனான காக்கையும் கூடின சபையைக் கண்டேன். சபையானது, தலைவனை மிக அமைதியாக நோக்கிய வண்ணம் இருக்கையில், திடீரென நான் மேலிருந்தவாறு தலைவன் முன் கீழே இறங்கினேன். சமாதியில் இருந்த புசுண்டர் நான் இருப்பதை சில வினாடிகளில் உணர்ந்து, கண்ணை விரித்து என்னை ஆவலுடன் உபசரித்து தன்னைக் காணவந்த நிமித்தம், ஏதோவென்று கேட்டார்.

அவருடைய பிறப்பு, இறப்பு, வம்சம், தற்சமயம் இருக்கும் நிலையை அடைந்த மார்க்கம், பிரபஞ்சத்தின் மூலத்துவம், இவைகளைப் பற்றியெல்லாம், அவரிடமிருந்து அறிய வேண்டி நான் வந்ததாகச் சொன்னேன். அதற்கு அவர், என் வரவால் தான் மிக கௌரவம் அடைந்ததாகவும், எனக்கு எல்லா விஷயங்களும், தெரிந்திருந்தும் தன்னிடமிருந்து இவை களைக் கேட்க விரும்பியது மிகவும் ஆச்சரியப்பட தக்கதென்றும் சொன்னார். ஆயினும் தன்னை நாடிக் கேட்டால், தான் எல்லாவற்றை

யும் ஆதியோடந்தமாய் சொல்லுவதாகவும், நான் அவைகளைப் பொறுப் புடன் கேட்க வேண்டும் என்றும் சொன்னார்.

புசுண்டர்: முன்னொரு காலத்தில் பரமசிவன் வசிக்கும் கைலாச கிரியில் ஒரு திருவிழா நடந்த பொழுது, எல்லா தேவர்களும், மூர்த்தி களும் தங்க வாகன சகிதமாக கொண்டாட்டத்தைப் பார்க்கப் போயிருந் தார்கள். அப்பொழுது வாகனங்களாகிய அன்னங்களும் காக்கைகளும் கூடித் திருவிழாவைத் தனியே கொண்டாடின. ஏராளமான மதுபானம் செய்து, பரவசம் அடைந்து பெண் அன்னங்கள் ஆண்காக்கைகளுடன் புணர்ந்து கர்ப்பம் தரித்து, திருவிழா முடிந்ததும் தங்களிருப்பிடம் போய்ச் சேர்ந்தன.

இருப்பிடம் சேர்ந்ததும் அன்னங்கள் தங்கள் யசமானியாகிய பிரம்ம சக்தியிடம் நடந்த விவரத்தைச் சொல்ல, அவள் இனி அன்னங்கள் தன் வாகனத்தை இழுக்க முடியாதென்று கருணைபுரிந்து அவைகளை விடை கொடுத்தனுப்பிவிட்டுத்தான் நிர்விகல்ப சமாதியில் சென்றாள். அன்னங்கள் தாங்கள் வசிக்கத்தக்க ஒரு இடத்தைத் தேடி முட்டை யிட்டு குஞ்சுகளைப் பொரித்தன. சண்டன் என்ற காக்கைக்குப் பிறந்த இக்குஞ்சுகள் இருபத்தொன்றாகும். அவைகளில் ஒருவனே நான்.

பிரும்ம சக்தி சமாதியிலிருந்து எழுந்து எங்களை வரவழைத்து, அனுக்கிரகம் செய்து மோட்சோபாயத்தையும் உபதேசம் செய்தாள். பிறகு எங்கள் பிதாவின் வாக்குப்படி நாங்கள் இந்த ஏகாந்தமான இடத்தை அடைந்து வெகுகாலம் ஜீவித்து வந்தோம். காலக்கிரமத்தில் என் தம்பிமார்கள் எல்லாம், ஞானம் அடைந்த காரணத்தால் தேகத்தை தாங்களாகவே விடுத்து விதேக முக்தியை அடைந்தார்கள். நான் ஒருவனே இங்கே தனிமையாய் இருந்து வருகிறேன்.

வசிஷ்டர்: உம்முடைய நீண்ட வாழ்நாளில் எவ்வளவோ மகா பிரளயங்கள் ஏற்பட்டிருக்க வேண்டும். அக்காலங்களில் நீர் எப்படி உம்மை காப்பாற்றிக் கொண்டீர்.

புசுண்டர்: பிரளயம் ஏற்பட்டு இந்த ஜகத் இல்லாமல் போன காலங்களில் நானும் இக் கூட்டைவிட்டு அகன்றுவிடுவேன். பனிரெண்டு சூரியர்கள் இப்பூமியை எரித்த காலம் ஜலதாரணையால் ஆகாயத்தை அடைந்தேன். மலைகள் சிதறும்படி வாயுப்பிரளயம் ஏற்பட்ட பொழுது, பர்வத தாரணயால் அசையாமல் ஆகாயத்தை அடைந்தேன். தீப் பிரளயம் ஏற்பட்டபொழுது, வாயு தாரணயால் சலனமின்றி மிதந்தேன். ஒவ்வொரு கல்ப காலம் முடிந்து மீண்டும் சிருஷ்டி ஏற்பட்டதும் இக்கல்ப விருட்சத்தை அடைவேன்.

வசிஷ்டர்: இதர மகான்கள் எல்லாம் இப்பிரளய காலங்களில் உயிர் துறக்க நீங்கள் மாத்திரம் உயிர் தப்பியதெப்படி?

புசுண்டர்: பிரம்மனாகிய நியதியின் போக்கை யாரால் தடுக்க முடியும்? அம்மகான்களுக்கு சம்பவித்தது அவ்விதம். எனக்கு இவ்விதம்.

குறிப்பு: மேல் சொல்லிய பதிலின் பொருளாவது- இதர மகான்கள் இம்மகா பிரளயங்களில் உயிர்துறப்பதாக எண்ணி வந்தார். நானோ உயிர் பிழைத்திருப்பதாகவே எண்ணி வந்தேன். ஆகையால் பிரளத் திற்குப் பிறகும், ஜீவனின் நடை அவரவர்களின் பாவனையைத் தழுவி ஏற்பட்டது.

வசிஷ்டர்: உம்முடைய நீண்ட ஆயுள் காலத்தில் நடந்த அதிசயங் களைக் கேட்க விரும்புகிறேன்.

புசுண்டர்: அதிசயங்கள் காணப்பட்டது அநேகம். ஒரு காலம் இப்பிரபஞ்சமெல்லாம், ஒரே பாறையாகவும், சில காலம் மலைகளால் மூடப்பட்டும் பிறகு, ஒரே காடாகவும், வேறு சமயம் தண்ணீர் மயமாக வும், சூரிய சந்திரர்கள் ஏற்படாமல் ஒரே காடாந்திர இருட்டாக இருந்ததையும் அறிவேன். இவ்விதமே எல்லாம் உண்டாகும் ஜகத் ஒரு தடவை யல்லாமல், அடிக்கடி ஏற்பட்டு அழிவதை கண்டிருப்பேன். இரண்யா க்ஷனால் இப்பூமி மூன்று தரம் கவரப்பட்டு வராக அவதாரம் எடுத்த பரமேஸ்வரனால் மீட்பதைக் கண்டேன். அமிர்தத்தை அடைய மந்திர கிரியை பால்கடலில் வைத்துக் கடைந்ததையும், நான் அறிவேன். இச் சிருஷ்டிகளில் உம்மைப்போன்ற ஞானிகள் உண்டானவர் அநேகர். நாரதர், பாரத்வாஜர், மரீசி, புலத்தியர், அத்திரி, சனத்குமாரர், தேவேந்திரன், மதன்ஞரி, யானைமுகத்து விநாயகர், சுப்பிரமணியர், பிருங்கி இவர்களும் இன்னும் பலரும் முக்தி அடைந்தவர்களாவர்.

உம்மைப்பற்றி சொல்ல இது உமக்கு எட்டாவது ஜனனம். இதற்கு முன் நாம் இருவரும், ஏழு தரம் இப்பொழுது போலவே, சந்தித்துப் பேசியிருக்கிறோம். நீ ஒரு தடவை ஆகாயத்திலிருந்தும், ஜனன மானதை நான் அறிவேன். இராட்சசர்களை அழிக்கும் பொருட்டு விஷ்ணு ராமாவதாரம் இக்காலம் எடுத்திருப்பது, பதினாராவது முறை. இந்த சிருஷ்டியில் கிருஷ்ணாவதாரம் எடுக்கப்போவது பதினாராவதாகும். ஒவ்வொரு சிருஷ்டியும் பல மாறுதல்களைக் கொண்டிருப்பதும் உண்டு. திக்குகளும், சூரிய சந்திர அமைப்புகளும் கூட மாறுபடும். இந்த நான்கு யுகங்களில் ஒவ்வொரு யுகத்திலும் ஒழுக்கங்கள் கூட மாறும்.

வசிஷ்டர்: நீர் மிருத்யுவை ஜயித்து வெகுகாலம் ஜீவித்திருக்கும் தத்துவம் என்ன?

புசுண்டர்: உமக்குத் தெரியாத தத்துவங்கள் இல்லை. ஆயினும் நீர் கேட்பதால் பதில் உரைப்பேன். வாசனை என்னும் நூலால் கோர்க்கப் பட்ட கர்மா சேஷங்கள் இல்லாவிடத்து, மிருத்யு நெருங்க மாட்டான், மனதின் சலனத்தையும் துயரத்தையும், அடையாதவரிடத்து, மிருத்யு நெருங்க மாட்டான். இச்சைகளை முற்றிலும் ஒழித்த மனது, மிருத்யுவால் சபிக்கப்படாது. ராகத்துவேஷாதிகளாகிய துவைதபாவங்கள் இல்லாத இடத்து மிருத்யு அண்ட மாட்டான். ஆத்மாவை அடைவதாலே, சகல துன்பங்களும் நீங்கி மிருத்யுவும் ஜயிக்கப்படுவான். உங்களைப் போன்ற ஞானிகளுக்கு ஆத்மாவை அடைவது எளிதாகும். என்னைப் போன்றவர் களுக்கு அது அரிதாகும்.

வசிஷ்டர்: நீர் அடைந்திருக்கும் நிலை, எந்த முறையால் அடையப் பட்டது. அதை அறிய நான் விரும்புகிறேன்.

புசுண்டர்: இந்த பஞ்ச பூதங்களால் அமைக்கப்பட்ட உடலின் மத்தியில் உள்ள இருதய தாமரையில் பிராண அபானன் என்ற ஸ்பந்தம், அல்லது இயக்கம் சதா நடைபெற்று வருகின்றது. ஆகாயத்தில் சூரிய சந்திரர்கள் சதா சஞ்சரிப்பது போல இவ்விரண்டு பிராணங்களும் சதா மேல் நோக்கியும் கீழ் நோக்கியும் ஓடிக்கொண்டு தேகத்தை இயங்கச் செய்கின்றன. இப்பிராணங்களின் கதி ஜாகிரத, சொப்பன, நித்திரை என்ற மூன்று அவஸ்தைகளிலும் ஓயாமல் நடைபெற்று வருகின்றன. இவ் விரண்டு கதிகளையும் நான் இடைவிடாமல் அனுசரித்து வருகிறேன். இவ்விரண்டில் மேல் நோக்கிச் செல்வது, பிராணன் என்றும் கீழ் நோக்கிச் செல்வது, அபானனென்றும் சொல்லப்படும்.

இப்பிராண கதிகளை ஓயாமல் கவனிக்கும் பயிற்சியே பிரானா யாமம் எனப்படும். இந்த நியமம் எண் வகைப்படும். அவைகளில் நான்கு தேகத்தின் உட்புறத்தையும் மறுநான்கு தேகத்தின் வெளிப்புறத்தையும் தழுவிச் செய்யப்படும் கிரமங்கள். இவைகளில் உட்பூரகம் இரண்டு. உள் ரேசகம் ஒன்று. உள் கும்பகம் ஒன்று. அதே மாதிரி வெளிப்புறத்தைத் தழுவியவையும் நான்காகும். இந்த அப்பியாசங்கள் உள்ளும் வெளியும் சஞ்சரிக்கும் வாயுவைத் தழுவி செய்யப்படுபவைகள் அல்ல. இவை ஸ்பந்தத்தைக்கொண்ட மனசை அனுசரித்து செய்யப்படவேண்டும்.

பூரகம் என்பது வெளிவிஷயங்களை கிரகிப்பது. இவ்விஷயங்கள் தேகத்தின் உட்புறத்தை ஒட்டியாவது அல்லது, வெளிப்புறத்தை ஒட்டி யாவது இருக்கலாம். விஷயங்கள் தோன்றப்பட்டும், அவைகளால் அசை வற்று மனோவேறுபாடில்லாமல் இருப்பதே பூரகம் எனப்படும். பிறகு ரேசகம் என்பது, உள் விஷயங்களாகிய அனுபவம் வாசனை இவைகளால் ஏற்படக்கூடிய மனோவேறுபாடின்றி இருப்பதாக பொருள்படும். பிறகு,

உள் விஷயங்கள் ஆவது, வெளிவிஷயங்களாவது, வெளிநோக்கியோ, உள்நோக்கியோ ஸ்பந்திக்கும் முன் அசைவற்று நிர்மலமாகியும் நிஷ் களங்கமாய் இருக்கும் நிலைமையே கும்பகம் எனப்படும்.

சுருக்கமாக இவ் உபாயங்கள் மனதை விஷயங்களில் ஈடுபடுத்தாமல் ஒருமுகப்படுத்தும் முறைகளே. சதா இம்முறைகளில் ஒன்றை அப்பியசித்து வந்தால் மனது வேறு விஷயங்களில் பிரவிர்த்திக்காமல் இருக்கும். எப்பொழுதும் மனதின் கதிகளையே கவனித்து அவைகளை அடக்கியும் வந்தால் மனது அசைவற்று, நிர்மலமான நிலையை அடையும். இந்த நிலையில் பற்றுதல்களுக்கும் வேறு விகல்பங்களுக்கும் காரணமற்றுப் போகிறது. இவ்வுபாயங்கள், ஞானமார்க்கத்தை அனுசரிக்க முடியாதவர் களுக்கே சொல்லப்பட்டன. தங்களைப்போல் ஞானத்தையே உபாசிப்ப வர்களுக்கு ஞானம் இயல்பாகவே சித்திக்கும்.

வசிஷ்டர்: ராமா, இந்த புசுண்டர் விருத்தாந்தத்தின் சாரத்தை அறிந்து அதை அனுசரித்து வருகிறவன் புசுண்டரைப்போல சம திருஷ்டியை அடைந்து சம்சாரத்திலிருந்து விடுதலை அடைவான். இப்பொழுது உனக்கு, ஞான மார்க்கம், யோக மார்க்கம், இரண்டும் விளக்கப்பட்டன. இஷ்டமானதைக் கடைப்பிடித்து உள் கருத்தை அடைவாயாக.

ராமன்: உங்கள் உபதேசத்தால் என் சந்தேகங்கள் எல்லாம் ஒழிந்து ஞானமும் பூரணமாக ஏற்பட்டது. ஆனால் இந்த தேகத்தைப் பற்றி ஒரு சந்தேகம். இது எதற்காக ஏற்பட்டது, எவ்வாறு ஏற்பட்டது.

வசிஷ்டர்: தேகம் அக்ஞானத்தால் ஏற்பட்டது. அக்ஞானத்தால் நிலைத்து இருக்கிறது. ஆகையால் அக்ஞானம் அழிந்தால் தேகமும் நாசம் அடையும். தேகத்தின் இருப்பையும் இல்லாமையும், உணர்வது மனது. துக்கத்தில் தேக உணர்ச்சி கிடையாது. மனதின்பொருட்டே நிலைத் திருந்து, அதின் ஏவலைச் செய்யவேண்டிய தேகம் அந்நிலையில் மறைந்து விடுகிறது. பிறகு, சொப்பனத்தில் மனது, வெவ்வேறு தேகங்களை எடுத்தோ, அல்லது, வேறு பிரதேசங்களில் சஞ்சரித்தோ வருவதையும் நாம் அறிவோம். அப்பொழுது, இத்தேகம், தேவையில்லாமல் இருக்கிறது. நாம் தேகத்தை உணர்வது விழித்திருக்கும் நேரத்தில் மாத்திரமே. மற்ற இரு நிலைகளிலும் இத்தேக உணர்ச்சி இருப்பதில்லை. அதாவது தேகம் அசத்தியமாகிறது. மேலும் விழித்திருக்கும்போதுகூட தேவையான நேரங் களில் தான் தேகம் உணரப்படுகின்றது. மனக்கோட்டை கட்டும் போது, தேகத்தை நாம் உணர்வதில்லை. ஒரு பெண்ணைக் கூடி இருப்பதாக நாம் மனோ ராஜ்ஜியத்தில் சிந்தை செய்யும் போது, அந்த அனுபவம் வேறு தேகத்துடன் ஏற்படுகின்றது. இந்த தேகம் மறைந்துவிடுகிறது.

ஆகையால் மனது கோருகின்றபோதுதான் தேகம் இருக்கை என்ற தன்மையை அடைகிறது. ஆதலால் அது நித்திய சத்யமாகாது. ஆயினும் அதை முழுதும் இல்லை என்றும் சொல்வதற்கில்லை. அது தற்காலத்திய சத்தியம்.

மனதிற்குத் தேவையிருந்தால் தேகம் உண்டு. தேவையில்லை யென்றால் தேகம் இல்லை. அதாவது, மனதால் கோரப்பட்டுத்தான் தேகம் உண்டாகவேண்டும். ஆகையால் அதுவே சிருஷ்டிகர்த்தா. அதுவே பிரம்மன். ஆகாசஜன் கதையிலும், இத்தத்துவம்தான் சொல்லப்பட்டது. தேகம் நாசத்தை அடைவதும் மனதாலே. நம் மனோ ராஜ்ஜியத்தில் அநேக இச்சைகளை சேகரித்தும், அனுபவங்களைத் தேடியும் வரு கின்றோம். இவைகள் கைக்கூடும்படி நாமாகவே வேறு தேகத்தை இச்சிக் கிறோம். இந்த வேறு தேகத்தை அடையும் பொருட்டு, இருக்கும் தேகம் நாசம் அடைகின்றது. அதாவது நம் மரணத்தை நாமே தேடுகின்றோம். வேறொருவரும் இதற்குக் காரணம் இல்லை.

மனதிற்குத் தேவையென்பது, முற்றிலும் ஒழிந்தால்தான் தேகத்தின் உறவு வேண்டியதில்லை. ஏனெனில், தேகத்தால் ஆகவேண்டிய காரியம் ஒன்றும் இல்லை. இந்நிலையில்தான் விவேக முக்தி அடையப்படும்.

ஆகையால் தேகம் இருப்பதான உணர்ச்சி அக்ஞான நிலையில் தான் ஏற்படும். ஞானம் சித்தித்தவுடன், தேகம் என்ற வஸ்து அசத்தியமா கிறது. ஆகையால் இல்லாத தேகத்தின்மேல், விருப்போ வெறுப்போ கொள்வது மூடத்தனம் அல்லவா? அதை விசுவாசிக்கும்படி அதில் என்ன இருக்கிறது. அது பஞ்ச பூதங்களால் செய்யப்பட்டதால் திரும்பி பஞ்ச பூதமாகவே மாறிவிடுகிறது. அது இருப்பதாக உணரப்படும் காலத்திலும் சதா மாறுதல் அடைந்தும் கெட்ட நீர், கெட்ட வாசனை இவைகளைக் கொண்டதாகவே இருக்கிறது. அதில் சாரமாக ஒன்றும் கிடையாது. அது குணமற்றது. அதற்கு அழகோ குணமோ நம் மனதால் கொடுக்கப்பட்டு நம் மனதாலே அனுபவிக்கப்படுகிறது. ஆகையால் ஒரு அறிவாளி இதில் விருப்போ வெறுப்போ அடையமாட்டான்.

தேகம் சங்கல்பத்தால் ஏற்பட்டதென்று மேலே சொன்னோம். அவ்விதமே ஒரு சித்திரமோ சிலையோ சங்கல்பத்தால் செய்யப்படு கின்றது. இவ்வித சங்கல்பங்களையும் கவனித்தால், தேகமாகிய வஸ்து மிகவும் துட்சமாகத் தோன்றும். ஏனெனில், தேகம் எவ்வளவு போஷிக்கப் பட்டாலும், துர்நாற்றம், மலம், முதுமை இவைகள் அதை விட்டு விலகுவதில்லை. சித்திரமாகிய சங்கல்பமோ இவ்வித அசுத்தத்தை அடைவதில்லை. பாதுகாக்கப்பட்டால், நீண்ட காலம் நிலைத்திருப்ப துடன், நமக்கு சந்தோஷத்தையும் அதிகரிக்கின்றது. தேகமோ அழிவை

நோக்கியே வளர்ச்சி அடைகின்றது. ஆகையால் இதைக் குறித்து வருத்தப் படுவது எதற்கு? பிறகு நம் கனவுகளில் எவ்வளவோ தேகங்களை எடுத்துக் கொள்கின்றோம். அவைகளுடன் சந்தோஷத்தை அடைகின்றோம். விழித்தவுடன் இவைகளின் அழிவை நோக்கி துக்கப்படுகிறோமா? நம் ஆயுள் காலமும் நீண்ட சொப்பனமாக இருக்க மரணமாகிய தேக நாசத்தைப்பற்றி ஏன் வருத்தப்படுவது? ஆகவே, தேகம் சங்கல்பத்தின் கனசொரூபம் என்று ஏற்படுகின்றது.

பரமேஸ்வரன் உபதேசம்

இந்த பரம தத்துவ விஷயமாய் நான் முன்னொரு காலத்தில் பரமேஸ்வரனிடமிருந்து அடைந்த உபதேசத்தை சொல்லுகிறேன் கேள்.

கைலாச பருவதத்தில் கங்கா நதிக்கரையில் நான் வெகுகாலம் கழித்து வந்தேன். சாஸ்திரங்களை ஆராய்ச்சி செய்தும், தவ நெறிகளை அனுசரித்தும் வந்தேன். ஒருநாள், சமாதியிலிருந்து எழுந்ததும், பர்ண சாலையைச் சூழ்ந்திருந்த காடாந்திர இருட்டில் ஒரு தேஜசைக் கண்டேன். அது அருகில் நெருங்கியதும் பரமேஸ்வரனும் பார்வதியும் நந்திகேஸ்வரனை வாகனமாகக் கொண்டு பர்ண சாலையை நோக்கி வருவதாக இருந்தது. வந்தவர்களை வரவேற்று, அவர்களுக்கு புஷ்பாஞ்சலியும் பாத பூசையும் செய்தேன். இவைகளை ஏற்றுக் கொண்டு பரமேஸ்வரன் என்னை சிரத்தையுடன் விசாரித்து எனக்கு மன சாந்தி ஏற்பட்டதா என்று கேட்டார். தேவர் கிருபையால் நான் அடைய வேண்டியதை அடைந்த தாகவும், ஆனால் தேவ பூசையால் அடையப்படும் பலன் என்னவென்ற சந்தேகத்தை தெளிவுபடுத்திக் கொள்ள விருப்பம் அடைந்திருப்பதாகவும் பதிலளித்தேன்.

தேவபூஜை செய்யும் கிரமம்

ஈஸ்வரன்: பிராண சிரேஷ்டனே, கேள், நீ விவேகத்தை அடைந்த வனாக இருப்பதால் உனக்கு இவ்விஷயத்தைப்பற்றிச் சொல்லுகிறேன். தேவன் என்பது, விஷ்ணுவும் அல்ல, பிரம்மாவும் அல்ல. இந்திரனும் அல்ல, நீயும் அல்ல, நானும் அல்ல. சூரிய சந்திரர்களும் அல்ல. பூதங்களும் அல்ல. அது ஆதியும் அந்தமும் அற்றது. ஞானத்தைத் தாண்டி நிற்கும். பிரம்மம் என்று வழங்கப்படுவது தேவனாக பாவிக்கப்படும். இவனே பரமேஸ்வரன் என்று கூறப்படுவது. எல்லோராலும் பூசிக்க தகுந்தவனும் இவனே. ஆனால் இந்த பூசை பூக்களாலும், இதர வஸ்துக்களாலும், திரவியங்களாலும், செய்யப்படுவதன்று. அது சிரத்தை, யுக்தி, சமபார்வை, ஆகிய மூவிதப் பூக்களால் பூசிக்கப்படவேண்டும். இதுவே மஹாபூசை யென்றும் இவைகளால் பூசிக்கப்படுகிறவன் தெய்வம் என்றும் சொல்லத் தகும். இந்த சிலாகியமான பூசையைச் செய்ய முடியாத அக்ஞானிகளே,

உருவமும் அமைப்பும்கூடிய தெய்வத்தை பூசிக்கிறார்கள். இவ்வித பூசைக்குத்தான் பூவும் பழமும் வேண்டும். ஆகையால் அக்ஞானிகளின் மன சாந்திக்காகவே, இவ்வித தெய்வமும் பூசையும் கல்பிக்கப்பட்டன. ஆனால் இவ்வித பூசையை, ஊக்கத்துடனும் பக்தியுடனும் செய்து வந்தால் மனது சற்று சாந்தம் அடைவது வாஸ்தவம். ஆனால் இதுவே மோட்ச சாதனம் ஆகும் என்பது தவறு. வாக்குக்கும் மனதுக்கும் தாண்டி நிற்பதை தேச கால அளவில் அடக்கி வைப்பதெப்படி? இவ்வித பூசையால் அடையப்படும் பலனும் அளவில் அடங்கியதாகவே இருக்கும்.

இந்த பூசை செய்யப்படும் கிரமம் இருவகைப்படும். அதாவது, ஒன்று, அந்தரங்க உலகத்தின் பூசை. மற்றொன்று வெளி உலகத்தின் பூசை. இருவித பூசைகளும் மானசீகமாகவே செய்யப்படும். வெளிப் பூசையாவது, வெளியே தோன்றும் பிரம்மாண்டம் மானிடர், தேவர், அசுரர், பிரம்மா, விஷ்ணு, சிவன் உட்பட, எல்லாம் ஆத்மாவாக பாவிக்கப்பட்டு மனது சஞ்சலமின்றி எல்லாவற்றிலும் சமபார்வையுடன் இருப்பது. இந்திரியங் களுக்குப் புலனாகும் ஒவ்வொரு திரணமும் ஆத்மா வைத் தவிர்த்து வேறல்ல என்று அறிவு ஸ்திரப்பட்டால் பிறகு, பேத பாவனைக்கு இடமேது? பேதமின்றி இருக்கையில் வஸ்துக்களை, சம பார்வையுடன் தான் மனம் பார்க்கும். இப்படி சம பார்வையுடன் இருக்கையில் மனம் ஏது? அல்லது, மனம்தான் ஏது? மனம் அழிந்தால் பிறகு இருப்பது ஆத்மாவே. இதுவே, வெளிப்பூசையால் அடையப்படும் பலன்.

பிறகு, அந்தரபூசையாவது, தேகம், இந்திரியங்கள் மனசு, பிறகு இவைகளின் உணர்ச்சிகளால் ஏற்படும் மனோவேறுபாடுகள், வேறுபாடுகளை பகுத்தறியும் அறிவு, அனைத்தும் ஆத்மாவைத் தவிர்த்து வேறல்ல என்ற மனோ நிச்சயத்துடன் தியானம் செய்வது. தியானம் தான் பூசையாகும். இந்திரியங்களால் செய்யப்படும் கிரியைகள் பூசையாக மாட்டாது. இந்த அந்தர பூசை எங்கும், எப்பொழுதும் செய்யப்படலாம். நாம் செய்யும் ஒவ்வொரு செயலும், அனுபவிக்கும் உணர்ச்சியும் ஆத்மாவால் ஏற்படுகின்றனவென்று, ஆத்மாவிற்கே அர்ப்பணம் செய்ய வேண்டும். இப்பூசையால் அடையப்படுவது, ஆத்ம லாபமே. இதனாலும் மனம் ஒடுங்கி அகங்காரம் நீங்கி கர்மாக்களில் பற்றுதல் அறுபட்டு போகும். அதனால் சமநோக்கம் ஏற்படும். இந்நிலையில்தான் நான் இருந்து வருகிறேன். இதை நீயும் அடைவாயாக" என்றார் பரமேஸ்வரன்.

வசிஷ்டர்: சித்தின் சேதனம்தான் ஜகத் என்று தங்கள் வாக்கி லிருந்து விளங்குகிறது. பிறகு, இந்த ஜீவன் என்பது எது?

ஈஸ்வரன்: சித்தானது, பூத சம்பந்தத்துடன் இருப்பதாக தோன்றுவ தில் ஜீவன் என்ற நாமத்தை அடைகிறது. ஆத்மா ஆத்மாவாகவே

இருந்தும், அதன் முன்னிலையில் ஏற்படும் பிரவிர்த்தி, ஆத்மா உணர்ச்சி யற்று இருக்கையில், ஜீவனாகத் தோன்றுகிறது. சொப்பனத்தில் காணப் படுகின்றவைகளும், சங்கல்பத்தில் தோன்றுகிறவைகளும், எப்படி சொப்னம் அல்லது சங்கல்பம்தானோ, அவ்விதமே இந்த ஜீவனும் ஆத்மாவின் தோற்றம், சொப்பனத்திலும் சங்கல்பத்திலும் தோன்றுகிறவைகள், வாஸ்தவமின்றியும், எப்படிக் காணப்படுகின்றனவோ, அப்படியே ஜீவனும் வாஸ்தவமின்றி சத்தியம் போல் தோன்றி வருகின்றது. இந்த மூவகைத் தோற்றங்களும் ஒரு குறிப்பிட்ட கால அளவில் தோன்றி மறைகின்றன. சாஸ்வதமாக இருப்பது, ஆத்மா ஒன்றே.

மேலும் சொப்பனத்திற்கும் சங்கல்பத்திற்கும் விஷயம் நம் அனுபவத்தை ஒத்துத்தான் ஏற்படுகின்றதேயொழிய, புதிதாக ஒன்றும் தோன்றுவதில்லை. ஆகையால் சங்கல்ப நகரம் சங்கல்பம்தான். அதே மாதிரி, ஆத்மத்தில் பிரதிபலிக்கும் தோற்றங்கள், ஆத்மாவாகத்தான் இருக்க முடியும். வேறொன்றாக நாம் உணர்ந்தால் அது நம்முடைய அக்ஞானம். இதனால் சேதனை அல்லது, உணர்ச்சி என்பது கற்பனை என்றே பாவிக்கப்படும். ஆத்மா வேறொன்றாக ஆகமுடியாது. அதை வேறாகக் காணவும் முடியாது. ஆகையால் ஜகத் ஜீவன் எல்லாம் ஆத்மாவே.

இந்த ஆத்மாதான் பூசிக்கத்தக்கது. உள்ளும் புறமும் அணுவிலும் அண்டம் முழுமையும் வியாபித்திருப்பது ஆத்மாவே. காண்பது, கேட்பது, உணர்வது, முகர்வது, ருசிப்பதும் ஆத்மாவே. உணர்ச்சிகளுக்கு காரண மாய் இருந்து எல்லா கிரியைகளையும் செய்வித்துப் பிறகு, அனுபவிப்பதும் ஆத்மாவே. இந்த உண்மைகளை அறிந்து, மேலே சொல்லியபடி, தியானம் செய்வதே சரியான பூசை."

ராமன்: சித்தாவது, எல்லாவற்றிற்கும் காரணமாகவும், எல்லாவு மாகவும் இருந்து, மேலும் நிர்மலமாகவும் இருக்குமானால், இந்த நிலையை விட்டு எவ்விதம் நழுவியது?

சித்தின் இரு சொரூபம்

வசிஷ்டர்: சித்தாவது, இரு தன்மையுடையதாக அறியப்படும். இத்தன்மைகள் நிஷ்பந்த ரூபமும், ஸ்பந்த ரூபமும் ஆகும். இரண்டாவது தன்மையால் நாம் அதை உணர்கின்றோம். அதுவே ஜகத், சம்சாரம் எல்லாவற்றிற்கும் காரணம். நம்முடைய சுபாவமும், ஸ்பந்தம் அல்லது இயக்கம், ஆகையால் சித்துடைய ஸ்பந்த தன்மையை மாத்திரம் உணர இயலுகிறது. நாம், நிஷ்பந்தமாக இருந்தால் இத்தன்மையை உணர இயலும். ராட்டனத்தில் உட்கார்ந்திருப்பவன், பூமி சுழல்வதாக உணரு கிறான். நம் உணர்ச்சிகளும் அவ்விதமே.

பிறகு, ஸ்பந்தம் என்பதை கவனித்தால், இது சித்திலிருந்து வெளிக் கிளம்பியதாகவே உணரப்படும். வெளிநோக்கியதை தன்னைத் தவிர்த்து வேறாகக் கருதினால், அது அவ்விதமே நிலைத்துவிடும். இப்படி உண்டான ஜீவன்தான், அகங்காரம், புத்தி, மனஸ் என்று, படிப்படியாக கீழே இறங்கி பிரபஞ்சம் என்பதை உணருகிறது. வெளி நோக்கிச் செல்லும் தன்மை சங்கல்ப வசத்தால் ஏற்பட்டு, பல உருவங்கள், தன்மைகள், நாமங்களைத் தரிக்கின்றது. சங்கல்பம் ஓய்ந்தால், அதாவது, மனம் முற்றிலும் அடங்கி நான் யார் என்பதை உணர்ந்தால், நிஷ்பந்த தன்மையை அடைகின்றது. ஆகவே ஸ்பந்தம் நிஸ்பந்தம் இரண்டும் சங்கல்பங்கள். ஒரு தன்மையால் சித்தை சமமாகவும், சாந்தமாகவும், மற்றொன்றால், ஜகத்தாகவும், உணருகிறோம். நம் உணர்ச்சிகள் எவ்விதம் இருந்தாலும், சித்து சித்தாகவே இருக்கும். ஆகவே நம் சங்கல்பங்கள், எப்பொழுது ஏற்பட்டவை என்பதை அறிய முடியாது.

சித் தேகத்தில் எவ்விதம் சம்பந்தப்பட்டிருக்கிறதென்பதை இப்பொழுது சொல்லுகிறேன். சமமும் சாந்தமுமாக உள்ள சித் ஸ்பந்திக்கை யில், அகங்காரம் ஏற்பட்டு அதனால், ஜீவத்தன்மையை அடைந்து, மேலும், மேலும், சுயநிலையை மறந்து, வெளிநோக்கம் மேன்மேலும் அதிகரித்து, தன் சக்தியை இழக்கிறது. ஆனால் எந்த நிலையை அடைந்தாலும் அந்நிலையிலும் சித்தால் வியாபிக்கப்பட்டு ஆனால் அதை உணர முடியாமல், இருந்து வருகிறது. சித்தின் வியாபகமின்றி தன் இச்சைகளைப் பூர்த்தி செய்து கொள்ளும் திறமை ஏற்படாது.

ஜீவன் என்ற நிலையில், நான் என்னும் முதல் சங்கல்விபத்தின் தொடர்பாக இதர சங்கல்பங்களை, தியானம் செய்கிறது. சங்கல்பங் களுக்கு விஷயம் பஞ்ச பூதங்களின் தன்மாத்திரங்களைத் தவிர்த்து வேறு கிடையாது. ஆகவே, இவைகளை அடைந்து, மேலும் சிந்தை செய்கிறது. தன்மாத்திரங்களைக் கூடிய நான் என்ற உணர்ச்சி பகுத்தறியும் உணர்ச்சியாகிய புத்தியாக மாறுகிறது. இது ஒரு புதிய உணர்ச்சியல்ல. பேதங்களை அறிவதைத்தான் நாம், புத்தியென்று கூறுகிறோம். பிறகு, பகுத்தறியும் திறமையை பூரணமாக அடைந்து, சங்கல்ப விஷயங்களி லேயே ஈடுபட்டு, அவைகளில் லயித்து, அவைகளாகவே தங்களை பாவித்துக் கொள்ளும் நிலைமையை, மனஸ் என்று சொல்லுகிறோம். இந்த நிலைக்குப் பிறகுதான், இரண்டாவதான ஸ்தூல சரீரத்தை அடைகிறது. பிறகு இதில் பிரவிர்த்தித்து இன்னும் விஸ்தரிக்கிறது. நம் தேகம், பஞ்ச தன் மாத்திரங்களையும், மனசையும் கொண்ட பூமி. இது உண்டானதின் காரணம், ஸ்பந்த சித்தாகிய சங்கல்பங்கள் நிறைவேறும் பொருட்டு, இந்த பூமியைக் கொண்டு பிரபஞ்ச விவகாரத்தில் பிரவிர்த்திக்கிறது. மேற்சொன்ன நிலைகளில் எல்லாம், சித்தின் சக்தியை

தவிர்த்து, வேறொன்றும் காண்பதற்கில்லை.

நம் தேகம், ஒரு ஜடப் பொருளாக இருப்பதால், அதற்கு உணரும் சக்தி கிடையாது. வெளி விஷயங்கள், பஞ்ச இந்திரியங்கள் மூலமாக சித்தில் பிரதிபலித்து, உணர்ச்சிகள் ஏற்படுகின்றன. ஆகையால் சித்தே எதற்கும் மூல காரணம். இச் சித் சக்தியைக் கொண்டே சங்கல்ப வசத்தால் ஏற்பட்ட நோயானது, வாசனைகளின் பலனாக தேகத்தை அடைகின்றது. சித்தின் சூக்ஷம ஸ்பந்தம் மனசாகவும், ஸ்தூல ஸ்பந்தம் பிராணனாகவும் இயங்கி, ஜீவ சம்சாரம் நடைபெற்று வருகின்றது. சித் சக்தி தேகத்தில் ஸ்புரிக்கும் வரையில் ஜீவிதம் நடைபெறுவதாக கருதப்படுகிறது. ஸ்புரிப்பு ஓய்ந்தால் மரணகதி என்று சொல்லப்படுகிறது. ஸ்தூல சம்பந்தம்தான் அடிக்கடி ஓய்வது போல் தோன்றி ஒரு தேகத்தை விட்டு மற்றொன்றை அடைகின்றது.

ஆகவே, ஒன்று பலது என்ற தோற்றங்கள், நம் பாவனையால் ஏற்படுகின்றன. இவைகளால், சித்தில் ஒரு மாறுபாடும் ஏற்படுவதில்லை. ஒன்று என்னும் பாவனையை வைத்துப் பேசினால்தான், பலது என்னும் பாவனைக்கு இடம் உண்டு. ஒன்றென்பதே, கற்பனையானால், வேறென்பது எப்படி உண்மையாகும். ஒன்றிருந்தால் இரண்டுண்டு. இரண்டிருந்தால் ஒன்றுண்டு. ஆனால் எப்பொழுதும் எல்லாமுமாக இருப்பதில் எண்ணிக்கையெப்படி பொருந்தும்? அலை நீரைக் காட்டிலும் வேறா? இப்பதத்திற்குப் பொருள் இல்லை. நீர்தான் அலை. அலைதான் நீர். ஆகையால் இப்பதங்கள் அசம்பாவிதம். பிறகு, மரம், கிளை, கொடி, தழை, பூவு, காய் என்று பல பெயரால் வழங்குகிறவைகள், விதையின் பல அம்சங்கள். அதுபோலவே, சித்தின் பெயரில் பல சங்கல்பங்கள் சம்பந்தப்பட்டு அது பல நாமரூப பேதங்களால் வெவ்வேறாக பாவிக்கப்பட்டு வருகின்றது.

ஆகையால் சங்கல்பத்தால் ஏற்பட்ட வித்தியாசங்கள், அசங்கல்பத்தால் நாசமாகும். சித்தை அடைய இந்த மார்க்கத்தைத் தவிர வேறு கிடையாது. பழைய சங்கல்பங்கள், எவ்வளவு புஷ்டியாக இருந்த போதிலும், இப்பொழுது செய்யக்கூடிய சங்கல்ப யத்தினங்களுக்கு அவை களின் தீவிரம் ஈடாகாது. ஏனெனில், நிகழ்ந்தவைகளை அதிகரிக்கவோ குறைக்கவோ முடியாது. ஆனால், இப்பொழுது செய்யப்படும் யத்தினங் களில், தீவிரத்தை நம் இஷ்டப்படி அதிகரித்துக் கொள்ளலாம். இந்த யுக்தியை அனுசரித்து, அசங்கல்பத்தை தீவிரமாக செய்து வந்தால், ஆத்மத்தை அடைவது எளிது. மேலும், சங்கல்பம் செய்ய யத்தனம் தேவை. அசங்கல்பம் செய்ய யத்தனம் ஏது- சும்மா இருந்தால் போதும். இந்த நிலையில் நீடித்து இருந்துவந்தால், சர்வ சாந்த நிலையை அடைவதில்

சந்தேகம் இல்லை.

ஆகவே, எல்லா தத்துவங்களுக்கும் மேலாகவும், சாரமாகவும் மூல காரணமாயிருப்பதும், சித்து ஒன்றே. இது ஒன்றுதான் சத்தியம் ஆகும். மற்ற விஷயங்களும் பொருள்களும் அநித்தியமானவைகள். இவைகளின் சொரூபமும் தன்மைகளும் கால தேச வித்தியாசங்களை அனுசரித்து, மாறியும் அழிந்தும், மீண்டும் உற்பத்தியாயும் நடைபெறுகின்றன. திரணத்திலிருந்து, பிரம்மா, விஷ்ணு, சிவன் வரை எல்லாம் ஓயாமல் நடைபெறும் மாறுபாடுகளுக்கு உட்பட்டவைகளே. கட்டுப்பாடுகளை யதேச்சையாகவே நிர்ணயித்துக் கொண்டு, அவைகளை அனுசரித்துப் பிரவிர்த்திக்கின்றன. இதுவே நியதி என்று சொல்லப்படுகின்றது. இந்த நியதியும் மாறிக் கொண்டே வரும். ஆகையால் இவைகள் ஒன்றையும், சாஸ்வதம் என்று கருத முடியாது.

ஆனால் ஜகத் பதார்த்தங்களெல்லாம், சித்தின் தோற்றங்கள். தோற்றங்கள், சித்தால் வியாபிக்கப்பட்டிருப்பதால், அவைகள் உணரப் படுகின்றன. ஆகையால் நம்மால் உணரப்படுவதெல்லாம் சித்தேயாகும். அணுவும் பிரம்மாண்டமும் சித்தே.

வால்மீகி: இந்த தத்துவங்களைச் சொன்ன பிறகு, ராமனுக்கு இன்னும் ஏதாவது சந்தேகம் இருந்தால், அவைகளைக் கேட்கும்படி வசிஷ்டர் சொன்னார். ராமன், தான் இதுவரையில் அடைந்த உடதேசங் களால், தன் சந்தேகங்கள் நிவர்த்தி ஆனவுடன், தன் மனமும், பரம சாந்தியை அடைந்தது என்றான். தற்சமயம், மூன்று லோகங்களையும் வியாபித்து ஆத்மாவாகத்தான் இருப்பதால் தேவை என்ன என்பதை அறியாமல் இருப்பதாகவும் சொன்னான். ஆயினும், பரமாத்மாவாக விளங்கும் வசிஷ்டரின் ஞானோடதேசங்களைக் கேட்கக்கேட்க ஆனந்தத் தைக் கொடுப்பதால் மேலும் ஆத்மாவைப் பற்றி கேட்க ஆவலாய் இருப்ப தாகச் சொன்னான்.

வசிஷ்டர்: இராமா, அப்படியே நான் சொல்லுகிறேன், கேட்பாயாக. சாதாரணமாக நாம் ஏதாவது ஒரு விஷயத்தில் இச்சை வைத்தால், அது கைகூடும்முன் ஏற்படும் சந்தோஷம் அடையப்பட்ட பிறகு இருப்பது இல்லை. இது எல்லோருக்கும் அனுபவத்தில் தெரிந்த விஷயமே. ஆகையால் அடையப்படும் இன்பம், வெளிவிஷயங்களில் இல்லை. நம் இச்சையில் இருக்கின்றது. பொருள்களில் உண்டாகும் இச்சை துவேஷங் கள் மனதால் ஏற்படுத்திக்கொள்ளப்படுகிறது. அதாவது, நம் ஆசையே, இன்ப துன்பங்களுக்குக் காரணம். மனதிற்கு திருப்தி ஏற்பட்டால், ஆசை அடங்கிவிடும். ஆசை ஒழிந்தால் மனோ விகல்பங்கள் நாசமாகும். ஆசை யில்லா மனோநிலையில் நமக்கு, என்ன சம்பவித்தாலும் மனக் கலக்கம்

உண்டாகாது.

ஆசைகள் ஏற்படுவது வாசனைகளால். அதாவது ஏற்கனவே ஏற்பட்ட அனுபவங்களால். இவைகளுக்கு காரணமானவைகள் தென்பட்டவுடன் மனம் மாறுதல் அடைகின்றது. மேன்மேலும் மாறுதல் அடைவதால் மனம் நம் சுவாதீனம் இன்றி கேவலம் இந்திரியங்களுக்கு அதீனமாகின்றது. ஆகையால் மனம் சஞ்சலம் அடைவதை ஒழிப்பதில் முழுப் பிரயத்தனமும் நாம் செலுத்த வேண்டும். வாசனையைவிட்டுப் பேசினால், இம் மனம் சஞ்சலம் அடைவதின் காரணம், அறிவோன், அறிவு, அறியப்படும் வஸ்து என்ற மூன்று பிரிவாகிய பாவனையே. அறிவு என்னும் ஒரே சத்தியமாக பாவிக்கப்பட்டால், மனம் சஞ்சலம் அடையக் காரணம் இல்லை. வஸ்துக்கள் நம் இந்திரியங்களுக்கு விஷயம் ஆகும் பொழுது இருவித ஸ்பந்தம், நம்மிடத்து ஏற்படுகினறன. ஒரு ஸ்பந்தம், இந்திரியங்களை இயக்கி, அறிவென்னும் காட்சிக்கு புலப்படுகிறது. இன்னொரு ஸ்பந்தம்தான், சூட்சமமாக மனதின் வேறுபாடாக, அதாவது, ஆசையாகவோ, துவேஷமாகவோ அல்லது துக்கமாகவோ இயங்குகிறது. இந்த இரண்டாவது ஸ்பந்தமே நிரோதம் செய்யப்பட வேண்டும். அப்படி செய்வதால், மனம் அசைவின்றியும், நிர்மலமாகவும், கேவலம், சாட்சியாயும் நிற்கும். இந்நிலையில் வஸ்துக்கள் மனதிற்குப் புலனாகாமல் இருப்பதில்லை. தேகம் இருக்கும் வரையில் அந்த இயக்கம் இருந்தே தீரும். மேற்சொன்னபடி மனம் முற்றிலும் ஒடுங்கினால் பிரம்ம திருஷ்டி ஏற்படும். இதுவே, பரமானந்த நிலை. இதற்கு வளர்ச்சியோ தொய்வோ கிடையாது. ஸ்புடம் செய்த தாம்பிரம், தங்கமாகத் தோன்றுவது போல, நிஷ்பந்த மான மனம், ஆத்மாவாகப் பிரகாசிக்கும்.

சித்தும் – பில்வப் பழமும்

இவ்விஷயமாக இதிகாசங்களில் ஒரு உபமானம் சொல்லப்படும். அதைச் சொல்லுகிறேன். கேள்:

ஒரு பில்வப் பழம் உண்டு. அது கோடானகோடி காதம் விஸ்தீரணம் உள்ளது. பல பிரபஞ்சங்கள் அதில் அடங்கியுள்ளன. அது எக்காலத்தும் அழியாமலும், எப்பொழுதும் கவிந்தும் உள்ளது. கல்பாந்தத்தில் உண்டாகும் சண்ட மாறுதத்தினாலும் அது உதிராமல் நிலைத்து நிற்கும். இவ்வளவு புராதனமாயும் ஸ்திரமாயும் இருந்த அது மிகவும் மிருது வானது. அதில் தோன்றி அழியும் பிரம்மாண்டங்கள் கணக்கிட முடியாது. எக்காலத்தும், வற்றாத சதையும் சாரமும் நிரம்பியுள்ளது. இந்த சாரமாவது சமம். ஆனால், சித் சக்தி என்னும் ஒரு சமத்காரத்தினால், அது பல சிருஷ்டிகளைத் தோற்றுவிக்கின்றது. இவ்வித சித் சமத்காரங்களே, பரந்த ஆகாயம், காலத்தின் கலைகள், திசைகள், அழிவில்லாத நியதி, அசைவு

அல்லது ஸ்பந்தம் எனப்படும். கிரியைகள் எல்லாம் கூடி ஒரு பிரம மாண்ட மண்டபம், இந்த பில்வப் பழம் ஆத்மாவே.

சித்தும் – சிலையும்

இந்த சித்தின் சொரூபம் புத்திக்கு விளங்கும்படி ஒரு சிலைக்கும் அல்லது மிளகில் வியாபித்திருக்கும் காரத்திற்கும் ஒப்பிவிக்கப்படும். அது சிலையைப் போல் மிக கெட்டியாயும் ஒன்றாயும் பாகுபடாததாயும் இருக்கிறது. சிலையில் எப்படி உள்ளும் புறமும் எல்லாப் பாகத்திலும் கனத்துவம்தான் வியாபித்திருக்கிறதோ, அதே மாதிரி, இந்த ஜகத்திலும் சித்துதான் எங்கும் வியாபித்திருக்கிறது, மிளகில் காரம் வியாபித் திருப்பதுபோல், மிளகுதான் ரசம். ரசம்தான் மிளகு. இவைகளில் ஒன்றை விட்டு மற்றொன்றைப் பிரிக்க முடியாது. அதேமாதிரி சித்தை விட்டு ஜகத்தைப் பிரிக்க முடியாது. ஆனால், அனுபவத்தில் நமக்கு வேறாகத் தோன்றுவது, சித்தின் வியாபகத்தைத் தெரிவிக்கவே. வாஸ்தவம் தெரியப் பட்டதும், தோற்றம் மறையும். அதாவது ஜகத் சித்தில் லயமடையும். இதை அறியாத வரையில் தோற்றமே தென்பட்டு வரும். இந்த சித்தானது எப்பொழுதும் சமமும் சாந்தமுமாக நித்ரா அவஸ்தையில் இருப்பது போல இருந்து வருகிறது. ஆகவே, ஜகத்தானது சித்தை விட்டு வேறல்லாததால் நித்திரையில் இருப்பது போலத்தான் பாவிக்கப்படும். இப்படி நினைப்பது தகுமோ என்றால் அது வியவகாரத்தின் பொருட்டு தான் அவ்விதம் சொல்லத்தகும். ஏனெனில் நித்திரை என்பது ஒரு தனி சத்தியம் அல்ல. விழிப்பை வைத்துப் பேசினால் நித்திரைக்கு இடம் உண்டு. வாஸ்தவத்தில் இப்பதங்களுக்குப் பொருள் இல்லை. சத்தியம் இவ்விரண்டையும் கடந்தது அல்லது இரண்டிற்கும் இடையே உள்ளது.

சித்தை இன்னும் விவரித்துச் சொல்வோமாகில் ஒரு கனியில் சதை எப்படி சாரமாய் உள்ளதோ, அப்படி ஜகத்தில் சித் வியாபித்திருக்கிறது. தேசம், காலம், கிரியை இம்மூன்றும் சித்தால் வியாபிக்கப்பட்டிருந்தும் வேறாகத் தோன்றுகின்றன. மேலும் சப்த சமுதாயங்கள், அவைகளின் பொருள், வாசனை, கற்பனை அனைத்தும் சித் ஒன்றையே தழுவி நிலைத்திருக்க, இவைகளை வேறாகக் கருதுவது, எப்படித் தகும்? சித்தின்றி இவைகளை அறிவது எப்படி? அனுபவிப்பது எப்படி? இவைகள் எல்லாம் சித்தையொட்டி விஸ்தரிக்கின்றன. விதை ஒன்றாக இருந்தும் அதிலிருந்து உற்பத்தியாகும் செடி, வேர், தண்டு, கிளை, தழை, பூவு என்ற பலதான தோற்றத்தைக் கொடுக்கிறது. விதையின் தரம் தான் மரத்தின் எல்லா பாகங்களையும் வியாபித்திருக்கிறது. ஆகையால் ரசத்தின் விஸ்தரிப்பே மரத்தின் பாகங்கள் அனைத்தும். ஜகத் சமுதாய மும் இவ்வாறே. முத்துச் சிப்பியிலுள்ள முத்தை கவனித்தால் சிப்பியின்

சாரத்தைக்கொண்டும், அதன் அமைப்பைத் தழுவியும் முத்து உண்டா கிறது. ஆனாலும் அது வேறான தோற்றத்தைக் கொடுக்கின்றது. சூரியன் தன் கிரணங்களால் உலகத்தைத் தோற்றுவிக்கின்றான். தன் மறைவில் எல்லாவற்றையும் மறையச் செய்கின்றான். அதே மாதிரி சித்சூரியனும் சேதன நிலையில் பலதான ஜகத்தைத் தோற்றுவித்துப் பிறகு அசேதன அல்லது நித்திரா நிலையில் ஜகத் தோற்றத்தை அழித்து ஒன்றாய் விளங்கு கின்றது. ஜலத்தை கவனித்தால் அது பல ரூபங்களாகக் காணப்படு கின்றது. பல பதார்த்தங்களில் சாரமாயும் இருக்கின்றது, அதாவது நதியி லும், குட்டைகளிலும், செடிகொடிகளிலும், ஜீவ ஜந்துக்களிலும், மேகத்தி லும். அதேமாதிரி சித்தும் எல்லாவற்றையும் வியாபித்து நிற்கிறது. மயிலின் தோகையை கவனித்தால் அதனுடைய உருவம், அமைப்பு, வர்ணம், கெட்டியான அடிப்பாகம் எல்லாம் பலதென்ற தோற்றத்தைக் கொடுக்கின்றது. ஆனால் இவை எல்லாம் முட்டையிலுள்ள ரஸத்தி லிருந்து உற்பத்தியானவை. பலதான ரூபங்கள் ரஸத்தில் அடங்கி இருந்தன   வாஸ்தவத்தில் இவைகள் ரஸத்தைத் தவிர்த்து வேறாகாது. பிரபஞ்சத்தில் தோன்றுகிறவைகளும்கூட சித்தில் அடங்கி இருந்தவை களாகும். தோன்றாதவைகள் இப்பொழுது அடங்கி இருப்பவைகளாகும். இதுவே உண்மை.

ஆகவே, மானிடர், தேவர், அசுரர், திரிலோகங்கள் எல்லாம் முட்டையில் மயில் அடங்கி இருப்பதுபோல், சித்தில் அடங்கி இருந்து பிறகு வெளிக்கிளம்பின. இப்படிக் கிளம்பின முனிவர்கள், தேவர், சித்த புருஷர்கள் எல்லாம் துரிய பதவியை அடைந்து மறுபடியும் சித்தில் லயமடைகிறார்கள். அதாவது புலனாகும் வஸ்துக்களால் உணர்ச்சி யற்றும், அறிவுக்குப் பாத்திரமானவைகளை அறிவில் சம்பந்தப்படுத் தாமலும், யாதொரு விகல்பமும் இன்றி சாந்த நிலையில் இருந்து வருவார்கள். சித்திரத்தில் எழுதப்பட்ட உருவம் பிராண மனோ இயக்க மற்று இருப்பது போல அவர்கள் இருப்பார்கள். இந்நிலை சித் சேதனை உண்முகமாக ஆகாமலிருக்கும் தன்மையாகும். வெளிச்சமாகிய கிரணங் கள் தடையின்றிப் பரவினால் அவைகள் நம் திருஷ்டிக்கு எப்படிப் புலப்படுவதில்லையோ, அப்படியே ஜீவன் முக்தர்கள் திருஷ்டியில் வஸ்துக்களின் சங்கம் ஏற்படாத காரணத்தால் அவைகளின் உணர்ச்சியும் ஏற்படுவதில்லை. உணர்ச்சியின்றி சித் மயமாய் இருக்கும் நிலையில் மேல், கீழ், அண்டை - தூரம், முன் - பின் என்கிற வித்தியாசங்கள் உணரப்படுவ தில்லை. ஜகத், நீ, நான், ஜீவன், சேதனம் என்னும் பதங்களுக்காவது அவை களின் பொருள்களுக்காவது இடமில்லை. வியவகாரத்தின் பொருட்டு எல்லாம் சித் என்றே சொல்லத்தகும். வாஸ்தவத்தில் இப்பதமும் பொருந்தாது. ஏனெனில் அது வாக்கு மனம் இரண்டையும் தாண்டி

நிற்பதால்.

இராமன்: எல்லாம் பிரம்மாக இருக்கும்பொழுது பாவம் - அபாவம் ஏற்படுவதெப்படி?

வசிஷ்டர்: அபாவம் அல்லது நிர்விகல்பம் தன் சுயநிலை அல்லது ரூபத்தை விட்டு மாறி மறுபடியும் பழைய நிலையை அடைய முடியாம லிருக்கும் தன்மையைச் சுட்டிக்காட்டும். உதாரணமாக பால் தயிராக மாறியபிறகு மறுபடியும் பாலாக முடியாது. இவ்விதமான விகல்பம் பிரமத்தில் ஏற்படுவதில்லை. ஏன் எனில் ஆதியிலும், அந்தத்திலும் பிரம்மாக இருக்க நடுநிலையில் மாத்திரம் வேறாக இருக்க முடியுமா? எப்பொழுதும் பிரம்மமாக இருப்பதில் விகல்ப மென்பது ஏது? ஆகையால் பாவம் அபாவம் இரண்டும் மனோபிரமங்கள்.

இராமன்: சரி பிரம்மம் ஏகமாயும் நிர்மலமாயும் இருக்க பிறகு அக்ஞானம் எப்படி உண்டாயிற்று?

வசிஷ்டர்: சதா பிரம்மமாக இருப்பதில், அதைத் தவிர்த்து வேறானது எப்படி உண்டாகும். பிரம்மமென்ற வார்த்தை கூட அதனிடத்தில் பொருந்தாது. இப்பத வியவகாரதின் பொருட்டுத்தான் உபயோகிக்கப்படும். மேலும், அவித்தை என்ற பதத்தைக்கவனித்தால், வித்தை இல்லாதது என்று பொருள்படுகிறது. அதாவது பதம் இல்லாமை யைச் சுட்டிக் காட்ட அதன் இருத்தல் எவ்விதம் ஏற்படும்? அது நம்முடைய மோகம், பிரம்மத்தில் இது ஏற்படவில்லை.

இராமன்: பிறகு தாங்கள் உபசமப்பிரகரணத்தில், அவித்தை விசாரணை செய்வதால் அழியுமென்று சொன்னதின் கருத்தென்ன?

வசிஷ்டர்: அப்பொழுது உனக்கு விவேகம் பூரணமாக ஏற்படாத தினால் உன் புத்திக்குப் புலப்படும்படி யுக்தியை உபயோகித்து ஞானம் போதிக்கப்பட்டது. ஒரு முடனிடம் மகத்தான தத்துவங்களைச் சொல்வது எப்படி இருக்குமென்றால் துக்கத்தில் மூழ்கிக் கிடப்பவனுக்கு மன சாந்தி அடையும் பொருட்டு ஒரு துணைச் சினேகிதனாக அடையச் சொல்வது போலாகும். இப்பொழுது உன்னுடைய தற்காலத்து அறிவுக் கேற்றபடி யுக்தி போதனைகளை ஒழித்து சத்தியம் உள்ளபடி உரைக்கப்படும்.

மூன்று லோகங்களும் பிரம்ம மயமாக இருக்க வேறு கற்பனை அதில் எப்படிப் பொருந்தும்? மண்ணால் செய்யப்பட்ட பலவிதமான வஸ்துக்களுக்கும் மண் தான் மூலப்பொருள். அதே மாதிரி, பலதாகிய ஜகத்துக்கும் சம்வித் ஒன்றுதான் மூலமாய் நிற்கின்றது. இவைகளெல்லாம் சம்வித்தால்தான் உணரப்படுகின்றன. எல்லாம் அதில் அடங்கியிருக் கின்றன. எவ்விதத் தோற்றம் அதில் உணரப்பட்டாலும் அத்தோற்றம்

பிரம்மத்தைத் தவிர்த்து வேறாகாது.

இராமன்: உங்கள் உபதேசத்தால் ஆத்மாவின் சொருபத்தை நன்கு அறிந்தேன். பூர்ணத்திலிருந்து பூரணம் வெளிப்பட்டு மிஞ்சினதும் பூர்ண மாக இருப்பதை அறிந்தேன். ஆயினும் ஒரு கேள்விகேட்க விரும்பு கின்றேன். குழந்தை ஒரே விஷயத்தைப் பலதடவை தகப்பனாரிடம் கேட்டபோதிலும், தகப்பனார் சந்தோஷத்துடன் பதில் அளிப்பதுபோல், தாங்களும் எனக்கு அறிவு ஸ்திரமாகும்படி பதிலுரைக்க வேண்டிக் கொள்கிறேன்.

1. ஜீவனைக்கூடிய உடலிலும் சவத்திலும் பஞ்ச இந்திரியங்கள் இருக்க உணர்ச்சிகள் ஒன்றில் தோன்றியும், மற்றொன்றில் தோன்றாம லிருப்பதும் ஏன்?

2. நம் உடலும் வெளிப்பதார்த்தங்களும் ஜடமாக இருக்க இப் பதார்த்தங்கள் அனுபவங்கள் நம்மிடத்தில் எப்படி ஏற்படுகின்றன?

3. இரண்டு ஜடமான வஸ்துக்கள் ஒன்றையொன்று ஏன் உணருவ தில்லை.

வசிஷ்டர்: இம்மூன்று கேள்விகளுக்கும் பதில் ஒரே தத்துவத்தால் விளங்கும். அதாவது நம் இந்திரியங்களும் வெளிப்பதார்த்தங்களும் சித்தின் இயக்கமின்றி தோற்றுவிக்கப்படாது. இச் சேதவித்தின் காரணத்தால் மனஸென்னும் நிலையை அடைந்து, பிறகு பாவனா வசத்தால் இந்திரியங் களையும், பதார்த்தங்களையும் உண்டாக்கிக்கொண்டு அவைகளை பாவனைகள் படியே உணருகின்றது. ஆகவே இரண்டும் மனோ விருத்தி களே. இப்பொழுது உன் கேள்விகளை ஒவ்வொன்றாக கவனிக்க, சவத்தினிடத்தில் மனசாக நிற்கும் ஜீவனின் வாசம் இல்லாதலால் சேதனமில்லை; கேவல ஜடத்தன்மைதான் மிச்சம். ஜடம் ஜடத்தை அதாவது ஒரு தோற்றம் இன்னொரு தோற்றத்தை உணர முடியாமலிருக் கிறது. இதனால் மூன்றாவது கேள்வியும் விளக்கப்பட்டது. இரண்டா வது கேள்வியை கவனிக்க, மனஸால்தான் உணர்ச்சி ஏற்படக்கூடுமென்று நாம் மேலே சொன்னோம். மேலும் இந்திரியங்களும் பதார்த்தங்களும் மனதின் பாவனைகளென்றும் சொன்னோம். மனம் இந்திரியங்களில் சேதிக்கையில், சூரிய கிரணம் போல் அது வெளிக்கிளம்பி தோற்றத்தி லிருக்கும் வஸ்துக்களை வியாபித்து நிற்கின்றது. இவ்வியாபகத்தால் வஸ்துக்கள் ஜீவத்தன்மை அடைகின்றன. அதாவது இந்திரியங்களுக்கும் பதார்த்தங்களுக்கும் மனது பொதுவாக இருந்து, இரண்டையும் ஒரு சமூகத்திற்கு உட்படுத்துகின்றது. இதுவே உணர்ச்சியென்று சொல்லப் படுவது. இது சித்தாகிய ஜீவனிடத்து மனஸென்னும் நிலையில் ஏற்படுவது.

இங்கே ஒரு விஷயம் கவனிக்கத் தக்கது. அதாவது தேகம் மனதால் நிர்மாணம் செய்யப்பட்டதென்பது. தேகத்தால் மனது உண்டாகவில்லை. சூக்ஷமத்தில் இருந்துதான் ஸ்தூலம் உண்டாகலாம். பஞ்சபூதங்களைக் கவனித்தால் இது விளங்கும். ஆகாசம், ஸ்பந்தம், தேஜஸ், ஜலம், பூமி இவைகள் உண்டான கிரமம் மேல் சொல்லியபடி. அதே மாதிரி நம்மிடத் தும் இந்த பூத தன் மாத்திரங்கள் மனசால் சங்கல்பிக்கப்பட்டு பிற்பாடு உற்பத்தியாயின. இதைத்தொடர்ந்து ஸ்தூல தேகமும் ஏற்பட்டது. இப்பொழுது தேகத்தின் சூக்ஷம நிலையை கவனித்தால் அது அகங்காரம், புத்தி, மனஸ், பஞ்சபூத தன்மாத்திரங்கள் ஆக எட்டும் சேர்ந்ததாக (புரி+அஷ்டக) புரியஷ்டகமென்று சொல்லப்படுகிறது. இதுவே ஜீவனென்றும் வழங்குகிறது. இந்த சூக்ஷம நிலையில் ஏற்படும் ஸ்பந்தம் சங்கல்பமாகத்தான் இருக்க வேண்டும். இதுதான் பிற்பாடு ஸ்தூலத் தன்மையை அடைகின்றது. ஆகவே பிற்பாடு, ஜீவனுக்கு ஏற்படும் அனுபவங்களெல்லாம் முன்னமே சங்கல்பமாக இருந்தவைகளே. அதாவது சங்கல்பங்கள்தான் ஜீவன் காணும் காட்சிகளும் அனுபவங் களும். இவ்விதம், முதலில் சங்கல்பமாக இருந்து பிறகு அதுவே அனுபவ மாக முடிந்து, இவ்வனுபவம் பலதடவை சம்பவித்த பிறகு நியதி அல்லது சுபாவமமாக நிலைத்து விடுகின்றது. பதத்தைக் கவனித்தாலே இந்த தத்துவம் விளங்கும். ஸ்வ+பாவம், என்றால் தன்னுடைய பாவனை என்று பொருள்படும்.

மேல் சொல்லப்பட்டது ஜீவனின் சூக்ஷம நிலை, ஸ்தூல தேகத்தை அடையாத நிலை. இந்நிலையில் சங்கல்பம் செய்வதே ஜீவனின் செயல், அதாவது சதா சொப்பனாவஸ்தையில் இருப்பது. பிறகு ஸ்தூல தேகத்தை அடைந்ததும் ஜடப்பொருள்களுக்கு இயல்பாகிய சுஷுப்தி நிலையும் சேருகின்றது. இது கேதத்தின் சுயநிலையானதால் ஜீவனுக்கும் இது சாதாரண நிலையாகின்றது. ஆனால் சங்கல்பங்களை நிறைவேற்றும்படி அடிக்கடி சொப்பனாவஸ்தைக்கு நழுவுகின்றது. இந்த சொப்பனம் அதி சீக்கிரத்திலாவது அல்லது நீண்ட காலத்திலாவது ஏற்படலாம். முதலில் குறிப்பிட்டது நாம் வழக்கத்தில் சொல்லிவரும் சொப்பனம். இரண்டாவது நாம் தவறாகக் கருதிவரும் ஜாகிருத அவஸ்தை. ஏனெனில் இது மோகத் தால் மூடப்பட்டு ஜடப்பொருள்களையே அனுசரித்த அனுபவ மாதலால், வாஸ்தவமான ஜாகிரத நிலை அறிவுமயமாக நிற்கும் நிலை. இந்நிலையில் சொப்பனமோ அல்லது நித்திரையோ கிடையாது. இதை நாம் துரீய நிலை என்று சொல்லுகிறோம். இதுதான் நிஜமான ஜாகிரத நிலை.

பிறகு இந்த ஜீவனின் சொப்பன நிலையைக் கவனித்தால் அது சதா சங்கல்பம் செய்த வண்ணமிருப்பதால் தன் ஆயுள் காலத்தை வெகு

தீர்க்கமாக விருத்தி செய்து கொள்கிறது, அதாவது பல யுகங்கள் வரை கூட சங்கல்பங்கள் அனேகவிதம். இவைகள் சத்தியமென்றோ அசத்திய மென்றோ சொல்லத்தகாது. சங்கல்பங்கள் ஏற்பட்டுக் கொண்டிருக்கும் வரையில் ஆயுளும் விருத்தி ஆகிக்கொண்டே வரும். இதன் பொருட்டுத் தான், பல தேகங்களை அடுக்கடுக்காக எடுத்து தன் சங்கல்பத் தோற்றங் களைக் கண்டு அனுபவித்து மதிமயங்கிச் சம்சாரத்தில் மூழ்கி நிற்கின்றது.

அருச்சுனன் கதை

வசிஷ்டர்- சம்சாரத்தைத் தாண்டுவதற்கு வேண்டிய உபாயங்கள் அருச்சுனனென்ற கூத்திரிய சிரேஷ்டனுக்கு கிருஷ்ண பகவான் அடுத்த யுகத்தில் உபதேசிப்பார். இதையும் நீ அறிவது அவசியம்.

ஒவ்வொரு சதுர்யுகம் முடிவு பெறும் காலத்திற்கு முன்பு, யமதர்ம ராஜன், ஜீவ ராசிகளின் ஆயுள்காலத்தைச் சதா நிர்ணயம் செய்து வரும் சிரமத்தாலும், இக்கிரமத்தால் உண்டாகும் பாவத்தை நிவர்த்தி செய்து கொள்ளும் பொருட்டும், அடிக்கடி இவைகளுக்கேற்ற தவத்தைத் தொடங்குவது வழக்கம். இதர லோகபாலர்களாகிய சூரிய சந்திர நக்ஷத்ரதிகள் பஞ்ச பூதங்கள் ஒவ்வொன்றிற்கும் ஒரு கடமை இயற்கையாக விதிக்கப்பட்டுள்ளதுபோல், யமனுக்கும் இக்கடமை ஏற்பட்டது. ஆகையால் கடமை செலுத்துவதை நிறுத்தி யமன் தவத்தை மேற் கொண்டதும், உலகத்தில் மரணம் குறைந்து ஜனக்கூட்டம் பெருகி ஜீவிக்க மார்க்கமில்லாமல் போகும். ஜனங்கள் இப்படி வருந்திப் பரிதபிப்பதைக்கண்டு தேவர்கள், மனமிரங்கி ஏதாவது உபாயம் செய்வது வழக்கம். அதாவது ஸ்ரீராமன் நாராயணனையே ஏதாவது யுக்தி செய்யும் படி வேண்டிக்கொள்வார்கள். இதற்கு இணங்கி நாராயணன் ஞானசரீரத் தைக் கொண்டு, ஸ்ரீ கிருஷ்ணனாகவும் இன்னொரு சரீரத்தைக் கொண்டு அருச்சுனனாகவும் அவதரிப்பார். அவ்வருச்சுனன் பாண்டு வமிசத்தில் பிறந்து நான்கு சகோதரர்களைக் கொண்டிருப்பான். இவர்களில் மூத்தவனான யுதிஷ்டரன் மகாதருமிஷ்டினாக இருப்பான். இன்னொரு தமயன் பீமனென்பவன்.

இப்பாண்டு புத்திரர்களுக்கும் பெரிய தகப்பன் புத்திரர்களாகிய கௌரவர்களுக்கும் ராஜ்ய விஷயமாய் பெரியயுத்தம் நடக்கும். லட்சக்கணக்கான வீரர்கள் இச்சண்டையில் ஈடுபட நேரிடும். யுத்தகளத் தில் சண்டை செய்யத் தயாராக நிற்கும் சேனைகளுக்கு ஊக்கம் கொடுப்பதை விட்டு அருச்சுனன் தன் எதிரில் குருக்கள், பந்துக்கள், மித்திரர்களும் இருப்பதைக் கண்டு சோகமடைந்து, எடுத்த வில்லை நழுவவிட நேரிடும். இவ்விதமான சந்தர்ப்பத்தில் அர்ச்சுனனுக்குச் சகாய மாய் சாரத்யம் ஏற்றுக்கொண்ட கிருஷ்ணன் சிஷ்யனுக்கு ஞானோப

தேசம் செய்து, அவனுக்கு விதித்த கர்மத்தை ஏற்றுக்கொள்ளச் சொல்லி சண்டையில் ஈடுபடும்படி ஆக்ஞாபிப்பார். இந்த ஞானோபதேசத்தைக் கேட்பாயாக.

பகவான் உபதேசம்

அர்ச்சுனா! நீயாக உன் எதிரிகளைக் கொல்லப் போவதாக நினைப்பதும், அவர்கள் கொல்லப்படுவோமென்று நினைப்பதும் வெறும் அக்ஞானம். அவர்களும் நீயும் ஒரே ஆத்மாவாக இருக்க யார் யாரால் கொல்லப்பட முடியும்? ஆதி, அந்தம், இவ்விரண்டிற்கும் இடையும்கூட ஆத்மா ஒன்றுதான் நித்தியமாயும், சத்தியமாயும் இருப்பது. அகந்தை முற்றினவர்களே எல்லா கர்மங்களையும் தாங்களே செய்வதாக எண்ணு கிறார்கள். அகங்காரத்தை ஒழித்து நீ உலகம் முழுமையும் அழித்தாலும் அது உன்னால் அழிக்கப்பட்டதாகாது.

கர்மங்கள் இந்திரியங்களால் செய்யப்படுகின்றன. இந்திரியங்களும் வெளிப் பதார்த்தங்களும் சம்பந்தத்தை அடைவதே கர்மம். இந்த ஜடப் பொருள்களின் சம்பந்தத்தில் நம் மனம் வேறுபாடு அடையும்படி என்ன சாரமாய் இருக்கின்றது. இவ்வித நோக்கத்துடன், அதாவது அகங்காரமும் இச்சையுமின்றிக் கர்மங்கள் கேவலம் இந்திரியங்களால் செய்யப்பட்டால் அப்பொழுது கர்மத்தைச் செய்கிறவன் கர்த்தா ஆகமாட்டான்ஃ. கர்மங் களைச் செய்வதில் தோஷம் ஒரு பொழுதுமில்லை, தோஷம் ஏற்படுவது, அகங்காரத்தாலும் இச்சையாலும், சண்டை செய்வது உன் குல தர்மம். இதன் பலன் எவ்விதமாயினும் உன்னை பாதிக்காது. ஆகையால் பலனைக் கருதாமலும், கர்மத்தில் இச்சை, வெறுப்பு இல்லாமலும் நீ உன் குல தர்மத்தைச் செய்வாயாக. எல்லா வியவகாரங்களையும் ஈசுவரார்ப்பணம் செய்.

அருச்சுனன்: பகவான், சங்கத் தியாகம், ஈசுவர அர்ப்பணம், சன்னியாசம், என்பவைகள் என்னவென்றும், ஞானம், யோகம் என்ற இரு மார்க்கங்களைப் பற்றியும் எனக்கு விவரித்துச் சொல்வீராக.

பகவான்: வாசனைகளால் ஏற்படும் மனோ சஞ்சலத்தை முழுவதும் ஒழித்து புதிய சங்கல்பமுமின்றி இருப்பதே பிரம்ம பதவி எனப்படுவது. இதை அடைவதற்குச் செய்ய வேண்டியது ஞானமென்றும், யோக மென்றும் வழங்கப்படும். ஜகத் முழுவதும் பிரம்மமே, பிரம்மத்தைத் தவிர்த்து வேறொன்றில்லை என்று பாவித்திருப்பதே பிரம்மார்ப்பண மென்பது. உள்ளும் சூன்யமாகவும் புறமும் சூன்யமாகவும் இருந்து பாறையின் மத்தியபாகத்தைப் போல் மனம் கெட்டியாயும், சமமாயு மிருந்து, உணர்வோன்- உணர்ச்சி என்ற பாவமும் நீங்கி இருத்தலே பரம பதவி என்பது. இவ்வித சூன்யத்தில் ஆகாயம்போல் சூன்யமாகவும்

நிர்மலமாகவும் கோடியிலொரு அம்சம் போல் சற்று வேறாகத் தோன்றுவது ஜகத். பிறகு சுத்த சம்வித்தில் விகல்பமாக ஸ்புரிக்கையில் ஏற்படும் தோற்றங்களே பலதான வஸ்துக்கள். இதை உணர்ந்து பேதங் களைத் தள்ளி, பலனில் நோக்கமின்றி கர்மங்களைச் செய்து வருவதே சன்னியாச மெனப்படும். சங்கல்பங்களை முற்றிலும் ஒழித்திருப்பதே சங்கத் தியாகம்.

அருச்சுனன்: தங்களுக்கு இரண்டு ரூபம் இருப்பதாகச் சொல்லப் படும். இவைகளில் எதைப் பின்பற்ற வேண்டுமென்பதைத் தெரிவிக்கவும்.

பகவான்: ஆம். சங்கு சக்கரம் தரித்து நாம ரூபம் வைத்த சாமான்ய சொரூபமொன்று, ஆதி அந்தமின்றி எல்லா சப்தங்களுக்குச் சாரமாயும், ஒன்றாயும் விளங்கும் பரம ரூபம் மற்றொன்று. அவரவர் திறமைக்கேற்ற ரூபத்தைப் பின்பற்றலாம். ஆனால் பரம ரூபத்தை அனுசரித்து இருப்பவர் களுக்கு மறுபிறவி கிடையாது. இப்பரதத்வம் தெளிவுபடும் வரை சாமான்ய வடிவத்தை பூஜிக்கலாம்.

அருச்சுனா! மேலும் சொல்வதைக்கேள். உன் முன்னேற்றத்தைக் குறித்து பரமமான தத்வத்தைச் சொல்லுகிறேன். நம்முடைய உணர்ச்சி களாகிய சுகம், துக்கம், குளுமை, சூடு என்பவைகள் எல்லாம் கண மாத்திரமானவைகள். பிறகு இவைகள் மறைந்து விடுகின்றன. ஆகையால் இவைகளைப் பொறுத்தல் வேண்டும். இந்த பேதங்கள் ஏற்படுவதற்குக் காரணம் ஆத்மா சர்வ வியாபியாய் இருப்பதாலே. அனாத்மாவாக இருக்கும் இவ்வுணர்ச்சிகள் ஆத்மாவை எப்படி பாதிக்கும். அனாத்மாவாக இருப்பவைகளைத்தான் ஒட்டும். ஆனால் எல்லாம் ஆத்மாவாக இருக்க, அனாத்மா எப்படி சம்பவிக்கும்.

ஆகையால் இவ்வுணர்ச்சிகள், நானாவிதத் தோற்றங்கள், புல் பூண்டிலிருந்து பிரும்மா வரை உள்ள ஜீவ அணுக்கள் எல்லாம் சமுத்திரத்தில் ஏற்படும் அலைபோன்றன. காலக் கிரமத்தில் அலைகள் சமுத்திரத்தில் லயமடைகின்றன. நமக்கும் இதுவே கதி. ஆத்மா ஒன்று தான் நித்தியமாயும், சத்தியமாயும் உள்ளது. இதரவைகள் வெறும் தோற்றங்கள். இவைகளை மனக்கலக்கமின்றி சாட்சி போல் பார்த்து வருவதே விவேகிகளின் யுக்தியாகும். தேகத்திற்கு ஏற்பட்ட கர்மங்களைப் பற்றுதலின்றி, அவர்கள் நிமித்தம் செய்வதே கர்மத்தியாகம். அப்படி யின்றி இந்திரியங்களால் யாதொரு கர்மமும் செய்யாமல், ஆனால் கர்ம சங்கல்பங்களை மனதில் தியானம் செய்து வந்தால் அப்பொழுது கர்மம் செய்யப்பட்டதாகவே கருதப்படும். ஆகையால் நீ விதிக்கப்பட்ட கருமங் களை செய்யாமலிருக்கக் கூடாது. இச்சை, பலன் எல்லாம் ஒழித்து நீ உன் குல தர்மத்தைச் செய்வாயாக. இச்சண்டையில் நீ அழிந்தாலும்

அல்லது எதிரி சைன்யங்கள் உன்னால் அழிக்கப்பட்டாலும் எல்லோரும் கடைசியில் பிரம்மத்தையே அடைய வேண்டியது. ஆகையால் ஏன் உனக்கு இம்மனத்தளர்ச்சி.

அருச்சுனன்: மூடர்களுக்கும் தேகநாசம் ஏற்படுவதால் நஷ்ட மில்லையா?

பகவான்: எல்லோருக்கும் அப்படித்தான். இல்லாதது நாசமானால் யாருக்கு நஷ்டம்? ஆத்மா எப்பொழுதும் ஆத்மாவாக நிலைத்திருக்கும்.

அருச்சுனன்: சொர்க்கம் நரகம் என்ற இடங்கள் மானிடர் மனதில் எப்படி குடிகொண்டன?

பகவான்: பஞ்சபூத தன்மாத்திரங்களைக் கொண்ட சித் தேகத்தை அடைந்ததும் ஜீவனாகத் தோற்றமளித்து, தேகத்துடன் வஸ்து ஜாலங் களை அனுபவித்து, அதனால் வாசனைகளை சேகரித்து வைத்துக் கொள்ளுகிறது. தேகத்துடன் அனுபவிக்கும் சுக துக்கங்களைக்கொண்டு சொர்க்கம் நரகம் என்ற போக பூமிகளைக் கற்பித்துக் கொள்ளுகிறது. வாஸ்தவத்தில் இவ்வித இடங்கள் எங்கும் கிடையாது. ஆகையால் பௌருஷத்தைக்கொண்டு இவ்வாசனைகளால் ஏற்படும் ஏவல்களைத் தியாகம் செய்யவேண்டும் என்று பெரியோர்களால் சொல்லப்படும். வாசனைகளின் வேகத்தைக் காட்டிலும், இப்பொழுது செய்யக்கூடிய யத்னங்களின் வேகம் அதிகப்பட்டதாகவே பாவிக்கப்படும்.

வாசனை கூடிய ஸ்பந்தம்தான் ஜீவனென்பது. வாசனைகளை முற்றிலும் ஜீவன் ஒழித்து விட்டால் அது ஆத்மாவாக பிரகாசிக்கும். வாசனை ஏற்படுவதற்குக் காரணம் ஸ்மிருதி - ஞாபகம். ஞாபகம் உண்டாவது இச்சையால். இச்சை அகங்காரத்தால் ஏற்படுகிறது.

வாசனையற்ற மனம்தான் ஜீவன்முக்த நிலையாகச் சொல்லப்படும். ஆகவே இந்த முக்தத்தன்மை ஆயுள்காலத்தில் அடையப்படும் பதவியே, மரணத்திற்குப்பிறகு அல்ல. ஆகையால் நீ இந்த மனோ நிலையில் இருந்தவனாய் காலப்பிரவாகத்தில் யதேச்சையாக வந்த கர்மங்களைச் செய்வாயாக. கர்ம பலன்களில் நோக்கமற்றிருந்தால் அவைகள் வாசனைக்குப் பாத்திரமாகாது. இந்த வாசனைக்கு மூல காரணம் துவைத பாவம். அதாவது ஜகத்தை பிரம்மத்தைக் காட்டிலும் வேறாகப் பாராட்டுவது. பிரமத்தி லிருந்து உற்பத்தியாவதென்றும், பிரமத்தின் நிழலுக்கு ஒப்பானது என்றும் ஒப்புக்கொண்டு, அதை வேறாகப் பொருட்படுத்துவது அசம்பாவிதமன்றோ? சூன்யத் தன்மை பொருந்திய பிரம்மம் சூன்யமான ஆகாயத்தில் பிம்பித்தால், பிறகு பிரதி பிம்பமும் பிரம்மமே. இவ்விதமான திட பாவனையின் மூலம், வாசனையின் காரணத்தால் ஏற்படும்

வேற்றுமை கொண்ட எண்ணங்கள் ஒழிந்தால், பிறகு மனம் வறுபட்ட விதைபோலாகும். மீண்டும் மோகங்களாகிய முளைகள் கிளம்பாது. ஜகத்தாகிய நம்முடைய உணர்ச்சிகள் வெகு விசித்திரமான ஒரு சம்பவம். இது கேவலம் ஒரு சித்ரம். சித்ரக்காரன் இல்லாமலே வரையப்பட்டது. வரையப்பட்ட பிறகு அதற்கு ஆதாரமாகிய திரை ஏற்பட்டது. வரையும் கர்த்தா, ஆதாரமாகிய திரை, வரையப் பட்ட சித்திரம் எல்லாம் சர்வ சூன்யத்திற்கே ஒப்பானவை.

அர்ச்சுனன்: தங்களுடைய அனுக்கிரகத்தால் நான் மோகங்களி லிருந்து விடுபட்டேன். எல்லா சந்தேகங்களும் ஒழிந்தன. இனித் தங்கள் இஷ்டப்படிச் செய்ய நான் தயாராக இருக்கிறேன்.

பகவான்: வெளிநோக்கிச் செல்லும் விருத்திகள் முற்றிலும் அறிவினால் ஒழிக்கப்பட்டால் பிறகு சத்வகுணமே மேலிட்டு சாந்தம் குடிகொள்ளும். வெளிநோக்கம் தான் பந்தத்திற்கும் அஞ்ஞானத்திற்கும் காரணமாகின்றது. இது நிரோதப்பட்டால் பிறகு இயக்கங்கள் உள்ளடங்கி கேவல சங்கல்பங்களாகவே இருந்து ஆதாரமில்லாமல் சாந்தி அடையும். நீ இப்பொழுது அறிவாளியாகவும், ஜீவன் முக்தனாகவும் விளங்கு கின்றாய்; ஆகையால் பயமும் சோகமும் உன்னை விட்டு அகன்றன.

வசிஷ்டர்: இப்படி பகவான் அர்ச்சுனனுக்கு உபதேசம் செய்த பிறகு, ஒரு கண நேரம் மௌனமாய் இருப்பார். அர்ச்சுனன் தான் இனிச் சண்டையில் ஈடுபடுவதாக வாக்களித்து, அதே பிரகாரம் அஸ்திர, சஸ்திரங்களால் எதிரி சைன்யங்களை நிர்மூலமாக்குவான்.

இந்த நோக்கத்தைக் கொண்டவனாய் வஸ்து விஷயங்களின் சங்கத்தைவிட்டு சந்நியாசம் மேற்கொண்டு எல்லாம் பிரம்மார்ப்பணம் செய்தவனாம் இரு. எதில் எல்லாம் நிலைத்திருக்கின்றனவோ, எது எல்லாமு மாகவும் எக்காலத்தும் தோன்றி வருகின்றதோ, அதுவே ஆத்மாவென்று அறிவாய். வெகு தூரத்திற்கு அப்பால் இருப்பதுபோல் தோன்றினும் அது வெகு சமீபத்தில் அதாவது நம் மனதின் உள்புறமே இருக்கின்றது. உணர்ச்சி சமூகங்கள் அடங்கி இன்னும் ஏற்படுவதற்குக் காரணமின்றி, சேதனை நிலையில் இருக்கும். சித் ஒளியே ஆத்மாவென்று அறிவாய். அதுவே எல்லா வஸ்துக்களின் சாரமாய் உள்ளது. சத்தாகவும் அசத்தாக வும் தோன்றுவதும் அதுவே. அதுவே விசாரணை செய்யாத அஞ்ஞான நிலையில் ஜகத்தாகவும் விசாரணை செய்து உண்மையை அறிந்த நிலையில் ஆத்மாவாகவும் தோன்றுகின்றது. எவன் இந்த நிச்சயத்தைக் கொண்டு உதயம் அஸ்தமனம் என்பதே இல்லாமல் இருக்கிறானோ அவனே சமநிலையை அடைந்தவன். அவன் துவைத பாவங்களிலிருந்து விடுபட்டு ஜகத் உணர்ச்சிகளுக்கு நித்திரையி லிருப்பவனுக்கு ஈடாவான்.

அவன் உலக விவகாரங்களில் எவ்வளவு ஈடுபட்டபோதிலும் மனதில் ஒருவித பாவனையும் இல்லாத காரணத்தால், ஒரு பிரதிபிம்பம் பிம்பத்தின் மனோ விகாரங்களை அறியாதுபோல், அவனும் வியவகாரங் களைச் செய்தவனோவான். ஜகத்தாகிய சேதனைகள் சித்தின் விளையாட்டாகத்தான் அந்நிலையில் எண்ணப்படும். உண்மையில் அந்நிலையை வாயால் உரைக்கவோ, மனதால் கருதவோ சாத்தியப் படாது. பிறர்க்கு போதனை செய்யும் பொருட்டு இப்பதங்களைக் கொண்டு ஒருவாறு புரியும்படி சொல்லுகிறோம். வாஸ்தவத்தில் இப் பதங்களுக்குப் பொருள் இல்லை; இந்த உபதேசங்களும் அப்படியே.

பிரம்மா விஷ்ணு ஹரி ஆகிய திரிமூர்த்திகள் இந்நிலையில் இருப்பவராவர். அதாவது பரம ஆகாச ரூபிகளாயும் கேவலம் இருக்கை யென்ற தன்மை (சத்தா சாமான்யம்) யில் இருந்து வருகிறார்கள்.

இராமன்: மனஸ் புத்தி அகங்காரம் மூன்றும் நாசத்தை அடைந்த சத்தா சாமான்ய நிலையில் எது மனசாக சொல்லப்படும்.

வசிஷ்டர்: சர்வமாயுமுள்ள பிரம்மம்தான் சகலத்திற்கும் சாரமாய் இருக்கின்றது. உணர்ச்சிகள் மூலம் உணரப்படும் பதார்த்தங்கள் விஷயங் களுக்கு சாரமாய் அதாவது அந்தத்தத் தன்மைகளைக் கொண்டதாய் இருக்கின்றது. சப்தமென்பதில் சப்தத் தன்மைகளைக் கொண்டும், ருசியில் ருசிக்கும் தன்மையைக் கொண்டும், அதேமாதிரி ஸ்பரிசம், ரூபம், கந்தம் பிருதிவீ, அப்பு, தேஜஸ், வாயு, ஆகாசம், மனஸ், அகந்தை, விருக்ஷம், பானை, வஸ்திரம், கல், ஜலம், அமரத்வம், நரர், ஐங்கமப் பிராணிகள், காலம், தேசம், கிரியை, பிறப்பு, பால்யம், முதுமை, இறப்பு, இப்படி ஒவ்வொன்றிலும் அதன் சாரமாய் பிரம்மம் நிற்கின்றது. ஆகையால் நீ குறிப்பிட்டநிலை சர்வமாயுள்ள நிலையாகும். ஆனால் ஜலத்தில் அலைகள், சுழல்கள், வீழ்ச்சிகள் பலவாறாக ஏற்படுவது போல் சர்வ மாயும் சாந்தமாயும் உள்ள பிரம்மத்தில் பலதென்பவைகள் சத்தியம் போல் கல்பிக்கப்பட்டு அனுபவிக்கப்படுகின்றன, ஒரு பாலன் இல்லாத பிசாசை கற்பனை செய்துகொண்டு அதனால் துன்பத்தை அனுபவிப்பது போல.

இராமன்: இந்த ஜகத்தாவது பொய்த்தோற்றம். சொப்பனத்திற்கு ஒப்பானது என்றும் நானும் அதற்கு சமமானவனே என்றும் சொன்னால் பிறகு நமக்கு ஏற்படும் உணர்ச்சிகளும் அசத்யமே. பிறகு நமக்கு எப்படித் தீர்க்கமான அனுபவங்கள் ஏற்படுகின்றன?

வசிஷ்டர்: தோன்றுகிறவைகள் அனைத்தும், பிரம்மா வரை, எல்லாம் வெறும் தோற்றங்களாயினும் சத்யம் போல் தோன்றி வரும். ஞானமேற்பட்டவுடன் அவை அசத்யமென்று உணரப்படும். சொப்பனத்

தோற்றங்களில் எப்படி புருஷன் தானே தோற்றங்களாக இருந்து அவைகளை அனுபவிக்கிறானோ, அதே மாதிரி சித்துதான் ஜகத்தாகத் தோன்றி அதை அனுபவிக்கின்றது. அசத்யமானவைகள்தான், தோன்றியும் அனுபவிக்கப்பட்டும் வருகின்றன. தோன்றுவதற்கு காரணம் நம் பாவனைகள், பாவனை எப்படியோ தோற்றமும் அப்படியே. விதையைப் போல் பழம் ஏற்படுவது போல, பாவனைகள் ஆதியிலேயே ஏற்பட்டு வெகு திடமாகி விட்டதால் சத்யமாகவே இப்பொழுது நம்மால் உணரப் பட்டு வருகின்றன. இப்பாவனையின் சுபாவம் வெகு விசித்திரமானது. ஒரு நொடிப்பொழுதை கல்பமாகவும், ஒரு கல்ப காலத்தை ஒரு நொடி யாகவும் அனுபவிக்கச் சக்தியுள்ளது. ஒரு வினாடியில் ஒரு ஜகத்தை நிர்மாணம் செய்யக்கூடியது. சங்கல்ப நிலையில் ஜகத் சிருஷ்டியாகவும், அசங்கல்ப நிலையில் பிரளயமாயும் சித்துதான் தோன்றி வருகின்றது. எப்படித் தோன்றினும் அவை அசத்யமென்பது உண்மை. ஆனால் இத்தோற்றங்களில் ஏற்படும் அற்புதமான சம்பவங்கள் சொல்லி முடியாது. வெகு அசம்பாவிதமானவைகள் நடைபெற்று வருகின்றன. ஜலத்தில் உஷ்ணம் காணப்படுகின்றது. அதாவது வடவாக்னியில். கல்லின் மத்தியில் தங்கத்தைக் காண்கிறோம். கல்ப விருக்ஷத்தால் எல்லாக் கொடைகளையும் கொடுக்கத் தகுமென்று கேட்கிறோம். பாறையின் மத்ய பாகத்தில் தேரையைக் காண்கிறோம். சந்திரகாந்தக்கல்லானது சந்திரக் கிரணங்கள் பட்ட மாத்திரம் ஜலத்தைக் கக்குகின்றது. சொப்பனத்தில் நம்முடைய மரணத்தையே நாம் காண்கிறோம். வஸ்திரம் பானையாகத் தோன்றுகின்றது. சூக்ஷ்மமான சங்கல்பங்கள், தியானம் செய்வதால், ஸ்தூலமான பலன்களாக முடிவு பெறுகின்றன. தேசம், காலம், கிரியை என்னும் வெறும் பாவனைகளைக்கொண்டு உலகத்தில் எவ்வளவோ வினோதமானதும், ஆச்சரியமானதுமான சம்பவங்கள் ஏற்பட்டு வருகின்றன. அசத்யம் சத்யமாகவும், சத்யம் அசத்யமாகவும்தான் பிரபஞ்சத்தில் எல்லோராலும் உணரப்பட்டு வருகின்றது. இவ்வித அனுபவங்களுக்கெல்லாம் நம்முடைய திடமான பாவனையே காரணம்.

நூறு ருத்ரர்கள் கதை

வசிஷ்டர்: ராமா, மனதினுடைய அபூர்வமான சுபாவத்தை விளக்க இதிகாசத்திலிருந்து ஒரு கதையைச் சொல்லுகிறேன். கவனிப்பாயாக.

வெகு காலங்களுக்கு முன் பிட்சு ஒருவன் இருந்தான். சமாதி நிலையை அடைவதில் அவன் வெகுகாலம் ஊக்கத்துடன் அப்யசித்து வந்ததால் மனம் வெகுத்தெளிவாகவும் தீவிரமுள்ளதாகவும் இருந்தது. ஒருநாள் சமாதியிலிருந்து விழித்தவுடன், பொழுதுபோக்கும் நிமித்தம், சாதாரண ஜனங்களின் மனப்போக்கைப்பற்றி விளையாட்டாக சிந்திக்கலானான்.

அவர்களில் தானும் ஒருவனாகப் பாவித்துக் கொண்டு, ஜீவனென்று நாமம் பூண்டு, அவர்களுடைய வாழ்க்கைப் போக்கையும் மனதில் பாவனை செய்துகொண்டு அவர்களுடைய இன்பதுன்பங்களை அனுபவித்துப் பிறகு மானசீகமாக ஏராளமான மதுவை பானம் செய்து, அதனுடைய போதையால் நித்ராவஸ்தையில் வீற்றான்.

நித்திரையில் ஒரு கனவைக் கண்டான். சொப்பனத்தில் காணும் காட்சிகள் நம்முடைய அனுபவங்களையொட்டித்தான் ஏற்படுகின்றன. இதையொத்து ஜீவன் தன்னுடைய சொப்பனத்தில் தான் ஒரு பிராமணனாக இருப்பதாக உணர்ந்தான். அவன் மனதிலிருந்த குறையே இதற்குக் காரணமாகும். பிராமணன் தன் குலாசாரங்களால் விதித்த கர்மங்களைச் செய்து முடித்து, நித்ரை செய்யத் தொடங்கினான். பிராமணனும் தன் மனக்குறையை சொப்பனத்தில் தீர்த்துக்கொண்டான். அதாவது தான் ஒரு சிற்றரசனாக இருப்பதாக உணர்ந்தான். அரசன் தன் கடமைகளை சரிவர கவனித்துவிட்டு, ஜனச்சேவையை முடித்து ராக்காலம் வந்தவுடன், உண்டு போகங்களைத் தீர்த்துக்கொண்டு அயர்ந்து நித்திரை செய்தான். இவனும் ஒரு கனவைக் கண்டான். அதாவது தான் ஒரு பேரரசனாக இருப்பதாக. இந்தப் பதவிக்கேற்ற கடமைகளையும் செல்வாக்கையும் நடத்தி இஷ்டமான போகங்களை அனுபவித்து, பிறகு நித்திரையில் ஆழ்ந்தான். இவனுடைய சொப்பனத் தில் தான் நேசித்துவந்த தேவமங்கையாக தான் இருப்பதாக உணர்ந்தான். இதர பெண்மணிகளைப்போல இந்த தேவமங்கைக்கும் ஒரு மனக்குறை, அதாவது மான் கண்களைப்போல் தனக்கில்லையென்று. மான் நினைவாக இருந்த தேவமங்கை மானாக மாறினாள். மான் உல்லாச மாக காட்டில் திரிந்துவிட்டு ஒரு மரத்தடியில் உட்கார்ந்து அரைக்கண் மூடியதும் மனச்சாந்தி ஏற்படும் படி, ஒரு தோற்றத்தைக் கண்டது. தனக்கு இஷ்டமானதான கொடி இருப்பதாகக் கண்டு பிறகு ஒரு அழகிய கொடியாகவும் மாறிநின்றது. மனன சக்தி மானிடர்களுக்கு மாத்திர மின்றி, மிருக வர்க்கங்களுக்கும், செடி கொடிகளுக்கும் இருப்பதுண்மை. சித் சக்தி எவ்விடத்திலெல்லாம் ஊடுருவி நிற்கின்றதோ, அங்கெல்லாம் அதன் செயலாகிய சித்தத்தன்மையை தோற்றுவிக்கும். மேலும் ஜலம், அலையாகவோ சுழலாகவோ தோற்றத்தைக் கொடுப்பதுபோல் சித்தானது தன்னுடைய சேதனை நிலையில் யதேச்சையாகவே, ஆனால் பூர்வ வாசனைகளைத் தழுவி, எந்த பாவனையைத் தீவிரமாக பாவித்து வருகிறதோ அதையொட்டித் தோற்றத்தைக் காண்பித்துவரும்.

கதையைத்தொடர, வனத்திலிருந்த கொடியானது தன்னை போகித்து வந்த வண்டுகளின் நினைவாகவே இருந்து, ஒரு சமயம் தான் வெட்டப்பட்டதாக உணர்ந்து பிறகு வண்டாக மாறி நின்றது. வண்டு

காட்டைச் சுற்றி சுற்றிப் பல பூக்களைக் கண்டு தேனைப் பருகி, ஒரு தாமரைக்கொடியை அடைந்து அதைவிட்டுப்பிரிய மனமில்லாமல் இருந்தது. இப்படி நினைவு இழந்த வண்டை, தண்ணீர் பருக வந்த ஒரு யானை, எல்லாக் கொடிகளையும் விட்டு இவ்வண்டு இருக்கும் கொடியை இழுத்து நசுக்கி வண்டையும் கொடியையும் வாயில் போட்டு விழுங்கி விட்டது. எதிர் நோக்கி வரும் ஆபத்தை கவனித்த வண்டு யானை நினைவாகவே உயிரை இழந்ததால் அது யானை ரூபமாக மாறியது. யானை மிகுந்த மதத்துடன் காடெல்லாம் சுற்றி அலைந்து திரிந்து, ஒரு ராஜாவினால் பிடிபட்டு, போஷிக்கப்பட்டு, பிறகு அவனுடன் ஒரு சண்டையில் ஈடுபட்டு வெட்டுண்டு உயிரை இழக்க நேர்ந்தது. உயிர் போகும்முன் மற்ற யானைகள் மடிந்திருப்பதையும் அவைகள் வண்டுகளால் மொய்க்கப்பட்டிருப்பதையும் கண்ணுற்று, இந்த நினைவே மேலிட்டு அதனால் மீண்டும் வண்டாய் பிறந்தது. இதைத் தொடர்ந்து வண்டு ஒரு அம்சமாகவும், அம்சம் பிரம்மாவினுடைய வாகனமாகிய ராஜ அம்சத்தின் நினைவால் அதாகவே மாறியும் பிறகு இது சத் சங்கத்தினால் ருத்ரனாக ஒரு முடிவை அடைந்தது.

இப்பதவியில் கொஞ்ச காலம் கழிந்த பிறகு தான் இவ்வளவு காலம் பல சம்சாரங்களைக் கடந்து திண்டாடினதன் காரணம் மனோ பாவனையால் என்பதை உணர்ந்தான். ஒரு சமயம் தன்னுடைய பூர்வ சம்சாரங்களைப்பற்றி விளையாட்டாக நினைத்துப் பார்க்க ஆவலுற்று பிட்சு இருக்கும் இடத்தைத் தேடி, நித்திரையில் இருப்பவனை எழுப்பினான். பிரக்ஞை அடைந்த பிட்சு தினசரி காரியங்களைத் தொடருவதன் பொருட்டு சமாதி நிலையை அடைந்தான். சமாதி கலைந்து கண் விழித்ததும், பொழுது போக்குவதற்கு மனோராஜ்யம் செய்யலானான். இந்த சஞ்சாரத்தில் மீண்டும் ஜீவன் பிராமணன், சிற்றரசன், பேரரசன், இன்னும் அடுக்கடுக்காக பல ஜன்மங்களாகிய சொப்பனாவஸ்தைகளை அடைந்து கடைசியில் ருத்ரனாக ஜன்ம சாபல்யம் அடைந்தான்.

ஆகவே தற்சமயம் இரண்டு ருத்ரத் தோற்றங்கள் ஏற்பட்டன. வகித்த ஸ்தானத்தில் நிலை நிற்காமல், பூர்வ அனுபவங்களைச் சற்று சிந்தித்ததுதான் தாமதம் உடனே மறு பிறப்பும் அதற்கேற்ற சம்சார ஆடம்பரமும் அடுக்கடுக்காக ஏற்படத் தொடங்கின. இந்த ஜன்ம வரிசை களில் ஒவ்வொரு சம்சாரமும் ஒரே மாதிரி இருக்க வேண்டிய அவசிய மில்லை. கால தேச வித்யாசங்களை அனுசரித்து மாறுதல்களும் கூடி இருக்கும்.

இவ்விதமாக நூறு ருத்ரத் தோற்றங்கள் ஏற்பட்டன. இந்த ருத்திரர்களெல்லாம் ஒரு சமயம் ஒன்று கூடி இருக்கும் பொழுது ஒருவர்க்

கொருவர் சமமாயும் ஏக பாவனையுற்றவர்களாகவுமே தென் பட்டனர். ஆனால் இவர்கள் கடந்த ஜன்ம வரிசைகளை கவனித்தால் ஒருவர்க் கொருவரின் சம்பந்தத்தை அறியாமலிருந்தார்கள். ஏனெனில் இந்த ஜன்மாக்களுக்குத் தீர்க்கதிருஷ்டி இல்லை.

இந்தக் கல்பனா ருத்ரர்களைக்கொண்ட சுய மூர்த்தி இவர்களின் மனோ பக்குவத்தை அறிந்து இன்னும் வெகுகாலம் இவர்கள் வாழ்க்கையை நடத்த வேண்டியவர்களென்று உணர்ந்து விடை கொடுத்து தத்தம் மனைவி மக்களிடம் அனுப்பினார். இந்த பிட்சுக்களெல்லாம் இன்னும் வெகு காலத்திற்குப் பிறகு விவேகமடைந்து ருத்ர கணங்களாகவோ, அல்லது வித்யாதரர்களாகவோ நிலை பெற்றிருப்பார்கள்.

பிட்சுவுக்கு ஏற்பட்ட பல சம்சாரங்களின் காரணம் மனதை கண நேரம் கற்பனையில் ஈடுபடுத்தினதே. விளையாட்டாக ஆரம்பித்தது விளையாக முடிந்தது. மனப்பிரவாகத்தில் பல ஜன்மாக்கள் ஏற்படலா யின. ஆனால் பிறப்பு இறப்பிற்கு உட்பட்ட ஜீவன்கள் அனைத்தும் சித்தில் ஏற்பட்ட தோற்றங்களைத் தவிர சத்யமல்ல. எல்லாம் சொப்பனம் போல் காணப்பட்டு, சொப்பனம் போலவே நாசமடைகின்றன. ஒரு சொப்பனத்தில் இன்னொரு சொப்பனமாக ஆயிரக் கணக்காகத் தோன்றி நாசமடைகின்றன. சித்தின் ஸ்பந்த சக்தியால் ஏற்படும் தோற்ற ஜாலங்கள் அனைத்தும் கால, தேச வித்யாசங்களை அனுசரித்து ஒவ்வொரு காலத்திலும் வெவ்வேறான தோற்றமாகக் காணப் படுகின்றன. எவ்வெவ் விடத்தில் யாரால் எப்படி பாவிக்கப்படுகிறதோ அங்கே அதே தோற்றம் அனுபவமாக ஏற்படுகின்றது. மலை சிகரத்திலிருந்து விழுந்தவன் பூமி மட்டம் வரையில் உருள வேண்டியவன் போல், ஒரு கற்பனையின் காரணத்தால் பல ஜன்மாக்களை அனுபவித்து படிப்படியாக கேவலமான நிலைக்குத் தள்ளப்படுகிறான்.

இராமன்: இந்த பிட்சு இப்பொழுது எவ்விடத்தில் என்னமாக இருக்கிறாரென்று தாங்கள் ஞான திருஷ்டியால் அறிந்து எனக்குச் சொல்லும்படி வேண்டிக் கொள்ளுகிறேன்.

வால்மீகி: இக்கேள்விக்கு வசிஷ்டர் தான் ராத்திரிக் காலம் சமாதியிலிருந்து அவன் இருப்பிடத்தை அறிந்து மறு நாள், தெரிவிப்ப தாகச் சொல்லி அன்று சபை கலைய உத்தரவு கொடுத்தார். மறுதினம் சபை கூடி நிசப்தமாக இருக்கும் தருணம். ராமன் கேட்கும்முன் சிறுவர் களை வலுவிலே கூப்பிட்டு நற்போதனை செய்யும் அறிஞர்களின் முறைப்படி, தானாகவே முந்தின தினத்தின் கேள்விக்கு பதிலளித்தார்.

வசிஷ்டர்: ராத்திரிப் பொழுதெல்லாம் நான் சமாதியிலிருந்து, ஞான திருஷ்டியால் பல பிரம்மாண்டங்களைத் தேடி, பிட்சுவின் இருப்பிடம்

அறியாமல் வெகு நேரத்திற்குப் பிறகு வடக்குத் திசையில் ஒரு வனத்தி லுள்ள குகைக்குள் பிட்சுவைக் கண்டேன். அவன் அப்பொழுது இருபத் தோரு தினம் சமாதியிலிருந்தவனாகத் தோன்றினான். குகையின் வெளிப் புறம் பல ஜனங்கள் அவன் விழிப்பை எதிர் நோக்கி இருந்தார்கள். இவனைக்கண்ட பிற்பாடு வேறு பிரதேசங்களையும் தேடினதில் பல இடங்களில் பல பிட்சுக்களைக் கண்டேன். நூறு பிட்சுக்களுக்குக் குறை யில்லை. ஒருவனுக்கு ஒருவன்சில வித்தியாசங்கள் கூடியே இருந்தான். பிறகு நான் யோசித்துப் பார்க்க, இப்பிட்சுவிற்கு மாத்திரம் ஏற்பட்ட தல்ல பலவாறான தோற்றங்களென்றும், இங்கே கூடி இருக்கும் மகரிஷி களும் பல ஜன்ம வரிசைகளைக் கடந்தவர்களேயென்றும் அறிந்தேன்.

சித்தின் சேதன நிலையில் ஏற்படும் தோற்றமே இப்பிரம்மாண்டம் முழுதும், ஜலத்தில் தோன்றும் நீர்க் குமுழிகள் போல் தோன்றி, ஆனால் உற்று நோக்கு முன் இவைகள் அழிவடைகின்றன. அதேமாதிரி நாமும் சித்தாகவே இருந்து பல நாம ரூபத்தைக் கூடிய ஜன்மத்தோற்றங்களாக இருந்து விட்டு அழிகின்றோம். ஒரே சத்யம்தான் நம்மால் பலதாக உணரப்படுகின்றது.

இராமன்: முனீஸ்வரரே, அந்த பிட்சுவை இவ்விடம் அழைத்து வரக் கூடுமானால் நம் சேவகர்களை அனுப்பலாம்.

வசிஷ்டர்: பிட்சுவின் தேகம்தான் அங்கு அகப்படும். அவனுடைய ஜீவனோ மோக்ஷகதியை அடைந்துவிட்டது. இன்னும் சில நாளில் இந்தத் தேகம்கூட அவனுடைய ஜனங்களால் அடக்கம் செய்யப்படும். மேலே கூறியபடி இவன் சித்தில் தோன்றிய ஒரு தோற்ற புருஷன்தானே. மனதை அசையவிட்டதால் பல ஜன்மங்கள் எடுத்துப் பிறகு மீண்டும் தன் சுயநிலையை அடைந்துவிட்டான். இத்தோற்றங்களெல்லாம் நம்முடைய உணர்ச்சிகளில் இருக்கின்றனவே தவிர, வாஸ்தவத்தில் ஒன்றும் நடப்ப தில்லை. உணர்ச்சி ஏற்படுகையில் சித்தின் சேதனை நிலையானதாகவும் உணர்ச்சியின்றிருக்கையில் அதின் அசேதன நிலையாகவும் நாம் அறிகிறோம். தோற்றங்களில் நாம் காணும் வித்தியாசங்க பதவத்தியாசங்களாலும் நம் மனதில் ஏற்படும் வேறுபாடு களினாலுமே ஏற்படுகின்றன. சொற்களை ஒழித்து மனதை ஒருநிலையில் நிறுத்தினால் வித்தியாசங்கள் எவ்வாறு தோன்றும்? அப்பொழுது ஒரே சத்தியந்தான் உணரப்படும்.

ஆகையால் நீ அனுஷ்டிக்க வேண்டியது விஷயங்களில் சித்தத்தின் பிரவிர்த்தியை அடக்கி சுஷுப்த மௌன நிலையில் இருப்பதே.

இராமன்: இந்த மௌனங்களில் நான் மூன்று விதம்தான் அறிவேன்: 1. வாக்கு மௌனம். 2. அக்ஷ மௌனம், 3. காஷ்ட மௌனம். இந்த

சுஷுப்த மௌனமென்பதை நான் அறியேன்.

வசிஷ்டர்: இந்த மௌனமென்னும் முறைகளைப்பற்றி உனக்கு விவரித்துரைக்கிறேன். ஒரு இந்திரியத்தின் சுபாவமாகிய விஷயப் பிரவிர்த்தியை அடக்கி இருக்கும் நிலை அந்த இந்திரியத்தின் மௌன மெனப்படும். இவ்வித மௌன விரதத்தை மேற்கொண்டிருப்பவர்களே முனியென்றும், தபஸ்வியென்றும் குறிப்பிடுவர். இம்முனிவர்களில் இரு வகையுண்டு. 1. எல்லா இந்திரியங்களையும் பலவந்தமாக அடக்கி அவை களுக்கு ஏற்பட்ட கர்மா கர்மங்களையும் விலக்கி ஒரு மனோ நிச்சயத் தைக் கொண்டும் இருப்பவர் காஷ்ட தபஸ்வியாகும். 2. எல்லா பொருள் களையும் அவைகள் இருக்குமாறு உணர்ந்து ஆனால் தன் சுய நிலையில் ஸ்திரமாகவும், மனோ சஞ்சலமின்றியும் இருப்பவர் ஜீவன் முக்த முனிவராவர்.

இந்த மௌனங்கள் நான்கு விதமாக வேறு பெரியோர்களால் உரைக்கப்படும். அதாவது 1. வாக்கை முற்றிலும் நிரோதம் செய்திருப்பது வாக் மௌனமெனப்படும். இந்நிலையில் இந்திரியங்களுக்கு ஏற்பட்ட கர்மங்கள் செய்யப்பட்டு வரும். 2. ஐந்து இந்திரியங்களையும் நிரோதித்து இருப்பது அக்ஷ மௌனமெனப்படும். ஆனால் மனசாகிய ஆறாவது இந்திரியம் பிரவிர்த்தியில் ஈடுபட்டிருக்கும். 3. காஷ்ட மௌனம்; இது மேலே சொல்லப்பட்டது. 4. சுஷுப்த மௌனம்: நித்திரையில் எப்படி மனம் அடங்கி ஒரு வித பிரவர்த்தியுமின்றி இருக்கின்றதோ அது போல் விழிப்பில் இருப்பதே சுஷுப்த மௌனம்.

இந்த நான்கு மௌனங்களையும் தவிர்த்து ஐந்தாவதாகிய மனோ மௌனமென்று ஒன்று உண்டு. இதுதான் ஜீவன் முக்தர்கள் இருக்கும் நிலை. இம்மௌனங்களில் மூன்றே முக்கியமானவை. அதாவது காஷ்ட மௌனம், சுஷுப்த மௌனம், மனோ மௌனம். காஷ்ட முனிவர் களிடம் மனம் முற்றிலும் ஒடுங்காமல் ஏதோ ஒரு நிச்சயத்தை விரும்பி அதில் ஈடுபட்டிருப்பதால் உயிருள்ளவரை முக்த நிலை கிட்டாது. உயிரிழந்த பிறகு அடைந்தாலும் அதனால் யாதொரு லாபமும் இல்லை. பிறகு சுஷுப்த முனிவர்களிடத்து மனது ஓய்வடைந்தது போல் இருந்து விஷயங்களில் உணர்ச்சியே இல்லாமலிருக்கும். நித்திரையில் விழித்தவன் போல் இருப்பார்கள். மனோ மௌன நிலையில் மனம் எல்லா விஷயங்களில் பிரவிர்த்தும் ஈடுபடாமலிருப்பது. அதாவது ஆறு இந்திரியங்களும் அதற்கேற்ற விஷயங்களில் பிரவிர்த்தி அடைந்து இருந்தும் மனஸ் அவைகளில் ஈடுபடாமலும் விகாரமடையாமலும் சுத்தமாகவே அதாவது மௌனமாகவே இருப்பது. ஜீவன் முக்தர்கள் இந்நிலையில் இருந்து வருகிறவர்கள். இவர்கள் ஆயுள் காலத்திலேயே

முக்தி அடைந்தவர்களாவர். இது சுத்த அறிவினால்தான் சித்திக்கும். இவர்கள் கேவல அறிவு ஒளியாகப் பிரகாசிக்கிறார்கள். ஆகவே சுஷுப்த மௌன மென்பதும், மனோமௌனமென்பதும் ஒரே பதவியைத்தான் குறிக்கின்றன. இப்பதவி மனதின் நிலையை ஒட்டியது. எல்லோராலும் அடையப்பட வேண்டிய பதவி இதுவே; மற்ற மூன்று வித மௌனங்களில் மனம் சாந்தி இன்றி இருப்பதால் முக்த நிலை ஏற்பட நியாயமில்லை.

இராமன்: ஒரே சித்தத்தை உடைய பிட்சு நூறு சித்தமாகிய ருத்ரர் களாக எப்படி மாறினான்.

வசிஷ்டர்: மனதில் எவ்விதமெல்லாம் கற்பனைகள் செய்யப்படு கின்றவோ அவ்விதமெல்லாம் அனுபவங்கள் ஏற்படுகின்றன. எல்லாம் ஆத்மத்தில் நடைபெறும் தோற்றங்களாதலால், மனோ பாவனைகள் போல் அனுபவங்கள் உண்டாகின்றன.

இராமன்: ஏன் பரமேஸ்வரன் மயான வாசியாகவும், சாம்பலாண்டி யாகவும் நிர்வாணி யாகவும் இருக்கிறார்.

வசிஷ்டர்: பரமேஸ்வரன், நாராயணன், பிரம்மா இவர்களெல்லாம் சித்தபுருஷர்கள், மேலும் ஜீவன் முக்தர்கள். இவர்கள் நியமங்களாலும் சட்ட திட்டங்களாலும் கட்டுப்பட்டவர்களல்ல. இவைகளைத்தாண்டி நிற்பவர்கள். சாமான்ய ஜனங்களுக்குத்தான் கட்டுப்பாடுகள் தேவை. கட்டுப்பாடுகள் இல்லாவிடின், இவர்களிடத்து மீன்கள் அனுசரிக்கும் முறைப்படி, பலவானே ஜீவிதத்திற்கு ஏற்றவென்னும் முறை நிலைத்து விடும். உலகம் மிகவும் சீர் கெட்டுப் போகும். இந்த ஜீவன் முக்தர்களுக்கு யாதொரு கிரியை, கர்மாவிலும் வாசனையே கிடையாது. அவர்களால் செய்யப்படும் கிரியைகள் யதேச்சையாகச் செய்யப்படும். பரமேஸ்வரன் மேலே சொல்லிய வண்ணம் இக்கல்ப ஆரம்பத்தில் கல்பனை செய்யப் பட்டதால் அப்படியே இருந்து வருகிறார். நாராயணனும் இவ்விதமே.

இவர்கள் மனோ மௌனத்தை விரும்பி, எல்லாவற்றையும் தானாக உணராமல் உணருகின்றார்கள். இப்பதவி தேகமின்றியும் தேகத்தைக் கூடியும் கிட்டலாம். ஒரே நிச்சயத்தைக் கைக் கொண்டு சதா அப்பியாசம் செய்து வந்தால்தான் இப்பதவி அடையப்படும். இந்த அப்பியாசம் இரு வகைப்படும். 1. சாங்கிய முறைப்படி அறிவை விரும்பி மனதை சாந்தி செய்வது 2. யோக முறைப்படி பிராணனுடைய ஸ்பந்தத்தை நிரோதித்து மன சாந்தியடைவது. முறை எதுவாக இருந்தாலும், பதவி ஒன்றே.. அதாவது மனதின் அழிவு. மனஸ், பிராணன் இரண்டும் ஒன்றையொட்டி மற்றொன்று நிலைத்திருக்கிறது. ஒன்று அடங்கினால், இரண்டும் ஒரே சமயத்தில் அடங்கும். ஏனெனில் இரண்டும் வாசனையின் பலனாக இருப்பதால்; வாசனை பலப்படுவது நினைவினால், மனஸ் தேகத்தை எப்படி

அடைவதென்றால், குழந்தை வேதாளத்தைக் காண்பதுபோல் அல்லது நம்முடைய மரணத்தை நாம் சொப்பனத்தில் காண்பது போல். வாஸ்தவத்தில் இவைகள் ஒன்றும் சத்தியமல்ல. ஆயினும் நமக்குத் தோற்றங்கள் ஏற்படுகின்றன. தேகமும், அதனால் ஏற்படும் பந்தம் மோட்ச மென்ற நிலைமைகள், பாவம், அபாவம், உபதேசம், உபதேசிக்கப்படுவது அனைத்தும் தோற்ற ஜாலங்களே.

ராமன்: பிராணன் அடங்குவதால் மோட்சம் ஏற்படுமென்றால் எல்லா ஜனங்களுக்குமே அவர்களின் மரணத்துக்குப் பிறகு இப்பதவி சம்பவிக்க வேண்டுமே?

வசிஷ்டர்: சாதாரண ஜனங்களிடத்து மரணத்தின் பிறகு பிராணன் தேகத்தை விட்டு அகன்றும் அதனுடைய இயக்கம் ஓய்வதில்லை. இப்பிராணன் ஆகாயரூபியாய் நின்று பஞ்ச பூதங்களை தன்னுடைய வாசனையையொட்டி உணருகின்றது. ஆகையால் இவ்வாசனைக்கேற்ற பூத சம்பந்தமும் மறு பிறப்பும்தான் அடையப்படும். சம்சாரத்தின் ஓய்வு எப்பொழுதும் கிட்டாது. ஞானத்தால் சுத்தி பெற்ற பிராண மனஸ் தத்வம் வாசனையை முற்றிலும் விட்டொழித்திருப்பதால். பஞ்ச பூதங்களின் சேர்க்கை, அதாவது மறு பிறப்பை அடைவதில்லை. இப்பிராணன் மனஸ் இரண்டும் ஒன்றுக்கொன்று ரதமும் சாரதியுமாக இருக்கின்றன. வாசனையில்லாத நிலையில் மனம் தன் நாசத்தை அடைகின்றது. அதனால் பிராணனும் நாசமடைகின்றது. ஞானத்தால் எல்லாப் பொருள்களுடைய அபாவத்தன்மை ஏற்படுவதால், பிராணனுடைய ஸ்பந்தம் ஓய்வடைகின்றது. சேதனம் அல்லது ஸ்பந்தம் கேவல வாசனையே தவிர வேறில்லை. அது ஒழிந்தால் மிஞ்சுவது முக்தி. ஞானத்தால் சித்திப்பது சத்தியம், ஞானம் விசாரணையால் உதிக்கின்றது. ஆகையால் ஞானோபாயத்திலாவது அல்லது யோக முறைப்படியாவது சித்தின் சேதனத்தன்மையை அகற்றி ஒரு கண நேரமாவது மனதின் சாந்த நிலையை பூர்ணமாக அடைந்தால், பிறகு அடிக்கடி அப்பதவியை அடைவது எளிதாகும்.

வேதாளத்தின் கேள்விகள்

ஜீவன் - அஜீவன் (அதாவது பிறப்பற்ற தன்மை) இரண்டும் சித்தின் சேதன - அசேதன நிலைகளைச் சுட்டிக்காட்டுகின்றன. இந்தத் தத்வம் கேவல ஆராய்ச்சியாலும் அதனால் ஏற்படும் அறிவாலும் தான் விளங்கும். புத்தி தெளிவடைந்ததும் சம்சாரமாகிய மோகம் ஓய்வடையும். இந்த விஷயத்தையொட்டி பூர்வ விருத்தாந்தம் ஒன்று என் ஞாபகத்தில் வருவதால் அதைச் சொல்கிறேன் கேட்பாயாக.

விந்திய மலைச் சார்பிலிருந்த ஒரு அடர்ந்த காட்டில் ஒரு வேதாளம் வசித்து வந்தது. நல்ல குணவான்களுடைய சேர்க்கையால் இந்த வேதாளம் நீதி முறை தவறாமலும், நன்னடத்தைகளை அனுசரித்தும், பூர்ண திருப்தி அடைந்த மனத்தையுடையதாகவும் ஜீவித்து வந்தது.

ஒரு நாள் பசியால் பீடிக்கப்பட்டு இப்பசியைத் தீர்த்துக்கொள்ளும் பொருட்டு நகரத்தை நோக்கிச் சென்று அதன் எல்லையை அடைந்தது. அங்கே கொஞ்ச தூரத்தில் ஒரு மனித உருவம் நடந்து வருவதைக்கண்டு, தன் பசிக்கு இரை அகப்பட்டதாக எண்ணி வருகிறவனைப் பார்த்து பேரிரைச்சல் செய்தது. நல்ல குணசாலியானதால், நரனை விசாரணை செய்யாமலும் அநியாயமாகவும் இரையாக்கிக்கொள்ள வேதாளம் எண்ணவில்லை. ஆகையால் அம்மனிதன், தன் அருகே வந்ததும் அவன் யாரென்று கேட்டு விட்டு, தன் பசியைத் தீர்த்துக் கொள்ளத் தான் உத்தேசித்திருப்பதால் தனக்கு இரையாகும் முன் அவனுடைய விருத்தாந்தத்தைத் தெரிவித்துக் கொள்ளலாமென்றும் சொல்லிற்று.

வந்தவன் அந்த எல்லைப்பிரதேசத்து அரசன். துஷ்டர்களைத்தேடி தண்டிக்கும் பொருட்டு இரவில் ஊரைச் சுற்றிப்பாக்க வந்தவன். அவனும் மகா தீரன், குணசாலி, மேலும் ஞானவான். ஆகையால் வேதாளத்தை அலட்சியமாய் நினைத்துத் தான் யாரென்று தெரிவித்துப் பிறகு வேதாளம் அநியாயமான காரியத்தைச் செய்யத்துணியானென்று, தன் நோக்கத்தைத் தெரிவித்தான்.

வேதாளம்: நிஜம், நான் அநியாயமான காரியத்தில் பிரவேசிக்க மாட்டேன். ஆனால் அக்ஞானிகளை நான் இரையாக்கிக்கொண்டால் அது அநியாயமாகாது. ஏனெனில், அவர்கள் இருப்பதும் இறப்பதும் சமமே. ஆகையால் நான் சில கேள்விகளைக் கேட்கிறேன். அவைகளுக்கு சரியான பதில் சொன்னால் என் எண்ணத்தை மாற்றிக்கொள்வேன்.

கேள்விகள்

1. தோற்றத்தில் ஏற்படும் இப்பிரும்மாண்டம் முழுதும் சூரியக் கிரணங்களையொத்த எந்தக் கிரணங்களால் தோற்று விக்கப் படுகிறது?

2. எதனுடைய ஸ்பந்த சக்தியால் இந்தப் பிரபஞ்சம் நிலை நிற்கின்றது?

3. சொப்பனத்தில் சொப்பனமாக ஆயிரக்கணக்கான ஜீவராசிகள் ஏற்படுகின்றன. எதனுடைய சொப்பனங்கள் இவை?

4. எல்லாம் தியாகம் செய்யப்பட்ட பிறகு மிஞ்சுவது என்ன?

5. வாழை மட்டையை உரிக்க உரிக்க மீண்டும் மட்டையே காணப் படுகின்றது. இப்பிரபஞ்சத்தில் இப்படியானது எது?

6. சூரிய மண்டலத்திற்கு மேரு பர்வதம் இருப்பது போல, இப் பிரம்மாண்டத்திற்கு யாது பர்வதம்?

7. எந்தப் பரமாணுவின் உட்புறத்தில் இப்பிரம்மாண்டங்கள் தோற்றுவிக்கப்படுகின்றன?

8. பாறையின் நடு பாகத்திலிருக்கும் உறுதியான சதை போல் இம்மூன்று லோகங்களும் எதில் கெட்டியாகவும், கனமாகவும் தோன்று கின்றன?

வசிஷ்டர்: இக்கேள்விகளைக் கேட்டதும் ராஜன் புன் சிரிப்புக் கொண்டவனாய் பின்வருமாறு பதிலளித்தான்.

ராஜன்: சித்தின் சேதனத்தால் ஏற்பட்டது இப்பிரம்மாண்டமாகிய அழியாப்பழம். அனேக பழங்களைத் தாங்கிய ஒரு கிளை உண்டு. ஆயிரக்கணக்கான கிளைகளைக் கொண்ட ஒரு மரமுண்டு. ஆயிரக் கணக்கான மரங்களைக்கூடிய ஒரு அடர்ந்த காடுண்டு. ஆயிரக் கணக்கான காடுகளைக் கொண்ட மலைப்பிரதேசமொன்றுண்டு. ஆயிரக்கணக்கான மலைப்பிரதேசங்களைத் தாங்கிய பூமியொன்றுண்டு. ஆயிரக்கணக்கான பூமிகளைக் கொண்ட சூரிய மண்டலம் ஒன்றுண்டு. ஆணிரக்கணக்கான சூரிய மண்டலங்களை அடக்கி வைத்திருக்கும் பிரம்மாண்ட மொன்றுண்டு. இவ்வித பிரம்மாண்டங்கள் அனேகம், பரம அணுவுக்குப் பரமாணுவை யொத்த சித்தில் அடங்கியுள்ளன. இதுதான் சித் சூரியனென்று சொல்லப் படுவது. சகலத்தையும் பிரகாசிக்கச் செய்வது இதுவே. இதனுடைய அறிவு ஒளியால்தான் சகல ஜீவ ராசிகளும் உற்பத்தியாகின்றன. இவ்வளவு ஆர்ப்பாட்டங்களுக்கு இடையே சித் தன் சுய நிலையாகிய அமைதியை விட்டு நழுவுவதில்லை.

கால சத்தை, ஆகாச சத்தை (தேச சத்தை), ஸ்பந்த சத்தை யாகிய மூன்று சத்தா ரூபங்களும் சித்தின் விலாசங்களே. சுத்த சேதன சத்தையென்று சொல்லப்படுவது சித்தின் இயக்கம். இயக்கத்தால் தோற்றுவிக்கப் படுவன பிரபஞ்சமும் அதிலடங்கியவையும். இது ஒன்றாகவும் பலதாகவும் அணுவாகி யும் அகண்டமாகியும் தோன்றியும், தன்னுடைய நிர்மலமானதும் சாந்தமானதுமான தன்மையை இழப்பதில்லை. ஆகையால் புலனாகும் அனைத்தும் கேவல அறிவு மயமாகத்தான் இருக்கின்றன. இதுவே இவை களின் நிஜ சொரூபம்.

ஓ! வேதாளமே பாலனுக்குள்ள விவேகமாத்திரமேயுள்ள உன்னால் இவைகள் எப்படி அறியப்படும்.

வசிஷ்டர்: சிரித்த முகத்துடனே இவ்விதம் சொல்லி திருத்தினோன் ராஜன். அறிவு நிறைந்த இம்மொழிகளைக் கேட்ட வேதாளம், ஒன்றும் சொல்ல முடியாமல், ஆனால், மன சாந்தி அடைந்து தன் பசியையும் மறந்து ராஜனிடம் விடை பெற்றுச் சென்றது.

ஆகையால் முனியாக இருக்கப்பட்ட நீயும் அனுசரிக்க வேண்டிய முறை இதுவே, அதாவது மனதை ஆகாசம்போல் நிர்மலமாக வைத்துக் கொண்டு சமமும் சாந்தமும் உள்ளவனாய் யதேச்சையாக வந்தவைகளை அனுபவித்து பகீரத ராஜனைப் போல் இருப்பதே.

பகீரதன் கதை

வசிஷ்டர்: முன்னொரு காலத்தில் இந்த பூமி முழுதும் பகீரதன் என்று வழங்கப்பட்ட அரசனுடைய சாம்ராஜ்யத்திற்கு உட்பட்டிருந்தது. இவ்வரசன் மகா பராக்கிரமசாலியாயும், மிகக் குணவானாயும் இருந்த துடன் கூட கொடை வள்ளலாகவும் சிறப்புற்று விளங்கி வந்தான். அநேக குணாதிசயங்களுக்கு இடையே தீவிர முயற்சி செய்வதில் நிகரற்றவனாக, உலகத்திற்கே ஒரு திலகம் போல் இருந்தான். இம்முயற்சி ஊக்கத்தைக் கொண்டு, பிரம்மா, விஷ்ணு, பரமேஸ்வரனாகிய திரி மூர்த்திகளைக் குறித்து, வெகு காலம் தபஸ் செய்து சாதிக்கமுடியாத காரியங்களை எல்லாம் சாதித்து முடித்தான். இச்செயல் விசேஷங்களில் கங்கா நதியை பூலோகத்திற்கு வரவழைத்ததும் ஒன்று. இக்கங்கா நதி ஆகாயம் பாதாளம் இரண்டையும் யக்ஞோபவீதம் போல் ஆதரித்து வந்தும், பூலோகத்தில் மாத்திரம் அதனுடைய நன் கொடைகள் இல்லாமலிருந்தது, பெருத்த குறையாக அவனுக்குத் தோன்றிற்று. மேலும் முன்னொரு காலம் அகஸ்தியர் சமுத்திர நீரை அர்க்யமாக சாப்பிட்டு விட்டதால் பூமி நீரின்றி காய்ந்து கிடந்தது. இவ்விரண்டு குறைகளையும் நிவர்த்தி செய்யும் பொருட்டு பகீரதன் பிரம்மப் பிரயத்தினங்கள் செய்து கங்கா நதியை பூமிக்கும் வர வழைத்தான். ஆகையால் பூலோக வாசிகள் அவனுக்கு கடமைப் பட்டவர்களாவர்.

இப்படி வெகு காலம் அபூர்வ பிரயத்தினங்களிலேயே ஈடுபட்டு இருந்த பிறகு, ஒருநாள் தனிமையாக சிந்தனையிலாழ்ந்து இருந்தான். இவ்வளவு காலம் செய்த செயல்களும் கொடைகளும் எல்லாம் விளையாட்டாகவும், வியர்த்தமாகவும் தோன்றின. திரும்பித் திரும்பி ஒரே காரிய வரிசைகளைச் செய்து வந்த ஒரு பைத்தியக்காரன் செயல்கள் போல் தோன்றின. குழந்தைகள் தான் இப்படிச் செய்யத்தகும். விவேகியாய் இருப்பவன் இப்படிக் காலத்தைப் போக்க மாட்டான். இதுவரை செய்த செயல்களில் நீடித்த சுகமொன்றையும் காணோம். இனி அறிய வேண்டியது இக் கர்மச் சுழல்களிலிருந்து தப்பித்துக் கொள்ளும் முறையே. இந்த

முடிவுக்கு வந்ததும் தன் மனக்குறையை குலகுருவாகிய திருதலரென்ற ரிஷியிடம் வெளியிட்டான்.

திருதலர்: வெகு காலம் ஆத்ம நோக்கத்திலேயே ஈடுபட்டு பாகு பாடின்றி பரந்த நோக்கம் உண்டானால் பிறகு அறியப்படுவதெல்லாம் ஆத்மமாகத் தோன்றும். அப்பொழுது சகல துக்கங்களும் ஒழியும்; தேகத்தில் பந்தம் அறுபட்டுப் போகும், சந்தேகங்கள் தீரும். பிறகு எல்லாக் கர்மங்களிலும் சம நோக்கம் ஏற்படும். அறியப்படும் பொருள்கள் அனைத்தும், கேவலம் அறிவின் விலாசமாகையால் உதயம் அஸ்தமனமென்பது எக்கா லும் ஏற்படாது.

பகீரதன்: ஆத்மா கேவலம் சித்தென்றும் குணமற்றதென்றும், சர்வ சாந்தமென்றும் நான் அறிவேன். தேகமோ ஒரு ஜடப்பொருள். இதனால் சம்வித்தை எப்படி அடைவதென்பதை எனக்கு விவரித்து உரைப்பீராக.

திருதலர்: அறியப்படும் பொருள்களில் அறிவு உதயமானால் ஜீவனுக்கு மீண்டும் ஜனனமில்லை. ஏனெனில் அப்பொழுது மனைவி, மக்கள், ஐஸ்வரியம் எல்லாவற்றிலும் சமநோக்கம் ஏற்படும். ஆத்ம மென்பது துவைத பாவமற்ற நிலை. இதை அறிவதே ஞானம். இதன் அறியாமை அக்ஞானம். இச்சை, துவேஷம் அழிந்தால் சம்சாரம் ஓய்வடை யும். அகங்காரம் ஒழிந்தால் ஞானம் நிலை நிற்கும்.

பகீரதன்: தேகத்தில் வெகு காலம் இந்த அகம்பாவம் வேரூன்றி இருக்க இதை ஒழிப்பது எப்படி?

திருதலர்: பௌருஷமும் பிரயத்தினமும் மேற்கொண்டு, விஷய சுகங்களில் பாவனையை முற்றிலும் ஒழித்தால், சத்வகுணம் மேலிட்டு அகங்காரம் மறையும். பஞ்ச இந்திரியங்களின் வியவகாரம் ஓய்வடைந் தால், அகங்காரத்தின் நிஜசொரூபம் தெளிவாகத் தெரியும். சர்வத் தியாகம் செய்து மனம் சஞ்சலமின்றி இருந்து வந்தால் இந்த அகம் பரமமாக விளங்கும்.

வசிஷ்டர்: இவ்வுபதேசங்களை மனதில் வாங்கிக் கொண்டவனாய்த் தன் இருப்பிடம் திரும்பி, உடனே அக்னிஷ்டோமம் என்ற யக்ஞத்தை செய்யத் தொடங்கி மூன்று நாள் வந்தவருக்கெல்லாம், குலம் கோத்ரம் விசாரியாமல் தனக்கு உரிமையான ஐஸ்வரியங்களை எல்லாம் தர்மம் செய்தான். குருவின் உபதேசப்படி தனக்கென்று ஒரு திரணமேனும் வைத்துக் கொள்ளவில்லை. கடைசியில் தன் ராஜ்யத்தையும் துறந்து அதைத் தன் விரோதி ராஜனிடம் ஒப்படைத்து கமண்டலம் தரித்து விரோதியின் நாட்டை நாடிச் சென்றான். இப்படிச் சர்வத் தியாகம் செய்து, நிலை தெரியாமல் பல பிரதேசங்களைக் கடந்து, பிச்சை எடுத்து

உயிர் தாங்கி இருந்தான். மனது யாதொரு செய்கையிலும் ஈடுபடாம லிருந்ததால், ஞானம் தானாகவே உதித்தது. இந்நிலையில் நினைவின்றி மீண்டும் தன் தேசமடைந்து, தன் பூர்வ மந்திரி மார்களிட மும் அறியாமல் பிட்சை வாங்கி காலம் கழித்து வந்தான். மந்திரிகள், தங்கள் அரசனை அறிந்தும், அவனுடைய நிலைமையை உணர்ந்து யாதொன்றும் செய்யத் தகாதவராய் இருந்து விட்டார்கள்.

இப்படிச் சில காலம் சென்றபிறகு, அண்டை தேசத்து அரசன் புத்ரபாக்கியமின்றி இறந்தான். ஆகையால் அத்தேசத்தார் அரசாங்கத்தை ஏற்றுக்கொள்ளத் தகுந்த புருஷனைத் தேடிச் சென்றனர். இப்படிச் செல்லுகையில் பகீரதனை யதேச்சையாகச் சந்தித்து அவனுடைய ராஜ தேஜசையும் குணாதிசயங்களையும் அறிந்து இவனே ராஜ்யபாரத்தைச் செலுத்த ஏற்ற புருஷனென்று தீர்மானித்து அவனிடம் தங்கள் குறையைச் சொல்லி ராஜ்யத்தை ஏற்றுக் கொள்ளும்படி வேண்டிக் கொண்டனர். பகீரதன் சற்று ஆலோசித்து, தனக்கு வேண்டும், வேண்டாம் இரண்டும் சமமாக இருக்க யதேச்சையாக வந்த ராஜ சேவகத்தை உதாசீனம் செய்யத் தேவையில்லை என்று தீர்மானித்து, பிரஜைகளின் வேண்டுகோளுக் கிணங்கினான். அப்பொழுது தன் பழைய ராஜ்யம், எதிரியின் தேசம் இரண்டும் இவன் பாதுகாப்பில் இருந்து வந்தது. ராஜ்யபாரம் தாங்கி வந்தும் பகீரதன் தன் மனோநிலையை விட்டு வழுவாமல், ராகம் துவேஷம் இரண்டையும் அகற்றி சமகுணமும் சாந்தமும் நிறைந்தவனாய் யதேச்சையாக வந்த கர்மங்களைச் செய்து வந்தான்.

இப்படி இருந்து வரும் காலத்தில்தான் ஆகாயத்திலும் பாதாளத்தி லும் சோபித்து வரும் கங்கா நதி பூமியையும் அழகு செய்ய வேண்டு மென்ற எண்ணம் அவனுக்கு உதித்தது. அதைப்பூர்த்தி செய்யும் பொருட்டு ராஜ்யத்தை மந்திரிகள் வசம் ஒப்புவித்துத் தான் தவம் செய்யப் புறப்பட்டான். ஆயிரக்கணக்கான வருஷங்களாக ஒன்றன் பின் ஒன்றாக பல தபசுகளை ஊக்கத்துடனும் விடாமுயற்சியுடனும் செய்து முடித்து, எடுத்த காரியத்தை சாதித்தான். ஆகையால் ஜீவன்முக்த நிலையை அடைந்தாலும் பகீரதன் ராஜ்ய விஷயங்களை கவனிக்கவும் லோகோப காரமான கர்மங்களைச் செய்யவும் தயங்கவில்லை.

சிகித்வஜன் வரலாறு

வசிஷ்டர்: ராமா! சிகித்வஜனென்ற அரசனால் அனுஷ்டிக்கப்பட்ட முறையும் உன்னால் பின்பற்றத் தகுந்ததே. இவன் சமகுணமும் சாந்தமும் பெற்று பூர்ணதிருப்தியுள்ள மனதையும் அடைந்தவனாக, யதேச்சையாக நேர்ந்த கர்மங்களைச் செய்து ஆத்ம நிஷ்டையில் நிலை பெற்று நின்றான்.

இவன் சென்ற துவாபர யுகத்தில் வசித்து வந்தான். அடுத்த துவாபர யுகத்தில் மீண்டும் இவன் உதிப்பான். ஆனால் ஒரு விசேஷமென்ன வென்றால் இவன் உதிக்கும் பொழுதெல்லாம் அதே மனைவியுடன் கூட வாழ்வான், ஏனெனில் அவ்விருவர்களுக்கும் அவ்வளவு ஆழ்ந்த விசுவாசம். பிரபஞ்சத்தில் நடைபெறுகின்றவைகள் எல்லாம் இவ்விதம் தான் நியதியை யொட்டித் திரும்பித் திரும்பி ஏற்படுகின்றன.

இவன் உதித்தது ஏழாவது மன்வந்திரத்தில். நான்கு சதுர் யுகம் கழிந்து ஐந்தாவது, துவாபர யுகத்தில் ஜம்பு தீபத்தில் விந்திய மலையருகே இருந்த மாளவ தேசத்தில் பிறந்து, அழகிலும், குணத்திலும் நிகரற்ற வனாகவும், தைரியம், மனோதிடம், தேக பலம், வில்வித்தை இவைகளில் ஒப்பற்றவனாகவும், உலகத்திற்கே ஒரு தீபம் போல் விளங்கினான். தன் பராக்கிரமத்தினால் எல்லாத் தேசங்களையும் அடக்கி ஏக சக்ராதி பதியானான். பிரம்மச்சாரியாக இருந்து இவ்வளவு உன்னதமான பதவியை அடைந்தும் அமைதியான குணத்தையுடையவனாகவே இருந்தான். அடக்கம் ஒடுக்கம் கொண்ட இனிய சொற்களால் எல்லோரையும் மகிழச் செய்தும் சத் சங்கத்தையே நாடியுமிருந்ததுடன் கொடை வள்ளலாகவும் பிரசித்தி பெற்றிருந்தான்.

ஒரு நாள் தனிமையாக உத்யான வனத்தில் உல்லாசமாக உலாவிக் கொண்டிருக்கையில், மனதைக் கவரத்தக்க வனத்தின் சோபையும், அழகிய மலர்களின் மணமும் குளிர்ந்த தென்றல் காற்றும்கூடி சிகித்வஜனின் மனதைக் கொள்ளை கொண்டன. பரவசமடைந்த இம்மனோ நிலையில் போக உணர்ச்சிகளும் பெண்ணால் அடையப்படும் இன்ப நினைவுகளும் சகஜமாகவே இருந்த படியால், வெகு சீக்கிரத்தில், அதாவது சில நாட்களிலேயே, இம்மோகம் தீவிரமடைந்தது. இவைகளை கவனித்து வந்த மந்திரிமார்கள் பதவிக்கேற்ற புத்தியும் அனுபவமும் பெற்றவர்களாக இருந்தபடியால், அரசன் மனசாந்தி அடையும் வண்ணம் அவனுக்குத் தகுந்த ஒரு பத்தினியை ஏற்பாடு செய்வதே நலமென்று தீர்மானித்தார்கள். உடனே அதற்கேற்ற முயற்சியும் செய்யத் தொடங்கினார்கள். சொற்ப காலத்தில், பக்கத்து தேசத்தின் அரசனுடைய புதல்வியாகிய சூடாலை எல்லா விதத்திலும் அரசனுக்கு ஏற்றவளாக இருந்தபடியால் கல்யாணம் செய்விக்கப்பட்டது.

அரசனும் அரசியும் வெகு காலம் மன்மதனும் ரதியும் போல், இரு தேகம் ஒருமனமாக இருந்து, ஆனந்தமான வாழ்க்கையை நடத்தி வந்தார்கள். இணைபிரியாத வாழ்வு சிகித்வஜனுடைய மனம் சூடாலை மயமாகவும், சூடாலையின் மனம் சிகித்வஜன் மயமாகவும் இருந்தன. இன்ப வாழ்க்கை வெகுகாலம் நடந்தது.

ஆனால் எவ்வித மேன்மையான போகங்களுக்கும் ஒரு முடிவு உண்டு. எவ்வளவு காலம்தான் விஷய சுகங்கள் திருப்தியைக் கொடுத்து வர முடியும். மேலும் வயது அதிகரித்து தேகத்தின் வலிவும் தேஜசும் குறையக் குறைய விஷய சுகங்களில் பற்றுதல் தானாகவே குறைந்து மறு ஜன்மத்தின் நினைவும் அதிகரித்தது. இதன் பலனாகவும் பூர்வ புண்ணியத் தின் பலனாகவும், கொஞ்சம் ஞானம் உதித்து ஆத்ம விசாரணையில் இருவரும் ஈடுபட்டார்கள். இவ்விசாரணை சேர்ந்தும் தனித்தனியாகவும் நடந்து வந்தது. சூடாலை தன் புத்தி நுட்பத்தாலும் விசாரணையின் தீவிரத்தாலும் வெகு சீக்கிரம் மனோ திடத்தையும், தத்வ நிச்சயத்தையும் அடைந்தாள். இதையடுத்து, திட அப்யாசத்தால் பரிபூர்ண ஞானம் அவளுக்கு ஏற்பட்டது. சிகித்வஜனுக்கு இது சாத்யமாக வில்லை. அவன் கர்மங்களில் ஈடுபட்டு தீவிரமாக அவைகளிலேயே உழன்று நின்றான். தன் மனைவியை நாளுக்கு நாள் அவன் கவனித்து வருகையில், அவளுடைய மனோ தேக நிலைமைகளில் வயதிற்கேற்ற குறிகள் குறைந்து தேக சௌக்யமும் சோபையும் அதிகரிப்ப தாக சிகித்வஜன் உணர்ந்தான்.

ஆகையால் ஒரு நாள் இவ்விருவரும் கூடி இருக்கையில் சிகித்வஜன் தன் மனைவியிடம் இவ்விஷயங்கள் பற்றி கேட்கலானான். காலத்தின் செயலை எதிர்த்து எவ்வாறு பால்ய சோபையைப் பெற்றாள்? காய கல்பம் செய்து கொண்டாளா? அல்லது அமிர்தம் பருகினாளா? அல்லது யாரும் அறியாத நீடித்த சுகத்தைக் கண்டாளா? அவளைப் பார்த்தால் எச்சமயமும் அமைதியுடனும், ஆனந்த சொரூபியாயும் இருப்பதாகவே தோன்றினாள். இந்த மனோ நிலையை எந்த சித்தியை அனுசரித்து எவ்வண்ணம் அடைந்தாள் என்று கேட்டான்.

சூடாலை: உண்டு - இல்லை இரண்டையும் அகற்றி பாவனை இன்றி நான் இருந்து வருகிறேன். தோற்றத்திற்கு உட்பட்டதெல்லாம் நானில்லையென்ற பாவனையை நான் அனுசரித்து வருகிறேன். சத் - அசத் இரண்டும் நானில்லை என்பதாக நான் இருக்கிறேன். சிருஷ்டி - நாசம் இரண்டையும் கடந்தவளாய் நான் இருக்கிறேன். ராஜ லீலை போல், இருதயத்தில் பிரகாசிப்பதும், மறைவதும் கேவலம் ஆகாசத்தில் தோன்றும் இயக்கங்கள். எல்லாமும் நான், நானொன்றும் இல்லை என்ற பாவனை களை நான் அனுசரித்து வருகிறேன். இவ்வித மனோ நிலையின் காரணத்தால் நான் எல்லாம் துறந்தவளாய், சர்வ சாந்த நிலையை அடைந்தவளாக இருக்கிறேன்.

வசிஷ்டர்: இம்மொழிகளைக் கேட்ட சிகித்வஜன் ஒன்றும் விளங்காமல் அறியாத்தனத்தால் தன் மனைவி அனுபவமின்றி ஏதோ பிதற்றுகிறாள் என்று நினைத்து நகைத்தான். சூடாலையோ, தன் கணவன்

இன்னும் அக்ஞானத்திலேயே உழன்றிருக்கிறான் என்று உணர்ந்து இந்த நிலையில் எவ்வித போதனை செய்தும் பயனில்லை என்பதையும் அறிந்தாள். ஆனால் எவ்விதத்திலாவது கணவனுக்கு ஞானோதயம் ஏற்பட வேண்டுமென்று ஆவல்கொண்டாள். தன் மட்டும், நிராசையாகவும் பூர்ண திருப்தியுடையவளாகவும் இருந்து வந்தாள்.

இவ்விதம் காலம் கழித்து வருகையில் ஒருநாள் பொழுது போக்கு வதற்கு ஆகாய கமனத்தை அப்யசித்து வரவேண்டும் என்ற எண்ணம் சூடாலைக்கு உதித்தது. அதைத் தொடர்ந்து பிராணாயாமம் முதலிய யோகப்பயிற்சிகளை நீடித்து அனுசரித்து காலக்கிரமத்தில் அந்த சித்தியை யும் அடைந்தாள்.

இராமன்: இந்த பூத வர்க்கங்கள் எல்லாம் சக்தியை அனுசரித்து அதனாலேயே, நிலைத்தும் இருக்கின்றன. பிறகு எந்த சக்தியை அனுசரித்து ஆகாயகமனமென்ற சித்தி அடையப்படும்.

வசிஷ்டர்: பொதுவாக மானிடர்களால் அனுசரிக்கப்பட வேண்டிய முறைகள் மூவகையாகும். அதாவது

1.   அவஸ்யம் அடையப்பட வேண்டிய நிலை அதாவது ஞானம்.

2.   தள்ளப்பட வேண்டியது.

3.   இரண்டிற்கும் மத்யமமானது.

ஒரு அறிவாளியால் தள்ளப்படுவது முட்டாள்களால் அங்கீகரிக்கப் படுகின்றது. அறிவாளியால் ஏற்றுக் கொள்ளப்படுவது முட்டாள்களால் தள்ளப்படுகின்றது. இந்த நீதிகளை கவனத்தில் வைத்துக்கொண்டு இங்கே சொல்லப்படும் முறைகளை ஆராய்ச்சி செய்யவேண்டும்.

பிரபஞ்சத்தில் ஜீவன் சாதிக்கும் சித்திகளைக் காலம், தேசம், திரவியம், கிரியை இவைகளைக் கொண்டு அடைகின்றது. இந்நான்கு விஷயங்களில், கிரியைகளுக்கே நம்மால் பிரதான்யம் கொடுக்கப் படு கின்றது. ஏனெனில் இதர மூன்று விஷயங்கள் இருந்து கிரியையின்றி யாதொன்றும் அடையப்படமாட்டாது. மண் இருப்பினும் குயவனுடைய செயலின்றி பானை உண்டாகாதது போல் செயலின்றி சித்தியுமில்லை.

பிறகு ரத்னம், ஒளஷதம், தபஸ், மந்திரம், இவைகளின் மூலம் சாதிக்கப் படுகிறவைகள், மனோபாவத்தையொட்டி ஏற்படுகின்றன. பாவனையே சித்தியாக அடையப்படுகின்றது. இவைகளைப் பற்றி விஸ்தார மாக உரைப்பதில் யாதொரு பிரயோஜனமும் இல்லை. ஆகையால் நாம் கதையைத் தொடருவோம்.

மனிதரால் செய்யப்படும் கிரியைகளெல்லாம் பிராண ஸ்பந்தத்தின் இயக்கத்தால்தான் சாத்யமாகின்றன.இப்பிராணன் சுழு-முனை நாடியில், அதாவது குதத்திற்கு மேல் பிரதேசத்திலுள்ள சுழுமுனையில், ஆரம்பித்து மண்டை ஓட்டிற்கு உட்புறமுள்ள இருதயத்தில் முடியும். வீணா தண்டத்தை ஒத்த இந்த தண்டத்தில் பிராணன் சதா சஞ்சரித்துக் கொண்டு இருக்கின்றது. இந்த சுழுமுனை, வீணாதண்டத்தின் நுனியைப் போல் சுருண்டு இருக்கும். (இருதய மென்பது ஆங்கிலத்தில் (Brain) என்னும் பதத்தைக் குறிப்பிடுவது.) மேல் நோக்கிச் செல்லும் ஸ்பந்தம் (Nervous current) இருதயத்தில் பிரவேசித்ததும் உணர்ச்சிக்குத் தயாராக இருக் கின்றது. பதார்த்தங்கள் இந்நிலையில் புலன்களுக்குப் பாத்திரமானால் அப்பொழுது பதார்த்த உணர்ச்சி ஏற்படுகின்றது. கீழ் நோக்கிய பிராண ஸ்பந்தம் தேகத்தின் போஷனைக்கு ஆதாரமாகின்றது. இவ்விரண்டு ஸ்பந்த கதி களும் (Current) தேகத்திலுள்ள அநேக நாடிகள் மூலம் தேகம் முழுமை யும் வியாபித்து உணர்ச்சிகளுக்குக் காரணமாகின்றன.

இராமன்: பிரபஞ்சம் அகண்டித மானதும் புலன்களுக்கு எட்டாதது மான சித்தால் வியாபிக்கப்பட்டிருக்க, குண்டலினி சக்தியால் தேகம் நிலைத்திருக்கிறதென்பது எவ்வாறு?

வசிஷ்டர்: சித் சூன்யத்தில் தான் எல்லாம் நடைபெறும் தோற்றத்தை அளிக்கின்றன. தோற்றமும் அதன் அழிவும் சித்தில் ஏற்படும் உணர்ச்சி ஜாலங்கள். சித்தில் உண்டாகும் ஸ்பந்தம்தான் தேகத்தில் பிராணனென்றும் குண்டலினி சக்தி என்றும் பெயரிடப்பட்டு பஞ்ச தன்மாத்திரங்கள் மூலம் தேகத்தில் உணர்ச்சிகளுக்கு காரணமாய் இருக்கின்றது. சித்தில் ஸ்பந்தம் ஏற்படுகையில் உணர்ச்சிகள் உண்டாகின்றன. இவ் வுணர்ச்சி களே வஸ்துக்களாக பாவிக்கப் படுகின்றன. ஸ்பந்தமின்றி இருக்கையில் தோற்றங்கள் ஏற்படுவதில்லை. எல்லாம் அஸ்தமனமாகின்றன. ஸ்பந்தமும், நிஷ்பந்தமும், சூன்யத்தில் ஏற்படும் சூன்யங்களே. ஏனெனில் எல்லாம் தோற்றங்களாதலால், நீரில் ஏற்படும் குமிழிகள் போல் சித்தில் இத் தோற்றங்கள் தோன்றுகின்றன. தேகத்தில் பிராண ஸ்பந்தம் ஒன்றில் பல அசைவுகள் ஏற்பட்டு தேக முழுமையும் வியாபிக்கின்றது, ஒரு அலையால் பல அலைகள் ஏற்படுவது போல.

சித் ஸ்பந்தமாகிய சங்கல்பம் பஞ்ச தன்மாத்திரங்கள் மூலம் ஜகத் தோற்றமாகக் காணப்படுகின்றது. இந்தப் பஞ்சகங்கள்தான் தேவாசுர, மானிடர், ஸ்தாவர ஜங்கமப் பிராணிகள், ஜடப் பொருள்கள் அனைத்து மாக விஸ்தரிக்கின்றது. ஜடம் அஜடம் இரண்டு பிரிவினைக்கும், இதுவே காரணம். மானிட தேகத்தில் ஸ்பந்திக்கும் பஞ்சகம் ஜீவனென்று சொல்லப் படுகிறது. மலையில் தோன்றும் பஞ்சகம் ஜட ஸ்பந்தம், ஸ்தாவர

இனத்தில் தோன்றும் பஞ்சகம் சுபாவ வசத்தால் அவ்விதம் விஸ்தரிக் கின்றது. இவ்விஷயங்களில் பதங்களைக் கவனித்து உடயோகித்தல் வேண்டும். பாவமென்பதை தெளிவாக அறிய வேண்டும். குளிர்ச்சி - உஷ்ணம், பனி - நெருப்பு இவை ஆதியில் ஒரு தரம் ஏற்பட்ட வித்யாச உணர்ச்சிகள், பிறகு வாசனையின் காரணத்தால் புஷ்டியாகி அதே உணர்ச்சிகள் நிலை பெற்றுவிட்டன. இதை அனுசரித்துத்தான், மலை, கல், தாவரம் ஜங்கமம், மானிடரென்று பலவாறாகத் தோன்றப்பட்டு நிலைத்தும் விட்டன. ஒரு திருணத்திலிருந்து ஆகாயம் வரையில் எல்லாம் பஞ்சகத்தின் விஸ்தாரமே; சுபாவம் ஏற்பட்டதும் இவைகளால் விளங்கும்.

பிராணனென்ற குண்டலினி சக்தியை மேலும் கவனிக்க, அது நம்முடைய தேகத்தில் கூட பஞ்ச தன்மாத்திரங்களுடன் சதா ஸ்பரித்துக் கொண்டிருக்கின்றது. ஸ்பந்தம், ஸ்பரிசம், அறிவு என்று மூவகையாக தேகத்தில் தோன்றுவதை கலாவென்று சொல்லுகிறோம். கற்பனையால் விஸ்தரிக்கும் பொழுது சித்தின் சேதனையென்று வழங்குகிறது. ஜீவிதத் திற்கு காரணமாயிருப்பதால், ஜீவனென்றும் இதைக் குறிப்பிடுகிறோம். மனனம் செய்வதால் இதையே மனசென்றும் சுட்டிக்காட்டுகிறோம். சங்கல்ப வசத்தால் சங்கல்பமென்றும், மேலும் புத்தி என்றும், அகங்கார மென்றும், பலவித வியவகாரங்களையொட்டி பல பெயரால் ஒரே பிராண சக்தியைக் கருதி வருகிறோம். இதுவே தேகத்தில் ஏற்படும் உணர்ச்சி களுக்கும், தேக யந்திரத்தின் நிலைப்பிற்கும் காரணமாகும். தேகத்தில் பல பாகங்களில் நடைபெறும் செயல்களை அனுசரித்து, அபானன், வியானன், சமானன், உதானனென்று பல பெயரால் வழங்கி வருகிறது. இப்பிராணனின் செயல்கள் தேகத்தின் எல்லா பாகங்களிலும் விபரீத மின்றி ஒழுங்காகவும் சமமாகவும் நடைபெற்றுவரும்வரையில் தேகம் ஆரோக்கியமாக இருக்கும். ஏதாவதொரு பிராணன் விபரீதமாக வேலை செய்யத் தொடங்கினால், அதையொட்டி தேக அசௌக்யம் ஏற்படு கின்றது. ஆகையால் அறிவையும் பிரயத்தினத்தையும் மேற்கொண்டு இப்பிராணன், தேகத்தில் கிரமமாகவும், சமமாகவும் வேலை செய்து வரும்படி முயற்சிக்க வேண்டும்.

தேகத்தில் ஆதி, வியாதி இரண்டும் துக்கத்தை விளைவிக்கின்றன. இவைகளை நிவர்த்தி செய்துகொண்டால் சுகம்; சுகமும் ஜெயிக்கப் பட்டால் மோட்சம் சித்திக்கின்றது. ஆதியென்னும் மனோ வியாதி வாசனையால் ஏற்படும் பீடை. ஆகையால் ஞானம் உதித்து வாசனை ஒழிந்தால்தான் மனோ வியாதி தீரும். வாசனைக்குக் காரணம் அக்ஞானம். இதனால் ராகதுவேஷங்கள் ஏற்பட்டு இச்சைகள் அதிகரித்து, மோகம் பலப்பட்டு மனோ வியாதிகள் உண்டா கின்றன.

பிறகு வியாதி உண்டாவதன் காரணம் பல விதம், அதாவது ஆரோக்கியமற்ற அன்னம், துர்வாசம், அகால வியவகாரங்கள், கெட்ட நடவடிக்கைகள், கெட்ட சகவாசம், கெட்ட மனோ பாவனைகள், இவை களால் நாடிகளின் கிரமமான நடத்தை மாறி தேகத்தில் வியாதிகள் தோன்றுகின்றன.

இவைகளை அழிப்பதின் முறைகளைக் கவனிக்க, ஆதியென்பது மேலே சொன்னவாறு சரியான அறிவால் நசிக்கும்; எப்படியெனில் சம குணமும் சாந்தமும் ஏற்படுவதால். பிறகு வியாதியானது மருந்தைக் கொண்டு சிகிச்சை செய்வதாலும் நல்லொழுக்கம், மந்திரம், ஜபம், திரவியம் இவைகளால் விலக்கப்படும்.

இராமன்: திரவியம், மந்திரம், ஜபம் இவைகளால் ஆதி, வியாதி இரண்டும் குணப்படுவது எப்படி?

வசிஷ்டர்: பயத்தால் பீடிக்கப்பட்ட மான் பாதை தெரியாமல் ஓடுவதுபோல, சித்தின் ஒளி சரியில்லையேல், நடத்தையானது வியவஸ்தையின்றி ஏற்படுகின்றது. இதனால் தேகத்தில் பிராணன்களின் கதி, யானை இறங்கின குளத்தின் நீர் போல, விபரீதமாக நடைபெறு கின்றன. ஜீரணக் குறைவு, அதி ஜீர்ணம், இன்னும் இதர வியாதிகளும் தேகத்தில் தோன்றலாகும். இந்நிலையில் சாப்பிட்ட அன்னம் தேகத்திற்கு ஏற்காமல் விஷமாக மாறுகின்றது. இந்த நிலையில் நல்லொழுக்கம், புண்ய கர்மங்கள், மந்திரம், ஜபம் முதலியவைகளால் மனோபாவம் மாறி மனக்குளிர்ச்சி ஏற்பட்டு அதன் காரணத்தால் பிராணங்களின் கதி சீர்பட்டு ஜீர்ண சக்தியும் சரிவர நடை பெறுவதால் வியாதிகள் அனுகூல மாகின்றன. ஆதி வியாதி இவ்விரண்டின் உற்பத்தி நாசக்கிரமம் இவ்வகைதான்.

பிறகு ஆகாச கமனமென்னும் சித்தியைப் பற்றி கவனிப்போம். யோக மார்க்கத்தை அனுசரிப்போர்கள் பூரக ரேசங்களை திடமாக அப்யசித்தல் வேண்டும். அதாவது பிராணனின் கதியையொட்டி, சுவாசத்தை யொட்டியல்ல. அப்யாசங்களால் நாடிகளின் கதி ஒழுங்கு பட்டு சமமாக இயங்கத்தொடங்கும். முக்கிய நாடியாகிய பிரம்ம நாடியும் எப்பொழுது நிமிர்ந்திருக்கும்; மனோ நிலையும் ஒழுங்கு பட்டு வெளி வியவகாரங்களி லாவது உள் நோக்கிய உணர்ச்சிகளிலாவது மனம் ஈடுபடாமல் நிர்மல மாக இருக்கும். அப்பொழுது சித் சொரூபம் போல் மனம் விளங்கும். இந்நிலையில் எந்த சரீரத்தையும் எடுத்துக் கொள்ள, அது தயாராக இருக்கின்றது. இங்கே சொல்லப்படுவது சூக்ஷ்ம சரீரமேயன்றி ஸ்தூல சரீரமல்ல. சங்கல்பத் தீவிரமே இங்கே குறிப்பிடப்படுவது. பரந்த ஆகாயத் தில் எங்கும் வியாபிக்கும் தன்மையை மனம் அடைவதே இங்குக்

குறிப்பிடப்படுவது. ஸ்தூல தேகத்தை ஆகாயத்தில் பரக்கச் செய்ய இயலாது. இது விபரீத அர்த்தம். இந்நிலையில்தான் அறிவாளிகள் ஞானக் கண்ணால் தீர்க்க தரிசனம் செய்கிறார்கள். இதைத்தான் ஆகாச கமன மென்று சொல்லுவது. சித்தர்களும் சொப்பனம் காண்பது போல், இவ்வித தரிசனத்தை அடைகிறார்கள். இன்னிலை சொப்பனத்திற்குச் சமமானது.

இராமன்: சித்திகளைப் பெற்றவர்கள் அணுவாகிய தன்மையும் அடைவதெவ்விதம்?

வசிஷ்டர்: இதை அறியும் முன் இன்னொரு விஷயத்தைப்பற்றி நீ அறிவது நலம். இப்பிரபஞ்சம் முழுவதும், உஷ்ணம் - சீதமென்ற இரு பாவனைகளில் நிலைத்திருக்கின்றது. உஷ்ணம் சூரியகலையாலும், சீதம் சந்திரகலையாலும் குறிப்பிடப்படும். இவ்விரண்டு பாவனைகளையும் தவிர இதர மனோ பாவங்களையும் சூரிய சந்திரர்கள் சுட்டிக்காட்டு கின்றன. அதாவது ஞானம் - அக்ஞானம், ரஜஸ் - தமஸ், வெளிச்சம் - இருட்டு, சித்- அசித் இப்படியாகிய நேர் விரோதமான தன்மைகளை, சகலமும் இவ்விரண்டின் குணங்களால் பாகுபாடாக்கப்படுகின்றன. நம்முடைய தேகமும் இந்த சீத - உஷ்ண நிலைகளால்தான் நிலைத் திருக்கின்றது. தேகத்திலுள்ள நாடிகளும் இதர தேக பாகங்களும் கூட இத்தன்மைகளைக் கொண்டுதான் வேலை செய்கின்றன. இவ்விரண்டும் சமமாய் இருக்கும் வரையில் தேகம் ஆரோக்யமாய் இருந்து வரும். ஏதாவ தொரு காரணத்தால் ஒரு தன்மை அதிகரித்தால் தேக அசெளக்யம் உடனே ஏற்படும். இந்தக் கிரமத்தை அனுசரித்து, சூரிய நாடி, சந்திர நாடி என்று இரண்டு நாடிகள் தேகத்தில் அமைக்கப்பட்டுள்ளன. இந் நாடிகளில் சஞ்சரிக்கும் ஸ்பந்தங்களில் ஒன்று மேல் நோக்கியும் மற்றொன்று கீழ் நோக்கியும் செல்லுகின்றன.

இப்பிரபஞ்சம் நிலைத்திருப்பதும் அக்னி - சோம தத்வம் பரிண மிப்பதால்; இவ்விரண்டும் ஒன்றுக்கொன்று காரண காரிய சம்பந்தத்தை அடைந்தவைகளாகப் பிரவிர்த்திக்கின்றன. விதை - மரம் போலவும், வெளிச்சம் - நிழல் போலவும், இக்காரண காரிய சம்பந்தம் இரு விதமாக நேரிடுகின்றது. 1. சத் ரூப பரிணாமம், 2. வினா பரிணாமம். முதல் சொன்னது விதையும் - முளையும் போல இரண்டும் ஒரே சமயத்தில் புலன்களுக்குத் தென்படும் ரீதியில் இருக்கின்றது. வெளிச்சமும் - நிழலும் இவ்வகைப்பட்டதே. அதாவது பிரத்யக்ஷத்திற்குப் பிரமாணமாய் ஏற்படு கின்றன; சில இதர புலன்களுக்குப் பிரமாணமாயும் சம்பவிக்கும். வினாச பரிணாமமமாவது ஒன்றின் நாசத்தால் அதன் எதிரடியானது, தோற்று விக்கப்படுவது. அதாவது, பகல் - இரவு, அக்ஞானம் - ஞானம், சித் - அசித், உஷ்ணம் - சீதம், இவைகளைப்போல. ஒன்று இருக்கும் பொழுது

மற்றொன்று தோன்றாது. ஒன்றின் நாசத்தால்தான் மற்றொன்று புலப் படும். ஆகையால் இங்கே அபாவம் பிரமாணமாகின்றது. ஆனால் தார்மீக வாதிகளால் அபாவம் ஒரு பிரமாணமாக ஒப்புக்கொள்ளப்படுவ தில்லை. இது சுத்த மூடத்தனமான கொள்கை, ஏனெனில் நாம் சொன்னது அனுபவத்தை ஒத்து இருப்பதால். நம்முடைய தேகத்திலும், வெளிப் பிரபஞ்சத்திலும் உஷ்ணத்தின் நாசத்தால் சீதமும், சீதத்தின் நாசத்தால் உஷ்ணமும் உண்டாவதை அனுபவத்தில் அறிவோம். பகல் - இரவும் கூட ஒன்றின் நாசத்தால் தான் மற்றொன்று தோன்றுகின்றது. வெளிச்சம் - இருட்டு, அக்ஞானம் - ஞானம், இவைகளும் இப்படியே. பிறகு கடல் நீர் உஷ்ணத்தின் காரணத்தால் ஆவியாகி பிறகு மழையாக பொழிகின்றது. இங்கே அக்கினியே சோமத்துக்குக் காரணமாகின்றது. இது சத் ரூப பரிணாமம். ஆனால் உஷ்ணத்தின் நஷ்டத்தால் தான் மேகம் நீராவதால், வினாச பரிணாமத்தையும் ஒரே திருஷ்டாந்தத்தில் காண்கிறோம்.

இவ்விஷயங்களை இங்கு கவனித்ததின் காரணம் நம் தேகத்திலும் இவைகளின் செயல் காணப்படும் என்பதைக் குறிப்பிடும் பொருட்டே. நம் தேகம் சித்தும் ஜாட்யமும் சேர்ந்த அமைப்பு. அதாவது, அக்னி - சோமக்கலைகள் கூடிய இயக்கம். சூரியக் கிரணங்களையொத்த சித் ஸ்பந்த சக்தியால் சோமனின் கலையாகிய தேகம் நிலைத்திருப்பதன் கூட அதன் மரையில் தேகத்தைத் தோற்றுவித்தும் தன் ஒளியில் தேகத்தை மறைத்தும் இருக்கின்றது. வெளி உலகத்தில் நடை பெறுவது போலவே நம் தேகத்திலும் இவ்வியக்கங்கள் நடை பெறுகின்றன. தாமரைப் பூவை மொய்க்கும் வண்டைப்போல், கபாலத்தில் அமைக்கப்பட்ட ஹிருதய தாமரையைச் சித்தானது, தன் கிரணங்களால் இயக்கி நம் உணர்ச்சி களுக்கும் மனோ பாவங்களுக்கும் காரணமாய் நிற்கின்றது. சித்தானது சேதனை உள் முகமாக பிரவிர்த்தித்தால் சம்சாரம் பெருகும், அசேதன மாக நின்றுவிட்டால் நிர்வாணப்பதவியை அடையும்.

இன்னொரு விஷயம் கவனிக்கத்தக்கது. சூரிய கிரணங்கள் வெட்ட வெளியில் பரவியிருக்கும் பொழுது, ஒரு தடையின்றி இருப்பின், அவைகள் நம் கண்ணுக்குப் புலப்படாது. அதுபோலவே தேகத்தின் சேர்க்கை யில்லாமல் சித்தின் ஒளியும் அறியப்பட மாட்டாது. சித்தின் தரிசனத்தை அடைய தேகத்தின் சேர்க்கை தேவை.

இப்பொழுது உன் கேள்வியைப்பற்றி கவனிப்போம். சித்த புருஷர்கள் அணுவாகவும் அகண்டமாகவும் இருக்கச் சக்தி வாய்ந்தவர்கள் என்பது அவர்களின் மனோ சக்தியைக் குறித்துச் சொல்லப்படும். தேகத்தைப் பற்றியல்ல. தேகத்தால் தன் சுயசொரூபத்தை மாற்றிக்கொள்ள இயலாது. மனதோ எந்த ரூபத்தை வேண்டுமானாலும் எடுத்துக் கொள்ளும் சக்தியை

உடையது. சாதாரண ஜனங்களுடைய மனது அவரவர்களின் வாசனை கூட்டங்களாகிய அனுபவங்களிலேயே உழன்றதாய் வேறு பாவனைகளில் இயங்கும் தன்மையற்று இருக்கின்றது. அவர்களின் மனதின் சக்தி ஒரு அளவுக்கு உட்பட்டதாகவே இருக்கின்றது. சித்தர்களிடத்தோ, மனம் வாசனையற்று நிர்மலமான நிலை யில் இருப்பதால், எந்த ரூபத்தையும் எடுக்கும் சக்தியுற்று இருக்கிறது. அவர்களின் மனோ சக்திக்கு ஒரு அளவு கிடையாது. மேலும் வாசனை யற்ற நிலையில் சங்கல்பத் தீக்ஷண்யமும் தீவிரமும் அதிகம், ஆகையால் மனோ பாவனைகள் உடனே அனுபவமா கின்றன. எப்படி ஒரு சிற்பி தன் பாவனையில் தோன்றிய உருவத்தை கல்லில் காண்கிறானோ, அவ்விதமே, தாயின் கர்ப்பத்தில் சிசு கொஞ்சம் கொஞ்சமாக வளர்ச்சி அடைவதுபோல சங்கல்பங்களும் நாளடைவில் புஷ்டியாகின்றன. யோக முறையில் இவ் விதமாக விளக்கப்பட்டது ஞான முறையிலும் தெளிவாக்கப்படலாம்.

சித்தாகிய ஒரே பொருள் தான் சத்தியம், சர்வமும் அதுவே. அது ஜகத்தும் அல்ல, ஜகத்தில் ஏற்படும் கிரியைகளும் அல்ல, ஆனால் அது சங்கல்பத்தில் ஈடுபட்டமாத்திரம் ஜீவனாக நின்று ஜகத்தாகப் பிரவிர்த்திக் கின்றது. பாலன் இல்லாத பிசாசைக் காண்பது போல், ஜீவன் அசத்திய மான தேகத்தைக் கனவு போல் காண்கின்றது. ஞானம் உதயமானதும் ஜீவனுக்குச் சங்கல்பம் அடங்கி சரீரமான மோகமும் மறையும். சங்கல்பங்கள் அடங்கினால், எண்ணையற்ற தீபம் போல் ஜீவன் சாந்தத்தை அடைகிறது. இவ்விதமான ஜீவன் திடமான பாவனையால் சங்கல்பத்தை பிரத்தியட்சமாக அனுபவிக்கிறது. இது சர்வ முட்டாளுக் கும் ஏற்படுகிறது. பாவனையின் தீவிரத்தால் விஷம் அமிருதமாக மாறுவதில்லையா? தேகம் தேகமாக பாவிக்கப் பட்டால் அப்படியே அனுபவிக்கப் படுகிறது. அசத்தியமாக பாவிக்கப்பட்டால் சொப்பனம் போல் அனுபவிக்கப்படும். அணுவாகவும் அகண்டமாகவும் பிரவர்த் திக்கும் தன்மை ஆகையால் சங்கல்பத்தில் ஏற்படும் பாவனைகள்.

நம் கதையைத் தொடர சூடாலையானவள், ஆகாய கமன மென்னும் சித்தியை வெகு நாள் அப்பியசித்துப் பிறகு அதைப் பெற்றதும், கணவன் அவளை விட்டுப் பிரிந்திருந்த நேரங்களில், பல தேசங்களையும் பிரம மாண்டங்களையும் சுற்றிப்பார்த்து காலம் கழித்து வந்தாள்.

இராமன்: மகா விவேகியான சிகித்வஜன் கூட சூடாலையைப் போல ஞானியிடம் போதத்தை அடைய முடியாமலிருந்தால், சாதாரண அறிவுடையோர்கள் கடைத்தேறுவதெப்படி? குருவின் உபதேசத்தால் கூட ஞானம் அடைய முடியாவிட்டால் வேறெவ்விதம் அடைய முடியும்.

வசிஷ்டர்: குரு - சிஷ்ய முறை சம்பிரதாயத்தில் ஏற்பட்ட ஒரு மார்க்கம். ஆனால் குருவின் உபதேசத்தால் சிஷ்யன் ஞானமடைவா னென்பது தவறான அபிப்பிராயம். ஆத்மா, ஆத்மாவினால் தான் அறியப் படுமே தவிர, அனாத்மாவால் அறியப்பட மாட்டாது. ஆகையால் தன்னு டைய சொந்த முயற்சியால் சிஷ்யனுக்கு விவேகம் ஏற்படும் வரையில் குருவின் உபதேசம் சரியான மார்க்கத்தைத்தான் காட்டக்கூடும். ஒவ்வொருவருக்கும் தன் சொந்த முயற்சியாலும், அதனால் தானாகவே ஏற்படும் விவேகத்தாலும் தான் விடுதலை சித்திக்கும். இந்த விஷயத்தில் அனேகமாக முயற்சி யொன்றும் பலனொன்றுமாகத்தான் சம்பவிக் கின்றது. முன்னொரு காலத்தில் மகாகருமியான ஒரு பிராமணன் இருந்தான். ஒரு நாள் ஏதோ ஒரு காரணமாக அவன் ஒரு பாழும் கிணற்றைத் தோண்டிக் கொண்டிருந்தான். மூன்று நாள் இரவும் பகலும் தோண்டிய பிறகு ஒரு சிந்தா மணியை அடைந்தான். அதை வைத்துக் கொண்டு பிறகு சுகமாக ஜீவித்தான். ஒரு அற்ப விஷயத்தைக் குறித்து முயற்சிக்க மகத்தான ஐஸ்வரியத்தை யதேச்சையாக அடைந்தான். அநேகமாக இவ்விதமாகவே ஜன்மத்தின் பலனாகவும் தற்சமயம் செய்து வரும் முயற்சிகளின் பலனாகவும் யதேச்சையாக காலக்கிரமத்தில் சூரியோதயம் போல ஞானோதயம் ஏற்படுகின்றது. கேவலம் குருவின் உபதேசத்தால் மாத்திரம் ஞானம் அடையப்படமாட்டாது.

இப்பொழுது நாம் சிகித்வஜனைப்பற்றி கவனிப்போம். ஏற்கனவே வைராக்யம் ஏற்பட்டிருந்ததால் கொஞ்சம் கொஞ்சமாக ராஜ்ய விஷயங்களிலும் பிடிப்பு விட்டு, இவைகளைத் துறந்து தனியே செல்ல விரும்பினான். இனித் தான் ராஜ்யத்தில் இருப்பதும் சரியல்ல வென்று நினைத்தான். ஏகாங்கியாக காட்டில் வனவாசம் செய்யும் இச்சை அதிகரித்தது. இவ்வித எண்ணங்கள் நாளடைவில் திடப்பட்டதும் ஒரு நாள் தன் ராணி சூடாலையைக் கூப்பிட்டுத் தன் தீர்மானத்தை வெளியிட்டான். ராஜ்ய பாரத்தை அவளை ஏற்றுக்கொள்ளும்படி கட்டளை இட்டான். கணவனுடைய நோக்கங்கள் சூடாலைக்கு மிகவும் சமாதானமற்றதாகவும் பிரயோஜனமற்றதாகவும் தோன்றின. யவ்வன மெல்லாம் கழிந்து வயது முதிர்ந்த காலத்தில் அனுஷ்டிக்க வேண்டிய முறைகளை அகாலத்தில் பிரயத்தனம் செய்வது தகாதென்று சொல்லிப் பார்த்தாள். அரசனே தன் கடமைகளை அவமதித்துச் சென்றால் பின்பு பிரஜைகள் எப்படி கர்மங்களைக் கடை பிடிப்பார்கள். மேலும் அரசனின்றி தேசம் நாச கதியை அடையும். இவ்வித நற் போதனைகளை ஏற்காமல் சிகித்வஜன், தான் ஒரு முடிவுக்கு வந்து விட்டதால் இதை மறுப்பது குலப் பெண்ணுக்குத் தகாதென்றும் அதை நிறை வேற்றுவதே முறையென்று சொல்லியும் விடை பெற்றுக்கொண்டு வெளியே

சென்றான்.

அன்றிரவு எல்லாரும் படுத்துறங்கியதும், நடு நிசியில், நகரம் நிசப்த மாக இருக்கையில் சிகித்வஜன் படுக்கையை விட்டு, மனைவி விழித்துக் கொள்ளாதபடி மெதுவாக எழுந்து அரண்மனையிலிருந்து வெளிவந்து ஊரைக்கடந்து சென்றான். பல தினங்கள் மலை, காடு, கிராமங்களைக் கடந்து தன் பட்டணத்தை விட்டு வெகு தூரம் வந்த பிறகு, ஒரு அற்புத மான சோலையைக் கண்டான். சுத்த நீர், அழகிய செடி கொடிகள், பூந்தோட்டம், பல பழவர்க்கங்களாகிய சௌகரியங்கள் இருப்பதைக் கண்டு வாசம் செய்ய இதுவே தகுந்த இடம் என்று தீர்மானித்து ஒரு பர்ண சாலையைக் கட்டிக் கொண்டு ஜீவிதத்தை நடத்தி வந்தான்.

தனக்கு வேண்டிய சாமான்களையெல்லாம், அதாவது தண்டு, கமண்டலம், பூக்குடலை, மான் தோல், ஜப மாலைகள் எல்லாம் சேகரித்து வைத்துக் கொண்டான். பிரதி தினமும் சிகித்வஜன் அதிகாலை யில் எழுந்து, காலைக் கர்மங்களை முடித்துக் கொண்டு பூஜை செய்வதும், உணவானதும் சற்று நேரம் சிரமம் தீர்த்துக் கொண்டு, மீண்டும் ஜபம் செய்வதும், பிறகு சந்தியாக் கிரமங்களைச் செய்வதும், இப்படியாக ஒவ்வொரு நாளும் செய்தவைகளைத் திரும்பித் திரும்பிச் செய்த வண்ணம் பல வருஷங்களைக் கழித்தான்.

பதினெட்டு வருஷம் சென்ற பிறகு சூடாலையும் ஒரு தீர்மானத் திற்கு வந்தாள். தன் கணவன் தற்சமயம் விவேகத்தை அடையத் தகுந்த வனாக இருக்கலாமென்று எண்ணி, அவனை இருப்பிடத்தில் பார்க்கத் தீர்மானித்தாள். ஆனால் தன்னுடைய சுயசொரூபத்தில் காண்பதை இச்சிக்கவில்லை. ஏனெனில் தன்னுடைய போதனைகளை அவன் ஏற்றுக் கொள்ளமாட்டான் என்ற எண்ணத்தால். ஆகையால் ஒரு யௌவன பிராமணன் போல் தன் ரூபத்தை மாற்றிக் கொண்டு ஆகாய மார்க்க மாய்க் கணவன் இருக்கும் இடத்தை நாடிச்சென்றாள். சில நேரங் களுக்குப் பிறகு இருப்பிடத்தை அடைந்து அவன் அறியா வண்ணம் சற்று தூரத்திலிருந்தே அவனை உற்று நோக்கிப் பார்த்தாள். யௌவன மெல்லாம் கழிந்து, உடல் சுண்டி முகம் வாடி இருந்தான். இதைக் கண்டு சூடாலை மன வருத்தம் அடைந்தாள். கூடவே மனதிற்கு திருப்தியும் ஏற்பட்டது. இதற்குக் காரணம் தன் கணவன் இந்த நிலையில் போதனை களுக்குப் பாத்திரமாய் இருப்பானென்ற எண்ணம். பிறகு அவ்விடத்தை விட்டு அகன்று சிகித்வஜனை நேரில் சந்திக்கச் சென்றாள்.

வந்த சிறுவனை சிகித்வஜன் பார்த்து அவனுடைய அழகினாலும் தேக காந்தியினாலும் வசீகரிக்கப்பட்டு அவன் ஒரு தேவ குமாரனாக

இருக்க வேண்டுமென்று எண்ணி, அதற்கேற்றபடி வணங்கி அர்க்யம் பாத்யம் விட்டு மலர்மாலை போட்டு மிக வணக்கத்துடன் யோக க்ஷேமங் களை விசாரித்து அவனுடைய வரலாற்றைச் சொல்லும்படி வேண்டிக் கொண்டான்.

பிராமணச் சிறுவன், தான் கும்பனென்ற நாமம் பூண்ட தேவ குமாரனென்றும், தனக்குப் பிரபஞ்சத்தில் தேவை என்பதே கிடையாததால் பொழுது போக்கும் வண்ணம் யதேச்சையாக இம் மார்க்கம் செல்லும் பொழுது அவனைக்கண்ட படியால், சற்றுப் பேசி விட்டுப் போகலாமென்று வந்ததாகவும் சொன்னான். இதைக்கேட்ட சிகித்வஜன் அவனுடைய குடும்பத்தைப் பற்றி விசாரித்தான்.

கும்பன்: நான் தேவ லோக வாசியும் திரி லோக சஞ்சாரியுமான நாரத மக ரிஷியின் புத்திரன். ஒரு நாள் அவர் பூப் பிரதேசம் சுற்றி வருகையில் கங்கா நதிக் கரையில் சில தேவலோகப் பெண்கள் ஜலக்கிரீடை செய்து வந்ததை எதிர் பாராமல் பார்க்கலானார். அவர்களைக் கவனிக்கை யில், ஒருத்தி ரிஷியை பிரேமையுடன் உற்று நோக்கினாள். அவளுடைய முகலட்சணங்களையும், சௌந்தரியமான தேக வடிவையும் கண்டு நாரதரும் தன் மனத்தை இழக்கலானார். பிறகு இந்த ரூபவதி கர்ப்பம் தரித்து என்னை ஈன்றாள். இளம் பிராயத்திலேயே எல்லா வித்தை களையும் எனக்கு என் தகப்பனார் போதித்தார். அவருடைய ஞானோப தேசங் களாலும், என்னுடைய சொந்த முயற்சியாலும் நான் அடைய வேண்டிய பதவியை அடைந்து பரம திருப்தனாக இருந்து வருகிறேன்.

சிகித்வஜன்: மகா சிரேஷ்டரும் தபசியுமாயுள்ள நாரதர் கூட இவ்வித பெண் மோகத்திற்கு உட்பட்டாரா?

கும்பன்: இம்மூன்று லோகங்களிலும் மனஸ் - தேகமாகிய இரு தத்துவங்களை கூடிய பிராணிகள் அனைத்தும், தேவர்கள் உட்பட, தேகத்தின் நியதிக்கு உட்பட்டவரே. தேகமாவது சுகம் - துக்கமென்ற பாவனைகளால் நிலைத்திருக்கின்றது. சரீரம் உண்டாவதும் இவை களால். இவ்விரண்டும் சாந்தி அடைந்தால் தேகத்தின் தேவையும் ஓய்ந்து விடுகின்றது. அறிவாளிகள், சுகம் துக்கம் இரண்டையும் சமமாகப் பாவித்து அவைகளின் வசமாகாமல் இருந்து வருவார்கள். அவர்களை இப் பாவனைகள் ஒட்டுவதில்லை. அக்ஞானிகளோ, சாயத்தில் தோய்ந்த துணியைப்போல் அழிக்கப்பட முடியாத பாவனைகளில் எப்பொழுதும் ஈடுபட்டுக்கொள்ளுகிறார்கள். இதன் காரணத்தால் அவர்களுக்கு அடுக்கடுக்காக ஜன்மங்கள் எடுக்கவேண்டிய நிமித்தம் ஏற்படுகின்றது. ஆகையால் பிரபஞ்சம் சுக துக்கங்களால் வியாபிக்கப்பட்டது. இரண்டை யும் சமமாக பாவிப்பவர்கள் எப்பொழுதும் சாந்தத்தை அனுபவிப்பார்.

அப்படி இல்லாதவர்கள் அனேகமாக துக்கத்தை நோக்கியே செல்கிற வராவர். சுயமாயும் சாந்தமாயும் நிர்மலமாயும் உள்ள சித்தானது ஒரு கண மாத்திரம் தன் நிலையை விட்டு நழுவினால், உடனே உணர்ச்சி ஜாலங்களால் பீடிக்கப்பட்டு அவை வசம் ஆகின்றன. உணர்ச்சி வச மானால் பிறகு பரிதபிக்கப்படும் கதிதான். நாரதரும் இப்படி ஒரு கணம் சாந்த நிலையை விட்டுத் தவறினதால், தேகத்தின் நியதிக்கு உட்பட்டு தன் மனதை இழக்கலானார்.

சிகித்வஜன்: சுகம் - துக்கம் இரண்டும் தானாகவே உற்பத்தியானது எவ்விதம்? பிறகு இவைகளுக்குக் காரணமாயிருப்பது வெகு தூரத்தி லிருந்தும் எப்படி நம்மை பாதிக்கின்றன?

கும்பன்: சுகம் - துக்கம் இரண்டும் தானாகவே தான் காரணமின்றி உற்பத்தியாயின. இவை ஆதியில் அம்மாதிரி உணரப்பட்டு அதே உணர்ச்சிகள் எல்லா பிராணிகளையும் இது வரையில் இயக்கி நியதியாக நிலைத்துவிட்டன. இந்த உணர்ச்சிகளுக்கு காரணமாகிய வஸ்து அல்லது விஷயம் பிரத்யக்ஷமின்றி இருப்பினும், சேதனத்தில் உன்-முகமாகிய சித் அல்லது ஜீவன் அவைகளை நினைத்த மாத்திரம் ஒரு கொந்தளிப்பை அடைந்து, ஜீவநாடியில் சஞ்சரிக்கும் குண்டலினியையும் கொந்தளிக்க செய்கிறது. ஜீவநாடி ஸ்பந்தித்ததும் இதர நாடிகள் அனைத்தும் கூடவே தந்திகள் போல் மீட்டப்பட்டு, தேகம் ஒரு ஸ்புரிப்பை அடைகின்றது. நாரதருக்கு ஏற்பட்ட அனுபவமும் இவ்விதமே, மேகத்தில் இடி உண்டாவதும் மரத்திலுள்ள பூ, இலை, பழங்கள் விழுவதுபோல். ஆகையால் தேகம் நாடிகள் வழியாக இயங்குகின்றது. நாடிகள் குண்டலினி என்னும் பிராணநாடியின் இயக்கத்தால் அசைகின்றன. பிறகு பிராண நாடி சித்தில் ஏற்படும் ஸ்பந்தத்தால் எழுப்பப்படுகின்றது. வாஸ்தவமாக இல்லாததானதும் கேவலம் பாவனைகளுமான சுக துக்கங்கள் தான் எல்லாத்துன்பங்களுக்கும் காரணம். இவ்வுணர்ச்சிகள் அடங்கினால் ஜீவன் சாந்தி அடைந்து விடுதலைக்குப் பாத்திரமாகின்றது.

சிகித்வஜன்: சுபாவம் எப்படி ஏற்பட்டது?

கும்பன்: ஆதியில் பிரம்மத்தில் செடிகொடிகள், ஜீவ ஐந்துக்கள் என்று பலவாறாக ஏற்பட்டு அவ்அவ் விதமாகவே நிலைத்து விட்டன. முதல் இயக்கம் எப்பொழுதும் யதேச்சையாகத்தான் ஏற்படும். இப்படி முதலில் ஏற்படுவது தான் பிற்பாடு மீண்டும், மீண்டும் ஏற்படும். இதுவே காலக்கிரமத்தில் வாசனையாக புஷ்டி அடைந்து மாற முடியாத நியதியாக நமக்குப் புலப்படுகின்றது.

சிகித்வஜன்: தங்களுடைய உபதேசங்களால் எனக்கு மனத்தெளிவு

ஏற்படுகின்றது. மேலும் மேலும் கேட்க ஆவலாய் இருக்கிறேன். தங்களைப்பற்றியும் கேட்க இன்னும் அறிய ஆவலாய் இருக்கிறேன்.

கும்பன்: சிசுவாக நான் கும்பத்தில் வளர்ந்து ஜனித்ததால் எனக்கு கும்பனென்று பெயரிடப்பட்டது. சரியான காலத்தில் வேண்டிய வித்தை களை என் தகப்பனாரிடம் கற்றுக் கொண்டு, பிறகு பாட்டனாராகிய பிரம்மாவிடம் சென்றேன். அவருடைய உபதேசங்களாலும் ஆசீர்வாதத் தாலும் எனக்குப் பரிபூர்ண ஞானம் ஏற்பட்டு அதே நிலையில் இருந்து வருகிறேன். நான் இப்பொழுது தேவை என்பதையே அறியாமல் இருக் கிறேன். எனக்கு வாசம் பிரம்ம லோகத்தில்; பொழுது போக்கும் பொருட்டு பூலோகத்தைச் சுற்றிப்பார்த்து வருகையில், தங்கள் பர்ண சாலைக் கண்டு இறங்கி வந்தேன். நான் தேவ குமாரனாகையால் பூலோகத்திற்கு வந்தாலும், அதன் ஸ்பரிசம் எனக்கு ஏற்படாது. ஏனெனில் நான் பூமியில் கால் படாமலேதான் நடப்பேன். (அதாவது பௌதிக சம்பந்தத்தை ஏற்றுக் கொண்டும் அதன் வசமாக மாட்டேன் என்று பொருள்படும்.)

சிகித்வஜன்: உங்களுடைய பூர்ணமான ஞானத்தைக் கேட்டு மிகவும் மகிழ்ச்சி அடைகிறேன். உங்களைப் போன்ற உத்தமமான புருஷர்கள் உலகத்தில் மிகவும் அபூர்வம். உங்களுடைய தரிசனம் எனக்குக் கிடைத்தது பூர்வ புண்ணியமேயாகும். நான் வனவாசம் வந்ததின் கருத்து தங்களுடைய தரிசனத்தால் பூர்த்தியடைந்தது.

வசிஷ்டர்: கும்பன் இம்முக ஸ்துதிகளைப் பாராட்டாமல், மேலே அவனைப் பேசவும் விடாமல் அவனைச் சில கேள்விகள் கேட்டான்.

கும்பன்: என் வரலாற்றை நான் சொல்லி முடித்தேன். இனித் தங்களுடைய பிறதாபத்தை கேட்க ஆவலாய் இருக்கிறேன். இங்கே வன வாசம் வந்ததின் காரணமென்ன?

சிகித்வஜன்: நான் ஒரு பெரிய ராஜ்யத்திற்கு அரசனாக இருந்து, எல்லா போகங்களையும் அனுபவித்துச் சலிப்படைந்து, ராஜ்யம், ஐஸ்வரியம், குடும்பம், எல்லாம் துறந்தேன். மீண்டும் மீண்டும், செய்வதையே செய்வதில் மனம் கசந்தது. இப்பொழுது இங்கே ஏகாந்தியாய் எல்லா கவலைகளையும் ஒழித்து சந்தோஷமாய் இருந்து வருகிறேன். இப்பொழுது தங்களிடமிருந்து அறிந்து கொள்ள வேண்டிய விஷயங்களைக் கேட்க மிக ஆவலாய் இருக்கிறேன்.

கும்பன்: அடையப்பட வேண்டிய நிலை ஒன்றே, அதாவது ஞானம். இவ்விஷயமாய் நான் பாட்டனாராகிய பிரம்மாவிடமிருந்து அடைந்த உபதேசங்களை கேட்பீராக.

பிரம்மாவின் உபதேசம்

ஞானம்தான் சிரேஷ்டமானது, ஏனெனில் கைவல்ய பதவிக்கு இதுவே மார்க்கம். ஜன்மாவில், காலத்தின் வசத்தால் கிரியை என்பது எல்லோருக்கும் ஏற்படுகிறது. ஆனால் ஞானிகள் இக்கிரியைகளை வாசனையின்றி பொழுது போக்கும் வண்ணம் செய்து வருவார்கள். மூடர்களே கிரியைகளில் வாசனைகளை சேகரித்து வைத்துக் கொண்டு அதற்கு அதீனமாகி விடுகிறார்கள். வாசனையுடன் செய்யப்படும் கிரியைகள் தான் பலனுக்குக் காரணமாகின்றன. வாசனையின்றி கிரியைகள் செய்யப் பட்டால் அவைகளுக்குப் பலனென்னும் சேஷம் உண்டாவதில்லை. வாசனைதான் அகங்காரத்திற்கும் அதன் தொடர்பாக ஏற்படும் மூடத் தன்மைகளுக்கும் காரணம். இந்த அக்ஞானங்கள் ஒழிந்தால் வாசனையும் ஒழியும். வாசனை ஒழிந்தால் ஞானம்தான் மீறும். ஜனன- மரணமும் ஓய்வடையும்.

கும்பன்: ஆகையால் ராஜனே! தாங்கள் இவ்விதம் ஞானத்தை தேடுவதை விட்டு இங்கே நடுக்காட்டில் வசிப்பதின் உத்தேசமென்ன? இங்கு வந்தும் சம்சாரம் ஒழியவில்லையே. தண்டு, கமண்டலம், இன்னும் இதர வஸ்துக்களும் சேகரித்து வைக்கப்பட்டுள்ளன. நாள்தோறும் கேவலம் கிரியைகளில் காலத்தைக் கடப்பதில் லாபமென்ன? நீங்கள் புத்தியை விசாரணையிலும், ஆராய்ச்சியிலும் செலுத்தி, பந்தம்-மோக்ஷம் என்பவைகள் என்ன, சம்சாரம் - ஜகத் இவைகள் எப்படி ஏற்பட்டன என்று ஆராய்ந்து இவைகளின் தத்துவத்தை அறிய வேண்டும். ஞானி களின் சேர்க்கையைத் தேடி உண்மையை அறிய வேண்டும்.

சிகித்வஜன்: தங்களுடைய உண்மைப் பூர்ணமான இனிய மொழி களைக் கேட்க எனக்கு மனக் குளிர்ச்சியும் அமைதியும் ஏற்படுகின்றது. இதுவரையில் நான் என் ஆயுள் காலத்தை வீணாக்கினேன். இப்பொழுது நான் விவேகத்தை அடைந்தேன். ஞானம்தான் அடையப்பட வேண்டிய பகுதி என்று அறிந்தேன். இனித் தாங்களே எனக்கு, மாதா, பிதா; தாங்களே எனக்கு குருவும்; உங்களை நமஸ்கரிக்கிறேன்.

கும்பன்: உங்கள் இஷ்டப்படியே நான் உபதேசம் செய்கிறேன். ஆனால் ஒரு நிபந்தனை, அதாவது நான் சொல்லப்போகும் தத்துவங் களையும் உபதேசங்களையும் கவனித்து மனத்தில் வாங்கிக் கொண்டு அதன்படி நடக்கவேண்டும். எல்லா சந்தேகங்களையும் ஒழிக்க வேண்டும். தகப்பன் வார்த்தைகளை ஆதரித்து வரும் பிள்ளைபோல் தாங்களும் என் மொழிகளை மதிக்க வேண்டும். அவைகளை வேத வாக்காக பாவிக்க வேண்டும். இப்பொழுது நான் இரண்டு சிறிய விருத்தாந்தங்களைச் சொல்கிறேன். இவைகளின் தாத்பரியம் நம் அனுபவத்தில் அறியப்

பட்டவைகளாகவே இருக்கும். இவைகளைச் செவி கொடுத்துக் கேட்டுக் பொருள்களை மனதில் பதிய வைத்துக் கொள்ளவும்.

1

பிராமணன் அடைந்த சிந்தாமணி

குணமும் ஐஸ்வரியமும் சேர்ந்து ஒருவனிடம் இருப்பது அரிது. ஏனெனில் இவ்விரண்டு லக்ஷ்மிகளும் நேர் விரோதமான குணாதிசயங் களை ஆதரிப்பவராவர். அதிசயமாக ஒருவன் இவ்விரண்டையும் அடைந்து, மேலும் ஊக்கமும் முயற்சியையும் கூடியவனாக இருப்பானாகில் அவனால் உலகத்தில் அடையப்படாதது ஒன்றுமில்லை. சிந்தாமணியை யும் கூட அவன் அடையலாம். ஆனால் ஆத்ம ஞானம் ஒன்றுதான் அடைய முடியாது.

இவ்விதமான பிராமணன் ஒருவன் தீவிர முயற்சியில் ஈடுபட்டு அதன் காரணத்தால் ஒரு சிந்தாமணியைக் கண்டான். ஆனால் ஒரு நிச்சய புத்தி இல்லாத காரணத்தாலும் தன்னையே தான் சரியாக அறியாததாலும் அகப்பட்ட சிந்தாமணியை, சிந்தாமணி அல்லவென்று அலட்சியம் செய்தான். அதையடையத் தனக்கு அவ்வளவு யோக்கியதை இல்லையென்றும் தன்னுடைய அற்ப முயற்சியால் அகப்படக் கூடுமா வென்றும் நினைத்தான். அகப்பட்டதை உதாசீனம் செய்து மீண்டும் முயற்சி செய்யத் தொடங்கினான். அதன் பயனாக கருகு மணியை அடைந் தான். அப்பொழுது சிந்தா மணியை அடைந்ததாக எண்ணிக்கொண்டு மிகவும் சந்தோஷம் அடைந்தான். சிந்தாமணி அகப்பட்ட பிறகு மற்றெதுவும் தேவையாயிருக்கவில்லை, ஏனெனில் வேண்டியதெல்லாம் அதனால் அகப்படும். இந்த நோக்கம் கொண்டு எல்லாவற்றையும் துறந்து காட்டுக்கு சென்ற தனிமையாக வசிக்கலானான். இவ்வளவு பரம மூடனுக்கு விமோசனம் ஏது? எட்டை (8) ஆறென்றும் (6) துஷ்டனை சினேகிதனாகவும், விஷத்தை அமிருதமாகவும் எண்ணுகிறவர்களின் புத்தியீனம் எப்படியோ அப்படியானவன் இந்த பிராமணன். இவனைக் காட்டிலும் கேவலமானவர் யாரும் இரார்.

2

சுதந்தரத்தை இழந்த யானையின் வரலாறு

இரண்டாவது விருத்தாந்தத்தைச் சொல்கிறேன் கேளும். விந்திய மலைச் சார்பில் ஒரு அடர்ந்த மலை போன்ற ஒரு யானை இருந்து

வந்தது. எல்லா யானை மந்தைத் தலை யானைகளுக்கும் தலையாகவும் காட்டு ராஜாவாகவும், ஒன்றும் லட்சியமின்றி இருந்து வந்தது. இவ்வளவு பராக்கிரமமும் ஓர் அற்ப யானைப் பாகனிடம் பயன்படவில்லை. ஏனெனில், அவனால் யானை குறி வைக்கப்பட்டு, ஒரு சமயம் பிடிபட்டு, சங்கிலியால் கட்டுண்டு, அங்குசத்திற்கு அடிமையாக வேண்டி நேரிட்டது. இப்படி இருக்கும் பொழுது ஒரு நாள் யானை தன்னுடைய விடுதலை யைப் பற்றி வெகு ஊக்கங்கொண்டு சங்கிலியை அறுத்துப்போக தன்னால் கூடிய பிரயத்தினத்தைச் செய்தது. பலன் உடனே கிடைத்தது. சங்கிலி அறு பட்டு சுதந்திரம் அடையப்பட்டது. இதை கவனித்து வந்த பாகன் பக்கத்தி லிருந்த ஒரு மரத்தின் மீது ஏறி யானையின் தலை மேல் குதித்தான். குதித்தவன், கால் தவறி, யானையின் காலடியில் விழுந்தான். மிருகமாய் இருந்தும் யானை அனாதியாக இருந்த பாகன் பேரில் கருணை புரிந்து; அவனைக் காலால் நசுக்கிக் கொல்லாமல் தன்னை மாத்திரம் காப்பாற்றிக் கொள்ளும் பொருட்டு காட்டை நோக்கி ஓடி விட்டது.

பாகன் உயிர் தப்பித்ததும் யானையப் பின் தொடர்ந்து மீண்டும் அதைப் பிடிப்பதற்கு யத்னம் செய்யத் தொடர்ந்தான். இதன் பொருட்டு யானை வாசம் செய்யும் இடத்தைச் சுற்றிலும் வெகு தூரத்தில் ஒரு அகழியை வெட்டி கண்ணுக்குத் தெரியாதபடி அதை மூடிக் காத்திருந் தான். கவலையற்றுத் திரிந்து கொண்டிருந்த யானை, சில நேரத்திற்குப் பிறகு, அகழியின் பக்கம் சென்று அதில் விழுந்து பாகன் வசமாயிற்று.

சிகித்வஜன்: இச்சிறு கதைகள் இரண்டையும் நான் கவனித்துக் கேட்டேன். இவைகளின் உட்கருத்தை விளக்கும்படி கேட்டுக் கொள் கிறேன்.

கும்பன்: கதைகளைத் தங்கள் மனதில் சித்தரித்துக் கொண்டதை நான் அறிவேன். இனி இவைகளின் உட்கருத்தைக் கேளும். தங்களுடைய நிலைமையையே இக்கதைகள் விளக்கும்.

எல்லா சாஸ்திரங்களையும் கரை கண்டு மிகப்பண்டிதனாக இருந்தும், தத்துவ ஞானமின்றி இருந்தால் எப்படி பாண்டித்யம் வியர்த்தமோ, அப்படித் தாங்கள் சிந்தாமணியை அடைந்தும் பலனற்றுப் போய் விட்டது. சர்வத்தியாகம் தான் வாஸ்தவமான சிந்தாமணி. தாங்கள் மனைவி ஐஸ்வரிய ராஜ்யம் எல்லாம் வெகு எளிதில் துறந்து சிந்தா மணியை அடைந்தவராக இருந்தீர். ஆனால், இதனால் அடையப்பட வேண்டிய மனச்சாந்தியை தாங்கள் அடையவில்லை. கைக்கு அகப்பட்ட சிந்தாமணியை நழுவவிட்டீர், எனில் அடைந்த பதவியை மதிக்காமல் இன்னும் உயர்ந்த பதவி ஏதோ இருப்பதாக எண்ணி அதைக் குறித்து முயற்சியை மேற்கொண்டீர். சித்தம் நிலை கலைந்தால் மானிடர்களுக்கு

வேறு ஆபத்து என்ன வேண்டும். நிலைகலைந்த சித்தம்தான் சங்கல்ப மெனப்படும். சங்கல்பம் அடங்காத வரை மனச்சாந்தி எப்படி ஏற்படும். சங்கல்பத்தின் ஒழிவே பரமபதமெனப் படும்.

கதையில் சொன்னபடி, மீண்டும் செய்த அதிமுயற்சியால் தங்களுக்கு ஸ்படிகக் கல்லு கூட அகப்படாமல் கருகு மணிதான் கிட்டியது. இங்கே வனவாசத்தால் தங்களுக்கு அகப்பட்டது, நகரத்தில் இருப்பதைவிட அதிக காற்று மழை வெயிலுமே. உயர்ந்த பதவியை அடையும் பொருட்டு தங்கள் தபஸை ஏற்றுக்கொண்டீர். இத் தபஸால் அடையப்படுவது என்ன? இதனால் இதர விஷயங்களில் வாசனை குறைந்து தபஸ் என்னும் கிரியையில் வாசனை அதிகரிப்பதே. கேவலம் கிரியைகளால் என்ன பலனை அடைய முடியும்? தபஸில் ஈடுபடுவது வியர்த்தம். இவ்விஷயங் களைத் தாங்கள் மனதில் பதியவைத்துக் கொள்ளவேண்டும்.

யானையின் விருத்தாந்தத்தில் அடங்கிய கருத்தை கவனிக்க, மகத்தான யானை ராஜாதி ராஜனான தீரே! யானையானது பாகனுக்கு அடிபணிந்தது, நீங்கள் அக்ஞானத்திற்கு அடிபணிந்தீர். யானை பலத்த சங்கிலியால் கட்டப்பட்டது. தாங்கள் ஆசா பாசங்களால் கட்டுப்பட்டீர். சங்கிலி நாளுக்கு நாள் தேய்ந்து போகும், ஆசைகளோ நாளுக்கு நாள் விருத்தியாகும். யானை கட்டை அவிழ்த்துக்கொண்டு சுதந்தரம் அடைந்தது போல் தாங்களும் ராஜ்யம், மனைவி, சுற்றத்தாராகிய பந்தங்களிலிருந்து விடுபட்டுக் கொண்டீர். அடைந்த சுதந்தரத்தை காப்பாற்றிக் கொள்ளும் விவேகம் இருவருக்கும் இல்லாமல் போயிற்று. யானை தன் சத்துருவாகிய பாகனை ஒழிக்காமல் விட்டதால் மீண்டும் அவன் கைவசமாக நேர்ந்தது. தாங்களும் அக்ஞானத்திலிருந்து விடு பட்டுக்கொண்டும் அதை அறவே ஒழிக்காமல் மீண்டும் துளிரவிட்டீர். பாகன் பள்ளம் வெட்டி அதை இளம்பயிர்களால் மூடி யானையை ஏமாற்றித் தன் வசமாக்கிக் கொண்டான். அதுபோலவே விடப்பட்ட அக்ஞானம் ஆசையாகிய பள்ளத்தை தபசாகிய கிரியைகளால் மூடி உம்மைத் தன் வசமாக்கிக் கொண்டது. ஆகையால் இந்த யானையின் விருத்தாந்தம் தங்களுடைய முட்டாள்தனத்தை நன்கு விளக்குகின்றது.

தங்களுடைய மனைவியாகிய சூடாலை மகா விவேகி; அவளுடைய அருமையான உபதேசங்களை ஏன் நீங்கள் ஏற்றுக்கொள்ளவில்லை. நீ வெகு சீக்கிரத்தில் அவள் பூர்ண ஞானம் அடைந்தாள். பிறகு, அவளு டைய முறைகளைப் பின்பற்றாமல் போனாலும் தாங்களே தேடிய மார்க்கத்திலாவது எல்லை வரை சென்றீரா? இல்லை. தியாகம் செய்வதை கடைப்பிடித்த பிறகு, ஏன் சர்வத் தியாகம் செய்யாமல் விட்டீர்?

சிகித்வஜன்: ராஜ்யத்தைத் துறந்தேன்; என் நகரம், வீடு, மனைவி, எல்லாம் துறந்தும் எப்படி சர்வத் தியாகம் செய்யாதவனாவேன்?

கும்பன்: ராஜ்யம், தேசம், மனைவி இவை தங்களுக்குடையதல்லவே. இவைகளுக்கும் தங்களுக்கும் யாதொரு சம்பந்தமும் கிடையாதே. தங்களுக்குச் சொந்தமானது எது விடப்பட்டது?

சிகித்வஜன்: சரி, இங்கேயுள்ள வனம், மரம், செடிகள், இவைகளையும் இப்பொழுது துறந்தேன். இப்பொழுதாவது நான் சர்வத் தியாகி ஆகுமா?

கும்பன்: இவைகளும் தங்களுடையது அல்லவே.

சிகித்வஜன்: இப்பொழுது இருப்பதெல்லாம் இந்த பர்ணசாலை, தண்டு, கமண்டலம், மான் தோல், மாத்திரமே. இவைகளையும் தியாகம் செய்து விட்டேன். என்னுடையதென்று இப்பிரபஞ்சத்தில் எனக்கு ஒன்று மில்லை. ஏகாங்கியாக இருக்கிறேன். இப்பொழுதாவது நான் சர்வத் தியாகி யாவேனா?

கும்பன்: ஏ ராஜனே! நீர் ஒன்றும் துறக்கவில்லையே, ஏனெனில் எல்லாவற்றிற்கும் மூலமானதை நீர் தியாகம் செய்யாததால். அது ஒன்று தியாகம் செய்யப்பட்டால் எல்லாம் தியாகம் செய்யப்பட்டது போலாகும். நீரும் சோகமின்றி பரமானந்தத்தை அடைவீர்.

சிகித்வஜன்: இனி தியாகம் செய்ய என் உடலும் இந்திரியங்களும் தான் இருக்கின்றன. இதையும் தியாகம் செய்யத் தயார். இதோ இம் மடுவில் விழுந்து அதையும் துறக்கிறேன்.

கும்பன்: ராஜன்! நில்லும் நில்லும்! வீணாக உங்கள் தேகத்தை ஏன் நாசம் செய்கிறீர். தேகம் கேவல ஜடப்பொருள், மிகவும் பரிதபிக்கப் படும் பொருள். இதன் நாசத்தால் என்ன பிரயோஜனம்? காற்று வீசினால் மரத்திலுள்ள பூக்களும் பழங்களும் உதிர்கின்றன. அதற்கு மரம் என்ன செய்யும்? அதுபோலவே தேகம் வேறொரு தத்துவத்தால் ஆட்டி வைக்கப் படுகின்றது. ஆட்டிவைக்கும் மூலப்பொருள்தான் விடப்பட வேண்டியது. இதனுடைய சேதனம் ஓய்வடையும் வரையில் தேகத்தின் நஷ்டத்தால் யாதொரு லாபமுமில்லை. இத்தேகம் ஒழிந்தால் இன்னொரு தேகத்தை அது தேடிக்கொள்ளும். ஆகையால் தேகநாசத்தை தேடாதீர். தங்கள் ராஜ்யம், மனைவி, ஐஸ்வர்யம், தேகம் எல்லாம் தியாகம் செய்யப்பட்டா லும் சர்வத் தியாகம் ஆகாது. எது இவைகளுக்கெல்லாம் காரணமோ, எது எல்லாமுமாக நிற்கின்றதோ, அது தியாகம் செய்யப்பட்டால்தான் சர்வத் தியாகமாகும்.

சிகித்வஜன்: அப்படிப்பட்டது எது? அதைப்பற்றி எனக்கு விளக்கிச்

சொல்லவும்.

குப்பன்: அதுதான் ஜீவன், பிராணன் இன்னும் வேறு பெயர்களாலும் வழங்கப்படுவது. அது ஜடமுமில்லை அஜடமுமில்லை. அதில் தொழில் சதா சுழல்போல் சுற்றிக்கொண்டிருப்பதே, இதைத்தான் சித்தென்றும் மனசென்றும் கூறுவர். அது தேடிக்கொண்ட இருப்பிடம் தேகம். மரத்துக்கு விதை காரணமாக இருப்பதுபோல, ஜன்மத்துக்குக் காரணம் மனஸ். இது நிலைத்திருந்தால் சர்வதுக்கம். இது தியாகம் செய்யப் பட்டால் பரமசுகம். விதையிலிருந்து, உற்பத்தியாகும் மரமானது கிளைகள் இலை பூ பழங்களாக விஸ்தரிப்பதுபோல், மனதானது பிரபஞ்சமாகவும் அதில் அடங்கியவைகளாகவும் விஸ்தரித்து சுகதுக்கங் களுக்குக் காரணமாகின்றது. காற்றுவீசும் வரையில் மரம் அசைந்து கொண்டிருப்பது போலும், பூகம்பம் இருக்கும் வரையில் மலை அதிர்ச்சிக்கு உட் பட்டிருப்பது போலும், சித்தம் சேதிக்கும் வரையில் சுக துக்கங்கள் இருந்தே தீரும். சித்தம் ஓய்வடைந்தால் ஆதி வியாதி இவ்விரண்டின் எல்லைகளைக் கடந்ததுபோலாகும். மேலும் துவைதபாவம் நீங்கி எல்லாம் ஒரே தத்வதுமென அறியப்படும். இந்நிலை பரமபதமெனப்படும். சித்தத்தன்மைக்கு மூலமாயிருப்பது - நான்- என்ற பாவனையே. இந்த பாவனை சித்தத்தைக்கொண்டு வெகு விசித்திரமாக விஸ்தரிக்கின்றது. இவ்வுணர்ச்சி சர்வ தியாகத்திற்கு அன்னியதாய் இருப்பது போலவே, அத்வைத நிலைக்கும் அன்னியதாய் நிற்கிறது. நான் என்ற உணர்ச்சி தனிப் பட்டிருக்கும்பொழுது, எண்ணையில்லாத விளக்கின் அண்டையில் எல்லாம் மறைபடுவது போல சகல பொருள்களும் மறைபடுகின்றன. பிறகு நிற்கும் அறிவின் ஒளியில் எண்ணையுள்ள விளக்கு, பொருள்களை தோற்றுவிப்பதுபோல, வஸ்துக்கள் பிரகாசமடைகின்றன. வஸ்துக்களை ஒழித்தால் மிஞ்சுவது நான் என்ற பாவனை; சர்வத்தியாகம் செய்யப் பட்டால் மிஞ்சுவது ஞானத்தின் ஒளி. சர்வத்தியாகமாகிய ரசத்தைப் பானம் செய்வதால் ஜனன - மரணம் ஓய்வடைகின்றன. காலியாக இல்லாத சம்படத்தில் எப்படி ரத்தினத்திற்கு இருப்பிடம் இல்லையோ அப்படி சர்வத்தியாகத்தால் கிட்டும் சூன்யநிலையின்றி ஆத்மாவாகிய ரத்தினத் திற்கு இருப்பிடமில்லை. ஆகையால் சர்வத்தியாகம் செய்து அதனால் ஏற்படும் நிலையில் நிலைத்திருப்பீராக.

சிகித்வஜன்: சித்தாகிய மனதை தியாகம் செய்வது அசாத்திய மன்றோ? இருதய ஆகாசத்தில் குரங்குபோல் சதா சஞ்சலத்தை அடைந்த வண்ணமிருக்கும் மனதை எப்படித் தியாகம் செய்வது? மீனுக்கு வலையில் அகப்பட்டுக் கொள்ளத் தெரியுமே தவிர தப்பித்துக்கொள்ளத் தெரியாது; மனதும் அவ்விதமேதான். ஆகையால் இச் சித்தின் சொரூபத்தை எனக்குச்

சொன்னால் பிறகு அதைத் தியாகம் செய்யும் முறையை நான் அறிந்து கொள்வேன்.

கும்பன்: சித்தம் வாசனாபரூபமாகத்தான் அறியப்படும். சித்தத்திற்கு வேறு பெயர் வாசனை. அறிவாளிக்கு இதைவிடுவது ஒரு திரணம். மூடர் களுக்கோ அசாத்யம்.

சிகித்வஜன்: எனக்குத் தோன்றுவது ஒரு வஜ்ராயுதத்தை பல் படாம லும் விழுங்கி விடலாம், ஆனால் சித்தத்தை தியாகம் செய்வது முடியாது. தேகம் முழுவதும் வியாபித்து இருதய ஆகாசத்தில், தாமரையை வட்டார மிட்ட வண்டு போல் இருக்கும் சித்தத்தை தியாகம் செய்யும் மார்க்கம் எனக்குப் புலப்படவில்லை.

கும்பன்: எல்லாம் விடப்பட்ட பிறகு சேதனம் ஒன்றுதான் மிஞ்சும். பிறகு நினைவு ஒழிந்தால் சேதன நாசம் சம்பவிக்கும். இது தீர்க்கதரிசி களால் சொல்லப்படுவது.

சிகித்வஜன்: சேதனத்தின் நாசத்தால் எல்லாவற்றிலும் அபாவம் தான் தோன்றும். அப்பொழுது அந்நிலையை நான் அனுபவிப்ப தெப்படி?

கும்பன்: பழம், இலை, கிளை முதலியவைகள் கூடிய மரமாகிய சித்திற்கு நான் என்பது வித்தாகும். இதை வேருடன் களைந்தெறிந்த பிறகு சம்பவிக்கும் சூன்யம் போன்ற நிலையில் ஸ்திரமாய் இருப்பீர் களாக.

சிகித்வஜன்: சேதனம் என்பது என்ன? அதற்குக் காரணமாய் இருப்பது எது? பிறகு கிளைகள், மரம், இவை யாவை? இவைகளைப்பற்றி என் மனம் தெளிவுபடச் சொல்லவும்.

கும்பன்: எல்லாவற்றிற்கும் இருப்பிடமாயும், மூலகாரணமாயும் உள்ளது ஆத்மா. அதில் இரண்டாவதாகத் தோற்றம் ஏற்படும் பொழுது நானென்ற பாவம் ஸ்திரப்படுகிறது. இதுவே சித்தமாகிய மரத்திற்கு காரணம். இந்த நிலையில் ஒரு நிச்சயம் ஏற்பட்டால் அதுவே புத்தி எனப்படுவது. சங்கல்பமென்று வேறு பெயராலும் அது அழைக்கப்படும். சித்திற்கு புத்தியே மூலமாகும். மனஸ் அல்லது ஜீவன் என்று கூடச் சொல்லலாம். இக்கூட்டங்கள், வாஸ்தவமாக சூன்யத்தில் தோன்றியவை களே. காலமாகிய ஸ்பந்தத்தின் சேர்க்கையால் இவைகள் வாசனையாக பலப்பட்டு, சுகதுக்கங்களாகிய பலன்களை அளிக்கின்றன.

சிகித்வஜன்: அப்படியானால் மூலமாகிய அகம்பாவத்தை நான் எப்படி ஒழிப்பேன்?

கும்பன்: நான் யார் என்னும் விசாரணையைத் தீவிரமாகச் செய்து வந்தால், சித்தத்தின் பீஜமாகிய அகம்பாவம் ஒழியும்.

சிகித்வஜன்: இந்த விசாரணையை வெகுகாலம் செய்திருக்கிறேன். கண்ணுக்குப் புலப்படும் வஸ்துக்களோ அல்லது தேகம், இந்திரியங்கள் மனஸ், ஒன்றும் நானில்லை என்பதை நான் அறிவேன். ஜடமாகிய பிரபஞ்சத்திற்குக் காரணம் நானாக இருக்க முடியாது. ஆனால் இந்த நான் என்னும் மலத்தை நிவர்த்தி செய்து கொள்வதெப்படி?

கும்பன்: காரணமின்றிக் காரியமில்லை, கண்ணில் தோஷமிருந்தால் தான் இரண்டு சந்திரன் காணப்படும். நான் என்பதன் தோற்றத்திற்கு காரணம் ஒன்றும் கற்பிக்க முடியவில்லை. ஆகையால் அதன் காரியமாகிய சித்தத் திற்கும் இருக்கை என்ற தன்மை ஒவ்வாது. அதாவது, அதுவும் இல்லை என்பது தான் உண்மை.

சிகித்வஜன்: அகம்பாவத்திற்கு உணர்ச்சி காரணமென்று எனக்கு தோன்றுகின்றது. சித் சேதனையை நோக்கிச் செல்லுவதால் துக்கங்கள் உண்டாகின்றன. ஆதலால் சேதனையிலிருந்து விடுபட்டுக்கொள்ள நான் இச்சிக்கிறேன்.

கும்பன்: காரண காரிய சம்பந்தம் உணர்வோன்- உணர்ச்சி இவற்றில் இருப்பதாக நான் ஒப்புக் கொள்கிறேன். ஆனால் இவைகளுக்கு இல்லாதது காரணமாகாது அல்லவா?

சிகித்வஜன்: ஏன்! உணர்ச்சிகளுக்குப் பதார்த்தங்களின் இருக்கை காரணமாகாதா? கண்ணுக்குப் புலப்படாத காற்றின் அசைவால் மரம் அசைவது போல் வஸ்து தேகம் இவைகள் உணர்ச்சிகளுக்குப் பாத்திர மாகின்றன.

பதார்த்தம், தேகம், இவைகள் ஏன் இல்லையென்ற கதியை அடையும். இந்திரியங்களுக்குப் புலனாய் இருப்பவைகளை எப்படி இல்லை என்று சொல்லக்கூடும். நாம் செய்யும் கிரியைகள், அவைகளின் பலன், நம்முடைய சுக துக்கங்கள், இவைகளை எப்படி இல்லையென்று சொல்லக் கூடும்?

கும்பன்: காரணமின்றிக் காரியமில்லை, ஆகையால் யாதொரு காரணமுமின்றி ஒரு காரியம் புலப்படுவதாக இருந்தால், அது நம்முடைய பிரமையே தவிர வாஸ்தவமில்லை. கானல் நீரைக் காண்பதால் அதை வாஸ்தவமென்று சொல்லாமா? அது நம் பிரமை. வஸ்துக்களின் தோற்றங் களும் நம் பிரமையால் ஏற்படுகின்றன. கேவலம் தோற்றத்தின் காரணத் தால் இருக்கை என்ற தன்மை பொருந்தாது. நம்முடைய சரீரமாகிய பஞ்சகமும் கூட அக்ஞானத்தால் உணரப்பட்டு வருகின்றது.

சிகித்வஜன்: தகப்பன் தேகத்திற்குக் காரணமாகாதா?

கும்பன்: பிறகு பிதாவுக்குக் காரணம், அவனுக்குக் காரணம், இவ்வித கேள்விகளுக்கு ஒய்வில்லை. மரத்திற்கு விதை காரணமாக இருப்பது போல், பதார்த்தங்களுக்கும் செயல்களுக்கும் காரணம் இருந்தே தீர வேண்டும். எப்பொழுது இக்காரணம் புலப்படவில்லையோ அப்பொழுது பதார்த்தங்கள் அசத்யமே. மலடியின் புத்திரன் போலவும், கானல் நீர் போலவும், விஷயங்கள் நம் மோகத்தால் தோன்றி வருகின்றன.

சிகித்வஜன்: ஆதி பிதாவாகிய பிரம்மா ஏன் காரணமாக இருக்கக் கூடாது?

கும்பன்: ஆதி பிதாவுக்கும் இல்லையென்பதுதான் சொரூபமாகும். காரணமில்லாத ஒரு பாவனை எக்காலத்தும் இல்லாததே. அது தனக்குத் தானே காரணமாயுள்ளதாக நமக்குத் தோன்றப்பட்டால் அது நம்மு டைய பிரம்மம். ஆகையால் நீங்கள் இந்த மோகத்தை முற்றிலும்விட்டு விட்டு உங்கள் சொரூபமாகி ஆத்மத்தில் நிலைப்பெற்று நின்று தேவனாக விளங்குவீராக!

சிகித்வஜன்: பிரம்மாவிலிருந்து துரும்பு வரை எல்லாம் பிரம மென்றால் இவைகள் எப்படி துக்கத்திற்குக் காரணமாகின்றன?

கும்பன்: நம் பாவனைகளே துக்கங்களுக்கு காரணம். நீரில் சீதளம் அதிகரித்தால் பனிக்கட்டியாக மாறி ஒரு கருவியாகின்றது. அது போல பாவனை திடப்பட்டால், அக்ஞானம் அதிகரித்து நானாவித தோற்றங்கள் உருவெடுத்து துக்கத்தை விளைவிக்கின்றன. பாவனை மனரையத் தொடங்கினால், அக்ஞானம் குறைந்து ஞானம் முதிர்ந்து பதார்த்தங்கள் அழிந்து பூர்வ நிலை சித்திக்கும். இந்த பாவனை குறைவதற்கு நான் - யார் - என்னும் ஆராய்ச்சியே மூலப்பயிற்சியாகும்.

சிகித்வஜன்: ஏன் பரமாத்மாவையே காரணமாக பாவிக்கக் கூடாது?

கும்பன்: இப்பரம்பொருள் காரண காரியத்தின் அபாவமாக இருப்பதால், அது ஒன்றுக்கும் காரணமாகாது. எப்பொழுதும் ஒன்றாக வும் தனிப்பட்டதாகவும் இருப்பதில் வேறொன்று சம்பவிப்பதற்கும் அல்லது அது எதற்காவது காரணத்தை ஊகிப்பதற்கும் முடியாது. அதில் ஒன்றும் ஒட்டாது. இல்லைபோல் இருப்பதில் என்ன காரணத்தைக் கற்பிக்க முடியும்?

வசிஷ்டர்: சிகித்வஜன் இம்மொழிகளைக் கேட்டதும் மனதில் இவைகளை வாங்கிக் கொண்டவனாய்க் கொஞ்ச நேரம் மௌனமாக இருந்தான். மனச்சாந்தியும் அடைந்தான். பிறகு சிகித்வஜன் கும்பனுக்குத்

தன் மனோ நிலையைத் தெரிவித்து, உபதேசங்களுக்கு நன்றி பாராட்டி குப்பனை ஸ்தோத்திரம் செய்தான். சற்று நேரத்திற்கு பிறகு சர்வ மௌன மாய் நிர்விகல்ப சமாதியை அடைவதாக இருந்தான். அதை அறிந்த குப்பன் சமாதியில் செல்வதை கலைக்கும் வண்ணம், அவனை நோக்கிச் சில வார்த்தைகளைச் சொன்னான். அதன் தொடர்பாக சிகித்வஜன் மேலும் ஆத்மாவைப் பற்றி சொல்லும்படி குப்பனை வேண்டிக் கொண்டான்.

குப்பன்: நம் இந்திரியங்களுக்குப் புலப்படும் பிராணிகள் தாவர இனங்கள் எல்லாம் நாசமடைகின்றன. ஆத்மாவோ எப்பொழுதும் கம்பீர மாகவும் அமைதியாகவும், தேஜசுமில்லை, இருளுமில்லை என்றவாறு எல்லாவற்றின் சாரமாய் அதாவது இருப்பிலும் அழிவிலும் நிற்கின்றது. சித் சத்தையாய் இருக்கின்றது. அறிவு ஒளியாய் தோற்றத்தைக் கொடுக் கின்றது. இல்லை என்பதன் பொருளாகவும் பூர்ணத் தன்மையாலும் அது பாவிக்கப்படத்தக்கது. அணுவுக்கு அணுவாயும் அகண்டத்திற்கு அகண்ட மாயும் தோற்றத்தைக் கொடுக்கத் தக்கது.

அமைதியாக இருப்பதில் நான் என்னும் உணர்ச்சி ஏற்படுகையில் அது விராட் புருஷனாக நின்று விஸ்வரூபத்தை தோற்றுவிக்கின்றது. காற்றிற்கும் அதன் அசைவிற்கும் எப்படி பேதமில்லையோ அப்படி சூன்யத்தில் தோன்றும் நான் என்ற உணர்ச்சிக்கும் சித்திற்கும் யாதொரு பேதமுமில்லை. நீர், கால தேச வசத்தால் அலையாகத் தோற்றத்தைக் கொடுக்கின்றது. ஆத்மா காரணமின்றி ஜகத் தோற்றத்தைக் கொடுக் கின்றது. தங்கத்தில் வளையலின் தோற்றம் ஏற்படுவது காரணத்தைக் கூடி, ஆனால் பிரம்மத்தில் ஜகத் தோற்றம் ஏற்படுவது யாது காரணமு மின்றி இப்படித் தோன்றுகின்றது; ஜகத்தானது பிரம்மத்தைத் தவிர்த்து வேறாகாது. ஏனெனில் வேறொன்று தோன்றுவதற்குக் காரணமில்லை. எப்பொழுதும் எங்கும் எல்லாம் ஒரு சத்யமாகத்தான் நிலைத்திருக் கின்றன.

ஆத்மா இப்படி இருக்க ஜகத், நான் என்ற உணர்ச்சி இவை அதில் எக்காலத்தும் சம்பவிக்க முடியாது. ஆகையால் சித் என்பதும் ஜடமாகிய ஜகத்தும் எப்பொழுதும் ஏற்படவேயில்லை. தோற்றமாக ஏற்படும் வஸ்துக்கள், அனைத்தும் உற்று நோக்கினால் மறைபடுவதால் ஜன்ம மென்பது எப்படி ஏற்பட முடியும்? ஆகையால் சித்தம் அகங்காரம் ஜகத் என்பவைகளெல்லாம் பிரம்மத்தைத் தவிர்த்து வேறாகாது.

சிகித்வஜன்: சித் என்பது இல்லை என்று இப்பொழுது எனக்குத் தெளிவு பட்டது, ஆனால் அது மனதில் பதியும் படி இன்னும் தெளிவாக

சொல்லும்படி வேண்டிக் கொள்கிறேன்.

கும்பன்: சித் என்பது ஒரு காலத்திலும் எவ்விதமாகவும் இருக்க வில்லை. அப்படி இருப்பதாக ஒன்று தோன்றப் பட்டால் அது மதி மயக்கமே தவிர வேறில்லை. அறிவு மயமாய் இருக்கும் பிரம்மத்தில், ஜகத், நான், நீ என்னும் கற்பனைகளுக்கு இடமேது? இல்லை போலிருக்கும் பிரம்மத்தில் ஜகத்தாகிய உணர்ச்சி எப்படி ஏற்பட முடியும்? பிறகு எல்லாம் பிரம்மமாக இருக்க அதில் உணர்ச்சி என்பது எப்படி சம்ப விக்கும்? மூல காரணம், சககாரி காரணம், அல்லது காரணமற்றது என்னும் நோக்கங்கள் நம் மனதில் ஏற்படும் பாவனைகள் அதாவது அக்ஞானத் தால் இவைகள் ஏற்படுகின்றன.

ஆகையால் ஜகத்தாகிய தோற்றம் பிரம்மத்தில் ஏற்படக் காரண மில்லை. நாம் காணும் ஜகத் பிரம்மத்தைத் தவிர்த்து வேறாக இருக்க முடியாது. தோற்றங்கள் ஏற்படக் காரணம் பூர்விக வாசனையே. இவ் வாசனை ஒழிந்தால் ஜகத் உணர்ச்சியும் அடங்கி விடுகிறது. ஆகையால் சித் என்பது பொய்த்தோற்றம். அக்ஞான நிலையில் பிரம்மம் ஜகத்தாகத் தோன்றி வருகின்றது என்பது சத்தியம். எல்லா சாத்திரங்களின் கருத்து இதுவே. வேறெவ்வித பாவனைகளும் கொள்கைகளும் பொருந்தாது.

சிகித்வஜன்: நான் இப்பொழுது மோகத்திலிருந்து விடு பட்டவனா வேன். அறிய வேண்டிய மெய்ப்பொருளை அறிந்தேன். இதர சந்தேகங்க ளெல்லாம் நிவர்த்தியாயின, ஆகையால் பரம விஸ்ராந்தியையும் நான் அடைந்தேன். இது தங்களுடைய உபதேசத்தாலும் அனுக்கிரஹத்தாலும் கிடைத்தது. மேலும் தாங்கள் சொல்வதைக் கேட்க ஆவலாய் இருக் கிறேன்.

கும்பன்: அகண்டமாயும் பாவனையற்று நிர்மலமாயுமுள்ள பிரம்மத் தில், சங்கல்பம் தானாகவே ஏற்படுகின்றது. இந்த 'நான்' என்ற பாவனைதான், பந்தத்திற்குக் காரணம். அதாவது சங்கல்பம் 'நான்' என்ற பாவனையை திடப்படுத்தக் காரணமாகின்றது; அசங்கல்பத்தால் இந்த பாவனை மறைந்து வருகின்றது. ஆகையால் பந்தம் மோட்சம் என்பவைகள் நம் மனோ நிலையைக் குறிக்கின்றன. இவைகளால் பிரம்மத்தில் யாதொரு மாறுபாடும் உண்டாவதில்லை. அது எக்காலத்திலும், ஒவ்வொரு கணமும் தன் சுய நிலையிலேயே, அதாவது சமத்துவத்தை கூடி இருக் கின்றது. இப்படி இருக்கும் பிரம்மத்தில் தோன்றும் தோற்றங் களாகிய 'நான்', 'நீ', 'ஜகத்' என்பவைகள் பிரம்மத்தைத் தவிர்த்து வேறாக எப்படி இருக்க முடியும்? வாக்கின் ஜாலத்தால் பிரபஞ்சம் பல நாம ரூபங்களால் வழங்கப்பட்டிருந்தும், அவைகளின் உட்கருத்து எப்பொழுதும் பிரம்மத்

தையே சுட்டிக்காட்டும்.

வசிஷ்டர்: கும்பன் இவ்வாறு சொல்லி முடித்ததும், சிகித்வஜன் சற்று நேரம் சாந்தமாயும் மௌனமாயும் தூண்போல் அசையாமலிருந்தான். பரம ஆனந்தத்தையும் அனுபவித்த வண்ணம் உலக உணர்ச்சியற்றவனாக இருந்தான். பிறகு கண்ணைத் திறந்து கும்பனை நோக்கித் தோத்திரம் செய்தான். இதை மறுத்து மேலும் கும்பன் சொல்லத் தொடங்கினான்.

கும்பன்: எவன் விஷய சுகங்களை தியாகம் செய்து, இந்திரியங்களை அடக்கி மனச் சாந்தி அடைகிறானோ, அவன் ஞானமடையத் தயாராக இருக்கிறான். துணிகளுக்கு சாயம் ஏற்றும் முன் சலவை செய்து வைப்பது போல், மனதைப் பக்குவம் செய்தல் வேண்டும். பிறகு ஞானம் தானாகவே சித்திக்கும். அது பிறரால் புகட்டப்படுவதல்ல. இருதய ஆகாசத்தில் சித்தின் சேதனை, ஓய்ந்தால் ஞானம்; சேதனை இருந்தால் அக்ஞானம், இரண்டென்ற பாவனை தோன்றும் வரை அக்ஞானம் இருந்துவரும். இவை ஒன்றாக பரிணமித்தால் ஞானம்.

ஜீவன் முக்தர்கள் இந்நிலையில் இருந்து வருகிறார்கள். மரத்திற்குக் காரணமாகிய விதை வறுக்கப்பட்டால் எப்படி மீண்டும் உற்பத்திக்குக் காரணமற்றதாக ஆகின்றதோ, அதே மாதிரி ஜீவன் முக்தர்கள் கர்ம க்ஷேமங்களின்றி இருக்கின்றார்கள். செயல்களில் வாசனை இல்லாம லிருந்தால் மீண்டும் ஜன்மத்திற்கு ஏது இல்லை; அவர்களுடைய ஆயுள் காலத்தில் பல கர்மங்களைச் செய்வது போல் அவர்கள் தோன்றினாலும், வாஸ்தவத்தில் அவர்கள் மனத்தின் ஈடுபாடு இல்லாமல் செய்வார்கள். ஆகையால் செயல்களுக்குப் பலனில்லை. இப்படி இருக்கும் மனஸ் சத்வமெனப்படும்.

ஆகையால் பிரபஞ்சமும் சின்மாத்ர மென்று பாவிக்கப்பட வேண்டும். கடலில் தோன்றும் அலைகள் மேல் கவனம் செலுத்தப் பட்டால் நிஜ சொரூபமாகிய நீர் மறைபடுகின்றது. அதே மாதிரி சிம்மாத்திரத்தில் ஸ்பந்த பாவனை ஏற்படுகையில் ஜகத்தோற்றமும் அக்ஞானமும் காணப்படுகின்றன. நிஷ்ஸ்பந்தபாவனை ஏற்பட்டால் சமமும் சாந்தமும்தான் அனுபவிக்கப்படும். இது ஞானிகளுக்கு ஏற்படும் அனுபவம்.

வசிஷ்டர்: கும்பன் இவ்வாறு சொல்லி முடித்து விட்டுப் பிறகு தனக்கு தேவலோகம் செல்ல நேரமாகிறதென்றும் அங்கே நாதரர் தன்னை எதிர்பார்த்திருப்பார் என்றும் சொல்லி உடனே அந்தர் தியான மானார். சிகித்வஜனுக்கு மறுமொழி சொல்லக்கூட நேரமில்லை. அப்படியே உட்கார்ந்த வண்ணம் கும்பனப் பற்றி நினைத்திருந்தான்.

அவனுடைய தேஜசும் அறிவும், வாக்கின் இனிமையும் பொருளும் வெகு மேன்மையாக இருந்ததை உணர்ந்தான். அவனுடைய உபதேசங்களால் தனக்கு வெகு சீக்கிரம் ஞானம் உதித்து மனச்சாந்தி ஏற்பட்டது. ஆனால் யோசித்துப் பார்த்தால் கும்பன் பெயருக்குத்தான் காரணமேயன்றி, வாஸ்தவமான காரணமாக மாட்டான். ஏனெனில் அவரவர்களின் மனோ பக்குவமின்றி உபதேசங்கள் பயன்படா. காலக்கிரமத்தில் இவ்வாறாகிய மாறுபாடுகள் பல ஒவ்வொருவருக்கும் ஏற்படுகின்றன என்று நினைத் தான்.

பிறகு கொஞ்சம் கொஞ்சமாய் எல்லா எண்ணங்களும் சாந்தி அடைந்தன. தேகம், இந்திரியங்களும்கூட அமைதியடைந்து மனதில் கற்பனைகளும் ஓய்ந்து சித்திரத்தில் எழுதப்பட்ட உருவம் போல் விளங்கினான், அதாவது நிர்விகல்ப சமாதி நிலையில் இருந்தான்.

கும்பனைக் கவனிக்க அவன் சிகித்வஜனை விட்டு அகன்றதும் ஆகாயமார்க்கமாய் தன் இருப்பிடம் நோக்கிச் சென்றான். அரண் மனையில் பிரவேசிக்கும் முன் சூடாலையாக மாறினாள். மூன்று தினத்தில் அரசாங்க விஷயங்களை கவனித்துவிட்டுப் பிறகு மீண்டும் தன் கணவன் சிகித்வஜனைப் பார்க்கப் புறப்பட்டாள். அவன் சமீபத்தை அடையும் முன், கும்பன் வேஷம் தரித்துப் பிறகு அவன் இருக்கும் இடத்தை அடைந்தாள். அவன் நிர்விகல்ப சமாதியிலிருப்பதாக உணர்ந் தாள். அவனை விழிக்கச் செய்ய சிம்ம கர்ஜனை செய்தும் அவன் விழிக்க வில்லை. பிறகு அவனைத் தொட்டு அசைத்துப்பார்த்தாள். அப்பொழு தும் அவன் விழிக்கவில்லை. ஒரு சமயம் அவனுடைய விகல்பமற்ற மனம் அல்லது சத்வம் அடங்கிவிட்டதோ என்று சந்தேகித்தாள். ஆனால் கவனித்துப் பார்க்கையில் அப்படி ஆனதாகிய குறிகள் காணப்பட வில்லை. தேகத்தில் எங்கும் மாறுதல்கள் தோன்றவில்லை; ஒரே நிலையில் ஆனால் தேஜசைக் கூடி இருந்தது. வேறு யுக்தி செய்வதாக எண்ணி, தன் சித்தத்தை அடக்கி சர்வ வியாபகமாய் நின்று அவனுடைய சித்தத்தைக் கலைத்து மீண்டும் தன் சுய நிலையை அடைந்தான்.

சிகித்வஜன் சமாதியிலிருந்து கலைந்தவனாய் கண்ணை விழித்து, எதிரில் கும்பன் இருப்பதைக் கண்டு மனம் மகிழ்ந்து அவனை வரவேற்று வெகு சிலாகித்துப் பேசினான். கும்ப தரிசனம் மீண்டும் கிடைத்ததால் தான் மிகவும் தன்யனானானென்றும் ஆனால் பெரியோர்கள் இதரர் களின் நன்மையைக் கோரி இவ்விதம்தான் தாங்களாகவே அவர்களைக் கை தூக்கி விட முயற்சிப்பாரென்றும் சொன்னான்.

கும்பன்: ஏ ராஜன்! நீர் அடைந்த மனோ சாந்தி நிலையில் நிலைத்

திருக்கிறீரா? நான் சொர்க்க லோகம் போய்ச் சேர்ந்த பிறகு, அங்கேயே வசிக்க மனமில்லாமல் உம்மைப் பார்க்கத் திரும்பி வந்தேன். என் மனதிற்கு இசைந்த பந்து - மித்ரன் வேறொருவரும் சொர்க்க லோகத்தி லாவது பூலோகத்திலாவது இல்லை. சொர்க்கத்தை விட இவ்விடமே சிரேஷ்டமாக எனக்குத் தோன்றுகின்றது.

சிகித்வஜன்: என்னுடைய பூர்வ ஜென்மத்துப் புண்யமே தங்களு டைய இனிய மொழிகளைக் கேட்கவும் நட்பை அடையவும் காரணம். நான் இப்பொழுது பரம சுகியாகவும் நிர்மலமான மனத்தை யுடைய வனாகவும் இருந்து வருகிறேன். எனக்கு இனித் தேவை என்பதே கிடையாது. சொர்க்கம் இந்த இடத்திற்கு ஒப்பாகாது. ஆகையால் தாங்களும் இங்கேயே இருந்து விடலாம். செடி கொடிகள், பூக்களின் நறுமணம், மரங்கள் அடர்ந்த வனம், தடாகம் எல்லாம் சேர்ந்து மிகவும் ரமணீயமாக இருக்கின்றது. தங்களுக்கு வேண்டிய சேவையை நான் செய்து வருகிறேன். ஆகையால் தாங்களும் இங்கே வசிக்கத் தீர்மானித்து விடலாம்.

வசிஷ்டர்: இவ்விதமாக பேசிக்கொண்டு மூன்று முகூர்த்த காலம் கழித்து அவ்விடத்தை விட்டு அகன்று பல காடு மலை வனாந்திரம் நீரருவி இவைகளைப் பேசிய வண்ணம் கடந்து கடைசியாக ஒரு திவ்ய க்ஷேத்திரத்தை அடைந்து மிகவும் சௌகரியமாக இருப்பதைக் கண்டு அங்கேயே தங்கிவிடத் தீர்மானித்தார்கள்.

பூக்களின் நறுமணமும் குளிர்ந்த காற்றும் நிறைந்த வனத்தின் இடையே இருவரும் உட்கார்ந்து இருக்கையில், கும்பனுக்கு வனத்தின் சோபையினால் தன் இயற்கைச் சொரூபத்திற்கு ஏற்ற மனோ உல்லாசம் ஏற்பட்டது. அவனுக்குத் தோன்றினதாவது இருவரும் இன்னும் போகங் களை அனுபவிக்கும் வயதாக இருந்தும், தன் கணவன் வேறு அண்டையி லிருந்தும், மேலும் இடம் காலம் எல்லாம் சௌகரியமாக இருந்தும், தேகத்திற்குச் சுபாவமான இன்பத்தை அடையாமல் இருப்பதால் என்ன பிரயோஜனம்? நியதியின் வசமாக தேகத்திற்கு ஏற்பட்ட கர்மங்களைத் தியாகம் செய்வது அநீதியாகும். அப்படிச் செய்வது மதியீனம். இந்திரியங் களும், தேகமும் அததினுடைய வேலை களைச் செய்தே தீரவேண்டும். இல்லாவிட்டால் அவைகளுக்கு தோஷம் ஏற்படும். மேலும் கணவனுடன் தனக்கு விதிக்கப்பட்ட போகங்களை அனுபவிக்காமல் இருப்பது அறிவின்மை. இவ்வாறான எண்ணங்களின் முடிவாக ஒரு யுக்தி செய்யத் தீர்மானித்து சிகித்வஜனை நோக்கிச் சொன்னாள்.

கும்பன்: நான் இப்பொழுது தேவலோகம் போக வேண்டும்,

ஏனெனில் இந்த சித்திர மாதம் சுக்ல பக்ஷத்தில் தேவசபை கூடும். என் தகப்பனார் அங்கே என்னையும் எதிர்பார்ப்பார். ஆகையால் நான் அங்கு சென்று வெகு சீக்கிரம் திரும்பி வருகிறேன். அது வரையில் தாங்கள் இங்கேயே இருக்கவேண்டும்.

வசிஷ்டர்: இப்படிச் சொல்லிவிட்டு ஆகாயம் மார்க்கம் சென்றான். சிகித்வஜன் பேரில் ஆகாயத்திலிருந்து மலர்மாரி பொழிந்தது; இது தேவர் களால் பொழியப்பட்டது என்று சிகித்வஜன் நினைத்தான். வெகு நேரம் கும்பனை நோக்கி நின்றான் சிகித்வஜன்.

கும்பன் தன் சுய ரூபமெடுத்து அரண்மனை நோக்கிச் சென்று ராஜ்ய காரியங்களைச் சில தினங்களில் முடித்துக் கொண்டு மீண்டும் சிகித்வஜன் இருக்குமிடத்தை நோக்கிச் சென்றான். போகும் முன் கும்ப வேஷம் தரித்து சில தீர்மானங்களையும் தனக்குள் செய்து கொண்டான். சூதாலை யாகிய கும்பன் தற்சமயம் இருந்த மனோ நிலையும் தான் செய்து கொண்ட தீர்மானமும் பெரியோர்களால் அங்கீகரிக்கப் பட்டவைகளே யாகும். சித் தேகத்தைக் கூடியிருக்கும் நிலையில் தேகம் இந்திரியங்களுக்கு நியதி வசத்தால் ஏற்பட்ட கர்மங்களைத் தியாகம் செய்வது நிஷ் பிரயோஜனம். மேலும் தவறாகும். ஞானி அக்ஞானி இரு திறத்தாரும் இக் கருமங்களைச் செய்யத் தகுந்தவராவர். ஞானிகள் நியதியை அனுசரித்து கர்மங்களைச் செய்வர். அக்ஞானிகளோ நியதிக்கு வசமாகி கர்மங்களைச் செய்வர். அக்ஞானிகள் கர்மங்களுக்கு அதீனமாகின்றார் கள். ஞானிகள், சித்தம் சமநிலையில் இருந்த வண்ணம், கர்மங்களைச் செய்கிறார்கள். அக்ஞானி கள் கர்மங்களைச் செய்வதில் சித்தத்தைச் சிதற விட்டு கொந்தளிப்பை அடைகிறார்கள். அனுசரிக்கப்படவேண்டிய முறையாவது நியதியால் ஏற்பட்ட கர்மங்களைச் செய்வதும், ஆனால் அவைகளால் மனோ வேறுபாடு இன்றி இருப்பதுமே.

இது நிற்க, கும்பனுடைய மனோ நிலையையும் அதனால் முகத்தில் தோன்றிய குறிகளையும் கவனித்த சிகித்வஜன் மனதில் என்ன சஞ்சல மென்றும் ஏன் முகம் ஒருவாறு இருக்கிறது என்றும் கும்பனைக் கேட்டான். கும்பன் சற்று மனம் சோர்வடைந்த பாவனையுடன் பதில் அளித்தான். தான் சொர்க்கலோகம் போய் திரும்பி வருகையில் தனக்கேற் பட்ட ஒரு சம்பவத்தால் தான் துயரமுற்றிருப்பதாகச் சொன்னான். என்ன நேர்ந்ததென்று சிகித்வஜன் அன்புடன் கேட்க கும்பன் சொன்னதாவது, தான் ஆகாயமார்க்கமாய் அதிகாலையில் சூர்யக்கிரணங்கள் கூடவே பூமியை நோக்கி வருகையில், மேகக் கூட்டங்களைச் சந்தித்து அவை களிடையே துர்வாச முனிவரைக் கண்டதாகச் சொன்னான். அவர் கால நியமங்களைத் தீர்த்துக் கொள்ளும் பொருட்டு கங்கா நதியை நோக்கிச்

செல்வதை அறிந்து அவரைக் கூப்பிட்டு நமஸ்கரித்ததும் அவர் ஆசிகூறினார் என்றான். பிறகு அவர் மேகத்தின் இடையே இருந்து ஒரு விபசாரி மெல்லிய ஆடையைத் தரித்து ஏகாந்தமாய் இருப்பதுபோல் தோன்றியதாக கும்பன் சொன்னதாகவும் இதனால் மகரிஷி மிகச்சினம் கொண்டு வெளியிட்ட மொழிகளை அனுசரித்து கும்பன் இராக்காலம் பெண் ரூபத்தை அடையவேண்டியதென்று சபித்துவிட்டதாகவும் சொன்னான். இச்சாபத்துடன் அவன் திரும்ப நேரிட்டது. பெண் ரூபத்தை தரித்து எப்படிக் காலம் தள்ளுவதென்று சிந்திப்பதாகச் சொன்னான். தன் பிதா முன்னும் தேவர்கள் முன்னும் பெண்ரூபம் தரித்து எப்படி முகத்தைக் காட்டுவதென்று ஏங்கினான். தேவர்களும் மனிதர்களும் தன் பொருட்டாகச் சண்டை செய்ய நேரலாம். தான் இப்பொழுது ஒரு விளையாட்டு திரவியமாக இருப்பது மிகவும் விசனிக்கத்தக்கது என்று சொல்லிமுடித்தான்.

இம்மொழிகளைக் கேட்ட சிகித்வஜன் மனதில் யாதொரு மாறுத லும் அடையாமல் கும்பனுக்குத் தேறுதல் சொன்னான். அவன் ஒரு ஞானியாக இருந்து நடந்த சம்பவத்தைப் பற்றிக் கவலை கொள்வது சரியல்லவென்றான். தேகம் எந்த ரூபத்தில் இருந்தாலும் சித்தத்திற்கு என்ன? தேகத்திற்கு விதிக்கப்பட்ட கர்மங்கள் நடைபெறுவதால் மனக் கவலை கொள்வதேன் என்றான்.

கும்பன் இவ்வார்த்தைகளால் ஆறுதல் அடைந்ததாக பாவனை செய்துகொண்டு தேகத்தின் பொருட்டு, மனதை இழப்பது சரியல்லதான் என்று ஒப்புக்கொண்டான். அத்தருணம் சூரியன் அஸ்தமிக்கலாயிற்று, இரவு நெருங்க கும்பனும் தன் மாறு வேஷத்திலிருந்து கொஞ்சம் கொஞ்சமாக விடுவித்துக் கொண்டு பெண் ரூபத்தை அடைந்த வண்ணம் இருந்தான். முகத்தில் நாணம் அதிகரிக்கவும், அதனால் ரூபமாற்றமும் ஏற்பட்டு சில நிமிஷங்களில் தனங்கள் கூடிய மகாதேஜசும், சௌந்தரிய மும் வாய்ந்த பெண்ணாய் நின்றான். இந்த சம்பவத்தால் அவர்களுடைய சிநேகிதத்திற்கும் தினசரி காரியங்களுக்கும் யாதொரு இடையூறும் நேர வில்லை. ஆணும் பெண்ணுமாக முன் போலவே ஆத்ம விசாரணை செய்து கொண்டு காலம் கழித்து வந்தார்கள்.

சில தினங்கள் கழிந்த பிறகு ஒரு நாள் இருவரும் பேசிக் கொண்டிருக் கையில், கும்பன் தான் ஒரு தீர்மானம் செய்திருப்பதாகச் சொன்னான். நான் இரவெல்லாம் பெண் ரூபத்தைத் தரிக்க வேண்டியிருப்பதால், ரூபத்திற்கேற்ற தேககர்மங்களைச் செய்வதால் தோஷமில்லை; புருஷனுக்கு இன்பத்தைக் கொடுத்துத் தானும் அவ்வின்பத்தை அடைவது தேகத்திற்கு விதிக்கப்பட்ட கடமை. இதைப் பூர்த்தி செய்து கொள்ளும்

பொருட்டு தான் சிகித்வஜனை மணம் செய்து கொள்ளத் தீர்மானித் திருப்பதாகச் சொன்னாள். சிகித்வஜன் இதற்கு ஒரு ஆட்சேபணை யும் செய்ய வில்லை. எம் முறையிலிருந்தாலும் பாதகமில்லையென்று அவன் நினைத் தான், ஆகையால் கும்பன் இஷ்டப்படியே செய்யலாமென்று சொல்லி விட்டான்.

மறுதினம் நல்ல முகூர்த்த நாளாக இருந்த படியால், இருவருமாக வேண்டிய ஏற்பாடுகளையெல்லாம் செய்து அக்னி சாட்சியாக திருமணம் செய்து முடித்துக் கொண்டார்கள். அன்றிரவிலிருந்து, ரதியும் மன்மதன் போலவும், பார்வதி பரமேஸ்வரன் போலவும், ஆத்ம விஷயங்களை மேலும் மேலும் ஆராய்ச்சி செய்தவாறு காலத்தைப் போக்கினார்கள். பகலில் ஆப்த சிநேகிதர்களாகவும், இரவில் தம்பதிகளாகவும் சில காலம் கழித்து வந்தார்கள். பெண் ரூபத்தில் கும்பன் தனக்கு மதனிகா என்ற பெயரை நியமித்துக்கொண்டான்.

இவ்விதம் சில காலம் சென்ற பிறகு மதனிகா, போக விஷயங்களில் தன் கணவன் மனதையிழந்து விட்டானா என்பதை பரீட்சிக்கும் பொருட்டு தன் மாயா சக்தியினால் இந்திரன் பரிவார சகிதமாய் எதிரே வந்து நிற்கும் தோற்றத்தை உண்டு பண்ணினாள். சிகித்வஜன் இந்திரனைக் கண்டு அதிசயித்து அன்புடனும் அமைதியுடனும் வரவேற்று சொர்க்க லோகத்தை விட்டு இங்கே தன்னைக் காணும்படி வெகு தூரம் வந்ததின் காரணம் என்னவென்று கேட்டான். அதற்கு இந்திரன் சிகித்வஜனுடைய குணாதிசயங்களைக் கேட்டு மகிழ்ந்து, மேலும் சொர்க்க லோக வாசி களாகிய அப்சரசுகளும் அவனுடைய பிரதாபத் தைக் கேட்டு அவனைக் காண ஆவலாய் இருப்பதின் காரணத்தாலும், அவனை இந்திர லோகம் அழைத்துச் செல்ல விரும்புவதாகவும் சொன்னான். இங்கே வீணாகக் காலத்தைக் கழிப்பதை விட சித்த முறைகளைக் கொண்டு அவன் சொர்க்க லோகம் வருவானாகில் அங்கே அவன் இஷ்டப்படி போகங் களைப் பூர்ணமாக அனுபவிக்கலாம். அவன் ஜீவன் முக்தனாக இருப்ப தால் எவ்வித போகங்களில் ஈடுபட்டாலும் பாதகமில்லை என்றான். அதற்குச் சிகித்வஜன் தனக்கு எங்கும் சொர்க்க மாகவே இருப்பதால் ஏதோ ஒரு குறிப்பிட்ட இடத்தை நோக்கிப்போக அவசியமில்லையென்று சொல்லிவிட்டான். இந்திரன் இவ்விடையை ஏற்றுக்கொண்டு இரு வரையும் ஆசீர்வதித்துப் பரிவாரங்களுடன் மறைந் தான்.

மதனிகா, இதனால் தெளிவுபட்ட தன் கணவனுடைய மனோ சித்தியைப் பற்றி மகிழ்ந்தாள். அவன் சமநிலையில் நிலைத்து விட்டா னென்றும் அறிந்து கொண்டாள். ஆயினும் இன்னொரு பரீட்சைக்கு உட்படுத்த வேண்டி பின் வரும் உபாயத்தைச் செய்தாள். சிகித்வஜன்

சந்தியா காலக் கர்மங்களைச் செய்துகொண்டு இருக்கும் தருணம், வீடு திரும்பும் மார்க்கத்தில் ஓர் அடர்ந்த சோலையினிடையே இலைகளாலும் பூக்களாலும் ஓர் அழகிய படுக்கை தயாரித்து அதில் தானும் ஒரு சோர புருஷனும் ஒருவரையொருவர் ஆலிங்கனம் செய்து ஆனந்தித்திருப்ப தாகிய தோற்றத்தைச் செய்தாள். சிகித்வஜன் தன் கர்மங்களை முடித்துக் கொண்டு, வீடு நோக்கிச் செல்லுகையில் இக் காட்சியைக் கண்டான். கண்டும் ஒரு மனக்கலக்கமும் அடையாமல், அவரவர்கள் இஷ்டத்தைப் பூர்த்தி செய்து கொள்வதில் தவறில்லை என்று எண்ணி, தன்னால் யாதொரு இடையூறும் நேராதிருக்க விரைவாக வீட்டிற்குச் சென்றான். வீட்டையடைந்த சிறிது நேரத்தில் மதனிகா அவன் முன் சென்று மிக வெட்கத்துடன் தலை குனிந்து நின்றாள். சிகித்வஜன் அவளை நோக்கிச் சலிப்போ பரபரப்போ அடையாமல் சொன்னான்.

சிகித்வஜன்: மதனிகா! ஏன் இவ்வளவு விரைவாக இங்கு வந்தாய்? உன் இஷ்டத்தைப் பூர்த்தி செய்து கொண்டாயா? நான் வருத்தப் படுவே னென்று கவலை கொண்டாயா? எனக்கு யாதொரு அதிருப்தியு மில்லை, உன் சந்தோஷம் எனக்கும் சந்தோஷம், ஆகையால் விரைவில் நீ திரும்பிச் சென்று சோகமுற்றிருக்கக் கூடிய புருஷனை திருப்தி செய்து நீயும் உன் இச்சையைப் பூர்த்தி செய்து கொள்வாயாக.

மதனிகா: நான் செய்தது தவறு என்று உணர்வேன். சற்று காமத்தால் பீடிக்கப்பட்டேன். பெண்களுக்கு ஆண்களைவிட எண் மடங்கு அதிக காமமன்றோ? மேலும் நான் தனிமையாக இருந்தேன். நான் ஒரு அபலை. புருஷன் வசம் அகப்படும் முன் எவ்வளவு வீரியம் பேசினாலும் அவன் கையில் அகப்பட்ட பிறகு மனோ நிலை மாறிவிடுகிறது; மேலும் நான் பலாத்காரமாக அபகரிக்கப்பட்டேன். ஆகையால் என்னை மன்னிக்க வேண்டும்.

சிகித்வஜன்: மதனிகா! எனக்கு வருத்தமுமில்லை, மனக்குறையு மில்லை. நானும் கும்பனும் சுகதுக்கங்கள், ராகத் துவேஷம் இவைகளைக் கடந்தவர்கள். நாங்கள் இருவரும் ஆப்த சிநேகிதர்கள்; நீயோ துர்வாச முனிவரின் சாபத்தால் உண்டானவள். உன்னுடைய இஷ்டத்தை நீ பூர்த்தி செய்து கொள்வதில் யாதொரு தடையுமில்லை. நீயும் உன்னை மோகித்த புருஷனும், ஒருவரையொருவர் சிநேகித்தால் அதைக் கைவிட வேண்டாம். ஒருவர் சந்தோஷத்தில் மற்றும் ஒருவர் சந்தோஷமடைவ தான சினேகத்தைக்காட்டிலும் சிரேஷ்டமானது இம்மூன்று லோகத்தி லும் கிடையாது. ஆகையால் நீ உன் பிரியனை அடைவாயாக. நான் உன்னுடன் எப்பொழுதும் போலவே இருப்பேன். ஆனால் நீ செய்தது உலக வழக்கத்திற்கு விரோதமானதால் நான் உன்னை மனைவியாக

ஏற்றுக்கொள்ள முடியாது.

வசிஷ்டர்: இப்படி சொல்லி முடித்ததும் சூடாலை தன் கணவனைப் பற்றிப் பூர்ண திருப்தி அடைந்து, அவன் இப்பொழுது பரமேஸ்வரனுக்கு ஈடாக இருப்பதை உணர்ந்து இனித் தன் நிஜ ரூபத்தை தெரிவிக்க தீர்மானித்து மதனிகா உருவத்தை கொஞ்சம் கொஞ்சமாக மாற்றிக் கொண்டாள். மதனிகா உருவத்திலிருந்து சூடாலை உருவம் முளைத்தது போல் தோன்றும்படி ஒன்று மறைந்தும் மற்றது விளைந்தும் வந்தது. சில வினாடிகளில் பூர்வீக சூடாலையாக அழகும் தேஜசும் கூடி நின்றாள். சிகித்வஜன் உடனே பழைய ஞாபகம் அடைந்தவனாய் தன மனைவியே இங்கு வந்தாளோ என்று திகைத்தான்.

சிகித்வஜன்: என் முன்னே நிற்பது யார் என்று எனக்கு விளங்க வில்லை. தாங்கள் யாரென்று தெரிவிக்க வேண்டும். உருவ அமைப்பு, அழகு குணம், நடத்தைகளெல்லாம் என் மனைவி சூடாலையை ஞாபகம் செய்கின்றன.

சூடாலை: தங்களுடைய பிரியை ஆகிய சூடாலைதான் நான். அதில் யாதொரு சந்தேகமும் வேண்டியதில்லை. கும்பன், மதனிகாவென்ற உருவங்கள் என்னால் எடுத்துக்கொள்ளப்பட்ட மாறு வேஷங்கள். என் வார்த்தைகளை மதிக்காமல், நீங்கள் பலனற்ற கர்மானுஷ்டங்களில் ஈடுபட்டுக் கொண்டு முழு அக்ஞானத்தில் மூழ்கிக் கிடந்தபடியால், முன்னேற்றத்தைக் கருதி இம்மாறு வேஷங்கள் தரித்து உங்களுக்கு ஞானோடதேசம் செய்யத் தீர்மானித்தேன். இவைகளைத் தாங்களே ஞானக் கண்ணால் அறியலாம்.

வசிஷ்டர்: உடனே சிகித்வஜன் தன் கண்களை மூடிக் கொண்டு ஒரு முகூர்த்த காலம் தியானத்தில் அமர்ந்தான். அவன் ராஜ்யத்தைத் தியாகம் செய்து வந்தது முதல் அந்த கணம் வரையில் சூடாலைக்கு நேர்ந்தவைகளை ஞானக் கண்ணால் பார்த்தான். பிறகு கண்ணை விழித்து மிகச் சந்தோஷத்துடனும் ஆச்சரியத்துடனும் சூடாலையை கட்டித் தழுவிக் கொண்டான். கீரிப் பிள்ளைபோல் ஒருவரையொருவர் ஆலிங்கனம் செய்து கொண்டு ஆனந்தித்தார்கள். சற்று நேரத்திற்கெல்லாம் இருவரும் விலகிக் கொண்டு, சூடாலையைப் பார்த்து சிகித்வஜன் சொன்னான்.

சிகித்வஜன்: நான் மகா பாக்யசாலியானேன். அந்தகாரமான இருட்டில் சிக்கிக்கொண்டு வெளிச்சத்தையே காண முடியாமலிருந்தவ னுக்கு காட்சியை அளித்து கைதூக்கி விட்ட புண்யசாலி நீயே ஆவாய். பிரபஞ்சத்தில் எல்லாவற்றிலும் மேலாக பூஜிக்கத்தக்கது ஞானம்; இதை

நீ எனக்குப் புகட்டி சம்சாரச் சுழலிலிருந்து தப்பிக்கச் செய்தாய். இதை விட மகத்தான காரியம் உலகத்தில் கிடையாது. இப் பாக்கியத்தை நான் அடைந்தது உன்னை நான் மனைவியாக அடைந்ததால். எவன் ஒரு குல மங்கையை மனைவியாக அடை கிறானோ அவனைக் காட்டிலும் புண்ணியசாலி வேறொருவரும் இல்லை. ஏனெனில் அவளால் இகத்தி லும் இன்பம் பரத்திற்கும் சாரம். சிருஷ்டி வரிசைகளில் இக்குலப் பெண்ணே மேலானவள். அவளே பூஜிக்கத் தகுந்தவள். குலப் பெண் களுள் திலகம் போல் விளங்குபவள் நீயாவாய். உன்னிடத்தில் உருவம், அழகு, தேஜஸ், நடையுடை பாவனை, வசீகரிக்கும் தன்மை, பாண்டித்யம், செயலில் ஊக்கம், சாதுரியம், எல்லாவற்றிற்கும் மேலான நற்குணம் இவைகளைத் திரட்டி உருட்டி உன்னிடம் அமைக்கப் பட்டுள்ளன. நான் உன்னால் அடைந்த பாக்கியத்திற்கு என்ன பிரதி உபகாரம் செய்யக் கூடும். உனக்கோ தேவை, இச்சை என்பவைகள் கிடையாது. நான் உனக்கு என்ன செய்தாலும் அது உனக்குத் தகாது.

சூடாலை: அதைப்பற்றி தாங்கள் யோசிக்க வேண்டிய அவசியமே இல்லை. நீங்கள் அக்ஞானத்தில் மூழ்கிக் கிடந்ததைக் கண்டு நான் மகா துக்கத்திற்கு ஆளானேன். இந்த துக்கத்திலிருந்து என்னை விடுவித்துக் கொள்ளும் பொருட்டு நான் தங்களுக்கு ஞானோடதேசம் செய்ய முயன்றேன். ஆகையால் இம் முயற்சி என் சுய நலத்தைக் குறித்து செய்யப்பட்டதால் தாங்கள் எனக்குப் பிரதி உபகாரம் செய்யத் தேவையில்லை.

ஆனால் ஒரு விஷயம் அறிய விரும்புகிறேன். அதாவது இப்பொழுது தாங்கள் இச்சைகளைப் பரிபூர்ணமாக ஒழித்து தேவை என்பதையே அறியாமல் சர்வ சாந்த நிலையில் ஸ்திரமாய் இருக்கிறீரா என்பதை மேலும் தாங்கள் வரும் காலத்தை எவ்விதமாக கழிக்க உத்தேசம்.

சிகித்வஜன்: நான் இப்பொழுது ராகதுவேஷங்களைக் கடந்து நிராசையுடையவனாக இருக்கிறேன். எனக்கு வேண்டாம் என்பது கிடையாது. யதேச்சையாக சம்பவித்தவைகளைப் பூர்ண திருப்தியுடன் அனுபவிக்கத் தயாராக இருக்கிறேன். நான் செளம்யனாகவும் சாந்தனாக வும், பிரம்மா, விஷ்ணு, சிவன் ஆகிய திரிமூர்த்திகளுக்குச் சமமானவனாக இருக்கிறேன். நான் நானாக இருக்கிறேன். அல்லது நான் நானுமல்ல, வேறொன்றுமல்ல, நான் எல்லாமுமாக பிரகாசிக்கிறேன். சூரியவிடத்துக் கிளம்பிய ஒளிக் கிரணங்கள் யாதொரு தடையுமின்றி பரவினால் எப்படி எங்கும் வியாபகமாய் வேறொன்றும் புலனாகாதவண்ணம் இருக்குமோ அப்படி என் திருஷ்டி விளங்குகின்றது.

இந்த நிலையை நான் அடைந்தது உன்னுடைய அபூர்வப் பிரயத்தினத் தினாலே. நீயே எனக்குப் பரம குரு. உன்னை நான் நமஸ்கரிக்கிறேன்.

இனி வருங்காலத்தை நடத்துவதைப் பற்றி எனக்கு யாதொரு யோசனையுமில்லை. உனக்கு எது இஷ்டமோ அது எனக்குப் பிராப்த மாகும். உன் உத்தேசப்படி நான் நடந்துகொள்ளச் சம்மதம்.

சூடாலை: நாம் இருவரும் இப்பொழுது ஜீவன் முக்த நிலையில் இருந்து வருகிறோம். ஆகையால் நமக்குத் தேவையென்பது கிடையாது. எதுவும் வேண்டாமென்ற மனோபாவமும் கிடையாது. மூன்று காலத்தி லும் பொதுவாக நிற்கும் "இருக்கை" என்ற தன்மையில் இருந்து வரு கிறோம். வேறொன்றும் இருக்க முடியாது. ஆகையால் நமக்கு யதேச்சை யாக விதிக்கப்பட்ட ராஜ்யபாரம் செலுத்தும் கடமையை விடாமல் பூர்த்தி செய்வோம். எனக்கு போகம், ராஜ்யம், இவைகளில் லவலேசமேனும் இச்சை இருப்பதாக எண்ண வேண்டாம். தேவை என்பதை நான் அறியேன். பிராப்தமாக ஏற்பட்ட கடமையை விட்டு வேறொன்றைக் கடை பிடிப்பது நமக்குச் சரியல்லவென்ற எண்ணத்தால் நம்முடைய பூர்வீக இருப்பிடத்திற்குச் செல்லலாமென்று எண்ணு கிறேன்.

சிகித்வஜன்: ஏற்கனவே சொன்னபடி உனக்கு எது இஷ்டமோ அதையே நாம் செய்வோம். உன்னுடைய பிரதிபிம்பமாக நான் விளங்கத் தயார். உன்னைப் போன்ற ஒரு பெண் முகத்திலும், மூவுலகாலத்திலும் தென்படமாட்டாள். அருந்ததி, சசி, கௌரீ, காயத்ரீ, சரஸ்வதி இவைகள் போன்ற பெண் லக்ஷ்மிகள் ஒன்று கூடியும் உனக்கு இணையாக மாட்டார் கள். யான் உன் உத்தேசப்படி நடப்பதை விட எனக்கு வேறொரு நோக்கமும் இல்லை. நீ எண்ணியபடியே நாம் ராஜ்யத்திற்குத் திரும்புவோம்.

வசிஷ்டர்: இம்முடிவுக்கு வந்தவுடன் அங்கேயே மானசீகமாக பட்டாபிஷேகம் செய்துகொண்டார்கள். பிறகு சூடாலை சித்த உபாயத்தால் ஒரு பெருத்த சேனையைத் திரட்டி அதை பின்கொண்டு ராஜ ரீதியாக வனத்தை விட்டு தங்கள் ராஜ்யம் நோக்கிச் சென்றார்கள். இவ்வளவு ஆடம்பரத்துடன் வரும் செய்தி பட்டணத்திற்கு வெகு சீக்கிரம் பரவி மந்திரி முதலியவர்கள் ராஜ சைன்யங்களுடன் புறப்பட்டு தம்பதிகளை எதிர்கொண்டு அழைக்கச் சென்றார்கள்.

பிறகு ராஜ்யத்தில் ஏழு நாள் வரை ராஜனுடைய வரவைக் கொண்டாடினார்கள். அன்றிலிருந்து சிகித்வஜன் ராஜ்ய காரியங்களில் ஈடுபட்டுப் பொது ஜனங்களின் பொருட்டு உழைத்து, ஆனால் ஜீவன் முக்த நிலையிலிருந்து நழுவாமல், பதினாயிரம் வருஷ காலம் ராஜ்ய பாரம் செலுத்தினான். பிறகு விதேக முக்தியை அடைந்தான்.

இப்படி சிகித்வஜன் பின்பற்றிய முறையை யாரொருவன் அனுஷ்டித்து வருகிறானோ அவன் ஜீவன் முக்தனாவதில் யாதொரு

சந்தேகமுமில்லை. இதே மாதிரியே தேவ குருவாகிய பிரகஸ்பதியின் குமாரன் கசனும் பரம சாந்த நிலையை அடைந்தான். அவன் விருத்தாந் தத்தைச் சொல்கிறேன் கேள்.

* * *

கசன் விருத்தாந்தம்

பிரகஸ்பதியின் புத்திரனாகிய கசன் பால்ய பருவம் கழிந்ததும் சாஸ்திர ஆராய்ச்சியின் தொடர்பாக, சம்சாரமாகிய மோகத்திலிருந்து விடுபடும் முயற்சியைப் பற்றி ஆராய்ச்சிக்கலானான். அந்த விஷயமாக யாதொரு முடிவும் தென்படாமல் மகா மேதாவியும், வாக்குக்கு அதிபதியு மான பிதா பிரஹஸ்பதியையே குருவாகக் கொண்டு சில கேள்விகளைக் கேட்டான். ஜீவனென்ற நூலில் மணிகள் போல் கோர்க்கப்பட்ட ஜீவராசிகள் ஜனன மரணத்திலிருந்து விடுபடுவது எப்படியென்பது, அவைகளில் முக்கிய கேள்வி. பிரஹஸ்பதி இதற்கு ஒரே பதத்தால், மார்க்கத்தைச் சுட்டிக் காட்டினார், அதாவது தியாகமென்பதால்.

பிதுர் வாக்கை வேத வாக்காக கொண்ட கசன், உடனே பிதாவிடம் விடை பெற்றுக் கொண்டு ஏகாங்கியாக வன வாசம் சென்றான். எட்டு வருஷ காலம் இப்படி கழித்து, மனத்திற்கு யாதொரு திருப்தியும் ஏற்படாமல் தகப்பனாரைக் காணத் திரும்பினான். தகப்பனிடம் தான் செய்த முயற்சிகளையும் அவைகள் பயன் அளிக்காததையும் எடுத்துச் சொன்னான். பிரஹஸ்பதி மறுபடியும் சர்வத் தியாகம் செய்வதால்தான் பலன் அடையப்படும் என்று சொல்லி நிறுத்திவிட்டார். மீண்டும் மூன்று வருஷ காலம் வன வாசம் சென்று தன் உடைமைகளை எல்லாம் துறந்து மிஞ்சி நின்ற கௌபீனம், தண்டு இவைகளையும் எறிந்து விட்டு விசாரணை செய்து வந்தான். அப்பவும் பலனடையாமல் தகப்பனைக் கண்டு கேட்டான். அவர் சித்தத்தியாகமே சர்வத்தியாகமென்று விளக்கினார். இதைக் கேட்டுக் கொண்டு மீண்டும் காட்டுக்குச் சென்று சித்தத்தைத் தேடும் ஆலோசனையில் ஈடுபட்டு அதைக்கான முடியாமல் மறுபடியும் தகப்பனிடம் சென்று அதன் இருப்பிடம் எங்கே என்று கேட்டான். அகங்காரம்தான் சித்தம் என்று பிரகஸ்பதி சொல்ல அதை விடுவது அசாத்தியமென்றும் அதை தியாகம் செய்யும் முறை தெரிந்தால் அப்படியே செய்வதாகவும் கசன் சொன்னான்.

பிரகஸ்பதி: செடியிலிருந்து பூவை பறிப்பதாவது அல்லது கண்ணை மூடுவதாவது எவ்வளவு எளிதோ அவ்வளவு எளிது அகங்காரத்தை விடுவதும். இதைச் சாதிக்கும் முறையைச் சொல்லுகிறேன் கேள். அக்ஞானத்தின் காரணத்தால்தான் வஸ்துக்குள் வாஸ்தவமான தோற்றத்

தைக் கொடுக்கின்றன. ஞானமடையப்பட்டால் வஸ்துக்களின் உண்மை போன்ற தோற்றம் நாசமடைகிறது. குழந்தை பிசாசைக் காணும் அனுபவம் போலும் கானலில் நீரைக் காண்பது போலும், அல்லது கயிற்றைப் பாம்பாக உணருவது போலும் நாம் 'அகம்' பாவத்தை அடைகிறோம். இல்லாதது இருப்பதாக நம்மால் பாவிக்கப்பட்டு வருகிறது. கண்ணுக்கு ஏற்பட்ட தோஷத்தால் இரு சந்திரர்கள் காணப் படுவதுபோல, அக்ஞான மாகிய தோஷத்தால் நான் என்ற உணர்ச்சி நம்மிடத்தில் ஏற்படுகின்றது. இதைச் சந்தென்றா அல்லது அசத்தென்றோ சொல்லுவதற்கில்லை.

ஆதி அந்தம் எல்லா காலத்திலும் இருப்பது ஒரே சத்தியம். எல்லா உணர்ச்சிகளுக்கும் அதுவே மூலகாரணம். எப்பொழுதும் எங்கும் வியாபித்திருப்பது அது ஒன்றே. அலைகள் நீரில் தோன்றுவதுபோல, ஜீவராசிகள் அதில் தோன்றுகின்றன. இவ்விதம் அகண்டமாய் இருப்பதை ஒரு குறிப்பிட்ட இடத்தில் அடக்கி வைப்பது எப்படி? காலம், தேசம், இவைகளும் அதன் அம்சங்களே. ஆகையால் சர்வமாயும் சாந்தமாயும் இருப்பதே நான் என்ற பாவனையை மேற்கொண்டு வந்தால், இப்பொழுது தோன்றி வரும் அசத்திய உணர்ச்சியாகிய அகம்பாவம் அழியும். வஸந்த காலத்தில் செடி, கொடிகள் மரங்கள் எல்லாம் பலவிதமாக ஸ்புரித்தா லும் ஒரே ரசத்தின் சோபையாகின்றன. அப்படியே ஜீவராசிகளும் சின்மாத்திரத்தைக் கொண்ட பலவித தோற்றங்கள்.

வாஸ்தவம் இப்படி இருக்க, ஜனங்கள் சம்படத்தில் நகையை மூடி வைப்பது போல தங்களுடைய ஆத்மாவை தேகத்தில் பத்திரப் படுத்தி வைப்பதாகக் கருதினார்கள். இப்படி மூடி வைக்க வைக்க அது மீண்டும் மீண்டும் அகண்டத்தில் கலந்து விடுகிறது. ஆகாசத்தை ஒரு குறிப்பிட்ட குகையிலோ, இடத்திலோ அல்லது பெட்டியிலோ மூடி வைக்க முடியுமா? தேகங்கள் நாசமடைந்த வண்ணம் இருக்கின்றன. எங்கும் வியாபித் திருக்கும் சித் எப்பொழுதும் உள்ளும் புறமுமாகவே இருந்து வருகின்றது. பிறகு ஜன்மம், மரணம், காலம், தேசம், வஸ்துக்களாகிய பாவனை, இவைகளெல்லாம் எப்படி வாஸ்தவ மெனக்கருதப்படும். நம்முடைய மோகமே இவைகள். ஆகையால் பாவம் - அபாவம், இரண்டை யும் விடுவதால் இவைகளைக் கூடி நிற்கும் "அகம்" "பாவமும்" அழியும்.

வசிஷ்டர்: இவ்வாத்ம விஷயத்தை மேலும் விசாரிக்க, சர்வ சாந்தமான பிரம்மத்தில் ஆதியிலே யதேச்சையாகவே ஒரு புரட்சிபோல் ஏற்பட்டது மனசென்ற ஸ்பந்தம். பிரம்மத்தில் தோன்றியது அதுவாகவே தான் இருக்கவேண்டும். வாசனை மலரைக் கூடி இருப்பது போலும் சூரியக் கிரணங்கள் சூரியனைத் தவிர்த்து வேறாகாது போலும், ஜ்வாலை அக்னியை விட்டு வேறாகாது போலும், அல்லது நீரைத் தவிர்த்து அலை

வேறாகாதது போலும், மனசும் பிரம்மத்தைத் தவிர்த்து வேறாகாது. ஆனால் சாதாரணமாக எல்லோரும் அலையின் நோக்கத்தில் வேரூன்றி நின்று அதற்கு ஆதாரமாகிய நீரை மறக்கிறார்கள். இரண்டையும் ஒன்றாக பார்ப்பவனே நிர்விகல்பன்.

மனஸ் என்பதற்கு சொரூபம் கிடையாது. அது கேவலம் ஸ்பந்த ரூபி, அதாவது இயக்கம், இதுவே சங்கல்பமென்றும் சொல்லப்படும். அதாவது அது சிருஷ்டியில் ஈடுபடும் பொழுது. தன் சிருஷ்டியிலே தான் மீண்டும் கலக்கும் பொழுது உணர்ச்சி என்ற தோற்றம் ஏற்படுகின்றது. உணர்ச்சியால் உண்டாவது போகம். சிருஷ்டியின் பலன் வஸ்து ஜாலங்கள், பிறகு இவைகளே உணர்ச்சிகளுக்கும் போகங்களுக்கும் காரணமாகின்றன. இவ்விதம் சிருஷ்டிக்கப்பட்டவைகளே ஜன்மம், மலை, ஐந்துக்கள், மனஸ், புத்தி அகங்காரம். இவைகள் சூன்யத்தில் தோன்றிய சூன்யங்களே தவிர சத்யமாகாது. நிஜமாக இல்லாதவைகளே இருப்ப தாகத் தோற்றத்தைக் கொடுத்து வருகின்றன. நிஜமாக இருப்பது இல்லாதது போல் தோன்றுகின்றது. இந்த தத்துவங்களை அனுசரித்து சர்வ மௌனியாய் இருப்பதுதான் மேல்.

இப்பதவியை வேறு விதமாகவும் சொல்லத் தகும், அதாவது மகா கர்த்தா, மகா யோக்தா, மகா தியாகி என்று இது பிருங்கி மகரிஷியால் அனுசரிக்கப்பட்டதாகும்.

பிருங்கியின் வரலாறு

அம் மகரிஷி மேரு பருவதத்தின் ஒரு பாகத்தில் வசித்து வந்தார். அவருக்கு சம்சாரமாகிய சாகரத்தைத் தாண்ட வெகு ஆவலாய் இருந்தும் வகை தெரியாமல் தவித்திருந்தார். பிறகு ஒரு சமயம் பரமேஸ்வரனைக் கண்டு அவரிடம் தன் குறையைச் சொல்லி தான் முன்னேறும் வழியைக் காட்டி அருள வேண்டுமென்று வேண்டிக் கொண்டார். பரமேஸ்வரன் கருணைபுரிந்து பின்வரும் உபாயத்தை எடுத்துரைத்தார்.

ஈஸ்வரன்: எல்லாச் சம்சயங்களையும் தள்ளி, பரம தைரியத்தைக் கைக் கொண்டு, மகா கர்த்தா, மகா போக்தா, மகா தியாகியாக இருந்து வந்தால் உன் எண்ணம் சித்திக்கும். இவைகள் மூன்றும் ஒன்றுக் கொன்று சம்பந்தப்பட்டவை; எப்படி என்றால் கர்த்தா இன்றி போகமில்லை. இவைகள் இரண்டும் கைக் கூடினால் சர்வத்தியாகம் சித்தியோகின்றது. இவைகள் சித்தியாவதற்கு அனுசரிக்கப்பட வேண்டிய முறைகளாவன:-

1. தர்மம் அதர்மம் இரண்டு நோக்கங்களையும் தள்ளி யதேச்சை யாக வந்த கர்மங்களைச் செய்வது.

2. ராகம், துவேஷம், துக்கம்- சுகம், பலன்- பலனற்றது, இந்த நோக்கங் களை விட்டு யதேச்சையாக வருவதை அனுபவிப்பது.

3. மௌனத்தை அனுசரித்து அகங்காரத்தை ஒழித்து, நிர்மலமான மனத்துடன் வந்தவைகளை அனுபவிப்பது.

4. எந்தக் காரியத்தில், பிரவிர்த்தித்தாலும், நிராசையுடன் ஒரு சாட்சி போல் இருந்து காரியத்தை செய்வது.

5. எவ்வித ஈடுபாட்டிலும் ஒரு ஊக்கமோ, அல்லது மந்தமோ சோகமோ அனந்தமோ இன்றி சாந்தனாய் இருந்து வருவது.

6. ஜனனம், ஆயுள் காலம், மரணம் மூன்றையும் சம நோக்கத்துடன் பாவித்திருப்பது.

7. இவ்வித நோக்கங்களைக் கொண்டு, சர்வமும் பிரம்மம், வேறு கற்பனைக்கு இடமில்லை என்ற நிச்சயத்தைக் கொண்டு இருப்பதே நிர்வாண பதவியாகும்.

வசிஷ்டர்: மேற்சொன்ன உபதேசங்களை அனுசரித்து வந்தார் பிருங்கியானவர்.

ராமன்: இந்த நிலையில் இருப்பவர் எக்குறிகளால் அறியப்படுவார்.

வசிஷ்டர்: அவர்களுடைய நடை உடை பாவனைகளாலும், சாந்தத் தன்மையாலும் எக்காரியத்திலும் பரபரப்போ மந்த புத்தியோ இன்றி எல்லா சந்தர்ப்பங்களிலும் சம நோக்கமுடையவர்களாக பிரகாசிப் பார்கள்.

இஷ்வாகு வரலாறு

வசிஷ்டர்: ஏ! ராமா! உன் வமிசத்தின் மூல புருஷனாகிய இஷ்வாகு அரசன் ஞானோபதேசம் பெற்றதைக் கேள்.

வெகுகாலம் சிறப்புடன் அரசாட்சி செய்த பிறகு, ஒரு நாள் ஏகாங்கியாக இருக்கையில், சம்சாரமாகிய பிரலாகத்தைப் பற்றி யோசிக்கத் தொடங்கினான். இது மெய்யா பொய்யா, இது எவ்விதம் உண்டாயிற்று. இதற்கு ஒரு முடிவும் உண்டா என்ற பலவாறான யோசனையில் மனதைச் செலுத்தினான். எவ்வளவு யோசனை செய்தும் அவனுக்கு மனத் தெளிவு ஏற்பட வில்லை.

ஆகையால் ஞானம் அடையும் ஊக்கத்தினால், பிரம்ம லோகம் சென்று ஆதி புருஷனாகிய மனுவைக் கண்டு, தன் மனோ நிலையைத் தெரிவித்துத் தனக்கு ஞானோபதேசம் செய்ய வேண்டிக் கொண்டான்.

மனுவானவன், அரசன் மேல் கருணை புரிந்து, ஆத்ம விஷயத்தில் மனம் ஈடுபட்டிருப்பதையும் ஞானோபதேசத்திற்குப் பாத்திரனென்றும் அறிந்து உபதேசத்தைச் செய்தார்.

மனுவின் உபதேசம்

இந்திரியங்களுக்கு புலப்படும் பிரபஞ்சம் முற்றிலும் பொய்யே, கந்தர்வ நகரத்தைப் போலவும், பாலைவனத்துக் கானல் நீர் போலவும் அவைகள் இல்லாதவைகளே. ஆனால் இருப்பதாகத் தோன்றி வருகின்றன. பஞ்ச இந்திரியங்களையும், மனதையும் கடந்து நிற்கும் பரம்பொருள் ஒன்றுதான் வாஸ்தவமாக இருப்பதாகச் சொல்லத்தகும். இதில் ஏற்படும் பிரதி பிம்பங்களே, நாம் தோற்றமாக அனுபவிக்கும் பொருள்கள். பிரம்மத்தில் ஏற்படும் ஒரு துடிப்பால் வஸ்துக்களாகிய தோற்றங்கள் உண்டாகின்றன. வாஸ்தவத்தில் பிரம்மத்தைத் தவிர்த்து வேறொன்றும் பிரபஞ்சத்தில் கிடையாது. ஆகையால் பந்தம் மோட்சம் என்பவை வீண் வார்த்தைகள்; ஒன்று, இரண்டு என்னும் பதங்களுக்கும் இடமில்லை, இவ்வித மனோ பாவங்களைத் தள்ளி, திடமாகவும் தைரியமாகவும் பிரம்மமாகிய நிச்சயத்தைக் கைப்பிடித்து சாந்தனாய் இரு.

கடலில் அலைகள் ஏற்படுவது போல் சுத்தசம்வித்தில் சங்கல்பம் ஏற்படுகையில், ஜீவராசிகள் சிக்கிக் கொள்வதால் சம்சாரம் விருத்தி அடைகின்றது. இவ்வித மோகங்கள் மனசாகிய ஜீவன்களைப் பற்று கின்றனவே தவிர பிரம்மத்தையல்ல. இரகணத்தால் ராகுவின் இருப்பை அறிவது போல, சங்கல்ப வஸ்துக்களைக் கொண்டுதான் ஆத்மத்தை அறிய இயலும். நம்முடைய அனுபவங்களின் மூலம்தான், ஆத்மத்தின் இருப்பை அறியலாம்; இந்திரியங்களால் இது சாத்தியப்படாது. சத்வமாகிய நிலை யில் ஆத்மா ஆத்மாவினால்தான் அறியப்படும். குரு உபதேசத்தாலோ அல்லது சாஸ்திரங்களின் மூலமோ அது அறியப்படமாட்டாது. ஸ்படிக மானது பல வர்ணங்களை அவைகள் இருப்பதுபோல பிரதி பிம்பிக் கின்றது. அதே மாதிரியே இந்திரியங்களாகிய வஸ்துக்களும் சத்வ நிலை யில் பிரதி பிம்பிக்கப்படுகின்றன. பிறகு கர்மங்கள் இந்திரியங்களால் இதர வஸ்துக்களை கூடி செய்யப்படும் கிரியைகள். இவ்விதம் பாவனை செய்யப் பட்டால் சாந்த மேற்படும். ஆகையால், தேகமும் ஒரு வஸ்து என்ற பாவனையை அனுசரித்து ஆத்மத்தில் நோக்கம் செலுத்தல் வேண்டும். தேகம் நான் என்ற பாவனையால் பந்தமும், தேகம் நான் இல்லை என்ற பாவனையால் மோட்சமும் சித்திக்கின்றது. "நான்" என்பது கேவல சின் மாத்திரம், ஆகாய ரூபி என்ற பாவனை ஸ்திரப்பட்டு நின்றால் சம்சாரம் மீண்டும் உண்டாகாது. ஆத்மத்தில் ஸ்புரிக்கும் ஜகத் ஆத்ம மாகத்தான்

இருக்க வேண்டும். வேறாக இருக்க முடியாது. அழிந்தாலும் ஆத்மாவே, ஆத்மாவானது காலம் தேசம் பிரபஞ்சம் இவைகளைத் தோற்றுவித்துப் பிறகு அழிந்து விடுகின்றது. நீர் பல அலைகளின் தோற்றங்களைக் காண்பிக்கின்றது. ஆகையால் சங்கல்பமாகிய களங் கத்தை விட்டு இருந்தால் சித்தம் சாந்தி அடைந்து ஆத்மத்தை அடையும்.

இந்த ஆத்ம யோகத்தில் ஈடுபட்டவர்கள் ஏழு வித நிலையில் இருப்பவர்களாவர்.

1. சாஸ்திர ஆராய்ச்சி செய்து, நல்லோர் சேர்க்கையும் அடைந்து புத்திமான்களாக விளங்குகிறவர்கள் யோக பூமியின் முதல் படியை அடைந்தவர்கள்.

2. ஆராய்ச்சியில் தீவிரமாக ஈடுபட்டவர்கள் இரண்டாம் படியை அடைந்தவர்கள்.

3. சங்கத் தியாகம் செய்தவர்கள் மூன்றாம் படியை அடைந்தவர்கள்.

4. வாசனையைக் கடந்து பரந்த நோக்கத்தை உடையவர்கள் நான்காம் படி ஏறினவர்கள் ஆவார்கள்.

5. சுத்த அறிவு மயமாய் நின்று ஆனந்தத்தில் இருந்து வருகிறவர்கள் ஐந்தாம் படி ஏறினவராவர். அவர்கள் பிரபஞ்சத்திற்கு அரைக் கண் மூடினவர்களாவார்கள்.

6. தன் உணர்ச்சியிலேயே இருந்து வருகிறவர்கள் பிரபஞ்சத்திற்கு முழுக் கண்ணை மூடிய ஜீவன் முக்தர்களாவார்.

7. எல்லா இயக்கங்களும் அடங்கியவர் ஏழாம் படியாகிய துரிய பதவியிலிருப்பவர். இவர்கள் ஜீவிதத்தைக் கடந்தவர்கள்.

முதல் மூன்று ஸ்தானங்களும் ஜாகிரதா அவஸ்தைகளாகும். நான்காம் படியிலிருப்பவர்கள் சொப்பனா அவஸ்தையில் இருப்பவர்கள், அதாவது ஜகத்தை சொப்பனமாக பாவிப்பவர்கள். ஐந்தாவது நிலையி லிருப்பவர் அரைத் தூக்கத்தில் இருப்பவர்களுக்கு ஒப்பாவார், அதாவது ஜகத் உணர்ச்சிகளுக்கு. ஆறாவது படியிலிருப்பவர்கள் நித்திரையி லிருப்பவர்களாகும். இவர்கள் ஜீவன் முக்தர்கள் ஆவார். ஏழாவது படியி லிருப்பவர்களை வாயால் உரைக்கவோ அல்லது மனதால் நினைக்கவோ முடியாது.

ஆகையால் இஷ்வாகு! நீ அனுசரிக்க வேண்டிய முறையாவது, எல்லா இச்சைகளையும் சேஷமில்லாமல் ஒழித்து கடந்ததைப் பற்றியோ அல்லது வரும் காலத்தைப் பற்றியோ திருணமேனும் எண்ணாமல்,

எது எப்படி சம்பவித்தாலும் அதை மன வேற்றுமை இன்றி அப்படியே அனுபவிப்பது. முடிந்த காரியத்தைச் செய்வது, முடியாததை விட்டு விடுவது. தூக்கம் வந்தால் வந்த இடத்திலேயே அப்படியே படுத்துத் தூங்குவது. வர்னாஸ்ரம தர்மங்கள், ஆசார ஒழுக்கங்கள், கட்டுப்பாடுகள், சாஸ்திரங்கள் எல்லாவற்றையும் கடந்து பரந்த நோக்கத்தில் இருந்து வருவது. கர்மங்களில் பலனைத் தியாகம் செய்து புண்ய பாவங்களைச் சுமந்து நிற்பது. பொது ஜனங்களின் நிந்தனை - ஸ்தோத்திரம் எல்லா வற்றையும் சமமாக பாவித்து, ஒருவரை பூஜிப்பதோ அல்லது இரரால் பூஜிக்கப்படுவதையோ ஒழித்துக் கடைசியில் நான் என்ற பாவனையை முற்றிலும் விட்டிருப்பது.

வசிஷ்டர்: மனுவானவர் இந்த உபதேசத்தை இக்ஷவாகுவுக்கு செய்து அனுப்பினார். இக்ஷவாகு பிறகு வெகு காலம் இந்த ஞான மார்க்கத்தை அனுசரித்து உலகத்திற்கு ஒரு திலகம் போல் விளங்கி வந்தான்.

ராமன்: ஜீவன் முக்தர்களாய் இருப்பவர்களிடம் என்ன அதிசயங் கள் காணப்படும்.

வசிஷ்டர்: ஜீவன் முக்தர்கள் மிக அமைதி உற்றவர்களாகவும் நித்ய திருப்தர்களாகவும் இருந்து கொண்டு சதா ஆத்ம பாவனையில் இருந்து வருவார்கள். இதுவே அவர்களிடம் தோன்றும் அதிசயம். மந்திரம், தந்திரம், யோகம் இவைகளால் அடையப்படும் சித்திகளை யாவரும் முயற்சியால் அடையலாம். ஆனால் இவ்வித மூட சித்திகளில் ஜீவன் முக்தர்கள் நோக்கத் தைச் செலுத்த மாட்டார்கள்.

இந்த ஜீவன் சங்கல்ப வசத்தால் சுத்த சம் வித்திலிருந்து நழுவி ஜீவித நிலையை அடைகிறது. முதலில் சூட்சும சரீரத்தை அடைந்து, பிறகு மேலும் மேலும் செய்யப்பட்ட சங்கல்பத்தால் பதார்த்த பாவனை களை சேகரித்து அவைகளைச் சிருஷ்டி செய்து கொண்டு அவை களிடத்து போகத்தை அடையும்பொருட்டு ஸ்தூல ரூபத்தை அடை கின்றது. ஆகவே ஒவ்வொரு ஜீவனிடத்தும் இம்மூன்று தோற்றங்களும் உள, சத்வம் - ரஜஸ் - தமஸ் அதாவது சித்தாகிய சத்வரூபம், மனசாகிய சூக்ஷமதேகம், பிறகு தேகமாகிய ஸ்தூலரூபம். ஸ்தூல சூக்ஷம சம்பந்தத்தால் கர்மம் போகம் இரண்டும் அதிகரிக்கும் தன்மையை அடைகின்றன. போகத்தின் பொருட்டுத் தான் கர்மங்கள் செய்யப்படுகின்றன. கர்மா இச்சைகளால் ஏற்படுகின்றன. இச்சைகள் சங்கல்பத்தால் அதிகரிக்கின்றன. சங்கல்பம் உணர்வோன் - உணர்ச்சி என்னும் பேதபுத்தியால் ஏற்படு கின்றது. ஆகையால் சங்கல்பம்தான் ஜீவனின் ஆயுளுக்கும் அதனால் ஏற்படும் சுக துக்கங்களுக்கும் காரணமாகின்றது. இவைகளின் நாசம் அசங்கல்பத்தால்தான் ஏற்பட முடியும். இதை அப்பியசிப்பதை

அறிவாளிகள் மேற்கொள்வது அவசியம். ஜீவனின் மூன்று அம்சங்களில், ஸ்தூல சூக்ஷ்ம அம்சங்களைத் தள்ளி சத்வத்தில் நிலைபெறவேண்டும். சகல வியவகாரங்களும் மனசாகிய சூக்ஷ்ம ரூபத்தின் பிரவர்த்தி ஆகையால் மனசைக் கொண்டே மனசின் நாசத்தை அடையவேண்டும், அஸ்திரம் அஸ்திரத்தாலும், விஷயம் விஷயத்தாலும் நாசமடைவது போல்.

இராமன்: ஜாகிரதை, சொப்பனம், நித்திரை ஆகிய மூன்று அவஸ்தைகளையும் தவிர்த்து வேறாகிய துரிய பதவியின் விசேஷங்கள் என்ன?

வசிஷ்டர்: “நான்” என்ற உணர்ச்சியை முற்றிலும் ஒழித்து கேவல சத்தையாகவும், சமமாகவும் இருக்கும் நிலைதான் துரிய பதவியென்பது. சமமாயும் சாந்தமாயும் உள்ள ஜீவன் முக்த நிலையில் ஒரு சாட்சியைப் போல் இருக்கும் தன்மையே துரிய பதவியாகும். மூன்று அவஸ்தைகளுமின்றி சங்கல்ப சூனியமான நிலையே துரிய பதவியாகும். அகங்காரம் நீங்கி சர்வ சாந்தமான நிலையே சித்தின் துரிய பதவி எனப்படும்.

ஏ! ராமா! எல்லாம் தியாகம் செய்து நீ சர்வ மௌனியாக இருப்பாயாக. சித்தம் ஒடுங்கி, மனன சக்தி அழிந்து பிரகாசிப்பதே நிர்வாணமெனப்படும். எப்பொழுதும் உள் நோக்கம் அடைந்தவனாய், தன்னுள் இருக்கும் ஆத்மத்திலேயே நிலை பெற்று, வெளிப்படையாக எவ்வித கர்மங்களைச் செய்த போதிலும், உள்ளே எல்லாம் தியாகம் செய்தவனாய் அதாவது ஜாகிரத நிலையில் நித்திரையிலிருப்பதைப் போல் இருப்பதே நீ ஆதரிக்க வேண்டும்.

ராமன்: யோக மார்க்கத்தை அனுசரித்து வருகிறவர்களில் ஏழு நிலை இருப்பதாகச் சொல்லப்படும். இந்த ஏழு நிலைகள் யாவை? அந்தந்த நிலைகளில் இருப்பவர்களை எப்படி அறிவது என்பதைப் பற்றி சொல்ல வேண்டும்.

வசிஷ்டர்: மானிடர்கள் இருவகைப் பட்டவராவர். அதாவது:

1. பிரவிருத்தி மார்க்கத்தில் ஈடுபட்டவரும், 2. நிவர்த்தி மார்க்கத்தில் ஈடுபட்டவரும், நிர்வாண பதவியை விரும்பி சொர்க்க போகங்களில் கண்ணுற்றவராய், கர்த்தா என்ற மோக வலையில் சிக்கிக் கொண்டு, ஆமை தன் ஓட்டுக்குள் கழுத்தை இழுப்பதும், வெளியே நீட்டுவதும் போல, ஜன்மங்கள் எடுத்த வண்ணம் பல யுகங்களைக் கடப்போர் பிரவிர்த்தியில் ஈடுபட்டவராவர். அப்படி இன்றித் திரும்பித் திரும்பி சம்சார வலையில் சிக்கிக் கொள்வதை வெறுத்து மோட்சோபாயத்தை தேடுகிறவர்கள் நிவர்த்தி மார்க்கத்தில் ஈடுபட்டவராவர். இம்மார்க்

கத்தை அனுசரிப்பவர்கள் ஏழு நிலையில் ஒன்றிலிருக்கலாம்.

1. வைராக்யத்தை அடைந்து விசாரணையில் ஈடுபட்டுக் கர்மங்களை தீவிரமாக, ஆனால் ஈடுபடாமல், செய்தும் சத் கர்மங்களை சேகரித்தும் வைப்பவர்கள் முதல் படியிலிருப்பவர்களாவர்.

2. சாதுக்களைச் சேவித்துக் கர்மா, வாக்கு, மனஸ் மூன்றையும் ஒடுக்கி ஞான மார்க்கத்தைக் கடைபிடுத்து விசாரணையில் ஈடுபட்டுச் சம்சாரத்தை நடத்துவர், இரண்டாம் படியிலிருப்பவராவர்.

3. சாஸ்திரங்களை ஆராய்ந்து அவைகளின் முக்கியமான தத்துவங்களைக் கைக் கொண்டவன் பண்டிதனாவான். இச் சாஸ்திரங் கள் மூலம் பதார்த்தங்களின் தன்மையையும், கர்மங்களின் நோக்கத்தையும் அறிந்து, மதம், மாத்சர்யம், லோபம், மோகம் இவைகளை நீக்கிக் கொண்டு சாஸ்திரங்கள், குரு, சத்- சங்கம் இவைகளைச் சேவித்துப் பற்றுதலின்றி இருப்பவர் மூன்றாம் படியை அடைந்தவராவர்; இவர்களால் பற்றுதல் கள் விடப்படுவது இருவிதம்; சாமான்யமார்க்க மென்றும், சிரேஷ்ட மார்க்கமென்றும். நான் கர்த்தாவும் இல்லை, போக்தாவும் இல்லை. நான் பாதிப்பவனும் இல்லை, பாதிக்கப்படுபவனும் இல்லை, என்ற நிச்சயத்தை பற்றி இருப்பது சாமான்ய மார்க்கம். சுகம், துக்கம், கர்மா இவைகள் வாசனையின் காரணத்தால் ஏற்படுகின்றன. பிறகு ஆதி- வியாதி, எல்லாம் முடிவற்ற மனோபாவனைகளே, இவைகள் வாஸ்தவ மில்லை என்று தனக்குள் நிச்சயித்திருப்பது சாமான்ய அபாவத்தன்மை அல்லது அசங்கம். பிறகு பிரபஞ்சத்தில் நடை பெறுவதெல்லாம் ஈஸ்வரன் செயல். அவனிடத்தில் அனேக பிரம்மாண்டங்கள் தோன்றியும் அழிந்தும் வருகின்றன. நான் எதற்கும் கர்த்தா இல்லை; கர்த்தா கர்மா பிரவிர்த்தி எல்லாம் ஈசன் செயல். இவ்வித மனோபாவத்துடன் மௌனத்தையும் சாந்தத்தையும் ஆசிரயித்து இருப்பது சிரேஷ்ட அசங்கமெனப்படும். "நான்" என்பது மேலுமில்லை, கீழுமில்லை, உள்ளும் இல்லை, புறமுமில்லை. நான் பதார்த்தமும் இல்லை, சூட்சமுமில்லை; நான் சௌம்யன், நான் சாந்தன், காந்தன் அநாதி என்று இருப்பது சிரேஷ்ட அசங்கம்.

இப்பதவிகளில் முதலாவது புண்ய கர்மங்களின் பலனாகவோ அல்லது சத் சங்கத்தினாலோ யதேச்சையாக சிஷ்டிக்கும். இது சம்பவித்த தும் அதை வெகு ஜாக்கிரதையாகவும் பிரயத்தனத்துடனும் பாதுகாத்து வரவேண்டும். எந்த அம்சத்தால் இது அடையப்பட்டது என்பதை விசாரணையால் அறிந்து அதை மேலும் விருத்தி செய்ய வேண்டும். பிறகு பிரயத்தனத்தாலும் அப்யாசத்தாலும் மற்ற இரண்டு பதவிகளும் ஒன்றன் பின் ஒன்றாக காலக்கிரமத்தில் சித்திக்கும்.

ராமன்: 1. ஒருவன் சுத்த மூடனாக இருந்து, முன்னேற்றத்திற்கு யாதொரு சகாயமும் இல்லாதிருந்தால் அவனுக்கு எக்காலத்திலாவது விமோசனம் உண்டா?

2. மேற்சொல்லப்பட்ட ஸ்தானங்களில் ஒன்றையடைந்தவன், திடீரென்று மரணமடைந்தால் அவன் கதி என்ன?

வசிஷ்டர்: 1. எவ்வளவு அயோக்யனாக இருப்பினும், ஒரு காலத்தில் நல்லோர் சேர்க்கையாலோ அல்லது பூர்வ புண்யத்தாலோ, யதேச்சை யாக நன்னடத்தையில் ஈடுபட்டு பிறகு வைராக்யத்தை அடைவான். வைராக்யம் அடையும் வரை விமோசனமில்லைதான். வைராக்ய மடைந்த பிறகு முன்னேற்றம் தானாகவே ஏற்படும். இதுவே சாஸ்திரங் களின் சாரம்.

2. பூர்ணமான பக்குவத்தை அடையாமல் மரணமானவன் தன் கர்மாவின் பலனாக நல்ல குலத்தில் மீண்டும் பிறந்து, கடந்த ஜன்மத் தின் சித்திகளும் பிரயத்தனங்களும் வாசனையாக அவன் சார்பு நின்று, மீண்டும் அவைகளில் ஈடுபடுவான். வெகு சீக்கிரம் அவைகளை அடைந்து பிறகு மேலும் முயற்சியில் ஈடுபட்டு முன்னேற்றம் அடைவான்.

மேலே சொல்லப்பட்ட மூன்று பூமிகளும் (நிலைகளும்) ஜாகிருத நிலைக்கு ஒப்பாகும். ஏனெனில் இந்த மூன்று நிலைகளிலும் பேத புத்தி இருந்து வருவதால் மூன்றாவது பூமியை அடைந்தவன் சாமான்ய ஜனங்களால் பூஜிக்கத்தகுந்தவனாய் இருப்பதைத் தவிர்த்து விடுதலைக்கு உரியவன் ஆகான்.

மூன்றாம் பதவியிலிருந்த படி மேலும் முயற்சியில் ஈடுபட்டவனாக அக்ஞானத்தைப் போக்கிக் கொண்டால், ஞானோதயம் ஏற்பட்டு சித்தம் பூர்ண சந்திரனைப் போல குளிர்ந்து பேத புத்தி ஒழிந்து சமமும் சாந்தமும் கூடிய நான்காவது படியை அடைவான். இவன் பிரபஞ்சத்தை ஒரு சொப்பனம் போல் உணர்வதால், இந்த நிலை சொப்பானவஸ்தைக்கு ஈடாகும். இதற்குப் பிறகு பிரபஞ்சம் என்ற உணர்ச்சியும் அடங்கி நித்ராவஸ்தைக்கு ஈடாகிய நிலை ஏற்படுகின்றது. இதற்கும் மேலாகிய ஆறாவது ஸ்தானத்திலிருப்பவன் "நான்" என்னும் உணர்ச்சியையும் நீக்கிக் கொண்டு உள்ளும், புறமும் ஒரே சத்வமும் சாந்தமும் அடைந்து, அணைந்த விளக்கைப்போல கேவல "இருக்கை" என்ற நிலையிலிருந்து வருவான். இவன்தான் ஜீவன் முக்தனென்றும் துரியத்திலிருப்பவ னென்றும் கருதப்படுவான். மனம் முற்றிலும் அழிந்து உள்ளும் புறமும் சூன்யமாக இருந்து அல்லது உள்ளும் புறமும் பூர்ணமான ஏழாவது நிலை விதேக முக்தியாகும். இது வாக்கு மனது இவைகளுக்கு எட்டாத

நிலை. பிரகிருதி என்றும் புருஷனென்றும் பல பெயரால் அழைக்கப் படுவது.

ஆகையால் தங்கள் முன்னேற்றத்தைக் கருதும் மானிடர், இந்த யோக பூமியில் அடங்காமல் திரியும் மகா மதம் பிடித்து இரு தந்தங் களைக் கொண்ட யானையை ரண பூமியில் எதிர்த்து தலை தூக்க விடாமல் கொல்லா விடின், முன்னேற்றம் அடைவது அரிது.

ராமன்: தாங்கள் சொல்லும் போர்க்களம் எது? இந்த யோக பூமி எங்கிருப்பது? இந்த யானையாவது யாது? இவைகளை எனக்கு விளக்கிச் சொல்லவும்.

வசிஷ்டர்: நம் தேகந்தான் யோக பூமி, சம்சாரம்தான் சொல்லப் பட்ட போர்க்களம். மதமாகிய வாசனையால் உண்டான ஆசையே மதயானை. மனம்தான் யானை திரியும் காடு. நல்ல கர்மாக்களும், கெட்ட கர்மாக்களும் யானையின் தந்தங்கள்.

இந்த இச்சையை அடியோடு நாசம் செய்யாவிட்டால் ஜன்மம் வியர்த்தம். இச்சைதான் வாசனையென்றும், மனஸ் என்றும், சித்த மென்றும், சங்கல்பம், பாவனை உணர்ச்சி என்று பல பெயரால் வழங்கப் பட்டுவருவது. மனோ தைரியமே இதைக் கொல்வதற்கு தகுந்த அஸ்திரம். ஜயமடைவது மிகவும் சுலபம். இச்சை பந்தத்திற்குக் காரணமாகின்றது. நிராசை மோட்சத்திற்கு சகாயம். சங்கல்பம் பந்த சாதனம், அசங்கல்பம் மோட்ச சாதனம். உணர்ச்சி சம்சாரத்தைப் பெருக்குகின்றது. உணர்ச்சி யற்று இருப்பது அதை நலிவடையச் செய்கின்றது. ஆகையால் சும்மா இருப்பதால் இவைகள் கைக்கூடும். சும்மாயிருப்பது என்ன கஷ்டம்? நான் கைதூக்கிக் கதறியும் ஏன் நீங்கள் சும்மாயிருப்பதை அனுஷ்டிக்காமல் துக்க சாகரத்தை நோக்கியே செல்லுவீர்கள்?

பரத்வாஜர்: பொது ஜனத்தின் க்ஷேமத்தைக் கருதி ராமனுக்கு உபதேசம் செய்யப்பட்ட பரம சிரேஷ்டமானதும் ஞானத்துக்கு சாரமாய் முள்ள இந்த உபதேசங்கள், இவ்வளவு தானா அல்லது இன்னும் ஏதாவது சொல்லப்பட்டதா?

வால்மீகி: வசிஷ்டர் அன்று உபதேசங்களைச் சொல்லி முடித்ததும், ராமன் கொஞ்ச நேரம் அசைவற்று யாதொரு மனோ பாவனையு மில்லாமல் கல் தூணைப்போல் இருந்தான். மனச் சாந்தி அடைந்து அமிருதத்தை பூரணமாக அனுபவித்தவன் போல அதாவது "சித் சாமான்ய" நிலையிலிருந்தான்.

பரத்வாஜர்: ஏ முனீஸ்வரா! ராமன் ஒரு மகா புருஷன், ஆகையால்

அவன் இந்த நிலையை சீக்கிரம் அடைந்தான். என்னைப் போன்ற சாமான்ய விவேகத்தை உடையவர்கள் எப்படிக் கடைத்தேற முடியும்? என் மனம் சாந்தி அடைவதற்கு வேண்டிய மார்க்கத்தை சொல்ல வேண்டிக் கொள்கிறேன்.

வால்மீகி: வசிஷ்டர் ராமனுக்குச் சொல்லிய மகா வாக்கியங்களை நான் உனக்கு உரைத்தேன். இவைகளை நீ அடிக்கடி ஆராய்ந்து வருவதா லேயே மனச் சாந்தி அடைவாய்.

இப்பிரபஞ்சம் அக்ஞானம் ஞானமென்று இரு பகுதிகளாக பாவிக்கப் பட்டு நடை பெறுகின்றது. வாஸ்தவமாக சித்தில் யாதொரு பாகுபாடும் கிடையாது. அது ஒன்றாய் நிற்கும் பரம் பொருள். ஆகையால் பிரபஞ்ச விஷயங்களில், விழிப்பில் நித்திரை செய்கிறவன் போல் இருக்க வேண்டும். இப்பிரபஞ்சம் சூன்யத்திலிருந்து பிரவிர்த்தியான படியால் அதன் சாரமும் சூன்யம். ஆகையால் நான் சூன்ய பாவனையில் இருப்பேன் என்ற நிச்சயித்தை கைக்கொள்ள வேண்டும்.

அநாதி காலத்திலிருந்து சேகரிக்கப்பட்ட வாசனைகளில் காரணத்தால் "நான்" என்ற பாவனை நிலைத்துவிட்டது. இந்த சம்சாரம் ஒரு கந்தர்வ நகரத்திற்கு ஈடாவது, வெகு விசித்திரமானது. வஸ்துக்களாக தோன்றுவதில் யாதொரு சாரமும் இல்லை. எல்லாம் சொப்பனத்தில் ஏற்படும் ஜாலங்களே. அவித்தையால் நீர் குமிழிகள் போல் பேத புத்திகள் பல தோன்றி வருகின்றன. இக்குமிழிகள் கண நேரத்தில் நீரில் லயமடை வது போல், எல்லா பேதங்களும் ஞானம் உண்டான மாத்திரம் அழி வடையும். சங்கல்பத்தின் மூலம் சித்தில் பல மாறுபாடுகள் கற்பிக்கப் படுகின்றன. இவைகளே பெரும் பிரவாகமாக பெருகுகின்றன. இந்த ஜகத்தும், ஜக சமுதாயங்களும் எங்கிருந்து கிளம்பின? எதில் நிலைத்திருக் கின்றன? எதில் லயமடைகின்றன? இவைகள் ஆராய்ச்சி செய்யப் பட்டால் அவை பிரம்மத்தில் தோன்றும் வெறும் காட்சிகள் என்று அறியப்படும். ஆகையால் இந்த ஜகத்தும் நானும் பிரம்மமே தவிர வேறில்லை என்ற உணர்ச்சி ஏற்படும்.

ஜகத்தை நோக்கினால் இது பரமாணுக்களால் பெருகி நிற்கின்ற தாகவும், எக்காலத்தும் அப்படி இருந்து வருவதாகவும் அறியப்படும் அணுக்கூட்டங்களில் சதா மாறுதல்கள் ஏற்பட்டுக் கொண்டே வருகின்றன. இலைகளில் சாரமாக ஒன்றும் கிடையாது. ஆகையால் பரமானந்தத்தைக் கொண்டு பிரம்மத்தையே நீ பூஜிப்பாயாக. அதாவது முதலில், சகுண பிரம்மத்தையும் காலக்கிரமத்தில் நிர்குண பிரம்மத்தை யும். ஒரு கணமாவது இந்நிலையில் ஒருவன் இருப்பானாகில் அவனுக்கு தானாகவே இந்த நிலை சாசுவதமாக அடையப்படும்.

சாதாரணமாக ஜனங்கள் கேவலம் கர்மங்களைச் செய்வதில் வீண் காலம் கழித்து வருகிறார்கள். இவர்களின் வழிபாட்டுக்கு ஆதாரமாக புராணங்கள் கர்மங்களையே விசேஷமாக எடுத்துச் சொல்கின்றன. ஏ பாரத்வாஜா! விவேகத்தைக் கொண்டு நீ இம் மோகத்திலிருந்து விடு பட்டுக் கொள்வாயாக. எப்படி ஒரு பெரிய அரசன் மகத்தான விஷயத்தி லும் ஒரு அல்பன் அல்ப விஷயத்திலும் ஈடுபடுவானோ, அப்படி விவேகனான நீயும் மகா பெருமையான ஞான மார்க்கத்தைக் கடை பிடிப்பாயாக. இரவும் பகலும் ஓயாமல் எப்படி மாறி மாறி வரு கின்றனவோ அப்படி கர்மங்களைச் செய்வதில் சிக்கிக் கொண்டால் கர்மாவும், பலனும் ஓயாமல் ஏற்பட்டுக் கொண்டே வரும். ஆகையால் இவைகளைத் தியாகம் செய்வதே நலம்.

பரத்வாஜர்: நான் தங்களுடைய உபதேசங்களுக்கு மிகவும் கடமைப் பட்டேன். இவைகளிலிருந்து நாம் சாரமாய்க் காணுவது வைராக்கியமே. மோட்சோபாயமென்பது, வசிஷ்டர் மேலும், ஏதாவது சொல்லி இருந்தால் அவைகளையும் கேட்க விரும்புகிறேன்.

வால்மீகி: ஒரு விஷயம் சொல்லுகிறேன் கேட்பாயாக. நல்ல ஆசனத்தில் அமர்ந்து, தேகம், இந்திரியங்கள், இவைகளை அடக்கி மனதை சகல விஷயப்பிரவர்த்திகளிலிருந்தும் விடுவித்துக் கொண்டும், சர்வ ஜகத் சமுதாயங்களையும் ஓம் என்று சொல்லித் தியாகம் செய்து மனச்சாந்தியைப் பெறுவாயாக. இந்த நிலையில் பஞ்ச பூதங்களால் ஏற்பட்ட தேகத்தை பஞ்ச பூதங்களில் சேர்ந்த பாவனையைக் கொண்டும், பஞ்ச உணர்ச்சிகளை பூத தன் மாத்திரங்களில் சேர்ந்த பாவனையைக் கொண்டும் இருந்தால் மனஸ் கேவலம் சித்தாக விளங்கும். இப்படி ஏகமாய் இருக்கும் நிலையில் வெளி நோக்கம் கொண்டால் சிருஷ்டிக்கு ஆதாரமாகின்றது. அப்படியே நிலைத்திருந்தால், நிவிருத்திக்குக் காரண மாகின்றது. இம்மூன்று பாவனைகளையும் விட்டு நின்றால் துரிய பதவியாகிய பிரம்மத்தில் லயம் ஏற்படும்.

பரத்வாஜர்: நான் இப்பதவியை அடைந்தவனாக இருக்கின்றேன். எனக்கு மனம் ஆனந்த ரூபியாய் இருக்கின்றது. ஒரு விஷயம் மாத்திரம் எனக்கு விளங்கவில்லை, அதை எனக்குத் தெளிவு படுத்தக் கேட்டுக் கொள்ளுகிறேன். அதாவது ஜீவன் முக்தர்கள் கர்மங்களை எப்படி அனுசரிக்க வேண்டும் என்பதே?

வால்மீகி: ஜீவன் முக்தர்கள், சத் கர்மா துஷ்கர்மா என்ற பேதத்தை உணராமல் எவ்வித கர்மங்களையும் நிராசையுடனும் நிர்விகல்பம் இன்றியும் செய்து வருவார். எவ்வித கர்மங்கள் செய்யப்பட்டபோதிலும் அவர்களால் அவை செய்யப்பட்டதாகாது. ஏனெனில், மனம் அவைகளில்

ஈடுபடாததால். எவர் மனதில் "நான்" என்ற பாவம் ஏற்படுகின்றதோ, ஆகையால் அதைத் தொடர்ந்து பிரபஞ்சம் வஸ்து சுக துக்கம் என்ற பாவனைகள் கூடவே தோன்றுகின்றனவோ, அவர் ஜீவன் என்று சொல்லப்படுவார். அவர்களுக்குத்தான் கர்ம பலன் என்பவைகள் ஒட்டும். இவ்வித பாவனைகளைக் கடந்தவர்களாகிய ஜீவன் முக்தர்களிடம், கர்ம சேஷமங்கள் ஏற்படுவதே இல்லை. ஆகையால் அவர்கள் எதை வேண்டு மானாலும் செய்யலாம்.

ஏ, பரத்வாஜா! நான் உனக்கு எல்லா சாஸ்திரங்களின் சாரத்தையும் குருவினால் அடையக் கூடிய உபதேசங்களையும், வசிஷ்டர் சொன்னபடி எடுத்துரைத்தேன். இனி நீ நிச்சய மனதுடையவனாய், அப்பியாசத்தில் ஸ்திரமாய் இருந்து வருவாயாக. இடைவிடாத அப்பியாசத்தால் தான் எல்லா சித்திகளும் அடையப்படும்.

பரத்வாஜர்: ராமன் மகா யோகத்தில் ஈடுபட்டு, ஆத்மத்தில் நிலை பெற்றவனாகவும் இருந்து கொண்டு வியவகாரங்களை எப்படி நடத்தினான் என்பதை அறிந்தால் நானும் அவ்வழியை கடை பிடிப்பேன்.

வால்மீகி: அதைப்பற்றிச் சொல்லுகிறேன் கேள். ராமன் இருந்த மனோநிலையைக் கண்டு விஸ்வாமித்திரர், வசிஷ்டரை நோக்கி சில வார்த்தைகளைச் சொன்னார்.

விஸ்வாமித்திரர்: பிரம்ம புத்திரா! குரு உபதேசத்தால் ஒருவன் முக்தி அடைவதாக இருந்தால் அது தங்களுடைய உபதேசங்களால் கணமாத்திரத்தில் அடையப்படும். பிரக்ஞை, அறிவு, வாக்கு மூன்றிலும், தாங்கள் நிகரற்றவராக விளங்குகிறீர். தங்கள் மொழிகளைக் கேட்டு அறிவை அடையக் கூடாதவன் எவனும் இல்லை. ஆனால் குருவினு டைய உபதேசங்கள் சிஷ்யனுடைய பிரக்ஞையைத் தூண்டத்தான் செய்யுமே தவிர, ஞானத்தை அடையச் செய்ய இயலாது. ஏனெனில் ஞானம் பிரத்தியட்ச அனுபவம், ஆகையால் அது அவனுடைய சொந்த முயற்சியையும், பக்குவ நிலையையும் அனுசரித்து ஏற்பட வேண்டும்.

ராமன் தன்னுடைய வைராக்கியத்தாலும், பிரக்ஞையாலும், வெகு சீக்கிரம் ஆத்ம தரிசனம் அடைந்தான். ஆனால் அவன் அப்படியே நிலைத்து விடுவானாகில் லோக உபகார காரியங்கள் பல பூர்த்தி ஆகாமல் நின்றுவிடும். என்னுடைய சொந்த காரியங்களுக்கும் குந்தகம் ஏற்படும். நான் தசரதனிடம் வெகு சிரமத்துடன் ராமனை என் உதவிக்கு அனுப்ப சம்மதம் வாங்கினேன். அதுவும் வீணாகும். தவிர மூன்று லோகங்களுக்கு நீதி முறைகளைத் தெரிவிக்கும்படி ராமனுக்கு விதிக்கப் பட்டிருக்கின்றது. முனிவர்களின் வேள்விகளைத் தடை செய்துவரும்

ராட்சசர்களை சம்ஹாரம் செய்யவும், அகல்யைக்கு சாப விமோசனம் செய்யவும், ஜனகன் வசம் இருக்கும் கோதண்டத்தைப் பிரயோகித்து, அதை அடைந்து, பிறகு ஜமதக்கினி ரிஷி புத்திரனுக்கு மானபங்கம் செய்யவும், ராமன் அவதாரம் ஆயினன். மேலும், பிதுர் வாக்கிய பரிபாலனத்தின் பொருட்டு ராஜ்யத்தைத் துறந்து தன் மனைவியுடன் வன வாசம் சென்று, அங்கே மனைவி அபகரிக்கப்பட்டு அவளை மீட்கும் பொருட்டு வானரர்களின் உதவியை அடைந்து, அவர்கள் அனுசரித்து வரும் தம்பதி முறைகளைச் சீர்திருத்தம் செய்து, பிறகு, ராவணனைச் சம்ஹாரம் செய்து, பொது ஜனங்களின் வாக்கை காக்கும் பொருட்டு, சீதையின் பதிவிரதத்தை அவர்களுக்கு நிரூபிக்க வேண்டும். பிறகு, ஜீவன் முக்தர்கள் நிராசையுடன் எப்படி கர்மங்களைச் செய்து வருவார் என்பதை ஜனங்களுக்கு தெரிவிக்கும் பொருட்டு அவன் ராஜ்ய பரிபாலனம் செய்ய வேண்டும்.

ஆகையால் இந்த லோகோபகாரமான காரியங்கள் நிறைவேறும் பொருட்டு ராமனை மீண்டும் லோக வியவகாரங்களில் ஈடுபடச் செய்யத் தாங்களே உரியவர். இப்படிச் செய்வதால் என்னுடைய கோரிக்கையும் நிறைவேறும்.

வால்மீகி: விசுவாமித்திரருடைய வார்த்தைகளைக் கேட்ட சடையோர்கள் சித்தர்கள், முனிவர்கள் எல்லோரும் இராஜ சிரேஷ்டனாகிய ராமன் இவ்வளவு கஷ்டங்களுக்கு ஆளாவது, மிக விசனிக்கத்தக்கது என்று எண்ணி மௌனமாக இருந்தார்கள். வசிஷ்டர் அப்பொழுது, விசுவாமித்திரரை நோக்கி ராமன் எவ்வித புருஷன், அவன் தேவனா, அல்லது நரன்தானா, என்று கேட்டார்.

விஸ்வாமித்திரர்: ராமன் அவதார புருஷன். அதாவது மூன்று லோகத்தையும் காத்து வரும் பரம் பொருளின் அவதாரம். லோக வியாபாரங்களில் ஞாயத்தை விளக்க ஏற்பட்டவன். சம்சாரத்திலிருந்து விடுபட்டும் அதை நடத்தி வந்து, பொது ஜன சம்ரக்ஷணைக்காக ராஜ்ய பரிபாலனம் செய்யவும், எல்லோருக்கும் நண்பனாயும் ரக்ஷகனாயும் இருக்கவும், மாதா, பிதா பிராதாக்களின் சேவையைச் செய்யவும், கொடியவர்களை நீக்கி நல்லோர்களை ஆதரிக்கவும், ஜீவன் முக்தர்கள் கர்மங்களைச் செய்யும் முறையை விளக்கவும் ஏற்பட்ட மகா புருஷனாவான்.

வால்மீகி: வசிஷ்டர் ராமனுடைய விவரத்தை அறிந்து கொண்டதும் பரவசமாய் இருந்த ராமனை உற்று நோக்கி 'ஏ ராமா சித் சொரூபி' என்று கூப்பிட்டு சாஸ்வதமான சிதானந்தத்தை பிற் காலத்தில்

அனுபவிக்கலாம். தற்சமயம் நீ யோக வியவகாரங்களில் ஈடுபட்டு ராஜ்ய காரியங்களை கவனிப்பாயாக. ஞானிகள் இவைகளைத் தியாகம் செய்ய மாட்டார்; தேவ காரியங்களையும் மேற்கொண்டு சுகியாய் இருப்பாயாக.

ராமன் இன்னும் லோக பிரக்ஞையற்று இருந்ததால் வசிஷ்டர் தன்னுடைய சித்தத்தைக் கொண்டு அவனுடைய சுஷும் முனை வழியாக ஸ்பந்தித்து இருதயம் கொஞ்சம் கொஞ்சமாக துடிக்கும் படி செய்தார். சில நிமிஷங்களுக்கு பிறகு ராமன் பிரக்ஞை அடைந்து கண்விழித்தான். உடனே வசிஷ்டரை நோக்கி அவரை வணங்கி ஸ்தோத்திரம் செய்தான். அவனுக்குப் பிறகு அங்கு கூடி இருந்த மகரிஷிகள், சித்தர்கள், இதரர் களும் ராமன் சார்பால் தாங்களும் வசிஷ்டருடைய மகா உபதேசங்களை கேட்க சந்தர்ப்பப்பட்டதற்கு சந்தோஷித்து அவரை வணங்கினார்கள்.

ஆகையால் ஏ பரத்வாஜா! எவனொருவன் இந்த வசிஷ்ட ராம சம்வாதத்தை தினந்தோறும் கேட்டு ஆராய்ச்சியில் ஈடுபடுவானோ அவன் பிரம்ம பதவியை அடைவதில் சந்தேகமில்லை.

-நிர்வாண பிரகரணம் பூர்வ பாகம் முற்றிற்று-

* * *

பூர்வ பகுதி

பாகம் 2

ராமன்: கர்மங்களை முற்றிலும் தியாகம் செய்து, சங்கல்பத்திலிருந்து விடுபட்ட நிலையில், ஜீவனுடன் எப்படி இருக்க முடியும்?

சங்கல்ப தியாகம்

வசிஷ்டர்: ஜீவிதத்தில்தான் கல்பனா தியாகம் செய்யக் கூடும். ஜீவனற்ற நிலையில் அல்ல; இவ்விஷயத்தை விளக்கிச் சொல்கிறேன் கேள். "நான்" என்ற பாவனையை அனுசரிப்பதால்தான் சங்கல்பம் ஏற்படுகின்ற. இப்பதத்தின் பொருளைப் பாவிக்காமல் இருப்பதே சங்கல்ப தியாகம் எனப்படும். பதார்த்தங்களிலும் விஷயங்களிலும் ஒரு ருசி அல்லது இன்பத்தைக் கற்பித்துக் கொள்வது சங்கல்பமாகும். அப்பதத்தின் பொருளை பாவிக்காமல் இருப்பது சங்கல்ப தியாகமாகும். இது ஒரு வஸ்து என்ற உணர்ச்சியை அடைவது சங்கல்பம். அப்படி உணராமல் இருப்பது சங்கல்ப தியாகம். எண்ணம்தான் சங்கல்பமெனப்படும். அனுபவிக்கப் பட்டவைகளிலாவது அல்லது அனுபவிக்கப் படாதவைகளிலாவது எண்ணமின்றி இருப்பதே சங்கல்ப தியாகம். இவைகள் அனைத்தும் "நான்" என்ற பாவனையைக் கொண்டுதான் ஏற்பட முடியும்; ஆதார மின்றி சங்கல்பம் ஏற்படமுடியாது.

ஒரு சிறு குழந்தை அரைத் தூக்கத்தில் கை கால்களை முயற்சியோ எண்ணமோ இன்றி உதைத்துக் கொள்வது போல, தானாக சம்பவிக்கும் கர்மங்களை மனோ விகல்பமற்றுச் செய்து வருவதே சங்கல்பமற்ற கர்மங்கள். வேகமாய்ச் சுற்றி விடப்பட்ட சக்கரம் எப்படி பூர்வ விசை யைக் கொண்டு கொஞ்ச நேரம் சுற்றிப் பிறகு மெதுவாக ஓய்வடைகிறதோ அப்படி கர்மங்களும் பூர்வ சம்ஸ்காரங்களால் செய்யப்பட்டு நாளடைவில் வாசனை மெலிய வேண்டும்.

சங்கல்பமின்றி இருப்பதே மிக சிரேஷ்டமான பதவி. இதை அறியாமல் ஜனங்கள் மோகத்தினால் துக்கத்தை நோக்கி ஓடுகிறார்கள். உணர்ச்சியும் சங்கல்பமும் இன்றிய நிலைக்கு எவ்வித ராஜ்யமும்

ஈடாகாது. விதிக்கப்பட்ட கர்மங்களைச் செய்ய வேண்டிய முறை எப்படி என்றால், ஒரு குறிப்பிட்ட இடத்தை நோக்கிச் செல்லுகிறவன் அதன் சமீபத்தில் வந்த பிறகு எப்படி சிந்தனை இன்றி கால்கள் போன வண்ணமாய் இடத்தை அடைகிறானோ அப்படி கர்மங்களைச் செய்வதில் சுக துக்கங்களாகிய பாவனைகளைத் தள்ளி வெறும் கிரியை களாக அவைகளைச் செய்ய வேண்டும். அவைகளில் ஒரு ரசத்தை உணர்வது கூடாது. வெய்யில் காலத்தில் செடி கொடிகளின் ரசமெல்லாம் சூரிய வெப்பத்தில் சுண்டப்பட்டு அவை வெறும் கிளைகளை எப்படி தாங்கி நிற்கின்றனவோ, அப்படி ஞான சூரியனால் கர்மங்களில் தோன்றும் ரசம் உறிஞ்சப்பட்டு, கேவல இந்திரியங்களின் இயக்கங்களாகக் கர்மங்கள் செய்யப்பட வேண்டும். ரசத்தையும் சங்கல்பத்தையும் விட்டவன் கர்மங் களை, ஒரு யந்திரம்போல் வேலை செய்து வருவான். சங்கல்பம் தான் மனதை பந்தப்படுத்துகின்றது. சங்கல்பத்தை விட்டால் விமோசனம் ஏற்படுகின்றது. இது ஒரு காரியம், இது காரியமல்லா என்ற எண்ணங் களை விட்டு எல்லாம் எப்பொழுதும் போலவே இருப்பதான பாவனையை மேற்கொள்வதே நலம். செயல்களில் செய்கையை உணராம லிருப்பதும், செயலற்றிருப்பதில் செய்கையை உணர்தலுமே பெரியோர் களால் அனுஷ்டிக்கப்பட்ட முறை.

மேலே சொல்லப்பட்ட எல்லா பாவனைகளும் நான் என்னும் மூல பாவனையை ஒட்டித்தான் ஏற்படுகின்றன. இதன் ஆதாரமின்றி ஒரு எண்ணமும் ஏற்பட முடியாது. ஆகையால் இந்த மூல பாவனை ஒழிந்தால் இதர பாவனைகளும் சாந்தியடையும்.

மன சக்தி குன்றி, துவைத பாவனையும் நீங்கின நிலையில் ஜகத்தும் அதில் அடங்கியவைகளும் பதுமைகள் போல் உணரப்படும் அப்பொழுது சித்தம், மனஸ், புத்தி, அகங்காரம் என்ற பதங்கள் அனைத்தும் ஒரே தத்துவமாக நிற்கிற ஆத்மத்தைத்தான் சுட்டிக்காட்டும். இப்படி ஒன்றாய் நிற்கும் ஆத்மாதான் சந்தர்ப்பத்திற்குத் தக்கவாறு காலம், தேசம், கிரியை, சப்தம், அர்த்தமென்று பலவாறாக நம்மால் பாவனை செய்யப்பட்டு அவ்வவ்வாறு காணப்படுகின்றது. எல்லாம் ஆத்ம மயமாக இருக்க எது, எதனால், என்னமாகச் செய்யப்படும். ஆகையால் பாகுபாடு இல்லாத மனதையுடையவனாய் கல்லின் மத்திய பாகத்தில் தோன்றும் அமைதியை அடைந்தவனாய் இருப்பாயாக.

தர்மங்கள் என்பன என்ன

ராமன்: மேலே சொன்ன நிலையில் அனுஷ்டிக்கப்பட வேண்டிய மங்களமான கர்மங்களும், தியாகம் செய்யப்பட வேண்டிய அமங்கள

மான கர்மங்களும் யாவை?

வசிஷ்டர்: நான் உன்னை ஒரு பிரதி கேள்வி கேட்கிறேன். அதற்குப் பதில் சொல்வாயாக; கர்மங்களாவது எவை? அவைகள் உண்டாகும் கிரமம் என்ன? அவைகளுக்கு மூலம் எது? அவைகளை ஒழிப்பது எவ்விதம்?

ராமன்: எதனுடைய க்ஷீணத்தால் தென்படுகிறவைகள் நாசம் அடைகின்றனவோ அது அப்படி நாசமடைகின்றவைகளின் மூலமாகும். க்ஷீணமடைவது சுபம் அசுபம் ஆகிய இரு வித கர்மங்களும் அவரவர் களுடைய சொந்த அனுபவங்களாகும்; இவைகளின் மூலத்தை வேரோடு அழித்தால் எல்லாக் கர்மங்களும் ஓய்வடையும்.

கர்மமாகிய விருட்சத்திற்கு தேகம்தான் இருப்பிடம். இது சம்சாரமாகிய வினோதக் கிளைகளைக் கொண்டது. சுக துக்கங்களாகிய பலத்தைக் கொண்டு அது ஜன்மத்தை அடைகின்றது. ஜகத்தாகிய காட்டில் அலைந்து திரிந்து, பந்துக்களாகிய வலையில் சிக்கிக் கொள் கின்றது. அது கை கால்களாகிய இலைகளைக் கொண்டது. பஞ்ச கர்மேந்திரியங்களாகிய கண் காது முதலியவைகளே மரத்தின் கணுவுக்கு ஒத்த முடிச்சுகள். மரத்தின் ரசத்தையொத்த ரத்தத்தையும், வாசனை யாகிய சூக்ஷ்ம ரசத்தையும் பருகிப் பெருகுகின்றது. இந்த வாசனைக்கு மூலம் மூன்று ஜகத்தையும் வியாபித்து நிற்கும் மனஸ்; மனசுக்கு மூலம் சேதனை. சேதனைக்கு சேத்யன் காரணம், சேத்யனுக்கு பிரம்மம் மூலம். அதற்கு மூலம் அதுவே. ஆகையால் சேதனைதான் சர்வ கர்மங்களுக்கும் மூலமாகின்றது. சேதனை ஓய்ந்தால் தேகம் சாந்தி அடையும். சேதிப்பவன் சேதனை இப்பதங்களின் பொருளை பாவனை செய்யாமல் இருப்பதால், மூலமாகிய சேதனை ஓய்வடைந்து பரம பதம் அடையப் படும்.

ஸ்தூல தேகமுடைய நிலையில் உணர்ச்சி ஓயாது

வசிஷ்டர்: ராமா கர்மங்கள் யாவும் உணர்ச்சிகளாகவும் சூக்ஷ்ம மாகவும் இருப்பதால் அவைகளை அடக்குவதோ அல்லது தியாகம் செய்வதோ எப்படி முடியும்? எது உணரப்பட்டு வருகின்றதோ அது சத்யமாகவோ அல்லது அசத்யமாகவோ இருந்த போதிலும் அதன் நாசம் உள்ளேயாவது புறத்திலாவது ஏற்பட முடியாது. எது சேதிப்பதாகவும் உள்ளே விஸ்தரிப்பதாகவும் தோற்றத்தைக் கொடுக்கின்றதோ அதுதான் வாசனை, இச்சை, கர்மா, மனஸ், சங்கல்பமென்று பலவாறாக வழங்கப் பட்டு வருகின்றது. ஞானியாகியோ அல்லது அக்ஞானியாகியோ இருந்தா லும் தேகம் இருக்கும் வரை அதை இயக்கும் உணர்ச்சி இருந்தே தீர வேண்டும். அதை தியாகம் செய்வது முடியாது. அதன் காரணத்தால்

தான் தேகமே நிலை பெற்று இருக்கின்றது. உணர்ச்சி இல்லையேல் தேகமும் இல்லை.

நியதியின் போக்கே உணர்ச்சியாகும். ஆனால் நம்முடைய சங்கல்பத்தால் இவ்வுணர்ச்சிகள் பல நாம ரூபத்தை அடைந்து கர்மக் கூட்டங்களாக பெருகுகின்றன. இப்படி பாவனைகளால் சேகரிக்கப் பட்ட கர்மங்கள்தான் விடப்படவோ அல்லது சேகரிக்கப்படவோ முடியும். இவ்வித கர்மங்கள் ஏற்பட்டுக் கொண்டிருக்கும் வரை பந்த மென்றும் இவைகள் ஓய்ந்ததும் மோட்சமென்றும் நம்முடைய நிலையைக் கருதுகிறோம். உணர்ச்சிகளில் பாவனைகளை சேர்ப்பது பந்தத்திற்கும் சுக துக்கத்திற்கும் காரணமாகும். பாவனைகளை ஒழிப்பது விமோசனத் திற்குக் காரணமாகும்.

ராமன்: சத்தியமாக இருப்பது உணரப்படாமல் இருக்க முடியாது. அசத்தியமாக இருப்பதை உணரமுடியாது. இங்கே உணர்வதும் உணராமல் இருப்பதும் எவ்விதமாய் ஏற்படுகின்றன.

வசிஷ்டர்: நீ சொல்லுவது உண்மை, இவ்விஷயங்களைப் பற்றிச் சுருக்கிச் சொல்லுவோமாகில் தேகம் உள்ள வரை, அதற்கு இயற்கையால் ஏற்பட்ட உணர்ச்சி இருந்தே தீரும். அக்ஞானி, ஞானி, இருவகைப்பட்ட வரும் தேகத்தைக் கூடிய நிலையில் இருந்து வருகின்றனர். ஆனால் அக்ஞானியின் நோக்கத்தில் தேகம் சத்தியமாக பாவிக்கப்பட்டு அதன் கூடவே கிளம்பும் உணர்ச்சிகளும் சத்யமாக பாவிக்கப்பட்டு சம்சாரம் பெருகி ஓயாமல் நடைபெற்று வருகின்றது. ஞானியின் நோக்கத்திலோ தேகம் உணர்ச்சிகள் இரண்டும் அசத்தியமாக இருப்பதால், உணர்ச்சி யுடன் சேர்க்கப்பட்ட பாவனைகள் ஓய்ந்தவுடன் அடைகின்றன. பாவனைகள் ஓய்தபடி ஜன்மப் பிரவிர்த்திக்கு வேண்டிய மூலம் அறுபட்டு போகின்றது. ஆனால் பூர்வவாசனையின் வேகத்தால் இந்த ஜன்மம் நடைபெறும் வரை, உணர்ச்சிகள் கேவல பாவனை யற்ற, நிஷ்களங்க மாகிய, உணரப்படாத உணர்ச்சிகள்போல இருந்து வரும். பிறகு நடக்கும் ஜன்மம் ஓய்ந்த உடன் மறு பிறப்பிற்கு ஆதார மில்லாமல் ஞானியின் உணர்ச்சி சாந்தி அடைகின்றது.

தேகமென்ற பாவனை அக்ஞானம்; அக்ஞானம் இருக்கும் வரையில் தேகமாவது உணர்ச்சியாவது சாந்தி அடையாது. தேகபாவனையை ஒழித்தால், நடைபெறும் ஜன்மத்திற்குப் பிறகு தேகம் உணர்ச்சி இரண்டும் சாந்தி அடைகின்றன.

"நான்" என்ற பாவனை

எல்லா உணர்ச்சிகளுக்கும் மூல உணர்ச்சி 'நான்' என்ற பாவனை. இது ஒரு சத்தியமல்ல, கேவல மனோபாவம். இந்த மூல பாவனையைக் கொண்டே சகல இதர பாவனைகளாகிய ஜகத், வஸ்து, காலம், தேசம் என்பவைகளும் கூடவே தோன்றுகின்றன. இவைகள் தோன்றுவதும் உணரப்படுவதும் "நான்" என்பதை ஸ்மரணை செய்வதால்; அகந்தை உணரப்படாமல் இருப்பின் ஜகத் சமுதாயங்களும் உணரப்படமாட்டா. நானின்றி வேறொன்றுமில்லை. ஆகையால் பதார்த்த பாவனைகளும் அவைகளைப் புலப்படுத்தும் உணர்ச்சிகளும் சாந்தி அடைவதற்கு 'நான்' என்ற மூல உணர்ச்சி சாந்தி அடைய வேண்டும்.

இது ஆதியிலேயே ஏற்பட்டு இது வரையில் நிலை நின்று வரு கின்றது. மேலும் இது இன்னும் எக்காலத்தும் தோன்றியே வரும். இது பிரதி பிம்பம் போல் தோன்றுவது, பிரம்மமாகிய கண்ணாடியில் பிம்பம் பிரதி பிம்பம் இரண்டும் சூன்யத் தன்மையை அடைந்தவைகள். ஆகையால் இவைகளை ஒவ்வொன்றாக எண்ணுவது தவறு. வேறாக எண்ணுவதாலே தான் சகல அனர்த்தங்களும் நமக்கு சம்பவிக்கின்றன. சம்வித்தாகிய கண்ணாடியை அக்ஞானமாகிற ஆவி மறைப்பதால் 'நான்' என்பது தனித் தோற்றமாக தென்படுகின்றது. இந்த மறைவு நீங்கினால் பிம்பம் பிரதிபிம்பம் இரண்டும் ஸ்பஷ்டமாகவும் ஒன்றாகவும் தோன்றும்.

பிரம்மத்தில் உண்டான 'நான்' என்ற பாவனை பிரம்மத்தைக் காட்டிலும் வேறாக எப்படி இருக்க முடியும்? அலை - நீர், காற்று - ஸ்பந்தம், தங்கம் - வளையல், இவைகளைப் போல அகந்தையும் பிரம்மமும் ஒன்றை விட்டு ஒன்றை பிரிக்க முடியாது; ஆயினும் வெவ்வேறாகத் தோன்றப்பட்டு வருகின்றன. வாஸ்தவத்தில் அகந்தையும் பிரம்மமே. இப்படி ஏகமாயும் சர்வமாயும் சாந்தமாயும் இருப்பதை பெயராலும் ரூபத்தாலும் குறிப்பிடுவது தவறு. யாதொரு கற்பனையும் அதனிடத்தில் பொருந்தாது.

"நான்" என்ற தனித்தோற்ற பாவனை அக்ஞானத்தால் ஏற்பட்ட தால், ஆராய்ச்சி செய்வதாலும், ஞானம் அடைதலாலும் தான் நீங்கும்; பாவனையால் ஏற்பட்டது அபாவனையால்தான் நீங்கக்கூடும். அபாவனை செய்வதால் என்ன கஷ்டம்; பாவனை செய்வதைக் காட்டி லும் அபாவனை செய்வது இன்னும் எளிது. பாவனையை ஏற்றுக் கொண்டு சம்சார வலையில் சிக்கிக் கொண்டு திண்டாடுவதைக் காட்டி லும், ஒரு சிரமமும் இல்லாமல் அபாவனை செய்து சகல துக்கங் களையும் நீக்கிக் கொள்வது பரம சிரேஷ்டமல்லவா? இவ்வளவு எளிதாக இருப்பதைச் செய்யமுடியாதவர்கள் மானிடர்கள் அல்ல. அவர்கள்

பசுக்களுக்குச் சமானமாகும்.

"நான்" என்னும் பாவனையை ஒழித்து யாதொரு கல்பனையுமின்றி நிர்மலமாயும் சாந்தமாயும் இருப்பது சர்வத்தியாகமெனப்படும். கேவல கர்மங்களை ஒழித்த சோம்பேறி போல் இருப்பது தியாகமாகாது. கர்மத்தியாகம் அறிவால் அடையப்படும் சித்தியாகும். கர்மங்களின் மூல உணர்ச்சியிலிருந்து விடுபட்டுக் கொள்வதே தியாகமெனப்படும்.

இந்திரிய நிக்ரகம்

வசிஷ்டர்: யார் தன்னுடைய சுபாவத்தை அறிந்து கொண்டு, இந்திரியங்களை விவேகத்தால் ஜயித்து காரியங்களில் பிரவேசிக் கிறானோ அவன் எல்லா சித்திகளையும் அடைவான். அப்படிச் செய்ய முடியாதவன் உத்தமமான பதவிகளுக்கு அருகனாக மாட்டான். இவ்விஷயமாக ஒரு பூர்வ விருத்தாந்தம் என் ஞாபகத்தில் தோன்று வதால் அதைச் சொல்லுகிறேன் கேட்பாயாக.

வெகுகாலம் ஜீவிதத்தைச் சுமந்து சர்வ அக்ஞானியாயுமிருந்து விமோசனம் அடையப் பிராப்தமே இல்லாதவர்களும் உண்டோ என்பதைப்பற்றி நான் அறிய விரும்பி இருந்தேன். இதைத் தெரிந்து கொள்வதற்கு மேரு பர்வதத்தில் வசித்து வந்த புசுண்டரைக் கண்டு அவரைக் கேட்டேன். அவர் தன்னிடம் முன்னொரு காலம் வந்த வித்தியாதரனைப் பற்றிய வரலாற்றைச் சொன்னார்.

புசுண்டர் உபதேசம்

வித்தியாதரன் வரலாறு

புசுண்டர்: இந்த வித்தியாதரன் நான்கு சதுர்யுகம் ஜீவிதத்தைக் கடத்தியும், நியம நிஷ்டைகளைத் தவறாமல் செய்து வந்தும், யோக்கியதை அடைந்தவனாக இருந்தும், ஆத்ம ஞானம் அடையாததால் மனம் தளர்ந்து, பிறகு சாந்தி அடையும் பொருட்டு என்னிடம் வந்த சேர்ந்தான். அவனுக்கு வேண்டிய உபசாரங்களைச் செய்து அவன் தேவையை தெரிவிக்கும் படிக்கேட்டேன். அப்பொழுது அவன் தன் மனக்குறையைச் சொல்லிக் கொண்டான்.

வித்தியாதரன்: ஏ சுவாமி! நான் வெகு காலமாக துக்கத்திலேயே உழன்று அவைகளிலிருந்து மீட்டுக் கொள்ள முடியாதவனாகத் தவிக் கிறேன். தாங்கள் எவ்விதமேனும் என்னைக் கைதூக்கி விடுவீர்களென்று தங்களைச் சரணமடைந்தேன்.

நான் தேவ குலத்தைச் சேர்ந்த வித்தியாதரர்களின் கூட்டத்தில் பிறந்து

லோகலோகங்களின் எல்லைப் பிரதேசத்தில் வசித்து வந்தேன். நான்கு சதுர் யுகங்களாக இந்த ஜீவிதத்தைச் சுமந்தேன். நியம நிஷ்டை களைத் தவறாமல் செய்து விசாரணையில் ஈடுபட்டு எல்லோராலும் பூஜிக்கப் பட்டவனாகக் காலத்தைக் கடத்தி வந்தேன். நான் அடையாத பதவிகள் கிடையாது. பெண்களிடம் இன்பத்தை அனுபவிக்காத போகங்கள் கிடையாது. ஆயிரக்கணக்கான பெண்களிடம் இன்பத்தை அனுபவித்தேன். பஞ்ச இந்திரியங்களின் தேவைகளில் வெகு ஊக்கத்துடன் ஈடுபட்டு ஒவ்வொன்றினுடைய சுகத்தையும் மெம்மேல் அடைந்தேன். இனி அனுபவிக்கத் தகுந்தது ஒன்றும் கிடையாது. இப்படி இன்ப சாகரத்தின் எல்லையைக் கண்டும் நான் நீடித்த மன அமைதியை அடையவில்லை. இத்தேக சுகங்களில் திருப்தி என்பது கிடையாது. ஒரு இன்பம் பூர்த்தி யானதும் மற்றொன்றின் கவலைதான் மேலிடுகிறது. அனுபவங்களுடைய சாரமாக ஒன்றும் மிஞ்சுவதில்லை. செய்தவைகளையே திரும்பித் திரும்பிச் செய்வதும், அனுபவித்தவைகளையே மீண்டும் மீண்டும் அனுபவிப்பதும் தான் ஆயுளின் சாரமாய் இருந்து வந்தது.

ஆகையால் திருப்தி என்பதை திருணமேனும் ஈன்றாத இந்திரிய சுகங்களைத் தேடித் திரிவதைப் போன்ற மூடத்தனம் உலகத்தில் வேறு ஒன்றும் இல்லை. இவைகளை நம்பி நான் மோசம் போனேன். நான்கு சதுர் யுகங்களாகிய காலத்தை வீண் செய்தேன். இந்திரியங்கள் எனக்கு பெரிய சத்ருக்களாக இருந்து வந்தன. இப்பொழுது நான் சற்று விவேகத்தை அடைந்தேன். இந்த சுகங்களில் நான் ஆசைகள் முற்றிலும் ஒழித்தேன். எவன் தன் இந்திரியங்களை அடக்காமல் இருக்கிறானோ அவனுக்கு விமோசனம் என்பது கனவிலும் கிடையாது என்பதை நான் அறிந்து கொண்டேன்.

இப்பொழுது தாங்களே எனக்குத் தகப்பனும் குருவுமாக இருந்து விமோசனத்தை அடையும் மார்க்கத்தைக் காட்டி என்னைக் கைதூக்கி விடுவீராக.

புசுண்டர்: வித்யாதரனுடைய மொழிகளைக் கேட்டு அவனுக்குப் பின்வருமாறு பதில் அளித்தேன்.

வித்யாயாதர சிரேஷ்டா! நீ வெகு காலம் அக்ஞானத்தில் மூழ்கிக் கிடந்த படியால் அதிலிருந்து தப்பித்துக் கொள்ள முடியாதவனாக வருந்தினாய். இப்பொழுது உனக்கு விவேகம் உதித்து இருப்பது இன்னு டைய பூர்வ ஜன்மத்தின் பலனே. இப்பொழுது இருக்கும் உன் மனோ நிலையில் எது சொன்னாலும் மனதில் பதியும். ஏனெனில் மனம் மோகத் தால் இறுகிக் கிடக்காமல் வைராக்யத்தால் இளகி இருக்கின்றது.

ஆகையால் நான் சொல்லப்போவதை கவனித்துக் கேட்டு மனதில் நன்றாக பதிய வைத்துக் கொள்வாயாக. சொன்னதைச் சொன்னபடி ஏற்றுக் கொண்டு அதை மீண்டும் விசாரிப்பதை முற்றிலும் ஒழித்து விட வேண்டும். ஏனெனில் உனக்கு அந்த பக்குவம் இல்லை.

"நான்" என்பது பொய்

நீ அறியவேண்டிய தத்துவம் "நான்" "ஜகத்" என்று வழங்கி வருகிற வைகள் பொய்யென்பதே. அப்படியாகிய பாவனையோ வஸ்துவோ உலகத்தில் மெய்யாகக் கிடையாது. மெய்ப்பொருள் பிரம்மம் ஒன்றே. இதுதான் ஜகத்தாகவும் நான் என்றும் உணரப்படுகின்றது. இந்த உணர்ச்சிகள் வெறும் தோற்றங்கள், கானல் நீருக்கும் ஒப்பானவைகள். ஒன்றாய் நிற்கும் பிரம்மம் பலதாக நம்மால் உணரப்பட்டு வருகின்றது. மலை, சமுத்திரம், நதி, நீ, நான் என்பவைகள் கேவலம் நம் உணர்ச்சிகள். இந்த நிச்சயத்தைக்கொண்டு, சுக துக்கங்களிலிருந்து விடுபட்டவனாய்ச் சுகியாக இருப்பாயாக.

"நான்" என்ற பாவனைதான் ஜகத் தோற்றத்திற்கும் நம்முடைய துக்கங்களுக்கும் விதையாக இருக்கிறது. இந்த அக்ஞானமாகிய விதை ஞானத்தின் ஒளியால் மாத்திரமே வறுக்கப்படும். அகம்பாவம் சம்சாரத் திற்குக் காரணம், அதை உணராமலிருப்பது ஞானமாகும். சிருஷ்டியின் ஆரம்பத்திலேயே அது இல்லாமலிருக்க இப்பொழுது அதை நாம் உணருவதில் யாதொரு நியாயமுமில்லை. ஆகையால் துவைதபாவ மென்பதும் பிறகு அவைகளின் ஐக்ய பாவனையும் நம்முடைய பிரமை. இந்த குரு வாக்கியங்களை ஏற்றுக் கொண்டவனாய் சங்கல்பத்தியாகத் தால் தீவிர யத்னத்தைச் செலுத்தி அடைய வேண்டிய பதவியை அடை வாயாக. உன்னுடைய சொந்த முயற்சியும் விவேகமுமன்றி ஒரு பதவியும் அடையமுடியாது.

நமக்கு தோற்றமாக ஏற்படுகிறவைகள், வாஸ்தவத்தில் சித்தின் சமத்காரமே, சத்தியமான வஸ்துக்கள் அல்லா. ஆகையால் உற்பத்திக்கும் நாசத்திற்கும் நம்மிடத்திலாவது, வெளிப் பிரபஞ்சத்தி லாவது ஒரு காரணமும் கிடையாது. சித்ர வேலைக்காரன் மனதில் சங்கல்பமாக தோன்றும் சித்திரங்கள் போல்தான் ஜகத் சித்ரமும், நம் சங்கல்பத்தில் தோன்றி வருகின்றது. சங்கல்பம் ஏற்படும் பொழுது, ஜகத் தோற்றத்தையும் சங்கல்பம் அடங்கியபொழுது ஜகத் நாசத்தையும் உணருகிறோம். அதே மாதிரியே சம்சாரமென்னும் பிரம்மமும் சங்கல்ப வசத்தால் மனதில் தோன்றியும் அசங்கல்பத்தால் நாசமாகியும் வரும்.

சேதனம் – அசேதனம்

சித் சமத்காரம் என்று சொல்லப்பட்டது சித்தில் சேதனத்தை உணருவது. அசேதனமாயும் சாந்தமாயும், நிர்மலமாயுள்ள சித்தில்தான் சேதன பாவத்தை நம் அக்ஞானத்தால் நாம் அடைகிறோம். சேதனம் அசேதனத்தில்தான் தோன்ற இயலும், நீரில்தான் அலை ஏற்படக் கூடுவதுபோல். காற்று வீசும்பொழுது அக்னிஜ்வாலை கொழுந்து விட்டு எறிந்து பிறகு காற்று நின்றதும் அணைந்து விடுவதுபோல், அக்ஞானம் இருக்கும் வரை சித்தின் சேதனை உணரப்பட்டுப் பிறகு அது அழிந்ததும் அசேதனம் நிலைத்திருக்கும்.

நீரில் உஷ்ணம் இருப்பதுபோல் அசேதனத்தில் அதை விட்டு பிரிக்க முடியாத சேதனம் அடங்கி இருக்கின்றது. அதாவது ஜாட்யத்தில் தான் சேதனத்தை அறிய முடியும். சேதனம் (உணர்ச்சி) அசேதனம் இவ் விரண்டும் கூட கேவலம் சித்திரம் போலவும் ஆகாயத்தின் மத்தியத்தி லிருக்கும் சூன்யம் போலவும் பேதத்தை அனுசரித்து நேர் எதிரடியான தோற்றங்களாகத் தோன்றுகின்றன. நுரை தோன்றுவதற்கு முன் நீரின் நிலை எப்படி அசைவற்று இருக்கின்றதோ அப்படியே சேதனமும் பிரம்மத்தில் அடங்கியுள்ளது.

ஜகத்தும் பிரம்மமென்பது

காரணமின்றி நீரில் நுரை தோன்ற முடியாது. அதே மாதிரி ஜகத்தும் காரணமின்றி பிரம்மத்தில் தோன்ற முடியாது. அப்படி இத்தோற்றத்திற்கு ஒரு காரணம் உண்டோ என்றால் எவ்விதத்திலும் அதை நிர்ணயிக்க முடியவில்லை. காரணமின்றி காரியமுமில்லை, ஆகையால் ஜகத் உற்பத்தி ஆகவே இல்லை, பிறகு நாசம் எப்படி சம்பவிக்கும். ஆனால் நமக்கு இவைகள் தோன்றுகின்றனவேயென்றால் அது நம்முடைய அறிவின்மை அல்லது பிரமை. பாலைவனத்தில் நீரின் தோற்றம் ஏற்படினும் வாஸ்தவத்தில் அங்கு நீர் என்பது கிடையாது. இந்த நோக்கத்தை விட்டு, ஜகத் உற்பத்தியானதாக பாவிக்கப்பட்டால் பிறகு அதற்கு நாசமும் உண்டு. பிறகு நாசமான நிலையில் இருப்பது என்ன? விசாரணைக்கு அப்பொழுது விஷயமென்ன? ஒன்றுமில்லை.

எவ்விதமான விசாரணை செய்யப்பட்டாலும் எல்லாம் பிரம்ம மென்றுதான் ஏற்படும். ஜகத் சிருஷ்டிக்கப் பட்டதென்றோ அல்லது பிரம்மத்தைக் காட்டிலும் வேறென்றோ ஸ்தாபிக்க முடியாது. வேறென்ற பாவனையின் காரணத்தால் நமக்கு மோகம், அகங்காரம், சம்சாரம் என்னும் பிணிகள் நம்மை பின்பற்றின. ஜகத்தின் சொரூபம் பிரம்மம்தான் என்பதே சத்யம். பிரம்மத்தில்தான் ஜகத்தாகிய வேறு சொரூபத்தைத்

தோற்றுவிக்க இயலும். இவ்விதமாகவே மலை, குளம், காடு, மரம் என்ற பிரம்ம தோற்றங்கள் ஏற்பட்டன. இப்படி தோற்றுவிப்பது அதன் சுபாவமோ வென்று கேட்கலாம். சுபாவமென்பது சுவம் - பாவம் என்ற இரண்டையும் கூடிய பதம். பிரம்மத்தில் வேறொன்றும் இல்லாமலிருக்க நான் என்று பொருள்படும் சுவம் எப்படிப் பொருந்தும். பிறகு பாவனை என்பது அபாவத்தை தழுவி இருக்கின்றது. பிரம்மம் இவ்விரண்டையும் தாண்டி இருப்பதால் பாவம் என்பது அதில் பொருந்தாது. ஆகையால் பிரம்மத்தில் சுபாவத்தைக் கற்பிப்பது துர் யுக்தியாகும்.

மனம் இருக்க வேண்டிய நிலை

நம்முடைய மனோநிலை எப்படி இருக்க வேண்டும் என்றால் அஸ்திரங்களால் தேகம் முழுமையும் குத்துப்பட்ட துக்கமான நிலையி லும், நிர்வாணமான ஒரு அழகிய பெண்ணின் ஆலிங்கனத்தால் ஏற்படும் இன்பமான நிலையிலும் ஒரு மனோ விகல்பமுமின்றி அசைவற்று இருப்பது. இவ்வித மனோநிலையை அடையும் வரை திடமான அப்யாசத் தைச் செய்துவர வேண்டும். மேலும், பதார்த்தங்களில் பாவனைகள் நித்ரா அவஸ்தையில் ஏற்படும். மனோ நிலைக்கு ஒப்பாக இருக்கும்படி அப்யாசம் செய்துவர வேண்டும். இந்நிலையில் எல்லாம் பிரம்மமாக உணரப்படும்.

தேகத்தில் விஷப் புழுக்கள் விஷத்திலிருந்து ஏற்படுகின்றன. புழுவான நிலையில் விஷத்தை விட்டு இருப்பதில்லை. அதே மாதிரி, பிரம்மத்திலிருந்து ஜீவத்தோற்றம் ஏற்பட்டாலும், பிரம்மத்தைவிட்டுப் பிரிந்து இருப்பதில்லை. ஆகையால் பிரம்மத்தைக் கூடியே இருக்கும் ஜீவன்களுக்குப் பிறப்பு இறப்பு என்ற நிலைகள் எப்படிப் பொருந்தும். ஜீவனும் அதன் கூடத் தோன்றும் ஜகத்தும் பிரம்மத்தைச் சமமாயும், சாரமாயும் ஆசரித்து இருப்பதால் பிரம்மத்தை விட்டு வேறென்ற பாவனை ஏற்பட யாதொரு நியாயமுமில்லை.

ஆகாயத்தில் சூன்யத்தைக் கல்பித்து அதை நாம் உணராமல் உணருவது போல் 'அகம்' என்பதை பிரம்மத்தில் கல்பித்து அதை நாம் உணராமல் உணர்ந்து வருகிறோம். ஆகாயம் சூன்யத்தைத் தோற்றுவது போல் சித் 'நான்' என்ற தோற்றத்தைக் கொடுக்கின்றது. ஆகவே தோற்றம், சித்துதான். 'நான்' என்பதும் 'வேறு' என்பவைகளும் சித்தால்தான் கல்பிக்கப்படும். மகாமேரு பருவதம் அணுக்களால் ஏற்படும் பிரம்மாண்ட மான உருவத்தை அடைந்திருப்பதைப் போல, ஜகத்தாகிய பிரம்மாண்ட மும், சித்தின் விஸ்தரிப்பாகும். சர்வ அமைதியான நீர்த் தேக்கம் ஒரு இயக்கத்தால், அலை, நுரை, பிரவாகம், சுழல் என்ற பலவிதமான தோற்றங்களைக் கொடுப்பதுபோல, சித்தும், இயக்கத்தில் பல பொருள்

களாக பாவிக்கப்பட்டு வருகின்றது. இயக்கம் இன்றிய நிலையில் சர்வ சாந்தமாயும் நிர்மலமாயும் சூன்யமாயும் இருக்கின்றது. இதில் தேசம், காலம், கிரியை என்பவைகள், கிஞ்சித்தேனும் பொருந்தாது. உணர்ச்சி யாக இவைகள் தோன்றியும், உணராமல் இருக்கும்பொழுது இவைகள் அழிவடைகின்றன.

உணர்ச்சிகளை அழிக்கும் முறை

இந்த உணர்ச்சிகள் சாந்தி அடைவதன் பொருட்டு பௌருஷத் துடன் பிரயத்தினம் செய்யப்பட வேண்டும். பெரியோர்களின் சேர்க்கையை அடைந்து அவர்களுடன் விசாரணை செய்வதால் அரைபாகம், அக்ஞானம் ஒழியும். நல்லோர் சேர்க்கை வெகுஜாகிரதையுடன், பாதுகாக்கப்பட்டு வரவேண்டும். பிறகு சாஸ்திர ஆராய்ச்சி செய்வதால் இன்னும் கால் அக்ஞானம் நீங்கும். கடைசியாக சொந்த பிரயத்தனத்தால் மிஞ்சிய கால்பாகமும் நீங்கும். பிரயத்தினமாவது எவைகளில் இச்சை ஏற்படுகின்றதோ அவைகளை எல்லாம், ஒவ்வொன்றாக இச்சை ஏற்பட்ட கணம் கண்டித்து மீண்டும் இச்சை ஏற்படா வண்ணம் மனதை திடம் செய்து கொள்வது. இப்படி அப்பியாசம் செய்து வருவதால் இச்சைகள் அடங்கி அக்ஞானம் நீங்கும். இவ்வித விமோசனம் காலக் கிரமத்திலாவது அல்லது, திடீரென்றாவது அல்லது ஏதாவது ஒரு அப்யாசத்தின் பலனாக வாவது, அவர்களின் பிராப்தப்படி சம்பவிக்கும்.

பரமாணுவின் பிரம்மாண்டத்துவமும் ஜகத்தின் அனுத்துவமும்

இந்த ஜகத்தாகிய விஸ்தரிப்புக்கு தேச கால அமைப்புகளின் தேவை யில்லை. ஜகத்தோற்றம், கேவலம் மனோ மாத்திர உணர்ச்சி. வெறும் மனனம் செய்து மூன்று லோகங்களையும் நிர்மாணம் செய்யலாம். ஒவ்வொரு சித் அணுவிலும், பல பிரம்மாண்டங்கள் ஏற்படக்கூடும். சித்தின் விஸ்தரிப்பு அவ்வளவு அகண்டம், பிரம்மாண்டங்களின் விஸ்தரிப்பு அவ்வளவு அல்பம். பிரம்மாண்டமாயும் கணமாயுமுள்ள எவ்வித ஜகத்தும் அணுவிலும் அணுவாகிய மனதில்தான் தோன்றி வருகிறது. ஆகையால், மனதில் வெகு லேசாகவும், சிறியதாகவும் தான் ஜகத்தோற்றம் பிரதிபலிக்கின்றது. மனதின் விஸ்தரிப்புக்கும் சங்கல்ப சக்திக்கும் ஜகத் ஒரு திரணமேயாகும். பிறகு, மிக கனமாகவும், இடை வெளி இன்றி பரவி இருக்கும் சித்தில் எவ்வளவு கோடான கோடி ஜகத்துக்கள் தோன்றவும், அழியவும் இயலும்.

'நான் – ஜகத்' இவைகளின் சம்பந்தம்

'நான்' என்னும் பாவனையும் ஜகத்தும், ஏக காலத்தில் உதிக்கின்றன. நாசத்தையும் ஏக காலத்தில் அடைகின்றன. ஆகையால் இவை இரண்டும்,

நீர்-திரவத்வம், அக்கினி-சூடு, காற்று-ஸ்பந்தம், இவைகளைப் போல் ஒன்றை விட்டு மற்றொன்றைப் பிரிக்க முடியாதவாறு பாவிக்கப்பட வேண்டும். ஜகத்தென்றால் அகம் என்றும், அகம் என்றால் ஜகத் என்றும் பொருள் படும். ஒன்றுக்கொன்று- காரண காரியமாகப் பரிணமிக்கின்றது. ஆனால், நீரில் சித்திரம் அழிக்கப்படுவது போல் அறிவினால், 'ஜகத்-அகம்' பாவமாகிய அழுக்குப் போக்கப்படும்; எப்படி என்றால் வாஸ்த வத்தில் இவைகள் இல்லாதவைகள். சூன்யமாகிய ஆகாயம், எப்படி நீலத் தன்மையைத் தோற்றுவிக்கின்றதோ அப்படி பிரம்மம் ஜகத் காட்சியை அளிக்கின்றது. பார்வையின் தோஷத்தால் சூன்யத்தில் நீல வர்ணத்தைக் காண்கின்றோம். அதே மாதிரி, அக்ஞானத்தால் பிரம்மத்தில் ஜகத்தை உணருகிறோம். ஜகத்தின் உற்பத்திக்கு எக்காலத்தும் காரணம் ஒன்றும் கிடையாது; ஆகையால் அதை இருப்பதாக பாவிப்பது முயலின் கொம்பையும் மலடியின் பிள்ளையையும் பார்ப்பதாகும். ஆகையால் வித்யாதர சிரேஷ்டா, இந்த உத்தமமான மார்க்கத்தை நீ அனுசரித்து சிரஞ்சீவியாக இருப்பாயாக, என்று ஆசீர்வதித்தேன்.

என் வார்த்தைகளைக் கேட்ட வித்யாதரன் அப்படியே சமாதியில் அமர்ந்தான். மனம், மிகப் பரிசுத்தமாகவும், வைராக்கியத்தை அடைந்ததாக வும், இருந்தபடியால் உபதேசங்களை உடனே ஏற்றுக் கொண்டான். நீரில் போடப்பட்ட எண்ணெய்த் துளி நீர் முழுவதும் பரவுவது போல் அறிவு அவன் மனதை முற்றிலும் வியாபித்து நின்றது. ஆகையால் வெகு சீக்கிரம், பரம பதத்தை அடைந்தான். இன்னும் இந்த நிலையில் தான் இருந்து வருகிறான்.

வசிஷ்டர்: இந்த விருத்தாந்தத்தைக் கேட்ட பிறகு, முனிவரிடம் விடை பெற்றுக் கொண்டு நான் மீண்டும், ரிஷிகள் வாசத்தை அடைந் தேன்.

"ஜீவன்' என்று சொல்லப்படுவது பிரம்மத்தில் 'நான்' என்ற பாவனையால் ஏற்பட்டது. ஸ்தூல தேகம் இருக்கும் நிலையில் இது பிராணன் என்று வழங்கப்பட்டு வருகின்றது. பிராணன் மனசாக பரிணமிக்கின்றது. மனசோ ஜகத்தாக விஸ்தரிக்கின்றது. ஆகவே, பிராணன், மனஸ், ஜகத் மூன்றும் ஒருமிக்க ஜீவன் என்று சொல்லப்படு கின்றது. மேலே சொன்னபடி, ஜீவன் கேவல சங்கல்ப ரூபி, ஆகையால் ஒவ்வொரு ஜீவனும் ஒவ்வொரு சங்கல்பமாகத்தான் பாவிக்கப்படும்.

இந்த ஜீவன் உள்ளும் வெளியும் ஒரே ஜகத்தைப் பார்ப்பதால், தேகத்தின் உள்ளும் பரந்த வெளி உலகிலும் அகண்டமான தன்மையில் இருந்து வருகின்றது. ஜகத் காட்சியை தன்னுள் காண்பதால் தான்

இருக்கும் இடமெல்லாம் இத் தோற்றத்தைக் கூடியே இருக்கும். மனஸ் சென்ற விடமெல்லாம், ஜகத் கூடவே இருந்து வருகின்றது. ஆகையால் இதோ பார், நம் கண்முன் இவ்வளவு ஜீவத் தோற்றங்கள் ஆகாயத்தை வியாபித்து, இங்கும் அங்கும் பறக்கின்றது. ஆற்றின் பிரவாகத்தில் கரையி லிருக்கும் மலையின் பிரதிபிம்பம் ஓடும் காட்சியை கொடுப்பது போல, மலை, காடு, வனாந்திரம் இவைகளும் ஆகாய மார்க்கம், செல்லுகின்றன. மனசில் அடங்கிய ஜகத் மனம் சென்றவிடமெல்லாம் செல்லத்தான் வேண்டும். ஆனால், வாஸ்தவத்தில், எதுவும் எங்கும் செல்வதில்லை. எல்லாம் இருக்கும் இடத்திலேதான் இருந்து வருகின்றன. மனசாகிய ஸ்பந்தம் எங்கெங்கெல்லாம் உணர்ச்சியை அடைகின்றதோ அங்கே ஜகத் தோற்றமும் ஏற்படுவதால் ஓடுவதான காட்சி பொருத்தமென்று சொல்லலாம்.

மரண கதியில் இந்த ஜீவன் ஒரு தேகத்தை விட்டு வேறு தேகத்தை அடைந்ததும் தன்னுள் இருந்த மனதை அதாவது ஜகத் பாவனைகளைத் திரட்டிக் கொண்டுதான் குடி செல்கின்றது. ஆகையால் புதிய தேகத்தில் தன்னுடைய பூர்வ பாவனைகளைக் கொண்டு புதிய பிரவிர்த்தியில் ஈடுபடு கின்றது. ஆனால் பூர்வ ஸ்மிருதிகள் கனவாகக் காணப்படுமே தவிர நினைவாகத் தோற்றத்தில் ஏற்படாது. பூர்வ ஞாபகம் முற்றிலுமழிந்து வாசனை வசமாக விஷயங்களில் பிரவிர்த்திக்கும். ஜீவன் சர்வ வியாபி யாய் இருப்பதால் தன் அனுபவங்களைத் தான் சென்றவிடமெல்லாம் காணுகின்றது. ஆனால் கூடி இருந்த பழைய தேகம் நாசமடைந்ததால் அதன் அனுபவங்கள் புதிய தேகத்திற்கு நினைவாக ஏற்படுவதில்லை. இக் காரணத்தால் புதிய தேகம் பூர்வ அனுபவங்களை அறிந்தருந்தும் அவை களின் வாசனைக்கு அடிபணிந்து தான் பிரவிர்த்திக்க வேண்டும்.

ஆகையால் மரணம் சர்வ நாசத்தைக் குறுப்பிடுவதாக எண்ணுவது தவறு. ஜீவனின் ஒவ்வொரு ஆயுள்காலப் பகுதியும் ஒரு சங்கல்பத்தின் விஸ்தரிப்பு. ஒரு சங்கல்பம் பூர்த்தியானதும் இன்னொரு சங்கல்பம் நிறைவேற வேண்டி இருப்பதால் தற்சமயத்திய தேகம் சாந்தி அடைந்து புதிய தேகம் ஏற்படுகின்றது.

இந்த ஜகத் தோற்றம் சத்தியமாக அனுபவிக்கப்படுவது சித்தின் இயற்கையால்தான். ஏனெனில் அது சத்தியம். சத்தியத்தைத் தழுவி நிற்கும் மனஸ் தன்னுள் கண்ட ஜகத்தை சத்தியமாகவே பாவித்து வருகிறது. ஒரு கப்பலில் இருப்பவன் அதனுடைய போக்கை அறிய முடியாமல் இருக் கிறான். அதைவிட்டு வெளிவந்தால்தான் கப்பலின் போக்கு அவனுக்கு விளங்கும். அதே மாதிரி தன் பாவனைகளாகிய ஜகத்தோற்றங்களை விட்டு

விலகி நின்றால்தான், அவை கேவல சங்கல்ப இயக்கங்களென்றும் அசத்திய மென்றும் உணரப்படும். ஒவ்வொரு ஜீவனின் ஜகத் காட்சியானது அதற்குத்தான் சத்தியம். ஒருவனுடைய சொப்பனம் மற்றவர்களுக்கு புலனாகாது போல அவனுடைய சங்கல்ப ஜகத் அவனுக்குத்தான் சத்திய மாகத் தோன்றும்.

ராமன்: முனி சிரேஷ்டரே! ஜீவனென்று சொல்லப்படுவது என்ன உருவத்தைக் கொண்டது? எங்கே வசிக்கின்றது? பிறகு பிரம்மத்தை எப்படி அடைகின்றது? இவைகளை எனக்கு விளக்கிச் சொல்லவும்.

ஜீவனும் – விராட புருஷனும்

வசிஷ்டர்: சித்தென்று சொல்லப்படும் பர தத்வம் சேதன நிலையில் இருக்கையில், அதாவது கேவல சங்கல்ப ரூபத்தில், ஜீவனென்று சொல்லப் படுகின்றது. அது சர்வ வியாபியானது. சேதன ஆகாசத்தை ஊடுருவி நிற்கின்றது. இது பரமாணுவுமல்ல, ஸ்தூலமுமல்ல, சூன்யமுமல்ல, யாதொன்றுமல்ல. இது சின் மாத்திரம், கேவல அனுபவம். எல்லாம் ஜீவன்களே. சித்தானது எந்தெந்த வஸ்துவை எவ்விதம் பாவனை செய்து கொள்கின்றதோ அதை அவ்விதமே உணர்ந்து அனுபவிக்கின்றது. காற்றிற்கு அசைவு எப்படி இயற்கையோ அப்படி ஜீவனுக்கு சங்கல்பம் இயற்கை. சங்கல்பம் இருக்கும் வரையில், ஜீவிதத்தை அடைந்து வரு கின்றது. சங்கல்பம் ஓய்ந்தால் பர கதியை அடையும். ஜீவனானது 'நான்' என்ற மூல சங்கல்பத்தை ஆதாரமாகக் கொண்டு, தேசம், காலம், திரஷ்யம், கிரியை ஆகிய நான்கையும் கூடவே கற்பனை செய்துகொண்டு, தேக அமைப்பை அடைகின்றது. தேகத்தை அடைந்த பிறகு தன்னுடைய மரணங்களில், சொப்பனங்களில் ஏற்படுவது போல், தன்னையே வெவ்வேறாக உணருகின்றது.

சந்திரக்கிரணங்கள் சந்திரனைக் காட்டிலும் வேறல்லபோல், ஜீவனு டைய உணர்ச்சிகளும் ஜீவனைக் காட்டிலும் வேறல்ல. இவ்வுணர்ச்சிகள் யதேச்சையாக ஐவகையாக ஏற்பட்டு, அவைகளைக் கொண்டு ஜீவன் போகத்தை அடைகின்றது. இந்த ஐந்து உணர்ச்சிகளைக் கொண்ட புருஷனே விராட புருஷன் என்று சொல்லப்படுவது. இந்த நிலையில் கேவல உணர்ச்சிகள் தான் உண்டு; பாவனைகள் ஒன்றும் கிடையாது. இவனே ஈஸ்வரன் என்றும் சொல்லப்படுவான். மேலும் இந்த ஜீவன் தானாகவே பாவனைகளை மேற்கொள்ளவும் இயங்கவும் விஸ்தரிக்கவும் சுருக்கிக் கொள்ளவும் சக்தி வாய்ந்தது. ஆகையால் தனக்குத்தானே இச்சைகளை சேகரித்துக் கொண்டு அவைகள் சார்பாக முயன்று, அடைந்து, சாந்தி அடைகின்றது. மனோ மயமாக இருக்கும் ஜீவன்

தேகத்தில்தான் பிரவிர்த்திக்கும். இப்படி பிரவிர்த்திப்பதை புரி அஷ்டகம் என்றும் சொல்லுகிறோம்; அதாவது அகங்காரம், பிராணன், மனஸ், பஞ்சவுணர்ச்சிகள், ஆக எட்டும் சூக்ஷம நிலையில் இருப்பவைகள். இப்புரிஷ்டகம்தான் பாவ- அபாவங்களையும் இந்திரியங்களையும் கொண்டு வேதம், சாஸ்திரம், நியதி என்பவைகளை நியமித்துத் தானும், நிலைத்து விட்டது. இந்த பிரம்மாண்டத்தை கற்பித்து அதை ஊடுருவி இருப்பதும் அதுவே.

சங்கல்ப புருஷனாகிய ஜீவன் எவ்விதமெல்லாம் கற்பனை செய்து கொண்டதோ அவ்விதமே பஞ்சபூதங்களாக மாறுகின்றது. பிரபஞ்சத்தில் இருக்கும் அனைத்தும் ஜீவனுடைய சங்கல்பங்களே. எல்லா பொருள் களுக்கும் அது காரணமாகும்; காரணத்தைக் காட்டிலும் காரியம் வேறல்லாததால் காரியமும் அதுவே.

ராமா! சுத்தமான ஞானியாக இருந்து வருவாயாக, ஞானபந்துவாய் இருக்காதே.

ராமன்: ஞானபந்துவாய் இருப்பதென்றால் என்ன? ஞானியாய் இருப்பது எப்படி? பிறகு அப்படி இருப்பதினால் பலன் என்ன?

ஞானியும் – ஞானபந்துவும்

வசிஷ்டர்: ஞானபந்துவாய் இருப்பவன் வேதசாஸ்திரங்களைப் படித்து பண்டிதனாய் அவைகளை பிறருக்கு வெகு அழகாகவும் தெளி வாகவும் சொல்லத் தகுந்தவன். ஞானத்தின் சாரங்களை இவன் அனுஷ்டிப்பவனல்லா. வாய்பேச்சுடன் சரியே. வயிற்று வளர்ப்பின் பொருட்டு பிறருக்கு போதனை செய்பவன், பாஷையில் ஒரு சில்பியைப் போன்றவன். ஆத்ம ஞானம் ஒன்றை தவிர்த்து மற்றெல்லாம் அறிந்தவன்.

சுத்த ஞானியோ ஆத்ம ஞானத்தை அனுபவமாகக் கொண்டவன். எல்லா உலக விஷயங்களில் ஈடுபட்டு இருப்பதுபோல் இருந்தாலும் அவைகளை அவன் வாசனை இன்றிச் செய்து வருவான். மனம் சதா குளிர்ச்சியாகவே இருந்து எல்லா வஸ்துக்கள் விஷயங்களையும் சம நோக்கத்துடன் பார்ப்பான்.

கிரியைகளாகிய பிரவாகத்தில் மனத்தை நிர்மலமாயும், சூன்யமாயும் வைத்து ஈடுபடுகிறவர்களே சரியான பண்டிதனாகவும், ஞானியாகவும் மதிக்கப்படுவார். பாவனைகளும் அவைகளால் ஏற்படும் அக்ஞானமும் யாதொரு காரணமின்றித் தோன்றுகின்றனவென்று அறிந்து ஞானத்தில் ஸ்திரமாய் நிற்பார்கள். பாவனைகளும் அவைகளால் ஏற்படும் கர்மங் களும் சதா ஏற்பட்டுக்கொண்டே வந்தாலும் இவைகளின் காரணத்தை

விசாரித்தால் ஒன்றும் புலப்படுவதில்லை. ஆகையால் இவைகள் நம்முடைய பிரமங்கள் என்று இருப்பார்கள். புத்திமான்கள், ஜீவன் பரமார்த்தத்திலிருந்து பிரவிர்த்தித்ததென்று, சேதனத்தில் ஈடுபடுவார்கள். அதாவது சேதனந்தான் ஜீவமென்று அவர்களால் பாவிக்கப்படும். மாம்பழம் இலையின் சாரமாகக் கனிவதுபோல், ஜீவனும் பிரம்மத்திலிருந்து பிரவிர்த்தியானதாக அவர்கள் பாவிப்பார்கள். சேதனம்தான் ஜீவன்; அதனுடைய ஜன்ம மரண அவஸ்தைகளும்கூட. ரூபம், ஆலோகம் (பார்வை) மனனம் மூன்றையும் விலக்கி ஸ்பந்தம் நிஷ்ஸ்பந்தம் இரண்டையும் தாண்டி அவர்கள் தங்களுடைய நோக்கத்தைப் பரதத்வத்தில் செலுத்தி இருப்பவர்கள். வாழைத்தண்டை உரிக்க உரிக்க மட்டைதான் காணப் படும். அதைப்போலவே கர்மங்களில் ஈடுபடுவதால் மேலும் மேலும் கர்மங்கள்தான் பின்தொடரும் என்ற பாவனையை வகித்திருப்பார்கள். கர்மங்களில் வாசனையானது அக்ஞானத்தை போஷிக்கின்றது. இவை களின் வாசனையை விட்டால் அறிவு உண்டாகும். இந்திரீய விஷயங் களில் ஈடுபட்டால் பந்தம், இவைகளைத் தியாகம் செய்தால் விமோசனம். நீரினுள் நீர்தான் இருப்பதுபோல துவைதத்தில் அத்துவைதம்தான் புலப்படும். ஜகத் பதார்த்தங்களாகத் தோன்றுவது நம்முடைய அறிவே. இந்த அறிவே ஆத்மத்தின் சொரூபம்.

இந்த ஜகத்தானது, அகங்காரத்தினுள் தோன்றுகிறது. அகங்காரம் ஜகத்தினுள் தோன்றுகிறது. ஒன்றுக் கொன்று ஆதாரமாக வாழைத் தண்டுபோல் அடுக்கடுகாக வளருகின்றது. தங்கத்தில் வளையலைக் காண்பது போலவும், நீரில் பிரதிபிம்பத்தைக் காண்பதுபோலவும், ஜீவன் ஆத்மத்தில் காரணமின்றி சிருஷ்டியைக் காண்கின்றது. இப் பார்வை சரியான பார்வையல்லா. இடையன் மாட்டுப் பானையை தூரப் பிரதேசத்தில் வைத்துவிட்டால், எக்காரியம் செய்து வந்த போதிலும் அவன் கவனம் பானையில் இருப்பதுபோல, புத்திமான் கர்மங்களைச் செய்துவந்த போதிலும் அவன் செய்தவன் ஆகான்; ஏனெனில் அவன் கவனமெல்லாம் எப்பொழுதும், ஆத்மத்தில் நிலை பெற்றிருக்கும்.

ஜீவனின் சொரூபம்

சந்திரக் கிரணங்கள் எங்கும் வியாபித்திருப்பதுபோல, இந்த விராடபுருஷன் எல்லா ஜீவன்களையும் வியாபித்து நிற்கின்றது. இந்த ஜீவனோ சூக்ஷமத்தில் சூக்ஷ்மமாகவும், ஸ்தூலத்தில் ஸ்தூலமாகவும், கனத்தில் கனமாகவும் தோற்றத்தைக் கொடுத்து வருகின்றது. 'நான்' ஆத்மாவென்று மூன்று காலத்தைக் கற்பித்துக்கொண்டு விஸ்தரிக் கின்றது. அசத்யத்தை சத்யமாக பாவித்து சேதனையில் ஈடுபடுகின்றது. தேகத்தையே ஆத்மாவாக பாவித்து கர்மத்தைச் சாரமாய்க் கொண்டு

பிரபஞ்சத்தை ஸ்தாபிக்கின்றது. பிறகு அதை மேகம் போல் வியாபித்து நிற்கின்றது. தேகத்தில் உள்ளும் புறமும் உணர்ச்சிகளைச் சாரமாய்க் கொண்டு, இவைகளை அழியாத வாசனைகளாக அது அடைகின்றது. ஜீவன் கேவல சங்கல்பமாக இருந்தும் பிரவிர்த்திக்கையில் ஸ்புடமான தோற்றத்தைக் கொடுக்கின்றது.

ஆயினும் உத்தமர்கள் ஜீவனின் சொரூபத்தை உணர்ந்து, ரூபம் ஆலோகம் மனனம் மூன்றையும் விட்டு மௌனமாய் ஒரு யந்திரத்தைப் போல் கர்மங்களைச் செய்து வருவார்கள்.

மங்கியின் விமோசனம்

வசிஷ்டர்: வைராக்கியத்தை அடைந்து எல்லா உலக விஷயங்களி லிருந்தும் வாசனையை நீக்கிக் கொண்டு மங்கி என்னும் ரிஷி விடுதலை அடைந்த முறையையும் பின்பற்றலாம்.

முன்னொரு காலத்தில் இந்த பூமியின் ஒரு பாகத்தில் மங்கி என்ற பிராமணன் ஒருவன் இருந்தான். இவன் பல விரதங்களை முடித்து சாஸ்திர ஆராய்ச்சி செய்தவனாகவும் இருந்தான். ஒரு நாள் உன் முன்னோர் ஒருவரின் வேண்டுகோளுக்கு இணங்கி நான் அவரைக்காண ஆகாய மார்க்கமாய் பூமியை நோக்கி வந்து கொண்டிருக்கையில் ஒரு பாலைவனத்திற்கு ஒப்பாகிய பூ பாகத்தைக் கடக்க நேர்ந்தது. அங்கே எதேச்சையாக இப்பிராமணன் எனக்கெதிரே வருவதைக் கண்டேன். அவன் இருந்த இடம், நிலை, முகக்குறிகள் இவைகளைக் கண்டு ஒருவாறு அவன் மனோ நிலையை அறிந்து கொண்டு, அவனை நோக்கிச் சில கேள்விகளைக் கேட்டேன்.

ஏ, பிராமணா! இந்த இடம் மனிதர்களில் மிகக் கேவல மானவர் களே வசிக்கும் படியானது. இங்கே வசிப்பவர்கள் பரிதபிக்கப்படுவார். தன் முன்னேற்றத்தைக் கருதுகிறவன் எவனும் இந்த சாரமற்ற இடத்தை நோக்கி வரமாட்டான். பாமரர்களுக்கே இது தகுதியான இடம். இவர்களிடையில் அகப்பட்டுக் கொண்டவன் எவனும் விமோசனம் அடையமாட்டான். உன்னைப் பார்த்தால் மனோசஞ்சலத்தை அடைந்தவனாக இருக்கிறாய். நீ இவ்விடம் வந்த காரணமென்ன? என்று நான் கேட்டேன்.

பிராமணன்: தங்களின் தரிசனத்தால் நான் பாக்யனாவேன். தாங்கள் யாரோ எந்த ஊரோ, தங்கள் பெயரென்னவோ? மனுஷ்யரோ, அல்லது தேவ ரிஷியோ? தங்களைப் பார்த்தால் எல்லாம் அறிந்தவராகவும் பரம நிர்மலமும் திருப்தியும் அடைந்த மனதை உடையவராகவும் இருக்கிறீர்.

தங்கள் மனம் சூன்யமாகவும் பூர்ணமாகவும் இருப்பதாகவும் நான் உணரு கிறேன். என்னுடைய பூர்வ ஜன்மத்தின் புண்ணியமே தங்களுடைய தரிசனத்தை நான் அடைந்தது. தங்களை நான் வேண்டிக் கொள்வது சம்சாரத்தைக் கடக்கும் மார்க்கத்தைக் காட்டிக் கொடுக்க.

வசிஷ்டர்: என் பெயர் வசிஷ்டர். நான் ஒரு ராஜ ரிஷி. நான் வசிப்பது ஆகாய மண்டலம். ஒரு மனுஷ்ய காரியமாக பூலோகத்தை நாடி வந்தேன். போகும் மார்க்கத்தில் உன்னைக் காண நேரிட்டது. நீ யார்? எங்கு செல்கிறாய்? உன்னைப் பார்த்தால் வைராக்கியத்தை அடைந்த வனாகவும் நல்ல அறிவாளியாகவும் தோன்றுகின்றது. உபதேசத்திற்குப் பாத்திரனாய் இருக்கிறாய். நீ எந்த மார்க்கத்தை அனுசரித்து சம்சாரத்தைத் தாண்ட விரும்புகிறாய்?

பிராமணன்: முனீஸ்வரரே! சம்சாரத்தைக் கடக்கும் மார்க்கத்தை அறியும் பொருட்டு ஞானிகளைத் தேடிய வண்ணம் நான் வெகு காலம் பல திக்குகள் தேசங்கள் தேடி ஒருவரையும் காணாமல் என் இருப்பிடம் திரும்பிச் சென்று கொண்டிருந்தேன்.

மீண்டும், மீண்டும் ஜன்மங்களை எடுத்து சுக துக்க அனுபவங்களில் மூழ்கிக் கிடப்பதில் எனக்கு சலிப்பு ஏற்பட்டுவிட்டது. சுகத்தினால் துக்கம் பின்பற்றும் என்ற நிச்சயத்தைக்கொண்டு துக்கத்தையே அனுபவித்தவனாய் இருந்தேன். அதுவும் எனக்கு சகஜமாய் விட்டது. சங்கல்பமாகிய அந்தகாரத்தில் யாதொரு ஒளியும் எனக்குப் புலப்படாமல் தவிக்கிறேன். ஆகையால் என்னைக் கை தூக்கி விட்டு. தாங்களே எனக்கு ஒரு உபாயம் சொல்லவேண்டும். இதற்கு ஏற்றவர் தாங்கள் ஒருவரே.

வாசனையே சம்சாரப் பெருக்கம்

வசிஷ்டர்: உணர்ச்சி, பாவனை, வாசனை, இவைகள்தான் மானிடர்களுக்குத் துன்பங்களை உண்டாக்குகின்றன. வஸந்த காலம் வந்தவுடன் இலைகள் துளிர்வது போல், உணர்ச்சி அல்லது பாவனை ஏற்படுங்கால் நானாவித தோஷங்கள் மலரக் காரணமாகின்றது. சம்சார மாகிய அடர்ந்த காட்டிற்கு வாசனையே மூலகாரணமாக இருந்து அதை விஸ்தரிக்கவும் செய்கின்றது. வசந்த காலத்தின் முடிவில் ருதுவின் சோபை குறைவதால் இலை கொடிகள் உலர்ந்து விடுவது போல் விவேகிகளும் வாசனை அகன்ற காரணத்தால் விஷயங்களில் ரசமற்றவர் களாக நிலைத்து விடுகிறார்கள். வாசனை அதிகரிப்பதால் சம்சாரம் மெம்மேலும் புஷ்டியடையும், எப்படி ரசத்தின் புஷ்டியால் பழம் உண்டாகிறதோ அப்படியே.

எல்லாம் அறிவில் முடிகின்றன

சரியான பார்வையற்ற பொழுது புலப்படுவது சரியான பார்வையில் மறைபடும். அசத்தியமானது, சத்தியமாகத் தோன்றுவது, மூடனுக்கு பிசாசு தோன்றுவதுபோல் உண்டாகின்றது. அறியப்படும் பொருளும் அறிகிறவனும் அறிவினால் உண்டாவதால் இரண்டும் அறிவைத் தவிர்த்து வேறாகா. மண் இருந்தால் பானைகள் உண்டு. மண்ணின்றி பானைகளுமில்லை. சித்தை அனுசரித்து சேதனை, சித்சூன்யமானால் ஒன்றும் அறியப்படமாட்டாது. அறிவினால் அறியப்படும் வஸ்துக்கள் அறிவைத் தவிர்த்து வேறாகாது. ஏனெனில் அறிவின்றி ஒன்றும் அறியப்படமாட்டாது. பார்ப்பவன், பார்வை, பார்க்கப்படுவது மூன்றும் தனித்தனியாக அறிவினால் அறியப்படுகின்றது; அறிவின்றி இவைகளை அறியமுடியாது. ஆகையால் இம்மூன்றும் அறிவைத் தவிர்த்து வேறாகாது. ஒரே இனத்தைச் சேர்ந்தவைகள் தான் ஒன்றோடொன்று சேரும். அன்யோன்யமாய் இருப்பதற்கு இரண்டும் ஒரே தன்மையுற்று இருக்க வேண்டும்.

ஜகத்தோற்றம் முழுமையும் கேவல அறிவு சொரூபம்; காற்று அசைவாகவும் கடல் நீராகவும் இருப்பதுபோல, அவரக்கு வேறொன்றாகத் தோன்றினாலும் மரத்தின் ரசத்தைத் தவிர்த்து வேறில்லை. அதே மாதிரி மித்யையானவைகள் அனுபவிக்கப்பட்டாலும் அவை மித்யையே.

இது 'நான்' என்ற எண்ணம் பந்தத்திற்கு காரணமாகின்றது. நானில்லை என்பது மோட்சேபாயமாகும். 'நான்' என்பதில் சொரூபம் இருவிதமாகப் பாவிக்கப்படலாம். முதலாக ஒரு தோற்றம் அல்லது மித்யா சொரூபமுள்ளதாக; இரண்டாவதாக அது ஆத்மாவே வேறல்ல வென்றும். ஒரு வஸ்துவை ஒரு பாத்திரத்திற்குள் போட்டால், வஸ்து கண்ணுக்குப் புலப்படுவதில்லை. அல்லது சூக்ஷ்ம நிலையை உதாரண மாகக் கொள்ள, குடத்தினுள் உள்ள ஆகாசம் வெளி ஆகாசத்தின் ஒரு பாகமாகின்றது. இவ்விரண்டு திருஷ்டாந்தங்களால் குறிப்பிடப்பட்ட சொரூபத்தையும் கொள்ளாமல் 'நான்' என்பது ஆத்மாவே, அதனுள் மறைந்திருப்பதுமல்ல, அதன் ஒரு பாகம் அல்ல என்றும் எண்ணலாம்.

இந்த சம்சாரமாகிய அடர்ந்த காட்டில், கோடிக் கணக்கான ஜனங்கள் தோன்றியும் அழிந்தும் வருகின்றனர். எல்லோரும் அவரவர் களுக்கு ஏற்படும் பாவனைகளைக் கொண்டு ஜீவிதத்தை நடத்தி வருகிறார்கள். பாவனைகளால் ஏற்படும் வாசனையில் சிக்கிக் கொண்டு ஜனங்கள் சம்சாரத்தை நடத்துகிறார்கள். மகர மீன் மாம்சத் துண்டுக்காக

சதா காத்திருப்பது போல, பிராணன் போகும் வரை ஜனங்கள் சுக துக்கங்களைச் சதா எதிர்பார்த்த வண்ணம் இருந்து வருகிறார்கள். அப்படி இருப்பதால் கல்ப காலம் வரை லட்சக் கணக்கான ஜன்மங்களை எடுக்க வேண்டி வருகின்றது.

சற்று விவேகித்து விசாரணை செய்த மாத்திரம் சம்சாரம் முடிவு பெறுகின்றது. சுத்த சம்வித்தே ஜகத் தோற்றமாகக் காணப்படுகின்றது என்பது அறியப்பட்டால், சம்சாரம் உடனே சாந்தியடையும். சூன்யத் தைக் காட்டிலும் வேறல்ல ஆகாயம்; ஸ்பந்தத்தைக் காட்டிலும் வேறல்ல காற்று; அப்படியே சம்வித்தைக்காட்டினும் வேறல்ல ஜகத்.

இந்த போதனைகளைக் கேட்ட மங்கி ஏற்கனவே வைராக்யத்தா லும் விவேகத்தாலும் பக்குவமான மனதை உடையவனாக இருந்த படியால், எல்லாம் கிரகித்தவனாய் மனச் சாந்தி அடைந்து சமாதியில் சென்றான். நூறு வருஷ காலம் இப்படிக் கழித்துப் பிறகு நிர்வாண மடைந்தான்.

ராமா! எக்காலத்தும் இருப்பது ஒரே பரம்பொருளாகிய சித், தேகமென்பது அதின் சமத்காரம், மாறி மாறித் தோன்றியும் அழிந்தும் வருகின்றது. நீரில் தோன்றும் அலைகளைப் போல் ஜகத் தோற்றம் சிருஷ்டிக்கப்பட்டதாகவும், அழிவடைவதாகவும் தோன்றுகின்றது. மேகமானது ஆடையைப் போல் வெளுத்து நுட்பமாய் இருந்த போதிலும் அணிந்து கொள்வதற்குப் பிரயோஜனமில்லை. அதே மாதிரி இந்த தேகத்தில் 'நான்' என்னும் பாவனையைக் கற்பித்துக் கொள்வதில் ஒரு பிரயோஜனமும் இல்லை. தியானம் செய்பவன், தியானம், தியானம் செய்யப்படும் பொருள், மூன்றும் ஒரே சித். உணர்ச்சிகளாகிய தோற்றங் களில்தான் சுக துக்கங்களாகிய கொந்தளிப்புகள் ஏற்படுகின்றன. ஆத்ம தத்துவமோ எப்பொழுதும் சமமாகவும் சாந்தமாகவும் இருக்கும்.

ராமன்: விதைக்கு முளை காரணமென்பதும், புருஷனுக்கு கர்மங்கள் காரணமென்பதும், பிறகு தெய்வாதீனம், என்பவைகளைப் பற்றி விளக்கிச் சொல்ல வேண்டுகிறேன்.

வசிஷ்டர்: தெய்வம், கர்மம் என்பவைகள் ஒரே அர்த்தத்தை உடையவை; சம்வித்தில் ஏற்பட்ட ஸ்பந்தம் ஒன்றுதான் ஜகத்துக் கெல்லாம் காரணம். புருஷன் கர்மா இவைகளுக்கும் காரணமிதுவே. ஸ்பந்தத்தின் வசத்தாலும் அதனால் ஏற்படும் வாசனையாலும் ஜகத் பிரவிர்த்திக் கின்றது. வாசனையும் ஸ்பந்தமும் ஓய்ந்தால் ஜகத் தோற்றமும் ஓய்வடையும். சம்வித்தில் ஏற்படும் ஸ்பந்தத்தில் பேதமென்பது ஒருக்காலு மில்லை. நம்முடைய கல்பனா வசத்தால் சிருஷ்டி, புருஷன், கர்மா

என்பவை களைக் கையாண்டு வருகிறோம். குளம், நீர், அலை என்று ஒரே வஸ்துவை பல பெயரிட்டு அழைப்பதுபோல், சித்ஸ்பந்தமாகிய ஒரே தத்துவத்தை புருஷனென்றும் கர்மா வென்றும் சொல்லுகிறோம். பனிதான் குளிர்ச்சியாக உணரப்படுகின்றது. அப்படியே புருஷன்தான் கர்மங்களைச் செய்கிறான். கர்மங்களால்தான் புருஷன் உண்டாகிறான். சம்வித் ஸ்பந்தத்தில் ஏற்படும் ரசம்தான் தெய்வம். கர்மம், மனிதன் என்று பல பெயரிட்டு சொல்லப்படுகின்றது. விதை, முளை, கர்மம், புருஷன் என்பவைகள் ஒரே பொருளைச் சுட்டிக்காட்டுவதால் இவை களில் காரண காரியமென்பது ஒவ்வாது. விதைதான் முளை, கர்மாதான் ஜீவன், மரம், கிளை, இலை, பூ என்பவைகள் அனைத்தும் ஒரே ரசத்தால் ஏற்படும் தோற்றங்கள்; எல்லாம் சம்வித் ஸ்பந்தத்தின் தோற்றங்கள். அதுவே எல்லாவற்றிற்கும் மூல காரணம். அதற்குக் காரணம் ஒன்றுமில்லை. இந்த மூல ஸ்பந்தமே உணர்ச்சியாகத் தோன்றி ஸ்தாவர ஜங்கமமாக விஸ்தரித்து அவைகளுக்குக் காரணமாய் நிற்கின்றது. இவைகளில் பேதத்தை நாமாக வீணாகக் கற்பித்துக்கொள்கிறோம்.

ராமா! நீ வாழ்க்கையில் அனுசரிக்க வேண்டியது மனதை நிர்மல மாகவும் சாந்தமாகவும் வைத்துக் கொண்டு யதேச்சையாக சம்பவிக்கும் உலக வியவகாரங்களில் ஈடுபட்டு வருவது. தானாக வருகிறவைகளைத் தள்ள வேண்டாம். நீயாக ஏதொன்றையும் தேடிச் செல்ல வேண்டாம். வந்த காரியங்களைத் தீவிரமாகவும் ஒழுக்கத்துடனும் மனக்கலக்கமின்றி செய்து வருவாயாக. சுகம், துக்கம் இரண்டையும் சமமாகவும் சாந்தத்து டனும் அனுபவித்து வருவாயாக. நல்லோர்களிடத்து நல்லவனாகவும், தீயவர்களுக்கு கொடியவனாகவும், தீனர்களிடத்து இரக்கம் பாராட்டியும், தீரர்களிடையில் தீரனாகவும் இருப்பதும்தான் முறை. சண்டையில் ஈடுபட வேண்டியிருந்தால் எதிரிகளை யந்திரம் போல் நிர்மலமான மனதுடன் நிர்மூலமாக்குவாய். நித்திரையில் விழித்தவனாகவும் விழிப்பில் தூங்கு கிறவர்கள் போலவும், ஆக நித்திரை விழிப்பு இரண்டும் ஒரே பாவனை யாக இருக்கும்படி, இருந்து வருவாயாக. இதைக் கிரமத்துடன் சதா அப்யசித்து வந்தால் வஸ்துக்களில் துவைத பாவம் நீங்கி விஸ்ராந்தியடை வாய்.

ராமன்: எல்லாம் ஒரே சத்தியமாக இருந்து அதில் 'நான்' என்ற பாவனையும் இல்லாமல், தாங்கள் வசிஷ்டர் என்று நாமம் தரித்து இங்கே இருப்பது எவ்வாறு?

வால்மீகி: ராமன் இந்தக் கேள்வியைக் கேட்டதும் வசிஷ்டர் ஒரு முகூர்த்த காலம் ஒன்றும் சொல்லாமல் மௌனமாய் இருந்தார். ஏன்

இப்படி இருக்கிறார் என்று மகா ஜனங்கள் ஆச்சரியப்பட்டனர். ராமன் மீண்டும் இக்கேள்விக்கு பதில் இல்லையோ என்று கேட்டான். பிறகு வசிஷ்டர் பதில் உரைக்கலானார்.

வசிஷ்டர்: உன் கேள்விக்கு பதில் உரைக்க நான் திறமையற்று இருக்கவில்லை. பதில் இருவகையாகச் சொல்லவேண்டியிருக்கிறது. அக்ஞானிகளுக்கு அவர்கள் புரிந்து கொள்ளும் படியும் உன்னைப் போல் விவேகம் உடையவர்களுக்கு பரதத்வ விஷயத்தைப் பற்றியும் சொல்ல வேண்டும். பிறகு வாக்கின் குறைபாட்டை கவனித்தால் அது பரம் பொருளை விளக்க சக்தியற்று இருக்கின்றது. வாக்கின் இயல்பு பேதத்தை யும் பாகுபாடுகளையும் விஸ்தரிப்பது. அது அசத்யத்தைப் பெருக்கச் செய்கின்றது. ஆனால் சாதாரண ஜனங்களுக்கு வாக்கை உபயோகித்துத் தான் பல சித்தாந் தங்களை ஸ்தாபிக்க வேண்டி இருக்கின்றது. உன்னைப் போன்றவர்களுக்கு அளிக்கும் பதில் ஞானத்தை விளக்கும்படியாக இருக்க வேண்டும். நான் சற்று முன் உன் கேள்விக்கு வெகு அழகாக பதில் உரைத்தேன். அதாவது மௌனத்தால், பரம் பொருளை வேறெவ்விதமும் அனுபவிக்க முடியாது. சர்வ மௌனமே அதை விளக்கக் கூடிய நிலை. தோஷத்தையே மூலமாய்க் கொண்ட வாக்குக்கு எட்டாத நிலையில் நான் என் மயமாய் இருந்தேன். சங்கல்பத்திற்கும் அது எட்டாத நிலை.

ராமன்: வாக்கின் தோஷங்களாகிய பிரதி யோகி விவச்சேதி இவைகளை ஒழித்துப் பேசும் கால் நீங்கள் சுட்டிக் காட்டிய நிலை என்ன வென்று சொல்லப்படும்?

வசிஷ்டர்: அது எல்லா சேதனைகளையும், சங்கல்பங்களையும் தாண்டிய நிலை. நான் நானாக கேவல சிதாகாசமாக இருந்தேன். ஜகத் முழுவதையும் ஆகாசமாக அறிந்து நானும் ஆகாசமாக இருந்தேன். அது கேவல அறிவு சொரூபமான நிலை. அந்நிலையில் ஜீவன் சர்வ சாந்தியாய், ஒரு விகாரமுமின்றி ஒரு சவத்தைப்போல் இருந்து வரும். சுகம்-துக்கம் இரண்டும் ஒழிந்து 'நான்' 'வேறு' என்ற உணர்ச்சியற்ற நிலை.

இந்நிலையிலிருந்து சேதனத்தின் உன்முகமாகப் பிரவேசித்தால், சம்சார பந்தம் உண்டாகும்; சேதன நிலையிலிருந்து அசேதனத்தின் உன் முகமானால் மோட்சம் சித்திக்கும். திசை காலமாகிய பாகுபாடுகள் இன்றி தன்னுள்ளேயே சாந்தமாய் இருக்கும் பொழுது சேதனம் என்பது எப்படி சம்பவிக்கும். நாம் காணும் கனவுகள் எப்படி நம்முடைய அனுபவங்களோ, அப்படி நம்முடைய சங்கல்பங்கள் சம்வித்தில் தோன்றும் இயக்கங்கள். ஆகையால் அவை சம்வித் சொரூபத்தை உடையவைகளே. மனஸ் புத்தி என்பவைகளும் சம்விததில் தோன்றியவை

கள் ஆகையால் அதைத் தவிர்த்து வேறாகாது, வாஸ்தவமாக அவை சம்வித்தின் ஜட ரூபம்.

ஜீவனென்பது அறிவில் தோன்றும் ஒரு ஜுவாலை. இது அக்ஞான மாகிய வாயுவால் கொழுந்து விட்டு எரியும், ஞானத்தால் அணைந்து விடும். ஞானத்தைக் கடைபிடித்து அதையே அப்யசித்து வந்தால் மனிதர் முனிவராவார். அக்ஞானத்தைக் கையாண்டு அதிலேயே உழன்று வந்தால், பசுக்களுக்குச் சமானமாவார். நான் பிரம்மம், ஜகத்தும் பிரம்மம் என்பது ஒரு பிரமை; ஏனெனில் அசத்தியமாகிய கல்பனை பிரம்மத்தில் ஏற்படாது. சர்வ சாந்தமான பிரம்மத்தில் உணர்ச்சி ஏற்பட இயலாது. சொப்பனாவஸ்தையிலிருந்து நித்திரையில் நழுவுவது போல், அறிவு அடையப்பட்டதும் உணர்ச்சி ஜாலங்கள் அனைத்தும் சாந்தி அடைந்து கேவல சாந்தம்தான் மிஞ்சும். ஆகாசத்தில் தோன்றும் நீலத் தன்மை எப்படி ஆகாசம்தானோ அப்படித் தோன்றும் ஜகத்தும் பிரம்மமே. தோற்றங்கள் தோஷத்தால் ஏற்படுகின்றன. வாஸ்தவத்தில் சுகமுமில்லை, துக்கமுமில்லை, புண்யமுமில்லை, பாபமுமில்லை, கர்த்தாவுமில்லை, போக்தாவுமில்லை. எல்லாம், சூன்யம், சாந்தம், அட்சயம்; வியவ காரத்தின் பொருட்டு பிரம்மத்தை காஷ்ட மௌனத்திற்கு ஒப்பாக்கிச் சொல்லலாம். அதைச் சூன்யமென்று சொன்ன போதிலும் வெறும் சூன்யமாகாது; சூன்யத்தைப் போல் என்றுதான் அதைச் சொல்லலாம். உண்மையில் அது வாக்கு மனம் இவைகளைத் தாண்டி நிற்கின்றது.

அகந்தை

'அகம்' என்பதை விசாரணை செய்து அதை அழிப்பதில் ஈடு பட்டால் நிர்வாணப்பதவி கிட்டும். அப்படியின்றி அதில் ஈடுபட்டு வந்தால், துக்கம்தான் விளையும். அகந்தை ஒழிந்த நிலையை எதற்கும் ஈடாகச் சொல்லத்தகாது. சரத்காலத்து மேகம்கூட அவ்வளவு தெளிவாக இருக்காது. சந்திரனுடைய மத்ய பாகத்திலும் அவ்வளவு குளிர்ச்சி இருக்காது. சித்திரத்தில் எழுதப்பட்ட கடும் போரின் காட்சி நம்மை எவ்வளவு பாதிக்குமோ அவ்வளவுதான் நிர்மலமான ஞானியின் மனதை உலக வியவகாரங்கள் பாதிக்கும். அவர்கள் உலகத்தைப் பார்ப்பதாக தோன்றினும் உண்மையில் பார்ப்பவரல்ல. பார்ப்பதெல்லாம் பிரம்மமாக அவர்களால் பாவிக்கப்படுகின்றது, அலை நீராக உணரப்படுவது போல். ஆகாயத்தில் காற்று வீசினால் காற்றாக உணரப்படுவதுபோல் சம்வித்தில் 'நான்' என்ற உணர்ச்சி ஏற்பட்டதும் அது ஜகத்தாக ஸ்புரிக் கின்றது. ஆகையால் அது சம்வித்தைக் காட்டிலும் வேரல்ல. ஆகாயத்தில் பரவும் புகை பல ரூபங்களைத் தோற்றுவித்தும் அது புகையே அன்றி தோன்றப்பட்ட ஐந்துக்களல்ல. சம்வித்தில் தோன்றும் பிராந்திகள்

விசாரணை செய்த மாத்திரம் அவை நசிக்கும். இலை, கிளை கூடிய மரம் இப்பகுதிகளை விதையில் சூக்ஷ்மமாக அனுபவிப்பதுபோல் 'நான்' ஜகத் என்று விஸ்தரிக்கிறவைகளையும் ஆத்மா தன்னிடத்தில் சூக்ஷ்மமாக காண்கிறது. ரூபம், ஆலோகம், பார்வை, மனஸ்காரம் என்பவைகளும் சத்தில் தோன்றும் நெருப்புப் பொறிகளுக்கு ஒப்பானவைகள். சத்தியம் போலத் தோன்றினாலும் அவை சத்யமல்ல. மனனம் செய்தல், வாசனை, அகந்தை மூன்றையும் தள்ளிய ஜீவிதம் ஜீவத் தன்மை உடைய தல்ல, அதுவே நிர்வாணமாகும்.

சத்தானது சர்வ வியாபியாய் இருப்பதாலும், எல்லாம் சித்தின் தோற்றங்களாதலாலும் அது உணர்வது அதைத் தவிர வேறொன்று ஆகாது. ஆகையால் வஸ்துக்களாகிய தோற்றம் மெய்யல்ல. இவ் வித மாகிய உணர்ச்சிகள் தன்னுள் சங்கல்பிக்கப்பட்டு, இவையே பிற்பாடு மீண்டும் மீண்டும் உணரப்பட்டு, வெளியிலும் இவ்வுணர்ச்சிகளையே அனுபவித்து, உணர்ச்சிகளுக்குப் பாத்திரமானவைகளை வஸ்துக்களாகச் சித் உணருகிறது. அதாவது, தன் சங்கல்பங்களே வெளி வஸ்துக்களாகும். உற்பத்தி உண்டாவது இவ்விதமே. சித்துதான் எங்கும் வியாபித்திருப்பது; தான் உணர்வது தன்னைக் காட்டிலும் வேறாகாது. ஆகையால் உணரப் படுவதும், உணர்ச்சிதானே. ஆகையால் உற்பத்தி, நாசம், சூன்யம், சூன்ய மற்றது என்பவைகள் கேவல பத விசேஷங்களே தவிர வாஸ்தவத்தில் இவைகளுக்குப் பொருள் இல்லை.

'நான்' - 'ஜகத்' என்பவைகளின் அழிவும் பொருந்தாது. ஏனெனில் இவைகள் ஏற்படவே இல்லை. சொப்பனம் மறைந்த பிறகு அதன் அழிவைப் பற்றிய விசாரணை எவ்வாறோ, அப்படியே இவைகளின் அழிவைப் பற்றின பேச்சும். சங்கல்பம் செய்யும் போது தோன்றுவது, சும்மா இருக்கும் போது மறைந்து விடுகின்றது. அப்பொழுது அதன் நாசத்தைப் பற்றி என்ன பேச்சு? இல்லாதது தோன்றியது. பிறகு, இல்லாதது தோற்றத்தில் மறைந்தது. உற்பத்தியும் நாசமும் இவ்வகை யானவையே. ஜகத் தோற்றமும் இவ்வாறே. ஆகையால் வாஸ்தவத்தில் உற்பத்தியும் கிடையாது. நாசமும் கிடையாது. ஏதோ யதேச்சியாக சங்கல்பிக்கப்பட்டது. சங்கல்பம் அற்ற நிலையில் ஏற்படுவது இல்லை. தோற்றங்கள் ஏற்பட்டு வருவது, வாசனையின் வேகத்தால். வாசனைகள் அடங்கினால் தோற்றங்கள் ஏது? வாசனை விசாரணையால் அறியப்படும். பார்க்காமல் இருக்கும்போது தெரியாதது உற்றுப் பார்த்தால் தெரியும். இருட்டில் தெரியாதது வெளிச்சத்தில் தெளிவாகத் தெரியும். வாசனையும் இவ்விதமே.

ஜடப் பொருள்கள், நம்முடைய தேகம் ஆகிய பிரமங்கள் அகங் காரத்தின் மூலத்தால் தன்மயமாகத் தோன்றப்பட்டவைகள். இவைகளை விட்டால் அகங்காரம் ஜடத்தன்மையை விட்டு தன் சுயநிலையில் அதாவது சித்தில் சாம்மியம் அடையும்.

சித் சேதிக்கும் பொழுது, 'நான்' ஜகத் என்ற தோற்றங்கள் சத்தியம் போல் ஏற்படுகின்றன, அசைவால் காற்று உணரப்படுவது போல. ஆயினும் நம் நோக்கம் பிரம்மத்தில் லயம் அடைந்து இருந்தால் தோற்றங்கள் உணராமல் இருக்க முடியும், கண் எதிரில் வஸ்து இருந்தா லும் நோக்கம் வேறு இடத்தில் இருப்பின் வஸ்து கண்ணுக்குப் புலப் படாதது போல்.

தங்களுடைய முன்னேற்றத்தைக் கோருகிறவர்களுக்கு நம் மேலே சொன்ன வழி ஒன்றே பிரயோசனப்படும், அதாவது, விசாரணையின் மூலமாக. இவ்விசாரணையாவது நான் யார்? இந்த ஜகத் என்பது என்ன? எனக்கும் ஜகத்திற்கும் என்ன சம்பந்தம்? இவ்வகையான மூல தத்துவங் களைக் குறித்து ஜீவிதத்தில் கடைசியான சுவாசம் இருக்கும் வரை ஆராய்ச்சி செய்ய வேண்டும். அவர் அவர்களின் சொந்த பௌருஷமும், உளக்கமுமே இவ்விஷயத்தில் பயன்படும்.

பிறகு, ஞானிகளின் சேர்க்கையும் தேடப்பட வேண்டும். எல்லோரா லும் ஞானியாக அங்கீகரிக்கப்படுபவரே ஞானியாகும். அவர்களுடைய அனுபவமும் ஆராய்ச்சியும் நம் புத்தியை சீக்கிரம் தெளிவுபடுத்தும். ஆராய்ச்சி மென்மேல் செய்யப்பட்டு வந்தால் புத்தியின் நுட்பமும் தீட்சண்யமும் அதிகரிக்கும். அறிவாளிகள் பலரை நாடுவதாக இருந்தால் இவர்களை ஏக காலத்தில் நாடி வருவது மிக்க மதியீனமாகும். ஏனெனில் இப்படிச் செய்வதால் சந்தேகங்கள் அதிகரிக்குமே தவிர, அவை நீங்கா. ஏனெனில் அறிவாளிகள் இடத்தும், கொள்கை, பேதம் இவைகள் உண்டு. இவை சிஷ்யனுடைய மனக் குழப்பத்தை அதிகரிக்குமே தவிர நீங்காது. இது என்னுடைய சொந்த அனுபவத்தால் அறியப்பட்டது. ஆகையால் பண்டிதர்களை ஒவ்வொருவராக அனுசரித்து வர வேண்டும். ஒரு உடதேசம் எவ்வகையாக இருப்பினும், இவைகளைத் தன் சொந்த ஆராய்ச்சி யுடன் கூடி செய்தல் வேண்டும்.

அவனுடைய சங்கல்பத்தில் தோன்றுகின்றவைகள் அவனுடைய அசங்கல்பத்தால் நாசம் அடையும், விஷம் அமிர்தமாக மாறுவதைப் போல், சங்கல்பத்திற்கு மூல விஷயமாகிய போகங்கள் அசங்கல்பத்தால் சாந்தி அடைகின்றன. சப்தங்களின் அர்த்த பாவனைகள் வாக்காலும் மனசாலும் அழிக்கப்பட்டு வந்தால் அசங்கல்பம் சித்தி ஆகும்.

எல்லா ஜனங்களும் ஆதி வியாதி என்ற இரு வகை துக்கங்களால் பிடிக்கப்படுகின்றார்கள். போகங்களின் காரணமாக ஏற்படும் வியாதிகள் இந்த லோகத்தில் செய்யப்படும் சிகிச்சைகளால் தீரும். பரலோக போகங்களாகிய மகா வியாதிக்கு நல்லோர் சேர்க்கையும் சம குணமாகிய அமிர்தங்கள் தான் சிகிச்சையாகும். இவைகளும் இந்த லோகத்திலேயே செய்யப்பட வேண்டும்.

எல்லா ஜீவ ஜந்துக்களும் கேவலம் சம்வித். இதன் விஸ்தரிப்பே ஜகத். இது பரமாணுத்தன்மையையும் அகண்ட தன்மையையும் பொருந்தி யுள்ளது. இந்த சம்வித்தில் விஸ்தரிப்பவைகளாகிய ரூபம், ஆலோகம், மனஸ்காரம் என்னும் மோகங்கள், மகா பிரளயம் ஏற்படும் வரை அழியாதிருக்கும். இந்த உணர்ச்சிகள் வெறும் மோகமே ஒழிய சத்திய மல்ல. சுபாவம் என்பதைக் கொண்ட வஸ்துக்கள் எல்லாம் பிரம்மமே ஒழிய வஸ்துக்கள் அல்ல. பிரம்மத்தை, சுபாவம் இல்லாத தனக்குத்தான் ஏற்றுக் கொண்ட ஜகத்தான உணர்ச்சி, என்று சொல்லலாம். இதற்குக் காரணம், காற்றுக்கு ஸ்பந்தம் காரணமாவது போலத்தான். ஜகத் உணர்ச்சிகள் பிரம்மமாகிய கடலில் ஏற்படும் அலைகள். சுபாவத்தைக் கொண்ட வஸ்துக்களிடம் காரண காரிய சம்பந்தம் சமமாக இருக்க வேண்டும். சுபாவம் என்பதில் தன்னுடைய அனுபவத்திலேயேதான் காரணம் தென்படும்.

இச்சை

ராமா! நீ எல்லா இச்சைகளையும் ஒழித்தவனாய் பாராங்கல்லைப் போல் சலனமற்று இருப்பாயாக. சர்வ விஸ்ராந்தி அடைந்தவனாய், மௌனமாய் யதேச்சையாக வந்த கர்மங்களைச் செய்து, மனோவியாகூல மின்றி ஒரு பதுமைபோல் இருந்து வருவாயாக. உள்ளும் புறமும் சூனியமாய் வாசனைகளை ஒழித்தவனாய், ஒரு குழலானது, யாதொரு பற்றுதலும் இன்றி ஊதுவது போல் ஒன்றிலும் ரசம் இல்லாதவனாய் ஜீவிதத்தை நடத்துவாயாக. ஒவ்வொரு இந்திரியத்தின் செயலில் ஈடுபட்ட போதும், அவைகளில் ரச பாவனையை ஒழித்து ஈடுபடுவாயாக. இச்சை களால் விளையும் துக்கங்கள் நரகத்தில்கூட அவ்வளவு கோர மாகத் தென்படாது. இச்சைகளைத்தான் சித்தம் என்று சொல்லு கின்றோம். இவைகளின் சாந்தி மோட்சமாகும். யமம் நியமம் தபஸ் சாஸ்திரங் களைப் படித்தல், இவைகளைக் காட்டிலும் ஆசைகளை ஒழித்து வருவதே தபஸ். இச்சைகளாகிய மனோவியாதியை ஒழிப்பதற்கு நம்முடைய பௌருஷமே தேவை. வேறு மார்க்கத்தால் இவைகளை ஒழிப்பதற்கு முடியாது. இம்முயற்சியால் எவ்வளவுக்கெவ்வளவு பலன் சித்திக்கிறதோ அது வரையில் லாபமே. இச்சைகள் தான், சம்சாரமாகப்

பெறுகின்றன. இச்சைகளை முற்றிலும் ஒழித்திருப்பது, நிர்வாண பதவி. சாஸ்திரங்களின் ஆராய்ச்சியும் குரு உபதேசங்களும் எல்லாம் வியர்த்தமே, ஒருவன் இச்சைகளைத் தியாகம் செய்யாமல் இருப்பானா கில். பிராணன் நீங்கும் வரை ஆசைகளை ஒழிக்க முயற்சித்து வருவதே மேலான தபஸ்.

யோசித்துப் பார்த்தால் இச்சை ஏற்படுவதற்கே காரணம் இல்லை. சித் ஒன்றாகவும் எங்கும் எப்பொழுதும் எல்லாவற்றையும் வியாபித் திருக்கையில் எது எதை இச்சிக்கமுடியும். அது அவையமற்றும் வெகு சூட்சமமாகவும் ஆகாயத்தைக் காட்டிலும் சூன்யமாகவும் இருக்கின்றது. இதில் தோன்றும் தோற்றங்களாகிய 'அகம் ஜகத்' என்ற பாவங்களும் அவ்வண்ணமே. ஆகையால் இச்சைகள் எவ்வண்ணம் ஏற்பட முடியும். எங்களைப் போன்ற அறிவாளிகளுக்கு அறிகிறவன் அறியப்படும் பொருள் என்ற நோக்கமே கிடையாது. எங்கள் தோற்றத்தில் அப்படியானவர்கள் புலப்படுவதில்லை. நிர்வாணம் என்ற பதவியில் உணர்ச்சி என்பது கிடையாது. உணர்ச்சி ஏற்பட்டுக் கொண்டு இருக்கும் வரை, நிர்வாணப் பதவி கிட்டாது, நிழலும் வெளிச்சமும், ஒரே இடத்தில் இருக்காது போல். மேலும் எல்லாம் ஒன்றாய் விளங்கும் நிலையில் காரண காரிய சம்பந்தம் பொருந்தாது. அப்படித் தென்பட்டாலும் அதுவும் பிரம்மத் தைத் தவிர வேறல்ல, ஸ்பந்தம் காற்றைக் காட்டிலும் வேறல்லாதது போல். ஆகையால் இச்சையும், பிரம்மத்தைக் காட்டிலும் வேறல்ல, மண்ணால் செய்யப்பட்ட பொருள் மண்ணே போல்.

ராமன்: இச்சைகளும் பிரம்மம் ஆனால், அவைகளைப் பிறகு ஏன் நிவர்த்தி செய்ய வேண்டும்? ஏன் அவைகளை ஒழிக்கும் வரை?

வசிஷ்டர்: ஆம், அறிவாளிகளுக்கு யாதொரு பிரயத்தினமும் வேண்டியதில்லை. ஏனெனில் அவர்களுக்கு, ஞானம் மென்மேல் அதிகரித்து துவந்துவ பாவம் நீங்கி, வாசனைகள் முற்றிலும் வற்றிப் பதார்த்த பாவனைகளும் நீங்கி, இச்சைகளும் தானாகவே சாந்தி அடைகின்றன. துவைத பாவனைகள் இருந்தால் தான் இச்சைகள் ஏற்பட அனுகூலம். எல்லாம் ஒன்று என்ற நோக்கத்தில் எதில் இச்சை வைப்பது. ஆசை, நிராசை இரண்டும் சம்வித்தில் தோன்றும் உணர்ச்சிகள் அல்லது பாவனைகள். ஞானியினிடத்து சங்கல்பங்கள் முற்றிலும் ஓய்ந்திருப்பதால் இரு பாவனைகளும் அவர்களுக்கு ஏற்படுவது இல்லை. எது தோன்றினாலும், அது அவர்கள் பாவனையில் சம்வித்தாக இருக்கின்றது. இச்சை என்பது உண்டானாலும் அது அவர்களிடத்து இச்சையல்ல. சம்வித்தே. சம்வித்தோ, ஆகாசம் போல் கேவல சூன்யமயம். உணர்ச்சி அறிவு என்ற நோக்கத்தில், அதாவது சித் சேதிக்கும் போது, அல்லது

அறிவு அறியும் போது, சம்வித்தில்தான் இது ஏற்பட வேண்டும். சூன்யத்தில் தோன்றுவது சூன்யமே. ஆகையால் பதார்த்தங்கள், உணர்ச்சிகள், அவை களைக் கொண்டு கற்பிக்கப்பட்ட இதர பாவனைகள் எல்லாம் கூட சூன்யமே. பிறகு இந்த சர்வ இல்லாமையில் என்ன சம்பவிக்கக்கூடும். இதில் எதைச் சாதிக்கக் கூடும்.

ஆனால் அக்ஞானிகளோ இல்லாதவைகளைத்தான் இருப்பதாக உணருகின்றார்கள். அவர்களுடைய அனுபவம் அப்படி. ஆகையால், இவ்வித உணர்ச்சிகள் அவர்களிடம் மாத்திரமே ஏற்படும். ஏனெனில் அவர்கள், சும்மா இருப்பதை விட்டு, தாங்களாகவே, அவ்வித பாவனை களை மேற்கொள்ளுவதால். ஆயினும் அவர்களுக்குப் புலனாகும் மரம், ஐந்து, மலை, நதி ஆகிய ஜகத் தோற்றங்களும், சூன்யமாகிய பாவனைகள் தானே. ஆகையால் எல்லா உணர்ச்சிகளும் தோன்றுவதும், தோன்றாதது மாகிய கேவல சூன்யமாகிய பாவனைகள். அல்லது சம்வித் ஜாலங்கள்.

சித்தானது, ஜகத்தை தனக்குள் தன் உணர்ச்சியாகவும், மித்யை யாகவும்தான் உணருகின்றது. பிரம்ம சிருஷ்டியென்பதும் சித் சிருஷ்டி யென்பதும் ஒன்றே. சிருஷ்டியும் கூட பிரம்மத்தைப் போல அசைவற்ற தாகவும் சத்தாகவும்தான் இருக்கின்றது. ஆனால் உள்ளே ஞானமாகவும் வெளியே அனுபவமாகவும் இருக்கின்றது. இவைகளில் ஏதாவது ஒரு தத்துவத்தை அனுசரித்து அதை ஒன்றையே சாதிப்பது தவறு. ஏனெனில் இரண்டும் ஒன்றாய் நிற்கும் சித்தின் உணர்ச்சிகளாகும். சித்தின் இயக்கம் தான் சேதனை. சேதனையாகிய உணர்ச்சியால்தான் வஸ்துக்களும் ஜகத்தும் உணர்த்தப்படுகின்றன. உணரப்படுகிறவைகள் கேவல ஜடப் பொருளாகவும் சித்தைத் தவிர்த்து வேறு இனமாகவும் இருந்தால் உணர்ச்சியே ஏற்பட முடியாது. இரண்டு மரக்கட்டைகளை பக்கத்தில் வைத்தால் ஒன்றுக்கொன்று உணருவதில்லை. ஏனெனில் இவை களிடத்து உணர்ச்சிகள் இல்லை. ஆகையால் சித்தானது, பதார்த்தத்தை உணர்ந்தால் அப்பதார்த்தம், சித்தாகவும் அதைத் தவிர்த்து வேறல்லா தாகவும் சூன்யமாகவும்தான் இருக்கக்கூடும். அதாவது, வெளியே அனுபவ மாகத் தோன்றப்படுவதெல்லாம், உள்ளே சத்தாகவும் சூன்யமாகவும் இருக்கின்றது. இவை வெவ்வேறாகாது. ஆகையால் அறிகின்றவன், அறிவு, அறியப்படுவது மூன்றும் ஒன்றே.

நீரில் திரவத்துவம் இருப்பதுபோல் சித் ஆத்மத்தில் இருக்கின்றது. அதன் சமத்காரத்தால் பாவனை ஏற்படுகின்றது. பாவனையால் பிராணன், புத்தி என்பவைகள் ஏற்படுகின்றன. ஆகையால் எல்லாம், சித்தின் சேதனை என்றுதான் சொல்லத்தகும்.

எல்லாப் பொருள்களும், ஒவ்வொரு அணுவை பீஜமாகக் கொண்டு

பொருளாக விஸ்தரிக்கின்றன. மரம் விதையிலிருந்தும் மனிதன் ரேதஸிலிருந்தும் உற்பத்தியாவது போல் அணுவில் பதார்த்தத்தின் தன் சத்தை இருக்கின்றது. இந்த அணு கூட்டங்களுக்கெல்லாம் பிரம்மம் சத்தாகவும் மூலமாகவும் இருக்கின்றது. ஆகையால் ஜகத்தில் இருப்பவைகள் அனைத்தும் பிரம்மாகத்தான் நிலைத்திருக்கின்றன. அனுபவத்தில் இவைகள் சொப்பனம் போல் தோன்றிவருகின்றன. என்னைப்போல் இருப்பவர்களுக்கு சிருஷ்டி பிரளயம், இவ்வகையாகத்தான், அனுபவிக்கப் படுகின்றன. சூன்யத்தில் மரம் பூ இதற்வைகளும் கற்பனை செய்யப் படுபவைகள்போல சத்தில் ஜகத்தாகிய உணர்ச்சி கற்பனை செய்யப் பட்டுப் பிறகு அனுபவிக்கப்படுகின்றது.

ஆத்மா எப்பொழுதும் ஆத்மத்தில் தான் நிலை நிற்கும். அனாத்மா வாகிய ஜகத் மோகம், ஆத்மத்தில் நிலைக்காது. ஆத்மத்தின் "சுபாவம்" (இந்த பதம் உபயோகிக்கக்கூடுமானால்) சமமாயும் சாந்தமாயும் இருப்பதே. மோகத்தின் சுபாவம் ஜகத்தாகிய தோற்றங்களைத் தோற்று விப்பதே, சூட்சமமான விதையிலிருந்து ஸ்தூலமான மரம் உண்டாவது போல். அதே மாதிரி, சூட்சமமான சம்வித் ஆகாசத்தில் பிரம்மம் தன் சுபாவத்தைக் கொண்டு ஸ்தூல ஜகத் தோற்றத்தைத் தோற்றுவிக்கிறது. எல்லாம் தத்தம் சுபாவத்தில் நிலைத்திருந்தால் பிறகு சிருஷ்டி என்பது, எப்படிப் பொருந்தும், எது எதிலிருந்து சிருஷ்டிக்கப்படும். பிறகு, தூக்கத்தில் சொப்பனம் இல்லை. சொப்பனத்தில் தூக்கம் இல்லை, அதே மாதிரி, ஆத்மத்தில் மோகம் இல்லை. மோகத்தில் ஆத்மம் இல்லை. ஆகையால் ஆத்ம சுபாவத்தைக் கைக் கொண்டு வந்தால் மோகத்தின் சுபாவம் நாளடைவில் அழியும். ஆத்ம சுபாவத்தை அப்யசிப்பதுதான் மோட்சோபாயம் எனப்படும். சாந்த நிலையை விட்டு ஒரு கணமேனும் சேதனையில் இறங்கினால் நீரில் போட்ட எண்ணெய் துளி ஒரு வினாடியில் ஜல விஸ்தீரணம் முழுதும் பரவுவதுபோல், ஜகத் முழுதும் நிமிஷ நேரத்தில் நிர்மாணிக்கப்படும். ஆகையால் விவேகிகள் எப்பொழுதும் அசங்கல்பத்தையே அப்பியசித்திருப்பார்கள். ஜாக்கிரத அவஸ்தையில் நமக்கு சொப்பனத்தின் நினைவு எப்படி ரசமற்று இருக்கின்றதோ, அப்படி ஜகத் தோற்றம் விவேகிகளுக்கு ரசமற்றதாய் இருக்கும்.

சர்வ சாந்தமாய் உள்ள சித்தானது சித்தத்துவத்தை அடைந்து, ஜகத்தை உணருவதாக இருந்தால் ஜகத்தும் சித்தைத் தவிர்த்து வேறாக இருக்க முடியாது. சித்துதான் ஜகத்தாகத் தோன்றி வருகின்றது. ஜகத்தை வேறாகவோ அல்லது, சித்தின் வேறுபாடு என்றோ, அல்லது ஒரு அம்சம் என்றோ கருதுவதற்கு இடமே இல்லை. ஆகாசத்தில் சூன்யத்தையும், நீரில் திரவத்தையும் நாம் காண்கின்றோம். ஆகாசமும் சூன்யமும்

வெவ்வேறாகாது. நீரும் திரவத்துவ மும், காற்றும் ஸ்பந்தமும் அவ்விதமே. சித்தும், ஜகத்துக்கும் கூட அப்படித்தான் இருக்கின்றன. பதங்கள் வேறாயினும் பொருள் ஒன்றே. ஆகையால் இரண்டு என்ற தோற்றத் திற்கோ அல்லது இரண்டும் ஐக்கியமான பாவனைக்கோ இடமில்லை. அறிவைக் கொண்டு பார்ப்பொருக்கு எல்லாம் எங்கும் வியாபித்த ஒளியாகும். அக்ஞானத்திலிருந்து, பார்ப்பொருக்கோ ஜகத்தாகத் தோன்று கின்றது. பலதாகப் பாவிப்பவர் களுக்கு பலதாகத் தோன்றுகின்றது. ஆகையால் இவ்வேற்றுமைகள், பாவனையில் ஏற்படுகிறவைகள். இருப்பது ஒரே சத்தியப் பொருள். இதைத் தான் சிலர் சர்வ சாந்தம் என்றும், சிலர் பிரம்மம் என்றும், சிலர் ஒளி என்றும், வேறு சிலர் சூன்யமென்றும் சொல்லுகிறார்கள்.

தங்கத்தினால் பலவித ஆபரணங்கள் செய்யப்பட்ட போதிலும் இவைகள் எல்லாம் தங்கமாகத்தான் இருக்கின்றன. இரு சேனைகள் சண்டை செய்வது போல் கல்லில் செதுக்கப்பட்ட போதிலும், இவைகள் கல்லே தவிர சேனைகள் அல்ல. இரண்டு உதாரணங்களிலும் மூலப் பொருள் மூலப் பொருளாகவே இருந்து கொண்டு வேறு தோற்றங் களையும் கொடுத்து வருகின்றது. அதே மாதிரி, பிரம்மத்தில் ஜகத் தோற்றம் ஏற்பட்டு வருகின்றது. பிரம்மம் பிரம்மமாக இருப்பதிலிருந்து, ஒரு பொழுதும் நழுவுவதில்லை. அப்படி இருந்து கொண்டே ஜகத்தாகவும் தோன்றிவருகின்றது. கல்சேனை காரியத்திற்கு எவ்வளவு உபயோக மற்றதோ, எப்படி கேவலம் நம் பாவனையோ, அதாவது சூன்யமோ, அப்படியேதான் ஜகத்தாகிய நம்முடைய பாவனையும். இங்கே காரண காரிய சம்பந்தமும் பொருந்தாது. ஏனெனில் மூலப் பொருள் மூலப் பொருளாய் இருப்பதிலிருந்து மாறுவதில்லை. அல்லது, காரண காரிய சம்பந்தம், கற்பிக்கப்பட்டாலும் காரியம் காரணத்தைத் தவிர்த்து வேறு இல்லை. ஆகையால் ஜகத்தும் பிரம்மமே.

இங்கே சொல்லப்பட்ட தத்துவங்களை, ஆராய்ச்சி செய்து திடமாக அப்பியசித்து வந்தால் சம்சாரமாகிய மோகம் முற்றிலும் நீங்கி, பரிபூரண ஞானம் சித்திக்கும். இந்த மார்க்கத்தை விட்டு மூட அனுஷ்டானங்களை யும், பூசை, தீர்த்த யாத்திரை, யோகம், தானம், தபஸ் இவைகளை நம்பி கிரியைகளில் உழன்று கிடந்தால் ஒருக்காலும் கரை ஏற முடியாது. சாஸ்திரங்களில் விவேகம், அவிவேகம் எல்லாம் கலந்து இருக்கின்றன. இவைகளில் உண்மைகளும் சாரமாய் இருப்பவைகளுமே இங்கு எடுத்து உரைக்கப் பட்டுள்ளன. ஆகையால் இவைகளை ஆராய்ந்து அறிந்து கொள்வது மிக அவசியம்.

பொதுவாக ஜனங்கள் அவிவேகிகளாகத்தான் இருக்கிறார்கள்.

கொஞ்சம் கொஞ்சமாக அனுபவங்களால் விவேகம் ஏற்படுகின்றது. இவர் களில் சிலர் தங்களை விவேகிகளாக பாவனை செய்து கொண்டு தங்கள் அபிப்பிராயத்தை வெளியிட்டு ஜனங்கள் கரைத்தேறா வண்ணம் செய்து விடுகின்றார்கள். இவ்விதமாக வெளியிடப்பட்ட அநேக கொள்கைகளை ஜனங்கள் கையாண்டு வருவதை நாம் அறிவோம்.

நாம் இது வரையில் சொல்லி வந்த உபாயங்கள் மனதை வசப் படுத்துவதின் பொருட்டு. இம்மனம் அடர்ந்த காட்டில் வசித்து வரும் மானுக்கு சமானமாய், சம்சாரமாகிய ஆரண்யத்தில் சிக்கிக் கொண்டு திண்டாடி வருகின்றது. வேடர்களாளோ, அல்லது கொடிய மிருகங் களாளோ, அல்லது பெரும் காற்றாலோ அபாயம் ஏற்படலாம். நம் மனமும் இவ்வண்ணமே பலவிதத் துன்பங்களால் வருந்தி வாட்டப்படு கின்றது. பல ஜன்மங்கள் அடுக்கடுக்காக எடுத்து நரகாவஸ்தைக்கு சமானமானவைகள் பலவற்றை அனுபவித்துத் திண்டாடி கடைசியில் ஒரு வைராக்கியம் ஏற்பட்ட பிறகு நற்கதியை அடையத் தயாராகின்றது. அப்பொழுதுதான் விவேகம் உதித்மதாக எண்ணப்படும். இந்த நிலையில் சாஸ்திர ஆராய்ச்சியும் ஞானிகளின் சேர்க்கையும் மேற்கொண்டு படிப் படியாக போதவிருத்தியை அடைகின்றது. வெகுகாலம் இவ்விதம் அப்பியசித்து வந்தபிறகு, ராக துவேஷங்களிலிருந்து விடுபட்டு மனம் அடங்கி வாசனைகளிலிருந்து விடுவித்துக் கொண்டு, சங்கல்பங்களை அடக்கி, கடைசியாக துவைத பாவத்திலிருந்து விடுபடுகின்றது. இந்த நிலையில்தான் பூரண விஸ்ராந்தி அடையப்படும்.

இந்த பரமானந்த நிலையை அடைந்த பிறகு இவ்வளவு காலம் துன்பத்தில் உழன்ற மனம் எங்கு சென்றது என்று புலப்படுவதில்லை. எண்ணெய் இல்லாத விளக்கு போல் அணைந்து விடுகின்றது. புருஷன் கேவல அறிவு மயமாய் விளங்குகிறான். இதுவே, சுயநிலை என்று சொல்லப்படும். இந்த நிலையை விட்டு நழுவினால் அது சுயமற்ற சம்சார நிலையாகும். தியானம் என்று சொல்லுவதும் இந்நிலைக்குத்தான் பொருந்தும், ஏனெனில் புருஷன் ஒரே நிலையில் சாசுவதமாக இருப்ப தால். ஆனால் சாதாரணமாக மனம் ஒருமுகப்பட்ட நிலையை ஜனங்கள் தியானம் என்று கருதுகிறார்கள். இது தவறு. ஏனெனில் எதை நோக்கியே னும் மனம் ஒரு முகப்பட்டால் அதுவும் ஒரு மனோ விகல்பமாகும். தியானம் என்பதில் இரண்டாவதான தோற்றம் முன்னும் பின்னும் ஏற்படக்கூடாது. நாம் மேற் சொன்ன நிலையில்தான் இது சித்திக்கும்.

இந்நிலையில் இருப்பவனைத்தான் பரமேஸ்வரன் என்று சொல்லுவது. நம்முடைய ஆத்மாதான் பரமேஸ்வரன் என்று வழங்கி வருகின்றது. சம்சாரத்தில் விரக்தி ஏற்பட்ட பொழுது, ஈஸ்வரன்

அனுப்பிய தூதன்போல் மனிதர்களுக்கு விவேகம் உதிக்கின்றது. பிறகு படிப்படியாய் மேல் பதவியை அடைய நோக்கம் அதிகரித்து வரும்.

மேற் சொன்ன பரமமான நிலையில் கேவல ஞான ஒளி ஒன்றுதான் பிரகாசித்து நிற்கின்றது. வஸ்துக்கள், விஷயங்கள், ஜகத் எல்லாம் வெறும் ஒளியாகத் தோன்றுமே தவிர வஸ்துக்களாகவோ, விஷயங்களாகவோ அல்ல. கனவில் காணும் காட்சிகள் போல் வெறும் தோற்றங்கள் ஏற்படும். ஒரு ரத்தினத்தின் அண்டையில் பல வஸ்துக்கள் இருப்பின் பல வர்ணங்களை ரத்தினம் பிரதிபலிக்கின்றது. இவ்வர்ணங்களால் ரத்தினம் அழுக்கு அடைவதில்லை. அதே மாதிரி அறிவு ஒளியும் பல வஸ்துக்களாக பிரகாசிக்கிறது. ஆனால் இவைகள் வெறும் தோற்றமே. அவைகளில் கனத்துவம் என்பதோ அல்லது, வஸ்துவோ கிடையாது. இந்நிலையில் அறிவு ஒளியைத் தவிர்த்து வேறொன்றும் சத்தியமாய் தோன்றுவதில்லை. ஆகையால் பந்தம் என்ற கொள்கைக்கும் இடமில்லை. ஏனெனில் பந்தப்படுவதற்கு மூலப் பொருளாகிய மனஸ் இல்லாததால். ஆகாயத்தில் இனித் தோன்றப் போகும் மரத்தின் நிழலில், இளைப்பாற நினைப்பது போல ஆகும், பந்தத்தைக் குறித்து நினைப்பதும். ஆகையால் ஜகத் பதார்த்தங்களின் பிண்டமாகிய உருவமோ அல்லது சூன்யத் தன்மையோ கிடையாது. இப்படி நமக்குத் தோன்றிவந்தால் அது நம்முடைய உணர்ச்சியின் தீவிரம், நம் பாவனைகள் கெட்டிப்படுவதால் பதார்த்தங்கள் கெட்டிப்பட்டது போல் தோன்று கின்றது, நீர் பனிக் கட்டியாவது போல். பிறகு, பலதாகிய தோற்றங்களும், ஒன்றாய் இருக்கும் தன்மையால் ஏற்படுகின்றன. எப்படியெனில் பலவித ஆபரணங்கள் தங்கக் கட்டியில் இல்லாமல் பிறகு ஏற்படுவது போல. இவை நம்முடைய பாவனை. உள்ளும் வெளியும் தோன்றுவது கேவலம் அறிவே. ஆனால் சொப்பனம், சொப்பனாவஸ்தையில் நிசமாகவும் கன ரூபியாகவும் இருந்து பிறகு ஜாகிரத அவஸ்தையில் பொய்யென அறியப்படுவது போல, பதார்த்தங்களும் அறிவு உண்டாகாத வரை உணர்ச்சியின் தீவிரத் தால் பதார்த்தங்களாக பாவிக்கப்பட்டு வருகின்றன. பிறகு அறிவு உண்டானதும் உணர்ச்சிகள் அடங்கி எல்லாம் ஆகாயத் தோற்றங் களாகத் தென்படும். வஸ்துக்களில் தோன்றும் பேதங்கள் வியவகாரத்தின் பொருட்டு ஏற்பட்ட பதங்களால் உண்டான பேதங்கள். ஆனால் வெகு காலம் உபயோகிக்கப்பட்டதின் காரணத்தால் பொருள்கள் நாளடை வில் உண்மைபோல் நிலைத்து விட்டன. இது அக்ஞான வசத்தால் ஏற்பட்ட கதி. அறிவு அறிவின்மை என்ற பத வித்யாசங்களும் வியவகாரத் தின் பொருட்டு அங்கீகரிக்கப்படும். ஏனெனில் வாஸ்தவத்தில் இருப்பது ஒன்றே, இங்கே சொல்லியபடி நம் தேகம் சூக்ஷ்மமான மனதின் கன சொரூபம், மனதின் சங்கல்ப தீவிரத்தால் உருவத்தையும் கனத்தையும்

அடைந்தது. அறிவு பலப்பட்டு உணர்ச்சிகளின் தீவிரம் அடங்கி மனமும் ஒடுங்கினால் தேகத்தன்மை குறைந்து கொண்டே வரும். பிறகு வாசனை கள் முற்றிலும் ஓய்ந்த பிறகு ஸ்தூல தேகம் நிலைத்திருக்க ஆதாரம் இல்லாமல் போகிறது.

இப் பிரபஞ்சத்தில் உணர்ச்சிகளுக்கு வசப்பட்டுள்ள ஜீவ ராசிகளாகிய நரர், நாகர், அசுரர், சுந்தர்வர் எல்லோரும் ஏழுவித நிலை களில் ஒன்றில் இருந்து வருகின்றனர். இந்நிலைகளாவன: 1. சொப்பன ஜாகிரதை, 2. சங்கல்ப ஜாகிரதை, 3. கேவல ஜாகிரதை, 4. சிரா ஜாகிரதை, 5. கன ஜாகிரதை, 6. ஜாகிரதை, 7. க்ஷீண ஜாகிரதை.

முதல் இயக்கத்தில் தோன்றிய மானசிகபுருஷர்கள் நித்ரா அவஸ்தை யிலிருந்து யதேச்சையாக சொப்பனம் கண்டார்கள். அவர்கள் கண்ட சொப்பனம் ஜகத்தே, அதை நாம் அனுபவிக்கிறோம். அதில் உதித்த புருஷர்களே நாம். அவர்கள் காலம் சென்று வெகு காலம் ஆயினும், அச் சொப்பனங்கள் பலப்பட்டு சொருபத்தையும் அடைந்து நம்மில் இயங்குகின்றது. இந்த சொப்பனமாவது 'நான்' என்ற மூல உணர்ச்சி. அவர்களுக்கு அப்பால் அவர்களுடைய சந்ததியார் சங்கல்பத்தி லேயே ஈடுபட்டு மனோ ராஜ்ஜிய வசமாய் இருந்தார்கள். இவர்களுடைய ஜாக்ரதாவஸ்தை சங்கல்பத்தில் ஈடுபட்டு உள்ளதே. இவர்களுக்கு அடுத்தபடியாக கேவல ஜாக்ரதாவஸ்தையிலிருக்கும் மரம், செடி, கொடிகளாக விளங்கியவை. பிறகு ஜீவ ஐந்துக்களாகிய சிரா ஜாகிரதா அவஸ்தையில் இருப்பவைகள் தோன்றின. மற்ற மூன்று இனங்களும் பிற்பாடு ஏற்பட்ட மானிட இனத் தைச் சேர்ந்தவர்கள்.

ராமன்: பரம்பொருளிலிருந்து ஒருகாரணமின்றியும் நிஷ் பிரயோஜனமாகவும் ஏன் இவைகள் ஜாகிரத அவஸ்தையைக் கொண்டு மலர்ச்சியடைந்தன.

வசிஷ்டர்: எப்பொழுது காரணமில்லையோ அப்பொழுது காரியமும் இல்லைதான். அவைகளின் ஜாகிரத அவஸ்தையால் இங்கே என்ன சம்பவித்து விட்டன. ஆகையால் இவைகள் உதிக்கவே இல்லை. பிறகு நசிப்பதுமில்லை. உபதேசம் செய்யும் பொருட்டு விஷயங்கள் இவ்விதம் தெளிவுபடுத்தப்பட்டன.

ராமன்: அவைகள் உதிக்காதிருப்பின் இந்த தேகம், மனஸ், புத்தி, சேதனை, யாரால் ஏற்படுத்தப்பட்டன; ராகத்துவேஷம் எப்படி உண்டாயின்?

வசிஷ்டர்: தேகம் புத்தி என்பவைகள் தேசகாலத்தையும் காரண காரியத்தின் சம்பந்தத்தையும் தழுவியுள்ளவைகள். காரியம் காரணத்தில்

நிலை பெற்று இருப்பதால் காரியம் காரணத்தைக் காட்டிலும் வேறாகாது. ஆனால் உற்பத்தி ஏற்படுவதற்கு யாதொரு காரணமும் கிடையாது. ஆகையால் எதுவும் எக்காலத்தும் ஏற்படவே இல்லை. இது தான் நாம் அடிக்கடி எடுத்துச் சொல்லும் சித்தாந்தம். கண்முன் தோன்றும் ஜகத்தும் அதிலுள்ள பொருள்களும் நம்முடைய உணர்ச்சிகளே தவிர வாஸ்தவ மாக அங்கே பொருள்கள் எதுவும் இல்லை.

அறிவு ஏற்பட்டவுடன் பொருள் என்ற உணர்ச்சி அழிகின்றதால் பொருள்கள் சத்தியமாகாது. கனவு காணும் பொழுது அதிலுள்ள தோற்றங்கள் சத்தியம்போல் அனுபவிக்கப்பட்டாலும் நினைவு வந்த வுடன் அசத்தியமென்று புலப்படுகின்றது. அதே மாதிரி அறிவின்றி யிருக்கும் நிலையில் சத்தியமாய் அனுபவிக்கப்படும் ஜகத் அறிவு அடைந்த வுடன் அசத்தியமாகவும் கனவு போலவும் தோன்றும்.

பிறகு எல்லாம் அறிவால்தான் அறியப்படுவதால் இவைகள் அறிவைத் தவிர வேறாகாது. அறிவுதான அறிவாகவும் அக்ஞானமாகவும் தோன்றி வருகின்றது. அறிவின்றி ஒன்றும் தோற்றத்தில் ஏற்படாது. கல்தூணில் பிற்பாடு ஏற்படப்போகும் சிலைகளெல்லாம் அடங்கி யிருப்பது போலும், தங்கக்கட்டியில் நானாவித ஆபரணங்கள் உள்ளடங்கி இருப்பதுபோலவும், நம் தோற்றத்தில் உண்டாகும் ஜகத்தும் அறிவில் அடங்கியுள்ளதே. உள்ளும் புறமும் அறிவுதான் எங்கும் பிரகாசிப்பதால் எல்லாம் அறிவேயாகும். அதைத் தவிர்த்து வேறொன்று இருக்க இயலாது.

ராமன்: கேவல அறிவில் ஜகத்தாகிய தோற்றம் ஏற்படும் கிரமத்தை எனக்குச் சொல்லுவீராக.

வசிஷ்டர்: உண்மையில் இந்த ஜகத்தை, மரங்கள் எப்படி உணருகின்றனவோ அதேமாதிரிதான் மனிதர்களாலும் அது உணரும் படியாக இருக்கின்றது. அப்படியிருந்தும் இந்த பொய்யான ஜகத்தை நாம் சத்தியமாக உணர்ந்து வருகிறோம். இதற்குக் காரணம் நம்முடைய கற்பனைத் தீவிரமே. கானல் நீரில் தோன்றும் தண்ணீர் எவ்வளவு நிஜமோ அவ்வளவு நிஜம்தான் ஜகத்தும். விசாரணையின் பொருட்டு இதைச் சத்தியமாகவே ஒரு கணம் பாவிப்போம். பிறகு இதனால் என்ன சித்தாந்தமாகின்றது என்பதைக் கவனிப்போம். ஜகத்தில் தோன்றும் பிராணிகளுக்கும் வஸ்துக்களுக்கும் கல்பத்தின் முடிவில் அழிவு நிச்சயம். ஒவ்வொரு வஸ்துவும் அணு அணுவாக பாகுபடுத்தப்பட்டாலும், கடைசியில் அவைகளின் நாசந்தான் புலப்படும். வஸ்துக்களின் நாசத்தால் பிரம்மத்தின் நாசமும் சித்திக்கும். ஏனெனில் ஜகத் பிரம்மத்தி

லிருந்து உதித்து அதைக்காட்டிலும் வேறல்லாததால். பிறகு பிரம்மத் திற்கு அனந்தமென்ற தன்மை, இருக்கை என்ற தன்மை, சம்பவிக்கும் தன்மை ஒன்றும் இல்லாமல் போகும். தவிர்த்து அறிவு ஒவ்வொரு அணுவையும் வியாபித்திருப்பதாக ஒரு கொள்கையுண்டு. கல்பாந்தத்தில் எல்லாம் அழிந்த பிறகு அறிவும் அழிய வேண்டும். பிறகு அழிவை அறிவதெப்படி. ஆகையால் இக்கொள்கை அசம்பாவிதம், நாம் சொல்லுவதுதான் சித்தாந்தப்படும். அதாவது உணரப்படும். ஜகத் ஒரு சொப்பன ஜாலமென்று.

உற்பத்தியாகும்படியான ஜகத் பிரளயத்திற்குப் பிறகு எப்படி மீண்டும் ஏற்படக்கூடும். முன்போலவே என்று சொல்லுவதற்கு ஒரு நியாயமும் இல்லை, ஏனெனில் இதை ஆமோதிப்பவர் ஒருவரும் இல்லை. அல்லது அதுவே மீண்டும் உண்டாவதானால் பிறகு நாசமேது. அல்லது வேறு ஜகத் சிருஷ்டி யாவதென்றால் அது வார்த்தையிலேயே பொருத்த மில்லை, ஏனெனில் அழிந்து போன ஜகத் வேறொன்றாக மாறுவ தெப்படி? அல்லது பிரளயத்தில் ஜகத் ஆகாசம்போல் இருப்பதாக பாவிக்கலாம். அப்பொழுது நாசமென்பது பொருந்தாது. உற்பத்தி வாஸ்தவமாகுமானால் நாசமும் வாஸ்தவமே. பிறகு ஜகத்தை பிரம்மத் தைக் காட்டிலும் வேறாக எண்ணுவதற்கு இல்லை. ஏனெனில் நம் சித்தாந்தப்படி காரியம் காரணத்தைக் காட்டிலும் வேறாகாது. இரண்டும் ஒன்றே, காரணம் தான் தேசகால கிரியாவஸத்தால் காரியமாக பரிண மிக்கின்றது. பீஜத்தின் சோபைதான் மரம், கிளை, பழமாகத் தோன்று கின்றதே தவிர ஒவ்வொன்றும் வெவ்வேறாகாது. மரத்தின் ஒவ்வொரு பாகத்திலும் வியாபித்திருப்பது பீஜத்தில் ரசம். அதேமாதிரி ஜகத்தாகிய உணர்ச்சியும் பிரம்மத்தைக் காட்டிலும் வேறாகாது. சாஸ்திரங்களை இவ்விதம் அலசி ஆராய்ச்சி செய்து கருத்தை கிரகித்துக் கொள்ள வேண்டும்.

இவ்வாராய்ச்சியால் நமக்குச் சித்தாந்தமாய்க் கிடைப்பது, ஜகத்தாகிய உணர்ச்சி கேவலம் சொப்பனத்தைப் போன்ற ஒரு தோற்ற மென்பதே. பிரம்மத்தின் சுபாவமாகிய இருக்கை என்ற தன்மையில் உணர்ச்சி ஏற்படும்போது அது ஒரு தோற்றமாகப் புலப்படுகின்றது தோற்றம் பிரம்மத்தைக் காட்டிலும் வேறல்ல. இதுதான் அனுபவமாக சித்திப்பது; யுக்தியாலும் வாதத்தாலும் சத்தியத்தை ஸ்தாபிக்க இயலாது.

ஆகவே பிரம்மம் சகல ஜகத் காட்சிகளையும் தன்னுள் நீரும் அலையும் இருப்பதுபோல் அல்லது கல்தூணும் சிலையும் போல் அடக்கி வைத்திருப்பதாக எண்ணப்படலாம். எல்லாம் அதனுள் இல்லாமல்

இருந்து வருகின்றன. காலம், தேசம், கிரியை, பஞ்சதன்மாத்திரங்கள், பஞ்சபூதங்கள், எல்லாம் அடங்கி இரண்டாவதான வஸ்துவோ விஷயமோ இல்லாதிருக்கும் நிலையே மகாபிரளயமென்பது. அதுவே பிரம மத்தின் சொரூபமாகவும் கருதப்படும். அது வாக்கிற்கும் மனதிற்கும் எட்டாத நிலை.

இந்நிலை தான் உண்மையாக எப்பொழுதும் எங்கும் இருக்கும் நிலை. ஆனால் நிலைபெயர்ந்த நம் மனோநிலையைத் தழுவி நமக்கு வெவ்வேறு அனுபவங்கள் ஏற்பட்டு வருகின்றன. ஞானிகளுக்கு உணர்ச்சி ஏற்படுவதில்லை. ஆகையால் ஜகத்தோற்றம் அவர்கள் நோக்கத்தில் இல்லை, அக்ஞானிகளோ உணர்ச்சியின் வசமானவர்; ஆகையால் ஜகத்தை அனுபவித்து வருகிறார்கள். இவர்கள் அனுபவிப்பதெல்லாம் ஆகாயத் தில் தோன்றும் தோற்றமே. உணர்ச்சியின் தீவிரத்துக்கு ஏற்றபடி இத் தோற்றங்களை சிலர் கனமுடையதாகவும் சாரமுள்ளதாகவும், இதரர்கள் தோற்றமாகவும் அனுபவித்து வருகிறார்கள்.

ராமன்: சேதனம், காலம், ஆகாசம், ஜடம், வாயு, ஸ்பந்தம், மூர்த்தம், பிறவி, திருசியம், சிருஷ்டி என்பவைகளும், அவைகளின் தன்மைகளும் எந்தக் கிரமமாக ஏற்பட்டன?

வசிஷ்டர்: மகாப்பிரளய அவஸ்தையை ஒத்த பிரம்மத்தில் இவ்விதமான கல்பனைக் கிரமங்கள் எப்படி ஏற்படக்கூடும். அவைகள் ஏது? இவைகள் அனைத்தும் கூடி மகாசித் என்று சொல்லப்படுவது, அவை பிரம்மத்தில் நிலைபெற்றதாக இருக்கும் காரணத்தால். அது பிரம்ம மயமாய், இல்லாமல் இருப்பதாகத்தான் சொல்லக்கூடும்.

சத்தியமாயும் ஏகமாயும் இருப்பதை வியவகாரத்தின் பொருட்டு பிரம்மமென்று வழங்கப்படுவதை பாறாங்கல்லுக்கு சமமென்று முன்னமே சொன்னோம். இந்த தத்துவத்தை அறியும்பொருட்டு நான் ஒருக்காலம் ஜகத் சமூகமே இல்லாத பிரதேசத்தை சங்கல்பத்தில் நாடிச் சென்றேன். அப்பிரதேசம் பிரபஞ்சத்தின் எல்லைக்கு வெகு தூரத்திலிருந்த தால் பஞ்ச பூதங்கள் கூட அங்கே காணப்படவில்லை. இவ்வளவு ஏகாந்தமான இடத்தில் ஒரு பர்ணசாலையை எனக்கு ஏற்படுத்திக் கொண்டேன். ஒரு திரண மேனும் உள்ளே பிரவேசிக்கக் கூடாதபடி சுவர்கள் அமைக்கப்பட்டன. எல்லா ஏற்பாடுகளும் முடிந்த உடன் ஆசனத்தில் அமர்ந்து கொண்டு பஞ்ச இந்திரியங்களை முதலில் அடக்கிப் பிறகு மனதை, உள்ளோ புறமோ நோக்கிப் போகாமல், நிரோதித்துச் சமாதியில் சென்றேன். இந்த நிலையில் சர்வ வியாபியாகிய சித்தாக இருந்தேன். அதாவது நானே எல்லாமுமாக இருக்கும் நிலை.

இப்படி நூறு வருஷ காலத்தைக் கழித்தேன்.

முன்கூட்டியே சங்கல்பித்துக் கொண்டகாலம் கடந்ததும், கிரம மாகவே சமாதியிலிருந்து விழித்துக்கொண்டேன். நூறு வருஷங்கள் சென்றதே தெரியவில்லை. அவ்வளவு சீக்கிரமாகவே காலம் கழிந்து விட்டது. கண்விழித்ததும் தேகத்தின் சுபாவத்தைக் கொண்டு அகம்பாவம் புத்தி, மனஸ், முதலியன உடனே உணரப்பட்டன. ஆயினும் வெளி நோக்கம் ஒன்றும் ஏற்படாத காரணத்தால் மனஸ் நிர்மலமாகவே இருந்தது. இந்த நிலையில் ஒரு இனிய குரலைக் கேட்டேன். அது எங்கிருந்து வந்த தென்றும் அதன் பொருளும் விளங்கவில்லை. பிறகு சற்றே கவனித்துக் கேட்டதும் அது ஒரு பெண்ணின் குரலென்றும் வெகுதூரத்திலிருந்து வருவதாகவும் அறிந்து அவள் இருப்பிடத்தை அறியவேண்டி நாலா திசைகளையும் சுற்றிப்பார்த்தேன். பிரபஞ்சத்தின் எல்லையைத் தாண்டி இருக்கும், ஒரு துரும்புகூட இருக்கமுடியாத பிரதேசத்தில், ஒரு பெண் இருப்பது வெகு ஆச்சரியமாக இருந்தது. வெகு நேரத்துக்குப் பிறகு அவளே என்னை நாடிவந்தாள். இங்கே வந்ததின் கருத்தென்னவென்று நான் கேட்க என்னை வணங்க என்னையே நாடி வந்ததாகச் சொன்னாள். அவள் வார்த்தைகளைப் பொருட்படுத்தாமல் அவளைவிட்டு அகன்று மீண்டும் பர்ணசாலையில் சென்று பத்மாசனத்தில் அமர்ந்தேன்.

பிறகு வெளிநோக்கிச் சென்ற மனதை அடக்கி சித்தின் தன்மை யாகிய நிலையில் இருந்தவாறு உற்று நோக்கினேன். அப்பொழுது கணக்கற்ற தோற்றங்கள் கண்முன் நின்றன. லட்சக் கணக்கான சிருஷ்டி விசேஷங்களைக் கண்டேன். ஒரு சிருஷ்டியைப் போல் மற்றவைகள் இல்லை. இவை சதா உற்பத்தியாகிக்கொண்டும் அழிந்துகொண்டும் இருந்தன. ஒவ்வொரு சிருஷ்டியும் இதர சிருஷ்டிகளை அறியாமல் இருந்தன. எவ்வளவோ திரிமூர்த்திகள், சூரிய சந்திரர்கள், இவை ஒன்றுமே இல்லாத சிருஷ்டி, என்னைப் போன்ற அநேக வசிஷ்டரெல்லாம் கண்டேன். கேவலம் சித் என்னும் நிலையில் கண்ட தோற்றங்களாக இருந்தால் இவைகள் கனவுக்குத்தான் ஒப்பாகும். தேகம், இந்திரியங்கள் மூலம் காணப்படும் தோற்றங்கள்தான் உருவமும் கனமும் கூடித் தோன்றுகின்றன. ஆகையால் உருவமும் கனமும் வஸ்துக்களின் சுபாவ மல்ல. அவை இந்திரியங்களின் குறைப்பாடு. ஆகையால் தோற்றங்கள் பொய்யாகத் தோன்றி வருகின்றன. பொருள்களும் அவைகளின் சுபாவங்களும் ஆகாயத்தில் தோன்றும் ஆகாயம். தோற்றமும் தோற்றுவிப்பதும் சித்தாக இருக்க, ஆகவே சூன்யமாக இருக்க, உருவமும் கனமும் நாம் அனுபவிப்பது நமது தோஷத்தால். அநித்யமும் அசத்தியமுமாகிய தேகத்தைக்கொண்டு நித்யமும் சத்யமுமாகிய சித்தை

அளவிடுவது எப்படி? நம் ஜாகிரத நிலையில் காணப்படும் தோற்றங்கள் போலவேதான் கனவிலும் ஏற்படுகின்றன. ஆனால் இவைகளில் ஒரு ருசி ஏற்படுவதில்லை. ஏனெனில் இந்திரியங்களின் சேர்க்கையில்லாததால். அதே மாதிரி, கேவலம் சித்தாய் இருக்கும் தன்மையிலும் பந்தப்படுத்தும் தேக மில்லாததால், காணப்படும் ஜகத் வெறும் தோற்றங் களாகத் தான் இருக்கும். ஆகையால் நாம் பொய்யான ஜகத்தை மெய்யாகவும் மெய்யான சித்தைப் பொய்யாகவும், பாவித்து வருகிறோம். அக்ஞானத் தால் இப்படி நேர்விரோதமான அனுபவம் ஏற்படுகின்றது. ஆராய்ந்து பார்த்தால் மெய் விளங்கும். ஞானம் அடைந்த எல்லோருக்கும் இவ்வித அனுபவம் தான் ஏற்படும்.

ராமன்: மகா பிரளயம் ஏற்பட்டு எல்லாம் மோட்சம் அடைந்த பிறகு மீண்டும் உற்பத்தி ஆவது எப்படி?

வசிஷ்டர்: பிரம்மத்தில் தான் உற்பத்தி நாசம் ஏற்படுகின்றன. ஆகையால் பிரம்மம்தான் உற்பத்தி நாசமாகத் தோன்றுகின்றது. தோன்றி வரும் ஜகத்தும், பிரம்மத்தைக் காட்டிலும் வேறு இல்லை. ஆகையால் உற்பத்தி நோக்கத்தை வைத்துப் பேசினால் பிரம்மத்தில் சிருஷ்டிக்கும் நாசத்திற்கும் பஞ்சமே இல்லை. அல்லது, பிரம்மத்தை வைத்துப் பேசினால் உற்பத்தியும் இல்லை நாசமும் இல்லை.

மரமானது, தன்னுள் எப்படி கிளைகள், தழை, பூ, இவை களைக் காண்கின்றதோ, அல்லது சமுத்திரம் தன்னுள் அடங்கியவைகளை எப்படி காண்கின்றதோ அப்படியே பிரம்மமும், தன்னுள் அடங்கிய ஜகத்துக் களை காணாமல் காணுகின்றது.

ராமன்: தங்கள் இருப்பிடத்திலிருந்து, அந்தப் பெண்ணை தாங்கள் எப்படி காணலாயிற்று?

வசிஷ்டர்: நான் சித்து ரூபியாக இருந்ததால் எங்கும் வியாபித்த வனாக இருந்தேன். ஆகையால் நான் எங்கும் இருப்பதையும் உணர சக்தியுற்று இருந்தேன். மேலும் அவளை நான் கண்டது சங்கல்பத்தில், ஆகையால் லகுவாகவே காணலாயிற்று.

ராமன்: தாங்கள் கண்ட பெண் தேகம் இந்திரியங்கள் இன்றி கேவல தோற்றமாக இருந்தும் அவளிடமிருந்து தொனி உண்டானது எப்படி?

வசிஷ்டர்: சொப்பனத்தில் நடைபெறும் கிரியைகள், பேச்சு தோற்றங்கள், எப்படி அனுபவிக்கப்படுகின்றனவோ அதே மாதிரிதான் இவளுடைய குரலும் சூட்சமமாக அனுபவிக்கப்பட்டது. ஸ்தூல தேகத்தின் சேர்க்கை இன்றிய சேதனையைப் பார்க்கவோ, கேட்கவோ முடியாது

என்பது வாஸ்தவம். சவத்தால் பேசவோ, இயங்கவோ முடியாது போல. ஆனால் சொப்பனத்தில் ஸ்தூல தேகம் இல்லாமல் ஸ்தூலமான தோற்றம் அனுபவிக்கப்படுகின்றது. இவை சித்தில் ஏற்படும் இயக்கங்கள். சித்தால் அவை சொப்பனம் போல் அனுபவிக்கப்படுகின்றன. எங்கும் வியாபித் திருக்கும் சித்தில் ஏற்பட்டுக் கொண்டு இருக்கும் இயக்கங்கள் சேதனை உள் முகமாக இருக்கையில் உணருவதில் அதிசயம் என்ன? பிறகு ஸ்தூல தேகத்தின் இருக்கைக்குப் பிரமாணம் என்ன? இது நம்முடைய பாவனையால் ஏற்பட்ட உணர்ச்சி. அதாவது சித்தில் ஏற்படும் இயக்கம். இது சூன்யத் தன்மை பொருந்தியது. பிறகு ஸ்தூலம் எப்படி பிரமாணிக்கப்படுகிறது.

அந்தப் பெண்ணின் விஷயத்திற்குத் திரும்ப சற்று நேரத்தில் கெல்லாம் அவள் நான் இருந்த இடம் வந்து சேர்ந்தாள். என்னை வணங்கி நின்றதும், அவள் யார், என்ன குலம் கோத்திரம், லோகத்தின் எல்லையைத் தாண்டி வந்து என்னை நாடினதின் காரணம், இவை களைச் சொல்லும்படிக் கேட்டேன். அதற்கு அவள் தன் வரலாற்றை ஆதியோடு அந்தமாகச் சொல்லுவதாகவும் அதை செவி கொடுத்துக் கேட்டபின் தன் வேண்டுகோளை நிறைவேற்ற வேண்டும் என்றும் கேட்டுக் கொண்டாள்.

விததியாரியின் வரலாறு

விததியாரி: நான் ஒரு விததியாரி, லோகா லோக பருவத சிகரங்களில் ஒன்றில், எனக்கு ஒரு பக்தா உண்டு. நாங்கள் இருவருமாக அம்மலைச் சிகரத்தில் ஒரு பாறையின் குகையில் சிலைகள் போல் வசித்து வருகிறோம். என் பக்தா ஒரு பிராமணன். அவர் வேதங்களைப் படித்து காலம் கழித்து வருகிறார்.

அவர் சிறு வயதிலேயே வேத அத்தியயனம் ஆரம்பித்து அதிலேயே சதா ஈடுபட்டு உலகமே அறியாமல் வளர்ந்தார். சாஸ்திர முறைப்படி ஒரு மனைவியை அடைய வேண்டி இருந்ததால் தக்க வயதானதும், என்னை சங்கல்பித்துக் கொண்டார். ஆகையால் நான் அவருடைய மானசீக பத்தினியானேன். விவாகம் ஆனபிறகும் அவர் வீண் வேத பாராயணத்தில் மூழ்கிக் கிடந்தார். உலகம் அறிந்திலாத காரணத்தால் பெண்களைப் பற்றிய எண்ணமோ அவர்களின் சுபாவம், தேவை, கவனிப்பு ஒன்றையும் கவனியாமல் சாரமற்ற வாழ்க்கையை நடத்தி வருகிறார். ஸ்தோத்திரியனுக்கு உள்ளே விவேகம்தான் அவரிடத்திலும் உண்டு. ஆகையால் இருவரின் வாழ்க்கையும் ரசமற்று வீணாகக் கழிக்கப்பட்டது.

என்னை கவனித்தால், நான் திரிலோகத்திலும் பொறுக்கி எடுக்கப்

பட்ட சுந்தரியாவேன். நான் எப்பொழுதும் யவ்வன பருவத்தில் நிலை பெற்றவள். என் அழகு, குணம், நடை உடை பாவனைகளைக் கண்டு மனதை இழக்காதவர் எவர் உள்ளார்? ஆனால் இவைகள் எல்லாம் வியர்த்தமே. மானிட சஞ்சாரம் இல்லாத வனத்தில் உள்ள சோபை யாருக்குப் பிரயோசனம். அதே மாதிரி என் பருவ காலம் வீண் ஆக்கப் பட்டது. என் வாழ்க்கையில் நான் யாதொரு இன்பமோ சுகமோ கண்டவள் அல்ல. ஆயுள் ரசமற்று வீணாகக் கடக்கப்பட்டது. ஒரு யவ்வன பெண்ணுக்கு அன்பில்லாத கணவனைக் காட்டிலும் வேறு அபாக்கியம் உண்டோ? விஸ்வாசம் உள்ள கணவனை அடைவதுதான் பெண்களுக்கு ஜன்ம சாபல்யம். உலகத்தில் மிகவும் கேவலமான நிலைகள் நான்கு உண்டு. அவைகளாவது: 1. கொடியவர்களுக்கு அகப்பட்ட ஐஸ்வர்யம். 2. சமஸ்காரமற்ற புத்தி. 3. தாசியிடம் இழந்த இருதயம். 4. ஒரு பெண்ணின் ரசமற்ற வாழ்வு.

இவ்வித கேவல நிலைமையில் இருந்து வந்ததால், வாழ்க்கையில் எனக்கு ஒரு இச்சையும் இல்லாமல் போயிற்று. இதரர்களுக்கு இன்பத் தைக் கொடுத்தவைகள் எனக்கு துன்பத்தை கொடுப்பவைகளாக இருந்தன. சோபை நிறைந்த கண் காட்சிகள் எனக்கு சாரமற்றவை களாகத் தோன்றின. பூக்களால் தயாரிக்கப்பட்ட படுக்கையில் படுத்தா லும் அது நெருப்புக் கனல்மேல் படுத்தது போல் இருக்கும். ஆகையால் நாளடைவில் வைராக்கியத்தை அடையலானேன். இதைத் தொடர்ந்து முக்தி மார்க்கத்தைத் தேடுவதில் விருப்பம் அதிகரித்து அதில் ஈடு பட்டவள் ஆனேன். இதன் கூட ஆகாச கமனமும், இதர சித்திகளையும் அப்பியாசத்தால் அடைந்து இவைகளின் மூலம், பெரியோர் சங்கத்தை நாடி உலகம் எல்லாம் சுற்றித் திரிந்தேன். இப்படி சுற்றி வருகையில் தங்கள் தரிசனத்தை அடையலானேன். தங்களைக் கண்டதும் ஞானோப தேசம் செய்ய வேறு எந்த புருஷனும் தங்களுக்கு ஈடு ஆகமாட்டார் என்று எனக்குத் தோன்றிற்று.

இப்பொழுது நான் வேண்டிக் கொள்வது என் பர்த்தாவுக்கும் எனக்கும் ஞான மார்க்கத்தைக் காட்டி எங்களைக் கடைத் தேறச் செய்வது. இப்பொழுது நடத்திவரும் வாழ்க்கையில் அவருக்கும் யாதொரு பிரயோசனமும் இல்லை. இப்படி இருப்பதை விட இறப்பதே மேல். பரம பதமே இனி எங்கள் இருவருக்குமே தேவை. அதன் பொருட்டு நான் தங்களை சரணம் அடைந்தேன்.

வசிஷ்டர்: இப்படி அந்தப் பெண் சொல்லி முடித்ததும், அவளுடைய பிரபஞ்சத்தை நான் பார்க்க உத்தேசித்து, அந்த எண்ணத்தை தெரிவித்து இருவருமாக அந்தப் பிரதேசத்திற்குச் சங்கல்பத்திலே

சென்றோம். பல பிரபஞ்சங்களைத் தாண்டி அங்கே வந்ததும், லோகா லோகபர்வதத்தின் சிகரத்தில் பெரும் பாறையை தவிர்த்து வேறொன்றும் காணப்படவில்லை. உடனே அவளை நோக்கிக் கேட்டேன். பிரபஞ்ச மென்றால் திரிலோக அமைப்பு, சூரிய சந்திரர்கள், நட்சத்திரங்கள், பூபீடம், மானிடர், மிருகங்கள், செடிகொடிகள், தவிர தேவாசுரர்கள் எல்லாம் கூடியன்றோ இருக்கவேண்டும். இவை ஒன்றுமே இங்கு காணப்பட வில்லையே என்றேன். இருப்பதெல்லாம் ஒரு பெரும் பாறை; அவள் சொன்ன பிரபஞ்சம் எங்கு சென்றதென்று கேட்டேன்.. அதற்கு அவள் வெகு அழகாக யுக்தி பூரணமான பதில் அளித்தாள்.

வித்யாதரி: உங்களுக்கு அந்த தோற்றம் ஏற்படவில்லையா? எனக்கோ அந்த பிரபஞ்சம் கண்ணாடியில் தோன்றும் பிரதி பிம்பம் போல் என்னுள் இப்பொழுதும் காணப்படுகின்றது. இதற்குக் காரணம் நான் இவ்வளவு காலம் அந்தப் பிரபஞ்சத்தை அநுபவித்து வந்தது. தங்களுக்கு அதே அநுபவமில்லாததால் அந்தத் தோற்றம் ஏற்பட வில்லை. எனக்கு துவைத பாவம் வெகு காலம் வேரூன்றி இருந்ததால் சுத்தமாயிருக்கும் சூக்ஷம சரீரம் இந்த பூத சரீரத்தை அடைந்தது. ஆகாசத்தில் காணும் மரம் போல், தீர்க்க அப்பியாசத்தால் நான் இந்த பூத உடலையும் ஜகத்தையும் கண்டேன், அதாவது ஸ்புடமாயும் கனமுள்ளதாகவும் அல்லாமல் கேவலம் பிரதி பிம்பம் போல் இப்படி ஏற்படுவதின் கிரமம் என்னவென்றால், சுத்த சித்தே அப்பியாசத்தால் தன் ஒளியையே வேறாக பாவித்து பரவசம் ஆகின்றது. இவ்வாறு ஏற்படுவ தெல்லாம் அப்பியாசமென்ற யோகத்தால் ஏற்பட வேண்டுமே தவிர சாஸ்திரங்களாலோ அல்லது வேறு உபாயத்தாலோ முடியாது. எவனும் தனக்கு வேண்டியதை அடையத் தன் பிரயத்தனத்தால் அடையக்கூடுமே தவிர வேறு உபாயங்களாலோ அல்லது புண்ய கர்மாக்களாலோ முடியாது. நான் மேற்சொன்ன ஜகத்தை கண்டது, அக்ஞானத்தை கனமாக அப்பியசித்ததால். விவேகம் உண்டாகி ஞானத்தையே அப்பியசித்து வந்தால் மித்யையான தோற்றம் அழியும். நான் சிறியவளாகவும், விவேகம் அற்றவளாகவும் இருப்பதால் இந்த ஜகத்தைக் காண்கிறேன். தங்களாலோ அதைக் காண இயலவில்லை.

முயற்சியால் சாத்தியப்படாதது ஒன்றுமே இல்லை. ஒரு மலையைக் கூட சூரணம் செய்து விடலாம். பாணத்தால் குறியை அடிக்க வேண்டி யிருந்தால் அது அப்பியாசத்தால் தான் சாத்தியப்படும். மித்யா ஞானம் வெகு திடமாக அப்பியாசிக்கப்பட்டு வந்ததின் காரணத்தால் ஜகத் தோற்றம் ஏற்பட்டது. ஞான அப்பியாசம் திடமானால் இத்தோற்றம் அழிவடை கின்றது. அப்பியாசத்தால் விஷமும் அமிர்தமாகும். தெரியாத

வர்கள் சிநேகம் ஆகிறார்கள். அடிக்கடி பாராமல் இருப்பதால் பந்துக் களும் அந்நியர்களாகப் பாவிக்கப்படுகிறார்கள். சூக்ஷம சரீரம் கேவலம் சித்தாகவும் சுத்தமாக இருந்தும் ஸ்தூல சரீரத்தை அடிக்கடி பாவனை செய்து வந்தால் அதைப் பிரியாவண்ணம் அடைந்து விட்டது. நாம் இச்சை கொண்டவைகளை அடைய முயற்சியும் அப்பியாசமுமே தேவை. ஜீவன் தேகத்தில் நிலைத்திருப்பது அப்பியாசத்தால். முயற்சியை மேற் கொள்ளாத ஜன்மம் வியர்த்தமே. இந்த முயற்சியை ஆத்ம விசாரணை யில் செலுத்தி சம்சாரத்தைத் தாண்ட முயற்சி செய்யாதவர் பரம மூடர் களாவார்கள். ஆகையால் பழைய அப்பியாசத்தைத் தாங்கள் நினைத்துப் பார்த்தால் தங்களுக்கு இந்த சிலையிலுள்ள ஜகத் தோற்றமளிக்கும்.

வசிஷ்டர்: யுக்தி பூர்த்தியான வித்யாதரியின் வார்த்தைகளைக் கேட்டவுடன் அவள் வார்த்தைகளுக்கு இணங்கி, பத்மாசனத்தில் அமர்ந்தேன். எல்லா விஷயங்களையும் அகற்றி மனதை நிர்மலமாக வைத்துக் கொண்டு சித்தின் தன்மையில் நிலை நின்றேன். பூத உடலாகிய மோகம் நீங்கி, உதயம் அஸ்தமனம் என்ற நிலைகள் விலகி, சித் ஒளியாக நின்றேன். அந்நிலையில் வஸ்துக்களோ அல்லது ஆகாசமோ தென்பட வில்லை. எங்கும் சித்தே வியாபகமாய் இருந்தது. கனமாகவும் நெருங்கியும் சித்துதான் எங்கும் வியாபித்து இருந்தது. சொப்பனத்தில் தோன்று கிறவைகள் சித்தின் தோற்றங்கள் என்றும், கேவலம், ஆகாச ரூபிகள் என்றும் புலப்படுவதுபோல் வஸ்துக்களும் இந்நிலையில் அதே மாதிரி உணரப்படும். சொப்பனம் கண்டு கொண்டு இருக்கிற புருஷன் ஒருவன், இன்னொருவன் சொப்பனத்திற்கு பாத்திரமாய் இருக்கும்பொழுது விழித்துக் கொண்டால் எப்படியோ அதற்கு ஒப்பாகும் நாம் போதம் அடையும் நிலை. இது எல்லோராலும் ஒரு காலத்தில் அடையப்படும். ஏனெனில் எவ்வளவு கேவல நிலையில் இருப்பவனும் ஒரு காலத்தில் அறிவை அடைந்து முக்தன் ஆவதில் சந்தேகம் இல்லை. அப்பொழுது இந்த தத்துவம் தெளிவாகப் புலப்படும்.

இப்பொழுது சுமக்கப்படும் பூத தேகமானது ஆதியில் சித்தைக் காட்டிலும் வேறல்லாதது; சூக்ஷம நிலையில் தியானம் செய்யப்பட்டு அவ்விதமாகவே நிலைத்து விட்டது. இப்படி வெளிநோக்கிய பாவனையை மனோ ராஜ்யம் என்றும் சங்கல்பம் என்றும் நாம் இப்பொழுது சொல்லி வருகிறோம். இந்த சூக்ஷம தேகம் தான் பிரத்தியட்சமாகவும் பரமமாகவும் உள்ளது. அது சித்தின் ஒரு புரட்சியாகும். இதுவே ஜீவனுடைய முதல் சரீரம், முக்கியமானதும் கூட. யோகப் பிரத்தியட்சம், மனஸ் பிரத்தியட்சம் என்பதும் இதுவே. ஆனால் வியவகாரத்திலோ இது பிரத்தியட்சமாக ஒட்டுக் கொள்ளப் படுவதில்லை.

அநித்தியமான தேகம்தான் பிரத்தியட்சமாக பாவிக்கப் படுகின்றது. தங்கத்தினால் செய்யப்பட்ட வளையலில் உள்ள தங்கத்தின் சொரூபத்தை மறந்து வளையல் என்னும் சொரூபத்தைப் பார்ப்பது போல். நித்தியமும், சத்தியமுமாய் உள்ள சூட்சம சரீரத்தை மறந்து இல்லாத பூத சரீரத்தை போற்றி வருகிறோம். இருப்பதை இல்லாததாகவும் இல்லாததை இருப்பதாகவும் பாவித்து வருகிறோம். விசாரணை சரியாகச் செய்யப் பட்டால் ஸ்தூல தேகம் அறிவுக்குப் புலப்படுவதில்லை. இது வெறும் தோற்றமே தவிர, வாஸ்தவம் இல்லை. உலகத்தில் வியவகாரங்கள் தலைகீழாக நடைபெற்று வருகின்றன. பூத உடல் சதா மாறுபட்டுக் கொண்டும் அழிந்தும் வருகின்றது. ஆகையால் அது அநித்யம். சூட்சம சரீரமோ மூன்று காலத்தையும் வியாபித்து நித்தியமான தன்மையை அடைந்து உள்ளது. கானல் நீரைக் கண்டு அதனால் தாக சாந்தி செய்து கொள்வது போல் ஆகும் இந்த அநித்தியமான ஸ்தூல தேகத்தை அனுசரித்து நடப்பது. கணமாத்திரமான சுகதுக்கங்களில் உழன்று சாசுவதமான சுகத்தைக் கைவிகின்றோம். நாசத்திற்குட்பட்ட இந்திரியங் களால் அதாவது ஊனக்கண்ணால் ஸ்தாபிக்கப்படும் வஸ்துக்கள் பிரத்தியட்சம் ஆகாது. ஏனெனில், பிரத்தயட்சம் ஆனது அழிவற்றதாய் இருக்கவேண்டும். ஆகையால் நித்தியமான மனந்தான் பிரத்தியட்சம் எனப்படும். உண்மையில் இல்லாத பூத தேகத்தைக் கொண்டும் இதை அனுசரித்து வழங்கப்படும் பிரமாணத்தால், எந்த சத்யமும் சித்தாந்தப் படும். அழிவிற்குப் பாத்திரமானவைகள் முன்பின் தோற்றங் களுக்குப் பிரமாணமாகாது. ஆகையால் வழக்கத்ததில் ஏற்பட்ட பிரத்தியட்ச பிரமாணம் ஒரு பிரமாணம் ஆகாது. பிறகு இதை அனுசரித்து நிற்கும் அனுமானமும் இதர பிரமாணங்களைப் பற்றியும் சொல்லத் தேவை யில்லை. எது நம் இந்திரியங்களுக்குப் புலனாகாமல் இல்லாதது போல் தோன்றி ஆயினும் நம்முடைய அனுபவத்தால் இருப்பதாக பிரமாணிக்கப் படுகிறதோ அது பிரம்மத்தைக் காட்டிலும் வேறில்லாத சித்தே. இதுதான் உண்மையான பிரத்தியட்சப் பிரமாணத்தால் சித்திக்கப்பட்டது.

வசிஷ்டர்: சிலையில் கண்ட ஜகத் இவ்விதம் தன்னுள் தன் சங்கல்பத் தால் காணப்பட்டதே. இது நான், இது மலை, இது நதி, என்னும் பாவனைகளை தானாகவே சங்கல்பித்துக் கொண்டு இத் தோற்றங்களை அனுபவமாகவும் அடைந்தாள். அறிவு உண்டானால்தான் இவைகளின் தத்துவம் புலப்படும். மூடர்களுக்குப் புலப்படாது, கதையைக் கேட்டவ னுக்குத்தான் அதன் பொருள் புலப்படுவதுபோல.

பிறகு வித்யாதரியின் வேண்டுகோளுக்கு இணங்கி இருவருமாக அவளுடைய பர்த்தாவைக் காணச் சென்றோம். அவர் தன் இருப்பிடத்

தில் சமாதியில் இருப்பதைக் கண்டோம். இவர்தான் இந்தப் பிரபஞ்சத்தின் கர்த்தாவாகிய பிரம்மா வென்றும், தன்னை மணந்து கொள்ளும் பொருட்டு சிருஷ்டித்துப் பிறகு தன் முதுமைகாலம் வரை மணக்காம லிருந்து விட்டாரென்றும், வித்யாதரி சொன்னாள். பிறகு என் வரவை ஆதிபுருஷனுக்குத் தெரிவித்து எனக்கு மரியாதை செய்யவும் அவள் வேண்டிக் கொண்டாள்.

இந்தப் பிரம்மா சற்று நேரத்திற்கெல்லாம் கண்ணை விழிக்க ஆரம்பித்தார். அவர் இப்படிச் செய்யத் தொடர்ந்ததும் கொஞ்சம் கொஞ்சமாக தேவர்கள், மகரிஷிகள், சித்தர்கள், அநேகர் கூடி அவரைச் சுற்றி ஆசனத்தில் அமர்ந்தார்கள். பிறகு பிரம்மாவானவர் என்னை நோக்கி வேண்டிய மரியாதை வார்த்தைகளைக் கூறி என் தேவையைச் சொல்லும்படிக் கேட்டார். நான் வித்யாதரியைக் கண்ட சந்தர்ப்பத்தை யும், அவள் தனக்கு விவேகத்தை போதிக்கும்படி என்னை வேண்டிக் கொண்டதையும், பிறகு அவளுடைய விருத்தாந்தத்தை கேட்டதையும் எடுத்துச் சொன்னேன். மேலும் இந்தப் பெண் சொன்னவைகள் ஒன்றும் பொருத்தமில்லாது இருப்பதாகவும் சொன்னேன். இவைகளைக் கேட்ட பிரம்மா பேசலானார்.

அன்னிய லோகத்து பிரம்மா

முனிசிரேஷ்டர்: கேளும், உள்ளதை உள்ளவாறு சொல்லுகிறேன். இருப்பது சூக்ஷமமாயும் சாந்தமாயுமுள்ள பரம்பொருள் ஒன்றே. அதில் யதேச்சையாக ஏற்பட்ட ஒரு புரட்சியினால் வேறு என்ற பாவனைக்குப் பாத்திரமாக நான் தோன்றினேன். நானும் கேவல ஆகாய ரூபியே. நானாகவே தோன்றினதால் எனக்கு சுயம்பு என்று நாமமுண்டு. நான் சதா ஆத்ம நோக்கத்தில் இருந்து வருகிறேன். நீ, நான் என்ற பேதங்களை நான் அறியேன். ஜகத் தோற்றமும் என் நோக்கத்தில் இல்லை. இந்தப் பெண்ணும் சித்தாந்தத்தில் தோன்றிய தோற்றமே. ஆனால் இவள் நானென்ற நோக்கத்தில் ஈடுபட்டு ஜகத் மோகத்தில் சிக்கிக் கொண்டாள். தன்னுடைய வாசனைகளின் காரணத்தால் தன் இருப்பிடமாகிய சிலையில் ஒரு ஜகத்தை நிர்மாணம் செய்து கொண்டு என்னை நாயகனாக அடைய விரும்பினாள். உண்மையில் நான் அவளுடைய நாயகனுமில்லை, அவள் என் மனைவியுமில்லை.

இப்பொழுது நான் பரம் பொருளின் நோக்கத்திலேயே இருந்து வருவதால் மகாபிரளயம் நெருங்கிவிட்டது. இந்நிலையில் வைராக்கியம் முதிர்ந்து, ஆசைகள் அடங்கி, வாசனைமுற்றிலும் மறைந்து, தேகமென்ற ஆகாசத்தை விட்டுநீங்கி, காலத்தின் பாகுபாடுகளும் பாவனையில்

ஒழிந்து எல்லாம் சாந்தி அடையும், இந்திரன் தேவர்கள் உள்பட. ஜடமாகிய சமுத்திரம் எப்படி அலைகளாக ஸ்பந்திக்கின்றதோ அப்படி வாசனைகளின் சுபாவம் இச்சைகளாக ஸ்பந்திக்கும். இவ்விச்சைகள் தேகத்தையொட்டிப் பரிணமிக்கின்றன. இச்சை ஆத்மத்தை நோக்கி இருப்பின் அதுவே சம்பவிக்கும். அப்படி இன்றி ஸ்பந்தத்தையே தழுவி இருந்தால் ஜகத் தோற்றம் விஸ்தரிக்கின்றது. இது ஒரு அணுவில் கூட தோன்ற இயலும். சொப்பனத்தில் காணப்படும் காட்சிகளை யொத்த ஜகத்தோற்றமும், சித்தைக்காட்டிலும் வேறல்லா. எல்லாம் பிரம்மத்தில் ஏற்படும் புரட்சிகள், வெறும் தோற்றங்கள், உண்மையில் ஒன்றும் சம்பவிப்பதில்லை; எல்லாம் சாந்தமாயும் நிர்மலமாயும்தான் இருக் கின்றன.

வசிஷ்டர்: இப்படிச் சொல்லி முடித்ததும், தான் இனி ஆத்மாவை நோக்கிச் செல்வதாக கூறி விட்டு, உட்கார்ந்தபடியே சமாதியில் சென்று தன்னுடைய பாவனைகளை ஒவ்வொன்றாகத் தனக்குள் இழுத்துக் கொண்டார். பிருதுவி, அப்பு, தேஜஸ், ஸ்பந்தம், ஆகாசம் இவைகளைக் கொண்ட பாவனைகள் ஒவ்வென்றாக அடங்கியதும், வெளிப்பிரபஞ்சம் மகாபிரளய நிலையை அடைந்து, சகலபிராணி வர்க்கங்களும் அழிந்து சூரிய சந்திரர்களும் நிலைகலைந்து ஒரு திரணமும் மிச்சமின்றி சர்வ நாசம் ஏற்பட்டு சாந்த நிலை சித்தித்தது.

ராமன்: பிரம்மா சங்கல்ப புருஷனென்றும், உருவம் அமைப்பு இல்லாதவரென்றும், ஜகத் இப்புருஷனால் தோன்றப்படுவதென்றும் எனக்கு விளங்குகிறது. ஆனால் சிருஷ்டி, பூலோகம், இவைகள் எப்படி அதனுள் அதாகவே தோன்றுகின்றன.

வசிஷ்டர்: சத்யமாயும் நித்யமாயுள்ள சிதாகாசத்தில் தானாகவே ஏற்படும் இயக்கம்தான் சேதனைக்கு காரணமாகின்றது. தன் சுயநிலையை விட்டு இயக்கத்தில் இறங்கினால் அப்பொழுது அது சேதனை யெனப் படும். சேதனம்தான் ஜீவனெனப்படும். அது புஷ்டியடைந்தால் மனஸ் எனப்படும். இப்படி வெவ்வேறு நிலைகளை அடைந்த போதிலும் ஒன்றும் சாதிக்கப்படவில்லை. எல்லாம் ஆகாசரூபிகளாகத்தான் இருக்கின்றன. ஆத்மத்தின் பிரதிபையென்று சொல்லும்படி தோற்றம் ஏற்பட்டது. இந்த நிலையில் தோற்றமாவது 'நான்' என்னும் சங்கல்பத்தை மேற்கொண்டு ஆத்மத்தை விட்டு வேறென் பாவனை ஸ்திரப்படுத்திக் கொள்கிறது. சங்கல்பம் செய்து கொண்டபிறகு அதை அநுபவிக்கவும் செய்கிறது. பாவனை மேற்கொண்ட ஜீவன் பிறகு உருவத்தைச் சங்கல்பித்துக் கொண்டு அதைப் பிறகு தனக்கு வெளியில் கண்டு அனுபவ மாக உணருகிறது. உருவம் கனத்வம் எல்லாம் சூன்யத்தில் தோன்றும்

தோற்றங்களே. இது வரையில் நிஜமாகவோ பிடித்தமாகவோ சம்பவித்தது ஒன்றுமில்லை, பாவனைகளெல்லாம் தோற்றமாகவும் அநுபவமாககவும் சித்திபெறுகின்றன என்பதைத் தவிர்த்து. பாவனை கள் ஒய்ந்தால் இக்காட்சிகளெல்லாம் அடங்கி சாந்தம் தான் மிஞ்சும்.

பிறகு ஜகத்தும் இவ்விதம் தோன்றும் காட்சியே; அது ஜீவன் கண்ட கனவு. ஏற்படுகிறவைகளெல்லாம் சூன்யத்தில் நடை பெறும் இயக்கங் களாக இருக்க, இந்த ஜகத் எதிலிருந்து எவ்விதம் பிண்டமாகவும் உருவத்துடனும் உண்டாக முடியும். அதை உற்பத்தி செய்வதற்கு சககாரிய காரணம் யாது? ஒன்றுமில்லை. ஆகையால் ஜகத் உற்பத்தியாக வில்லை என்றுதான் சித்தாந்தப்படும். ஆனால் தோன்றுகிறதே என்றால், அது சூன்யம் காணும் தோற்றமென்றுதான் சொல்லத் தகும்.

ராமன்: பந்தம், மோட்சம், ஜகத் உணர்ச்சி இவைகள் சத்யமல்ல சூன்யமுமல்ல, இவைகள் உதிக்கவுமில்லை; ஆகையால் அஸ்தமிப்பது மில்லை என்றால், ஜகத் எவ்விதமாக இருக்கின்றது என்பதை விளக்கிச் சொல்லவும்.

வசிஷ்டர்: தோற்றத்திற்கு உட்பட்ட ஸ்தாவர, ஜங்கமப்பிராணிகள், பஞ்சபூதங்கள், தேசம், காலம், கிரியை, பிரம்மா, விஷ்ணு, ருத்ரன் எல்லாம் அழிந்து மகாப்பிரளயம் ஏற்பட்ட நிலையில் ஆதியந்தமற்ற சர்வாத்மம் தான் இருக்கும். இது வாக்கு மனதிற்கு எட்டாத நிலை; நம் மனதிற்கு ஒருவாறு புலப்படும்படி சொல்வதாவது, ஆகாசத்தைக் காட்டிலும் மேரு பர்வதம் எவ்வளவு ஸ்தூலமோ, அவ்வளவு ஸ்தூலமானது மேருமலை யைக் காட்டிலும் பிரம்மம்; அல்லது மேரு மலைக்கு எவ்வளவு சூக்ஷமமோ அவ்வளவு சூக்ஷமம் கிரணத்தைக் காட்டிலும் பிரம்மம். இந்த மகா சூன்யமான ஆகாசத்தில் திக்கு, காலம், உருவம் என்பவைகள் சூக்ஷமமாகவும் அணுத்தன்மைக் கொண்டதாகவும் வாஸ்தவத்தில் இல்லாமலிருந்தும், அடங்கியுள்ளவைபோல் உணர்ச்சி ரூபமாகத் தோன்றி வருகின்றன. தானாகவே ஏற்படும் சொப்பனம்போல் இவை களும் யதேச்சையாகத் தோன்றியவைகள். இவைகள் ஏற்பட்டது பாவனையின் காரணத்தால், அதாவது அசத்யமாக. ஆயினும் இவை பிரம்மமென்ற பதத்திற்குப் பொருளாக பாவிக்கப்பட்டு வருகின்றன. இதைத்தான் சித்ரூபியென்று நாம் சொல்லி வருகிறோம். எங்கும் பூர்ண மாயுள்ள சிதாகாசத்தில் சித்தே தன்னுள் தானாகவே இவ்வணுத் தன்மையை சங்கல்பித்துக் கொண்டு பிறகு அநுபவிக்கிறது. ஆகையால் அறிகின்றவன், அறிவு என்ற பேதம் உடனே உண்டாகின்றது. சொப்பனத் தில் தன்னுடைய மரணத்தையே ஒருவன் காணும்பொழுது, தோற்றமும், காண்கிறவனும் ஒரே சித்துதானே; அதே மாதிரிதான் அறிகிறவனும்,

அறிவும் ஒரே பரம் பெருள். இப்படி இருந்தும் இரண்டென்னும் பாவனை யதேச்சையாக ஏற்பட்டு பிற்பாடு ஸ்திரப்பட்டு விட்டது, எப்படி விதை நாளுக்கு நாள் புஷ்டியாகி முளை விடுகின்றதோ அது போல.

பிறகு தேசம் காலம் கிரியை என்பவைகளெல்லாம் இந்த மூல பாவனையின் காரணத்தால் ஒவ்வொன்றாகத் தானாகவே ஏற்படு கின்றன. சித் அணு எவ்விடத்தில் தோன்றுகின்றதோ அப்பொழுது அங்கே இங்கே என்ற தேசபாவனை உண்டாகின்றது. பிறகு அணுத் தோற்றம் காலத்தை பாவனைசெய்கையில் முன் பின் என்ற கால உணர்ச்சி ஏற்படுகின்றது. பிறகு அறிய வேண்டிய நோக்கம் கொள்கையில் கிரியை ஏற்படுகின்றது. இவ்விதமே திரவ்யம், நாமம், ரூபம், கனத்வம், பஞ்சதன்மாத்திரங்கள், தேகம் எல்லாம் ஒவ்வொன்றாக கேவல சங்கல்ப வசத்தால் கற்பிக்கப்பட்டுப் பிறகு அனுபவிக்கப்படுகின்றன. இவ்வாறு நடந்தவைகள் அனைத்தும் ஆகாய சொரூபத்தையுடைய உணர்ச்சிகள். இவைகள் ஏற்பட்டது ஆகாயத்தில். எல்லாம சூக்ஷம நிலையில் சூக்ஷம தேகத்துடன் நடந்த சம்பவங்கள். வெகு காலம் இப்பாவனைகள் ஸ்திரப் பட்ட பிறகு அது ஸ்தூல தேகத்தை சங்கல்பித்துக் கொண்டு ஒவ்வொரு தன்மாத்திரத்துக்கு ஏற்ற இந்திரியத்தையும் சங்கல்பம் செய்து கொள் கிறது. ஸ்தாவர ஜங்கமப் பிராணிகள் ஏற்பட்டது இவ்விதமே. இப்படி பலதாக விஸ்தரிக்கும் பொழுதெல்லாம் முதலில் யதேச்சையாக இயங்குவதே, பிற்பாடு நியதியாக நிலைத்து விடுகின்றது. பிரம்மா, விஷ்ணு, ருத்ரனாகிய திரிமூர்த்திகளும் இவ்விதம் சங்கல்பத்தால் உண்டான மகாபுருஷர்கள்; புழுப்பூச்சிகள் உண்டானதும் அதே மாதிரியே.

இவைகளால் அறியப்படுவது என்னவென்றால் சித் அணுவில் சங்கல்பமாக தானாகவே ஏற்படும் இயக்கம்தான், நம் தேகமாகவும் வெளிப் பிரபஞ்சமாகவும் தோற்றத்தைக் கொடுக்கின்றது. தன்னுள் சங்கல்பிக்கப்பட்டதுதான் வெளியிலும் காணப்படும், வேறொன்றும் காணப்படாது. அதாவது பிரம்மாண்டமும் நம் தேகமும் ஒரே கிரமத்தை அனுசரித்துத்தான் ஏற்பட்டுள்ளன. ஆகையால் உள்ளும் புறமும் ஒன்றே யுள்ளது. ஒவ்வொரு சித் அணுவிலும் திரிலோகங்கள் அடங்கியுள்ளன. சித் அணுவானது தோற்றத்தைக் காணுவதால் அது தோற்றத்தை அனுபவிக்கும் பொருட்டு அதாவது ஒருமாறுதலுமின்றி இருத்தல் வேண்டும். அதாவது வாஸ்தவத்தில் ஒரு மாறுபாடும் அடைவதில்லை. சித் சித்தாகவே இருந்து வருகிறது.

நாம் கதையைத் தொடர, மேல்சொல்லப்பட்ட பிரளயத்திற்குப்

பிற்பாடு அந்த சிருஷ்டி கர்த்தாவாகிய பிரம்மாவையும் அவருடைய பரிவாரங்களையும் காணவிரும்பி அவர்களை அவ்வாறே கண்டேன். எல்லோரும் சிலைபோல் அவரவர்களுக்கு ஏற்ற ஸ்தானத்தில் வகித்திருந் தார்கள். ஆகாயத்தில் தோன்றின தோற்றமாக விளங்கினார்கள். எல்லாம் ஒரு கண மாத்திரத்தில் தோன்றின தோற்றம், ஏனெனில் அடுத்த கணமே விழித்த பிறகு ஏற்படும் கனவுனுடைய நினைவுபோல் இம்மகா புருஷர்கள் வெரும் நினைவாகத் தென்பட்டார்கள். அனைவரும் நிர்வாணப் பதவியை அடைந்தவர் களானார்கள். சொப்பனத்தில் ரூபமும் அமைப்பும் எப்படி எடுத்துக் கொள்ளப் படுகிறதோ அதே மாதிரி ஆகாசத்தில் வாசனையின் வேகத்தால் தேகம் ஸ்புடமாக அங்கீகரிக்கப் படுகின்றது. விழித்துக் கொண்ட பிறகு சொப்பனம் மறைபடுகிறதுபோல வாசனைகள் ஒழிந்தால் தேகம் அசத்தியயென்று விடப்படுகின்றது. வாசனைகளின் சாந்திதான் போதமெனப்படும். இந்நிலையில் எல்லாம் தோற்றங்களாகப் புலப்படும். இவ்விஷயத்தில் சொப்பன அனுபவமே சத்தியத்தை விளக்கக் கூடிய சரியான திருஷ்டாந்தம்.

இந்த தத்வத்தை அங்கீகரிக்காமல் தேகத்தையே பிரதானமாகக் கொண்டவர்களின் நோக்கம் வேறு. கள்ளின் போதையால் ஏற்படும் மனோவிகாரங்களைப்போல், தேகத்தின் நிலையைக்கொண்டு விழிப்பில் உணர்ச்சிகளும், சொப்பனத்தில் சொப்பனத் தோற்றங்களும் ஏற்படு கின்றன என்று சொல்லுவார்கள். இது மிகவும் மூடமான கொள்கை என்பதில் சந்தேகமில்லை. ஏனெனில் இது வாஸ்தவமானால் தூரதேசத் தில் போய் இறந்தவனின் ஜீவன் தன்னுடைய சுயதேசத்தில் இருப்பவர் களுக்கு தன் சூக்ஷ்ம சரீரத்துடன் அனுபவமாகத்தென்படுவது முடியாம லிருக்க வேண்டும். ஆனால் இது அனுபவமாக அனேகரால் அறியப் பட்டது. பிறகு இதிகாசம் புராணங்களால் ஆமோதிக்கப்பட்ட மனோ மாத்திரமான சொர்க்க நரக அனுபவங்கள் பொய்யாகும். இவைகளும் உண்மையில் மரணத்திற்குப் பிறகு அனுபவிக்கப்படுகின்றன. இவ் விஷயங்கள் வேதங்களிலும் சொல்லப்பட்டுள்ளன. பல மகான்களுடைய அனுபவங்களாக எடுத்துரைக்கப்பட்ட வேதமே பிரமாணமில்லை யென்றால் இவர்களுடைய கொள்கைக்கு மாத்திரம் பிரமாணத்துவம் எப்படி கொடுக்கப்படும்? பிறகு தேகத்தின் நாசத்திற்குப் பிறகு சர்வநாசம் சித்திக்கவேண்டும். ஆனால் இப்பிரபஞ்சம் இப்பொழுது இருப்பதைப் போல் எக்காலத்தும் இருந்தே வருகின்றது; அதற்கு அழிவென்பதே கிடையாது.

இவ்விஷயத்தில் முடிவு என்னவென்றால் அறிவு ஒளியில் எவ்வெவ்விதமான சங்கல்பங்கள் ஏற்படுகின்றவோ அவைகளே பிற்பாடு

அனுபவங்களாக சம்பவிக்கின்றன. அவைகளே வாசனையின் பந்த மென்றும் ஜீவனென்றும் சொல்லப்படும்; வாசனையின் சாந்தி நிர்வாண மாகும்.

கதைக்குத் திரும்ப, எல்லோரும் நிர்வாணமடைந்து சர்வசூனியம் போல் இருக்கும் நிலையில் ஒரு பிரும்மாண்டமான உருவம், திரண இடைவெளி இல்லாமல் திரிலோகங்களையும் வியாபித்தவாறு தோன்றி நர்த்தனம் செய்யத் தொடங்கியது. இதென்னவென்று யோசித்துப் பார்த்ததும் உண்மை விளங்கியது. இது நிர்வாணமடைந்தவர்களால் விடப்பட்ட "நான்" என்ற பாவனைகள் திரண்டு இப்படி உருவெடுத்து வந்ததாக உணர்ந்தேன். இதுதான் திரிலோகங்களையும் வியாபித்து உற்பத்தி நாசத்துக்குக் காரணமாய் தேவர், அசுரர், மானிடர் இதர ஜீவராசிகள் எல்லோரும் நிலைத்திருப்பதற்குக் காரணமாய் இருப்பது. இவ்வுணர்ச்சி யின்றி பிரபஞ்சமில்லை, இதன் நாசம் சர்வ நாசம். அதாவது மகா பிரளயம்.

இன்னும் சற்று நேரத்திற்குப் பிறகு மற்றொரு உருவத்தைக் கண்டேன். அது மகா பயங்கரமான பெண்ணின் உருவமாக இருந்தது. அவளும் பிரம்மாண்டம் முழுதும் வியாபித்தவளாய், மிகவும் கோரமாக அலங்கரித்துக் கொண்டவளாய் இருந்து பிரளய காலம் போல் நர்த்தனம் செய்யத் தொடங்கினாள். இவள்தான் சிவனுடைய நிழலாகிய பைரவி என்று சொல்லப்படுகிறவள். இத்தோற்றங்கள் இரண்டின் உண்மை என்னவென்று ஆலோசிக்கலானேன்.

சிவனாகத் தோன்றப்பட்ட முதல் உருவம் 'நான்' என்ற ஆதி பாவனை என்று புலப்பட்டது. இது சிதாகாசத்தில் தோன்றி சித் மயமாகவே இருந்தும் சேதனையைக் கூடியே இருக்கிறது. சித்தின் இயக்கம்தான் சேதனை. சேதனையின்றி சித்தின் இருக்கை விளங்காது. சேதனைதான் வெளித்தோற்றங்களுக்குக் காரணமாகின்றது. சேதனை யென்பது கேவல ஸ்பந்த சக்தி. தங்கமானது வளையலோ, மோதிரமோ அல்லது ஏதோ ஒரு உருவத்துடன் இருப்பது போலவும், மிளகு காரத் தைக் கொண்டும், கரும்பு இனிப்பாகவும், பதார்த்தங்கள் அவைகளின் சுபாவத்தைக் கூடியும் இருப்பதுபோல, சித்தும் சேதனையில்தான் புலப்படும். சேதனை இல்லாமலிருந்தால் சித்தும் இருக்கை என்ற தன்மையில் இராது. ஆதலால் சித்தாகிய சேதனைதான் பிரம்மாண்ட மாக விஸ்தரிக்கின்றது. ஜன்மம் மரணம், வஸ்து அவஸ்து, பந்தம் மோட்சம், ஸ்திரம் சஞ்சலம், தேசம், காலம், கிரியை, திரவ்யம், ரூபம், ஆலோகம், மனஸ்காரம், பஞ்ச பூதங்கள் அனைத்தும், சேதனையின் விலாசங்களே. அதாவது ஆகாயத்தில் தோன்றிய ஆகாய சொருபங்கள்.

இப்படி காணப்படும் ஜகத்தானது, மகா பிரளயத்துக்குப் பிறகு சிவன் பைரவி தோற்றங்களாக என்னால் பார்க்கப்பட்டது. கனவில் காணும் தோற்றங் களுக்கு ஒப்பானதே இதுவும். ஞானக்கண்ணால் பார்க்கப்பட்டால் ஒரு தோற்றமும் தோன்றாது. எல்லாம் சூன்யம்போல் இருக்கும். பிறருக்குப் போதிக்கும்பொருட்டு இவ்விதமாக உருவகப் படுத்திச் சொல்லவேண்டி இருக்கிறது. பதம் பொருள் இவ்விரண்டிற்கும் உள்ள சம்பந்தமும் இவ்வாறுதான். இவ்வித சம்பந்தமின்றி அறிவு ஏற்பட முடியாது. இந்த சம்பந்தத்தை அனுசரித்தே பூத சிருஷ்டியும் ஏற்படு கின்றது.

பிறகு தோற்றங்களாக ஏற்படுகின்றவைகளெல்லாம் கேவல ஆகாச சொரூபங்களே. இவைகள் தானாகவே சித்தில் தோன்றி சித்தாலே அனுபவிக்கப்படுகின்றன. சொப்பனத்தில் காணப்படும் காட்சிகள், சங்கல்பத்தில் நிர்மாணம் செய்யப்பட்டவைகள். கதையைக் கேட்டு அதில் அனுபவிக்கப்படும் ரசம், மனோ ராஜ்யத்தில் ஏற்படும் சம்பிரமங்கள், தோஷத்தால் கண்ணுக்குப் புலப்படும் பூச்சிகள் இவைகளெல்லாம் சமமான விஷயங்கள்.

பிறகு சேதனமென்பது கிரியைகளின் மூலம்தான் புலப்படும். கிரியைகளை விட்டு சேதனத்தை அறிய முடியாது. பிரபஞ்சமும் அதிலுள்ள வஸ்துக்களும் இவ்வாறான கிரியைகளே. சிவன் - பைரவி, இருவரின் நிருத்தியமும் கிரியைகளே. உள்ளே ஏற்படும் தோற்றங்கள் நம்மால் பொருள்களாக வெளியில் உணரப்படுகின்றன. உள்ளே எவ்வித மெல்லாம் இயங்குகின்றதோ அவ்வியக்கங்களெல்லாம் பொருள்களாக பரிணமிக்கின்றன.

பைரவி என்னும் சக்தியின் பல குண விசேஷங்களை அனுசரித்து காளி, சரஸ்வதி, காயத்திரி, பார்வதி என்ற பல பெயர்கள் கொடுக்கப் பட்டன. கிரியா ரூபமாக ஏற்படும் வஸ்துக்கள் இத் தேவிகள் அணிந்து கொள்ளும் மாலைகளாகவும், ஆபரணங்களாகவும் சொல்லப்படுகின்றன.

ராமன்: பிரளயம் ஏற்பட்ட பிறகு மீண்டும் ஜகத் ஏற்படும் கிரமமென்ன.

வசிஷ்டர்: பிரளயம் உற்பத்தி இரண்டும் மனத்தோற்றங்களே தவிர வாஸ்தவமில்லை. பிரம்மத்தில் உண்மையாக ஒன்றும் ஏற்படுவதில்லை, ஆகையால் அழிவதுமில்லை. எப்பொழுதும் சமமாகவும் சாந்தமாகவும் நிர்மலமாகவும்தான் அது இருக்கிறது. அதை அறிந்த ஞானிகளால் தான் இவ்வுண்மை அறியப்படும். இதை அறியாத இதரர்கள் தங்கள் மனோ நிலையைத் தழுவி பிரளயம் உற்பத்தி என்ற பாவனைகளை அனுசரித்து வருகிறார்கள். இவ்வித பாவனைகள் அவர்களின் தோற்றத்தில்தான்

ஏற்படும். ஒவ்வொருவருக்கும் ஞானம் ஒரு காலம் உதிப்பதால் அவரவர் களின் மனோபாவத்தில் இப்பிரளய அனுபவம் ஏற்படும். ஆனால் ஞானம் எல்லோருக்கும் ஏக காலத்தில் உதிப்பதில்லை. மேலும் ஒவ்வொருவரும் வெவ்வேறு ஜகத் தோற்றத்தை அனுபவித்து வரு கிறார்கள். ஆகையால் பிரளயம் எல்லோருக்கும் ஏக காலத்தில் உண்டாவ தில்லை. பாவனைகளை அனுசரித்து இருப்போர்களுக்கு சிருஷ்டி பிரளயம் சதா ஏற்பட்டுக் கொண்டே வரும். இப்பாவனைகளை ஒழித்தவர்களுக்கு இரண்டும் உண்டாவதில்லை.

நான் இன்று குறிப்பிட்ட சிவன் சொரூபமும் பிரதிபிம்பமாகிய பைரவி சொரூபமும்தான் ஜகத் சாட்சிக்கு ஆதாரம். இவைகள் புருஷன் பிரகிருதி என்று வழங்குகின்றன. சக்தி அல்லது பிரகிருதி என்பதின் பிரவிர்த்தியும் நிவிர்த்தியுமே சிருஷ்டி பிரளயமென்ற தோற்றங்கள். தோற்றங்கள் ஏற்படுவதாலும் அறிவதாலும் புருஷனிடத்தில் யாதொரு நிகழ்ச்சியும் ஏற்படுவதில்லை. கனவில் கண்ட நகரம் ஆடுவது போல தோன்றினாலும் நமக்கு அதனால் ஒரு விபத்தும் விளைவதில்லை. அல்லது, சந்திரனுடைய பிரதிபிம்பம் நீரில் ஆடுவதுபோல் தோன்றினும் சந்திரன் அசையாமல் தான் இருக்கின்றது. அல்லது நம் மனோராஜ்யத் தில் தூரதேசத்தின் காட்சியைக் கண்டாலும் அதனால் பிடித்தமாக நமக்கு ஒன்றும் அகப்படுவதில்லை. அதே மாதிரி பிரதிபிம்பமாகிய சக்தியின் தோற்றத்தாலும் அழிவாலும் சிவனாகிய பிரம்மத்தில் யாதொரு மாறுபாடோ நஷ்டமோ ஏற்படுவதில்லை.

என் அனுபவத்தை மீண்டும் கவனிக்க, பைரவி வெகு உக்கிரமாக நர்த்தனம் செய்து களைத்து பிறகு யதேச்சையாகச் சிவனின் ஸ்பரிசம் ஏதோ ஒரு பாகத்தில் ஏற்பட்டது. அதே கணம் பிரம்மாண்டத்தை அளாவி நின்ற பெண் வெகு சீக்கிரம் உடல் குறுகி ஒரு மலை அளவுக்கு குன்றி பிறகு மனித உருவத்தின் அளவாகி, இன்னும் சில நேரத்திற் கெல்லாம் கண்ணுக்குப் புலப்படாமல் மறைந்தாள். அப்பொழுது அவளை ஞானக்கண்ணால் நான் பார்த்தேன். இருக்கும் இடமறியாமல் அவள் சர்வ நாசத்தை அடைந்தவளானாள்.

இந்த சம்பவத்தின் கருத்தை நோக்கி ஆலோசித்தேன். அவள், சிவனுடைய இச்சாசொரூபமாக விளங்கினாள். இச்சைதான் மாயா சொரூபமான ஜகத்தாகத் தோன்றி வருகின்றதென்று புலப்பட்டது. காற்றும் ஸ்பந்தமும் ஒன்றையொட்டி மற்றொன்று இருப்பது போலவே சிவனும் சக்தியும் பரஸ்பரம் ஆதாரத்துடன் விளங்குகின்றன. ஸ்பந்தம் ஒய்ந்தால் காற்று அசைவற்று இருப்பதைபோல, ஸ்பந்தத்தையே கொண்ட சக்தியின் நானாவித தோற்றங்களும் நிர்மலமான சிவனில்

ஐக்கியமாகின்றன, யதேச்சையாக சிவனின் ஸ்பரிசம் ஏற்பட்டதும், சக்தி சிவனாக மாறினதுபோல, மனிதர்களுக்கும் அவரவர்களின், பிரயத்தினத் தின் பலனாக ஆத்ம நோக்கம் ஒரு காலம், யதேச்சையாக உண்டாகி பிறகு காலக்கிரமத்தில் ஆத்மத்தில் (ஐக்யம்) லயம் ஏற்படுகின்றது. நதி சமுத்திரத்தில் கலந்ததும் தன்னுடைய நாமம் ரூபம் எல்லாவற்றையும் இழப்பதுபோல ஜீவனும் ஆத்மத்தில் ஐக்யமாகும். அல்லது நம் தேகத்தி னுடைய நிழல் நிஜமான நிழலில் மறைவது போலாகும். ஒரு சாது வானவன் அயோக்யருடன் தெரியாமல் சேர்ந்து விட்டால் அவர்களின் குணம் அறியும் வரைதான் அங்கு தங்குவான். அதைப்போலவே ஜகத்தின் மித்யாசொரூபம் தெரியும் வரையில் அதில் ஜனங்கள் உழன்று கிடப்பார்கள். விவேகம் ஏற்பட்ட பிறகு சர்வத்தியாகத்தில் ஈடுபட்டு ஆத்மத்தை அடைய யத்தனம் செய்து வருவார்கள். பிரகிருதியின் நாசத்தால் விளங்கப்பட்டது இந்த தத்துவமே.

மேலும் கவனித்து வருகையில் பின்னும் தோன்றி வந்த சிவ சொரூபம் நிஷ்ஸ்பந்தமாயும் ஏகமாயும் சற்று இருந்து விட்டுப் பிறகு திடீரென தன் பிரம்மாண்டமான உருவத்தைச் சுருக்கிக் கொண்டது. இன்னும் சில நேரத்தில், குறுகிய வண்ணமாயிருந்த உருவம் சக்தி போன போக்கைத் தொடர்ந்து கண்ணுக்குப் புலப்படாமல் மறைந்தது. அந்நிலையில் மிஞ்சி நின்றது சர்வ அமைதியும் சாந்தமுமே.

நடந்த சம்பிரமங்களை நினைத்துப் பார்க்க, அழிந்துபோன பிரம்மாண்டம் சிலையில் தோன்றின தோற்றம். இந்த ஒரு இடத்தில் மாத்திரம்தான் இத்தோற்றம் ஏற்படக் கூடியதாவென்று யோசித்தேன். பிறகு பாறையின் இன்னொரு பாகத்தை உற்று நோக்கினேன். அங்கும் ஒரு பிரம்மாண்டம் தென்பட்டது. பிறகு பல இடங்களை கவனிக்கலா னேன். என் தேகத்தையும் கவனித்தேன். கண்டவிடமெல்லாம் ஒரு ஜகத் தோற்றம் ஏற்பட்டது. ஆகவே இந்த பரந்த வெளியில் ஒவ்வொரு அணுவி லும் ஒரு பிரம்மாண்டம் அடங்கியுள்ளது என்பதை நன்கு அறிந்தேன்.

இப்படிக் காணப்பட்ட பிரம்மாண்டங்கள் பலவிதமாய் இருந்தன. ஒன்றுக்கொன்று யாதொரு சம்பந்தமும் இல்லை. சில கொஞ்ச வித்யாசத் தைக் கூடியும், சில அதிக வித்யாசத்தை உடையதாகவும், வேறு சில முற்றிலும் வெவ்வேறாகவும் இருந்தன. இளைய பிரம்மாண்டங்களும், வெகு புராதனமானவைகளும் இவைகளுக்கு நடுத்தரமானவைகளும் ஆக கணக்கிடமுடியாத பிரம்மாண்டங்களைக் கண்டேன். சில வெறும் கல்லாகவும், சில நீராகவும், சில ஆகாயமாகவும், பிறகு காடாகவும், மலையாகவும், பறவைகளாகவும், மிருகங்களாகவும், மனிதர்களாகவும் இருந்தன. ஒரு பிரம்மாண்டத்தில் பாண்டவ கௌரவர்களைக்

கண்டேன், மற்றொன்றில் ராமன் ராவணனால் சம்ஹாரமானதைக் கண்டேன்.

இப்படி பலதாகப் புலப்பட்ட லோகங்கள் பல பாவனைகளாக என்னால் அறியப்பட்டன. ஒவ்வொருவனுடைய பாவனையைத் தழுவி ஒவ்வொரு விதமான பிரபஞ்சம் உணரப்பட்டு வருகின்றது. பாவனை எப்படியோ பிரபஞ்சமும் அதை அனுசரித்தே இருக்கும். உண்மையில் பாவனைகள்தான் பிரபஞ்சங்களும்.

ராமன்: பரம ஆகாசத்தில் ஆகாய ரூபமாகவே இப் பிரம்மாண்டங் கள் எப்படித் தோன்றின?

வசிஷ்டர்: நான் சித் சொரூபமாக எல்லாவற்றையும் வியாபித்த நிலையில் இருந்தேன். இந்நிலையில் ஸ்பந்தம், தேஜஸ், அப்பு, பிருதிவி இவைகளின் தன்மாத்திரங்களில் ஒன்றன் பின் ஒன்றாக நின்று அந்த அனுபவங்களை அடைந்தேன். பிரபஞ்சத்தில் நடைபெறும் விஷயங்களை முற்றிலும் அனுபவித்தேன். இவை அனைத்தும் நடந்த சம்பவங்களாகத் தோன்றின. சூன்யமாகிய ஆகாயத்தில் தோன்றும் சூன்யமாகிய காட்சிகள் இந்திரியங்களின் மூலம் பார்க்கப் படும்பொழுது உருவமும் கனமும் கொண்டவைகளாகத் தோன்றுகின்றன.

இவ்வாறு வெகுநேரம் கழிந்தபிறகு நான் இத்தோற்றங்களிலிருந்து மனதை விடுவித்துக் கொண்டேன். இது சற்று பிரயாசமாகத்தான் இருந்தது. பிறகு நான் விட்டு வந்த வந்த ஸ்தூல தேகத்தை அடைய வேண்டி அதன் இருப்பிடமாகிய பர்ணசாலைக்குச் சென்றதும் அந்த தேகம் அங்கே காணப்படவில்லை. அதற்குப் பிரதியாக ஒரு சித்தபுருஷன் மகா தேஜசும் கம்பீர்த்தோற்றமும் கொண்டவனாக பத்மாசனத்தில் தபசைச் செய்த வண்ணம் இருந்தான். சவம் என்னவாயிற்றென்று யோசிக்கலானேன். ஒரு சமயம் பர்ணசாலைக்கு உரியவன் யாருமில்லை என்று எண்ணி இச்சவத்தையும் சித்தபுருஷன் அப்புறப்படுத்தினானோ என்று எண்ணினேன்.

பிறகு இவன் யாரென்று அறிய வேண்டி சமாதியிலிருந்தவனை சற்று பிரயாசத்துடன் எழுப்பி அவனுடைய விருத்தாந்தத்தைச் சொல்லும்படி வேண்டினேன். வெகு நேரம் சமாதியிலே இருந்திருந்த படியால் சிறிது நேரம் அவனால் பதில் சொல்ல முடியவில்லை. பழைய மனோ நிலையை நினைவுக்குக் கொண்டுவந்த பிறகு பேசத் தொடங் கினான்.

சித்தர்: நான் வெகு காலம் சம்சாரமாகிய வலையில் சிக்கிக் கொண்டு, பூக்களிடையில் அகப்பட்டுக்கொண்ட வண்டு அவைகளை

விட்டுப் பிரியாதுபோல, உணர்ச்சி ஜாலங்கள், போகங்கள் இவைகளி லிருந்து விடுபட்டுக்கொள்ள முடியாமல் தவித்திருந்தேன். வெகு காலம் இப்படி வீணாகக் கழித்து தொலையாத் துன்பங்களை அனுபவித்த பிறகு சற்று விவேகம் உதித்தது. அதைத் தொடர்ந்து சம்சார வாழ்க்கையைப் பற்றி ஆராய்ச்சி செய்யத் தொடங்கினேன். இவ்வாராய்ச்சியின் பயனாக சம்சாரம், ஜகத்தோற்றம் ஆகிய பற்பல பந்தங்களிலிருந்து விடுவித்துக் கொண்டு பரம நிர்மலமான ஆத்ம நோக்கத்தில் நிலைபெற்றேன். இந்த ஆனந்தத்தை வேறெவ்விதத்தாலும் அடைய முடியாது. இந்நிலையில் ஏகாங்கியாய், ஜகத்தின் எல்லைப் பிரதேசங்களைச் சுற்றிவருகையில் இந்த பர்ணசாலையைக் கண்டு எவருடைய இருப்பிடமென்று ஆலோசிக் காமல் இங்கே தங்கிவிட்டேன். அது என் தவறே.

வசிஷ்டர்: சித்தர் சொல்லிமுடித்ததும் அவர் யாரென்று நான் அறிந்து கொள்ளாததும் என் தவறென்று சொல்லிவிட்டு விடை பெற்றுக் கொண்டு என் இருப்பிடம் சென்றேன்.

ராமன்: ஸ்தூல தேகமில்லாமல் ஆகாய ரூபியாய் தாங்கள் இருந்தும், சித்த புருஷனை பார்த்ததும் அவருடன் பேசியதும் எவ்வாறு?

வசிஷ்டர்: பார்ப்பது, கேட்பது, அனுபவிப்பதெல்லாம் அவரவர் களின் மனோ பாவத்தைத் தழுவி ஏற்படுகின்றது. பாவனையில் உண்டாகாதது அனுபவத்திற்கும் கிடைக்காது. ஆனால் பேத புத்தியை அனுசரித்து அதனால், ஸ்தூலதேகத்தை திடமாக பாவித்து வரும் மானிடர்களுக்குப் பொதுவாக சங்கல்பத் தீவிரம் மிகவும் குறைப் பட்டதே. ஆகையால் சங்கல்பங்கள், அனுபவமாக ஏற்பட, காலதேச வித்யாசங்கள் தேவை; மேலும் அனுபவங்கள் பூர்ணமாகவும் ஏற்படுவ தில்லை. என்னைப்போல் பேதபாவனைகளை ஒழித்திருப்பவர்களுக்கு, செய்யப்பட்ட சங்கல்பம் அப்படியே அதே காலம் அனுபவமாக ஏற்படும். நான் சித்தரைக் கண்டதும் இவ்வாறு; அவரவர்களின் சங்கல்பங்கள் அவரவர்களாலேதான் அறியப்படும். பிறரால் உணரப்படமாட்டாது. ஒருவனுடைய சொப்பனம் மற்றவர்களுக்கு அனுபவமாகாததுபோல.

நான் சித்தரை விட்டுப் பிரிந்த பிறகு, இங்குமங்குமாக ஒரு பிசாசைப்போல் சுற்றித் திரிந்தும், வேறொரு பிராணியோ, மனிதனோ, தேவனோ, அல்லது ஒரு திரணமோ கூட தென்படவில்லை. அகண்ட பிரபஞ்சத்தில் நான் ஒருவனாகவே திரிந்தேன். இதே மாதிரிதான் ஒவ்வொருவரும் அவரவர்கள் நிர்மாணித்துக்கொண்ட பிரபஞ்சத்தில் இருந்துவருகிறார்கள்.

ராமன்: பிசாசு என்ன உருவத்தைக்கொண்டது? அதன் இருப்பிடம்

சொரூபம் செயல்கள் இவைகளைப்பற்றி எனக்குச் சொல்லவும்?

வசிஷ்டர்: இது ஒரு அல்பமான விஷயம். ஆனால் உபதேசம் செய்கையில் கேட்கப்பட்ட கேள்விகளுக்கு பதில் சொல்லாமல் இருப்பது ஒழுக்கமன்று. ஆகையால் உனக்கு பதில் சொல்கிறேன்.

பிசாசு என்பது அவரவர்களுடைய மனோபாவத்தையொத்த சொரூபத்தையுடையது. இது விவேகிகளாலும் திடபுத்தியுடையவர் களாலும் பார்க்கப்படுவதோ, அனுபவிக்கப்படுவதோ கிடையாது. மூடர்களாலும் அதைரியமுள்ளவர்களாலும்தான் அது காணப்படும். அனேகமாக அது ஏகாந்த இடங்களிலும் இருட்டிலும்தான் உணரப் படும். ஜன சந்தடி அதிகமாயிருக்கும் இடங்களிலோ அல்லது வெளிச்சத் திலோ அது காணப்படுவதில்லை. மனதில் எங்கு எவருக்கு ஒரு பயம் உதிக்கின்றதோ அங்கே அவருக்கு பிசாசென்ற உணர்ச்சி ஏற்படுகின்றது. தெளிவாகச் சொல்ல இது மூடர்களால் கற்பனை செய்யப்பட்டும் அனுபவிக்கப்பட்டும் வருகின்றது. எவர்களின் மனதில் இதன் நினைவு குடிகொண்டு இருக்கின்றதோ அவர்களால் மாத்திரமே அவர்களுடைய மனோபாவனைப்படி வெளியில் காணப்பட்டதாக உணரப்படுகின்றது.

இவ்வாறு நான் பஞ்ச தன்மாத்திரங்களிலிருந்து விடுபட்டவனாய் இங்குமங்கும் பிசாசைப்போல் திரிந்து அலைந்தும் யாராலும், அதாவது பிரம்மா, விஷ்ணு, தேவர்கள், அசுரர்கள், கந்தர்வர், வித்தியாதரர், மானிடர் உட்பட, காணப்படாமலும் கேட்கப்படாமலும், பரிசப்படாம லும் இருந்தேன். இந்த நிலையைச் சற்று ஆலோசிக்க மிகவும் விசனிக்கத் தக்கதாக தோன்றிற்று. யாதொன்றாலும் அறியப்படாத நிலையாக இருந்தது. பிறகு நான் சர்வ சக்தி உடையவனாக இருப்பதை ஞாபகம் செய்து கொண்டு தன் மாத்திரங்களை தியானம் செய்து அவ்வண்ணமாக மாறினேன். அப்பொழுது எல்லோராலும் உணரப்பட்டேன். ஆனால் ஒவ்வொருவராலும் வெவ்வேறு விதமாகக் கொண்டாடப்பட்டேன். மானிடர் என்னை பிருதுவி சம்பந்தமான வசிஷ்டர் என்றும், ஜலவாசி களால் ஜல வசிஷ்டர் என்றும், சூரிய சந்திர மண்டலங்களால் தேஜோ வசிஷ்டரென்றும் அறியப்பட்டேன். அதாவது, சிலரால் சூக்ஷ்ம சரீரத்தை உடையவனாகவும், சிலரால் ஸ்தூல சரீரத்தை உடையவனாகவும் அவரவர்கள் நிலைத்திருக்கும் தன்மைகளை யொட்டியும் மனோ பாவங் களைத் தழுவியும் வெவ்வேறாக உணரப்பட்டேன். உண்மையில் நான் பிரம்மாவாகத்தான் இருந்தேன். சூக்ஷ்ம தேகமும், ஸ்தூல தேகமும், ஆகாயத் தில் தோன்றிய ஆகாசசொரூபமுடைய உணர்ச்சிகள், ஸ்தூலமான பாவனை அதிகரித்து வெகுகாலம் கழித்து ருடியானதும் (திடப் பட்டதும்) உருவமும் அமைப்பும் கூடியதாக உணரப்படுகின்றது. ஆகையால் இவ்வுணர்ச்சிகள்

அவரவர்களின் பாவனைகளால் ஏற்படும் தோஷங்கள். இவ்வாறாகிய பாவனைகளை அறிவினால் அழித்து வந்தால் ஒவ்வொருவரும் தங்களு டைய பிரம்மத்தை அறிவார்கள். ஒரு சிறுவன் வேதாளத்தை கற்பனை செய்துகொள்வதுபோல் ஜனங்கள் பௌதிக தேகத்தை உணர்ந்து வருகிறார்கள். சொப்பனத்தில் எல்லோரும் காணும் காட்சிகள் அக் காலத்திற்கு சத்யம்போல் தோன்றினும் விழித்துக் கொண்டவுடன் அசத்ய மென்று அறியப்படுகின்றது. அதுபோலவே விழிப்பில் காணும் காட்சிகள் நீண்ட சொப்பனமே தவிர வாஸ்தவமல்ல.

எல்லாம் பிரம்மமாக இருக்க இத்தோற்றங்கள் எப்படிச் சத்யமாகும்; போதம் ஏற்பட்டால் இது தெளிவாக விளங்கும். இந்த மகா ராமாயணத்தை அடிக்கடி வாசித்து ஆராய்ச்சி செய்து வந்தால் போதம் ஏற்படுவதில் சந்தேகமில்லை. வாசித்து வருவதால் மனக் குளிர்ச்சியும் சமநிலையும் ஏற்படும். மோட்சமென்பது சமமும் சாந்தமும் கொண்ட மனோநிலைதானே. கொந்தளிப்பை அடைந்த மனம்தான் பந்தப்பட்ட தாக எண்ணப்படும். இந்த சம்சார வாழ்க்கையை ஜீவன் முக்த நிலைலிருந்து கொண்டு நடத்தி வந்தால் அது ஒரு இன்ப வாழ்க்கை யாகவே தோன்றி வரும். புத்தியீனத்துடன், சம்சாரத்தை நடத்துவதே துன்பம் நிறைந்த வாழ்வாக அனுபவிக்கப்படுகிறது.

*   *   *

யோக வாசிஷ்டம்

நிர்வாணப் பிரகரணம் – பின்பகுதி

வசிஷ்டர்: ராமா, பாராங்கல்லில் கண்ட ஜகத் சிருஷ்டியைப் பற்றி நான் எடுத்துரைத்தேன். இவ்வகை சிருஷ்டிகள் கேவல உணர்ச்சிகளே தவிர, வாஸ்தவமாக அவைகள் எக்காலத்தும் இருப்பதுமில்லை, உண்டாவதுமில்லை. இருப்பது பிரம்மமொன்றே. சொப்பனத்தில் காணப்படும் நகரம் எப்படி நகரமில்லையோ, கேவலம் சித்தின் ஒளி தானோ, அப்படி நாம் காணும் ஜகத்தும் ஜகத்தல்ல, சின்மாத்திரமான பிரம்மமே. சொப்பனம் காணும் பொழுது எப்படி சித்தானது தன் நிலையை விட்டு மாறாமல் சொப்பன ஜாலங்களைக் காண்கின்றதோ, அதே மாதிரி பிரம்மம் சிருஷ்டியிலிருந்து மகாபிரளயம் வரை தன் நிலையை விட்டு ஒரு திரணமும் மாறாமல் தோற்றங்களைத் தோற்று விக்கின்றது. தங்கத்தால் செய்யப்பட்ட ஆபரணங்கள் எப்படி தங்கம் தானோ, சொப்பன நகரம் எப்படி சித்தின் சேதனைதானோ, அப்படியே சிருஷ்டியும் சேதனையைக் காட்டிலும் வேறல்ல. சர்வ சம்பிரமங்களும் கேவலம் சிதாகாசம். ஜகத்தென்பது உதிப்பதுமில்லை அழிவதுமில்லை. சிதாகாசமின்றி நம் தேகம் தேகமில்லை, வெறும் சவமே. அதற்கு ஜன்மமு மில்லை, சாவுமில்லை. எப்பொழுதும் சூரியனைப்போல் பிரகாசித்துக் கொண்டே இருக்கின்றது. பிறப்பும் இறப்பும் தோற்றமாகிய ஸ்தூல தேகத்திற்குத்தான். சித் அழிவதென்றால் அப்பொழுது தகப்பன் இறந்தால் மகனும் கூடவே இறக்கவேண்டும். அல்லது ஒருவன் நாசத்தால் எல்லோரும் நாசத்தை அடையவேண்டும். அப்படி நம் அனுபவத்தில் கண்டதில்லை. எக்காலத்திலும் எவ்வளவோ பெயர்கள் இறந்தும் ஜகத் இருந்து கொண்டே இருக்கிறது. "நான்சித்" என்னும் நோக்கத்தை அனுசரித்திருந்தால் மரணத்தினால் ஒருவரும் வருத்தமோ நஷ்டமோ அடைய மாட்டார்கள். தேகத்தை "நான்" என்று பாவிக்கும் மூடர்கள் சவத்திற்கு சமானமே. சித்தின் சுபாவம் அறிவு அல்லது உணர்ச்சி, இதனால் இயக்கங்களும் மாறுபாடுகளும், தோற்றங்களும் காணப்படுகின்றன. நான் இவ்விதமான சித்தாக இருக்கிறேன். இவ்வித பரந்த நோக்கத்தை விட்டு தேகத்தை நான் என்று நம்புவோர்கள் கையிலிருக்கும் தங்கத்தை விட்டு சாம்பலை விரும்புவர் போலாகும்.

பலம், புத்தி, தேஜஸ், இவைகள் எல்லோராலும் விரும்பத்தக்கது. தேகத்தை நான் என்று நம்புவோர்க்கு, தேகத்துடன் இக்குணங்கள் நசித்து விடுகின்றன. சித்தை "நான்" என்று பாவிப்பவர்களுக்கு குணங்கள் சாஸ்வதம். ஜகத் முழுவதும், எல்லா ஜீவ ஜந்துக்களும் சேதனத்தை தவிர வேறல்ல. சதா மாறுதலடைந்து சொல்பகாலமே நிலைத்துப் பிறகு அழிவதாய் இருக்கும் தேகம் சாஸ்வதமான சித்தாகவோ சேதனை யாகவோ இருக்கக் கூடுமா? "நான்" சித்தென்று அறிந்து அப்படியே நடப்பதால் ஞானம், மோட்சம், தேகத்தை "நான்" என்று பாவித்திருப்பதே பந்தம். இப்பாவனைகளும் ஜகத் தோற்றங்களும் காரண காரிய சம்பந்தத்திற்கு உட்பட்டவைகள். ஆத்மா இந்த சம்பந்தத்திற்கு அடங்காதது. மனசைக் கூடி ஆறு இந்திரியங்களுக்கும் அதுதாண்டி நிற்கின்றது. ஆகையால் வஸ்துக்களுக்கு அது காரணம் ஆகாது. அல்லது, தன்மாத்திரங்கள் வஸ்துக்களுக்கு காரணமாய் இருப்பதும் அசம்பாவிதம்; இது நிழல், வெளிச்சத்தில் இருந்து உண்டானது போலாகும். பிறகு வஸ்துக்கள் பரமாணுவிலிருந்து ஏற்பட்டனவென்று சொல்வதும் பொருந்தாது. அப்படி இருக்குமானால் நம் கிரகம், இதர இடங்கள் எல்லாம், மலையாகவோ அல்லது, பள்ளத்தாக்காகவோ, அவைகள் இஷ்டம் போல் இருத்தல் வேண்டும். அப்படியின்றி அபூர்வமாக வெவ்வேறு அமைப்புகளுடன் இருப்பதற்கு நியாயம் இல்லை. ஜடத் தன்மையை பூரணமாகக் கொண்ட அணுக்கள் பதார்த்தங்களுக்கு காரணமாக இருப்பது ஒவ்வாது, ஏனெனில் புத்தியின் சேர்க்கையின்றி பதார்த்தங்கள் கிரமமாக ஏற்பட இயலாது. அல்லது இரு கர்த்தா இருக்கலாம் என்றால் இவ்விதமான கேவல கிரியைகளை இக் கர்த்தா மேற்கொள்வது மிகவும் அசம்பாவிதம் ஆகையால் வஸ்துத் தன்மை என்பது உண்டாவதற்கு ஒரு காரணமும் இல்லை. ஆகையால் அவைகள் இல்லவும் இல்லை. நம்முடைய உணர்ச்சி வஸ்துவாகிய தோற்றத்தைக் கொடுக்கிறது. இவ்வுணர்ச்சி ஆத்மத்தில் ஏற்படுகின்றது, அல்லது ஆத்மாதான் ஜகத்தாகத் தோன்றுகின்றது. உணர்ச்சி ஏற்படும் போது ஜகத்தாகவும் உணர்ச்சி ஓய்ந்த நிலையில் ஆத்மாவாகவும் ஆத்மம்தான் பிரகாசிக்கிறது. ஆகையால் ஜகத்தை ஆத்மத்தை விட்டுப் பிரித்துச் சொல்லமுடியாது. பிறகு, ஆத்மாவின் சொரூபம் எவ்வகையென்றால் நாம் தூர தேசத்தில் இருப்பதை மனதில் தியானம் செய்கையில் வஸ்துவுக்கும் நமக்கும் இடையே உள்ள சூன்யமான இடைவெளி எவ்வளவு சூட்சமமாக இருக்கிறதோ அவ்வளவு சூட்சமமானது ஆத்மா. ஆத்ம சூன்யத்தில் தோன்றுகிறவைகளும் சூன்ய மாகத்தான் இருக்க வேண்டும். ஆகையால் ஜகத்தென்பது, சூன்யத்தில் தோன்றும் சூன்யம். நீரும் திரவத்துவமும் இணைபிரியாது கூடி இருப்பதுபோல, அல்லது

காற்றும் அசைவும்போல, ஜகத்தும் ஆத்மாவும் ஒன்றாய் நின்று, இரு தோற்றத்தைக் கொடுத்து வருகின்றது. சிதாகாசத்தில் ஜகத் ஆகாசம் தோன்றுகிறதென்பது பொருத்தமாக இருக்கும். இத்தோற்றம் ஆதியில் கனவுபோல் காணப்பட்டு நம் இடத்தில் அது நிலைத்து விட்டது. ஆதி சொப்னம் பிரம்மா என்ற புருஷன். நாம் அவன் கண்ட சொப்பன புருஷர்கள், அதாவது சொப்பனத்தில் ஏற்பட்ட சொப்பனம். ஆராய்ச்சியின் முடிவாக இவ்வித தத்துவங்கள் தான் சித்திக்கும்.

ஜகத்தென்று நாம் அறிவது கேவலம் உணர்ச்சியே. அது பரமாத்மத்தின் சொப்பனமென்றும் சொல்லத் தகும். சர்வமும் பிரம்மாகாசம்; பிரம்மமாக அனுபவிக்கப்படுகிறது. இதுதான் முடிவாகச் சொல்லக்கூடிய சித்தாந்தம். ஆனால் நாம் பலவிதமான இதர கொள்கை களைக் கேள்விப் படுகிறோம், அதாவது சாங்கிய, வைசேஷிக, மைமாம்ச, புத்த, வேதாந்த, ஜைன, சார்வாக, என்றனவும் இன்னம் இதர கொள்கை களையும் இக்கொள்கைகள் எல்லாவற்றையும் நாம் அங்கீகரிக்கிறோம். ஏன் எனில் நம்முடைய சித்தாந்தம் இவைகளுக்கெல்லாம் இடங் கொடுக்கும். நம்முடைய சித்தாந்தத்திற்கு இவைகள் விரோதமல்ல. பிரம்மம் எவ்விதமாக உணரப்படுகிறதோ அவ்விதமாக அனுபவிக்கப் படுகிறது. அவரவர் கொள்கைபோல் அவரவரால் பிரம்மம் அறியப் படுகிறது. பிரம்மம் சர்வ வியாபியாகையால் எல்லா உண்மைகளும் அதில் அடங்கிப் போகும். நாம் முக்கியமாகக் கவனிக்க வேண்டியது என்ன வென்றால் ஏதாவதொரு உண்மையைக் கடைப்பிடித்து, மன சஞ்சல மின்றி ஆராய்ச்சி செய்துவந்தால் அறிவு ஏற்படுமென்பதே. பிரபஞ்சத் தில் பரம ஞானத்தை அடைந்து ஜீவன் முக்தனாக விளங்குகிறவர் மிகவும் சிலரே. அதாவது ஹரி, பிரம்மா, சுக்ராச்சாரியார், பிரஜாபதி, சப்த ரிஷிகள், தக்ஷன், காஸ்யபர், நாரதர், குமரன், சனத்குமாரர், ஹிரண் யாக்ஷன், பலி, பிரஹ்லாதன், சம்பரன், மயன், விபீஷணன், இந்திரஜித், பிறகு மானிடர்களிடையிலும் பல பிராம்மண க்ஷத்திரிய முக்தர்கள் காணப்படும். இதர குலங்களிலும் அவர்கள் காணப்படுவார்கள். ஆனால் எக்காலத்திலும் வெகு சொல்பமாகவே தென்படுகிறார்கள்.

சத் – சங்கம்

வசிஷ்டர்: விவேகத்தை சம்பாதித்துக் கொள்வதற்கு சத்சங்கம் மிகவும் மேன்மையாகச் சொல்லப்படும். ஞானிகளின் சேர்க்கையால் அறிய வேண்டியவைகளை வெகு சீக்கிரம் அறிந்து கொள்வதுடன் அவர் களின் முறைகளைப் பின்பற்றி நம் நடத்தையையும் சீர்படுத்திக் கொள்ளக்கூடும். சொந்த முயற்சி சாஸ்திர ஆராய்ச்சி இவைகளை விட சத்சங்கம் மேன்மையாகவே கருதப்படும். ஏனெனில் ஞானிகள் தங்கள்

நடை உடை பாவனைகளால் ஒழுக்கம், குணம் பொருந்திய வாழ்க்கையை நடத்திக்காட்டுகிறார்கள். ஆகையால் இவ்வித சங்கம் நேர்ந்தால் அதை வெகு சிரத்தையுடனும் பக்தியுடனும் பாதுகாக்க வேண்டும்.

ஞானிகளை அறிவது வெகு எளிதே. அவர்கள் வாழ்க்கையை நடத்தும் முறைகளைக் கவனித்தால் அவர்களுடைய மேன்மையான குணங்கள் புலப்படும். எப்பொழுதும் மனக்குளிர்ச்சியுடன், செய்ய வேண்டிய காரியங்களை பரபரப்போ அல்லது தாமசமோ அன்றி செய்வார்கள். எவ்வித சுக துக்கம் நிறைந்த அனுபவங்கள் ஏற்பட்டாலும், மனம் சஞ்சலமின்றியும், சமகுணம் பொருந்தியும் இருப்பார்கள். தினசரி கர்மங்களில் அதிக ஊக்கமோ அல்லது சலிப்போ இல்லாமல் ஒழுங்கு படச் செய்து வருவார்கள். எவ்விதக் கஷ்டமான நிலையிலும் மனம் தளர்ச்சி அடையாமல் வெகுசீக்கிரம் ஒரு தீர்மானத்துக்கு வருவார்கள். சோகம், பயம், சோம்பல் இவைகளை யாதென்றும் அறியார். பிறருடைய விஷயங்களில் தலையிட்டுக் கொள்ளமாட்டார். சம்சாரமாகிய கடலை அனாயாசமாகத் தாண்டும் சக்தியை உடையவர்களாக இருப்பார். யதேச்சையாக வந்த காரியங்களைச் செய்தும், வீணாகக் காரியங்களை தேடிச் செல்லாமலும் இருப்பார்கள். அவர்கள் சமகுணமும் சாந்தமும் நிரம்பி இருப்பார்கள்.

ராமன்: மானிடர்கள் சாஸ்திர ஆராய்ச்சி - சத்சங்கம், சொந்த முயற்சி, இவைகளால் முக்தி அடையக்கூடுவது வாஸ்தவமே; பிறகு இதர ஸ்தாவர ஜங்கமங்களின் கதி என்ன? இவைகள் முக்தியடைவது எப்படி?

வசிஷ்டர்: மானிடர், ஸ்தாவர ஜங்கமப் பிராணிகள், வஸ்துக்கள் இம்மூன்று இனங்களுக்கும் பொதுவாயிருப்பது இருக்கை என்ற தன்மை. அதாவது சித், ஸ்தூலம் அல்லது சூக்ஷமமாகிய வஸ்துக்களுக்கு உணர்ச்சி என்னும் சேதனை கிடையாது. பிறகு ஸ்தாவரமாகிய மரம் மட்டை களுக்கும், ஜங்கமப்பிராணிகளுக்கும் உணர்ச்சி என்னும் இயக்கம் இருப்பதால் தங்களைப் பாதுகாத்துக் கொள்ளும் பொருட்டு முயற்சியில் ஈடுபடுகின்றன. மானிடர்களைவிட உணர்ச்சியிலும் முயற்சியிலும் மேலானவைகளே இவை. இவைகளுக்கு முயற்சியிலுள்ள ஊக்கம் மனித வர்க்கத் திற்கு ஒரு பொழுதும் கிடையாது. ஆனால் இவ்வினங்களுக்கு பகுத்தறிவு கிடையாது. ஆகையால் பேதபுத்தியும் வெகு சொற்பம். மானிடவர்க்கம் ஒன்றிற்கே பேதபுத்தியின் விஸ்தாரத்தால் இன்பதுன்ப அனுபவங்கள் ஏராளமாகிவிட்டன. இதற்குக் காரணம் மனித இனத்துக்குச் சுபாவமாகிய கற்பனைச் சக்தி அல்லது சங்கல்பம் செய்யும் திறமை. மற்ற இனங்களுக்கு இது லவலேசமும் கிடையாது. ஆகையால் முக்தி என்பது மனிதவர்க்கத்துக்கு மாத்திரமே பொருத்தமாகும்.

ராமன்: சிலருடைய கொள்கை ஐம்புலன்களில் ஒன்றுக்காவது பிரத்தியட்சமாக இருப்பதே சத்யமாகும். மரணத்திற்குப் பிறகு மீண்டும் ஜன்மம் ஏற்படுவதென்பது ஒருவராலும் அனுபவிக்கப்பட்ட சித்தாந்தமல்ல. ஆகையால் வாழ்நாளை எவ்விதத்தாலும் சந்தோஷமாக நடத்துவதே முறை என்பவர்களுக்கு மோட்சம் சம்பவிக்கும் விதம் எப்படி?

வசிஷ்டர்: எங்கும் வியாபித்து அகண்டமாயுள்ள சம்வித்தில் எவ்விதமெல்லாம் பாவனைகள் செய்யப்படுகின்றனவோ அவையே அனுபவங்களாக நிச்சயம் ஏற்படுகின்றன வென்பது எல்லா சாஸ்திரங்களாலும் ஒப்புக்கொள்ள வேண்டியதாகும். பூத ஆகாசம் சர்வவியாபியாயும் சாந்தமாயும் இருப்பதுபோலவேதான் சிதாகாசமும்; ஆகையால் அதில் அதைத் தவிர்த்து வேறொன்று புலப்படுவது அசம்பாவிதம். சிருஷ்டி பிரளயம் கூட இதில் நடைபெறுவதாக எண்ணப்படுவதும் அசம்பா விதமே. ஏனெனில் இவைகள் ஒன்றுக்கும் ஒரு காரணம் கற்பிக்க முடியவில்லை.

ஆகையால் ஜன்மம் மரணம் என்பவைகள் வெறும் அக்ஞானத் தோற்றங்கள். ஜன்மத்திலும் மரணத்திலும் சித்தின் சேதனைதான் தோற்றுவிக்கப்படுகின்றது. தேக நாசத்தால் சித்துக்கு நாசமில்லை. தேகம் ஒரு அமைப்பு, இது சித்தின் சேதனத்தையொத்து மாறிக் கொண்டே வரும். ஆகையால் மரணத்திற்குப் பிறகு புருஷனுக்கு ஓய்வு என்பது பொருந்தாது. ஜன்மாவில் சேதிப்பது சித்தேயன்றி தேகமல்ல. இந்த சத்யம் எல்லோராலும் ஒரு காலம் அறியப்படும். இந்த அறிவு ஏற்பட்ட பிறகு தான் மோட்சோபாயம் தேடப்படும்.

சாதாரணமாக, ஜனங்கள் மரணத்தைக் குறித்துப் படும் துயரம் சொல்லிமுடியாது; இது அவிவேகம். எவ்விதக் கொள்கையை அனுசரித்துப் பார்த்தாலும் மரணத்தைக் குறித்து விசனப்படுவது புத்தியின்மை என்பது விளங்கும். நம் கொள்கைப்படி ஜீவனுக்கு சேதனைதான் செயல். ஆகையால் மரணம் ஒரு மூர்ச்சைக்கு சமானம். புதிய உடலை தரித்துக்கொள்ளும்பொருட்டு, ஜீவன் பழைய உடலைவிட்டு நீங்கிக் கொள்கிறது. ஆகையால் இது சந்தோஷத்திற்குக் காரணமாகுமே யன்றி விசனத்திற்கு அல்ல, பிறகு பிரகஸ்பதியின் கொள்கைப்படி தேகம் நாசமானதும் மறுபிறப்பு கிடையாது என்பதை அனுசரித்தாலும் விசனத்திற்குக் காரணமில்லை. ஏனெனில் மீண்டும் ஜன்மத்தால் படும் துயரங்கள் ஓய்வடைவதால்; ஆகையால் மரணம் சந்தோஷிக்கத்தக்க வேண்டிய அனுபவமாகும்.

ராமன்: பரிபூரண ஞானத்தை அடைந்தவர்களை எப்படி அறிவது, அவர்கள் ஜீவிதத்தை எப்படி நடத்துவார்கள்?

வசிஷ்டர்: ஞானிகளை அறிவது அறிவுடையோர்களுக்கு எளிது. சாதாரண ஜனங்களுக்குக் கஷ்டம். அவர்கள் ஒரு வகுப்பைச் சேர்ந்தவர் கள் அல்ல. அரசனாகவும் இருக்கலாம் அல்லது கிரகஸ்தத்னாகவும் இருக்கலாம். ஏகாந்தியாக வனத்தின் மத்தியில் இருக்கலாம், அல்லது, நகர வாசியாக பல வியவகாரங்களில் ஈடுபட்டவனாக இருக்கலாம். பண்டிதனாகவும் இருக்கலாம் அல்லது ஒரு பாமரனாகவும் இருக்கலாம், நித்திய கர்மானுஷ்டானங்களை தீவிரமாகவும் ஒழுக்கத்துடன் செய்ப வனாகவும் இருக்கலாம்; அல்லது சர்வ கர்மங்களைத் தியாகம் செய்தவனாக இருக்கலாம். பிராமணனாகவும் இருக்கலாம்; அல்லது சண்டாளனாகவும் இருக்கலாம். இனம், குலம், அஸ்தஸ்து, தொழில், படிப்பு, ஐஸ்வர்யம் ஒன்றும் ஞானத்திற்குத் தடையாகாது.

இவர்கள் ஜீவிதத்தை நடத்தும் முறையிலும், சாதாரண ஜனங் களுக்கும் யாதொரு விசேஷமும் புலப்படாது. ஏனெனில், இதர ஜனங் களைப் போலவே தங்களுக்கு விதித்த கர்மங்களைச் செய்து வருவார்கள். ஆனால், ஒரு விசேஷம் உண்டு; இது அறிவாளிகளால் மாத்திரமே தெரிந்து கொள்ளப்படும், அதாவது, அவர்கள் எப்பொழுதும் எல்லா சம்பவங்களிலும், சுக துக்கங்களிடையிலும், மனம் குளிர்ந்தே இருந்து வருவார்கள். சோகம், பயம் என்பதை அவர்கள் அறியார். எல்லா சந்தர்ப்பங்களிலும் காலம் தேசம் இவைகளை அனுசரித்து செய்ய வேண்டிய கிரியைகளைச் செய்வதில் தயங்க மாட்டார்கள். நல்லது கெட்டது, என்ற பாவனைகளே, அவர்கள் நோக்கத்தில் கிடையாது. ஆடு கிறவர்கள் கூட ஆடியும், பாடுகிறவர்கள் கூட பாடியும், அழுது கொண்டு இருப்பவர்கள் கூட அழுதும், சிரிப்போர் இடையே சிரித்தும், அவர்கள் மனதில் யாதொரு மாறுபாடும் ஏற்படுவதில்லை. தங்கள் சுய நிலையை விட்டு ஒரு கணமேனும் நழுவ மாட்டார்கள். யதேச்சையாக வந்த கர்மங்களைச் செய்தும், தானாக யாதொரு கர்மத்திலும் ஈடுபட்டுக் கொள்ளாமலும், அவர்கள் இருப்பார்கள். சம்சாரத்தை நடத்துவதில் ஒரு நாடகத்தில் நடிப்பவன்போல் இருப்பார்கள். இச்சை - வெறுப்பு, வேண்டும்- வேண்டாம், இவைகளைக் கடந்து நின்று மனதை ஒவ்வொரு கணமும் சமநிலையில் வைத்த வண்ணம் இருந்து வருவார்கள்.

சகல சாஸ்திரங்களுக்கும் சாரமாய் இருக்கும் தத்துவம் என்ன வென்றால் சித்து ஒன்றுதான் மெய்ப்பொருள் என்பதே. சூரியன் தன் கிரணங்களால் சகல வஸ்துக்களையும் பிரகாசிக்கச் செய்வது போல், சித்தும் தன் ஒளியால் சகல ஜகத்தோற்றங்களையும் தோற்றுவிக்கின்றது. இவ்வொளிக் கிரணங்கள்தான் பதார்த்தங்கள், ஸ்தாவர, ஜங்கமங்கள், மானிடர், தேவர் என்று எல்லாமுமாக இடம், காலம், கிரியைகளுக்கு

ஏற்றவாறு தோன்றுகின்றன. நாசம் என்பது இத் தோற்றங்களுக்கே தவிர சித்தின் ஒளிக் கிரணங்களுக்கல்ல. சூரியக் கிரணங்களின் சதா ஒளியை வீசிய வண்ணம் இருக்கின்றன. அதற்கு மறைவு என்பது கிடையாது. கிரணங்களின் மறைவு ஏற்பட்டபோது அக்ஞானம், கிரணங்களின் ஒளி தோன்றும் பொழுது ஞானம். வாஸ்தவத்தில் ஞானம் அக்ஞானம் என்ற இரு நிலைகள் சித்தில் கிடையாது. இவை வாக்கினால் ஏற்பட்ட பேதம். கிரணக்கூட்டங்களில் பேதம் ஒவ்வாது. ஆகையால் நாம் எல்லோரும் ஆத்மத்தைத் தவிர்த்து வேறல்ல.இந்த பேரறிவை பிரயத்தினத்தாலும் ஆராய்ச்சியாலும்தான் அடைய முடியும்; அறிந்து கொண்ட பிறகு அதை உபயோகித்து வர வேண்டும். அப்பியாசம் இன்றி சும்மா தத்துவங்களை அறிந்து கொள்ளுவதால் யாதொரு பிரயோசனமும் இல்லை. மனஸ், வாக்குக், கிரியை மூன்றும், பேதமின்றி இயங்க வேண்டும்.

ஆராய்ச்சிக்கு இக் காவியம் ஆதாரமாக இருக்கும். எல்லாத் தத்துவங்களும் இங்கு வெகு தெளிவாகவும், இதமாகவும், பல திருஷ்டாந் தங்களுடன் சேர்த்து சொல்லப்பட்டிருக்கின்றன. எல்லாம், என் சொந்த ஆராய்ச்சியாலும் அனுபவத்தாலும், சித்தாந்தப்பட்டவைகள் ஆகும். இந்த தத்துவங்கள் இதர சாஸ்திரங்களிலும் எடுத்து உரைக்கப்பட்டு இருக்கலாம்; ஆனால் இவைகள் மனதிற்கு ஏற்கும்படி இல்லை. இந்த காவியம் அப்படி இல்லாமல் எல்லோரும் அறிந்து கொள்ளும்படி எழுதப் பட்டுள்ளது. உங்களுடைய மோட்ச சாதனத்திற்கு இதுவே மூலமாகும். தாயார், தகப்பனார், குரு யாவரிடமிருந்தும் அடைய முடியாத மேன்மை யான கொடைகளை இக்காவியத்திலிருந்து அடையலாம். எல்லோருக்கும் அறிவை ஊட்டும்படியான இக்காவியத்திற்கு ஈடாக இதுவரையில் எழுதப்படவும் இல்லை, இனி எழுதப்படப்போவதும் இல்லை.

மகா மோகத்தில் சிக்கிக் கொண்டு தப்பித்துக் கொள்ள வகை தெரியாமல் நீங்கள் திண்டாடுவதைக் கண்டு கருணை ததும்பி உங்களின் விமோசனத்தின் பொருட்டு இக்காவியத்தில் ஈடுபட்டேன். உங்களுடைய பூர்வ புண்ணியமே என்னை இந்த போதனைகளை அறிவுக்கும்படித் தூண்டியதுபோலும். நானும் உங்களைப் போன்ற மனிதன்தான். நான் தேவனும் அல்ல, யட்சனும் அல்ல, ராட்சசனும் அல்ல. ஆராய்ச்சியால் போதத்தை அடைந்தேன். நீங்களும் விடா முயற்சியுடன் ஆராய்ச்சி செய்து வந்தால் போதத்தை அடைவதில் சந்தேகம் இல்லை.

நமக்கு ஏற்படும் தோற்றங்கள் வாசனையின் வசத்தாலும் நாம் செய்து கொள்ளும் பாவனைகளாலும் ஏற்படுகின்றன. இந்த உண்மை ஆராய்ச்சியால் அறியப்படும்.

சப்த தன் மாத்திரம்தான் ஆகாசம் என்பது. ஸ்பரிச தன்மாத்திரம் ஸ்பந்தம் இவைகளின் சேர்க்கையின் உத்வேகத்தால் உண்டாவது தேஜஸ். தேஜஸின் சாந்தி திரவத்துவம். இவை நான்கின் சேர்க்கை உருவமும் அமைப்பும் கூடிய மூர்த்தத்தன்மை. ஜகத்தோற்றமானது இவ்விதமாக அமூர்த்தமான தன்மாத்திரங்களைக் கொண்டு ஏற்படுகையில் மூர்த்த மான தன்மை எவ்வாறு ஏற்படக்கூடும்; கனத்துவம் ஆகவே அசம்பா விதம். நம் தேகமும் இவ்விதம்தான். ஆகையால் தன்மாத்திரங்கள் மூலம் அடையப்படும் நிச்சயமும் நாம் சொன்னதை அனுசரித்தே இருக்கின்றது. அதாவது பூதப் பொருள்கள் வெறும் தோற்றம் என்பதே. சொப்பனத்தில் காணும் காட்சிகளுக்கும் விழிப்பில் காணும் தோற்றங்களுக்கும் யாதொரு வித்தியாசமும் இல்லை.

ஜகத்தோற்றம் சித்தால் பாவனை செய்யப்பட்டது. தோற்றம் தன்னைக் காட்டிலும் வேறல்லாதது. சொப்பனம்போல் காணப்பட்டது. இச் சொப்பனமே பிறகு நீடித்ததாக ஜாகிரதாவஸ்தையில் தோன்றலா யிற்று. வாஸ்தவத்தில் இவ்விரண்டு அவஸ்தைகளில் காணும் காட்சி களில் யாதொரு வித்தியாசமும் இல்லை. நாம் ஜாகிரதாவஸ்தையாகக் கருதுவதும் சொப்பனமே. சொப்பனத்தில் ஒருவன் காணும் தோற்றங்கள் பக்கத்தில் இருக்கும் இதரர்களால் அனுபவிக்கப்படுவதில்லை. விழிப்பில் நாம் அனுபவிக்கும் ஜகத், போதம் ஏற்பட்ட காலத்தில் சொப்பனமாக நாம் உணருகிறோம். அந்த உணர்ச்சி அப்பொழுது பிறருக்கு உண்டாவ தில்லை. சொப்பனம் தீர்ந்ததும் ஜாகிரத அவஸ்தையை அடை கின்றோம்; அப்பொழுதுதான் சொப்பனம் என்ற விவேகம் ஏற்படு கின்றது. மீண்டும் நித்திரைக்குச் சென்றால் இந்த அனுபவங்கள் நீங்கி வேறு அனுபவங்கள் ஏற்படுகின்றன. மரணம் ஏற்பட்ட பிறகு ஆயுள்காலத்து அனுபவங்கள் அனைத்தும் பொய்யாகின்றன. அடுத்த ஜன்மத்தில் ஏற்படும் அனுபவம் வேறாகின்றன. வாஸ்தவத்தில் சொப்பனம் ஜாகிரதாவஸ்தை இரண்டும் சித்தின் விகாசங்களே. சித்தின் ஒளிதான் இரண்டு நிலைகளிலும் பிரகாசிக்கின்றது. ஆனால் ஒன்றில் இந்திரியங் களின் சேர்க்கையுடனும் மற்றொன்றில் அவைகளின் சேர்க்கையின்றியும் அதன் ஒளி வீசுகின்றது. இரட்டைக் குழந்தைகள் ஒன்றுக் கொன்று பிம்பம் பிரதிபிம்பமாக இருப்பதுபோலவே இந்த இரண்டு அவஸ்தை களும், வியவகாரத்தின் பொருட்டு ஜாகிரத சொப்பனம் என்ற பெயர்கள் அவைகளுக்குக் கொடுக்கப்பட்டன. இரண்டு பாத்திரங்களில் இருக்கும் நீரில் எப்படி பேதம் இல்லையோ அப்படியேதான் இந்த அவஸ்தை களில் ஏற்படும் உணர்ச்சிகளும்.

இராமன்: சிதாகாசத்தின் சொரூபத்தை என் மனம் தெளிவடைய

விவரித்துச் சொல்லவும்.

வசிஷ்டர்: வெகு தூர தேசத்தில் உள்ள பொருளை நினைக்கும் பொழுது இமை கொட்டுவதற்குள் மனம் அவ்விடத்தை அடைகின்றது. அப்பொழுது அந்த இடைவெளியிலே இருப்பது, சிதாகாசம். ஸ்தாவர ஜாதிகள் நிலத்தில் இருக்கும் நீரை, என்ன பாவனையைக் கொண்டு தங்களுக்குள் இழுத்துக் கொள்ளுகின்றனவோ, அதுவே சித்ரூபம். இச்சைக களும் மனோ விருத்திகளும் பூரணமாக அடங்கி சமநிலையில் இருக்கும் மனம் எப்படி நிர்மலமாக இருக்கின்றதோ, அதையொத்தது சித்ரூபம். துக்கத்திற்கு முன் எல்லா வியவகாரங்களும் அடங்கி மனம் பாவனை யின்றி இருக்கும்; அந்நிலையை ஒத்தது சிதாகாசம். செடி, கொடி, மரங்கள், நாளுக்கு நாள் வளர்ச்சி அடைகின்றன. எந்த பாவனையைக் கொண்டு இது நடை பெறுகின்றதோ அதுவே சித்ரூபமாகும். ரூபம், ஆலோகம், மனஸ்காரம், அடங்கிய புருஷன் மனதில் என்ன பாவனை உண்டோ அதை ஒத்தது சித்ரூபம். உணருவோன், உணர்ச்சி, உணரப் படுவது என்பவைகள் எவ்விடத்தில் இருந்து உதயம் ஆகின்றனவோ அதுவே சிதாகாசம் எனப்படும். எது எல்லாமுமாக இருக்கின்றதோ, எல்லாம் எதில் சாந்தி அடைகின்றனவோ அதுவே சித் எனப்படும். எது உள்ளும் புறமும் எங்கும் வியாபித்து எல்லாமுமாக இருக்கின்றதோ அதுவே சித் எனப்படும். மனதில் ஓர் எண்ணம் அடங்கி இன்னொரு எண்ணம் உதிக்கும்முன் இருக்கும் நிர்மலமான நிலையே சித்ரூபமாகும். எது இல்லை இல்லை என்பதால் எல்லாம் தள்ளப்பட்டு மிஞ்சி நிற்கின்றதோ அதுவே சித் எனப்படும்.

ராமன்: அவித்தை விஷய நோக்கங்களால் ஏற்படுகின்றது. இது சித்தில் சொப்பனம் போல் ஏற்படும் அனுபவக்கூட்டம். இவைகள் அனைத்தும் வெறும் சூன்யமாகிய தோற்றங்கள் என்று நான் அறிகின்றேன். ஆனால் இந்த அக்ஞானம் எவ்வளவு காலத்திற்குப் பிறகு எவ்வண்ணம் எவ்விதமாக சாந்தியடையும் என்பதைப் பற்றி சொல்ல வேண்டிக் கொள்ளுகின்றேன்.

விபஸ்சித்தின் வரலாறு

வசிஷ்டர்: இதன் விஷயமாக ஒரு கதை சொல்லுகிறேன் கேட்பாயாக.

சிதாகாசத்தின் ஒரு மூலையில் நாம் காணும் திரிலோகங்களைப் போல் இன்னொரு திரிலோகம் இருந்தது. அந்தப் பிரபஞ்சத்திலும் இங்குள்ள ஏற்பாடுகள், வியவகாரங்கள் எல்லாம் அமைக்கப்பட்டு இருந்தன. அந்த பூலோகத்தின் ஒரு பாகம் விபஸ்சித்தென்னும் அரசனால்

ஆளப்பட்டு வந்தது. அந்த தேசம் வெகு பிரம்மாண்டமானதும், எல்லைப் பிரதேசங்கள் நான்கு திக்கிலும் சமுத்திரங்களால் சூழப்பட்டும்; ததமிதி என்னும் ஒரு அழகிய நகரத்தை முக்கியப் பட்டணமாகக் கொண்டும் இருந்தது. அரசன் வெகுகாலம் பிரஜைகளை அன்புடனும் ஆதரவுடனும் பரிபாலித்து வந்தான். நான்கு திக்குகளைக் காப்பாற்றும் பொருட்டு, நான்கு சிற்றரசர்களை ஏராளமான படைகளுடன் காவலர் களாக நியமித்திருந்தான்.

வயது முதிர்ந்த பருவத்தில் இந்திரியங்கள் நம் சுவாதீனம் மீறிச் செல்வதுபோல் அரசனுடைய யவ்வன காலம் கழிந்து தேகம் தளர்ச்சி அடையும் பருவத்தில் திக்பாலர்களாயிருந்த சிற்றரசர்கள் மகாராஜாவின் ஆக்ஞையை மீறித் தங்களுடைய சுதந்திர ஆட்சியில் கண்ணாய், ஒருவருடன் ஒருவர் போர்புரியலாயினர். வடக்குப் பிரதேசத்து அரசன் கிழக்கு திசைமேல் படையெடுத்துச் சென்று அவனைக் கொன்று அத் தேசத்தை தன்வசமாக்கிக்கொண்டான். இதைக் கண்ட தெற்குப் பிரதேசத்து அரசன் கிழக்கு நோக்கிப் படையெடுத்துச் சென்று வெற்றி கொண்ட அரசனைக்கொன்று இரண்டு பிரதேசங்களையும் தன்வச மாக்கிக் கொண்டான். பிறகு மேற்கு திசை அரசன் இதைப் பொறுக்காத வனாய் தன் படைகளைத் திரட்டிப் போர்க்கோலம் புரிந்து தென் திசை அரசனைத் தாக்கி அவனைக் கொன்று நான்கு திசைகளுக்கும் ஏக சக்ராதிபத்தியத்தை நாட்டினான். ஆனால் இந்தப் பதவி அவனுக்கும் நிலைக்கவில்லை. ஏனெனில் படைகளெல்லாம் கலந்து அரசனைக் கொன்று விபஸ்சித்தை நோக்கி படையெடுத்துச் சென்றார்கள்.

இச்செய்திகளெல்லாம் ஒன்றன்பின் ஒன்றாக ஒற்றர்கள் மூலம் அரசனுக்கும் மந்திரிமார்களுக்கும் அவ்வப்பொழுது தெரிய வந்தன. கடைசியில் தன் ராஜ்யத்தின் மேலேயே படையெடுத்து வருவதை விபஸ்சித் கேட்டு மந்திரிமார்களுடனும் ராணுவ வீரர்களுடனும் கலந்து மேற்படி செய்யவேண்டிய காரியங்களைக் குறித்து ஆலோசித்தான். மந்திரிகள், ஆலோசனையின் முடிவாக இனிச் சாம, பேத, தானமாகிய மூன்று உபாயங்களுக்கும் தருணமில்லை என்றும் ஆகையால் தண்டமே கையாள வேண்டிய முறையென்றும் எடுத்துச் சொன்னார்கள். அரசன் இத்தீர்மானத்தை ஆமோதித்துப் படைகளை ஏராளமாகத் திரட்டி அனைவரையும் போர்முனையை நோக்கிச் செல்லக் கட்டளையிட்டு, தன் பூஜைகளை முடித்துக்கொண்டு பின்னே வருவதாகவும் சொன்னான்.

பிறகு விபஸ்சித் சபாமண்டபத்திலிருந்து பூஜை மடம் சென்று தன் குலதெய்வமாகிய அக்கினி பகவானை நோக்கிப் பூஜை செய்யத் தொடங்கினான். பூஜை முடிந்ததும் தன் வாழ்நாளைப் பற்றி

சிந்திக்கலானான். மகத்தான காரியங்களைச் செய்து முடித்து, நான்கு திக்குகளையும் ஜெயித்து ஏக சக்ராபத்தியத்தை நாட்டி, திக்பாலகர்களை நியமித்து, பிரஜைகளை இவ்வளவு காலமும் சம்ரக்ஷணை செய்து வந்ததை நினைக்கலானான். பிரஜைகளின் மனதில் தன் கீர்த்தி அழியாவண்ணம் பதிந்திருப்பதை நினைத்தான். அந்தி காலத்தில் அபகீர்த்திக்கு ஆளாக வாவது என்று தோன்றியது. இவ்வாறான எண்ணங்களின் தொடர்பாக அக்கினி பகவானை நோக்கித் தன் குறைகளை முறையிட்டுக் கொண்டான். மேலும் இந்த சமயத்தில் மகாவிஷ்ணுவைப் போல் நான்கு சுத்த வீரர்களை தனக்குப் பிரதியாகவும் எதிரிகளின் சேனைகளை துவம்சம் செய்வதற்காகவும் உண்டு பண்ணிக்கொடுக்க வேண்டிக் கொண்டான். இந்த வரனை அடைவதற்கு தன் சிரசையே ஆகுதி செய்வதாகப் பிரார்த்தனை செய்து கொண்டு உடனே வாளால் தன் சிரசை ஒரே வெட்டாக வெட்டி அக்கினி பகவானுக்குச் சமர்ப்பணம் செய்தான்.

சில நிமிஷங்களுக்குப் பிறகு அக்கினி குண்டத்திலிருந்து தேவேந்திர னைப் போல் நான்கு சுத்த வீரர்கள் குண்டலம், வாள், கவசங்கள் தரித்து போருக்குத் தயாராகக் கிளம்பினார்கள். நால்வரும் எல்லாவிதத்திலும் ஒரே மாதிரியாகவும், ஒரு மனஸ் நான்கு உடல்கள் என்று சொல்லும் படிக்கு இருந்தார்கள். நால்வரும் உடனே அக்கினியை விட்டு வெளி வந்து தாமதமின்றி போர்க்களம் நோக்கி விரைவாகச் சென்றார்கள்.

இந்த சமயத்தில் விபஸ்சித்தின் படைகள் சேனைகளைக் கண்டு போரை மும்முரமாக நடத்தி வந்தார்கள். ஆனால் எதிரிகளின் சைன்ய பலம் அதிகரித்து இருந்ததால் போரை மேலும் நடத்த முடியாமல் திரும்பி ஓடுவதற்குத் தயாராயிருந்தார்கள். இந்த சமயம் இந்த நான்கு விபஸ்சித்களும் போரில் கலந்து எதிரிச் சேனைகளை துவம்சம் செய்து வந்தார்கள். தேவ பலம் படைத்த வீரர்களை யார் எதிர்ப்பது? ஆகையால் எதிரி சைன்யன்கள் சின்னாபின்னமாகி நான்கு திசைகளையும் நோக்கி ஓடலானார்கள். விபஸ்சித்துக்கள் ஓடிய சைன்யங்களைப் பின்பற்றி வெகுதூரம் துரத்தி ஒருவரும் மிஞ்சாதபடி அனைவரையும் கொன்றார் கள். தங்கள் சேனைகளை விட்டு வெகுதூரம் வந்துவிட்டார்கள். தேசத் தின் எல்லைகளாகிய சமுத்திரத்தை அடைந்தார்கள். இனி மேலே செல் வதற்கும் இல்லை. தங்களுக்கு விதிக்கப்பட்ட கர்மமும் தீர்ந்துவிட்டது. மேலே என்ன செய்வதென்று தெரியாமல் அக்கினி பகவானை நோக்கிப் பிரார்த்தித்தார்கள். அவர் உடனே பிரத்யட்சமாகி வேண்டிய வரனைக் கேட்டுக்கொள்ளும்படிச் சொன்னார். இவர்கள் கேட்டுக் கொண்ட வரனாவது, இந்திரியங்களுக்கு எட்டும் வரை உள்ள பிரதேசங்களைக்

காணவும், பிறகு இந்திரியங்களுக்குப் புலப்படாதவைகளை மானசீகமாகக் காணவுமே. அவர்கள் இஷ்டப்படி வரனை அளித்து அக்கினி பகவான் அந்தர்த்தியானமானார்.

அக்ஞானத்தின் எல்லையைக் காண விரும்பிய விபஸ்சித்துகள் நால்வரும், தங்கள் இஷ்டத்தை வேண்டிய அளவு பூர்த்தி செய்து கொண்டார்கள். எப்படி என்றால், பல தேசங்களைக் கடந்து போகும் மார்க்கத்தில் விளைந்த இன்ப துன்பங்களை அனுபவித்து பின்னும் கடந்து அநேகவித இடையூறுகளைத் தாண்டி அதற்கப்பாலும் ஒரு முடிவு என்பதே தோன்றாமல், அதற்குள் ஆயுள் காலமும் முடிந்து, மாண்டார்கள். இறந்தினாலும் முடிவு காணப்படவில்லை, ஏனெனில் அக்ஞானத்தின் எல்லை காணும் வரை முயற்சி ஓயாது. ஆனால் அக்ஞானத்திற்கோ ஒரு எல்லை கிடையாது. ஞானத்திற்கும் அவ்வாறே. ஆகையால் பிறப்பும் இறப்பும் மாறி மாறி ஏற்பட்டுக் கொண்டே பல யுகங்கள் கழிந்தன. அப்படியும் அக்ஞானத்தின் எல்லையைக் காணமுடியாமல் சற்று விவேகம் உதித்து ஞானமார்க்கத்தை கடைபிடிக்க யோசிக்கலானார்கள். இந்த நிலையில் சில காலம் கழித்தார்கள்.

இந் நான்கு விபஸ்சித்துகளும் ஒரே மனஸ், நான்கு தேகங்களாக இருந்தும், அவர்களுக்கு வெவ்வேறு தேசங்களில் வெவ்வேறு அனுபவங்கள் ஏற்பட்டன. அதில் ஒரு ஆச்சரியமும் இல்லை. ஏனெனில், ஒன்றுதான் காலதேசத்தை அனுசரித்து பலதான தோற்றத்தைக் கொடுக் கின்றது. எல்லாப் பிராணிகளிடத்தும் இருப்பது ஒரே சித். ஒன்றாகவே இருந்து அது யாதொரு மாறுதலும் அடையாமல் இருப்பதால்தான் பலதாகிய தோற்றங்களும் ஏற்படக் காரணமாகின்றது. எல்லா திருஷ்யப் பொருள்களுக்கும் நாசமென்பது சகஜம். ஆகையால்தான், அவைகள் தோற்றங்களாகப் பாவிக்கப்படுகின்றன. சாஸ்வதமான நிலை இல்லாதவைகள் வேறெவ்வாறு கருதப்படும்? ஆனால் இவ்வஸ்துக்களுக் கெல்லாம் இருக்கை அதாவது சத்தை என்பதுதான் பொதுவாக நிற்பது; தோற்றத்திலும் அழிவிலும் இதுதான் விளங்கி நிற்பது. இதுவே சித்தெனப்படுவது. ஆகையால் ஜகத் முழுவதும் இதில் ஏற்படும் தோற்ற மாகத்தான் பாவிக்கப்படும். இவ்விதமாகத்தான் ஒன்றாக இருந்த விபஸ்சித் நான்காக விஸ்தரித்தது. ஒரு மாறுதல் ஏற்பட்ட பிறகு இப்படியே வெவ்வேறு மாறுதல்கள் அடுத்தடுத்து ஏற்படுவது இயல்பே. இந்த நியதிக்கிரமத்திற்கு உட்பட்டு நான்கு விபஸ்சித்துக்களும் வெவ்வேறு அனுபவங்களுக்குப் பாத்திரமானார்கள். ஆயினும் பூர்வ வாசனையின் காரணத்தால், ஒவ்வொருவனும் மற்றவர்களால் உதவப்பட்டும், கைதூக்கிவிடப்பட்டும் ஜன்ம வரிசைகளைக் கடத்தினார்கள்.

ராமன்: இந்த விபஸ்சித்துகள் பிரபுத்தர்களாக இருந்தும் எப்படி பல ஜன்மங்கள் எடுக்க நேர்ந்தது?

வசிஷ்டர்: விபஸ்சித்துகள் ஆத்ம ஞானிகளல்ல. அவர்கள் வரப் பிரசாதம் பெற்ற சித்தர்கள். ஆகையால் அவர்கள் சில விசேஷ சித்தி களைப் பெற்றதைத்தவிர ஆத்ம ஞானம் அடைந்து இருக்கவில்லை. சுத்த அக்ஞானத்திற்கும் ஞானத்திற்கும் இடையே உளஞ்சலாடிக் கொண்டிருந்த படியால் ஜன்ம மரண வரிசைகளைக் கடக்க முடியாமல் திண்டாடிக் கொண்டு இருந்தார்கள்.

ஆத்ம ஞானிகளாக இருப்பவர்கள் கர்மங்களைச் செய்யும் ரீதியே வேறு. தேகத்தின் மேல் பற்றுதல் முற்றிலும் அற்று நாசமடைந்த வண்ணம் இருப்பதால் ஞானிகள் தேகதர்மத்தில் ஈடுபட்டும் ஈடுபடாத வர்களே. தேகத்திற்கு விதிக்கப்பட்ட கர்மங்களைச் செய்தும் அவைகளில் இச்சையோ நோக்கமோ இல்லாமலும் மேலும் பந்தப்படுவதற்கு மனமும் இல்லாமல் இருப்பதால் அவர்களிடத்து கர்மசேஷங்கள் உண்டாவ தில்லை. பந்தம் மோட்சம் இரண்டும் மனதைத் தழுவியநிலை, தேகத்தால் உண்டாவது ஒன்றுமில்லை. சாந்தமடைந்த நிலையில் மனம் யாதொரு விஷயத்திலும் தீண்டப்படுவதில்லை. சுகம் - துக்கம், புண்யம் - பாவம், ஜனனம்- மரணம் என்னும் நேர்விரோதமான பாவனைகள், சுத்த அறிவு மயமாய் இருக்கும். ஜீவன் முக்தர்களின் நோக்கத்தில், தென்படுவதில்லை. நோக்கம், உணர்ச்சி என்பதே இல்லாத இடத்தில் பாவனைகள் எப்படி ஏற்படும்? நியதியை அனுசரித்து யதேச்சையாக வருகின்ற கர்மங்கள் தான் ஜீவன் முக்தர்களால் மேற்கொள்ளப் படுகின்றன.

உதாரணமாக சூரிய சந்திரர்களும், தேவ - அசுர குருக்களாகிய பிரகஸ்பதி சுக்ரன் இவர்களும் பூமிக்குத் தேவையான ஜீவ சத்தை வருஷிக்கும் கடமையை சதா செய்து வந்தும், நல்லோர், கொடியவர், மானிடர், மிருகங்கள், செடி கொடிகள் என்ற வித்தியாசங்களைப் பாராட்டாத ஜீவன் முக்தர்களாவர். ஜனகன் ராஜ்ய பரிபாலனம் செய்து வந்தும் ஜீவன் முக்தனாவான். நளன், மாந்தாதா, சுக்ரன், திலீபன், நகுஷன் இவர்களும் ஜீவன்முக்தர்களாக இருந்து கொண்டு ராஜ்யபாரம் செலுத்தி வந்தார்கள். பலி, பிரகல்லாதன், நமூசி, விருத்தாந்தரன், மூரா முதலியவர்களும் ராகம் துவேஷம், சத் - அசத் என்ற பேதங்களைக் கடந்த ஜீவன் முக்தர்களே. இவர்களின் சுத்த சூன்யமாகிய சித் ஆகாசத் தில் அதைத் தவிர்த்து வேறாகிய மலம் எப்படித் தோன்றும்? வானவில், சூன்யமாக இருந்தும் சூரியனுடைய பிரகாசத்தால் வாஸ்தவமான தோற்றத்தைக் கொடுக்கின்றது. மேலும் பலதாகிய வர்ணங்களையும் தோற்றுவிக் கின்றது. அதுபோலவேதான் ஜகத்தாகிய தோற்றம் ஞான

ஆகாசத்தில் தோன்றி வருகின்றது. வாஸ்தவத்தில் அதுவும் சூன்யம். பிரம்ம ஆகாசம் ஜகத் ஆகாசமாகத் தோன்றுகின்றது என்பதுதான் வாஸ்தவம்.

ராமன்: பகவான்! பூகோளம் எப்படி நிலைத்திருக்கின்றது. இதில் லோகா லோக பர்வதங்களாவது எவை? இவைகளைப் பற்றிச் சொல்வீராக.

வசிஷ்டர்: ஒரு குழந்தை தன் கையிலிருந்து பிடுங்கப்பட்ட பந்தை தன் மனதில் எப்படி பாவனை செய்து கொள்ளுகிறதோ அதே மாதிரி சித்தாகிய பாலன் சர்வ சூன்யமாகிய ஆகாயத்தில் பூகோளத்தைக் கற்பனை செய்து கொண்டது. கண்ணில் தோஷமிருப்பவனுக்கு சுற்றி இருப்பவர்கள் எப்படி மேகப்படலம் போல் தோன்றுகின்றனவோ அதே மாதிரி இந்தப் பிருதுவி சம்பந்தமாகிய ஜகத் சித்தில் தோன்றி வருகின்றது. நம் சங்கல்பங்களில் தோன்றும் நகரமோ வஸ்துவோ எப்படி பிறகு காணப் படுவதில்லையோ அப்படித்தான் இந்த ஜகத்தும் சித்தில் தோன்றி மறைகின்றது. சித்தாவது, எதை எவ்விதம் சங்கல்பம் செய்து கொள்ளு கிறதோ அதை அவ்வாறே உணருகின்றது. இவ்விதம் ஆதியில் யதேச்சை யாக சங்கல்பம் செய்யப்பட்ட ஜகத் அப்படியே நம்மால் உணரப்பட்டு வருகின்றது. ஆதியில் ஜகத் வேறு விதமாக சித்தால் சங்கல்பம் செய்யப் பட்டு இருந்தால் அதுவே இப்பொழுது நிலைத்திருப்பதாகத் தோன்றி வரும். எப்படி இருந்த போதிலும், ஜகத்தாகிய தோற்றம் - அதாவது, பூமி சந்திர சூரியர்கள், நட்சத்திர மண்டலம் எல்லாம் கூடியது - கேவலம் நம்முடைய உணர்ச்சி. இவ்வுணர்ச்சியானது - ஆகாயரூபமாகையால் நாம் அனுபவிக்கும் ஜகத் ஆகாயத்தில் தோன்றும் சொரூபமென்றுதான் பொருள்படும்.

இந்த விஷயம் வேறொருவருக்கும் சொல்லப்படாமல் உனக்கு இப்பொழுது சொல்லப்பட்டுள்ளது. மேலும் இது எனக்கு பிரத்தியட்ச அனுபவம். அனுமானத்தால் ஊகிக்கப்பட்டதல்ல. பௌதிக இந்திரியங் களால் அறியப்பட்ட தத்துவமுமல்ல, சுத்த போதத்தால் அறியப்பட்டது. வேறுவிதமான ஜகத் நிர்மாணங்களைப் பற்றியும் சொல்லலாம், ஆனால் அறிவாளிகள் இவ்விஷயங்களில் காலத்தைப் போக்க மாட்டார்கள்.

இப்பொழுது பூகோளத்தின் அமைப்பைக் கவனிக்க, அது பந்து வடிவமாகவும் பிரத்வீ சம்பந்தத்துடனும் பத்து திசைகளின் மத்தியில் ஆகாசத்தில் மிதந்த வண்ணம் இருக்கின்றது. இந்த பூகோளத்தின் வடக்கு எல்லை மேரு என்றும் தெற்கு எல்லைப்பிரதேசம் லோகாலோக மென்றும் வழங்கி வருகின்றது. அது கல்ப விருட்சம் போல் எல்லா வித போகங்களையும் கொடைகளையும் கொடுக்கத் தகுந்தது. இந்த

பூமியைச் சுற்றித் தண்ணீர் பிரதேசமும் தண்ணீருக்கு அப்பால் ஒளிப் பிரதேசமும், ஒளிப் பிரதேசத்தைச் சுற்றி வாயுத் தன்மை கொண்ட பிரதேசமும் அதைச் சுற்றிச் சாந்தமும் நிர்மலமாயுமுள்ள பிரம்மாகசமும் சூழ்ந்துள்ளது. பிரம்ம ஆகாச மண்டத்தில் தேஜசும் இல்லை, தமசு மில்லை; சர்வ அமைதியுள்ள பிரதேசம்.

இப்பூமியானது பிரம்மாண்டத்தின் மத்தியமாக அமைக்கப் பட்டுள்ளது. மேலும் அது தன்னைச் சுற்றியிருக்கும் வஸ்துக்களை தனக்குள் இழுத்துக் கொள்ளும். ஆகர்ஷண சக்தியை உடையது. இதனுள் அடங்கி இருப்பதெல்லாம் பார்த்திவ சம்பந்தமுடையவை.

நாம் சொல்லிய விபஸ்சித்துக்கள் கதியை மேலும் விசாரிக்க, நால்வரில் ஒருவன் சற்று விவேகத்தை அடைந்து, அதற்குப் பிறகு படிப்படியாக ஞானம் அதிகரித்து கடைசியில் மோட்சத்தை அடைந்தான். இன்னொருவன், ஜன்மங்களை மாறிமாறி எடுத்து இப்பொழுது ஒரு மானாக இருந்து வருகிறான். மீதி இருவரும் இன்னும் அக்ஞானத்தின் எல்லையைக் காண்பவனாய் ஜன்மங்கள் எடுத்த வண்ணம் இருந்து வருகிறார்கள்.

இப்படி ஒரே சித்தானது நான்கு பாகமாகி நான்குவித அனுபவங் களை அடைந்ததைக் குறித்து இன்னொரு விஷயம் கவனிக்கப்பட வேண்டும். சம்சாரத்தில் ஈடுபட்ட சித்தின் போக்கானது வாசனையைத் தழுவியும், தேச, காலக் கிரியையைத் தழுவியும் நிர்ணயிக்கப்படும். வாசனையின் பலம் அதிகமாயிருந்தால் அவ்வாசனையை ஒட்டியே அதன் கதி நடைபெறும்; தேச காலக் கிரியையின் பலம் அதிகப்பட்டால் வாசனையின் வேகம் குன்றி சித்தின் போக்கு தேசகாலங்களை அனுசரித்து நடக்கும்.

அக்ஞானத்தில் ஈடுபட்ட விபஸ்சித்துகள் இப்படி ஓயாமல் ஜன்மங் களைக் கடப்பதின் காரணம், அக்ஞானத்தின் எல்லையற்று இருப்பதால். எல்லாம் பிரம்மமென்றால் அப்பொழுது அக்ஞானமும் பிரம்மமே. ஆகையால் பிரம்மத்தின் அகண்டத்துவம் எப்படியோ அப்படியேதான் அக்ஞானத் தின் விஸ்தரிப்பும். ஆகையால் அவரவர்களின் நோக்கங் களைத் தழுவிய ஞானத்தைக் கடைபிடித்தால்தான் ஓய்வடையும்.

ராமன்: மான் ரூபத்திலிருக்கும் விபஸ்சித் இப்பொழுது எங்கே இருக்கின்றது?

வசிஷ்டர்: இந்த மான் உனக்கு விளையாட்டு திரவ்யமாக கிருகர்த் தனால் கொடுக்கப்பட்டதே. அது உன்னுடைய அந்தப்புரத்தில் இருக்க வேண்டும்.

வால்மீகி: வசிஷ்டர் இப்படிச் சொன்னவுடன் சபையோர்கள் அனைவரும் மிகவும் ஆச்சரியப்பட்டார்கள். உடனே ராமன் அந்த மானை சபைக்கு வரவழைத்தான். சபைக்கு நடுவில் நிறுத்தப்பட்ட மானைக் கண்டு எல்லோரும் அழகாலும் தேஜஸாலும் வசீகரிக்கப்பட்டு, மௌன மாய் பார்த்த வண்ணம் இருந்தார்கள். சில நிமிஷங்களுக்குப் பிறகு ராமன் வசிஷ்டரை நோக்கி மான் பேரில் மிகவும் பரிதாபம் கொண்ட வனாய் அதற்கு ஒரு விமோசனம் இல்லையா என்று கேட்டான். எவ்வளவு உன்னதமான பதவியிலிருந்து என்ன கதிக்கு இறங்க நேரிட்டது என்று வருத்தப்பட்டான். வசிஷ்டர் அதற்கு விபஸ்சித் அக்னி பகவான் பிரசாதத்தால் உண்டானான். ஆகையால் மீண்டும் அக்னி பகவானை நாடினால் விமோசனம் உண்டாகுமென்று சொன்னார். அந்தக் காலம் இப்பொழுது வந்துவிட்டதால் அவன் விமோசனத்தின் பொருட்டு தான் ஒரு உபாயம் செய்வதாகச் சொல்லி உடனே தியானத்தில் அமர்ந்தார். சில நிமிஷங்களில் சபை நடுவே ஒரு ஜோதி தோன்றிற்று; மான் அதைப் பார்த்தவண்ணம் நெருங்கிச் செல்லும் பிரயத்தினமாக இருந்தது. வசிஷ்டர் அதை நோக்கி அக்னிப் பிரவேசம் செய்யும்படி சொன்னார். மான் உடனே ஒரே தாவாகத் தாவி அக்னி ஜோதியில் குதித்தது. சில விநாடிகளில் மான் வடிவம் மாறி அழகும் தேஜசும் கூடிய மனித உருவம் கொண்ட விபஸ்சித் சபையோரை வணங்கி நின்றான். உடனே அவன் வசிஷ்டரை நோக்கிச் சென்று தன் பந்தத்தை நீக்கியதற்கு வந்தனமிட்டு நமஸ்கரித்தான். வசிஷ்டர் அவனை ஆசீர்வதித்தார். பிறகு தசரதனையும், மற்ற மகரிஷி களையும் வணங்கினான்.

தசரதன்: ஏ, வினஸ்சித்! நீங்கள் அவிபஸ்சித்தால் (அக்ஞானத்தால்) சம்சாரத்தின் இடையே பல கஷ்டங்களை அனுபவிக்க நேர்ந்தது.

வால்மீகி: அரசன் சொன்ன மொழிகளைக் கேட்டதும் விஸ்வா மித்திரர் பேசத் தொடங்கினார்.

விஸ்வாமித்திரர்: அநேகமாய் எல்லா ஜனங்களும் இவ்வித மாகத்தான் ஜன்ம வரிசைகளைக் கடத்தி வருகிறார்கள். போதம் ஏற்படும் வரையில் எல்லோரும் அக்ஞானச் சுழலில் சுற்றித் திரிய வேண்டியதே. லட்சக்கணக்கான வருஷங்கள் வரை மோகத்தில் சிக்கிக்கொண்டு அதிலிருந்து தப்பித்துக் கொள்ள முடியாமல் திண்டாடுகிறார்கள் ஜனங்கள்.

இந்தப் பிரம்மாண்டம் ஆகாயத்தின் மத்தியில் கேவல ஆகாய ரூபமாகத்தான் இருக்கின்றது. அதாவது ஒரு பாலனுடைய சங்கல்பத்தில் தோன்றும் வஸ்துக்கள் எப்படியோ அப்படியே. பூமியானது ஆகாயத் தின் மத்தியிலே இருந்து பத்து திக்குகளிலும் இருக்கும் வஸ்துக்களுக்கு

ஆதாரமாய் இருக்கின்றது. இந்த பூமிக்கு வெகு தூரத்தில் சூரிய சந்திரர் களும், நட்சத்திர மண்டலங்களும் கூட ஒன்றுக்கொன்று பிணைத்தது போலவும் ஆதாரமாகவும் இருந்து கொண்டு சதா சுற்றிக் கொண்டு இருக்கின்றன. பந்தைப்போல் உருண்டை வடிவமாக இருப்பதால், எந்த பாகத்திற்கும் பத்து திக்குகள் அந்த பிரதேசத்திற்கு ஏற்றபடி தோன்று கின்றது. ஒவ்வொரு பிரதேசத்திலும் மேல் கீழ் தோற்றங்கள் அங்கு இருப்பவர்களுக்கு ஏற்படுகின்றன. இவ்விதமாக அமைக்கப்பட்ட பிரம்மாண்டம் கேவலம் பிரம்ம சங்கல்பம். பிரம்மத்தினுடைய சிறிய சங்கல்பம் நமக்கு எல்லை இல்லா அக்ஞானத்திற்குக் காரணமாய் இருக் கின்றது. சங்கல்பமாகிய பிரம்மாண்டம் உருண்டை வடிவமாய் நமக்குத் தோன்றுவதன் காரணம் நம்முடைய பாவனைகளின் போக்கே; இவை திரும்பித் திரும்பி ஒரே மாதிரி ஏற்படுகின்றன. ஒரு பந்தின்மேல் இருக்கும் எறும்பு எவ்வளவு அலைந்தாலும் திரும்பித்திரும்பி அதைச் சுற்றிய வண்ணம்தான் இருக்கும். நம்முடைய பாவனைகளும் இப்படித்தான் ஏற்பட்டுக் கொண்டிருக்கின்றன. பந்தை விட்டு விலகினால்தான் எறும்பு வேறு பிரதேசத்தை அடையலாம். நமக்கும் அவ்வாறே பாவனைகளை விடுவதால் ஏற்படும். பிறகு இந்த பிரம்மாண்டத்துக்குப் பிரளயம் சிருஷ்டி ஏற்படுவதும் சங்கல்பத்தாலே. பிரம்மத்தின் சங்கல்பம் பிரம்ம மாகத்தான் இருக்கவேண்டும். ஆகையால் ஜகத்தும் பிரம்மத்தைத் தவிர்த்து வேறல்ல. இந்த நிச்சயம் நம் மனதில் ஏற்படும் பொழுது ஜகத்துக்குப் பிரளயம் ஏற்படுகின்றது. அப்படியின்றி வேறாகத் தோன்றும் பொழுது சிருஷ்டி ஏற்பட்டதாக உணர்ந்து வருகிறோம்.

வால்மீகி: விஸ்வாமித்திரர் இதைச் சொல்லிவிட்டுப் பிறகு விபஸ்சித்தை நோக்கி அவனுடைய விருத்தாந்தத்தைச் சொல்லும்படி கேட்டுக்கொண்டார். அதற்கு இணங்கித் தான் எடுத்த ஆயிரக்கணக்கான ஜன்ம வரிசைகளையும் அவைகளில் ஏற்பட்ட அனுபவங்களைப் பற்றியும் விஸ்தாரமாகச் சொன்னான். கடைசியாக ஏற்பட்ட ஜன்மத்தில் அவனுக்கு ஒரு அதிசயமான சம்பவம் ஏற்பட்டது. அதை அவன் பின்வருமாறு சொல்லத் தொடங்கினான். "நான் பிரம்மாண்டத்தின் முடிவைச் சோதிக்கும் பிரயத்தனத்தில் ஆகாயமார்க்கமாக சென்று கொண்டிருக் கையில் ஒரு பிரம்மாண்டமான உருவம் ஆகாயத்திலிருந்து உருண்டு விழுவதைக் கண்டேன். நான் நசுக்கப்படுவேன் என்ற பயத்தால் வெகுதூரம் பறந்து சென்று அங்கிருந்து கவனித்து வந்தேன். அந்த உருவம் பேரிரைச்சலுடன் பூமியில் விழுந்து பூமி முழுவதையும் அதன் வேகத்தால் மறைத்து, கைகால்கள் பூமியின் எல்லையைத் தாண்டி நின்றன. இதனால் பூமியில் பிரளயாவஸ்தை ஏற்பட்டு சகல பிராணிகளும் அழிந்து, புதிய சிருஷ்டிக்குத் தயாராயிருப்பதுபோல் தோன்றிற்று என்பதாக விபஸ்சித்

சொன்னான். இந்தப் பிராணியா தென்பதை அறிய ஆவலுள்ளவனாய் தன் இஷ்ட தேவதையாகிய அக்கினி பகவானை நினைக்க, அவர் உடனே பிரத்யட்சமானதும், அவரை வணங்கிக் கேட்டுக்கொண்டான். அக்னி பகவான் அதனுடைய வரலாற்றை விபஸ்சித்துக்கு பின்வருமாறு சொன்னாராம்.

அக்னி: அகண்டமாய் எங்கும் வியாபித்துள்ள சின்மாத்திரத்தில் உணர்ச்சி என்னும் தோற்றம் தானாகவே ஏற்படுகிறது. இது கேவலம் ஒளிமயமானது. இந்த ஒளியின் கிரணங்கள் சங்கல்பமாக அதாவது சொப்பனம்போல், விஸ்தரிக்கின்றன. இது ஸ்பந்தத்தைக்கூடி நடைபெறு கின்றது. சங்கல்பத்தை மேற்கொண்ட ஒளி (தேஜஸ்) கொஞ்சம் கொஞ்ச மாக பஞ்ச தன்மாத்திரங்களை சங்கல்பித்துக்கொண்டு அவைகளை அனுபவித்து, பிறகு இவ்வனுபவங்கள் நாளடைவில் ருடியானதும் பஞ்ச இந்திரியங்களை கல்பனை செய்து கொண்டு வெளிப் பிரபஞ்சத்திலும் விஸ்தரிக்கின்றது. சொப்பனமும் சொப்பனத்தில் கண்ட நகரமும் எப்படி ஒன்றுக்கொன்று ஆதாரம் ஆதேயமாய் இருக்கின்றனவோ அப்படி சூக்ஷம ஸ்தூல நிலைகளும் ஒன்றுக்கொன்று சம்பந்தப்பட்டுள்ளன.

இப்படி உண்டான மகத்தான அசுரன் என்று பெயரிடப்பட்ட உருவம்தான் நீ கண்டது. இது தன் அகங்காரத்தால் ஒரு ரிஷியின் ஆஸ்ரமத்தை மரியாதையின்றி பொடியாக்கி விட்டபடியால் அவர் கோபங்கொண்டு சபித்து விட்டார். மகத்தான தேகமிருந்த காரணத்தால் இப்படி தீங்கு செய்ய நேரிட்டதென்று அசுரன் கொசுவாகக் கடவெதென்று சபித்தார். அந்த அசுரனுடைய சவம் தான் உன்னால் காணப்பட்டது. இந்த சாபத்தை நினைத்த வண்ணம் அவன் இறந்தான்.

உடலை விட்டு நீங்கிய உணர்ச்சி ஆகாயத்தில் கலந்துநின்றது. ஆதாரமின்றி நின்ற உணர்ச்சி தத்வம் பஞ்ச தன்மாத்ரங்களுடன், ஆனால் பின்னால் ஏற்பட வேண்டிய அமைப்பிற்குக் காரணமான பூர்வ வாசனை யின் வேகத்தைக் கொண்டு மீண்டும் கலந்தது. விதை நிலத்தில் பதிக்கப் பட்ட உடனே நீர், காற்று, இன்னும் இதர வஸ்துக்களையும் சேகரித்துக் கொண்டு காலக்கிரமத்தில் மரமாகத் தோன்றுவதுபோல் பஞ்சதன் மாத்ரங்களைக் கூடிய உணர்ச்சி கொசுவின் நினைவில் வேரூன்றி காலக்கிரமத்தில் அதற்கேற்ற பூதஉடலைத் தரித்து கொசுவாகப் பிறந்தது.

வால்மீகி: இப்படி விபஸ்சித், அதாவது அக்கினி பகவான் அவனுக்கு உரைத்தை சொல்லி முடித்ததும், ராமன் வசிஷ்டரை நோக்கி ஒரு கேள்வி கேட்டான். அதாவது பூத உடலைக் கொண்ட பிராணிகள் யோனியின் வழியாகத்தான் பிறப்பையடையலாம்மா, அல்லது வேறு விதத்தி லும் அடைய முடியுமாவென்று. அதற்கு வசிஷ்டர் பதிலுரைத்ததாவது:

வசிஷ்டர்: பிரம்மாவிலிருந்து ஒரு திரணம் வரையில் எல்லா ஐந்துக்களுக்கும் இரண்டு சம்பவம் ஏற்படுகின்றன. முதலாவது, பிரம்மத்துவம். இது எல்லாப் பிராணிகளுக்கும் சமமான நிலை. இரண்டாவது பிறப்பு, பிராந்தி - மோகம் திடப்படுவதால் ஏற்படுவது. திருஸ்ய வஸ்துக்களால் இப்பிராந்தி (மோகம்) உண்டாகின்றது. இந்த ஸ்தூலதேகப் பிறப்பு யோனிமார்க்கமாக ஏற்படலாம்.

இந்த கொசுவைப்பற்றி விசாரிக்க, இதன் ஆயுள் காலம் இரண்டு தினம். ஒரு தினத்தில் யவ்வனமடைந்து புல் பூண்டு அழுக்கு இவைகளிடையில் உல்லாசமாகத் திரிந்து ஒரு பெண்ணையும் அடைகின்றது. மறுதினம் பெண் உடலை அனுபவித்துப் பிறகு சிரமபரிகாரம் செய்து கொள்ளும் பொருட்டு புல்லின் நுனியில் உட்கார்ந்திருக்கும் பொழுது, யதேச்சையாக வந்த மானின் நுனிக்காலால் நசுக்கப்பட்டு உயிர் துறந்தது. சாகும் முன் மானின் உருவத்தை நினைத்த வண்ணம் இருந்த படியால் அந்த கொசு மானாகப் பிறந்தது. அந்த மான் வனத்தில் சந்தோஷமாகத் திரிந்து கொண்டிருக்கையில் ஒரு வேடனால் துரத்தப்பட்டு அம்பால் அடிபட்டு வேடன் ஸ்மரணையோடு உயிர் துறந்தது. ஆகையால் இறந்த மான் ஒருவேடனாகப் பிறந்தது. இந்த வேடன் வேட்டையாடும் நிமித்தம் ஒரு வனத்தின் வழியாகச் செல்லுகையில் ஒரு ரிஷியின் ஆசிரமத்தைக் கடந்தான். வேடனைக் கண்ட மகரிஷிகளில் ஒருவர் அவனைக் கூப்பிட்டு இதோடபதேசம் செய்தார். "பிராணிகளை இம்சை செய்து வசிப்பதில் என்ன பிரயோசனம்? வாழ் நாட்கள் வியர்த்தமாகப் போவதால் இகத்திற்கும் சாரமில்லை, பரத்திற்கும் சாரமில்லை. இந்த ஆயுள் காலம் வெகு சீக்கிரத்தில் கழிந்துவிடும். ஆகையால் சம்சாரத்தைக் கண்டு பயந்து அதிலிருந்து விடுதலை அடைய முயற்சி செய்ய வேண்டும். இந்த முயற்சியால் நிர்வாணப் பதவி அடையப்படும்" என்று சொல்லி முடித்தார்.

வேடன்: சித்தம் அடங்கிவிட்டால் பிறகு, வியவகாரங்கள் எப்படி நடைபெறும்? லேசாகவாவது சித்தத்தின் அமைதி குறைந்துதானே வியவகாரங்கள் ஏற்படக்கூடும்?

முனிவர்: நீ இங்கே உட்காரு, எல்லா எண்ணங்களையும் தள்ளி மௌனத்தை மேற்கொண்டு இரு.

வசிஷ்டர்: முனிவரின் கட்டளைக்கிணங்கி வேடன் அப்படியே செய்யத் தொடங்கினான். சில தினங்களில் சாஸ்திரங்களின் சாரத்தை முழு மனதுடன் கேட்டு அறிவு அடைந்தவனாக விளங்கினான். ஒரு தினம் முனிவரைக் கண்டு, வெளியில் காணப்படும் தோற்றங்கள் எப்படி உள்ளம்கூடு சொப்பனம் போல் காண்கின்றது என்று கேட்டான்.

முனிவர்: இந்த விஷயத்தை நான் பரிசோதித்து அந்த தத்துவத்தை அறிந்த கிரமத்தைச் சொல்லுகிறேன், கேள். விவேகத்தைப் பூர்த்தியாக அடைந்த பிறகு, ஒரு நாள் பத்மாசனத்தில் நன்கு அமர்ந்து, சித்தத்தை வெளியே செல்லாதவாறு உள்ளே அடக்கி வைத்துக் கொண்டு நிர்மலமான நிலையில் இருந்தேன். இந்த நிலையில் இருந்து கொண்டு வேறு ஒரு புருஷனுடைய சித்தத்தை சோதிப்பதாக எண்ணம் கொண்டேன். அதற்காக அந்த புருஷனுடைய முகத்தின் வழியால் அவனுடைய பிராண இயக்கத்தை ஒட்டி சரீரத்திற்குள் புகுந்து பிறகு, அவனுடைய இருதய ஸ்தானத்தை அடைந்தேன். என்னுடைய விவேகத்தை நழுவ விடாமல் ஸ்திரமாய் அதில் நின்று அவனுடைய சித்த ஸ்பந்தத்தை சோதித்தேன். அப்பொழுது அதினுள் வெளி உலகில் கண்ட சகல வஸ்துக்கள், பிராணிகள் எல்லாவற்றையும் கண்டேன். வெளி உலகம் உள்ளே பூர்த்தியாகக் காணப்பட்டது. எல்லாம் வெகு நெருக்க மாக பானையில் வைத்த திரவியம் போல திரணப் பிரதேசத்தில் அடங்கி இருந்தன. பிறகு அங்கிருந்தவாறு தேகம் முழுதையும் சோதித்துப் பார்த்தேன். எங்கு பார்த்தாலும், மாமிசம், ரத்தம், நாடிகள், பித்தம், சிலேஷ்மம், வாயு இவைகளே நிரம்பி இருந்தன. ஒரு பக்கம் சூடு, ஒரு பக்கம் குளிர்ச்சி, நீர் பிரவாகம், வாயுவின் சப்தம் இப்படி ஒரு சிறிய உலகமாகத் தோன்றிற்று. வெளி உலகில் காணப்படும் மலை, நதிகள், புயற் காற்று, பூகம்பம் எல்லாம், இங்கே உள் இருந்தவாறு, அனுபவிக்கப் பட்டன. உள்ளே எங்கும் அந்தகாரமாகவும் இருந்தது. இதுதான் நரகமோ என்று தோன்றிற்று.

அங்கிருந்தபடி யோசித்துப் பார்க்க, உள்ளே நேரும் சித்தின் இயக்கம் தான் தோற்றங்களுக்குக் காரணம் என்றும், இவைகளே வெளியிலும் காட்சிகளாகக் காணப்படுகின்றன என்றும் அறிந்தேன். வெளியில் காண்பதை ஜாகிரத் தோற்றம் என்றும் உள்ளே காண்பதை சொப்பனத் தோற்றம் என்றும் சொல்லி வருகின்றோம். வாஸ்தவத்தில் சித்தின் சேதனம் தான் இரண்டு விதத் தோற்றங்களுக்கும் காரணம். ஒரு சித் இவ்விரண்டு நிலையிலும் இயங்கிக் கொண்டு இருக்கும் பொழுது இவைகளை பேதித்துப் பேசுவது எவ்வாறு தகும்? இதைப் போலவே பிறப்பு இறப்பும் கூட, சித்தை அனுசரித்துப் பேசும் பொழுது வெவ்வேறாகாது. தேகங்கள் நாசம் அடைந்த வண்ணம் இருந்தாலும், சேதனம் ஒய்வதில்லை. இது சதா உள்ளோ வெளியோ நடைபெற்றுக் கொண்டே இருக்கிறது. ஆகையால் ஒன்றாய் இருக்கும் சித்தானது நம் பாவனைகளில் வெவ்வேறாக உணரப்பட்டு வருகின்றனது. பிறகு, சுழுப்த அவஸ்தை என்ன வென்று அறிய விரும்பினேன். அந்த சமயத்தில் நான் சோதித்து வந்த புருஷனின் சித்தம் கொஞ்சம் கொஞ்சமாக ஒய்ந்தது.

தேகம்கூட காலிலிருந்து தலை வரை தளர்ச்சி அடைந்து யாதொரு இயக்கமும் இன்றி, அவன் நித்திரையில் ஆழ்ந்தான். நான் அப்பொழுது கண்டது சேதனத்தின் ஒய்வு. வெளிப்புறமாவது, உட்புறமாவது நோக்கிச் செல்லாமல் சித் அசேதனமாக இருந்தது. இதுதான் நித்திராவஸ்தை என்று உணர்ந்தேன். ஆனால் இது விழித்திருக்கும்போதுகூட அடையப் படுகின்றது. ஏனெனில், அந்த நிலையிலும்கூட சித்த ஒடுக்கம் சாத்தியம் ஆவதால். ஆகையால் ஜாகிரதாவஸ்தையும், சுஷுப்தத்திற்கு சமான மானது, அதாவது, சித்தம் ஒடுங்கின பொழுது. பிறகு, நித்திராவஸ்தையில் ஜீவன், விடுபட்டவனாய் தோன்றுகின்றான். ஏனெனில் அப்பொழுது யாதொரு பிரவிர்த்தியும் இல்லை. தன்னுடைய சுய நிலையாகிய அசேதனத் தன்மையில் ஜீவன் நிலை பெற்று இருக் கிறான். இம் மூன்று நிலைகளையும் நன்கு பரிசோதித்தால் விளங்கு வதாவது, அகண்டமாயும், சர்வ வியாபியாயும் உள்ள ஜீவன் அசேதன மாகவும் சேதனத்தையுடைய வனாகவும் பரிணமிக்கிறான் என்பது. அசேதன நிலையில் சர்வ வியாபியாகவும் ஒன்றாகவும் தோன்றுகிறான். சேதனம் செய்கையில் பலதாகத் தோற்றத்தைக் கொடுக்கிறான். அப்பொழுதுதான் புருஷனாக அல்லது ஜீவனாக விளங்குகிறான். பிறகு இந்த சேதன நிலையில்தான் வித்தியாசங்களும் ஜன்மம் மரணம் என்ற விகல்பங்களும் தோன்று கின்றன. அசேதன நிலையில் எல்லாம் ஒன்றாக விளங்குகின்றன.

பிறகு, துரிய நிலை என்னவென்று அறிய ஆவலாய் உட்புகுந்தேன். அங்கே தோற்றம் இயக்கம் ஒன்றும் காணப்படவில்லை. கேவலம் ஒளிமயமாய் இருந்தது, அதாவது அறியும் தன்மையாக, அறிவல்ல. அது ஜாகிரத - சொப்பன - நித்திரை மூன்று அவஸ்தைகளைத் தாண்டிய நிலை. அல்லது மூன்றும் சேர்ந்து ஒன்றாக விளங்கும் நிலை. இந்த நிலையை அனுசரித்துப் பேசும்பொழுது சிருஷ்டி பிரளயம் என்பவைகள் அசம்பாவிதமாகும்.

பிறகு, என் சம்வித்தில் ஸ்திரமாக இருந்து கொண்டு அவனுடைய சம்வித்துடன் கலந்து கொண்டேன். இரண்டும் சமமாகவும், இரட்டைச் சூர்யர்கள் போலும் ஒளி வீசி நின்றது. இவ்வொளியைத் தொடர்ந்து வெளி நோக்கம் கொண்டதும், இரண்டு ஜகத்தோற்றங்கள் ஏற்பட்டன. மூலை, மடுவு, ஆறு, சூரிய சந்திரர்கள் எல்லாம் இரண்டாகத் தோற்றம் அளித்தன. நீரில் போட்ட எண்ணெய்த் துளி பரவுகிறது போல வெளி நோக்கம் கொண்ட மாத்திரம் இச் சம்வித்துக்கள் திரி லோகத்தை யும் வியாபித்து நின்றன. வெளி நோக்கத்தை விட்டு, இரண்டு சம்வித் என்ற பாவனையும் விட்டு நின்ற பொழுது பாலும் நீரும் கலப்பது போலும், புகை மேகத்தில் கலந்து மறைவது போலும் இரண்டு சம்வித்தும்

ஒன்றாகக் கலந்து நின்றன. அப்பொழுது ஏற்பட்ட ஜகத் காட்சி ஒன்றே. தோஷ திருஷ்டியால் இரண்டாகவும் சுத்த திருஷ்டியால் இரண்டாகவும் தோன்றுவது உணர்ந்தேன். சம்வித் என்பது ஒன்றாகத் தான் இருக்கக் கூடும். ஒவ்வொருவருக்கும் வெவ்வேறு சம்வித்து இருக்க இயலாது. சர்வ வியாபியாகவும் பொதுவாயும் உள்ள ஒரே சம்வித்தில் பலதான உணர்ச்சிகள் அல்லது சங்கல்பங்கள் ஏற்பட்டு பலதான தோற்றங்கள் உண்டாகின்றன.

இவ்வனுபவங்கள் ஏற்பட்டபிறகு அப்புருஷன் யதேச்சையாக நித்திரை செய்யத் தொடங்கினான். வெளி வியாபாரங்கள் கொஞ்சம் கொஞ்சமாக அடங்கி, ஆமை தன் அங்கங்களையும் கழுத்தையும் ஓட்டிற்குள் இழுத்துக் கொள்வது போல, சித்தம் இருதயத்தில் நிலை நின்றது.

தேகத்தின் சேஷ்டைகள் எல்லாம் அடங்கி நாடிகள் எல்லாம் தளர்ந்து பஞ்ச இந்திரியங்களின் இயக்கங்களும் ஓய்ந்து, மனஸ் இருதயத் தில் ஓய்வு அடைந்தது. இந்நிலையில் எல்லாம் சூன்யமாக இருந்தது. நானும் இந்நிலையில் சற்று விஸ்ராந்தி அடைந்தேன்.

ராமன்: மனசின் ரூபம் சூன்யமாக இருக்க அது பிராணனுடன் கலந்து சேதிக்கிறது என்பது எப்படி நிஜமாகும்.

வசிஷ்டர்: தேகம், மனஸ் இரண்டும் இல்லை யென்பதுதான் வாஸ்தவம். அவை இருப்பதாக உணரப்பட்டால் அப்பொழுது அவை பிரம்மமாக இருக்கின்றன. வஸ்து அல்லது விஷயம் என்ற தனிச் சொருபங்களாக இல்லை. பிரம்மத்தில் தானாகவே ஏற்படும் இயக்கங்கள் அதைத் தவிர்த்து வேறாக இருக்கக்கூடாமல் இருந்தும், வேறுபோல் நம்மால் உணரப்படுகின்றன. வாஸ்தவத்தில் அவை வேறாகாது. இப்பிரபஞ்சம் முழுதும் பிரம்மமே. சங்கல்பம் ஏற்படும் பொழுது பிரபஞ்சமாகிய தோற்றம் ஏற்படுகின்றது. அது ஓய்ந்தால் பிரம்மமாக நிலை நிற்கின்றது.

பிரம்மத்தில் ஏற்படும் சங்கல்பங்கள், சத்தாகவும், அசத்தாகவும், சத்து -அசத்தாகவும் நம்மால் உணரப்படுகின்றன. எப்படி உணரப்படு கின்றனவோ அப்படியே நிலை நின்று நம்மால் அவ்வாறே அனுபவிக்கப் படுகின்றன. சங்கல்பம்தான் பிராணன், பிராணனுடைய போக்கு (கதி) சங்கல்பமாகத் தோன்றுகின்றது. பிராணனே ஜீவன் என்றும் சொல்லப் படும். இப்பிராணன் மனசாகத்தான் நிலைத்திருக்கக்கூடும். பிராணன் - மனஸ் இரண்டும் ஒன்றுக் கொன்று ரதமும் சாரதியுமாக சம்பந்தப்பட்டு இருக்கின்றன. ஒன்று ஓய்ந்தால் மற்றொன்றும் ஓய்வடையும். இவைகளில்

ஏதாவது ஒன்று ஓய்வடைய சங்கல்பம் சாந்தியாக வேண்டும். சங்கல்பம் சாந்தியடைவதற்கு ஞானம் உதிக்கவேண்டும். ஞானம் உதிக்க மோட்ச உபாயம் அடையும் பிரயத்தினமும் விசாரணையும் வேண்டும்.

மேலே சொல்லப்பட்ட சுஷுப்த நிலை என்பது பிராணன் மனஸின் - நிலையை ஒட்டியும் அதனால் ஏற்படும் நாடிகளின் கதியை ஒட்டியும் உண்டாகின்றது. மனஸ் சாந்தியானால், நாடிகளும் லேசாகத் துடிக்கும். உணவு வயிற்றில் சென்றாலும் நாடிகளின் கதியும் குறைவுபடும். இந் நிலையில்தான் நித்திரை உண்டாகின்றது.

முனிவர்: சற்று நேரத்திற்குப் பிறகு நித்திரை கலைந்து இருதயம் துடித்தது. நாடிகளும் லேசாகத் துடிக்க ஆரம்பித்தன. அவனுடைய சித்தத்தை ஒட்டியே நான் இருந்ததால், அவனுடைய நாடிகளின் போக்கை நானும் அனுசரித்து நின்றேன். தேகத்தில் மாமிசம், ரத்தம், நீர், காற்று இவைகள் எங்கும் வியாபித்து இருந்ததால், இவைகளின்பால் நின்ற நாடிகள் இவைகளை அனுசரித்தே, சித்தத்தின் விருத்தியைத் தோற்று வித்தன. இத் தோற்றங்கள் மலை, மடுவு, ஜலப் பிரவாகம், புயற்காற்று, சுருக்கமாக வெளிப்பிரபஞ்சமாக உள்ளே காணப்பட்டன. வெளி உலகில் காணப்படும் விபரீத நடைகளாகிய பிரளயக் காற்று, ஜலப் பிரவாகங்கள், பூகம்பம் இவைகளும் உள்ளே காணப்படுவதாக இருந்தன. பிறகு, நான் ஒரு பெரிய பிரவாகத்தைக் கண்டேன். அது மிகவும் பிரம்மாண்டமான பிரவாகமாக இருந்தது. அதில் கிராமங்கள், நகரங்கள், மலைகள், காடு, ஜனங்கள், எல்லாம் சிக்கிக் கொண்டு அதிவேகமாக அடித்துக் கொண்டு போகப்பட்டன. ஒரு திரணமும் இந்தப் பிரவாகத்தின் போக்கிலிருந்து தப்பித்துக் கொண்டு போக முடியாமல் திண்டாடின. தேவர்கள், அசுரர்கள்கூட இதிலிருந்து தப்பவில்லை.

திடீரென்று என்னுடைய சுய நிலை நினைவிற்கு வந்தது. நான் ஒரு தவசி என்றும், சமாதி நிலையில் இருந்தவனாகவும் நினைவில் வந்தது. பிறகு, நான் கண்ட காட்சி வேறொருவனுடைய சொப்பன நிலையென்று உணர்ந்தேன். அவனுடைய மோகம் அவனுள் விஸ்தரித்ததை நான் கண்டதாக அறிந்தேன். எவ்வளவோ காலத்தில் சேகரித்து வைக்கப்பட்ட மோகங்களை அவன் அனுபவித்ததாக அறிந்தேன்.

வேடன்: தாங்கள் மகா விவேகியாகவும் தபசியாகவும் இருந்து கொண்டு ஏன் இந்த மோகங்களை அனுபவிக்க வேண்டும்? தியானத்தால் ஏன் சாந்தியை அடைந்திருக்கக் கூடாது?

முனிவர்: பிரளயம் ஏற்படுவதற்கு முன் இவ்விதமான விபரீதத் தோற்றங்கள் ஏற்படுவது சகஜம். இப் பிரளயம் பலவிதமாக, அதாவது

வாயுவின் அம்சத்தைக் கொண்டோ அல்லது ஜாலப் பிரளயமாகவோ அல்லது வேறு விதமாகவோ ஏற்படலாம். எனக்கு ஏற்பட்டது நான் மேலே சொன்னவாறு. மேலும் கால வசத்தால் எதெது எப்படி ஏற்பட வேண்டுமோ அப்படித்தான் நடைபெறும். பிறகு, எவ்வளவு மேதாவியாக இருந்தும், பலம், புத்தி, தேஜஸ், இவைகள் மறையும் காலத்தில் எல்லாம் விபரீதமாகத்தான் நடைபெறும். கடைசியாக நீ இன்னொரு விஷயம் கவனிக்க வேண்டும். நான் கண்டதெல்லாம், கேவல சொப்பனக் காட்சிகள் தானே. ஆகையால் இவைகளால் நமக்கு என்ன நேர்ந்து விடும்.

வேடன்: பிறகு சொப்பனாவஸ்தைகளை ஏன் இப்படி விஸ்தார மாகச் சொல்ல வேண்டும்?

முனிவர்: காரணத்தைக் கொண்டுதான் அது சொல்லப்பட்டது. சொப்பனமாகச் சொல்லப்பட்ட ஜகத்தை நன்றாக அறிந்து கொண்டால் தானே பிறகு போதம் உண்டாகும். நடந்த சம்பவத்தை மேலும் தொடர, இந்த பிரளயமாகிய நீர் பிரவாகத்தில் அகப்பட்டுக் கொண்ட நான் இங்கும் அங்குமாக இழுக்கப்பட்டு கடைசியில் யதேச்சையாக ஒரு மலைத் தாழ்வாரத்தில் இருந்த ஒரு பாறைமேல் ஒதுக்கப்பட்டு, பிரவாகத்தி லிருந்து தப்பினவனானேன். பிறகு கொஞ்ச நேரத்திற்கெல்லாம், எங்கும் வியாபித்திருந்த நீர், வெகு சீக்கிரம் கண்ணுக்கு மறைந்தது. தண்ணீரில் மூழ்கிக் கிடந்த மலை, நகரங்கள், கிராமங்கள் எல்லாம் முன் இருந்தது போல் வெளிப்படையாய் இருந்தன.

அப்பொழுது, நான் சற்று சிந்தனையில் அமர்ந்து என்னுடைய பூர்வீகத்தைப்பற்றி நினைக்கலானேன். நான் ஒரு ஏழை பிராமணனாக ஒரு கிராமத்தில் வசித்து வந்ததும், கர்மானுஷ்டானங்களைச் சரிவர செய்து வந்து, ஆனால் அதிக விவேகம் ஏற்படாமல், கர்மங்களைச் செய்வதில் கண்ணாய் இருந்தது, ஞாபகத்திற்கு வந்தது. இவ்விதமாக நூறு வருட காலம் கழித்தாக உணர்ந்தேன். பிறகு, ஒரு நாள் ஒரு தபசி அதிதியாக என் வீடு வந்து சேர்ந்தார். அவருக்கு வேண்டிய உபசாரங் களைச் செய்து, ராத்திரி உணவு ஆன பிறகு, படுத்திருக்கையில் பொழுது போகும் நிமித்தம் அந்த தபசி தன்னுடைய விருத்தாந்தத்தைச் சொன்னார். பல தேசங்களைச் சுற்றிப் பார்த்தவராக இருந்தபடியால் அவைகளைப் பற்றிய விஷயங்களைச் சொன்னார். முடிவாக எல்லாம் சின் மாத்திரம். நம் கண்ணுக்குப் புலப்படும் சர்வமும் அதுவே. அதுதான் ஜகத்தாகிய தோற்றத்தைக் கொடுக்கிறது என்று சொன்னார்.

மறுநாள் அவர் விடை பெற்றுப் போன பிறகு, இம் மொழி களையே சிந்தித்து இருந்தேன். இந்த நிலையைத் தொடர்ந்து அப்படியே

தியானத்தில் அமர்ந்தேன். அப்பொழுதுதான் நான் பிரவேசித்தது விராட் புருஷனின் இருதயம் என்று உணர்ந்தேன். அதை விட்டு அகன்று வெளிவர உத்தேசித்து வாயின் இருப்பிடம் நோக்கிச் சென்றேன். அது எவ்வளவு தூரம் சென்றும் அகப்படவில்லை. பிறகு, வாயு தாரணை செய்து வெகு தூரம் சென்று, அப்பால் பிராணன் வழியாக வெளியே வந்தேன். வெளியே வந்ததும், என் முன் என்னுடைய உடலைக் கண்டேன். அதைச் சுற்றி என் சிஷ்யர்கள் பலர், என் விழிப்பை எதிர்பார்த்து உட்கார்ந்திருந்தார்கள். அவர்களுக்கிடையில் நான் ஒரு முகூர்த்த காலம்தான் இந்நிலையில் இருந்ததாக அறிந்தேன்.

இந் நிலையில் சில நேரம் என்னுடைய ஸ்தூல தேகத்தில் இருந்த பிறகு, மீண்டும் அந்த விராட புருஷன் இருதயம் பிரவேசித்து அவனு டைய ஓஜோதாதுலை அடைந்தேன். அப்பொழுது, நான் கண்ட காட்சி மிகவும் ஆச்சரியமாக இருந்தது. ஏனெனில் எங்கு பார்த்தாலும் கொழுது விட்டு எரியும் ஜுவாலைதான் புலப்பட்டது. மரம், மட்டை, கிராமம், நகரம், மலை, காடு, எல்லாம் தீக்கிரையாக இருந்தன. பூ மண்டலம் முழுதும் இப்படி எரிந்த வண்ணம் இருந்தது. பிறகு, சற்று ஆலோசித்துப் பார்க்க நான், வேறொருவருடைய அனுபவத்தைக் கண்டதாக உணர்ந் தேன். உணர்ந்த மாத்திரம் சாந்தி அடைந்தேன்.

வேடன்: சொப்பனம் என்று அறிந்தவுடன், சந்தேகம், சாந்தி ஆவது எப்படி? தாங்கள், இன்னொருவன் இருதயத்தில் புகுந்து, சொப்பனத்தைக் கண்டு அந்நிலையில் கண்டதைச் சொப்பனம் என்று அறிந்தது எப்படி? பிறகு அவன் உடலிலும், இருதயத்திலும் ஜகத்தையும் அதன் அழிவு களையும், திரண அளவாகிய இடத்தில் கண்டது எப்படி?

முனிவர்: ஆரம்பத்திலேயே சிருஷ்டி என்பது இல்லாதிருக்க இப்பொழுது அதை இருப்பதாகப் பாவிப்பது எப்படி? சிருஷ்டி என்பது சப்தத்தாலும் அர்த்தத்தாலும், பிரம்மத்தைத்தான் சுட்டிக் காட்டுமே தவிர வேறொன்றையும் இல்லை. அக்ஞானவாசத்தால் பிரம்மம் சிருஷ்டி யாக உணரப்படுகின்றது. போதத்தால் அது பிரம்மமாகவே அனுபவிக்கப் படும். ஞானம், அக்ஞானம் இரண்டுமே, பிரம்மம்தான், ஆகையால் சிருஷ்டி என்பதும் பிரம்மம், அதாவது, சிருஷ்டியாக பிரம்மம் தோற்றத் தைக் கொடுக்கிறது. அந்தத் தோற்றம் அதைத் தவிர வேறாகாது. பிறகு, சரீரம், இருதயம், சொப்பனம் என்பவைகள் எல்லாம் யாவன? இருப்பது, சித் ரூபி ஒன்றே, இது தன்னுள் ஏற்படும் ஸ்பந்தங்களை, ஆகாயத்தில் ஜகத்தாக உணருகின்றது.

நம்முடைய சொப்பனத்தில் காணும் மனிதன் சுக துக்கங்களை

அனுபவிப்பதாக இருந்தால் அவைகளுக்குக் காரணமுண்டோ? நீரில் சுழல்கள் தோன்றுவதுபோல் சித்திலும் பல தோற்றங்கள் தானாகவே ஏற்படுகின்றன. ஒரு வினாடியின் காலஅளவு மிகச் சொல்பமாக இருந்தும் அது கல்பமாக வளர்கின்றது. திரணம் போன்ற விதை பிரம்மாண்ட மரமாக வளர்கின்றது. இந்த உதாரணங்களிலெல்லாம் மூலப் பொருள்கள்தான் பலவிதமான தோற்றங்களைக் கொடுக்கின்றதாக ஏற்படுகின்றது. இவைகள் போலவே எல்லா ஜகத் சமுதாயங்களுக்கும் மூலமாகிய சித் சகலதோற்றங்களைக் கொடுக்க சக்தி உடையதாக இருக் கின்றது. சொப்பனத்தில் விழித்திருப்பது போலிருப்பதும் விழிப்பில் சொப்பனத்தைக் காண்பதுவும் எல்லாம் சித்தே.

வேடன்: பூர்வ கர்மாவென்பது யாருக்கு உண்டு. பிறகு யாருக்குக் கிடையாது? பூர்வ கர்மம் இல்லாமல் இருப்பவர்கள் எப்படி யிருப்பார்கள்?

முனிவர்: சிருஷ்டி ஆரம்ப காலத்தில் யதேச்சையாக பிரம்மத்தில் ஏற்படும் இயக்கத்தால், பல ஜீவராசிகள் ஏக காலத்தில் தோன்றுகின்றன. இன்னிலையில் எல்லாம் கேவல அறிவு மயமாகவே இருக்கின்றன. அதாவது எல்லா ஜீவராசிகளுக்கும் சூக்ஷம சரீரம் ஒன்றே. இன்னிலையில் யாவருக்கும் கர்மம் என்பது கிடையாது. இரண்டு ஒன்று என்னும் பேத புத்தியும் அப்போது இல்லை. கல்பனை என்பது கிடையாது. எல்லாம் பிரம்மத்தில் பிரம்மமாக நிலை பெற்றிருக்கின்றன. பிறகு இவைகளில் பல ஜீவன்கள் தங்களை வேறாக உணர்கின்றன. அதாவது நான் என்ற மூல சங்கல்பம் அல்லது உணர்ச்சியை அடைகின்றன. இந்த உணர்ச்சிதான் பிற்காலத் தில் ஏற்படும் சம்பவங்களுக்குக் கர்மமாக நிற்கின்றது. இவ் வுணர்ச்சியை அடையாத பிரம்மா விஷ்ணு சிவனாகிய ஆதிபுருஷர்கள் பூர்வ நிலையிலேயே ஜன்மப் பிரவிர்த்திக்கு ஆதாரமின்றி நிலைத்து விட்டார்கள். இதர ஜீவன்களோ அப்படியின்றி சுயமாகவே உணர்ச்சி யென்னும் நோக்கத்தில் ஈடபட்டுக்கொண்டு ஜன்மமாகிய சுழலில் சிக்கிக் கொண்டார்கள். இந்தப் பிரவர்த்தியில் ஈடுபட்டுக்கொண்டு ஜீவன்கள், ஆதியில் தங்களை எவ்வெவ்விதமாக உணர்ந்துகொண்டனவோ அவ்வவ் விதமாகவே நிலைத்துவிட்டன. ஆகையால் ஆதியில் எல்லாம் பூர்ண சுதந்திரத்தை அடைந்த ஜீவன்களாக இருந்தன. பிறகு தாங்களாகவே, யாதொரு கட்டாயமுமின்றி தங்கள் சுதந்திரத்தை இழந்து தாங்களாகவே ஒவ்வொரு விதியை ஏற்படுத்திக்கொண்டு, ஜன்ம வரிசையில் சிக்கிக் கொண்டன. இந்த பூர்வ சங்கல்பமே நியதியாகப் பரிணமிக்கின்றது. ஆகவே இந்த நியதியும் ஒரு சங்கல்பம்தான்.

ஜன்மம், மோகம், அக்ஞானம், ஞானம், உணர்ச்சியற்றிருத்தல்-

உணர்ச்சி என்பவைகள், சங்கல்பம் - அசங்கல்பம் என்பவைகளின் பரிணாமம். சங்கல்பம் ஜன்ம வரிசையாகிய தோற்றம், அசங்கல்பம் மோட்சமாகிய நிலை; இரண்டு நிலைகளும் ஆதியிலேயே வெறும் தோற்றங்கள். இவை சத்தாகவோ அசத்தாகவோ இல்லாமல் இருக்க, இப்பொழுது அவைகளைச் சத்தியமாகப் பாவிக்க நியாயமேது? ஜீவத் தோற்றங்கள் ஏற்படுவதும், தானாகவே. பிறகு இன்னிலையிலிருந்து விடுவித்துக்கொண்டு மோட்சத்தை அடைவதும் தானாகவே, நீர் திரவத் தன்மையை அடைந்திருப்பதால் அது ஓடுவதற்கும் சுழலாகத் தோன்றுவதற்கும் சக்தி உள்ளதாய் இருக்கின்றது. பிரம்மம் அப்படியே சர்வ சக்தியுள்ளதாய் இருப்பதால் பல ஜீவன்களாகத் தோன்றி வரு கின்றது. பிரம்மத்திலிருந்து கிளம்பிய ஒளிக் கூட்டங்களே, ஜகத்தாக நம்மால் உணரப்பட்டு வருகின்றன. இந்த ஒளிக் கூட்டங்கள்தான், நானா வித தோற்றங்களாக நம்மால் அனுபவிக்கப்பட்டு வருகின்றன. இவை சொப்பனமும் அல்ல, ஜாகிரதையும் அல்ல, கேவல ஒளிமயம். இவைகளை வஸ்து என்றோ, ஜகத் என்றோ, கர்மாவென்றோ அல்லது வேறு நாமங்களாலோ சொல்லத் தகுமோ? எல்லாம் அவரவர்களின், உணர்ச்சிகளாகவும் அசத்தியமாகவும், அதாவது தோற்றங்களாகவும், பிரவிர்த்தி ஆகின்றன. இனி தோற்றங்களை வைத்துப் பேசினால், கர்மா வென்பது, நாம் மேலே சொல்லியபடி ஏற்படுகின்றது. ஆனால் தோற்றங்கள் கேவல ஆகாய ரூபிகள். அதாவது இல்லாதவைகள். இவை களுக்குக் காரணத்தையோ, கர்த்தாவையோ, கல்பனை செய்வது பொருந்தாது.

முடிவாகச் சொல்ல அக்ஞானத்தால் கர்மாவென்பது ஏற்படு கின்றது. அக்ஞானம் ஒழிந்தால் கர்மம், ஜன்மம் இரண்டு சாந்தியடை கின்றன. இந்த அக்ஞானம் பாஞ்சியத்தால் தான் சாந்தியடையும். அக்ஞானத்தின் அழிவே, ஞானத்தின் உதயமாகும். பாண்டித்யத்தால் எல்லா வித பயங்களும், சம்சாரமும், ஓய்வு அடையும். இந்த பாண்டித்தியம் அவரவர்களின் விடா முயற்சியைக் கூடிய பிரயத்தனத் தால் தான் அடையக்கூடும்.

தர்மம், கர்மம், இவைகளால் விளையும் பலன்கள்தான் நம்முடைய சுகதுக்கங்களுக்கும், பந்தம், மோட்சம் என்ற நிலைகளுக்கும் காரணம். ஆகையால் இவைகளைச் சரியாக நிர்ணயம் செய்து கொள்வது, மிகவும் அவசியம். அது பண்டிதர்களால்தான் செய்யத்தகும். ஏனெனில் திருசியப் பொருள்களின் தத்துவத்தை அவர்களே அறிந்தவர்கள்; ஆகையால்தான் பாண்டித்தியம், வெகு சிலாகித்துச் சொல்லப்படும். திரிலோகத்தின் ஐஸ்வர்யங்களை அடைந்தாலும், அது பாண்டித்யத்தை அடைந்ததற்கு

ஈடாகாது. பாம்பென்ற பிரமை, கயிற்றிலிருந்து நீங்கினதும், பயம் தீருவது போல போதம் அடையப்பட்டதும், அவித்தை நீங்கி கண நேரத்தில் சாந்தி உண்டாகும்.

ஜகத், சிருஷ்டி என்பவைகள் பிரம்மமாக பிரம்மத்தில் நிலைத்திருக் கின்றன என்பதே வாஸ்தவம்; நாம் அறிகின்றபடி, பிரம்மத்தை விட்டுத் தனியாகிய சிருஷ்டி, தர்மம், கர்மம், இதர அக்ஷரக் கூட்டங்கள் யாவும், ஒரு காலத்திலும் ஏற்படவே இல்லை. ஏனெனில், இவைகளை உற்பத்தி செய்வதற்கு அதே இனத்தைக் கூடிய காரணங்கள் ஏதும் கிடையாது. ஆகையால் இவைகளை, பிரம்மத்தின் தோற்றங்கள் என்றுதான் சொல்லத்தகும். சொப்பனத்தில் காணப்படும் புருஷனுடைய பூர்வ கர்மம் எப்படி அசம்பாவிதமோ, அப்படியேதான், நாம் ஜாகிரதையென்று சொல்லும் சொப்பனத்திலும் ஏற்படும். காட்சிகளின் பூர்வ கர்மமும், ஜகத் வஸ்துக்கள், சமுதாயங்கள், தேசம், காலம், கிரியைகள், கர்மா யென்பவை கள் எல்லாம், அறிவென்னும் ஒளியால் அறியப்படுகின்றன. சூரியனிடத் துக் கிளம்பும் ஒளிக் கிரணங்கள் போல் அறிவின் ஒளிக்கூட்டங்கள் தங்கு தடையின்றி எங்கும் வியாபித்து இருக்கின்றன என்பதே உண்மை. இவ்வொளியில், பேதங்களைக் கல்பனை செய்வது தான் மித்தியை அல்லது அக்ஞானம் என்பது. கல்பனாவசத்தால், ஒளியானது, உணர்ச்சியாக பாவிக்கப்பட்டு இவ்வுணர்ச்சிகள் பிறகு, பலதாகவும், ஜகத் சமுதாயங்களாகவும் தோற்றத்தைக் கொடுத்து வருகின்றது. ஜகத் என்பதும் ஜீவன் என்பதும், இந்த ஜீவனின் ஜாகிரத சொப்பன அவஸ்தைகளும், எல்லாம் உணர்ச்சிகளேயாகும். மேலே சொன்னபடி உணர்ச்சிகள் அறிவின் ஒளிகள் ஆதலால் இவைகளை அனுசரித்துக் கர்மா பலன் என்னும் பாவனைகள் பொருந்தாது. ஆனால், இவ்வுணர்ச்சிகள் பாவனையால் பலதாகக் கருதுவோமாகில், இவைகள் ஒன்றுக் கொன்று, கர்மாவாகவும், பலனாகவும் தோன்றும். பிற்பாடு அடையப்படும் பலன்களுக்கு பூர்வ பாவனைகள் கர்மாவாகத் தோன்றுகின்றன. ஆனால் வாஸ்தவத்தில் அக்கினியும் உஷ்ணமும் போலும், காற்றும் ஸ்பந்தமும் போலும், நீரும் பிரவாகமும் போலவும், உணரப்படும் வஸ்துக்களும் உணர்ச்சிகளும் வெவ்வேறாகாது. இடைவிடாத சூன்யமாகிய ஆகாயம், நீல வர்ணமாகத் தோன்றுவது போல், ஓயாத சேதனையானது ஜகத்தாக தோன்றி வருகின்றது.

வேடன்: தேகத்திற்கு சுகம் - துக்கம் என்பவைகள், எப்படி ஏற்படு கின்றன? அவைகளுக்குக் காரணம் யாது?

முனிவர்: தர்மம் - அதர்மம், வாசனை, ஜீவன் என்னும் பலவித சப்த ஜாலங்கள் எல்லாம், ஒரு வஸ்துவையே குறிப்பிடும் பலவித பதங்கள்.

சித்தானது, தானாகவே சேதித்து, தன் ஒளியைப் பலதாகத் தோற்றுவிக் கின்றது என்பதே வாஸ்தவமாக நடைபெறுவது. இந்த ஸ்தூல தேகமும், இப்படிச் சித்தால் கல்பனை செய்து கொள்ளப்பட்டதே. பிறகு, மரணம் என்னும் நிலையையும் அதற்குப் பிறகு, பரலோக அனுபவங்களையும் கூட தானாகவே கல்பனை செய்து கொண்டு அப்படியே அனுபவிக் கின்றது. ஆனால், உணர்ச்சியென்பது சாந்தம் அடையாத வரை, ஜன்மா கர்மா ஓய்வடையாது. ஆகையால், மீண்டும் ஜன்மம் ஜகத்தின் அனுபவம். மீண்டும் மரணம், இவ்விதம் மாறிமாறி ஓயாமல் நடை பெற்றுக் கொண்டே வரும். இப்படி கோடானுக் கோடி ஜீவப் பெருக்குகள் தோன்றியும் அழிந்தும் வருகின்றன. ஆகவே, உணர்ச்சிப் பெருக்கம் தான், இவ்வித ஜீவத் தோற்றங்களாகத் தோன்றி வருகின்றன. உணர்ச்சி என்பது ஜாகிரத நிலையிலும், சொப்பனத்தில் உணரப்பட்டும், சுஷுப்த நிலையிலும், மரணத்திலும், உணரப்படாமலும் இருந்து வருகின்றது. பின் சொல்லப்பட்ட இரு நிலைகள் ஓய்ந்ததும், மீண்டும் தேகத்தின் சகவாசம் ஏற்பட்டு உணர்ச்சி பரிணமிக்கின்றது. மரணம், ஸ்தூல தேகத்தின் சேர்க்கை ஒழிந்ததாக ஆகாது. ஏனெனில் ஒரு மனிதன் ஆயிரம் மைலுக்கு அப்பால் இறந்து அங்கே அவன் தேகம் எரிக்கப்பட்டு அவன் மீண்டும் வாசனாவசத்தால் பழைய தேசத்தில் பிறக்கின்றான். இது அனுபவத்தில் அறியப்பட்டதே. ஜாக்கிரத சொப்பன நிலைகளில் உணர்ச்சிகள் தோன்றி வருகின்றபொழுது உணர்ச்சி ஜாலங்களை ஜகத்தாக பாவிக்கின்றோம். மரணம் என்ற நிலையில், உணர்ச்சிகள் அடங்கின தோற்றத்தைக் கொடுக்கின்றது. ஆகையால் ஜகத்தின் தோற்றமும் அழிவும், உணர்ச்சி யைக் கூடியும் அதை அனுசரித்தும் நிற்கின்றது.

ஆகையால் உணர்ச்சி என்பதும் அக்ஞானத்தின் மூலமாகின்றது. சுகம் துக்கம் என்பவைகள் இப்படி ஏற்பட்டவைகள். இவைகள் நாமாகவே தேடிக் கொண்ட நம்முடைய பாவனைகளே, ஆகையால் நம்முடைய பாவனைகள் ஓய்ந்தால் இவைகளும் ஓயும்.

கேவலம் பாவனைகளையும் சொப்பனத்திற்கும் ஒப்பான உணர்ச்சி களையும் சாஸ்வதமான ஒளிப்பரப்பில் எங்கே காண்பது. சூன்யமாகிய ஆகாசத்தில் இவ்வொளிக் கூட்டங்கள், எப்படி பாவனை செய்யப்படு கின்றனவோ, அப்படியே ஜகத் சமுதாயமாகத் தோன்றுகின்றது. இப்படி லட்சக் கணக்கான பாவனைகள் தோன்றி அவை அப்படியே நிலைத்து விட்டன. இப்படி பூமி, ஆகாசம், மலைகள், கண நேரத்தில் அசத்தாக தோன்றுகிறவைகளாக இருந்தும், கல்ப காலம் வரை, அவை அனுபவிக்கப்பட்டு வருகின்றன. ஆனால் ஒவ்வொரு தோற்றமும் ஒன்றுக் கொன்று சம்பந்தமற்று அததில் நிலைத்து விட்டன. கிணற்றுத் தவளை

நாட்டு வளத்தை அறியாதது போலும், ஒரே வீட்டில் நூறு பெயர்கள் தூங்குவோராகில் வெவ்வேறு சொப்பனத்தைக் காண்பது போலவும், ஒவ்வொரு ஜீவனும் ஒரு தனிப்பட்ட ஜகத்தில் இருந்து வருகின்றது. ஆகையால் ஏக காலத்தில் அநேக ஜகத் தோற்றங்கள் இருந்தே வருகின்றன. சித்தின் சமஸ்காரம்தான், சித்தாகவே இருந்து கொண்டு, ஜகத்தாகத் தோன்றி வருகின்றது. சேதனை சித்தின் சுபாவம்; சேதனை தான் பலதாகவும் வெவ்வேறாகவும், உணரப்பட்டு வருகின்றது. சித்தைக் காட்டிலும் வேறில்லை, சேதனை. ஆகையால் அநேகமாகத் தோன்றும் ஜகத்துக்களும் சித்தைக் காட்டிலும் வேறில்லை. இங்கே காரண காரியம் என்னும் கல்பனைக்கிடமில்லை. இத்தோற்றங்கள் அனைத்தும் பரமாணு வில் தோன்றி வருகின்றன. ஒவ்வொரு பரமாணுவிலும் மூன்று லோகங் களும், சம்பூரணமாக அனுபவிக்கப்படும். நான், நீ ஜகத் எல்லாம், இந்த பரமாணுவின் மத்திய பாகத்தில் தோன்றுகிறவைகள்.

வேடன்: காரணமின்றி எப்படி சேதனை நடைபெறுகின்றது? காரணம் இருப்பதாக இருந்தால் அது சிருஷ்டியாக எப்படித் தோன்று கின்றது?

முனிவர்: சிருஷ்டி என்பது யாதொரு காரணமின்றிதான் பிரவிர்த்தி யாயிற்று. அதற்கு காரணம் கல்பனை செய்ய முடியாததால், சித்தென்றே சொல்லப்படுகின்றது. காரணம் இல்லாததால் அதன் பிரவிர்த்தியும் யாதொரு தங்கு தடையின்றி சித்தைப் போலவே ஏற்படுகின்றது. சித்தின் ஒளிக் கூட்டங்களே தங்கள் சுபாவத்தைக் கொண்டு சிருஷ்டி என்று வேறொரு பெயரால் குறிப்பிடும்படி விளங்குகின்றன. சித்தின் இயக்கம் சித்தைத் தவிர்த்து வேறாகாத சிருஷ்டியே; ஒன்றாக இருந்தும் பலது போன்ற தோற்றம், பிரம்மமாகவே இருந்தும் பிரம்மம் அல்ல போலவும், உருவம் அற்று இருந்தும் உருவத்தைக் கொண்டது போலவே சித்தானது தடையின்றித் தோன்றி வருகின்றது. அந்த இயக்கமே, ஸ்தாவர, ஜங்கமங் களாகவும், தேவர், ரிஷிகள் இன்னும் இதரர்களாகவும், நியதி யென்னும் பிற்பாடு ஏற்பட்ட ஒரு கட்டுப்பாட்டைக் கொண்டு காரண காரிய சம்பந்தத்தை உடையது போல, காலம், தேசம், கிரியைகளைத் தழுவி, பிரவிர்த்தியாயிற்று. பாவம் - அபாவம், சிருஷ்டி, ஸ்தூலம், சூட்சமம், சரம் - அசரம் என்பவைகளும் இந்த நியதிக்குட்பட்டவைகளாக வியவகரிக்கப்படுகின்றன. ஆனால் நியதி என்னும் கட்டுப்பாடு ஏற்படும் முன் இந்த சகல பாவனைகளும் காரண காரிய சம்பந்தம் இன்றி மணலில் எண்ணெய் பிழியக்கூடும்படி, யதேச்சையாகவே ஏற்படுகின்றன. நியதி என்பது அகண்டமாகிய பிரம்மம், யாதொரு எண்ணமும் இச்சையுமின்றி, யதேச்சையாக தன்னைத்தானே சுருக்கிக் கொண்ட சம்பவம். ஓடும்

தண்ணீரில் யாதொரு காரணமுமின்றி அநேக சுழல்கள் ஏற்படுவது போல, இந்த நியதியாகிய கட்டுப்பாடும் பிரம்மத்தில் ஏற்பட்டது. இது ஏற்பட்ட பிறகு திரஸ்யப் (உணர்ச்சி) பிரபஞ்சத்தில் எல்லாம் காரண காரிய சம்பந்தத்தைக் கூடியே பிரவிர்த்திக்கலாயின. இப்படி ஏற்படும் சிருஷ்டி எதை அனுசரித்து எப்பொழுது எவ்விதம் முதலில் தோன்றுகிறதோ அந்தத் தோற்றம் அவரவருக்கு அப்பொழுதிலிருந்து அப்படியே நிலைத்து விடுகின்றது. இதுவே நியதியாய் விளங்குகின்றது. பிற்பாடு உண்டாவதெல்லாம், இந்த முதல்தோற்றங்களை நியதியாகக் கொண்டுப் பிரவிர்த்தியாகின்றன. இப்படி ஏற்பட்ட உணர்ச்சிப் பிரபஞ்சத்தின் ஒவ்வொரு பரமாணுவிலும், எப்படி ஸ்படிகம் அண்டையி லிருப்பதின் தோற்றங்களை இருக்கும் ரீதியில் தோற்றுவிக்கச் சக்தி வாய்ந்திருக்கின்றதோ, அப்படி எல்லா யுக்தியும் காணப்படும். ஆனால் அந்தப் பரமாணுவில் பாவனை எப்படி முதலில் தோன்றுகின்றதோ அந்த பாவனையைக் கூடிய ஜீவனாக அது நிலைத்து விடுகின்றது.

ஜீவன் என்பது என்ன?

ஜீவன் அல்லது மனஸ் என்பது சித்தின் ஸ்பந்த சக்தி; அது பஞ்ச இந்திரியங்கள் மூலம் உட்புறமாவது வெளிநோக்கியாவது இயங்குவது. சித் ஸ்பந்தத்தை இவ்வித இயக்கங்களாகத்தான் நாம் அறிய இயலும். இந்த ஐந்து இந்திரியங்களின் வியவகாரங்கள், வெளிநோக்கி நடந்தாலும், தேகத்திற்குள் அமைக்கப்பட்ட மூன்று நாடிகளின் மூலமாகத்தான் நடைபெறக்கூடும். இவைகளின் மூலம் இந்த வியவகாரங்கள் தோற்று விக்கப்படுகின்றன. உள்நோக்கி நடைபெறும் விவயவகாரங்களை நாம் சொப்பனம் என்றும் வெளிநோக்கி நடைபெறும் விவகாரங்களை ஜாகிரத உணர்ச்சிகளென்றும் வழங்கி வருகிறோம். இரண்டு வித உணர்ச்சிக் கூட்டங்களும் கேவல ஆகாச சொரூபமுடைய சங்கல்பங்கள். அணுத்தன்மையைக் கொண்ட சித்தின் ஒளியில் இவை தோற்றுவிக்கப் படுகின்றன. அளவிலாத வெளிப்பிரபஞ்சம் அணுவிலும் அணுவாகிய சித்தால் மூன்றுவித நாடிகளின் மூலம்தான் தோன்றுகின்றது. உள் நோக்கிய தோற்றங்கள் வெளிநோக்கங்களைத் தழுவியே காணப் படுகின்றன. ஆகையால் இவ்விருவித தோற்றங்களும், சிலேஷ்ம, பித்த, வாத நாடிகளின் நிலைமையைத் தழுவி ஏற்படுகின்றன. இந்நாடிகள் தேக ஆரோக்யத்தை அனுசரித்து சமமாகவும் கிரமமாகவும் வேலை செய்து வந்தால், தோற்றங்களும் கிரமமாகத் தோன்றிவரும். ஏதாவது ஒரு நாடி விபரீதமாக வேலை செய்யும் பொழுது கனவாகிய தோற்றங்களும் நினைவாகிய தோற்றங்களும் விபரீதமாகத்தான் காணப்படும். ஆகையால் இத்தோற்றங்களைக் கொண்டே தேகம் நாடி இவைகளின் பிற்காலத்தின்

நிலையை அறியக்கூடும்.

வேடன்: முனிசிரேஷ்டரே, வேறொருவன் இருதயத்தின் ஓஜோ தாதுவில் இருந்து கொண்டு இன்னும் என்ன பிராந்தி ரூபமாகிய காட்சி களைக் கண்டீர்?

முனிவர்: ஏற்கனவே நீர் பிரளயத்தையும், அக்னி வாயுப் பிரளயங் களையும் கண்டதாக நான் சொன்னேன். பிறகு பிருத்வி பிரளயத்தையும் அதாவது கல்மாரி பொழிவதான காட்சியையும் நான் கண்டேன். இதனால் கிராமங்கள் பட்டணங்கள் காடு மலை எல்லாம் அழிவதையும் நான் சூக்ஷ்ம நிலையிலிருந்து கொண்டு கண்டேன். சற்று நேரத்திற் கெல்லாம் இதர புருஷனுடன் கூட கனமாகிய சஷுப்த நிலையை நான் அடைந்தேன். இப்படிக் கொஞ்சம் விஸ்ராந்தி அடைந்த பிறகு சூரியனைக் கண்டு தாமரை மலர்வது போல நான் நித்திரையிலிருந்து விழித்து போதமடைந்தேன். இந்த நிலையில் நிலை பெற்றவனாய் அதன் உட்புறத்தில் அதைத் தவிர்த்து வேறல்லாததுபோல் திருஸ்யமாகிய ஜகத்தை கனவுபோல் கண்டேன். காற்றில் அசைவற்ற தன்மை அதைக் காட்டிலும் வேறுபோல் அதன் உட்புறத்தில் இருப்பது போலவும், அக்னியில் உஷ்ணம் இருப்பதுபோலவும், நீரில் திரவத்வம் இருப்பது போலவும், மிளகில் காரம் இருப்பதுபோலவும் சிதாகாசத்தில் ஜகத்தும் தோன்றிற்று. சித் காபாசுவதைக் கொண்டது போலிருந்தது ஜகத்.

வேடன்: பிறருடைய சுஷுப்த அவஸ்தையில் இருந்ததாக தாங்கள் சொன்னீர். பிறகு அதைவிட்டு வெளிக்கிளம்பியதாகவும் சொன்னீர். இது எப்படி முடியும்; பிறகு நித்திரையிலிருந்து கொண்டு பார்ப்பது எவ்வாறு?

முனிவர்: பானையிலிருந்து பிரம்மாண்டம் வரையில் சகலப் பொருள்களை அனுஷ்டித்தும், 'உதித்தல்' என்னும் பதம் கல்பனை செய்யப்பட்ட நிலையேயாகும். 'ஜாத' என்று சொல்லப்படும் பதம் இருக்கை என்றுதான் பொருள்படும். ஆகையால் 'இருக்கை' என்பதுதான் எல்லாவற்றிற்கும் பொதுவாகவும் சாஸ்வதமாயும் இருக்கும் தன்மை. சிருஷ்டி பிரளயம் என்பவை எக்காலத்திலும் ஏற்படவே இல்லை. ஆகையால் அவை அசம்பாவிதம். பிரம்மம் ஒன்றுதான் "இருக்கை" என்ற தன்மையில் நிலை பெற்றிருக்கின்றது. ஜகத்தும் பிரம்மமாகத்தான் நிலைபெற்றிருக்கின்றது. அதை பிரம்மத்தை விட்டு வேறாக நாம் பாவிப்பது தவறு. ஏனெனில் இந்த ஜகத்துக்கு ஜாகிரத, சொப்பன, ஷுப்தமாகிய மூன்று நிலைகளிலும் 'இருக்கை' என்ற தன்மைதான் பொதுவாக இருப்பது. திருஸ்ய ஜகத்தாக மூன்று நிலைகளிலும் இருப்ப தில்லை; ஆகையால் இது அதனுடைய வாஸ்தவமான சொரூபமல்ல.

சொப்பனம் போல் பிரம்மத்தில் தோன்றும் ஜகத், மரத்தில் பூக்கும் பூவையொத்தது. நீரில் ஏற்படும் அலைகளைப் போலவும், நிலத்தில் கிளம்பும் செடி கொடிகளைப்போலவும், தேகத்தில் தோன்றும் அங்கங் களைப் போலவும், பூமியில் உதிக்கும் மலை போலவும் தோன்றியதே ஜகத்தும். சூன்யமாகிய ஆகாயத்தைக் கொண்டு ஒரு பட்டணத்தை நிர்மாணம் செய்தால் எப்படியோ அதற்குச் சமானமானதே ஜகத் தோற்றமும். ஆகாயத்தில் ஒரு விசித்திரமான சித்திரத்தை வரைந்தால் எப்படியோ அதற்கு ஈடானதே ஜகத். இந்திர ஜாலங்களை விட விசேஷ மான ஜாலம் இந்த ஜகத் தோற்றம். அது கந்தர்வ நகரத்திற்கு ஒப்பான வஸ்து, அதாவது சூன்யமாகிய தோற்றம். மாதுளம் பழத்தில் விதைகள் கூட்டங் கூட்டமாகவும், ஒவ்வொரு கூட்டமும் இதர கூட்டங்களிலிருந்து திரையால் தடுத்து அமைக்கப்பட்டு இருப்பது போலவும் ஜகத் நிர்மாண மும் ஏற்பட்டுள்ளது.

இவ்வித தோற்றங்களைக் கண்டவனாக இருக்கையில் என்னுடைய பழைய பிராமண இருப்பிடமாகிய கிராமத்தையும் பந்து மித்திரர் களையும் திடீரெனக் காணலானேன். பிறகு என் மனம் இந்தப் பூர்வ வாசனைகளின் வசமாயிற்று. இவைகளின் வேகம் அதிகரித்த காரணத் தால் புதியதாகத் தோன்றப்பட்ட காட்சிகள் மறைந்து பழைய நிலைமைக்குத் திரும்பிற்று, இப்படி ஏற்பட்டதின் காரணம் அப்பொழுது என் மனம் பூர்ண பக்குவமாகாமல், துவைத பாவனையைக் கூடி இருந்ததே. ஆகையால் வேடசிரேஷ்டனே, சத்சங்கத்தை அடைந்து துவைத பாவத்தி லிருந்து விடுபட்டுக் கொள்ளாத வரையில் சர்வ சாந்தியை அடைய முடியாது.

வேடன்: சொப்பன திருஷ்டியாகிய இந்த ஜகத்காட்சி சத்யமாகவும் அசத்யமாகவும் இருப்பது எப்படி

முனிவர்: தேசம், காலம், கிரியை, திரவ்யம், இவைகளைக் கொண்டு சம்வித்தில் யதேச்சையாக எந்த நிச்சயம் பவமாக ஏற்படுகின்றதோ அது சத்யம் போல் காணப்படும். இது சத்யமாகிய சொப்னம். பூஜை, மந்திரம், ஒளஷதம், திரவ்யம் இவைகளைக் கொண்டு அடையப்படுகிறவைகளும் சில சத்யமாகவும் சில அசத்யமாகிய சொப்பனங்களாகவும் ஏற்படும். சத்யமாக உணரப்பட்ட சொப்பனங்கள் அப்படியே நீடித்து நிலைத்து விடுகின்றன. சம்வித்தில் ஒரு திட நிச்சயத்தைக் கொண்டு ஏற்படும் பாவனைகள், பலனைக் கொண்டவைகளாக நிலைத்து விடுகின்றன. இதன் பிறகு வேறொரு நிச்சயம் இன்னும் திடமாகவும் தீவிரமாகவும், பாவிக்கப்பட்டு வந்தால் பழைய பாவனை அடங்கி புதிய பாவனை மனதைக் கவர்ந்து விடுகின்றது. ஆகையால் சம்வித்துதான் எவ்வித

மெல்லாம் பாவிக்கப்படுகின்றதோ அப்படியெல்லாம் தோன்றி வரு கின்றது. பதார்த்தமென்று நான் பாவிக்கிறவைகள் தோற்றத்தின் உள்ளாவது புறமாவது வாஸ்தவத்தில் எப்பொழுதும் கிடையாது. சம்வித் ஒன்றே பதார்த்தங்களாகவும் ஜகத்தாகவும் பாவிக்கப்பட்டு அப்படியே அப்பாவனைகள் நிலைத்து விட்டன. மனதில் ஏற்படும் நிச்சயம் திடமின்றி சம்சயங்களைக்கூடி இருந்தால் செயலொன்றும் பலனொன்றுமாக முடியும். பிறகு சத்யமாகவே தோன்றி வருகிறவைகளும் காலம், தேசம், மனிதப்பிரளயத்தினங்களால் மாறுதல்கள் அடையக்கூடும். ஆகையால் சம்வித்துதான், அதாவது சித்தின் ஒளிக் கிரணங்கள் தான் ஒன்றாகவும் பலதாகவும், சத்தாகவும் அசத்தாகவும் ஞானமாகவும் அக்ஞானமாகவும், ஜாகிரத, சொப்ன சுஷுப்த அவஸ்தைகளாகவும் தோன்றி வருகின்றது. இம்மூன்று அவஸ்தைகளும் 'பதங்களும்' பரியாய சப்தங்கள், அதாவது ஒரே சத்யத்தைச் சுட்டிக் காட்டுகிறவைகள்; நியதி அநியதி என்பவை களும் அப்படியே.

வேடன்: ஏ முனீஸ்வரரே! வேறு புருஷன் இருதயத்தின் ஓஜோ தாதுவில் இருந்தவாறாக அநேக விஷயங்களைக் கண்டீர்; அவைகளில் விசேஷமானதைச் சொல்வீராக.

முனிவர்: ஒரு விசேஷ சம்பவத்தைச் சொல்லுகிறேன் கேள். ஓஜோ தாதுவில் இருந்தவனாக 60 வருஷகாலம் கிரஸ்தாஸ்ரமம் நடத்தி வந்தேன். ஒரு நாள் என் வீட்டிற்கு ஒரு பெரிய முனிசிரேஷ்டர் அதிதியாக வந்தார். பார்த்த பொழுதே மகா ஞானியாகவும் கடும் தபஸ்களைச் செய்தவராகவும் தோன்றினார். அவருக்கு வேண்டிய உபசாரங்களைச் செய்து, பிறகு பிரபஞ்ச விஷயங்களைப் பற்றி பேசத் தொடங்கினேன். பிறகு நான் அவரை ஒரு கேள்வி கேட்டேன். அதாவது அநேக ஜனங்கள் எப்படி ஏககாலத்தில் ஒரு நற் கதியையோ அல்லது ஒரு க்ஷேமத்தையோ அடைகிறார்கள். எல்லா ஜனங்களுமே கெட்ட கர்மங்களைச் செய்து துக்கத்தை எப்படி அனுபவிக்க நேரிடுகிறதென்றேன்.

வேறு முனிவர்: ஏ சாது! சத்யமாகவோ அசத்யமாகவோ உன் மனதில் தோன்றும் உணர்ச்சிகளை கவனித்துப் பார், இவைகளுக்கு ஏதாவது காரணம் உண்டோவென்று? இவைகள் எங்கிருந்து வந்தன? 'நான்' என்பது என்ன? இவைகளின் சாரம் என்னவென்று யோசித்துப் பார்? தோன்றப் படுவதெல்லாம் நீ, நான், உள்பட, கேவல சொப்னமாகிய தோற்றங்கள். ஆதியும் அந்தமுமில்லாத உருவமற்ற சர்வ வியாபியாய் உள்ள சித்தில் காரணமின்றி ஏற்படும் கல்பனைதான் ஜகத்தாகத் தோன்றி வருகின்றது. எந்த ரூபம் அதில் கற்பிக்கப்படுகின்றதோ அது அப்படியே நிலைத்து விட்டதாகத்தோன்றி வருகின்றது. காரணத்தை

கூடியதாக கல்பனை செய்யப்பட்டதில் காரணகாரிய சம்பந்தம் தோன்றியே வரும்; காரணமின்றியதாக கல்பனை செய்யப்பட்டால் பிற்பாடு தோன்றுவதில் காரணம் உணரப்படாது. நாம் எல்லோரும் இந்த விராடபுருஷன் இருதயத்தில் 'அதாவது' மனத்தோற்றத்தில் உள்ளவர்கள். அவனுடைய பாவம் அபாவத்தைக் கொண்டு சுக துக்கங்கள் ஏற்படுகின்றன. அவனுடைய தாதுக்கள் "நாடிகள்" விகார மடைவதால் தோற்ற ஜாலங்கள் உதிக்கின்றன; ஆகையால் அவனுடைய அங்கங்களாக நிற்கும் மனிதர்களுக்கும் சமமான தோற்றங்கள் ஏக காலத்தில் தோன்றுகின்றன. சுகம், துக்கம், இவைகள் எல்லோராலும் அனுபவிக்கும்படி ஏற்படுகின்றது. சம்வித்தில் யதேச்சையாக ஏற்படும் கல்பனைகளில் யாரார் எப்படி காரணம் அகாரணத்தை உணர்கிறார் களோ அவரவர்களுக்கு அப்படியே தோன்றி வருகின்றது. ஆகவே விராடபுருஷனிடத்து யதேச்சையாகத் தோன்றும் சங்கல்பங்களை நாம் காரணத்தைக்கூட்டியோ அல்லது காரணமற்றதான தோற்றங்களா கவோ அனுபவித்து வருகிறோம். காரணகாரிய சம்பந்தம் இந்த ஜகத் சொப்பனத்தில் தோன்றிய கிரமம் இப்படித்தான். சித்தென்பது கேவல ஒளிப் பிரகாசம். இந்த ஒளியில், பிரிதிவி என்பதின் கனத்வத்திற்கும். அவித்தைக்கும் சுயம்பூ என்பவனுக்கும், சிருஷ்டி, வாயு, தேஜஸ், நீர் உணர்ச்சியாய் நிற்கும் ஜகத்தோற்றம், நம்முடைய தேகம், மரணம் இவைகளுக்கெல்லாம் காரணத்தை எப்படி கல்பனை செய்யக்கூடும். இவைகள் நாம் செய்யப்பட்ட கல்பனைகள். நியதி என்பதும், இவ்வகையாக ஏற்பட்ட சித்தின் ஒரு நிலை.

முனிவர்: இவர் உபதேசத்தின் பலனாக எனக்குச் சரியான போதம் ஏற்பட்டு, அக்ஞானத்திலிருந்து விடுபட்டவனானேன். அவரை வணங்கி நான் காலமாகும் வரை என் கூடவே இருக்கும்படி வேண்டிக் கொண்டேன். அவரும் அதற்குச் சம்மதித்தார். அந்த முனிவர்தான் இங்கே எதிரில் உட்கார்ந்திருப்பவர்.

வேடன்: ஏ முனீஸ்வரரே! இதென்ன, மகா ஆச்சரியமாக இருக் கின்றதே? தாங்கள் வேறொரு புருஷன் இருதயத்தில் கலந்து சொப்பன மாகக் கண்ட அனுபவங்களில் தோன்றின ரிஷியானவர், இங்கு பிரத்யட்சமாக இருப்பது எப்படி? எனக்கு ஒன்றும் புரியவில்லையே. இந்த விஷயத்தை விளக்கி என் மனக்கலக்கத்தைப் போக்குவீராக.

முனிவர்: நான் சொல்வதை தடை செய்யாமல் கவனித்துக் கேட்பாயாக. நான் முனிவரின் உபதேசத்தால் மனம் தெளிந்தவனாய் என்னிலைமையைக் குறித்து யோசிக்கலானேன். நான் வேறொருவனு டைய சொப்பன அனுபவங்களை இதுவரையில் பார்த்து வந்ததாக

அறிந்து கொண்டேன். இந்தப் புருஷனும் சொப்பன புருஷன். நானும் அவ்வாறானவனென்றும் புலப்பட்டது. தேகமில்லை, உருவமில்லை. கேவல மித்யா சொரூபியாக இருந்தவன். பிறகு என்னுடைய பூர்வ நிலை யாகிய பிராம்மண புருஷன் ஞாபகத்திற்கு வந்தது. இந்நிலையிலிருந்து தான் மனோசங்கல்பத்தை அடைந்தவனாக வேறொரு புருஷன் இருதயத்தில் புகுந்து மேற்சொல்லிய அனுபவங்களை அடைந்தது. இத்தேகத்தைக் காணவிரும்பி அங்கும் இங்கும் சுற்றித் திரிந்தேன். எங்கு போய்த்தேடியும் அது அகப்படவில்லை. மிக ஆச்சரியத்துடன் சுற்றி வருகையில் யதேச்சையாக அந்த முனிசிரேஷ்டரைக் கண்டேன். ஆச்சரியம், இன்னும் பத்து மடங்கு அதிகரித்தது. பிறகு அவரை நமஸ்கரித்து என் விருத்தாந்தத்தைச் சொல்லி இவைகளின் கருத்து என்னவென்று எனக்கு விளக்க வேண்டிக் கொண்டேன்.

வேறு முனிவர்: இதை நீயாகவே தியானம் செய்து அறிந்து கொள்ளலாம், எனினும் உன் வேண்டுகோள்படிச் சொல்லுகிறேன் கேள். நான், நீ, என்பதெல்லாம் மித்யா தோற்றங்கள். வாஸ்தவமாக இருப்பது ஹரி என்னும் புருஷனின் இருதய ஆகாசமொன்றுதான். அதில் ஏற்படும் சங்கல்பங்களாகிய சொப்பன புருஷர்கள் நாம் எல்லோரும். நீ ஒரு பிராமண தபஸ்வியாக ஒரு வனத்தில் இருந்துவருகையில், அக்னிப் பிரளயம் ஏற்பட்டு எல்லாம் தீக்கு இரையாகி வந்தன.

முனிவர்: இந்த அக்கினிப் பிரளயம் ஏற்பட்டதின் காரணமென்ன? இந்த வனமெல்லாம் எப்படி நாசமாயிற்று?

வேறு முனிவர்: மனதில் சங்கல்பமாகிய ஸ்பந்தம் ஏற்பட்டால் ஜகத் தோற்றம் ஏற்படுகின்றது. சங்கல்பம் அடங்கினால் தோற்றம் அழிவடைகின்றது. இந்த சங்கல்பமாவது சித்தில் தோன்றும் இயக்கம். இயக்கம் ஏற்படுவதாகவும் அடங்குவதாகவும் நம்மால் உணரப்பட்டு வருகின்றன. நம் உணர்ச்சி அடங்கினால் சித்தின் நிஷ்ஸ்பந்த நிலை அனுபவிக்கப்படும். அப்பொழுது ஜகத்தின் பிரளயம் நம் உணர்ச்சியில் ஏற்படுகின்றது. நம் உணர்ச்சி இருக்கும் வரை ஜகத் தோற்றம் ஸ்திரமாக நிலைகொள்ளுகிறது.

உனக்கு பிராம்மண ஜீவிதத்தில் போதம் ஏற்பட்டு பிறகு நீ ஜகத்தின் பிரளய அவஸ்தையை அடைந்தாய். உன் தேகமும் நாச மடைந்தது. பிறகு அகண்ட சித்தில் கலந்தாய். அநேக சொப்பன ஜாலங்களை அனுபவித்தாய். இவைகளைச் சொப்பனங்களாகவும் இதற்கு முன் ஏற்பட்டவைகளை ஜாகிரதா அவஸ்தையாகவும் உணர்ந்து வந்தாய். வாஸ்தவத்தில் எல்லாம் சித்தில் ஏற்படும் சொப்பன்மாகிய தோற்றங்கள். நம்முடைய அக்ஞான ஞான நிலைகளைக் கொண்டு ஜாகிரதா சொப்பன நிலைகளைப்

பாவித்து வருகிறோம்.

இது நிற்க, இனி ஏற்படப்போகும் விஷயத்தைப்பற்றிச் சொல்லு கிறேன் கேள். இன்னும் சிலகாலத்திற்குப் பிறகு, நம் தேசத்து அரசனுக்கும் அடுத்த தேசத்து அரசனுக்கும் சண்டை ஏற்பட்டு இரு தேசங்களும் பகைவர்களால் எரிக்கப்பட்டு பாழடையும். நம்முடைய கிராமம், வனம், சுற்றியுள்ள பிரதேசம் எல்லாம் தீக்கு இரையாகி சகல ஜனங்களும் மாண்டு பூமி பாலைவனத்துக்கு ஒப்பாகி நாம் இருவருமே தப்பிப் பிழைப்போம். அப்படி கொஞ்சகாலம் வசித்து வருகையில் மீண்டும் இவ்விடத்தில் மகா ரம்யமானதும், அநேக மரங்கள், தடாகங்கள், சோலைகளும் கூடிய வனம் உற்பத்தியாகும்.

நாம் இருவருமாக அங்கே ஜீவிதத்தை நடத்தி வருகையில், ஒரு சமயம் ஒரு மிருகவேடன் யதேச்சையாய் உன்னைச் சந்திக்க நேரிடும். நற்குணங்களை சுபாவமாகக் கொண்ட உனக்கு அவன் மேல் இரக்கம் தோன்றி அவனுக்கு உபதேசம் செய்யத் தொடங்குவாய். அவனும் உன்னால் வசீகரப்பட்டு உன்னை குருவாகப் பூஜித்து ஆத்ம தத்துவத்தை அறிய முயற்சி செய்து வருவான். உபதேசங்களில் சொப்பனாவஸ்தையைப் பற்றி மிகப் பிரபலமாக அவனுக்கு எடுத்து உரைப்பாய். நீ இதனால் வேடகுருவாக விளங்குவாய்.

முனிவர்: இப்படி இந்த மகா முனிவர் பிற்காலத்தைப் பற்றிச் சொல்லி முடித்ததும், அவரை பூஜித்துப் பிறகு ஆராய்ச்சியில் அமர்ந்தேன். உணர்ச்சிக்குப் புலனாய்த் தோன்றும் ஜகத்தும் அதிலடங்கியவைகளும் கேவலம் உணர்ச்சிகளே. இவ்வுணர்ச்சிகள் கால, தேச அனுபவங்களைக் கொண்டு ஏற்றுகின்றன. இவைகள் கேவல ஆகாயத் தன்மையைக் கொண்டவைகள்; அவைகளுக்கு உருவமும் கனத்வமும் கிடையாது. இத்தன்மைகள் நம்முடைய பாவனைகளில் ஏற்பட்டவை. உணர்ச்சிகள் சித்தில் ஏற்படும் இயக்கம். சித்தின் இயக்கங்கள் சித்தை விட்டு வேறாக இருக்க முடியாது. சித்தானது இயங்குவதற்கு என்ன காரணம்? அதற்கு ஒரு காரணமும் கல்பனை செய்ய முடியாது. இயக்க மென்பதும் ஒரு மோகம். சித் சித்தாகவே நிலை பெற்றிருக்கிறது. பிறகு இவ்வுணர்ச்சி ஜாலங்கள் தோன்றுவதெப்படி? அவை நம்முடைய மதிமயக்கம். அக்ஞானம் இருக்கும் வரை இவைகள் தோன்றி வரு கின்றன. போதம் ஏற்பட்டால் உணர்ச்சிகள் அடங்கி விடுகின்றன.

இவ்விதமாகிய நிச்சியத்தைப் பின்பற்றினவனாய் ராகத் துவேஷங்களிலிருந்து விடுபட்டுக்கொண்டு, எல்லா இச்சைகளையும் துறந்தவனாய், ஒன்றையும் ஆதரமாகக் கொள்ளாமலும், நானும் எதற்கும் ஆதாரமாக இல்லாமலும், யதேச்சையாக ஏற்பட்ட கர்மங்களைச் செய்து

கொண்டு மிகவும் சாந்தனாய் இருந்து வந்தேன். இப்படி இருந்து வந்த காலத்தில் நீ யதேச்சையாக என்னை சந்திக்க நேரிட்டது. உனக்கு வேண்டிய உபதேசங்களைச் செய்தேன். ஜகத்தோற்றம், உணர்ச்சி, சொப்பன அனுபவம், சங்கல்பம், இவைகளைப் பற்றி பரிபூர்ணமாக எடுத்துரைத் தேன். இனி நீ உன் இஷ்டம் போல் நடந்துகொள்வாயாக.

வேடன்: தங்கள் உபதேசத்திலிருந்து நான் அறிந்துகொண்டது உணரப்படும் ஜகத், நீங்கள், நான் எல்லாம் சொப்பனமாகிய தோற்றங் கள், இவை சத்துமல்ல அசத்துமல்லவென்று.

முனிவர்: ஆம், ஒவ்வொருவருக்கும் மற்றவர்களெல்லாம் சொப்பன புருஷர்களே. தோற்றம் முதலில் எப்படி ஏற்படுகின்றதோ அனுபவமும் பிற்பாடு அப்படியே உண்டாகும். சத்தியமானது ஒன்றுமில்லை, பலது மல்லை, இவைகளுக்கு இடையே உள்ளதாகவும் இல்லை. ஜாகிரத அனுபவங்களென்று சொல்லப்படும் சொப்பனத் தோற்றங்கள் வெறும் உணர்ச்சிகளே. வெகுதூர தேசத்திலுள்ள, முன் அறியப்படாத, ஒரு பட்டணத்தை நம் மனதில் நிர்மாணம் செய்து கொள்ளும் தோற்றம் எப்படியோ அதற்கு ஒப்பானது ஜகத்தோற்றமும். இதை மனதில் பதியவைத்துக் கொண்டு மேற்படி உன் இஷ்டம்போல் இருப்பாயாக. நிர்வாண பதவி என்பது ஒரு கணநேரம் ஏற்படும் அனுபவமல்ல. சாஸ்வதமாக நிலைபெறாமல் அந்த நிலை இருப்பின் அதனால் ஒரு பிரயோஜனமுமில்லை. ஞானம் திடமாக அப்யாசம் செய்து வந்தால் தான் பயன் அளிக்கும். இந்த அப்பியாசத்தைச் செய்துவர விவேகிகளின் சகவாசமும் சாஸ்திரங்களின் ஆராய்ச்சியும் தேவை. துவைத அத்துவைத நோக்கங்களைத் தள்ளி சர்வ சாந்த நிலையில் இருப்பதே சித்தின் நிர்வாணமெனப்படும்.

அக்னி பகவான்: முனிவர் பேசிமுடித்ததும் வேடன் சிலநேரம் ஒரு சிலையைப்போல் அசைவற்றிருந்தான். முனிவருடைய உபதேசங்களை ஞாபகப்படுத்திக் கொண்டான். தன்னுடைய அனுஷ்டானங்கள் ஜபதப முறைகள் இவைகளுக்கெல்லாம் இந்த ஞானோபாயம் சம்பந்தம் இல்லாமல் இருந்தது. ஆகையால் மனக்குழப்பம் அதிகரித்தது. ஒரு நிச்சயத்தை அடைய முடியாமல் கொஞ்சநேரம் தவித்தான். மூர்க்கனிடம் வசப்பட்ட ஒரு பெண் போல் ஞானோபதேசம் வேடனிடம் வியர்த்தமாயிற்று; ஏனெனில் இவ்வுபதேசங்களால் அவன் விபரீத முடிவுக்கு வந்தான். சகலமும் அவித்தையால் ஏற்படுகின்றது. அது உணர்ச்சியாக விஸ்தரிக்கின்றது. ஆகையால் இவைகளின் எல்லையைக் கண்டு பிறகு பரமபதத்தை அடையலாமென்று எண்ணினான். இதை அனுசரித்து தபோ தேகத்தைக் கொண்டு உணர்ச்சி ஜாலங்கள் அனைத்

தையும் கண்டு வருவதாகத் தீர்மானம் செய்து முனிவரிடம் அதை வெளி யிட்டான். அதற்கு முனிவர் பதில் சொன்னதாவது:-

முனிவர்: சாம்பலில் ஆஹுதி செய்யப்பட்ட நெய்யைப்போல், இந்த அரிய ஞானோபதேசங்கள் உன்னிடத்து வியர்த்தமாயின. உன் மனம் சந்தேகத்தால் பீடிக்கப்பட்டு இங்குமங்குமாக ஊஞ்சல் ஆடிக் கொண்டிருக்கிறது. இப்பொழுது உன் வரும் காலத்திய விருத்தாந்தத் தைச் சொல்லுகிறேன் கேள். நீ உன்னுடைய தீர்மானத்தை அனுசரித்து பத்து யுகங்கள் கழித்தும் விஸ்ராந்தியை அடையாமலிருப்பாய். வெகு காலம் தவசில் ஈடுபட்டுப் பிறகு தேவர்களிடம் வரன்களைப்பெற்று அதன் பின் தபோ தேகங்களைக்கொண்டு திருசியப் பிரபஞ்சத்தை எல்லை வரை சோதித்து வருவதாக எண்ணிப் பல யுகங்கள் ஜீவிதம் நடத்திக் கடைசியாக பிரபஞ்சம் முழுவதும் வியாபித்து நிற்கும் தேகத்தை அடைவாய். இப்படி பிரம்மாண்டமான உடலைத் தரித்த நிலையில் இதென்ன விபரீதம், இவ்வளவு அகண்டமான தேகம் எவ்விதம் அடையப் பட்டது? நான் யார் என்ற பலவான எண்ணங்கள் உதிக்கும். அது வரை யில் நீ செய்து வந்த தவங்கள், வரப்பிரசாதங்கள், இவைகளின் பலன் இவ் விதமான எண்ணங்களை அடைவதே. இவைகளைத் தொடர்ந்து ஆத்ம நோக்கத்தில் மனம் ஈடுபட்டவனாய் உன்னுடைய பிரம்மாண்டமான சரீரத்தைத் துறப்பாய். இந்த சரீரம் சவமாக பூமியில் விழுந்து மலை நகரங்கள் எல்லாம் சூர்ணமாகி பூமி முழுவதையும் வியாபித்ததாய் கிடக்கும். பிறகு இந்த தேகம் பைரவியால் அழிக்கப்படும். தவத்தில் ஈடு படுவதின் பலனையும் உனக்கு எடுத்துச் சொன்னேன். இனி நீ உன்னிஷ்டம் போல் நடந்து கொள்ளவும்.

வேடன்: தாங்கள் என்னுடைய பிற்காலத்திய சம்பவங்களைப் பற்றிச் சொல்லியது மகாகோரமாகவும் துக்கமுள்ளதாயும் இருக்கின்றது. இதிலிருந்து தப்பித்துக்கொள்ள ஒரு யுக்தியை சொல்வீராக.

முனிவர்: ஒவ்வொருவருக்கும் பிறகாலத்தில் நடக்கப் போவது அதுவரையில் ஏற்பட்ட பாவனைகளையும் யத்தனங்களையும் தழுவி ஏற்படுகின்றன. அவரவர் பாவனைகளையும் பிரயத்தனங்களையும் விட்டு வேறு சம்பவங்கள் ஏற்படுவது முடியாது. இப்படி பூர்வ கர்மங்களால் ஏற்படுகிறவைகளை எவ்விதத்திலும் தடை செய்ய முடியாது. அவை ஏற்பட்டே தீரும். ஜோதிஷ சாஸ்திர மூலம் பிற்காலத்து அனுபவங்களை ஒருவாறு முன்னே அறியலாமே தவிர அவைகளைத் தடுக்க இயலாது. ஏற்படும் கர்மங்கள் உணர்ச்சிகளின் பலனாக சம்பவிப்பதே இயற்கை.

வேடன்: என்னுடைய வருங்காலத்தில் மேற்படி என்ன நடக்கு மென்பதையும் சொல்வீராக.

முனிவர்: பிரம்மாண்ட உடலிலிருந்து விடுபட்ட ஜீவன் அகண்ட ஆகாசத்தில் சர்வ வியாபகச் சக்திபெற்றதாய் நின்று சேதனை உன் முகமாயிருக்கும். இன்னிலையில் சங்கல்பமே அதன் தொழிலாகையால் தன்னுள் தானே சொப்பனம் போல் பின்வரும் பாவனைகளைச் செய்து கொள்ளும், நான் பூமியில் சிந்து ராஜன் என்று சொல்லப்பட்ட அரசன், என் தகப்பனார் காலமான பிறகு நான் எட்டு வருஷகாலம் ராஜ்ய பரிபாலனம் செய்தேன். பெரிய சாம்ராஜ்யத்தை அடைந்தவனாயினும் அடுத்த தேசத்து அரசனாகிய விதூரதன் மகா பராக்கிரம சாலியாக இருப்பதால், அவனால் எப்பொழுதேனும் நம் தேசத்திற்கு தீங்கு நேரலாம். ஆகையால் அவன்மேல் படையெடுத்து செல்வதே உசிதமென்று, அதை செய்யத்தொடர்வாய். இந்த யுத்தத்தில் நீ வெற்றியடைந்து மகா பண்டிதனான உன்னுடைய மந்திரியாலும் போற்றப் படுவாய்.

மந்திரி: தாங்கள் இந்த யுத்தத்தில் வெற்றியடைந்தது வெகு சிலாகிக்கத் தக்கதே. அது யமசாதனைக்கு ஒப்பாகும்.

சிந்துராஜன்: (நீ கேட்பது) யாது காரணத்தால் என்னுடைய ஜயம் அவ்வளவு ஆச்சரியப் படத்தக்கது?

மந்திரி: காரணமென்னவென்றால் விதூதரனுடைய மனைவியாகிய லீலா, சரஸ்வதி தேவியின் புத்திரி, மேலும் பல தபசுகளைச் செய்து சித்தி பெற்றவள். வரப்பிரசாதமடைந்தவள். அவளால் செய்யக்கூடாதது ஒன்று மில்லை.

சிந்து ராஜன்: பிறகு ஏன் விதூரதன் தோல்வியடைந்து மாண்டான்?

மந்திரி: அதற்குக் காரணம் அவன் ஜயத்தைக் கோராததே. அவன் நோக்கமெல்லாம் மோட்சத்தை அடைவதில் இருந்தது. தாங்களோ யுத்தத்தில் ஜயத்தைக் கருதியே முயற்சி செய்துவந்தீர்.

சிந்து ராஜன்: நானும் இந்த சரஸ்வதி தேவியை பூஜித்து வந்தும் என்னால் இந்த மோட்சம் ஏன் அடையப்படவில்லை?

மந்திரி: ஒவ்வொருவருடைய இருதயத்திலும் அறிவென்பது எப்பொழுதும் சம்வித் ரூபமாகக் குடிகொண்டிருக்கிறது. இதுவே சரஸ்வதி தேவியாக பாவிக்கப்படுவது. யார் யார் எவ்வெவ்வித இச்சையைக் கொண்டு பிரார்த்தனைகள் செய்கிறார்களோ அவரவர்கள் அதையே அடை கிறார்கள். பாவிக்கப்படாததோ இச்சிக்கப்படாததோ அடையப் படுவ தில்லை. உம்முடைய ஆவலெல்லாம் ஜயத்தை நோக்கியிருந்தால் அது உம்மால் அடையப்பட்டது.

சிந்து ராஜன்: சரஸ்வதி தேவியை நானும் உபாசித்து வந்தும், எனக்கு

ஏன் மோட்சத்தைக் குறித்த நோக்கமிருக்கவில்லை?

மந்திரி: உம்முடைய பூர்வீக கர்மங்களும் பிரயத்தினங்களுமே அதற்குக் காரணம்... எல்லாம் அவரவர்கள் செய்யும் அப்யாசத்தை தழுவியே பிற்காலத்தில் நடைபெறுகின்றன.

சிந்து ராஜன்: எனக்கு இனி ஏற்படப்போகும் சம்பவங்கள் எந்த சமஸ்காரங்களைக் கொண்டு நடக்கும்?

மந்திரி: உமக்கு நான் இப்பொழுது வெகு ரசசியமான விஷயத்தைச் சொல்லுகிறேன் கேளும். நீ, நான் இன்னும் பிரபஞ்சத்தில் உள்ளவைகள் எல்லாம் ஆதி அந்தமற்ற பிரம்மமே. இந்த சர்வ வியாபியான பிரம்மத் தில் சேதனையின் வசத்தால் ஜீவராசிகள் தோன்றுகின்றன. இவைகளின் சூக்ஷ்ம சரீரமே நிஜமான சரீரம். பௌதீக சரீரம் அசத்தியமானது. சங்கல்பம், பரலோகபாவனை எல்லாம் கொண்ட சித் உருவமற்றிருந்தும் சொப்பனம் போல் உருவத்தைக் கொண்டதாக உணர்கின்றது. காற்றும் அதைக்கூடிய அசைவும் இருப்பதுபோல், சித்தும் ஜகத்தோற்றமும் அவ்விதமே நிலைத்திருக்கின்றன. இந்த தோற்ற ஜாலங்களில் சொற்பம், மத்திமம், அதிகம் என்று பல அளவில் சிக்கிக்கொண்டவர்களும், இவைகளிலிருந்து படிப்படியாக விடுபட்டவர்களுமாக ஜனசமூகம் இருக் கின்றது.

சிந்து ராஜன்: நான் மிகவும் கேவல நிலையில் இருப்பதாக இப்பொழுது உணர்கிறேன். என் முன்னேற்றத்தைக் குறித்து நான் செய்ய வேண்டியது என்ன?

மந்திரி: மூன்று லோகத்திலும் பௌருஷப் பிரயத்தினத்தால் அடையப்படாதது ஒன்றுமில்லை. மேலும் தீய கர்மாக்களையே செய்து வருகிறவன் நன்டத்தையில் ஈடுபடுவானாயின் எப்படி அதிகமாகச் சோபிக்கிறானோ அப்படியே உம் பூர்வ பிரயத்தினங்களும் நோக்கங் களும் எப்படி இருக்கினும், இப்பொழுது சத்காரியத்தில் ஈடுபடுவதே உம் முன்னேற்றத்துக்கு முறையாகும். உம் இச்சைகள் நோக்கங்கள் இனி எப்படி இருக்கின்றனவோ அப்படி நீர் பிற்பாடு ஆகுவதுதான் நியதி.

முனிவர்: சிந்து ராஜன் இவ்வித மென்மையான நோக்கங்களை மந்திரியிடமிருந்து அறிந்து கொண்டதும் உடனே அந்த மார்க்கத்தையே கடைப்பிடித்தவனாக யார் சொல்லியும் கேட்காமல் ராஜ்யம், ஐஸ்வர்யம், மனைவி மக்கள், எல்லாம் துறந்து வனவாசம் செல்வான். அங்கே நல்லோர் சேர்க்கையும் அடைந்தவனாய், அவரிடையே விசாரணையில் ஈடுபட்டு ஆத்ம நோக்கத்தை அடைவான்.

வேட சாதுவே உன்னுடைய பிற்காலத்திய அனுபவங்களைப் பற்றி முற்றிலும் சொல்லிவிட்டேன். இனி நீ உன்னிஷ்டம் போல செய்து வருவாயாக.

அக்கினி பகவான்: இந்த சம்பாஷணை நடந்து சில காலத்திற்குப் பிறகு முனிசிரேஷ்டர் தன்னுடைய காலம் தீர்ந்ததென்று அறிந்து கொண்டு தேகத்தை அநாயாசமாக விட்டு விட்டு நிர்வாணப் பதவியை அடைந்தார்.

வேடனோ பூர்ண பக்குவமான மனோ நிலையை அடையாதவனாய், தபஸ் செய்வதில் மென்மேலும் ஈடுபட்டவனானான். அநேக காலம் இப்படி தபஸ் செய்தபிறகு பிரம்மா பிரத்யட்சமாகி அவனுக்கு வேண்டிய வரங்களைக் கொடுப்பதாகச் சொன்னார். முனிவர் சொன்ன படியே, வேடன் பிரபஞ்சத்தின் எல்லையைக் காணவேண்டிய சக்தியை அடைய விரும்பினான். இந்த வரனைப் பெற்றுக் கொண்டு கருடரூபம் தரித்து மகாவேகத்துடன் பிரபஞ்சம் முழுவதும் சுற்றித் திரிந்தான். வெகு காலம் இப்படி அலைந்து திரிந்த பிறகு தன்னுடைய மனோமோகத்தை உணர்ந்தான். உடனே அவனுடைய பிரம்மாண்ட உடல் சவமாக பூமியில் விழுந்து அதை முற்றிலும் வியாபித்ததாய் நின்று சில காலத்தில் மண்ணோடு மண்ணாயிற்று. விடுபட்ட ஜீவன் சிந்து ராஜனாகப் பிறந்தான்.

ஏ... விபஸ்சித்! இந்த பிரம்மாண்ட உடலின் பூர்விகமென்னவென்று நீ கேட்டாய். அதை இப்பொழுது உனக்கு விவரித்து உரைத்தேன்.

பாசன்... விபஸ்சித்: இப்படிச் சொல்லி முடித்தவுடன் அக்னி பகவான் அந்தர் தியானமானார். நான் பரந்த ஆகாயத்தில் இருந்தவனாக சங்கல்ப வசமானேன். இனிச் செய்ய வேண்டிய கர்மங்களைப் பற்றியும் சிந்திக்கலானேன். வாசனையின் பலனாக இன்னும் அக்ஞானத்தின் எல்லையைக் காணும் நோக்கமே பலத்திருந்ததால் வெவ்வேறு தேசங்களையும் ஜகத்துகளையும் சுற்றிப் பார்த்தவனாக இருந்தேன். நான் கண்ட விசித்திரங்களும் வினோதங்களும் சொல்லி முடியா. ஆயிரக் கணக்கான ஜீவராசிகள், ஒன்றுக்கொன்று சம்பந்தமில்லாமல் காணப்பட்டது.

இப்படித் திரிந்து வருகையில் யதேச்சையாக இந்திரனை சந்திக்க நேரிட்டது. அவன் என்னைக் கண்டதும் நான் இன்னும் மிருகயோனியில் ஜனிக்க வேண்டி இருப்பதாகவும், அதன் பிறகு விமோசனம் அடைவேன் என்றும், மேலும் தானும் மிருகயோனியில் ஜனிக்க வேண்டியிருப்பதாகவும் சொன்னான். இது எனக்கு மிகவும் ஆச்சர்யமாக இருந்தது. ஏனெனில் நான் அல்ப புண்ணியங்களைச் செய்தவனும், அக்ஞானத்தால் பீடிக்கப்பட்டவனுமாய் இருப்பதால் இவ்வித ஜன்மங்கள்

எடுப்பது அதிசயமில்லை; இந்திரனும் இவ்விதிக்குட்படுவது அதிசயமே. அதற்கு இந்திரன், நான் அக்ஞானத்தின் எல்லையைக் காண விரும்பியது போல், தான் போகங்களின் எல்லையை அடைய விரும்பிய தின் பலனாக அதேகதி தனக்கு விளைந்தது என்றான்.

இந்திரனை விட்டுப் பிரிந்த பிறகு மானாக ஜனித்து வனத்தில் திரிந்த வண்ணம் இருக்கையில் ஒருநாள் ஒருவேடனால் துரத்தப்பட்டு, தப்பித்துக் கொள்ள எவ்வளவு பிரயத்தினம் செய்தும் முடியாமல் அவன் கையில் அகப்பட்டுக் கொண்டேன். ஏ... ராம! இந்த வேடன் உனக்கு என்னை விளையாட்டுப் பொருளாகக் கொடுத்துச் சென்றான்; என்னுடைய விருத்தாந்தத்தை ஆதியோடந்தமாகச் சொன்னேன்: சம்சாரத்தின் எல்லையைக் காண ஒருவராலும் முடியாது. இந்த சம்சாரத்திற்குக் காரணம் அக்ஞானமே. அக்ஞானம் நீங்குவதற்கு ஞானம் ஒன்றேதான் மார்க்கம்.

வால்மீகி: விபஸ்சித் சொல்லி முடித்தவுடன் ராமனுக்கு ஒரு சந்தேகம் தோன்றி அவனை ஒரு கேள்வி கேட்டான்.

ராமன்: நீ சங்கல்பமற்றவனாக இருந்து, வேறொருவனுடைய சங்கல்பத்தில் புகுந்து மிருக சிருஷ்டி எடுப்பது மிகவும் அசம்பாவிதமாக இருக்கின்றது.

விபஸ்சித்: அசம்பாவிதம் என்பது, இரண்டு என்னும் நோக்கத்தில் தான் ஏற்படும். ஆனால் இரண்டென்ற நோக்கம் மித்திய. சத்திய மானது ஏகமாய் இருக்கின்றது. எல்லாம் ஏதொன்றாக நிற்கின்றதோ, எது எல்லாமுமாக பரிணமிக்கின்றதோ, அதை வைத்துப் பேசுங்கால் சம்பாவிதம் அசம்பாவிதம் என்டதே கிடையாது. எதுதான் ஒன்றாய் நிற்கும் பிரம்மத்தில் ஏற்படக் கூடாது. பிரம்மம் ஜகத் வெவ்வேறாக பாவிக்கப் பட்டால் ஒருவனுடைய சங்கல்பம் இன்னொருவனுடையதுடன் கலக்காது தான். எல்லாம் ஒன்று என்னும் பாவனையில் எல்லா சங்கல்பங்களும் ஒன்றின் பிரவிர்த்தி என்றுதான் பாவிக்கப்படும். சங்கல்பங்கள் எல்லாம் கலப்பதாகத்தான் அறிவினால் அறியப்படுகின்றது. அப்படி இல்லா திருப்பின் ஆத்மாவுக்கு சர்வாத்மத்துவம் இருக்காது. மித்தியயாகத் தோன்றுவதையும் சத்தியமாகத் தோன்றுவதையும், எல்லாம் பிரம்மம் என்ற நோக்கத்தைக் கொண்டுதான் விளக்கக்கூடும். ஏனெனில், எல்லா வற்றிற்கும் இருக்கை என்ற ஒரு தத்துவம் சத்தியமாக நிலைத்திருக் கின்றது. இந்த நோக்கத்தைவிட்டு சிருஷ்டி, பிரளயம் என்ற நோக்கங் களைக் கைக்கொண்டால் அப்பொழுது மகா பிரளயத்தின் பிறகு, மீண்டும் சிருஷ்டி ஏற்படுவதற்கு காரணமற்றுப் போய்விடுகின்றது. பிறகு அக்கினி, வாயு, நீர், பூமி, இவைகள் இருப்பதற்கும் காரணம் இல்லை.

நாம் சொல்லும் நோக்கத்திற்கு சர்வமும் பிரமாணமாகின்றன. அதாவது சர்வமும் பிரம்மமாகிய ஒரே சத்தியம் என்பது.

இந்த நோக்கத்தின்படி சிருஷ்டி என்பதும் இல்லை. நாசம் என்பதும் இல்லை. பிரமத்தின் ஜகத் தோற்றமாக நம்மால் உணரப்பட்டு வரு கின்றது. காற்றின் அசைவால்தான் காற்றை உணருகின்றோம். அதே மாதிரி, ஜகத் காட்சியாகிய ஸ்பந்தம், அசைவு பிரம்மத்தைச் சுட்டிக் காட்டுகின்றது.

வால்மீகி: விபஸ்சித்தன் விருத்தாந்தத்தைச் சொல்லி முடித்ததும் சபை கலைந்து ஒருவருக்கொருவர் விடைபெற்றுக் கொண்டு அவர வர்களின் தினசரி காரியங்களை கவனிக்க வீடு சென்றார்கள். தசரதன் அரசனுக்கேற்ற மரியாதைகளை விபஸ்சித்திற்குச் செய்து அவன் தங்குவதற்கு வேண்டிய வீடு, மனைவி, திரவியம் எல்லாம் ஏற்பாடு செய்து வைத்தான். மறுநாள் தினம் போல் சபை கூடி அவரவர்கள் ஆசனத்தில் அமர்ந்து நிசப்தமாய் மகரிஷியின் உதார மொழிகளை எதிர்பார்த்த வண்ணம் இருந்தார்கள். அப்பொழுது வசிஷ்டர் பேசத் தொடங்கினார்.

வசிஷ்டர்: சிந்து ராஜன் விருத்தாந்தத்திலிருந்து அக்ஞானம் எல்லையயற்றதென்றும், அதிலிருந்து விடுபட்டுக் கொள்ள நெடுங் காலத்திய அனுபவம், ஏற்ற புருஷ பிரயத்தனமும் தேவை என்பதும் விளங்கும். இதில் ஒரு விசேஷம் என்னவென்றால், இவ்வித நீண்ட காலம் திரிஸ்ய விஷயங்களை ஒவ்வொன்றாகப் பார்த்து அனுபவித்து வந்ததால் இவைகளின்மேல் சலிப்பும் வைராக்கியமும் ஏற்பட்டு மீண்டும், அவைகளில் இச்சை ஓடாவண்ணம் மனம் பக்குவம் அடைந்தது. ஆனால் இவனுடைய மந்திரியோ மகா விவேகியாக இருந்தபடியால் அக்ஞானத்தின் விஸ்தரிப்பை அறிய முடியவில்லை. ஞானத்தை ஆராய்ச்சியாலும் சொந்த முயற்சியாலும் சீக்கிரம் அடைந்தான். ஏ, விபஸ்சித்! நீ இப்பொழுது பக்குவமான மனோ நிலையை அடைந்த வனாக இருக்கின்றாய். இதில் நிலைபெற்று ஜீவன் முக்தனாக விளங்கு வாய்.

அவித்தை என்பதும் பிரம்மத்தில் உதித்ததாகையால் அதுவும் எல்லையயற்றதாகவும் சத்தியம்போலவும் விஸ்தரிக்கின்றது. ஆயினும் போதம் அடையப்பட்டதும் அது சாந்தி அடையும். பிரம்மத்தில் வேரூன்றிய காரணத்தால் அது பலதாகிய தோற்றத்தை அடையவும் ஜடத்தன்மை, ரசம், இவைகளைக் கூடி இருப்பதற்கும் இயலுகிறது. இது சிக்கல்கள், முடிச்சுக்கள் உள்ளதாகவும், அகாலத்தில் மலர்ந்த பூவைப்போல் பயனற்றதாயும் ஆகும். அது உணர்ச்சி ஏற்படும் காலத்தில் தோன்றியும்

உணர்ச்சி ஏற்படாதிருக்கை யில் மறைந்தும் இருக்கும்.

அவித்தையின் விஸ்தரிப்புக்கு சங்கல்பமே காரணம். சங்கல்பம் எப்படியோ, அனுபவமும் அப்படியே. பிரபஞ்சத்தில் தென்படுகிறவைகள் அனைத்தும் சங்கல்பங்களின் தேகங்களே, அதாவது சங்கல்பங்கள் உருவெடுத்துக் கொண்டதாக இருக்கின்றன. மானிடர், தேவர், அசுரர், சித்தர்கள், வித்யாதரர்கள், எல்லா இனத்தாரும் சங்கல்ப வித்தியாசங் களைத்தான் சுட்டிக் காட்டுகின்றனர். அவரவர்கள் இச்சைகள், நோக்கங்கள், கொள்கைகள் இவைகளைக் கொண்டு இவர்கள் ஒவ்வொரு நிலையில் இருந்து வருகின்றனர். அனுபவங்கள் தோற்றங்கள் எல்லாம் சங்கல்பங்களைத் தழுவி ஏற்படுவதால் எல்லா சங்கல்பங்களுக்கும் ஆதாரமாய் இருக்கும் சித்துதான் ஒன்றாய் நின்று நாம ரூபங்களால் உணரப்பட்டு வருகின்றது என்று ஏற்படும். இப்பொழுது இருக்கும் சங்கல்பத்தை விட ஒரு புதிய சங்கல்பம் அதிக தீவிரத்தை அடைந்தால் அதுவே நிலைத்து பழைய சங்கல்பம் சாந்தியடையும். மனிதர், சொர்க்க நரகாதி அனுபவங்களை அடைவதும், அவரவரின் சங்கல்பங்களில் தோன்றியவாறே ஏற்படும்.

ராமன்: வேடன், முனிவர், இவ்விருவருக்கேற்பட்ட அநேக வித அனுபவங்கள் சுபாவமாகவே ஏற்பட்டனவா, அல்லது ஏதாவதொரு காரணத்தைக் கொண்டா?

வசிஷ்டர்: பரமாத்வத்தில் சர்வதா நீர்ச்சுழல்கள் போல் சங்கல்பச் சுழல்கள், தானாகவே ஏற்பட்டு கொண்டே இருக்கின்றன. காற்றில் ஏற்படும் அசைவுகளை நோக்கி காற்று அடிப்பதுபோல், அப்பொழுதுக்கப் பொழுது ஏற்படம் ஸ்பந்தம் எப்படியோ, அப்படி சித்தின் பிரவர்த்தி ஏற்பட்டுக் கொண்டு இருக்கின்றது. பல அவையவங்களைக் கொண்ட ஒரு வஸ்து எப்படியோ அப்படி ஒன்றாய் இருக்கும் சித் அப்பொழுதுக்கப் பொழுது ஏற்படும் சங்கல்பச் சுழல்களைக் கொண்டு அவ்வாறாக தோன்றி வருகின்றது. இப்படித் தோன்றிவரும் தோற்றங்களில் சில ஸ்திரமாகவும், சில ஸ்திரமற்றதாகவும் தோன்றுகின்றன. ஆனால் இவை சகலமும், பிரம்மத்தில் சூன்யம் போல் தோன்றும் தோற்ற ஜாலங்களே. தியானத்தில் ஈடுபட்ட ஒருவனுடைய தேகம் க்ஷீணம் அடைந்து விட்டால் அப்பொழுது அந்த ஜீவன் சூன்யமாய் ஆகயத்தில் ஸ்பந்தித்துக் கொண்டுதான் இருக்கும். அந்நிலையில் அது எவ்வெவ்வாறு உணரு கின்றதோ, அவ்வவ்வாறே பிறகு அனுபவங்களை அடைகின்றது. இப்படி சூன்யத்தில் ஏற்படும் ஸ்பந்தம், சொப்பனம் என்றும் ஜாக்ரதை என்றும் நம்மால் பகுத்தறியப்பட்டு வருகின்றது.

நித்திரையிலிருந்து விழித்துக் கொண்டதும், சொப்பனத்தை அசத்தியம் என்று உணருகிறோம், பிறகு அக்ஞானத்திலிருந்து விடுபட்டுக் கொண்டதும், ஜாக்ரதை உணர்ச்சிகளையும் சொப்பனமாகவே பாவிக்கிறோம். ஏனெனில் இவைகளும் நிலையற்றவை, கேவலம் உணர்ச்சிகள், உணராமல் இருப்பின் சாந்தியடைவதால். ஆகாயத்தில் சூன்யமாகத் தங்குதடை இன்றி பாவனை செய்யப்பட்டவைகள், உணர்ச்சிகளாகவும், பிற்பாடு அவைகளே உணரப்படுகின்ற வஸ்துக் களாகவும் உணரப்படுகின்றன. இவைகளை சத்தியம் என்றும், நித்தியம் என்றும் பாவிக்கத்தகாது. அப்படி நம்மால் பாவிக்கப்படுவது நம்முடைய அக்ஞானத்தால். இதுவும் ஒரு சாஸ்வதமான நிலையல்ல. அறிவு ஏற்பட்டால் அக்ஞானம் வெயிலைக் கண்ட பனிபோல் மறைந்து விடுகின்றது. ஆகையால் அதுவும் அசத்யமென்றுதான் ஆகும். அது சாந்த தன்மையில் தோன்றும் ஒரு தோற்றம், ஆகையால் சாஸ்வதமாக இருப்பது சாந்தம் ஒன்றே.

பசுவென்று சொல்லப்படுவது சிதாகாசம் என்னும் பதத்திற்குப் பொருளாகும்; ஆலோகம் மனனம் என்பவைகளும் அப்படியே. சொப்பனத்தில் காணும் காட்சிகளைப் போன்றல்லாது வேறொன்று மில்லை இந்த ஜகத்காட்சியும். ஜகத்தென்பதும் வெறும் சாந்தம்; பலதென்றவாறு அதில் ஒன்றுமில்லை. கேவலம் சித்தின் ஒளிபரப்பு ஒன்றாய் இருந்தும் பலதாகத் தோன்றுகின்றது. இத்தோற்றங்கள் அவரவர்களின் அறிவுக்கு ஏற்றவாறு வெவ்வேறாகவும் காணப் படுகின்றன. ஜலப்பிரவாகத்தில் ஏற்படும் அலைகள், சுழல்களாவது போல, சித் பிரவாகத்தில் தோன்றுகிறவைகள் ஜகத் சமுதாயங்களாகும்.

ஏ... ஜனங்களே! இந்த சம்சாரமாகிய பிரவாகத்தை கடப்பதற்கு இப்பொழுதே பிரயத்தினம் செய்வீர்களாக. நமது ஆயுள் காலம், வெகு சொல்பம், அதிலும், முக்கால் பங்கு, இளம் பிராயமாகவும், முதுமை யினாலும் கழிந்து விடுகின்றது. முதுமையில் இந்திரியங்களும் மனதும், நம் சுவாதீனம் இன்றி ஒருவித முயற்சிக்கும் சாத்தியப்படாமலிருக்கும். ஆகையால், வயது காலத்திலேயே வேண்டிய பிரயத்தனங்களைச் செய்து வருவீர்களாக. அதாவது, சாஸ்திரங்களின் ஆராய்ச்சியும், நல்லோர் சேர்க்கையும், சொந்த ஆராய்ச்சியும் செய்வதே இங்கே குறிப்பிடப் படுவது. இப்படிச் செய்து வராவிட்டால், மகா கொடுமையான அனுபவங்கள் உங்களை எதிர் பார்த்துக் கொண்டிருக்கும்.

ஒரு கிராமத்தின் எல்லையில் மண்ணால் செய்து வைக்கப்பட்ட வேதாள சபை, வேதாளம் என்ற நோக்கம் கொண்டவர்களுக்கு பயங்கர

மாகவும், மண்பொம்மை என்று எண்ணுகின்றவர்களுக்கு தீங்கற்றதாக வும் இருப்பதுபோல இந்த திரிஸ்யமாகிய பிரபஞ்சமும் அக்ஞான நோக்கத்தில் பயங்கரமாகவும், பிரம்மம் என்ற நோக்கத்தில் விளையாட்டாகவும் தோன்றும். விவேகம் ஏற்பட்ட நிலையில் உணர்ச்சிக்குட்பட்ட பிரபஞ்சம் உணரப்படாமல் இருக்கும். சொப்பனத் தில் நிஜம் போல் அனுபவிக்கப்படும் சம்பவங்கள் விழித்துக் கொண்ட தும், பொய் என்று அறியப்படுவது போல, பிரபஞ்ச அனுபவங்களும், போதம் ஏற்பட்டதும் கனவு தோற்றங்களாக பாவிக்கப்படும். ஆகையால் இந்திரியங்களை அடக்கி சாந்தத்தைப் பெறுவீராக.

ராமன்: இந்திரியங்களின் ஜயத்தால் அக்ஞானம் ஓய்வதெப்படி, பிறகு, இந்த இந்திரியங்களை ஜயிப்பதெப்படி?

வசிஷ்டர்: இந்திரிய ஜயம் சொந்த பிரயத்தனத்தால்தான் அடையப் படும். பிரயத்தனம் செய்யும்முன் ஒரு விஷயம் மனதில் பதிய வைத்துக் கொள்ளவேண்டும். அதாவது புருஷன் என்பது கேவலம் சித் ரூபம். சேதனம்தான் ஜீவன் என்று சொல்லப்படுவது. இந்த ஜீவன், தன்னுள் எப்படி சேதிக்கின்றதோ அவ்விதமேயாகும். மனசாகிய மதம் பிடித்த யானையை சம்வித் என்னும் அங்குசத்தால் பிரயத்தனம் செய்து ஜெயிப்பதே இந்திரிய ஜெயம் எனப்படும். இந்திரியங்களாகிய சேனைக்கு, சித்தம் தான் நாயகன். அவனை ஜெயிப்பதே ஜெயம் எனப்படும். பிரயத்தினத்துடன், மனதை திரோதம் செய்து வருவதால் மாத்திரம் தான் அது சாந்தியடையும். கர்மங்கள், யாகம், யக்ஞும், இவைகளைச் செய்வதாலாவது, தீர்த்த யாத்திரை, பூஜை முதலியவைகளாலாவது முடியாது. போகங்களிலும், உலக விஷயங்களிலும், மனது பிரவிர்த் திப்பதை, பலாத்காரமாக நிரோதம் செய்வதை அப்பியசித்து வருவதால் நாளடைவில், பலன் அடையப்படும். திடமான புத்தியைக் கொண்டு சுய தர்மத்தால் விதிக்கப்பட்ட கர்மங்களில் பலனை உத்தேசிக்காமல் செய்வதையும், வேறு கர்மங்களில் பிரவேசிக்காமலும் இருப்பதே மேற்கொள்ளவேண்டும். மனம் எந்த விஷயத்தில் ஈடுபட்டாலும், அதனால் யாதொரு விகாரமும் அடையாமல் இருப்பது, இந்திரியம் ஜயம் அடைந்ததற்கு குறியாகும். விவேகிகளாக இருப்பவர்கள், எந்த கர்மத்தில் ஈடுபட்டாலும், பலனை எதிர்பாராமல் செய்து வருவார்கள் மேலும், அவரிடத்து எந்த விஷயத்திலாவது, சந்தர்ப்பத்திலாவது மனம் கொந்தளிப்பு அடையாது. அவர்கள் சம குணத்தை அடைந்தவர் களாதலால் பிரபஞ்சத்தை அதில் உள்ளபடி அறிகின்றார்கள். பிரபஞ்சத் தில் சத்தியமான நோக்கம் ஏற்பட்டால் சம்சாரத்தில் மீண்டும் மோகம் உண்டாகாது, எப்படி கானல் நீர் என்று அறிந்த பிறகு, எவனும் அங்கே

நீரைத் தேடமாட்டானோ, அப்படி. ஜகத்தென்பது சித்தில் யாதொரு இயக்கமும் இன்றி நிலைத்து இருக்கிறது. இது அறியப் பட்டால், பிறகு பந்தம், மோட்சம் என்ற நிலைகளைப்பற்றிய வழிக்குப் பொருந்தாது. சிதாகாசத்தில் ஆகாசம்போல் உள்ளவைகளே தீ, நான், ஜகத் என்பவை கள் எல்லாம், சூன்யத்தின் நிழலாக பாவிக்கப்படலாம். அதாவது, சூன்யத்தில் சூன்யம் என்றே. சொப்பன திருஷ்டாந்தம்தான் இங்கே மிகப் பொருத்தமாக உள்ளது. அனுபவிக்கப்பட்ட போதிலும் ஜகத் காட்சி, மித்யையே. 'நான்' என்று சொல்லப்படுவது, கர்த்தாவும் இல்லை, கர்மமும் இல்லை, போக்தாவும் இல்லை. கேவலம் சித்தே. பிறகு ஜகத்தாவது, குறிப்பிட்ட ஸ்தலம் இல்லை. வெறும் உணர்ச்சியே. சொப்பனத்தில் நம்முடைய மரணத்தையே நாம் அனுபவித்த போதிலும் அது வாஸ்தவம் இல்லை. கானல் நீரைக் கண்டாலும், அங்கே நீரில்லை. அப்படி போதம் ஏற்பட்டவுடன் இந்த ஜகத் காட்சியும் தோன்றுவதில்லை. சிதாகாசத்தில், தானாகவே ஏற்படும் இயக்கம், சிருஷ்டியாக பாவிக்கப்பட்டு வருகிறது. யதேச்சையாகவும், ஒரு மூல காரணம் இன்றியும் ஏற்பட்ட இந்த இயக்கத்தை நாம் ஜகத்தாக பாவித்து வருகின்றோம். இப்படி காரணம் இன்றி சித்தின் ஒளியில் பிரகாசிப்பது, சித்தைக் காட்டிலும் வேறாகாது. ஜீவன் என்று சொல்லப்படும் சித் இயக்கங்களும் சித்தைக் காட்டிலும் வேறில்லை.

பிறகு, ஜாகிரத, சொப்பன, சுஷுப்த நிலைகள் என்று மூன்று விதமாக ஜீவனுடைய நிலை, அக்ஞானிகளால் அனுபவிக்கப்பட்டு வருகின்றது. ஞானிகளின் நோக்கத்திலோ மூன்றும் ஒன்று சேர்ந்த துரிய பதவியாக ஒன்றாகவே பாவிக்கப்படும். துவைதம் - அத்வைதம், என்ற பாவனைகளும் அசம்பாவிதம். அவை வெறும் பத ஜாலங்களே.

இந்த உதாரண நோக்கங்களை மனதில் பதியவைத்துக்கொண்டு அதன்படி ஜீவிதத்தை நடத்தி வருவதற்கு இடைவிடாத திட அப்பியாசம் அவசியம். ஒரு புல் போரை பாதுகாப்பதற்கு எவ்வளவோ பிரயத்தனமும், ஜாக்கிரதையும், நாம் எடுத்துக் கொள்ளும் பொழுது மூன்று லோகத்தை யும் ஜெயிக்கும்படியான நிலைக்கு பதின்மடங்கு அதிகப் பிரயத்தனம் வேண்டாமா? மனோ சாந்தியை அடைவதின் முன்னிலையில் திரிலோக சாம்ராஜ்யமும் திரணத்திற்கு ஒப்பாகும். மகத்தான பிரயத்தினத்தால் இப்பதவி அடையப்படும்.

இங்கே நாம் சொன்னவைகளையே திருப்பித் திருப்பி சொல்வதாக நினைக்கலாம். இப்படிச் சொல்லாமல் இந்த தத்துவங்கள் மனதில் பதியாது. இவ்வளவு விஸ்தாரமாகவும் பல தடவை திருப்பிச் சொல்லி

யும், இவைகளை மனதில் ஏற்றுக் கொள்ளாதவர் பலர். இங்கு சொல்லப் பட்ட தத்துவங்களை மீண்டும் மீண்டும் ஆராய்ச்சி செய்தும், இதர ரிடத்துக் கேட்டும், பிறருக்குச் சொல்லியும், இதரருடன் வாசித்தும் வந்தால் தான் பயன்படும். ஒரு தடவை இதைப் படித்து விட்டு எல்லாம் அறியப்பட்டதாக சும்மா இருந்து விட்டால் ஒரு பலனும் அடையப் படாது. வேதங்களைப் பாராயணம் செய்வது போல் இந்நூலை பிரதி தினமும் பாராயணம் செய்து வர வேண்டும். அப்படி செய்வதால் கர்மம், ஞானம் இரண்டிலும், சிரேஷ்டராக விளங்கலாம். எல்லா சாஸ்திரங் களின் சாரமாக இது எழுதப்பட்ட படியால், அறிய வேண்டியவைகளை அறிய இது சுலபமான மார்க்கம். இந்நூலைப் பார்த்த பிறகு, இதர சாஸ்திரங்களை ஆராய்ச்சி செய்வதால் அவைகளின் தத்துவம் சரியாக விளங்கும். இது ஊறுகாவிற்கு உப்பு போல் இருக்கும். உங்கள் மேல் கருணை கொண்டு உங்களின் முன்னேற்றத்தைக் குறித்து இக் காவியம் எழுதப்பட்டது. இதனால் எனக்கு ஒரு லாபமும் இல்லை. இந்த காவியத்தை, அவரவர் கொள்கைகளில் ஈடுபட்டு, அலட்சியம் செய்தால் அவரவர்களின் ஆத்ம நாசம்தான் சித்திக்கும்.

சித் சூரியனிடமிருந்து எங்கும் பரவி நிற்கும் ஒளிக் கிரணங்களைச் சேர்ந்தவைகளாகும் ஜீவன்கள். கிரணங்களாகிய ஜீவன்கள் சித்தைக் காட்டிலும் வேறாகாது. பிற வஸ்துக்கள் என்றவைகள் எப்படி இருக்கக் கூடும். எல்லாம் சித், சித்தால் வியாபிக்கப்பட்டவைகள். சித்தைக் காட்டி லும் வேறல்லாதவைகள். ஆகையால் நான், நீ, ஜகத் பதார்த்தங்கள் எல்லாம் பொய்யே. இவைகள் ஆதியிலேயே ஏற்படவில்லை. ஆகையால் முக் காலத்திலும் இவைகள் இல்லாதவைகள். நம்மால் உணரப்படுகிறதே என்றால், அவை சித்தே. அதன் சமத்காரத்தால் பலதாகத் தோன்று கின்றது. இப்படித் தோன்றுவது, அதன் சுபாவம். இப்படி எக் காலத்தும், தோன்றி வரும். அக்ஞானத்தின் காரணத்தால் தோற்றங்கள் வேறாக உணரப்படுகின்றன. ஞானம் ஏற்பட்டால் தோற்றங்கள் சித்தைக் காட்டி லும், வேறல்லாதவைகளாக உணரப்படும். மலையில் கானல் நீர் காணப் படாது போல் ஞானிகளின் நோக்கத்தில் இவ்வித தோற்றங்கள் புலப் படுவதில்லை. நீ, நான் என்னும் வித்தியாசங்கள் என்னுடைய நோக்கத் தில் புலப்படுவதில்லை. சொப்பனத்தில் காணப்படும் நோக்கங்கள் எப்படி சூன்யமானவைகளோ, அப்படியே விழித்த நிலைமையில் தோன்றும் தோற்றங்களும் இரண்டும் சித்தைக் காட்டிலும் வேறல்லாதவைகள்.

ஜாகிரத நிலையில் செய்யப்படும் மனக் கோட்டைகள் சொப்பனத் திற்கு ஈடாக இருந்தும், அவை ஜாகிரத தோற்றங்கள் என வழங்கி வருகின்றன. அதே மாதிரி சொப்பன தோற்றங்களில் ஜாகிரதமாக

இருக்கும் தோற்றங்களும், சொப்பனம் என கருதப்படுகின்றன. சொப்பன நிலைக்குப் பிறகு, ஜாகிரத நிலை ஏற்படுகின்றது. ஜாகிரத நிலைக்குப் பிறகு சொப்பன நிலை உண்டாகின்றது. தற்சமயம் நாம் அனுபவிக்கும். ஜாகிரத சொப்பன நிலைகள் போதம் உண்டானதும், சொப்பன - ஜாகிரத நிலையாகின்றன. வாஸ்தவத்தில் சொப்பனத்திற்கு ஈடாகிய இந்த ஜாகிரத நிலையில் காணும் பகல் கனவுகள் சொப்பனத்திற்கு ஈடாகும். அதே மாதிரி சொப்பனத்தில் ஜாகிரதமாய் இருப்பதை ஜாகிரதை என்று சொல்லத்தகும். ஜாகிரத நிலையில் சொப்பனம் போல் காணப்படும் பகல் கனவுகள் அல்ப காலத்திய அனுபவம். அதே மாதிரி சொப்பனத்தில் ஜாகிரத அனுபவம் அல்ப காலமே. ஜாகிரதம், சொப்பனம் என்று, இருவாறாகச் சொல்லப்படும் நிலைகளில் எக் காலத்தும், திரணமேனும் வித்தியாசம் இல்லை. இப்பேதம் அசத்தியம், வாஸ்தவத்தில் இவை ஒன்றாய் நிற்கும் சித்தின் இயக்கங்கள். சொப்பன நிலை எப்படி ஜாகிரத போதம் ஏற்பட்டவுடன் சூன்யமென்று புலப்படு கின்றதோ, அதாவது சாந்தியடைகின்றதோ, அப்படி மரணமாகிய போதம் ஏற்பட்டவுடன் இந்த ஜாகிரத சொப்பன நிலை சாந்தி அடை கின்றது. ஜீவித காலத்தில் சொப்பனம் காணும் பொழுது, அதன் முடிவு காணப்படாது. அதே மாதிரி ஜாகிரத நிலையில் அதன் முடிவாகிய பரலோக அனுபவம் காணப்படாது, பிறகு போதம் ஏற்பட்டு, நான் நானா ரூபி, சூன்ய ரூபி என்று உணரும் பொழுது, பர லோக அனுபவமோ சொப்பனமோ, ஒரு பொழுதும், காணப்படுவதில்லை. சித்தின் சமத்காரம் தான் இத்திரிலோகங்களும். இவை சொப்பனம் போல் ஜாகிரத நிலையிலும், சிருஷ்டி ஆரம்பத்திலிருந்தே அனுபவிக்கப்பட்டு வரு கின்றது. பூத வர்க்கங்கள், கனமுள்ளவைகளாகவும், சத்தியமாகவும் தோன்றினும் வாஸ்தவத்தில் அசத்தியமே. அவை, ஆத்மத்தைத் தவிர்த்து வேறல்ல. சொப்பனத்தில் சூன்யம்தான் இருப்பதுபோல ஜாகிரத நிலையிலும், வஸ்துக்களுக்கு வாஸ்தவத்தில் உருவம், அமைப்பு என்பவை கிடையாது. எல்லாம் கேவலம் நம்முடைய உணர்ச்சி. இது பலவாறாக உணரப்பட்டு வருகின்றது. சித்தின் ஒளிதான் மரம், மலை, காடு, நீர், பானை என்று பலதாக உணரப்படுகின்றது. உணருகிறவன் உணர்ச்சி உணரப்படும் பொருள், மூன்றும் சிதாகாசத்தில் சூன்யமாகத் தோன்றும் தோற்றங்கள்.

மெய்ப் பொருளை, ஆத்மாவென்ற சப்தத்தால் (பதத்தால்) நாம் குறிப்பிட்ட போதிலும் அது ஒரு பதத்தாலும், குறிப்பிடப்படாது. யாதொரு சங்கல்பத்திற்கும் அது உள் அடங்காது. அது வாக்கு, மனம், இரண்டையும் தாண்டி நிற்பதால் எந்த பதத்தாலும் மனோ பாவனை

யாலும், அதை சுட்டிக் காட்ட முடியாது. ஆகையால் ஆத்மா, அநாத்மா, என்ற குறிப்பிடும் பொருட்டு உடயோகிக்கப்படும் வார்த்தைகள் எல்லாம், நம்முடைய பிரமைகளே தவிர அவைகளைப் பொருள் படுத்த முடியாது. அதனிடத்தில் இவை ஒன்றும் ஒட்டாது. ஆயினும் விவகாரத்தில் சுட்டிக் காட்டுவதன் பொருட்டு ஆத்மாவென்ற பதம் உபயோகிக்கப் படுகின்றது. இந்த பதத்தின் பொருளாவது அதுவும் அல்லாதது, அதாவது சூன்யத்திற்கு ஈடானது என்றுதான் சொல்லப்படும்.

இந்த ஆத்மத்தை ஒருவாறு ஊகித்துக் கொள்ளும் பொருட்டு, அதை கோடான கோடி விஸ்தீரணம் உள்ளதும், எங்கும், சமமாகவும், கெட்டியாகவும், இடைவெளியற்ற பாறாங்கல்லின் மத்திய பாகத்திற்கு ஒப்பிடலாம். இந்த பாகம், நிர்மலமாகவும் ஆகாயம் போல் சூன்யமாகவும் இருந்தால் எப்படியோ அதற்கு ஈடாகும் ஆத்மத்தின் சொரூபம். இக்கல்லின் உட்புறம் தோன்றுவதாகிய ரேகைகளே ஜீவ ராசிகளாகும். உள்ளே பிரகாசிக்கும் ஒளிக் கூட்டங்களே, ஜகத் காட்சிகளாகும். இவைகளே இயக்கங்களாகவும் பாவிக்கப்படும்.

ராமன்: இவைகளை நாம் எப்படி பார்க்கக்கூடும்?

வசிஷ்டர்: நான் இந்த ஆத்மத்தின் உட்புறத்தில் இருப்பவன், ஆகையால் அவைகளை நான் பார்க்கின்றேன். நீயும் இதைப் பார்க்கக் கூடும்.

ஜகத்தென்பதும், பதார்த்தங்களும், ஜகத்சமுதாயங்களும், ஆத்மத்தி னுள் சூன்யமாகத் தோன்றும் தோற்றங்கள். வாஸ்தவத்தில் ஒரு சம்பவமும் ஏற்படுவதில்லை. எல்லாம் மௌனமாயும், சமமாயும், சாந்தமாயும்தான் எப்பொழுதும் இருந்து வருகின்றன. இருக்கை என்பதுதான் உண்மை. ஏற்படுதல், உண்டாகுதல், தோன்றுதல் எல்லாம், நம்முடைய பிரமங்கள், அதாவது உணர்ச்சிகள்; நம்மால் இவைகள் அனுபவிக்கப்படுவது போல் தோன்றினும், அசத்தியமாகும், ஏனெனில் எல்லாம், உண்மையில் சூன்யமாக இருப்பதால்.

ராமன்: நினைவில் ஏற்படுவது ஏற்கனவே அனுபவிக்கப்பட்டதைக் கொண்டு உண்டாகின்றது. ஆத்மத்தில் என்ன அனுபவம் ஏற்படும். அதைத் தவிர்த்து வேறொன்று இல்லாமலிருக்க அனுபவம் ஏற்பட முடியாது. ஆகையால் அதைப் பற்றிய நினைவும், ஏற்பட இயலாது. பிறகு, ஜாகிரதம், சொப்பனம், சுஷுப்தம், துரியம் என்ற நிலைகளை ஆத்மத்தில் கல்பிப்பது எவ்வாறு. சித்தின் ஒளிபரப்பு ஒன்றுதான், எங்கும் பரவி இருக்க பேதங்களைக் கொண்ட இந்நிலைகள் ஆத்மத்தில் எவ்வாறு பொருந்தும்? எப்பொழுதும் சாந்தமாகவும் எல்லாமுமாகவும்,

இருப்பதை பல நிலைகளைக் கொண்டதாக பாவிப்பது தவறு. ஏனெனில் அது ஒரு மாறுதலுக்கும் உட்பட்டதில்லை. பிறகு, நமக்கு இந்த மோகங்கள் எப்படி ஏற்பட்டன வென்றால் நம்முடைய சங்கல்ப வசத்தால் சித்தின் ஜொலிப்பு ஏற்படுங்கால் பாவனைகளும் கூடவே ஏற்பட்டு அப்பொழுது யதேச்சையாக ஏற்படும் பாவனை ஆகாச தோற்ற மாகக் காணப்படுகின்றது. ஆகையால் சித்தின் ஒளிதான் பாவனாரூபங் களாக உணரப்படுகின்றது. இங்கே, சித்தோ, அல்லது, சித்தின் ஒளிக் கிரணங்களோ ஒரு மாறுதலையும் அடைவதில்லை. நம்முடைய சங்கல்பங்கள்தான் சதா மாறுதல் அடைந்து அவ்வவ்வாறாக சித்தின் ஒளியை பாவித்து, பிறகு அனுபவித்தும் வருகின்றன. ஆகையால் ஜாகிரத சொப்பனம் என்ற நிலைகள் ஒரு பொழுதும் உண்மையல்ல. இந்நிலைகள் எல்லாம் பொய்யே. அல்லது இதை வேறு விதமாகவும் சொல்லலாம். அதாவது, எல்லாம் ஜாகிரத நிலையென்று, அல்லது எல்லாம் சொப்பனம், எல்லாம் சுஃப்தம், எல்லாம் துரிதமென்று; ஒரு நிலையாகக் கருதுவது வாஸ்தவம் ஆகும். இப்படி இருப்பதில் நினைவு ஏற்படுவது என்பது முற்றிலும் அசம்பாவிதம். ஆத்மத்தில் வஸ்து இல்லையாகையால் அதில் அனுபவமும் ஏற்படுவதற்கு ஆகாது. பிறகு, நினைவு என்பது எப்படி ஏற்படும்.

சங்கல்பமோ பிரயத்தனமோ இன்றி எப்படி மரத்தில் விசித்திரமாக கிளைகள் விளைகின்றனவோ அப்படி இந்த ஜகத்தானது, சித்தில் எழுதப்படாத சித்திரம்போல் இருந்து வருகின்றது. சமுத்திரத்தில் அலைகளும் சுழல்களும் யாது காரணமின்றி யதேச்சையாக ஏற்படுவது போல, பரமாத்மத்தில் உணர்ச்சி ஜாலங்கள் அனைத்தும் சூன்யமாகவும், யதேச்சையாகவும் ஏற்படுகின்றன. இப்படி உண்டான உணர்ச்சிகளே மனஸ், புத்தி, அகங்காரம் என்பவைகளும் அலை, சுழல் என்பவைகள் நீரின் தோற்றமே போல் மனஸ், புத்தி என்பவைகளும் சித்தின் விகாரங்களே. சுவற்றில் எழுதப்பட்ட சித்திரம் சுவர்தான்; ஜகத் தோற்றமும் கேவலம் தோற்றம்தான்.

யதேச்சையாக ஏற்பட்ட ஜகத்தில் நியதி என்னும் அமைப்பு நாளடைவில் கிரமமாக ஏற்படுகின்றது. யதேச்சையாகவும், சூன்ய மாகவும் தோன்றும் தோற்றங்கள் சூன்யமாகவே இருந்தும், ஸ்புட மாகவும், சத்தியமாகவும் பேசப்பட்டு வருகின்றது. இந்த கிரமமே நியதி யென்று சொல்லப்படுவது.

மரத்தில் பூக்கும் பூங்கொத்துகள் வேறுபோல் தோன்றியும், அனுபவிக்கப்பட்டு வந்தாலும் மரத்தைக் காட்டிலும் வேறல்ல. மரத்திற்கு

வேறு பெயரேயாகும். அனுபவம் சூன்யமாக ஏற்படுகின்றது. நீரில் அலைகளும், வாயுவில் ஸ்பந்தமும், நெருப்பில் சூடும், பனியில் குளிர்ச்சியும் கூட, இவ்வாறே அனுபவிக்கப்பட்டு வருகின்றன. இதைப் போலவே ஜகத் சித்தைக் காட்டிலும் வேறு போல் தோன்றினும் சித்தில் தோன்றுவதால் சித்தைக் காட்டிலும் வேறாகாது. அது சித்தின் வேறு பெயரே ஆகும். அது சூன்யரூபமாகிய அனுபவம்.

வனத்தில் உள்ள மரத்தைக் கொண்டு பல மரப்பதுமைகள் செய்யலாம். பதுமைகள் செய்யும்முன் இவைகள் சூட்சமமாக அடங்கி யுள்ளதாக இருந்தன. அது போலவே ஜகத்தில் தோன்றக்கூடியவைகள் எல்லாம் சித்தில் அடங்கியுள்ளவையே. ஆனால் மரமான நிலையில் பல ரூபமான பதுமைகள் தோன்றுவதில்லை. அது ஏக ரூபியாக நிற்கின்றது. சித்தும் இப்படி ஏகரூபியாகத்தான் இருக்கின்றது.

ஜீவன் முக்தர் யார்

வசிஷ்டர்: சுகத்தை சுகமாகப் பாராட்டாமலும், துக்கத்தை துக்கமாகப் பாராட்டாமலும், எப்பொழுதும் உள்நோக்கம் உற்றவனாய் இருப்பவனே ஜீவன் முக்தன். சிதாகாசத்தில் அறிவு அசைவின்றி இருப்பதே ஜீவன்முக்த நிலை. சித்தம் யாதொரு சஞ்சலமுமின்றி பரம விஸ்ராந்தி யில் சதா நிலைத்திருப்பவனே ஜீவன் முக்தன் ஆவான்.

ராமன்: சுகத்தை சுகமாக அனுபவிக்காமல் இருப்பதும், துக்கத்தை துக்கமாகப் பாராட்டாமல் இருப்பதும் ஜடத்தன்மைக்கு ஈடாகு மல்லவா?

வசிஷ்டர்: சிதாகாசத்தில் நிலைபெற்றவனாய் யாதொரு பிரயத் தினமுமின்றி பரம சுகத்தை சதா அனுபவிப்பவனும், சுத்த அறிவு ஒளியாய் பிரகாசிப்பவனும், ஜாட்டிய நிலையில் இருப்பவனாகக் கருதப்பட மாட்டான். எல்லா சந்தேகங்களையும் ஒழித்து வஸ்துக்களின் தத்துவம் அறிந்து விவேகியாய் இருப்பவனிடம், ஜடத்தன்மையேது?

சம்வித் ஆகாசத்தில் ஏற்பட்டுக் கொண்டிருக்கும் அசைவுகள் பிரசாகம் அடைந்து ஜகத்தாகிய தோற்றத்தைக் கொடுத்து வருகின்றன. இங்கே வஸ்துவென்றோ, ஜகத்தென்றோ ஒரு பொருளும் கிடையாது. அது சூன்யமுமன்று, உணர்ச்சியுமன்று. சூன்யமாகிய ஆகாசத்தில் அதைத் தவிர்த்து வேறல்லாததாக ஜகத் நிலைத்திருக்கின்றது. வெகு தூரத்திலிருக்கும் பொருளை நாம் உணரும் பொழுது பொருளுக்கும் நமக்கும் இடையே உணர்ச்சியில் சொரூபம் எதுவோ, அதே சொரூபம் தான் ஜகத்திற்கும். மகாப் பிரளயம் ஏற்பட்ட நிலையில் சர்வமும்

நாசமடைந்து விடுகின்றன. சர்வ சூன்யமே நிலைத்து நிற்பது. அந் நிலையில் திரசியப் பொருளுக்கோ உணர்ச்சிக்கோ ஒரு ஆதாரமும் கிடையாது. ஆகையால் ஒரு திரணமும் ஏற்படுவதற்கு காரணம் இல்லை. ஆகையால் உருவமும் கனமும் கொண்டதாக பாவிக்கப்பட்டு வரும் ஜகத் இந்நிலையிலிருந்து உற்பத்தியாவதென்பது மலடியின் பிள்ளையைக் கண்டது போல் ஆகும். நாம் காண்பதும் உணருவதும் ஜகத்தல்ல, ஆத்மமே. காணப்படுவது சின்மாத்திரம், ஆகாயச் சொரூபி. உருவமும் கனமும் வெறும் தோற்றம், வாஸ்தவமல்ல. நல்ல நித்திரையிலிருந்து சொப்பனாவஸ்தைக்கு நழுவினதும் பல தோற்றங்களைக் காண்பது போல ஆத்மத்தில் நிலைபெற்றிருந்தும் ஜகத்தென்னும் தோற்றத்தை சொப்பனம் போல் கண்டு வருகின்றோம். மேற்சொல்லியவைகளைச் சுருக்கிச் சொல்லுவோமாகில் ஜகத்தில் நடைபெறுவது எல்லாம், ஆத்மா தன்னிடத்தில் தானே சொப்பனம் போல் வெறும் தோற்றங் களாகக் காண்பவைகளே. சொப்பனம் தீர்ந்து விழித்துக் கொண்டதும் எப்படி சொப்பனம் பொய்த் தோற்றம் என்றும் சூன்யத்தன்மை பொருந்தியதாக வும் உணரப்படுகின்றதோ, அப்படியே அக்ஞான நிலை ஒழிந்து ஞானம் ஏற்பட்டதும், ஜகத் தோற்றமும் சொப்பனமென்றே அறியப்படும். வஸ்துவென்று பாவிக்கப்படுகின்றவைகள் அனைத்தும், ரூபம், ஆலோகம், மனஸ்காரம் என்பவைகளும், அததின் சுபாவங்களும் எல்லாம் ஆத்மாகத் தான் நிலைத்து இருக்கின்றன. எல்லா பொருள்களின் சொரூபம், பார்ப்பவன், இவைகளின் இடைவெளியே இருக்கும் பார்வையென்று சொல்லப்படுவதற்கு ஒப்பானதே.

ஆனால், ஜனங்கள் வாஸ்தவத்தில் இருவித கஷ்டங்களுக்கு உட்பட்டு வருகின்றார்கள். இல்லாதவைகளை இருப்பதாக பாவித்து சுகதுக்கங்களுக்குப் பாத்திரமாவது ஒன்று. இருப்பதை இல்லாததாக பாவித்து மோகத்தால் பீடிக்கப்படுவது இரண்டாவது. உலகத்தின் நடை ஆகையால் விபரீதமாக நடைபெற்று வருகின்றது.

நித்திரை சொப்பனம் இரண்டு நிலைகளிலும் ஒரே சித்து எப்படி அனுபவத்தை அடைகின்றதோ அப்படியே ஜாகிரத துரீய நிலைகளிலும் ஆத்மாதான் அனுபவிக்கப்பட்டு வருகிறது. ஜாகிரதை, சொப்பனம், நித்திரை, துரீய மென்ற நிலைகளெல்லாம், ஒருவன் பெயரைக்கூட அறியாத மூடனுக்கு ஒப்பானவர்களால் அங்கீகரிக்கப்படும் நிலை களாகும். ஜடம் - அஜடம், மனஸ், புத்தி என்ற பலவாறானவைகள் வெறும் பதவிசேஷங்களே தவிர வாஸ்தவமில்லை. உபதேசம் செய்வதன் பொருட்டு உபயோகிக்கும் கருவிகள்; உண்மையில் இவைகளின் வாசனை

கூட மெய்ப் பொருளில் அகப்படாது. சொப்பனத் தோற்றங்களை விழித்த வுடன் சந்தோஷமான பாவனை கொண்டால் சந்தோஷம் அடை கிறோம். துக்கமான பாவனையைக் கொண்டால் துக்கத்தை அனுபவக் கிறோம். அதேவிதந்தான் நம் ஜாகிரத நிலையில் ஏற்படும் அனுபவங் களும்.

ஸ்மிருதி – ''நினைவு''

பிருத்வீ முதலிய ஸ்தூலமான தோற்றங்கள் ஆதியில் பிரம்மாவால் ஆகாய சொரூபமுள்ளதாகவே உணரப்பட்டன. ஆகையால் இவை சங்கல்பத்தில் தோன்றுகிறவைகளுக்கு ஒத்த மனோ மாத்திரமான உருவங்களென்று என் சித்தாந்தம், அதாவது ஜலமயமாயிருப்பவைகள் பிற்பாடு சுழல், அலை என்று பல நாமரூபங்களை அடைவதுபோல், மனதின் சங்கல்பங்களும் ஆகையால் கேவலம் ஆகாய சொரூபிகள்; பிற்பாடு பிருத்வீ முதலிய நாமரூபங்களை அடைந்தன. இருக்கை என்ற ஒருநிலை இவைகள் எல்லாவற்றிற்கும் உள்ளதன்மை, பிறகு புத்தியும் அவித்தையாலேற்படும் பிருத்வி முதலிய வஸ்துக்களும் எப்படி நிஜமாகும்? சத்தை - அல்லது இருக்கை - என்ற ஏகதத்துவத்தில் தேகம், சித்தம், இந்திரியங்கள், வாசனை என்பவைகள் எப்படி ஏற்படக்கூடும்? ஜீவிதமென்பது ஏற்படுவதாக எண்ணப் பட்டாலும் பிறகு முக்தியடைவ தும் திண்ணம். முக்தி அடைந்த பிறகு மறுபடியும் உற்பத்தி என்பதோ அல்லது பூர்வஜன்மங்களின் ஸ்மிருதி என்பதோ ஏற்படாது. ஜன்ம வரிசைகளும் மீண்டும் ஏற்படாது. ஆகையால் இவை எக்காலத்தும் ஏற்படவேயில்லை என்பதே உண்மை.

திருசியம் அல்லது பாவனை என்பதை வைத்துப் பேசினால், பிறகு காரணகாரிய சம்பந்தம் நிஜமாகும். ஏனெனில் திருசியப் பிரபஞ்சம் இந்தக் கட்டுப்பாட்டுக்கு அடங்கியே விஸ்தரிக்கின்றது. இது லெளகீக அனுபவம். இதை அனுசரித்துப் பேசுவதால் ஸ்மிருதியும் வாஸ்தவமே. ஆனால் ஞானியின் நோக்கத்தில் திருசியமென்பது மூன்று காலத்திலும் அசம்பாவிதம்; அப்படி ஒரு தத்துவமே இல்லை. அவர் நோக்கத்தில், எல்லாம் ஏக ரூபியாய் ஆத்மாவாக நிலைத்திருக்கின்றது. பிறகு இந் நிலையில் ஒரு பொருளைக் கற்பனை செய்து கொள்ளுவதற்கும் இல்லை. பொருளின்றி ஸ்மிருதியும் ஏற்படுவதற்கு இல்லை. ஸ்மிருதி ஏற்படு வதற்கு ஆதாரமாக ஒரு பொருளோ விஷயமோ தேவை; ஆத்மத்தில் இவைகளை எங்கு காணுவது? ஆகையால் ஸ்மிருதி என்பது முற்றிலும் அசம்பாவிதம். அப்படியாக ஒன்றுமேயில்லை. ஒரு ஞானியின் நோக்கத் தில் காகதாளியமாக காலவரிசையில் பல சம்பவங்கள் ஏற்படலாம்.

முன்னே ஏற்பட்டதைப் போல் பிற்பாடும் ஏற்படலாம். அக்ஞானிகளின் நோக்கத்தில் இவை சம்பந்தப்படுத்தப்பட்டு ஸ்மிருதியாய் விளைகின்றன. ஞானிகளின் நோக்கத்தில் சம்பந்தம் அனுபவிக்கப்படுவதில்லை. ஏனெனில் ஒவ்வொரு தோற்றமும் அப்பப்பொழுது நாசமடைகின்றது. ஆகையால் ஸ்மிருதி என்பது ஏற்பட நியாயமில்லை.

ராமன்: ஆத்மா எல்லாமுமாயும் ஆனந்தமாயும் அனுபவ ரூபமாயும் இருக்க, இந்த தேகத்தை தானென்று எப்படி கிரகிக்கின்றது? பிறகு சித்தானது பாஷாணத்தை ஒத்த தன்மையையும் சொப்பனாவஸ்தை யையும் எப்படி அடைகின்றது? அது பாஷாணத் தன்மையை விட்டு எப்படி நழுவுகின்றது?

வசிஷ்டர்: தேகம் தன்னுடைய அங்கங்களாக விஸ்தரிப்பது போலவும் மரக்கிளைகள் இலைகளாக விஸ்தரிப்பது போலவும் மரம், கிளை இலை இவைகளாக விஸ்தரிப்பது போலவும் ஆகாசம் சூன்யமாக நிலைத்திருப்பது போலவும், சொப்பனத்தில் சித்தானது சொப்பன நகரமாக தோன்றுவது போலவும், சரீரமானது ரத்தம் மாமிசம், தோலாகப் பரிணமிப்பது போலவும், சர்வமுமாக நிற்கும் ஆத்மா தேகமுமாகவும் விஸ்தரிக்கின்றது.

சேதனம் அசேதனம் இரண்டையும் தன்மையாகக் கொண்ட புருஷன் ஒருவனேதான்போல, நகம் தேகம் ஜலம் ஆகாசம் என்று பல ரூபங்களைக்கொண்ட புருஷனும் ஒருவனே. இவனே ஸ்தாவரஜங்கமங் களாகவும் விஸ்தரிக்கின்றான். சொப்பனத்தில் கண்ட தோற்றங்கள் விழித்தவுடன் எப்படி கேவல சொப்பனமென்று உணரப்படுகின்றனவோ, அப்படி அறிவு அடைந்தவுடன் ஜகத்தோற்றமும் சாந்தியடையும். சிதாகாசம் ஒன்றுதான் சத்தியமாயிருப்பது; பார்ப்பவனும் இல்லை, பார்க்கப்படும் பொருளும் இல்லை. இது சொப்பனத்தில் ஏற்படும் அனுபவத்தைக் கொண்டு நன்கு அறியப்படும். சமுத்திரத்தில் கணக்கற்ற அலைகள் ஏற்படுவதுபோல சிதாகாசத்தில் கோடிக் கணக்கான ஜகத்துக்கள் தோன்றியழிகின்றன. நீரில் அலைகளும் சுழல்களும் பல ரூபங்களாகத் தோன்றுவது போல சித்தும் பலதாக நிஜம் போல் சேதிக்கின்றது.

சிதாகாசத்தில் ஏற்படும் இயக்கம் சேதனம் என்று சொல்லப்படும். இது சங்கல்ப வசமானால் மனஸ் என்று சொல்லப்படும். இதுவே பிரம்மாவென்றும், விராட புருஷனென்றும் சொல்லப் படுகின்றது. இது கேவல சங்கல்ப சொரூபத்தையுடையது, ஆகையால் நான், நீ, மரம், மலை என்பவைகளும் சூன்யத்தன்மையடைந்த தோற்றங்களே. சிருஷ்டி

பிரளயம் என்பவைகளும் இவ்விதமே. இவை நம்முடைய உணர்ச்சிகள், இவ்வுணர்ச்சிகள் சூன்யத்தன்மை அடைந்தவை; அவைகளுக்கு உருவமும் கனத்துவமும் கிடையாது. இவ்வுணர்ச்சிகள், சங்கல்பம் ஏற்படும் வகை எல்லாம், தோன்றி வருகின்றன. இப்படி ஏற்படுகிறவை எல்லாம் சொப்பனத்தில் எப்படி சித்தானது தன்னையே சொப்பன நகரமாகவும் அதில் நடிக்கும் ஒரு புருஷனாகவும் நிர்மாணம் செய்து கொண்டு அந்தக் காட்சியை அனுபவிக்கின்றதோ, அப்படி ஆத்மா தன்னையே பலதாக விஸ்தரித்துக்கொண்டு, தான் இருக்கும் வாறே இருந்து கொண்டு எல்லா வற்றையும் அனுபவமாக்கிக் கொள்கிறது.

நாம் இதுவரையில் சொல்லி வந்ததின் சாரமாவது, ஜகத்தோற்றம், பந்தம் என்பவைகள் உணர்ச்சியால் ஏற்படுகின்றதென்பது. உணர்ச்சி யென்பது சூட்சுமரூபத்தை உடையது, அதாவது சூன்யத்தன்மை கொண்டது. அதற்கு ரூபமும் கனத்துவமும் கிடையாது. ஆகையால் உணர்ச்சி வசத்தால் தோன்றும் ஜகத்தும் அவ்விதமேதான் இருக்கக்கூடும். உருவமும் கனத்துவமும் நம்முடைய மோகத்தால்தான் நிலை பெற்றுள்ளது. இவ்வுணர்ச்சியானது தேகமுள்ள வரை இருந்தே தீரும். போதம் அடைந்த பிறகும் உணர்ச்சி ஏற்படாமலிருக்காது. ஆனால் உணர்ச்சி ஏற்பட்டவுடன் சாந்தியடையும். சிருஷ்டி - லயம் உடனுக்குடனே ஏற்படும். சிருஷ்டி என்னும் நிலை நிலைக்காமலிருப்பதால் மீண்டும் பந்தம் ஏற்படுவதற்கில்லை. இதுவே போதமடைந்ததின் குறி. இதுவே ஜீவன் முக்தநிலை. அதாவது, உணர்ச்சிக் கூட்டங்களின் எல்லையைக் கடந்த நிலை. இந்த நிலையே மோட்ச மென்றும் முக்தி என்னும் நிர்வாண மென்றும் நிர்விகல்ப சமாதி என்றும் பலபெயரால் வழங்கப்பட்டு வருகிறது.

இது ஜாட்டிய நிலையாக எல்லோராலும் தள்ளப் படுகின்றது. அப்படியாயின் வெகு எளிதாக நித்திரையில் ஏற்படலாம். நித்திரையில் சிருஷ்டியும் இல்லை பிரளயமும் இல்லை. ஆனால் நிர்விகல்ப சமாதியில் இரண்டும் கூடவே தோன்றும். ஆகையால்தான் இந்நிலை ஜாகிரத, சுஷுப்த, சொப்பனமென்ற மூன்று பெயரையும் தள்ளி துரீயபதவி என்று சொல்லப்படுகின்றது. இது ஜாகிரதை என்று சொல்லப்படும் நிலையில் தான் ஏற்படும்.

இந்நிலையை அடைவதற்கு நாம் இங்கே விஸ்தரித்து உரைத்த ஞான மார்க்கத்தைப் பின்பற்ற வேண்டும். ஜபம், தபம், பூஜை, தீர்த்த யாத்திரை, தானம், தியானம், யோகம், இவைகளில் எதுவும் அல்லது எல்லாம் கூடியும் பயன்படாது. இவைகளால் சொர்க்கம் அடையப்

படலாம். மோட்சம் அடைய இயலாது. மோட்சம் அறிவினால்தான் அடையப்படக்கூடும். அக்ஞானம் முற்றிலும் அழிந்து அதனால் உணர்ச்சி சர்வசாந்தி அடைந்த மாத்திரமே ஞானம் உதயமாகி முக்தி நிலை ஏற்படும்.

இங்கே சொல்லப்பட்ட சாஸ்திரத்தை அடிக்கடி வாசித்து விசாரணை செய்து வருவதால் அக்ஞானம் ஒழிவதில் சந்தேகமே இல்லை. அவரவர்கள் கிரகித்துக் கொண்ட வரையில் பயனுண்டு. மேலே வாசிக்க வாசிக்க முன்னமே சொன்னவைகள் தானாகவே விளங்கும். இதை அனுசரித்தே இந்த கிரந்தம் ஏற்பட்டுள்ளது. எல்லோராலும் அறிந்து கொள்ளும்படி எளியநடையில் சொல்லப்பட்டுள்ளது. இந்த கிரந்தம் இரண்டு பாகமாக ஏற்பட்டுள்ளது. ஒரு பாகத்தை ஆராய்ச்சி செய்து வந்தாலும் துக்கங்கள் ஒழியும். இந்த சாஸ்திரம், சிருஷ்டியுடன் ஏற்படாமல் ரிஷி மூலமாக இருந்த போதிலும் ஞானமடைவதற்கு இதுவே பொருத்த மானது. வேறு சாஸ்திரங்கள் ஆத்மத்தை அடையச் செய்யும்படி இருப்பின் அவைகளை ஆராய்ச்சி செய்யலாம்.

ராமன்: தாங்கள் சொல்லியது முற்றிலும் இப்பொழுது நடக்கும் ஜகத்தோற்றத்தைப்பற்றியாகும்; கடந்த ஜகத்துக்களைப் பற்றியும் இனி ஏற்படப்போகும் ஜகத்துக்களைப் பற்றியும் நாம் அறியக்கூடியது என்ன?

வசிஷ்டர்: கனவுத் தோற்றமாகிய இந்தக் கண்முன் தோன்றும் ஜகத்தைப்பற்றி பதத்தாலும் பொருளாலும் அறியக்கூடியதை நீ அறிந்து கொண்டாய். "ஜகத்" என்ற பதமுமில்லை, அதற்குப் பொருளுமில்லை, வீணாக ஏற்பட்டவைகளே இவை; வியவகாரத்தின் பொருட்டு இவைகள் கற்பிக்கப்பட்டன. இந்த ஜகத்தைப் பற்றி அறிவு ஏற்பட்டால் மூன்று காலத்திய ஜகத்துக்களைப் பற்றியும் நீ அறிந்தவனாவாய். ஜகத் தென்பது கேவல சித் சொரூபி, சொப்பனம் போல் தானாகவே தோன்றி வருகின்றது; சிருஷ்டி ஆரம்பத்திலிருந்து அப்படியேதான் தோன்றி வருகின்றது.

இந்த ஜகத்தானது ஒவ்வொரு அணுவிலும் தோன்றி வருகின்றது. ஆகையால் கண்முன் இருக்கும் ஜகத்துக்களையே நாம் கணக்கிட முடியாமலிருக்க இனி ஏற்படப்போகும் ஜகத்துக்களை அறிவதென்பது அசாத்யம். மேலும் அந்த முயற்சி வியர்த்தம். இந்த விஷயமாக நான் ஒரு சமயம் என் பிதாவாகிய பிரம்மாவைக் கேட்டேன், அதாவது இந்த ஜகத்தோற்றங்கள் எங்கிருந்து உண்டாயின, எதனால் பிரகாசிக்கின்றன என்பதைப் பற்றி, அவர் அதற்கு பதில் உரைத்ததாவது:-

பிரம்மா

தோன்றக்கூடிய ஜகத்துக்கள் அனந்தகோடி, இவை சத்யம்போல் தோன்றுவதும் அழிவதும் பிரம்மத்திலே. இந்த பிரம்மாண்ட மென்பது கேவல ஆகாய சொரூபியாக சித்தாகவும் அணுவாகவும் பிரம்மத்தில் அதாகவே இருக்கின்றது. இந்த சித்-அணு ஸ்பந்தத்தைக் கூடியும் நிஷ் - ஸ்பந்தமாகவும் உள்ளது. ஸ்பந்திக்கையில் அதுதான் ஒரு ஜீவனென்று தானாகவே பாவித்துக் கொள்ளுகிறது. பிறகு 'நான்' என்ற பாவனை யையும் சூன்யமாகவே மேற்கொள்கிறது. அதைத் தொடர்ந்து புத்தி, மனஸ், சித்தமென்று ஒவ்வொன்றாக தானாகவே சூன்யத்தில் ஏற்படு கின்றது. பிறகு சொப்பனம் போல் பஞ்ச இந்திரியங்களைக் காண்கின்றது. இவைகளைத் தொடர்ந்து திரிலோகங்களையும் ஒவ்வொன்றாக கேவல ஆகாயத்தில் ஆகாய சொரூபியாக நிர்மாணம் செய்து கொள்கிறது. ஸ்தாவர ஜங்கமங்கள் ஏற்பட்டவகை இவ்விதமே. இப்படிக் கல்பிக்கப்பட்ட ஒவ்வொரு ஜீவனும் ஒவ்வொரு ஜகத்தை நிர்மாணம் செய்து கொள்கிறது. ஆகையால் அக்ஞானத்தின் விஸ்தரிப்பால் ஏற்படக்கூடிய ஜகத்துக்கள் கோடானு கோடியாகும். ஆனால் ஞானம் உதயமானால் சகல ஜகத்துகளும் நாசமாகி கேவல சூன்யம்தான் மிஞ்சும். பிறகு பார்ப்பவன், பார்க்கப்படும் பொருள், இரண்டு ஒன்று என்ற பாவனைகள், காரணம் எல்லாம் அசம்பாவிதமாகும்.

ராமன்: சொப்பனம் காரணமின்றி ஏற்படுவதுபோல் ஜகத்தும் பிரம்மத்தில் காரணமின்றி தோன்றுகின்றது. பிறகு காரணமில்லாமல் ஒன்று சம்பவிப்பதும் வஸ்துவாக ஏற்படுவதும் எப்படி.

வசிஷ்டர்: யார் எப்படிக் கல்பனை செய்து கொள்கிறார்களோ அவர் அவைகளையே காண்கிறார்கள், வேறொன்றைக் காண்பதில்லை. கல்பிக்கப்பட்ட பொருளும் கல்பனையும் ஒன்றே. அதுவே பிரம்மம், எல்லாமுமாக நிற்கும் பிரம்மத்தில் காரணத்தைக்கூடி ஏற்படுவதும் காரணமின்றி தோன்றுவதும் இரண்டும் இயல்பே, இதில் விசேஷம் ஒன்றுமில்லை. ஆனால் பிரம்மம் ஏகமாயும் எங்கும் எப்பொழுதும் மாறுதலின்றி இருப்பதாகச் சொன்னோம். பிறகு ஜகத்தென்பது ஏது, அதற்குக் காரணமென்ற கேள்விக்கு இடமேது?

ராமன்: அக்ஞானிகளின் நோக்கத்தை வைத்துப் பேச காரண மில்லாமல் ஜகத் ஆத்மாவில் எப்படித் தோன்றும்?

வசிஷ்டர்: ஆகாயத்தில் மரம் விளையாது போல் சுத்த ஞானமா யிருக்கும் ஆத்மத்தில் அக்ஞானமென்பது எங்கு காணப்படும், அப்படி யானது வாஸ்தவத்தில் இல்லை. அக்ஞானமென்று சொல்லப்படுவதும்

ஞானத்தில் அடங்கியதாயும் அதாலே அறியப்படுவதாகவும் தானே இருக்கின்றது. ஒன்றாய் இருப்பதுதானே இரண்டு பாவனைகளையும் கொண்டதாகக் காணப்படுகின்றது. சொப்பனத்திலிருந்து நல்ல நித்திரைக்கு நழுவுவதுபோல், அக்ஞானத்திலிருந்து ஞானத்தில் நழுவின போதிலும் இரண்டு நிலைகளையும் அனுபவிக்கும் ஆத்மா ஒன்றுதானே.

பிறகு காரண காரிய சம்பந்தத்தைப் பற்றிப் பேசினால், கடைசியில் எல்லாம் சிருஷ்டி என்பதில் முடிவு பெறும். பிறகு சிருஷ்டிக்கு காரண மென்ன என்பது அடுத்த கேள்வி. இது வியர்த்தமான கேள்வி, இதற்கு சமமானவைகளே இதர கேள்விகளும், அதாவது அக்னி சூடாக இருப்பதற்கும், பணி குளிர்ச்சியாக இருப்பதற்கும், ஒளி பிரகாசமாக இருப்பதற்கும், தர்மம் அதர்மம் என்பதால் தேகம் கட்டுப்படுவதற்கும், போகங்கள் தேகத்தில் அனுபவிப்பதற்கும் இவைகளுக்கெல்லாம் காரண மென்னவென்டதே. இவைகளுக்கு இரு காரணங்கள் சகஜமாகச் சொல்லப் படும். முதலாவது ஈஸ்வரன் காரணமென்றும், இரண்டாவது சுபாவம் காரணமென்றும். இரண்டும் நம்முடைய கல்பனைகளே தவிர இரண்டும் அசம்பாவிதம். ஈஸ்வரனுக்கு காரணமென்னவென்று கேள்வி ஏற்படுவதால் அது ஒப்புக்கொள்ளத்தகாது. சுபாவமென்று சொல்வது வேறு சப்தத்தைக் குறிப்பிடுகிறதே தவிர பொருள் ஒன்றும் அதனால் ஏற்படுவதில்லை. நம்முடைய சித்தாந்தப்படி காரணம் காரியம் இரண்டும் ஒன்றே, வெவ்வேறு தத்துவங்களில்லை. ஆகையால் கேள்விக்கே இட மில்லை. பிறகு சிருஷ்டி என்பதே ஏற்படவில்லை. பிறகு அதற்கு காரண மேது? ஆகையால் இவ்விதம் கேள்விக்கு இடமில்லை. இவைக ளெல்லாம் வெறும் வாய்வார்த்தைகளே ஒழிய சத்தியமில்லை, எல்லாம் பிரம்மமென்ற பிறகு எந்தக் கேள்வியும் ஏற்படாது.

முடிவாகச் சொல்ல, சாஸ்திரமேன், விசாரணைதான் எதற்கு? எல்லாமுமாக இருக்கும் பிரம்மத்தில் சிருஷ்டி என்ற தோற்றம் காரணமின்றியும், சூன்யம் போலவும், சொப்பனத்திற்கு ஒப்பாகவும் தோன்றி வருகின்றது. இதில் வாசனை ஒழிந்த ஜீவிதம் மோட்சம் எனப்படும்.

ராமன்: பதார்த்தங்கள் என்று பொதுவாகச் சொல்லப்படுவது இருவகைப்படும்; முதலாவது உருவம் கனம் பொருந்தி ஒன்றுக்கொன்று கலக்கமுடியாமல், தடைக்குட்பட்டு ஸ்தூலமென்று சொல்லக்கூடியது; இரண்டாவதாக தடையின்றி எங்கும் வியாபிக்கக்கூடியயும் ஒன்றோ டொன்று கலக்கக்கூடியும் சூக்ஷமென்று சொல்லப்படுவதும், தேகம்-பிராணன் இவைகள் இவ்விரு திறத்தைத் சேர்ந்தவைகள். சூக்ஷமமான

பிராணன் ஸ்தூலமாகிய தேகத்தை உட்புறம் இயக்கி அதை அசையச் செய்கின்றது. பிறகு இதே பிராணனால் வெளி வஸ்துக்கள் தன் இஷ்டப் படி இயக்கப்படாமல் இருக்கின்றன? இது எப்படி?

வசிஷ்டர்: இப்பிராணனென்பது தேகத்தில் இருதயம் அதாவது மூளை என்னுமிடத்தில் நிலைத்தவாறு வெளிக்கிளம்பியும் உள்ளடங்கி யும் மாறி மாறி இயங்குவதால் தேகத்தை இயக்குகின்றது. துருத்தியில் காற்று வெளியும் உள்ளும் பிரவேசிப்பதுபோல் இந்த இயக்கம் நடைபெறுகின்றது.

ராமன்: துருத்தி வேலை செய்ய ஒரு மனிதன் கர்த்தவாகிறான்; அப்படி தேகம் இயங்குவதற்கு கர்த்தா யார்? ஒன்று நூறாவதும் நூறு ஒன்றாவதும் எவ்விதம்? சேதனமென்பது அசேதனமாக கல்லைப்போல் அசையாமலிருப்பது எப்படி? பிறகு வஸ்துக்களில் சில ஸ்தாவரமாக நிலைத்திருப்பது எப்படி? சில ஜங்கமங்களாக சேதனையையே மேற்கொண்டிருப்பது எப்படி?

வசிஷ்டர்: உணர்ச்சி என்று சொல்லப்படுவதுதான் தேகத்தினுள் நடைபெறுகிறவைகளுக்குக் காரணமாகின்றது. இதுவே வெளியும் பிரபஞ்சமாக விஸ்தரிக்கின்றது. இந்த உணர்ச்சி என்பது அசேதனமாகிய கல், மண் இவைகளிடத்துக் காணப்படாது.

ராமன்: தேகமென்பது அசேதன இனத்தைச் சேர்ந்தது. இது சேதனமென்ற சூக்ஷ்ம தத்துவத்தால் எப்படி இயங்கும்?

வசிஷ்டர்: மூர்த்தத் தன்மை கொண்ட "வஸ்து" என்று வழங்கப் படுவது இல்லவே இல்லை. இருப்பது சம்வித் ஒன்றே. இதற்குத் தங்கு தடை என்பது கிடையாது. இது எப்பொழுதும் சாந்தமாயும், அசை வற்றும் உள்ளது. பிருதிவீ சம்பந்தப்பட்ட பதார்த்த ஜாலங்கள் கனவில் காண்பதைப் போல வெறும் தோற்றங்கள். இவைகள் நம்மால் காணப் பட்ட போதிலும், வாஸ்தவத்தில் இல்லாதவைகளே. இவை எல்லாம் சூன்ய மென்றாவது அல்லது அசூன்யமென்றாவது சொல்லத்தகாத சேதனத் தின் ஜாலமே. இந்த விஷயத்தைப் பற்றி ஒரு சிறிய விருத்தாந்தத்தைச் சொல்லுகிறேன் கேட்பாயாக.

ஐந்தவர் விருத்தாந்தம்

இது முன்னமேயே என்னால் சொல்லப்பட்டது. ஆனால் நீ கேட்ட கேள்விகளை விளக்கும் பாகத்தை இங்கே எடுத்துக்காட்டுவேன். இந்த பூமியின் ஒரு பாகத்தில் இந்து என்ற பிராமணன் தவம், சாஸ்திர ஆராய்ச்சி, கர்மானுஷ்டானங்கள் எல்லாவற்றிலும் பிரசித்தி பெற்ற

வனாய் விளங்கி வந்தான். குணத்தாலும் திறமையாலும் அவனுக்குச் சமானமான பத்துப் புத்திரர்கள் அவனுக்கு இருந்தார்கள். தகப்பனும் பிள்ளைகளும் சேர்ந்து பதினொன்று ருத்திரர்களைப்போல் இருந்து வருகையில் தகப்பன் திடீரென்று காலமானான். அவனுக்குப் பிறகு வாழ்வதற்கு இஷ்டமில்லாத அவன் மனைவியும் புருஷனைப் பின் தொடர்ந்தாள்.

இதன் பிறகு பிள்ளைகள் அனைவரும் உலக வியவகாரங்களைத் துறந்து, தாரணை அப்பியாசத்தில் ஈடுபட்டு வந்தார்கள். ஒருநாள் எல்லோருமாகக் கூடிக் கலந்து யோசித்து தாங்கள் பிரம்மாவாக ஆவதே சரி என்று தீர்மானித்துக் கொண்டு உடனே அந்த பாவனையுடன் பத்மாசனத்தில் அமர்ந்து தாரணை செய்து சமாதியில் சென்றார்கள். வெகுகாலம் இப்படி சமாதியில் இருந்துவிட்டபடியால் அவர்களுடைய தேகம் போஷணையின்றி வற்றிப்போய் நாசமடைந்தன. அவர்களுடைய சித்தானது அவர்கள் மேற்கொண்ட பாவனையுடன், அதாவது தாங்களே பிரம்மாவென்றும் தாங்கள் அனுபவித்த ஜகத்தோற்றமும் தாங்களே என்றும், சூன்ய ரூபமாக அப்படியே நிலைத்துவிட்டது. ஆகையால் பத்து இந்து புத்திரர்களும் பத்து திசைகளுக்கு பிரம்மாக்களாக நிலைத்து விட்டார்கள். ஜகத்தோற்றத்தை அவர்கள் சுத்த அறிவுமயமானதாகவும் சூன்யமாகவும்தான் அனுபவித்து வருகிறார்கள்.

ஜகத் வாஸ்தவத்தில் சத்தாகவும் சூன்யமாகவும், சித்தாகவும் தான் இருக்கிறது. ஜகத் ஆகாசம் சிதாகாசத்தில் ஆகாசமாய் இருக்கின்ற தென்பதே உண்மை. ஜகத் தேகம் இந்திரியங்கள் என்றவைகள் வஸ்துக் களாகக் கிடையாது. அவ்விதமான உணர்ச்சி அல்லது அறிவுதான் மெய்யாக இருப்பது. இவ்வுணர்ச்சிகளுக்கு தங்கு தடையென்பது ஏது? ஜாகிரத நிலையில் நாம் அறிவது இவ்விதமான உணர்ச்சிகள்தானே. இவ்வறிவும் சொப்பனம் போன்ற காட்சிகள் தவிர வேறில்லை.

ராமன்: எனக்கு ஒரு சந்தேகம் தோன்றுகிறது. அதைத் தீர்க்கும் படி வேண்டிக் கொள்கிறேன். நான் வித்தியாப்பியாசம் செய்து கொண்டிருக்கையில் ஒருநாள் உபாத்தியாயம் பெற்றுக்கொண்டிருந்த பாலர்களை நோக்கி ஒரு பிராம்மண சிரேஷ்டன் வந்தான். அவனைப் பார்த்தால் மிகப் பண்டிதனாகவும் தபஸ்வியாகவும் மகா தேஜஸ் உடையவனாகவும் தோன்றினான். என்னருகில் வந்தவுடன் அவன் எங்கிருந்து வந்தானென்றும் பார்த்தால் பெரும் முயற்சியில் ஈடுபட்ட வனாக தோன்றுவதாகவும் நான் சொன்னேன். பிறகு அம்முயற்சி என்னவென்றும் கேட்டேன். அவன் பேசத்தொடங்கினான்.

பிராம்மணன்: ஆம், நான் ஒரு பெரிய காரியத்தைச் செய்ய மேற் கொண்டவனாவேன். நான் சர்வ செளபாக்கியங்களும் அமைக்கப்பட்டு இந்திர லோகத்தின் பிரதிபிம்பமோ என்று சொல்லும்படியான வைதேக தேசத்தைச் சேர்ந்தவன். நான் பிராம்மணகுலத்தில் உதித்தவன். மிகவும் வெள்ளை நிறமான பற்களை உடையவனாக இருப்பதால் குந்த தந்தன் என்று வழங்கப்பட்டு வருகிறேன்.

நான் சிலகாலத்துக்கு முன் வைராக்கியம் கொண்டவனாய் தேவர்கள் முனிவர் பிராம்மண சிரேஷ்டர் இவர்களுடைய சமூகம் அடையுமாறு பல தேசங்களைச் சுற்றிவந்து கடைசியில் ஸ்ரீபர்வத மென்னும் மலை சார்பில் தங்கி அங்கே லகுவான தபசை நீண்டகாலம் செய்து வந்தேன். இந்த மலைக்குப் பக்கத்தில் ஒரு காடு உண்டு. அதில் மரம் மட்டை புல் பூண்டு நீர் யாதுமின்றி ஆகாயத்தின் பிரதி பிம்பமோ என்று சொல்லத் தகும்படியாக இருந்தது. இந்தக் காட்சியை ஒருநாள் சுற்றிப் பார்த்து வருகையில் அதன் மத்திய பாகத்தில் ஒரே ஒரு மரத்தைக் கண்டேன். அதை நெருங்கிச் சென்றதும் ஆச்சரியகரமாக அதன் கிளை யொன்றில் ஒரு மனிதன் தலைகீழாகத் தொங்கிக் கொண்டிருந்தான். அவன் அண்டையில் சென்றதும் அவனுக்கு உயிர் இருப்பதாகவும் ஆனால் ஏதோ நிஷ்டையில் இருப்பதாகவும் அறிந்தேன். இவனுடைய விருத்தாந்தத்தை அறியும் ஆவல் கொண்டவனாய், வெகு நேரம் காத்திருந்தும், பேச்சு மூச்சு இல்லாதிருக்க, அவனை எழுப்பும்படி பெரிய சப்தம் செய்தேன். உடனே அவன் கண்ணை விழித்தும், என்னை நோக்கியும், ஒன்றும் பேசாமல் இருந்து விட்டான். பிறகு நானாகவே அவன் யார், எங்கிருந்தவன், இந்த அகோர தபஸின் தாத்பரியம் என்னவென்று கேட்டேன். அதற்கு அவன் பிறருடைய காரியங்களில் தலையிட்டுக் கொள்வது எதற்கு என்று சொல்லி சும்மா இருந்து விட்டான். நான் சமாதானம் அடையாதவனாய் மேலும் அவனை வற்புறுத்திக் கேட்ட பிறகு அவன் தன்னுடைய விருத்தாந்தத்தைச் சுருக்கிச் சொன்னான்.

அவன் தன்னுடைய தகப்பனிடம் வசித்து வருகையில் பால்யத் திற்கும் யவ்வனத்திற்கும் இடையே உள்ள பருவத்தில் இருக்கும் பொழுது ஒரு நாள் யதேச்சையாக ஒரு வசனத்தைக் கேட்க நேரிட்டதாம், அதாவது சர்வ போகங்களையும் அனுபவிக்க வேண்டும் என்றால் ஒரு அரசனாக இருக்க வேண்டுமென்று. இதைக் கேட்டதும் அவனுக்கு ஏழு சமுத்திரங் களால் சூழப்பட்ட ஏழு தீவுகளைக் கொண்ட பூப் பிரதேசத்திற்கு அதிபதியாக வேண்டும் என்ற எண்ணம் உதித்தது. அதை நிறைவேற்றும் பொருட்டு அவன் இந்த இடத்தை அடைந்து பன்னிரண்டு வருட

காலமாய் தபஸ் செய்து வருவதாகவும் அந்த எண்ணம் நிறைவேறும் வரை தபசை செய்வதாகவும் சொல்லி மௌனமாக இருந்து விட்டான்.

பிறகு நானும் இவனை பாதுகாத்து வருவதாக தீர்மானம் செய்து அங்கேயே தங்கி விட்டேன். இப்படி ஆறுமாத காலம் சென்ற பிறகு, ஒரு நாள் காலையில் ஒருதேவ புருஷன் சூரிய கிரணங்களுடன் கூடி வந்தவன் போல் அவைகளை விட்டு விலகியவனாய் எங்கள் முன் வந்து நின்று தபஸ் செய்பவனை நோக்கி சில வார்த்தைகளைச் சொன்னான். அதாவது அவன் செய்து வந்த தபஸ் சித்திபெற்றதென்றும் இனி அவன் பூமிக்கு அதிபதியாவான் என்றும், இதே தேகத்தைக் கொண்டு ஏழாயிரம் வருட காலம் ஆதிபத்தியம் நடத்துவான் என்றும் சொல்லி விட்டு மறைந்தான்.

நிஷ்டையில் இருந்தவன் இதை அறியாமல் இருந்தபடியால் நான் பிரயத்தனமாக அவனை எழுப்பி நடந்த வர்த்தமானத்தைச் சொல்லி இனி அவன் தபசை நிறுத்தி வியவகாரத்தில் ஈடுபடலாம் என்றேன். அதற்கு அவன் இணங்கியதால் அவனுடைய கால்கட்டுகளை அவிழ்த்து கிளையிலிருந்து அவனை விடுவித்தேன். பிறகு அங்கே இரண்டு நாள் தங்கிவிட்டு இருவருமாக சந்திரர் சூரியர்கள் போல் அவனுடைய தேசமாகிய மதுரா நகரத்தை நோக்கிச் சென்றோம். போகும் மார்க்கத் தில் ஒரு திவ்யமான சோலையைக் கடந்தோம். அங்கிருந்து மேலே செல்வதை விட்டு ஒரு குறுக்குப் பாதையைக் கண்டு அதை தபசி பின் தொடர, இதன் கருத்தைச் சொல்லும்படிக் கேட்டேன். அதற்கு அவன் தன்னுடன்கூடப் பிறந்த ஏழு சகோதரர்களைக் காணவேண்டி அந்தப் பாதையைத் தொடர்வதாகச் சொன்னான். எட்டுப் பேரும், ஒரே சங்கல்பம் கொண்டவராய் கௌரி வனம் என்று சொல்லப்பட்ட ஒரு திவ்யமான வனத்தை அடைந்து அங்கே எல்லோரும் தபசை தொடங்கி வந்ததாகவும், ஆறு மாதம் கழிந்ததும் தான் அவ்விடம்விட்டுச் சென்ற தாகவும் சொன்னான்.

குறிப்பிட்ட கௌரிவனம் இருக்கும் இடத்தை அடைந்ததும், அங்கே வனத்தின் வாசனைக் கூட காணப்படாமல் வெறும் வெட்டவெளியே தென்பட்டது. புல்பூண்டு கூட காணப்படவில்லை. வனமாக இருந்த இடத்தின் நடுவே ஒரு குன்றிப்போன கதம்ப மரமும் அதன் அடியில் ஒரு விருத்தாப்பியமான ஒரு மனிதனுமே தென்பட்டனர். கூட வந்த தபஸ்வி வெகு ஆச்சரியத்துடன் மரத்தண்டை நெருங்கித் தன் சகோதரர் களைப் பற்றி விசாரிக்க எண்ணினான். இதை அறிந்து நான் கிழவரை நிஷ்டையிலிருந்து எழுப்ப முயன்றேன். எவ்வளவு முயன்றும் பயன் படாமல் கடைசியாக பேரிரைச்சல் போடவும், கண்ணை விழித்து

எங்களை நோக்கினான். பிறகு தான் எங்கே இருக்கிறான் என்றும், தற்சமயம் என்ன காலம் என்றும் கேட்டான். இதை நான் சொல்லி முடித்ததும் அவன் மீண்டும் கண்மூடி சொல்ப நேரத்தில் தியானத்தில் அமர்ந்தான். பிறகு கண்விழித்து எங்களை நோக்கி பின்வருமாறு சொல்லத் தொடங்கினான்.

கதம்ப தபஸ்வீ

ஞான திருஷ்டியினால் நான் அறிவதைச் சொல்லுகிறேன், கேட்பீர்களாக:-

நான் மாளவ தேசத்தின் அதிபதியாய் இருந்து வருகையில் வைராக்கியம் கொண்டு ராஜ பதவியை தியாகம் செய்து சம்சாரம் ஆகிய மோகத்திலிருந்து விடுவித்துக் கொள்ளும்படி முனிவர்கள் ஆசிரமம் நாடிச் சென்றேன். பல தேசங்கள் சுற்றித் திரிந்த பிறகு இந்த கௌரிவனத்தை அடைந்து இங்கே வெகு காலமாய் நிஷ்டையில் இருந்து வருகிறேன்.

இந்த வனத்தில் கௌரியானவள் பரமேஸ்வரனைக் குறித்து பத்து வருஷ காலம் தபஸ் செய்து வந்தாள். அவள் இருக்கையில் அவளுடைய பாதுகாப்பில் இந்த வனம் மகா சோபை பொருந்தி தேவ நகரத்தின் வனத்தை ஒத்து இருந்தது. தபஸை முடித்துக் கொண்டு அவள் சென்றதும் வனத்தின் அழகும் சோபையும் குன்றியது. இந்த கதம்ப விருட்சம் அவளால் வெகு ஜாக்கிரதையாக பாதுகாக்கப்பட்டு வந்ததால் மடியிலே வைக்கப்பட்டு வளரும் குழந்தை, குன்றியும் இளமைத் தன்மையும் பொருந்தி இருப்பது போல், இந்த மரமும் அதிகமாக வளராமல், ஆனால் எப்பொழுதும் சோபை பொருந்தி இருந்து வருகிறது.

கொஞ்ச காலத்திற்குப் பிறகு உன் அண்டையில் இருப்பவன், ஏழு சகோதரர்களுடன் இங்கு வந்து தங்கி இங்கே வசித்து வந்த ரிஷிகளால் மிகவும் கொண்டாடப்பட்டு வந்தார்கள். இந்த எட்டுப் பேரும் ஒரே நோக்கத்தைக் கொண்டவராய் ஏழு சமுத்திரங்களால் சூழப்பட்ட பூமியின் அதிபதியாய் இருக்கவேண்டும் என்று ஒவ்வொருவரும் தபஸ் செய்து வந்தார்கள். ஆறு மாத காலம் சென்றதும், இங்கிருந்தவன், ஸ்ரீ பர்வதம் நோக்கிச் சென்றான். பிறகு மற்றொருவன் கார்த்திகேயம் என்ற இடத்தை நோக்கிச் சென்றான். மூன்றாவது சகோதரன், வாராணசீ யையும், நான்காவதவன் இமாசலத்தையும் நோக்கிச் சென்று விட்டார்கள். மீதி நின்ற நால்வரும் சில காலத்தில் தபஸின் பலனாக எந்த தேவதை யைக் குறித்து தபஸ் செய்தார்களோ அந்த தேவதையினிடம் வரனைப் பெற்றுக் கொண்டு திரும்பிச் சென்றார்கள். இனி இவர்கள், தங்கள்

தேசத்தில் எல்லோருமாக சந்தித்து காலமானதும், தர்ம யுகத்தில் எட்டு பேரும் பிறந்து வரப் பிரசாதத்தை அனுபவிப்பார்கள்.

இவர்கள் சென்ற பிறகு இங்கிருந்த ரிஷிகளில் ஒவ்வொருவராக வேறு பிரதேசம் நாடிச் சென்று விட்டார்கள். நான் ஒருவன் மாத்திரம் இங்கேயே நிலைத்து விட்டேன். காலக் கிரமத்தில் இந்த வனத்தில் இருந்த மரங்கள் எல்லாம், நகர வாசிகளால் வெட்டப்பட்டு இந்த வனம் ஒரு பாலைவனத்திற்கு ஒப்பாகிவிட்டது. இந்த கதம்ப விருட்சம் ஒன்று மாத்திரம் என்மேல் ஏற்பட்ட கருணையால் வெட்டப்படவில்லை.

பிராமணன்: நீங்கள் சொன்னது மிகவும் ஆச்சரியப்படத்தக்கது. எனக்கு அதில் ஒரு சந்தேகம், அதைத் தெளிவுபடுத்தபடும்படி வேண்டிக் கொள்ளுகிறேன். இந்த ஏழு தீவுகளை எட்டுப் பேர்கள் ஒரே காலத்தில் எப்படி ஆளுவது?

கதம்ப தபஸ்வீ: அசம்பாவிதமான விஷயம் இது ஒன்று மட்டும் அல்ல. இதைக் காட்டிலும் அசம்பாவிதமான விஷயம் சொல்லுகிறேன். கேள். இந்த எட்டு சகோதரர்கள், தபஸ் செய்யத் தொடங்கினதும், அவர் களுடைய மனைவிமார்கள் காலத்தைக் கழிக்கும் நிமித்தமும் துக்கத்தை நீக்கிக் கொள்ளும் பொருட்டும், தபசில் ஈடுபடலானார்கள். நூறு சாந்திராயணம் செய்து முடித்ததும் உபாசிக்கப்பட்ட தேவியானவள் இவர்களுக்கு வரப் பிரசாதம் கொடுக்க வேண்டி அசரீரி வாக்காகச் சொன்னாள். 'தபசின் பலனை அடையக் காலம் வந்தது, ஆகையால் உங்களுக்கு இஷ்டமான வரத்தைக் கேட்கலாம்'. இந்த எண்வரில் ஒருத்தி எல்லோர் சார்பாக தாங்கள் அமரத்துவம் அடைய வேண்டுமென்று கேட்டாள். அதற்கு தேவி சிருஷ்டிக்கப்பட்ட ஜீவன்களுக்கு அமரத்துவம் கிடையாதென்றும், ஆகையால் தபசுக்குத் தகுந்த வரங்களைப் பெற்றுக் கொள்ளலாம் என்றும் சொன்னாள். இதன்படி அவர்கள் தங்களுடைய கணவன்மார்கள் இறப்பதாக இருந்தால் அவர்கள் வசித்து வரும் வீட்டிற் குள்ளேயே இறக்க வேண்டுமென்றும், இறந்த பிறகு அவர்களுடைய ஜீவன்கள் வீட்டைவிட்டு வெளியே அகலக்கூடாதென்றும் வேண்டிக் கொண்டார்கள். அப்படியே அனுக்கிரகம் செய்து விட்டு கௌரிதேவி சென்று விட்டாள்.

வரத்தைப் பெற்றுக்கொண்டு சும்மா இராமல் கணவன்மார்கள் திரும்பி வரும் சமயம் இவர்கள் யதேச்சையாகவே தாய்தகப்பன்மாருடன் கூடி தீர்த்த யாத்திரை செய்ய புறப்பட்டார்கள். போகும் வழியில் ஒரு நாள் ஒரு விசித்திரமான புருஷன் மிகவும் குன்றினவனாகவும், தேகமெல்லாம் விபூதியால் பூசப்பட்டும் தலைமயிர் மேல் நோக்கி

முடியப்பட்டும் இவர்களைக் கடந்தான். அவர் யார் என்று அறியாத காரணத்தால் அசட்டையாக அவரைக் கடந்து சென்று விட்டார்கள். இப்படி கடக்கப்பட்டவரோ துர்வாச முனிசிரேஷ்டராக இருந்தார். அலட்சியம் செய்யப்பட்டதால் மிகச் சினம் கொண்ட அவர், அவர் களைப் பார்த்து அடைந்த வரன்களெல்லாம், விபரீதமாக விளையக் கடவது என்று சபித்து விட்டார். இதைக் கேட்டதும், பயம் கொண்டு ரிஷியின் மன்னிப்பைக் கேட்டு அவரை வணங்கி பிறகு வீடு திரும்பிச் சென்றார்கள். ஆகையால் இப்படி அசம்பாவிதமான நடத்தைகள் இந்தப் பிரபஞ்சத்தில் லட்சக் கணக்காக பார்க்க நேரிடும். கேவலம், சூன்ய ஆகாசத்தில் நடைபெறும் ஜகத் தோற்றங்களை விட அசம்பாவிதமானது எங்கு காணப்படும்.

குந்த தத்தன்: ஏ, ரிஷீஸ்வரரே, தாங்கள் சொன்னவை மிகவும் ஆச்சரியமாக இருக்கின்றன. இவைகள் எல்லாம் ஒன்றுக்கொன்று நேர் விரோதமான முடிவைக் கொண்டவைகள். இவைகள் எப்படிப் பூர்த்தியாகக் கூடுமென்பது புலப்படவில்லை. மனைவிகள் பெற்ற வரன்படி புருஷர்களின் ஜீவன், அந்தப்புரத்தை விட்டு அகலக்கூடாது. புருஷர்களின் வரப்பிரசாதத்தின்படி ஒவ்வொருவரும் ஏழு தீவுகளை திக் விஜயம் செய்து அரசாளவேண்டியவர். இருப்பதோ ஏழு தீவுகளைக் கொண்ட ஒரே பூமி. இதை எட்டு பெயர் ஏக காலத்தில் ஏக சக்ராத்தி பதியாக ஆளுவதெப்படி?

கதம் பதபஸ்வீ: ஏ, பிராம்மணா, வருங்காலத்தில் இவைகள் எல்லாம் எப்படி நிறைவேறும் என்பது பற்றி சொல்லுகிறேன் கேள். இந்த எட்டு சகோதரர்களும் தங்கள் இருப்பிடம் சென்று மனைவிமார்களை அடைந்து சில காலம் அனைவரும் கூடி வாழ்ந்து வருவார்கள். பிறகு ஒவ்வொருவனாக இச் சகோதரர்கள் காலமாவார்கள். முறைப்படி தேகம் பொசுக்கப்படும். ஜீவனானது பரம ஆகாசத்தில் கலந்தவாறு ஒரு முகூர்த்த காலம், கேவல ஜடத் தன்மையை கொண்டதால் நித்ராவஸ் தையில் இருந்து வரும். இதன் பிறகு மீண்டும் இயங்க ஆரம்பித்து, நல்ல கர்மங்கள் கெட்ட கர்மங்கள் இவற்றை அனுசரித்த ஒரே சம்வித்தானது, இரட்டை சொரூபத்தை எடுத்துக் கொண்டு வரனுடைய பிரசாதத்தை யும் சாபத்தின் பிரசாதத்தையும் எதிர் நோக்கியிருக்கும். பிறகு இந்த வரதேவதைகளும் சாபதேவதைகளும் உருவெடுத்துக் கொண்டு ஜீவன்களை நோக்கி பலனை அளிக்க வரும். அப்பொழுது இவ்விரண்டு கூட்டத்தாரும், எதிர் நின்று பின்வருமாறு பேசத் தொடங்குவர்:-

வர தேவதைகள்: ஏ, சாப தேவதைகளே, விலகி நில்லுங்கள். இந்த

ஜீவன்களுக்கு நாங்கள் பிரசாதத்தை அளிக்க வேண்டிய காலம் இது.

சாப தேவதைகள்: ஏ, வர தேவதைகளே, நீங்கள் விலகிச் செல்லுங்கள். இது எங்களுடைய காலம்.

வர தேவதைகள்: அப்படி இல்லை, நீங்கள் கேவலம் ஒரு முனியின் அம்சங்கள்; நாங்களோ தேவாம்சத்தைப் பொருந்தியவர்கள். ஆகையால் நாங்களே மேலானவர், எங்களுடைய பிரசாதம் முதலில் அடையப்பட வேண்டியது.

சாபதேவதைகள்: அது தவறு. எங்கள் ரிஷி ருத்ர அம்சத்தை உடையவர். ருத்திரன் தேவர்களுக்கெல்லாம் மேலானவர். ஆகையால் நாங்களே மேலானவர். எங்கள் பிரசாதத்தையே இந்த ஜீவன்கள் முதலில் பெற வேண்டும்.

வர தேவதைகள்: ஏ, சாபங்களே, நம்முடைய வாதத்தை இங்கே தீர்க்க முடியாது. ஆகையால் வழக்கை வளர்ப்பதைவிட இருவருமாக பிரம்மாவிடம் சென்று அவர் சொல்படி நடப்போம். விவேகிகளாக இருப்பவர்கள் இவ்வித சந்தர்ப்பங்களில் விளையும் பலனை முன்னறிந்து சமாதானம் செய்து கொள்வார்கள். நாமும் இம்முறையை அனுசரிப் போம்.

கதம்ப தபஸ்வீ: எவ்வளவு மூடர்களாக இருப்பினும் யுக்திக்கு வசமாவது சந்தேகம் இல்லை. ஆகையால் சாப தேவதைகள் இதை அங்கீகரித்து பிறகு இரு கூட்டங்களும் பிரம்மாவிடம் சென்று, தங்களு டைய வழக்கைச் சொல்லிக் கொள்வார்கள். பிரம்மாவானவர், வழக்கு களைக் கேட்ட பின்னர், "யார் அதிக சாரம் பெற்றவரோ, அவரே ஜெயிக்க வேண்டியவர். ஆகையால் தத்தம், சாரம் எப்படி" என்று அவர்களையே அறிந்து கொள்ளும்படிச் சொல்லிவிடுவார். உடனே இரு வகுப்பாரும், ஒருவருக்கொருவர், மாற்றி அன்னிய வகுப்பின் தேகத்தில் உட்சென்று அறிந்து கொண்டு திரும்புவர். பிறகு சாப தேவதைகள் சொல்லத் தொடங்குவர்.

சாபதேவதைகள்: ஏ, மூல புருஷரே! நாங்கள் இப்பொழுது எங்களுடைய உண்மையான தன்மையையும் அல்ப பலத்தையும் அறிந்தோம். நாங்கள் சாரமற்றவர்கள், பலமற்றவர்கள். வரதேவதை களாகிய நீங்களோ சாரம் நிறைந்தவர்கள், வெகு காலம் அப்பியாசத்தில் ஈடுபட்டு வேரூன்றி ஆத்ம சக்தி சேகரிக்கப்பட்டு வருவதால் நீங்களே பலனைக் கொடுக்க தகுந்தவர் ஆவீர். நீங்களே ஜெயம் அடையக்கூடியவர். சம்வித்தில் ஏற்படும் இயக்கம், வெகுகாலம் ஸ்மரிக்கப்பட்டு பிறகு

அதுவே தேகத்தை அடைகிறது. இயக்கம் எப்படியோ, அப்படியே வெளியே பார்க்கப்பட்டும், அனுபவிக்கப்பட்டும் வருகின்றது. தேசம், காலம், கிரியைகளை அனுசரித்து பலன் வெவ்வேறு உருவத்தையும் அடைகின்றது. ஆகையால் சத்தியத்திலிருந்து பிரவர்த்திப்பது எப்பொழுதும் அதிக பலத்தை உடையதே. சாபம், அசத்தியத்தின் பிரவிர்த்தி. அதன் பலம் குறைப்பட்டதே. வரங்களே ஜேஷ்டர்கள். இரண்டின் பலமும் சமமாக இருக்கும் பட்சத்தில் பாலும் தண்ணீரும் கலப்பதுபோல் இரண்டும் ஒன்றாகக் கலந்து இரு சாரத்தையும் கொண்டு பிரவிர்த்திக்கும். ஆனால் இவையெல்லாம், சொப்பனத்தை யொத்த அனுபவங்களே. ஆகையால் நாங்கள் தோல்வி அடைந்தவர்களே. இனிச் செல்லுகின்றோம்.

கதம்ப தபஸ்வீ: சாப தேவதைகள் சென்றதும், வரதேவதைகளில் இரு கட்சியும் பிரம்மாவை நோக்கி இனித் தங்களுடைய நேர் விரோதமான பிரசாதங்கள் எப்படி நிறைவேறும் என்று கேட்டுக் கொண்டனர்.

பிரம்மா: ஏ... சப்தத்ப தேவதைகளே... ஏ... கிரகதேவதைகளே... ஏன் உங்களுக்கு இந்த சந்தேகம்? வரப்பிரசஸாதம் பெற்றவர்கள் ஏற்கனவே கொடைகளில் நிலைத்து இருக்கிறார்கள். எந்த கணம் அவர்களுடைய தபஸ் முடிவடைந்ததோ அப்பொழுதே அவர்கள் வரன்களை அடைந்தவராவர்.

இரு தரப்பு தேவதைகளும்: ஏ ஆதிபுருஷனே! நாங்கள் கொடுத்த வரன்கள் ஒன்றுக் கொன்று நேர் விரோதமாயிற்றே; வீட்டிற்குள் இருந்தவாறு எட்டுப் பெயர்களில் ஒவ்வொருவனும் ஏழு தீவுகளையும் திக்விஜயம் செய்து ஆட்சி செய்வது எப்படி? இதை எங்களுக்கு விரித்துரைக்கவும்.

பிரம்மா: இந்த ஜகத்தென்ற உணர்ச்சி சித் பரமாணுவில் சூன்ய ரூபமாய் தோன்றி சொப்பனம் போல் அனுபவிக்கப் படுகின்றது. இப்படி இருக்க ஒரு வீட்டினுள் ஏழு தீவுகள் காணப்படுவது ஒரு அதிசயமா? தோன்றப்படும் ஜகத் இருந்தாலும் அழிந்தாலும் அது சித்தில்தான் சூன்யமாகவும் அனுபவமாகவும் இருந்து வருகின்றது. கனமும் உருவமும் உண்மையாக அதற்குக் கிடையாது. ஆகையால் வீட்டினுள் இருக்கும் ஜீவனுக்கு சப்த தீபங்களின் அனுபவம் ஏற்படுவதில் என்ன அற்புதம்? தோன்றுவதாக இருப்பதெல்லாம் ஜகத்தல்ல, சித்தே. ஜகத்தென்ற ஒரு உண்மைப் பொருள் இல்லை. சித்தே ஜகத்தாக உணரப்படுவதுதான் உண்மை.

கதம்ப தபஸ்வி: இப்படி பிரம்மா சொல்லி முடித்ததும், இரு தேவதை கூட்டங்களும் பௌதிக சம்பந்தமான மோகத்திலிருந்து விடுபட்டவர் களாய், தேகத்தை தியாகம் செய்து சூக்ஷ்ம தேகத்தைக் கொண்டு தத்தம் இருப்பிடங்களாகிய சப்த தீபங்களுக்கும், சகோதரர் கிரகங்களுக்கும் செல்வார்கள்.

இந்த எட்டு சகோதரர்களும் காலமானதும் மீண்டும் அவ்விடத்தி லேயே பிறந்து, அதே கிரகங்களில் இருக்கும் பாவனையைக் கொண்டு சரியான காலத்தில் ஒவ்வொருவனாக சப்ததீபங்களுக்கு ஒருவரை யொருவர் அறியாமல் ஒருவித சம்பந்தமுமின்றி அதிபதியாவார். ஒருவன் தன்னுடைய கிரகத்தில் இருந்தவாறே உஞ்ஞயினி தேசத்தில் சுகபோகங் களை அனுபவித்துக்கொண்டு ராஜ்ய பரிபாலனம் செய்து வருவான். இன்னொருவன் சாகத்தீபத்திலிருந்து கொண்டு திக்விஜயம் செய்யத் துடங்கி நாகலோகத்தைக் கைப்பற்ற எண்ணிச் செல்வான். இன்னொரு வன் குசத்தீபத்திலிருந்துகொண்டு ராஜ்ய பரிபாலனம் செய்து வருவான். இன்னொருவன் சால்மாலி தீபத்தில் உன்னதமான மலைசிகரத்தில் வசித்தவாறு மலை அருவிகளில் வித்யாதர பெண்களுடன் ஜலக்கிரீடை செய்து வருவான். இன்னொருவன் கிரௌஞ்ச தீபத்தில் சொர்ணமயமான நகரத்தில் வசித்து வந்து ராஜ்யபாரம் செலுத்துவான். இன்னொருவன் சால்மலி தீபத்தில் ஒரு தீவில் இருந்தவாறு திக்விஜயம் செய்யத் தொடங்குவான். இன்னொருவன் கோமேதக தீபத்தில் இருந்து கொண்டு புஷ்கர தீபத்தின் அரசனுக்கு தூது அனுப்புவான். எட்டாவது சகோதரன் புஷ்கர தீபத்தில் இருந்துகொண்டு லோகா லோகபுரத்திற்கு சைன்யங் களை அனுப்புவான்.

இப்படி இந்த எட்டு சகோதரர்களில் ஒவ்வொருவனும் அவனுடைய சொந்த கிரக ஆகாசத்தில் இருந்துகொண்டு தனக்குள் சங்கல்பித்துக் கொண்ட சப்ததீப ஆதிபத்யத்தை வெளியும் கண்டு இரு தேவதைக் கூட்டங்களின் வரப்பிரசாதத்தை அடைந்தவனாவான். ஒவ்வொரு யத்னம், தபஸ், இவைகளின் பலனானது தனக்குள் சங்கல்பித்துக் கொண்டவாறே வெளிப் பிரபஞ்சத்தில் அனுபவிக்கப்படும்.

குந்த தந்தன்: எனக்கு இன்னம் விளங்கவில்லை, எப்படி வீட்டிற்குள் இருந்தவாறு எட்டுப் பெயர்களில் ஒவ்வொருவனும் ஏழுத் தீவுகளை அரசாட்சி செய்து வருவார்களென்பது.

கதம்ப தபஸ்வி: சித்தானது தன்னுடைய சூன்யத்தன்மையை விடாமல் தன்னுள் எது எப்படித் தோன்றுகின்றதோ அதாகவே நிஜம் போல் காணப்படுகின்றது. திரிலோக அனுபவமும் பரமாணு அளவில்

அடங்கிய ஆகாயத்தில் தோன்றிவரும்.

குந்த தந்தன்: சத்யமாய் இருப்பது ஒன்றாயும், சாந்தமாயும், சிவமாயும், மூல காரணமாயும் இருந்தால், அது எப்படி சுபாவங்களைக் கொண்டு நிலைத்திருக்கும் பலதானவைகளாக உண்டாகும்?

கதம்ப தபஸ்வி: பலதென்று சொல்லப்படுகிறவைகளோ பலதாக பாவனை செய்யப்படும் பொருள்களோ வாஸ்தவமாக இல்லை. சுழலாக தோன்றின போதிலும் அது எப்படி நீரின் ஒருவிதத் தோற்றமோ, அப்படியே பலதாகத் தோன்றுகிறவைகளும் சிதாகாசத்தில் ஏற்படும் தோற்றங்களே. தூக்கத்தில் சொப்பனத் தோற்றங்கள் எப்படி நிஜம் போல் தோன்றுகின்றனவோ அப்படிச் சூன்யமான ஆகாசத்தில் பதார்த் தங்களென்ற தோற்றங்கள் நிஜம்போல் ஏற்படுகின்றன. ஸ்பந்தம்போல் தோன்றினும் அங்கு ஸ்பந்தமில்லை, மலைபோல் தோன்றினும் அங்கு மலையில்லை. சித்தின் பாவனைகள் சொப்பனமாக தோன்றுவது போல், பதார்த்தங்களும் சித்தில் ஏற்பட்ட பாவனைகள். சிருஷ்டி ஆரம்பத்தில் ஏற்பட்ட சூன்யமாகிய பாவனைகள் அப்படியே மேலும் மேலும் நம்மால் திடப்பட்டு நிஜம்போல் உணரப்பட்டு வருகின்றன. ஒரே சித்தானது சொப்பனத்தில் லட்சக்கணக்கான சேனாபுருஷர்களாக தோன்றுவதுபோல பலதாக நம்மால் காணப்பட்டு வருகின்றன. அக்னி அணைந்த பிறகும் உஷ்ணத்தின் உணர்ச்சி நம் மனதில் தோன்றி வருவதுபோல, ஜகத் உணர்ச்சியும் நம் சங்கல்பத்தில் இருந்துகொண்டே வருகின்றது. பூ, இலை, கிளை எல்லாம் கூடி, மரமாக பரிணமிப்பதுபோல் ஜகத்தில் தோன்றப் படுகிறவைகள் எல்லாம் கூடித்தான் சித்தாக பரிணமிக்கின்றது. சித், ஜகத் என்பவைகள் ஒன்றையே சுட்டிக் காட்டும் வெவ்வேறு பதங்கள். இரு பதார்த்தங்கள் ஒன்றோடொன்று கலப்பின் புதிய வஸ்து புலப்படுவது போல் சித் சாரம் பலதான தோற்றங்களுக்கு காரணமாகின்றது. சங்கல்பத்திற்கோ, அல்லது அதனால் ஏற்படும் தோற்றங்களுக்கோ தடையோ அல்லது முறையோ கிடையாது. ஸ்தாவரம், ஜங்கமம், மானிடர் எல்லாமுமே சங்கல்பத் தோற்றங்கள்.

நியதி, ஜகத், வஸ்து, இவைகளின் அமைப்பு, சூரிய சந்திரர்களின் போக்கு, எல்லாமுமே சித்தின் சமத்காரத்தால் நாம் பார்த்து வரும்படி நிலைபெற்றன. ஏன் அப்படி நடைபெறவேண்டுமென்றால் ஆதியில் யதேச்சையாகவே இவ்வாறு சங்கல்பிக்கப்பட்டதால், பிரபஞ்சத்தில் உள்ளவை அனைத்தும் பாவம் -அபாவம் இரண்டில் அடங்கியுள்ளவை.

குந்த தந்தன்: முன்னால் பார்க்கப்பட்டதுதான் பின்னால் மனதில் ஞாபகமாக உதிக்கின்றது. இது சொந்த சங்கல்பத்தை தவிர வேறில்லை.

பிறகு சிருஷ்டி ஆரம்பத்தில் தோன்றப்பட்டவைகளுக்கு மூலம் என்ன?

கதம்ப தபஸ்வி: எல்லாம் அபூர்வமாகவும், கனவில் நம்முடைய மரணத்தையே நாம் காண்பது போலவும் தான் காணப்படுகின்றன. ஆதியில் உணரப்பட்டதுதான் உணர்ச்சி என்று சொல்லப்படும். பிறகு இது பலதடவை அப்யாசமான பிறகு ஞாபகம் ஏற்படுகின்றது.

நான் உங்களுக்கு சொல்லவேண்டியவைகளைச் சொல்லி முடித்தேன். இனி நீங்கள் இவைகளை அடிக்கடி ஆராய்ச்சி செய்து வருவதால்தான் பலனை அடையலாம். ஆகையால் நீங்கள் விடை பெற்றுக் கொள்ளலாம். நான் என் நிஷ்டைக்குத் திரும்புகிறேன்.

குந்த தந்தன்: இப்படிச் சொல்லிவிட்டு அவர் சமாதியில் சென்று விட்டார். மேலும் சந்தேகங்களைத் தீர்த்துக் கொள்ளலாம் என்றால் அதற்கு அவர் இடம் கொடுக்கவில்லை. பிறகு இருவருமாக அந்த சகோதரர்கள் வாசம் நோக்கிச் சென்றோம். சீக்கிரத்திலேயே அவ் விடத்தை அடைந்து, சகோதரர்கள் ஒருவரோடொருவர் கூடிச் சேர்ந்து சிலகாலம் வாழ்க்கையை நடத்தினார்கள். பிறகு ஒவ்வொருவனாகக் காலமானான், என் நண்பன் ஒருவனே மீதி நின்றான். சில காலத்திற்குப் பிறகு அவனும் காலமானவுடன், நான் மிக துக்கித்து யாது செய்வதென்று புலப்படாமல் கடைசியாக கதம்ப தபஸ்வியையே சரணமடையலா மென்று தீர்மானித்து அவ்விடம் நோக்கிச் சென்றேன். அங்கே சென்ற சமயம் அவர் சமாதியில் இருந்தார். மூன்று மாதகாலம் காத்திருந்த பிறகு அவர் கண்விழித்துப் பேசத்தொடங்கினார்.

கதம்ப தபஸ்வி: நீ மீண்டும் இங்கு வந்த காரணமென்ன? நான் ஒரு நிமிஷம் கூட சமாதியைவிட்டு நழுவமாட்டேன். உனக்கு வேண்டிய அளவு மோகோபாயத்தைப் பற்றி நான் சொல்லிவிட்டேன். இனி நீ இவைகளை அப்யாசம் செய்வதால்தான் விமோசனம் அடையலாம்; மேலும் இவைகளைப் பற்றி கேட்கவேண்டி இருந்தால், அயோத்தி நகரம் சென்று, அங்கே தசரதன் என்னும் அரசனுடைய புத்திரனாகிய ராமனை சந்தித்தால் அவன் மூலம் வசிஷ்ட மகரிஷியின் திவ்ய உபதேசங்களை நீ கேட்கலாம். ஆகையால் அங்கே புறப்பட்டுச் செல்வாய்.

குந்த தந்தன்: இப்படிச் சொல்லியதும் நிஷ்டையில் சென்று விட்டார். நான் அவரை விட்டு உன்னை நாடி வந்தேன்.

ராமன்: இந்த விருத்தாந்தத்தைச் சொன்ன பிராமணன்தான் என் அண்டையில் உட்கார்ந்து இருப்பவன்; தங்களுடைய உபதேசங்களைக் கேட்டு தன் இஷ்டத்தைப் பூர்த்தி செய்து கொண்டிருப்பானென்று

நம்புகிறேன். தாங்களே அவனைக் கேட்கலாம்.

வசிஷ்டர்: ஏ! குந்த தத்தா? மோகோபாயத்தைக் குறித்து நீ அறிய வேண்டியவைகளை அறிந்து கொண்டாயா?

குந்த தத்தன்: என்னுடைய சந்தேகங்களெல்லாம் நிவர்த்தியாயின. நான் அறிய வேண்டியதை அறிந்து பரம விஸ்ராந்தியை அடைந்தேன். சகலமும் ஆத்மாவாக நிலைத்திருக்கின்றன. இந்த ஜகத் தென்பது, ஆத்மத்தைக் காட்டிலும் வேறல்லாது சூன்யமாக ஆத்மத்திலேயே தோன்றும் காட்சி என்று அறியலானேன்.

வசிஷ்டர்: மகா ஆச்சர்யம், ஆத்ம தத்துவத்தை நீ ஒருவனாகிலும் அறிந்து கொண்டது, இனி நீ மகாத்மா ஆனாய்.

விஷயத்தை தொடங்க, ஜகத் தோற்றம் பிரம்மத்தில் ஏற்படுவது நம்முடைய பிராந்தியால், ஆனால் இந்தப் பிராந்தியும் பிரம்மமே, எப்படி யெனில் பிரம்மத்தில் வேறொன்று சத்யமாயும், நித்யமாயும் இருக்க முடியாமல் இருப்பதால்.

உண்மையாயும் சாசுவதமாயம் இருப்பதாகச் சொல்லக்கூடியது பிரம்மமொன்றே. இதரவைகள் அனைத்தும் மாறுதலுக்கோ அழிவிற்கோ உட்பட்டு இருப்பதால் அவைகள் இல்லாதவைகள் அல்லது அவை களைத் தோற்றங்களென்றுதான் சொல்லத்தகும். பிறகு பிரம்மம் எங்கும் சூன்யமாய் வியாபித்து, எக்காலத்தும் அழியாமல் மாறாமல் ஒரே நிலையில் இருக்கின்றது. ஆகையால் எங்கு எப்பொழுது எந்த உணர்ச்சி ஏற்படுகின்றதோ அது அங்கே அப்பொழுது தோற்றமாய் புலப்படு கின்றது. உணர்ச்சி எவ்வளவு தூரம் சென்றாலும் அங்கே தோற்றம் ஏற்படுவதின் காரணம் பிரம்மம் எங்கும் நிஷ்களங்கமாய் வியாபித்திருப்ப தால். அது எல்லாவிடத்தும், அணுவிலும் அணுவைப் போல் இடைவிடாது வியாபித்திருப்பதாக எண்ணப்படலாம். இப்படியான பிரம்மத்தில் தோன்றக்கூடிய உணர்ச்சி ஜாலங்கள் கணக்கில் அடங்கா. ஸ்தாவரம், ஜங்கமம், மானிடர், தேவர், அசுரர் என்று பலதாக விஸ்தரிக்கப் பட்டவைகள் அனைத்தும் உணர்ச்சிகளாக பலவிடத்தில் காகதாளியமாக ஏற்பட்டு அவ்வாறே நிலைத்து விட்டன. இப்படி நிலைத்ததின் காரணம் அக்ஞானம். இதுவே நியதியாக விஸ்தரித்திருக் கிறது.

பிறகு சித் பரமாணுவைக் கொண்ட பிரம்மம் இரு தன்மைகளைக் கூடியது. 1. ஜடத் தன்மை போன்ற உணர்ச்சியற்ற தன்மை, 2. உணர்ச்சி யைக் கூடிய சொப்பனாவஸ்தை. முதல் தன்மையைக் கொண்டு

பிரபஞ்சத்திலுள்ள வஸ்துக்கள் ஏற்பட்டுள்ளன. உணர்ச்சி இவைகளில் முற்றிலும் இல்லை என்று சொல்வதற்கு இல்லை. அது வெகு துல்லிய மாக இருப்பதால் நம்மால் அறியப்படவில்லை. முற்றிலும் இல்லா திருப்பின் அவைகள் ஒரே தன்மையில் நிலைத்திருக்க முடியாமல் வெவ்வேறு தன்மைகளைக் கொள்ளவேண்டும். பிறகு இரண்டாவது தன்மையாகிய உணர்ச்சியைக் கொண்டு ஸ்தாவர ஜங்கம மானிட வர்க்கங்கள் பிரவிர்த்திக்கலாயின. இவைகள் வெவ்வேறு அளவுக்கு உணர்ச்சிகளைக் கொண்டவைகள். மானிட வர்க்கம்தான் உணர்ச்சியின் தீவிரத்திற்கு மிகவும் அதிகமாய் உட்பட்டுள்ளது. ஆகையால் இந்த வர்க்கம் ஒன்றே உணர்ச்சியில் ஈடுபட்டுக் கொள்வதற்கும் விடுவித்துக் கொள்வதற்கும் ஏற்றது, எப்படி எனில் சித்தின் ஜாட்யத் தன்மையாகிய சுகூஷீத்து நிலையையும் உணர்ச்சித் தன்மையாகிய சொப்பன நிலையையும் கூடி இருப்பதால். சொப்பனம் அடங்கினால் சுஷுப்தம் அல்லது மோட்சம், சுஷுப்தத்திலிருந்து விழித்தால் சொப்பன அனுபவம். இங்கே ஜாகிரத அவஸ்தை யென்பது ஒரு நீண்ட சொப்பனமாகவே கருதப்படும்.

சிருஷ்டி, பிரளயம் என்று சொல்லப்பட்ட நிலைகளும் மேல் சொல்லப்பட்டவைகளை அனுசரித்து இருக்கின்றன. சித்தின் நித்திரா அவஸ்தை பிரளயம், சொப்பனா அவஸ்தை சிருஷ்டி. இவ்விரண்டு நிலைகளும் நம்மால் சதா அனுபவிக்கப்பட்டு வருகின்றன. ஆனால் வெகு அல்பகால அளவாக; இவையே நீடித்த அனுபவமானால் மோட்சமும் ஜீவிதமுமாகின்றன. இரண்டும் பிரம்மத்தை வைத்துப் பேசும்பொழுது தோற்றங்கள் அநித்யம். என்னுடைய நோக்கத்தில் இவைகள் புலப்படுவ தில்லை. ஆகையால் சித்தின் சேதனை நிலையில் சிருஷ்டிக்குக் காரணமாய் தேவாசுரர்களும் உற்பத்தியாகின்றார்கள். அதன் நித்ர அவஸ்தையில் இவர்களுக்கு மோட்சம் சித்திக்கின்றது.

ராமன்: சித்தே தேவாசுரர்கள், சித்தே ஜகத் என்பதற்கு என்ன பிரமாணம்?

வசிஷ்டர்: சித்தானது, தேவாசுரர்கள் மாத்திரமல்ல நான், நீ, ஸ்தாவரம், பாம்பு, நகம், பிசாசு, ராட்சசன், பறவை, புழுக்கள், ஏன் திரணத்திலிருந்து பிரம்மாவரையில் எல்லாம் அதன் பரமாணுவில் தோன்றின தோற்றங்கள். அதன் சேதனையில் எல்லாம் தோன்றும். அதன் அமைதியில் எல்லாம் அஸ்தமனமாகும். சித் பரமாணுவில் ஜகத் முழுதும் தோன்றும். தோன்றிய ஜகத் வர்க்கங்களில் ஒவ்வொன்றும் ஒரு ஜகத்தை நிர்மாணம் செய்து கொள்ளும். சித்துதான் சொப்பனமாகிய தோற்றங்களாகத் தோன்றுவதால், ஒவ்வொரு தோற்றமும் சித்தைத்

தவிர்த்து வேறாகாது. தோற்றங்களுள் வித்யாச மிருப்பினும், எல்லாம் சித்தின் பிரவிர்த்தியாகையால் அவைகள் எல்லாமும் சித்தே.

ராமன்: ஏக சொரூபத்தைக் கொண்டதும், சலனமின்றிச் சர்வ சாந்தமாக இருக்கும் பிரம்மத்தில் நியதி, சுபாவம், சூரிய சந்திரர்கள் எல்லாம் சம்பவித்ததெப்படி?

வசிஷ்டர்: நாம் இது வரையில் சித்தாந்தமாக எடுத்துரைத்தது என்னவென்றால் ஒன்றும் ஏற்படவில்லை என்றும், பிரம்மம் ஒன்றுதான் சத்யமாயும் நித்யமாயுமுள்ளது என்றும் வேறொன்றும் இல்லவே இல்லை, ஏற்பட்டதெல்லாம் அறிவு அல்லது உணர்ச்சி என்ற மூலத் தோற்றம், இதைக் கொண்டு பல தோற்றங்கள் ஜகத்தாக விஸ்தரித்தன. ஒன்றுமில்லாத நிலையில் எது தோன்றப்பட்டாலும் அது யதேச்சை யாகத்தான் தோன்றக் கூடும். ஏதாவதொன்று தோன்றின பிறகு அதுவே மீண்டும் தோன்றுவதுதான் சகஜம். இப்படித் தோன்றியவைகளே உணர்ச்சியைக் கூடிய பஞ்ச தன்மாத்திரங்கள். பஞ்ச தன்மாத்திரங்களில் நிலைபெற்ற கேவல உணர்ச்சி யென்பது தன் நிலையை விடாமல் இந்த ஐந்து பாவனைகளையும் மேற்கொண்டு, பாவனை கெட்டிப்படுவதால் பஞ்சபூதங்களாக விஸ்தரித்து தன் மாத்திரங்களுடன் அவைகளில் நிலைபெறலாயிற்று, பஞ்சபூதங்கள் ஏற்படுகையில் சூரிய, சந்திரர்களைக் கொண்ட பிரம்மாண்டமும் கூடவே ஏற்படலாயிற்று. திரும்பித் திரும்பி ஏற்படுவதே சுபாவமென்றும், நியதியென்றும் பிற்பாடு வழங்கலாயிற்று. நியதியை கொண்டு பிரபஞ்சத்தின் விஸ்தரிப்பு ஏற்படவில்லை. தானாகவே யதேச்சையாக யாதொரு நோக்கமுமில்லாமல் படிப்படியாக விஸ்தரித்து வந்த ஜகத்தில் காலப்போக்கில் நியதியென்னும் கிரமம் நிலைபெற்றது. இவையெல்லாம் தோற்றத்தை ஒட்டிய சம்பிரமம். இது வரையில் சொல்லி வந்த விஸ்தரிப்பு உணர்ச்சியின் விஸ்தரிப்பே. ஆகவே ஏற்பட்டதென்னவென்றால் மூல உணர்ச்சி பஞ்சதன்மாத்திரங்களின் உணர்ச்சியே. ஆகாய சொரூபத்தைக் கொண்ட உணர்ச்சியின் பெருக்கு ஏற்பட்டதே ஒழிய வாஸ்தவமாகவும் பிண்டமாகவும் ஒன்றும் ஏற்பட வில்லை.

இவ்விதம் பஞ்சபூதங்களாக ஸ்சிந்திப்பதை ஆதாரமாகக் கொண்டு உணர்ச்சி விஸ்தரிப்பது நான் என்ற பாவனையைக் கொண்டே. ஆனால் இந்த பாவனை பஞ்சபூதங்களில் வெகு அல்பமாகவும் உணரமுடியாம லும் இருக்குமாறு இருந்து வருகின்றது. ஆகையால் இதை ஜாட்ய நிலையாக நாம் பாவிக்கிறோம். ஆயினும் நானென்ற உணர்ச்சியையும் ஸ்பந்தத் தன்மையையும் கொண்டவைகளே பஞ்சபூதங்களும். ஒரே

நிலையில் நிலைபெற்று விட்டதால் இவைகளின் நிலையை ஜாட்ய நிலையாக நாம் கருதுகிறோம்.

இதன் பிறகு நானென்ற உணர்ச்சி சற்றுத் தீவிரத்தை அடை கின்றது. ஆகையால் அதன் இயக்கமும் விஸ்தரிப்பும் வெகு பரபரப்புடன் நடைபெறுகின்றது. மேலும் இதற்கு விஷயமாக பஞ்சபூதங்களும் அவைகளின் தன்மாத்திரங்களும் இருப்பதால் கல்பனைகளும் விஸ்தரிக்கின்றன. ஸ்பந்தம் அல்லது சஞ்சலத்தையே ஆதாரமாகக் கொண்ட நான் என்ற மூல கல்பனை அல்லது உணர்ச்சி பிறகு ஸ்தாவரம், ஜங்கமம், மனிதவர்க்கம் இவைகளை ஒன்றன்பின் ஒன்றாகக் கற்பித்துச் சிருஷ்டியைச் செய்தது. நாம் இப்பொழுது அனுபவித்து வரும் பிரபஞ்சம் இம்முறையாகவே ஏற்பட்டது.

பல யுகங்களில் இப்படி உண்டானதாகவும் நிலைபெற்றதாகவும் இருப்பதை உற்று நோக்கிப் பார்த்தால் வாஸ்தவம் புலப்படும். இது வரையில் சொல்லியதின் பிரகாரம், உணர்ச்சி அல்லது சங்கல்பம் சூன்யமாகிய ஆகாயத்தில் சூன்யமாகிய தோற்றங்களைக் கண்டது என்பதே. முதலில் ஒரு தோற்றம், பிறகு ஒவ்வொன்றாகப் பல தோற்றங்கள் அப்படியே நிலைபெறுகின்றன. ஏனெனில் சத்யமாகிய பிரம்மத்திலிருந்து உண்டானவைகளானதால். பிறகு தோற்றங்களின் வெவ்வேறு விதச் சேர்க்கையால் உற்பத்திக் கிரமத்தின் தீவிர நடை, அதாவது உற்பத்தியின் பிரவாகம் ஏற்படுகின்றது.

இன்னொரு விஷயமும் கவனிக்கத் தக்கது. கல்பனையானது கணமாத்திரத்தைக் கொண்டதே. இதன் மூலமாக ஒரு தோற்றம் ஏற்பட்ட வுடன் உணர்ச்சியானது அதை மீண்டும் மீண்டும் உணருகையில் தோற்றம் நிலைபெற்றதான காட்சியை அளிக்கின்றது. பிறகு ஒரே காட்சியானது காலக்கிரமத்தில், தேசம், சந்தர்ப்பம், மனோநிலை இவைகளையொத்து பலவிதமாகவும் உணரப்படும்.

ஆகையால் தோற்ற ஜாலங்கள் இவ்விதமாகத் தோன்றியும், மாறியும், அழிந்தும் வருகின்றன. இவை கேவலம் கணமாத்திரத் தோற்றங்களே. ஆனால் சத்யப் பொருளிலிருந்து பிரவிர்த்தியானதால் நம்மால் சத்யமாக பாவிக்கப்பட்டு வருகின்றன. காலப்போக்கையும் வைத்துப் பார்க்கையில் இவை நீடித்தவைகளாகவும் தோன்றி வருகின்றன. இத்தோற்றங்களின் கதி எப்படி இருந்தபோதிலும் பிரம்மம் பிரம்மமாகவே நிலைபெற்றிருக்கின்றது.

இந்த அகண்டமாகிய பிரபஞ்சத்தின் உற்பத்தி கல்பனையின்

காரணத்தால் என்று சொல்லலாம். இதுதான் கால வசத்தால் பல பெயரால் வழங்கப் படலாயிற்று. சேதனை உன் முகமாக பிரவிர்த்திப்பதால் சித்தென்று சொல்லப்படுகின்றது. ஜீவிதத்தை மேற்கொண்டு விஸ்தரிப்ப தால் ஜீவனென்று சொல்லப்படுகின்றது. சேதனையில் ஈடுபடுகையில் சித்தென்றும், பொருள்கள் வசமிருந்து ஒதுங்கி நின்று பகுத்தறிவதால் புத்தியென்றும், மனனம் செய்வதால் மனஸ் என்றும், நானென்னும் உணர்ச்சியை அடைவதால் அகந்தை என்றும் பிறகு பஞ்சதன் மாத்திரங்கள், அகங்காரம், புத்தி, மனஸ் இவைகளைக்கொண்டு விஸ்தரிப்பதால் புரியஷ்ட கமென்றும், மேலும் பிரகிருதியென்றும், அவித்தை அல்லது அக்ஞானமென்றும் இப்படிப் பல பெயர்களால் சுட்டிக் காட்டப்பட்டு வருகின்றது. கேவலம் சூன்யத்தன்மை பொருந்திய சங்கல்பம் பஞ்சதன்மாத்திரங்களைக் கொண்டு விஸ்தரிப்பதால் இவைகளே அதன் சூக்ஷமமான தேகமாக பாவிக்கப்பட்டு ஆதிவாகிக தேக மென்று வழங்கி வருகின்றது. ஆதிவாகிக தேகத்தைக்கொண்டு விஸ்தரிப்பதைத்தான், பிரம்மாவென்றும் சிவன், நாராயணன், சனாதனன், விராட்புருஷன் என்றும் பல பெயரால் வழங்கி வருகிறோம்.

பிரம்மாவென்று வழங்கப்பட்ட ஆதிவாகிக தேகத்தையுடைய மூல புருஷன், எந்த விஷயத்தை தன்னுள் கல்பனை செய்து கொள்ளு கிறானோ அதை அனுசரித்தே சேதனையில் ஈடுபடுகிறான். பிறகு திட அப்பியாசத்தால் அதை வெளியிலும் அடைகின்றான். இப்படிச் சத்தியம் போல் அடைவதின் காரணம், சத்தியமாகிய பிரம்மத்திலிருந்து பிரவிருத்தியானதால். இதுவே சம்வித் அல்லது உணர்ச்சியின் சுபாவம். இப்படிச் சத்தியமாக உணர்வது ஆச்சரியம். வாஸ்தவத்தில் அறிகிறவன், அறிவு, அறியப்படுகிற பொருள் மூன்றும் அசத்தியம். பிரம்மம் ஒன்று தான் சத்தியமாய் உள்ளது.

ராமன்: ஆதிவாகிக தேகத்தைக்கொண்ட பிரஜாபதி என்பவன் இந்த சொப்பனமாகிய ஜகத்தை சத்தியமாக உணர்ந்தது எவ்விதம்? பிறகு இதில் கெட்டித்தன்மையையும் கண்டது எவ்வாறு?

வசிஷ்டர்: ஆதி வாகிக தேகத்தைக் கொண்டு தானாகவே கண்ட தொன்றை அனுபவித்தும் அதை நோக்கியே நின்று மீண்டும் மீண்டும் அனுபவிப்பதால் பாவனை விருத்தி அடைகின்றது. எப்படி சொப்பனத்தில் கண்ட காட்சிகள் கனமுடையதாகவே சத்தியமாய் அனுபவிக்கப்படுகின்றவோ, அப்படியே விழிப்பிலும் காணும் காட்சிகள் ஆதிவாகிக நிலையில் உருவமும் கனமும் பெருந்தியவைகளாக அனுபவிக்கப் படுகின்றன. பௌதிக உணர்ச்சியானது கானல் நீருக்குச்

சமமான உணர்ச்சியே. சுருக்கமாக இந்த கெட்டித் தன்மை வெளிப் பதார்த்தத்தில் இல்லை. ஏனெனில் பதார்த்தமே உண்மையில் இல்லா திருக்கையில் அதற்கு இத்தன்மை எவ்விதம் உண்டாகும்? பிறகு கெட்டி என்னும் தன்மை உணர்ச்சியைத் தழுவியது. நாம் உணர்வது நம் பாவனையின் கெட்டித் தனம். இதை நாம் பொருளில் சுமத்திப் பார்த்து வருகிறோம்.

பிறகு சொப்பனத்தில் ஏற்பட்ட உணர்ச்சிகள் விழித்ததும் அசத்தியமாக அறியப்படுகின்றன. சொப்பனத்தில் இருக்கும் வரையில் இந்த உண்மை புலப்படுவதில்லை. அதே மாதிரி விழிப்பில் நாம் கண்டுவரும் சொப்பனத்தையொத்த தோற்றங்களும் இந்த நிலையை விட்டு வேறொரு நிலையை அடையாமல் அவைகளின் உண்மை புலப் படாது, அதாவது போதத்தை அடைந்து அதற்கு முன் ஏற்பட்டவைகள் சொப்பன மென்று நாம் உணரும் வரை. இந்த அக்ஞானத்தில் நிலைபெற்றிருக்கும் நிலையில் உண்மை புலப்படாது.

அறிவு அறியப்படும் வஸ்துக்களில் பிரவிர்த்திப்பது, அதாவது பொருள்களாக மாறி நிற்பது, பந்தமெனப்படும். அவைகளிலிருந்து விடுவித்துக்கொண்டு சாந்தியடைவது அதாவது கேவலம் அறிவாய் நிற்பது மோட்சமெனப்படும்.

ராமன்: வெகுகாலமாக வேரூன்றி இருக்கும் பந்த புத்தியிலிருந்து விடுவித்துக்கொள்வது எப்படி? பிறகு அறியும் தன்மை சாந்தியடைவது எப்படி?

வசிஷ்டர்: வஸ்துக்களின் உண்மையறியப்பட்டால் பந்தம் நிவர்த்தியாகும். பிறகு அறிவு திடப்பட்டால் மோட்சம் அடையப்படும்.

ராமன்: ஞானம் தனிப்பட்ட சத்தியம், பிறகு இங்கே சொல்லப்படும் பகுத்தறிவு என்பது என்ன?

வசிஷ்டர்: அறிவு அறிவாயிருக்கின்றதே தவிர பொருளாக இல்லை என்பதை உணர்வதே போதமெனப்படும்.

ராமன்: நான், நீ, ஜகத் என்பவைகள் பிரத்யட்சமாகவும் அனுபவமாகவும் இருக்க இவைகள் இல்லையென்பது எப்படி நிஜமாகும்?

வசிஷ்டர்: சிருஷ்டி ஆரம்பமென்னும் காலத்திலேயே விராட் புருஷென்று சொல்லப்படுவது உண்டாகாதிருக்கையில் இப்பொழுது அதைப்பற்றிய பேச்சுக்கு இடம் ஏது?

ராமன்: ஆனால் இவை எல்லோராலும் நித்திய அனுபவமாக காணப்படுகின்றதே.

வசிஷ்டர்: ஆம், அதே மாதிரி, சொப்பனம், கானல்நீர், சங்கல்ப விஷயங்களும் அனுபவிக்கப்படுகின்றன. இவைகளும் ஏன் சத்தியமென ஒப்புக்கொள்ளக்கூடாது?

ராமன்: மகாப் பிரளயம் ஏற்பட்ட பிறகு மிஞ்சுவது ஆதியந்த மற்ற பரம்பொருள். அது ஏன் ஜகத்திற்குக் காரணமாகக்கூடாது?

வசிஷ்டர்: காரணத்தைக் காட்டிலும் காரியம் வேறாகாது. குடத்தி லிருந்து நூல் உற்பத்தியாகாது. ஆகையால் சூனியத்துக்கு ஒப்பாகிய பரம் பொருளிலிருந்து ஜகத் எப்படி உண்டாகும்?

ராமன்: மகாபிரளயத்துக்குப் பிறகு ஜகத் சூக்ஷ்மமாக இருந்து பிறகு ஏன் உற்பத்தியாகக் கூடாது?

வசிஷ்டர்: அதற்கு சாட்சி எந்த மகான்?

ராமன்: பிறகு ஜகத் உண்டாகவே இல்லாதிருந்தால் அதைப் பற்றிய மோகம் எப்படி உண்டாயிற்று?

வசிஷ்டர்: காரண காரியமென்பதோ அல்லது பாவம் அபாவம் என்பதோ உண்மையில் கிடையாது. சேதனையென்பதும் சேதிப்பதும் ஒன்றே.

ராமன்: ஒரு இயந்திரத்தை இயக்கவேண்டுமானால் அதற்கு ஒரு புருஷன் தேவை. அம்மாதிரி இத் தேகத்தை இயக்குவது யார்?

வசிஷ்டர்: அறிகிறவன் என்பதே கிடையாது. பிறகு அறியப்படுவது ஏது? சர்வாத்மா சர்வாத்மாவாகவும், ஒன்றாயிருப்பதும்தான் அறிகிற வனாகக் காணப்படுகின்றது.

ராமன்: பிறகு ஜகத், நீ, நான் என்ற பிரமங்கள் எப்படி உண்டாயின?

வசிஷ்டர்: எல்லாம் ஒன்று, அது சர்வசாந்தம் என்கையில் மோகம் என்பது ஏது?

ராமன்: சொப்பனமானது சத்யமாகவோ அல்லது அசத்திய மாகவோ இருந்தபோதிலும் அதனால் துக்கம் ஏற்படுவது நிச்சயம். அதே மாதிரிதான் இந்த ஜகத்தைப் பற்றிய மோகமும், இது எப்படித் தீரும்?

வசிஷ்டர்: சொப்பனத்தையோ அல்லது ஜகத்தைப் பற்றிய உணர்ச்சி

களையோ வாஸ்தவமானதாக அங்கீகரிக்கப்பட்டதால்தான் துன்பங் களுக்குக் காரணமாகும்.

ராமன்: சொப்பனத்தைப் பற்றி அறிவு விழித்துக் கொண்டதும் ஏற்படுகின்றது. ஜகத்தைப் பற்றிய மோகம் எவ்வாறு தெளிவு படும்?

வசிஷ்டர்: வஸ்துக்களின் உண்மை சொரூபமும், முன் பின் நிலைகளும் அறியப்பட்டால் மோகங்கள் தீரும்.

ராமன்: வஸ்துக்களின் பாவனைகள் குறைவதால் அவைகள் எவ்விதம் பிற்பாடு உணரப்படும், மேலும் அதனால் சம்சார மோகம் எப்படித் தீரும்?

வசிஷ்டர்: வாசனை க்ஷீணித்த நிலையில் உணரப்படும் ஜகத் சங்கல்பத்தில் தோன்றும் நகரத்திற்கு ஒப்பாகும்.

ராமர்: வாசனை க்ஷீணிப்பதால் வஸ்துக்களின் உருவம், அமைப்பு எப்படி அழியும்?

வசிஷ்டர்: ஜகத்தானது உண்மையில் சங்கல்ப ரூபியானதாலும் அது கெட்டிப் பட்டதால் மாத்திரமே வஸ்துக்கள் கெட்டித் தனத்தை அடைந்தது போல் தோன்றுவதாலும், சங்கல்பம் மெலிய மெலிய வஸ்துக் களும் அவ்வாறேயாகுமென்பதில் என்ன சந்தேகம்?

ராமன்: அநேக ஜன்மங்களின் காரணமாக ரூடியான வாசனை எவ்விதம் க்ஷீணிக்கும்?

வசிஷ்டர்: வஸ்துக்களின் உண்மை அறிவு ஏற்பட்டால் பிறகு அவை கேவலம் நம்முடைய பிராந்தி என்று புலப்படும். பிறகு உணர்ச்சிகளும் அடங்கும்.

ராமன்: ஜகத்தானது பாலனுடைய சங்கல்ப வஸ்துவுக்கு ஒத்தது என்று அறிவதால் துக்கங்கள் எப்படி நிவர்த்தியாகும்?

வசிஷ்டர்: துக்கங்களும் கேவலம் சங்கல்ப மாத்திரமே, சங்கல்பம் நஷ்டப்பட்ட பிறகு துக்கங்கள் எப்படி உண்டாகும்?

ராமன்: சித்தம் என்பது என்ன? இதைப் பற்றி விசாரணையாவது என்ன? அப்படி விசாரணை செய்வதால் போதம் ஏற்படுவது எப்படி?

வசிஷ்டர்: சித்தானது சேதனை உன்முகமானால் சித்தமெனப்படும். இதை அறிவதே விசாரணையின் முடிவு. இப்படி அறிவதால் சேதனையும்

ஒழியும்.

ராமன்: எது ஒன்று நம்மால் காணப்படுகின்றதோ அதுதான் அனுபவிக்கப்படுகின்றது.

வசிஷ்டர்: உண்மையில் இல்லாததும் வெறும் தோற்றங்களும்தான் நம்மால் காரணமின்றி அனுபவிக்கப்படுகின்றன. இவைகள் ஜாகிரத, சொப்பன நிலைகளாக ஏற்படுகின்றன.

ராமன்: ஜாகிரத நிலையில் காணப்பட்டவைகள்தான் சொப்பனத் திலும் சங்கல்பத்திலும் அனுபவிக்கப்படுகின்றன.

வசிஷ்டர்: ஜாகிரருத நிலையில் ஏற்படும் அனுபவத்தைக் காட்டிலும், வேறா சங்கல்பத்திலும் சொப்பனத்திலும் ஏற்படுவது?

ராமன்: சொப்பனம் சங்கல்பம் மனோராஜ்யம் ஜாகிரதை இந் நிலைகளிலெல்லாமே ஜாகிருத நிலையைப் போலத்தான் அவைகளே அனுபவமாக உண்டாகின்றன.

வசிஷ்டர்: ஆகையால் இரண்டு வித நிலைகளும் சமமே. பிறகு சொப்பனத்தில் இடிந்த வீடு ஏன் ஜாகிரத நிலையில் இடிந்ததாக காணப்படுவதில்லை?

ராமர்: சரி. ஜகத்தானது சொப்பனமாகிய தோற்றமென்று புத்தி யினால் அறியப்படும். என்னைப் போலுள்ளவர்களால் எப்படி இது அடையப்படும்?

வசிஷ்டர்: நம் ஸ்மிருதியில் தோன்றிக்கொண்டு வரும் ஜகத் என்ன காரணத்தால் உண்டாகின்றது என்பதை விசாரணை செய்து முடிவுக்கு வந்தால் சத்தியம் அறியப்படும். காரணத்தைக் காட்டிலும் காரியம் வேறில்லை.

ராமன்: நான் இப்பொழுது எல்லா சந்தேகங்களும் ஒழிந்தவனாக வும் சர்வ சாந்த நிலையை அடைந்தவனாகவும் இருக்கிறேன். இனி இந் நிலையிலிருந்து நழுவமாட்டேன்.

வசிஷ்டர்: ராமா! தற்சமயம் போதம் அடைந்தவனாக உன்முகக் குறிகளிலிருந்தும் உன் வாக்கிலிருந்தும் அறிகிறேன். இது வரையில் சொல்லியவைகளை வெகு சுருக்கமாகச் சொல்ல சங்கல்பம் ஜகத்தாகப் பரிணமிக்கின்றது. அசங்கல்பம் அதன் சாந்தியாகின்றது. அதாவது நிர்வாணம். சங்கல்பம், அசங்கல்பம், இரண்டும் பரம்பொருளின் இரு

ரூபங்கள்; வாயுவின் அசைவு அசைவற்ற தன்மைகளைப் போல என்ற நிச்சயத்துடன் இருப்பான் போதத்தை அடைந்தவன். ஆகையால் அவன், சும்மா இருந்தாலும், வியவகாரம் செய்தாலும், தன்னுடைய சுய நிலையாகிய சர்வசாந்தத்தை விடாமல் இருந்து வருவான். அதாவது ஒரு பாறையின் மத்திய பாகத்தை ஒத்த மௌனத்தையும் ஸ்திரத்தையும் ஒத்தவாறு. நான் இந்நிலையில்தான் இருந்து வருகின்றேன். நீயும் அவ்வாறே நிலைத்து இருப்பாயாக.

நீ இப்பொழுது போதம் அடைந்தவனாக இருப்பினும் உன் அறிவு விருத்தியாகும் பொருட்டு நான் ஒரு கேள்வி கேட்கின்றேன். அதற்கு பதில் சொல்வாயாக. பிறருக்கு எடுத்துச் சொல்வதால்தான், அறிவு தெளிவு படும். நம் தலையால் தாங்கியும் நித்திய அனுபவமாகிய ஜகத்தை எப்படி இல்லையென்று சொல்லக்கூடும்?

ராமன்: ஜகத்தாகிய அனுபவங்களெல்லாம் கேவலம் உணர்ச்சி ரூபங்களைக் கொண்டவை. இவை ஆகாசத் தன்மை பொருந்தியவைகள். மேலும் கணமாத்திரமான சம்வித் அசைவுகள், இவைகளுக்கு ரூபமோ கனத்துவமோ கிடையாது. அவை நம்மால் சங்கல்பித்துக் கொள்ளப் பட்டவைகள், கணமாத்திர உணர்ச்சிகள். பலாத்காரமாக நீடித்து நம்மால் பாவனை செய்யப்பட்டால் அப்பொழுது அவை நிலைத் திருப்பதாகவும் சாசுவதமானதாகவும் தோன்றுகின்றன. இந்த உணர்ச்சி களின் கூட்டம்தான் விராட புருஷன் என்று சொல்லப்படுகின்றது. அதற்கு சூக்ஷ்ம சரீரம் ஒன்று தான் உண்டு. இதுவே இந்த பரந்த ஜகத்தாக அனுபவிக்கப்பட்டு வருகின்றது. இப்படி கணமாத்திரமானதும் சதா அழிவடைவதாகவும் உள்ள ஆகாயத்தன்மைப் பொருந்தியதை நித்தியம் என்றோ, சத்தியமென்றோ, எவ்வாறு சொல்லத்தகும்?

பிறகு இவ்வுணர்ச்சிகளாகிய அசைவுகள் யதேச்சையாகவே யாதொரு நிமித்த காரணமுமின்றி ஏற்படுகின்றவைகள். காரணம் இருந்தால் காரியமும் அதே இனத்தைச் சேர்ந்ததாக இருத்தல் வேண்டும். சதா நாசத்தில் உழன்று இருக்கும் ஜகத்திற்கு, ஒரு மாறுதலுக்கும் உட்படாத சர்வ சாசுவதமான பிரம்மம் காரணமென்று ஒரு பொழுதும் சொல்லத் தகாது. ஆகையால் ஜகத்திற்கு எப்பொழுது காரண மில்லையோ அப்பொழுது அது ஏற்படவே இல்லை என்றுதான் சித்தப்படும்.

வசிஷ்டர்: திரிசியமானது, விதையும் முளையும் போன்ற சம்பந்தத்தை உடையது. ஜகத்தும் பிரம்மத்திலிருந்து ஏன் இவ்வாறு

ஏற்பட்டதாக நினைக்கக்கூடாது?

ராமன்: விதைக்குள் முளையின் ஒரு திரணமேனும் காணப் படுவதில்லை. விதையின் சாரம்தான் எங்கும் அதை வியாபித்திருக் கின்றது. அதே மாதிரி பிரம்மத்தில் ஜகத்தின் வாசனைக்கூட காண முடியாது. பிரம்மமானது, உருவம், அமைப்பு, இயக்கம், ஒன்றும் இல்லாதது. ஜகத்தோ இவைகள் எல்லாம் கூடியது. ஆகையால் பிரம்மத்திலிருந்து உண்டாவதென்பது, முற்றிலும் அசம்பாவிதம். இது பரமாணுவில் மேருபருவதத்தை காண்பது போலாகும். ஆனால் ஜகத்தாகிய தோற்றங்கள் ஏற்படுவது நிஜம். இவை மூடர்கள் அறிஞர்கள் இரு தரத்தாருக்கும் ஏற்படுகின்றன. இவ்வித தோற்றங்கள் சதா மாறுதல்கள் அடைவதாலும், மேலும் அவை நம்முடைய சங்கல்பங் களால் ஏற்படும் உணர்ச்சிகளாக இருப்பதாலும் அவைகளை சத்தியம் என்றோ, அசத்தியம் என்றோ சொல்வதற்கில்லை. ஏதோ சொப்பனம் போல் காணப்பட்டு சாந்தி நிலை அடைகின்றன. உண்மையில் இல்லாதவைகள் அனுபவிக்கப் பட்டும், இருப்பது உணரப்படாமலும் இருந்து வருகின்றன. எப்படியும் உணர்ச்சி வசமானவைகள் அனைத்தும் சூட்சமமாகவும், தங்கு தடையின்றிப் பரவப்பட்டவைகளாகவும் இருக்கின்றனவே தவிர, உருவம் அமைப்பு, கனம் கொண்டவைகளாக அல்ல. வெறும் ஒளிக் கிரணங்கள் பலதாகிய தோற்றங்களை தோற்று வித்து வருகையில் அது ஏற்பட்டு நிலைத்து விட்டதாக நினைக்கப்படும்.

பிரம்மமானது, வாதத்தாலும் பேச்சாலும் அனுமானிக்கப்படாது. அது சர்வ மௌனத்தால் தான் அறியப்படும். அது கேவல அனுபவ மாகையால் வாதத்தால் சித்திக்காது.

வால்மீகி: ராமன் இப்படிச் சொல்லி முடித்த பிறகு, சில நேரம், சர்வ விஸ்ராந்தி அடைந்தவனாக இருந்தான். பிறகு, வசிஷ்டரை நோக்கி விளையாட்டாகச் சில கேள்விகளைக் கேட்டான்.

ராமன்: பிரம்மமானது சர்வ மௌனத்தால் சுட்டிக் காட்டப் படுவது. அது அவரவர்கள் அனுபவமாக ஏற்படக்கூடிய நிலை. சாஸ்திரங்களும் குரு உபதேசங்களும் பேதங்களை அதிகரிக்கவும், விஸ்தரிக்கவும் ஏற்பட்டவைகள். வெகு அல்பமாகிய இப்பதக் கூட்டங்கள், எப்படி பரமார்த்தத்தை அடைய வழி காட்டும்?

வசிஷ்டர்: ஏ, ராமா! சப்தக் கூட்டங்களைக் கொண்ட சாஸ்திரங்கள் உண்மையாகவே ஞானமடைவதற்கு காரணமாகாது. ஆயினும் அவை ஒரு விதமான உபயோகம் ஆகின்றன. இது ஒரு சிறு திருஷ்டாந்தத்தால்

விளங்கும்.

கிர தேசத்தில் ஒரு பாகத்தில் வசித்து வந்த கிராம வாசிகள், ஒருக்காலம் மகா தரித்திர நிலையில் இருந்தார்கள். ஜீவனை காப்பாற்றிக் கொள்ளும் வகை தெரியாமல் திண்டாடிக் கொண்டிருந்த நிலைமையில் ஒரு நாள் அனைவரும் கூடி என்ன செய்வதென்று யோசிக்கத் தொடங் கினார்கள். வெகு நேரம் ஆலோசனை செய்த பிறகு எல்லோருமாக அக்கம் பக்கத்தில் உள்ள காடுகளில் சென்று விறகு வெட்டி அவைகளை விற்று பிழைப்பதாகத் தீர்மானித்துக் கொண்டார்கள்.

இதை அனுசரித்து விறகை பக்கத்து நகரங்களில் விற்று ஜீவிதத்தை நடத்தி வந்தார்கள். காடுகளில் ஒவ்வொருவனும் வெவ்வேறு இடங்களில் விறகைத் தேடிவருகையில் சில சமயங்களில் பல்வேறு காட்டிலுள்ள ஐஸ்வர்யங்கள் பிறருக்குத் தென்படலாயின. சிலருக்குப் பூக்களும், சிலருக்குப் பழங்களும், சிலருக்கு சந்தன மரம், சிலருக்குத் தங்கம், சிலருக்கு விலையுயர்ந்த ரத்தினங்களுமாக கிடைக்கலாயின. இவைகளை விற்பனை செய்து நாளுக்கு நாள் அநேகர் விருத்தியடைந்து வந்தார்கள். விறகையே அடைந்து கொண்டு வந்தவர்களும் பலர். பிறகு வெகு சொல்பமானவருக்கு சிந்தாமணியும் கிடைத்தது. இதனால் அவர்கள் சர்வ ஐஸ்வர்யத்தை அடைந்தவர்களானார்கள். ஆகவே விறகு வெட்டி கேவலம் ஜீவிதத்தை நடத்தும் எண்ணத்தைக் கொண்டு காட்டுக்குச் சென்றவர்களுக்கு எதிர்பாராத வண்ணம், பலவிதமான பலன்கள் அவரவர்களின் ஊக்கத்திற்குத் தகுந்தவாறு கிடைத்தன.

இதற்கு ஈடாகவே குரு உபதேசங்களை அடைவதாலும் சாஸ்திர ஆராய்ச்சி செய்வதாலும், பலன் அடையப்படும். அநேகமாக ஜனங்கள் குரு உபதேசம் சாஸ்திர ஆராய்ச்சி இவைகளை மேற்கொள்வது போகங்களை அடையும் பொருட்டே. எண்ணப்படி போகங்களை அடைவதும் சகஜம். விளையாட்டாக சாஸ்திரங்களின் முடிவுதான் என்னவென்று அறிய விரும்பிவோரும் சிலர். எதிர்பாராத விதமாக இவர் களுக்கும் போகங்கள் பலனாக சித்திக்கும், காட்டிற்கு விறகு வெட்டும் எண்ணத்துடன் சென்றவர்களுக்கு வெவ்வேறு விதமான பலன்களும் ஐஸ்வர்யங்களுடன் கிடைத்தது போல, சாஸ்திரங்களைப் படிப்பதாலும் குரு உபதேசம் அடைவதாலும் சாஸ்திரங்களெல்லாம் தர்மம், அர்த்தம், காமம், இம் மூன்று விஷயங்களைப் பற்றியே உரைக்கின்றன. சர்வ சாஸ்திரங்களுக்கு மூலமாகவும், அதிகாரமாகியுள்ள வேதங்களும் அப்படியே. பிரம்மம் என்பது இவைகளைத் தாண்டியுள்ளது. பத ஜாலங்களாலும், சாஸ்திரங்களாலும் அதைச் சுட்டிக் காட்ட முடியாது.

அது கேவலம் அவரவர்களின் அனுபவமாக அடையப்பட வேண்டிய பதவி. ஒரு வஸ்து இனிப்பாய் இருக்கிறதென்றால் அதை அனுபவத்தால் அறியக்கூடுமே தவிர போதனையால் அறியப்படமாட்டாது. ஆனால் சாஸ்திர ஆராய்ச்சி மூலம் காலக் கிரமத்தில் மனம் ஒழுங்குபடும். போகங்களிலேயே பிரவிர்த்திக் கொண்டிருக்கும் மனதின் தாமச குணமானது, சாத்வீகத்தை அப்பியாசத்தால் அடையும். சாத்வீக குணம், நிலைப்பட்டு வருகையில் காலக் கிரமத்தில் மனம் ஒழுங்கு படும். சாத்வீக குணம் நிலைப்பட்டு வருகையில் காலக் கிரமத்தில் எதிர்பாராத வகையாக பிரம்மம் அறியப்படும். சூரியன், சமுத்திரம் இவைகளின் சன்னிவேசத்தில் மூன்றாவது தோற்றமாகிய பிரதி பிம்பம் யாதொரு இச்சையின்றி ஏற்படுவது போல புருஷனுடைய பிரயத்தினம் சாஸ்திர ஆராய்ச்சி இவைகளின் சேர்க்கையால் யதேச்சையாகவே அறியப்படும். அழுக்கை எடுக்கும் பொருட்டு இரண்டு ஓடுகளைத் தேய்த்தால் கையிலுள்ள அழுக்கும் போவது போல் ஆராய்ச்சிக்குத் தாண்டி நிற்கும் பதவி அடையப் படும்.

சாஸ்திரங்களில் பல விஷயங்கள் அடங்கியுள்ளன. மனதை கலக்கும் படியும் இருக்கின்றன. ஆகையால் சொந்த ஆராய்ச்சியால் இவைகளின் சாரத்தை அறிய வேண்டியது அவசியம். சாஸ்திர வாக்கியங்களால் அடையப்படுவதல்ல ஞானம். சாஸ்திரங்களைத் தாண்டி நிற்பது. ஆனால் அது சாஸ்திரங்களின் ஆராய்ச்சி செய்த பிறகுதான் தெரிய வரும். சூரிய கிரணங்களின் ஒளி அதற்கு தடைகள் ஏற்படுவதால்தான் பிரகாசிக் கின்றன. ஆனால், ஒளி தடையைக் காட்டிலும் வேறானது. ஜாகிரத, சொப்பன, சுஷுப்த நிலைகளைக் கொண்டும், அதனால் அடையப்படும் அனுபவங்களைக் கொண்டும் தான், அந்த மூன்று நிலைகளைத் தாண்டி இருப்பதும், மூன்று நிலைகளையும் ஒன்றாக ஆக்குவதுமான துரிய நிலை, அதாவது ஜாகிரதையில் நித்திரை, அடையப்படும். இது சாஸ்திர ஆராய்ச்சியைக் கைப்பிடித்து சொந்த ஆராய்ச்சி செய்தும் அப்பியாசம் செய்து வருவதாலும் அடையப்பட்ட சம குணத்தால் தான் சித்திக்கும்.

வசிஷ்டர்: ராமா, உற்பத்தி ஸ்திதிப் பிரகரணங்களில் ஜகத்தானது என்னவென்றும் அதன் உற்பத்திக் கிரமம், அது நிலைத்திருப்பது இவைகளைப் பற்றிச் சொன்னேன். பிறகு உபசமப் பிரகரணத்தில் மனம் சாந்தி அடையும் முறைகளைச் சொன்னேன். இவைகளை நன்றாக மனதில் வாங்கிக் கொண்டால் அறிவு விருத்தியாகி சம்சாரம் விளையாட்டாக நடத்தேப்படும். ஜன்மம் எடுத்த பிறகு பிரபஞ்சத்தில் வாழ்க்கையை நடத்த வேண்டி இருப்பதால், இளமையிலேயே ஜகத்தைப்

பற்றிய அறிவை அடைய வேண்டியது அவசியம். இதன் மூலம் வாழ்க்கையில் சமகுணத்தை முக்கியமாக அனுசரித்து வரவேண்டும். பிறகு யதேச்சையாக வந்த கர்மங்களைத்தான் செய்வதென்ற தீர்மானம் இருக்கவேண்டும். இம்முறைகளை அனுசரித்து வருகிறவரைக் காட்டிலும் மேலானவர் யாரும் இல்லை. அவர் சகல சம்பத்தையும் அடைந்தவராவர். திரிலோகத்தை ஆளும் பதவியைக் காட்டிலும் மேலானதே அந்நிலை. உலகத்தில் இருப்பவர்கள் எல்லோரும் அவருக்கு வேண்டியவர்களாவார். எவரிடத்திலும் பகையோ, சலிப்போ, அவருக்குக் கிடையாது. தீயதும் அவர்களுக்கு நல்லதாகவே தோன்றும். உலகம் அவர் சொல்லையே மதிக்கும். நிந்திக்கப்பட்டதை அவர் செய்தாலும் உலகம் அவர் சொல்லையே போற்றும், ஏனெனில் சமம்தான் சாந்தம், அதுவே பிரம்மம்.

ராமன்: சதா ஆத்ம நோக்கத்தில் இருக்கும்பொருட்டு கர்மங்களைத் தியாகம் செய்யவேண்டிய அவசியமில்லையா?

வசிஷ்டர்: தேகம் இருக்கும் வரை இந்திரியங்கள் இயங்கிக் கொண்டுதான் இருக்கும், ஆனால் இவ்வியக்கங்கள் கர்மங்களாகாது. அவை மனதின் ஏவலாக இருந்தால்தான் கர்மங்களாகும், அதாவது சித்தாகிய கர்த்தாவின் சேர்க்கையால்தான் கர்மம் செய்யப்படக் கூடும். எல்லாம் ஆத்மாவென்ற நோக்கத்தில் இருப்பவர்களுக்கு கர்த்தா- கர்மா வென்ற பாவனைகளே கிடையாது. ஆகையால் அவர்களால் கர்மங்கள் ஏற்றுக் கொண்டதாகவோ அல்லது தியாகம் செய்யப்பட்டதாகவோ கருதுவது பொருந்தாது. நல்லது கொடியது எதை அவர்கள் செய்த போதிலும் அவர்களின் செயலாக அவை கருதப்படமாட்டாது. ஏனெனில் அக்கிரியைகளில் அவர்களுடைய மனோ ஈடுபாடு இல்லையாதலால் கர்மங்கள் கேவல இந்திரியங்களின் இயக்கங்களாக அவர்களால் செய்யப் பட்டு வரும். மேலும் யதேச்சையாக வந்த கர்மங்களைத்தான் அவர்கள் செய்து வருவார்கள்.

இவ்விஷயமாக பல கொள்கைகளும் நோக்கங்களும் கையாளப் பட்டு வருகின்றன. இவைகள் விசித்திரமாகவும் நியதிக்கு விரோத மாகவும் உள, சிலர் வர்ணாஸ்ரம தர்மங்களையே அனுசரித்தும், சிலர் தேவபூஜை செய்தும், சிலர் அக்னிஹோத்ரம், சிலர் சம்சாரத்தைத் துறந்து வனவாசம் செய்வது, சிலர் மலைகளிலும் காடுகளிலும் வசிப்பது, சிலர் விசேஷ க்ஷேத்திரங்களாகிய பிரயாக் பர்வதம், விந்திய பர்வதம், மலைய பர்வதம் ஆகிய இடங்களில் ஏகாங்கியாய் இருப்பதுமாகிய பலவித கிரமங் களைக் காண்கிறோம். சிலர் கர்மங்களைத் தியாகம் செய்தும் சிலர் யாகம் செய்தும், சிலர் தியானத்தில் ஈடுபட்டும் இருக்கின்றனர். இவை

யெல்லாமே தவறான நோக்கங்கள். ஏனெனில் இவைகளால் சித்தம் ஒரு பொழுதும் ஒடுங்காது. எந்த கர்மாவைச் செய்தாலும் அதில் மன ஈடுபாடு இல்லாதிருப்பதே சித்த ஒடுக்கமாகும். இதை அடைய தேசாந்திரம் போகவேண்டியதில்லை, வனவாசமும் செல்ல வேண்டியதில்லை. மேலே சொல்லிய உபாயங்களை அனுசரித்து ஊக்கத்துடன் இடைவிடாமலும் இவைகளை அப்யசித்து வந்தால் காலக்கிரமத்தில் தானாகவே ஆத்மம் அடையப்படும்.

ஏ ராமா! இப்பொழுது நீ அந்தப் பதவியை அடையத் தகுந்தவனாக இருக்கிறாய். சோகத்தை விட்டு எல்லாம் துறந்து ஏகாங்கியாய் நின்று, பிறப்பு இறப்பைக் கடந்தவனாய் இருப்பாயாக. கமலம் மலர்ந்தது போன்ற தோற்றத்தை அளிக்கும் ஜகத்தானது இல்லவே இல்லை; இருப்பது நானாகிய பிரம்மமே என்ற எண்ணத்துடன் நிலைத் திருப்பாயாக.

வால்மீகி: மகரிஷி இப்படிச் சொல்லிவிட்டு சபை ஜனங்களைச் சுற்றிப் பார்த்தார்; சகலரும் அவரையே பார்த்தவராகவும், ஆச்சரியமும் ஆனந்தமும் கலந்து தங்களை மறந்தவராகவும் இருந்தார்கள். எங்கும் நிசப்தமாக இருந்தது. சில நிமிஷங்களுக்குப் பிறகு அனைவரும் சேர்ந்து கரகோஷம் செய்து மகாமுனிவரை வணங்கி ஒவ்வொருவரும் அவரை துதித்து நின்றார். மலர்களால் பூஜிக்கப்பட்டு மகரிஷி இருக்குமிடம் தெரியாமல் மறைந்தார். வானத்திலிருந்து சித்தர்கள், வித்யாதரர்கள், தேவர்கள் அனைவரும் ரிஷியின் மகா வாக்யங்களால் சொல்லமுடியாத சந்தோஷமடைந்து மலர்மாரி பொழிந்தார்கள். பூரித்த சந்தோஷம் அடங்கியதும், எங்கும் நிசப்தம் பரவியது. அப்பொழுது வானத்திலிருந்து சித்தர்கள் பேசத்தொடங்கினார்கள்.

சித்தர்: கல்பகாலம் முதற்கொண்டு நாங்கள் எவ்வளவோ மோட்சோ பாயங்களைக் கேட்டு இருக்கிறோம். ஆனால் இப்பொழுது கேட்கப்பட்ட முறைகளுக்கு ஒன்றும் ஈடாகாது. பெண்கள், பாலர்கள், மிருகங்கள்கூட இம்மொழிகளைக் கேட்பதால் பயனடையாமல் போகாதென்பதற்குச் சந்தேகமில்லை. திருஷ்டாந்தங்களாலும் யுக்தி பூர்வமாகவும் சொல்லப் பட்ட உபதேசங்கள் அருந்ததியாலும் இவ்வளவு மென்மையாக சொல்லக் கூடுமோ வென்று நினைக்க வேண்டி இருக்கின்றது. இவ்வித சிரேஷ்ட மான உபதேசம் இனிமேலும் இப்பிரம்மாண்டத்தில் யாராலும் சொல்ல முடியாது. ஞானமாகிய அமிருதத்தை நாங்கள் திருப்தியாகச் சாப்பிட்டு சர்வ சந்தேகங்களிலிருந்தும் விடுபட்டு பரிபூர்ண ஆனந்தத்தை அடைந்த வரானோம்.

வால்மீகி: சித்தர்கள் இப்படிச் சொல்லிவிட்டு மலர்களால் பூஜித்து நின்றார்கள். பிறகு தசரதன் பயபக்தியுடன் மகரிஷியின் முன்வந்து வணங்கி பின்வருமாறு பேசினான்.

தசரதன்: தங்களுடைய மகா உபதேசங்களைக் கேட்டு பரம ஆனந்தத்தை அடைந்தோம். அவை பொருட்டு நாங்கள் எவ்விதம் பூஜை செய்தபோதிலும் அது குறைபட்டதாகவே இருக்கும். இவைகளுக்குப் பிரதியாக என்னால் கொடுக்கத் தகுந்தது என் ராஜ்யம், ஐஸ்வரியங்கள், என்னுடைய சேவை; இவைகளைத் தங்களுடையதாக பாவித்து எனக்கு கட்டளை இடவும்.

வசிஷ்டர்: பிராமணனுக்கு பிரதி உபகாரம் நமஸ்காரமே. ஆகையால் எனக்கு அதுவே போதுமானது. ராஜ்யத்தை பரிபாலிக்கும் சாமர்த்தியம் க்ஷத்ரியனுக்கு உளது. பிராமணன் அதை ஏற்றுக்கொள்ள தகுதியற்றவன்.

வால்மீகி: தசரதனுக்குப் பிறகு ராமன் வசிஷ்டரை துதித்துத் தன்னால் கொடுக்கக் கூடியது நமஸ்காரமே யென்று சொல்லி சாஷ்டாங்கமாக நமஸ்கரித்து நின்றான். பிறகு லக்ஷ்மணன் சத்துருக் கணன் முதலியோரும் பூஜித்து நமஸ்கரித்தார்கள். பிறகு வசிஷ்டர் மலர்களை ஒதுக்கிக்கொண்டு அருகில் உட்கார்ந்திருந்த மகரிஷிகளை ஒவ்வொருவராக பெயரிட்டுக் கூப்பிட்டு, அதாவது விஸ்வாமித்திரர், காதி, குலம்போஜர், வாமதேவர், பரத்வாஜர், புலஸ்தியர், நாரதர், சாண்டில்யர், பாசர், பிருகு, பாரண்டர், வாத்ஸ்யாயனர், வத்ஸர் ஆகியவர்களை தான் செய்த உபதேசங்களில் ஏதாவது பிழையோ குறையோ இருப்பின் அதைச் சொல்லவேண்டுமென்று கேட்டுக் கொண்டார்.

மகரிஷிகள் (ஒன்றுகூடி): தங்களுடைய திவ்யவாக்குகளிலிருந்து கூட பிழையும் குறையும் ஏற்படுமோ? பல ஜன்மங்களில் சேகரிக்கப்பட்ட தோஷங்களெல்லாம் தங்களுடைய அபூர்வமான உபதேசத்தால் போக்கடிக்கப்பட்டன. இவ்வித ஞானோபதேசங்களைச் செய்யத் தங்களை விட்டு வேறு எவரேனும் உண்டா? ஆத்ம வித்தையைக் கற்பிக்கத் தகுந்த குரு தாங்கள் ஒருவரே.

சித்தர்கள்: ராமன், சகோதரர்களைச் சேர்த்து நால்வராக, நாராயணனுடைய அவதாரமாக உதித்தவன். நான்கு திசைகளிலும் சமுத்திரங்களால் சூழப்பட்ட பிரம்மாண்டமான பூபாகத்தை ஏக சக்ராதிபத்யம் செய்யவேண்டிய தசரத புத்ரனாவான். ராஜ ரிஷியையே படைகளுக்கு தலைவனாக உடையவனும், வசிஷ்டரையே குலகுருவாக

அடைந்தவன் பொருட்டுச் செய்யப்பட்ட இம்மகா உபதேசங்களால் நாங்களும் சர்வ மோகங்களிலிருந்து விடுபட்டோம்.

வால்மீகி: வானத்திலிருந்து சித்தர்கள் இவ்வாறு சொல்லி மலர்மாரி பொழிந்தார்கள். இதைத் தொடர்ந்து சபைஜனங்களும் வசிஷ்டரை மீண்டும் துதித்து விட்டு மலர்களால் அர்ச்சனை செய்தார்கள்.

பிறகு சற்று நேரம் எங்கும் நிசப்தம் பரவியது. எல்லோரும் மனசாந்தி அடைந்தவராகத் தென்பட்டார்கள். ராமன் வசிஷ்டர் முகத்தைப் பார்த்தவனாக, ஆனால் சிந்தையற்றவனாகவும் விளங்கினான். அப்பொழுது அவனுக்கு இன்னும் ஏதாவது கேட்க வேண்டி இருக்கிறதா வென்று வசிஷ்டர் கேட்டார். ராமன் பதில் சொன்னதாவது:-

ராமன்: தங்களுடைய பிரசாதத்தால் நான் நிர்மலமான மனதை உடையவனாகவும் சாந்தனாவும் இருக்கிறேன். ஆகையால் எனக்கு யாதொரு இச்சையுமில்லை. கேட்பதற்கு கேள்விகளுமில்லை. சொப்பனத் திற்கு பிறகு மீண்டும் ஜாகிரதம் ஏற்படுமென்ற எண்ணமின்றி ஜாகிரத நிலையில், சுஷுப்த மடைந்தவன் போல் நான் இருந்து வருகிறேன். ஜகத்தை ஆகாயரூபியாக உணருகிறேன். எதையும் இச்சிப்பதற்கோ தியாகம் செய்வதற்கோ இல்லை; யதேச்சையாக வந்த காரியங்களைச் செய்வேன். நான் அனந்தமாகவும் எல்லாமுமாகவும் இருக்கிறேன். ஆகையால் என்னையே நான் நமஸ்கரிக்கிறேன்.

வசிஷ்டர்: ராமா! நான் மிகவும் சந்தோஷமடைந்தேன். இப்பொழுது நீ சோகத்திலிருந்து விடுபட்டு, சர்வ விஸ்ராந்தி அடைந்து ஆத்மத்தில் நிலைபெற்றவனாக இருக்கிறாய். உன்னால் உன் முன்னோர்களும் சந்ததியார்களும் பாக்யசாலிகள் ஆனார். இனி நீ யாதொரு பயமுமின்றி, உனக்கு விதிக்கப்பட்ட ராஜ்ய கர்மங்களை ஏற்றுக்கொண்டு அவைகளை நடத்தி வருவாயாக. விஸ்வாமித்திரருடைய வேண்டுகோளையும் உன் தகப்பனாரின் வாக்குப்படி பூர்த்தி செய்வாயாக.

வால்மீகி: இந்த உபதேசங்கள் முடிந்தது நடுமத்யான வேளையான படியால் சபை கலைய ஆரம்பித்தது. எல்லோரும் ஒருவர்க்கொருவர் விடை பெற்றுக் கொண்டு சபையை விட்டு அகன்று, தம்தம் தினசரி காரியங்களை கவனிக்க வீடுநோக்கிச் சென்றார்கள். சபையோர்களை தசரதன் அவரவருக்கு ஏற்றபடி விசாரித்து தாம்பூலாதிகள், நன்கொடை கள், பரிசுகள், ஆக பலவிதமாக மரியாதை செய்து விடை கொடுத்து அனுப்பினான்.

மறுநாள் மீண்டும் சபைகூடி அவரவர்கள் ஆசனத்தில் அமர்ந்து மகரிஷியின் வாக்கை எதிர்பார்த்த வண்ணம் நிசப்தமாய் இருக்கும் பொழுது, ராமன் வசிஷ்டரை நோக்கிக் கேட்கலானான்.

ராமன்: முனீஸ்வரரே! தங்களிடமிருந்து நான் அறிய வேண்டியவை களை அறிந்துகொண்டு எல்லா சந்தேகங்களிலிருந்தும் விடுபட்டேன். இனி கேட்பதற்கு ஒன்றுமில்லை. ஆனால் தாங்களே ஏதாவது சொல்ல இருக்குமானால் அதைச் சொல்ல வேண்டிக் கொள்கிறேன்.

வசிஷ்டர்: ராமா! இப்பொழுது நீ எல்லாம் அறிந்து ஆத்மத்தில் நிலைபெற்றவனாக இருக்கிறாய். உனக்குள் நீ என்ன உணர்ச்சி அடை கிறாய் என்பதை அறிந்து சொல்.

ராமன்: ஒன்று இரண்டு என்ற பாவங்கள் நீங்கி திரிஸ்ய வஸ்துக்களி லிருந்து விடுபட்டு எல்லாம் ஐக்யமாகிய அணைந்த விளக்குபோல், நிர்வாணமாய் ஆனால் தேஜஸ் பொருந்தியவனாக உணருகிறேன்.

வசிஷ்டர்: அப்படியே உன் இஷ்டப்படி நான் மேலும் சொல்லு கிறேன் கேள். சப்தம், வார்த்தை என்பவைகள், ஒரு அருவி ஓடும் பொழுது செய்யும் சப்தத்தை யொத்தவை, அவைகளுக்கு ஒரு தனிப் பெருமை கிடையாது. சப்தத்திற்குப் பொருள் ஒரு சங்கேதத்தினால் உண்டானது. அதாவது பொருளாவது, பலரால் பொதுவாக ஏற்படுத்திக் கொண்ட ஒரு உணர்ச்சி, திரஸ்யம் அல்லது தோற்றமாவது சித்தின் ஒளி. ஆகையால் ஜகத் தோற்றம் சித்தின் ஒளிக் கூட்டமாகும். அது சொப்பனம்போல் நம்மால் உணரப்படுவது. பிறகு ஜாகிரதை என்பதும் சொப்பனத்திற்கு ஈடானதே; சித் தன்னுடைய நிலையில் இருக்கும் பொழுது, நினைத்த மாத்திரம் ஏற்படும் உணர்ச்சிகள்தான் ஜகத் காட்சிகள். சம்வித்தென்பது கேவலம் உணர்ச்சி மாத்திரமானது ஆகையால் ஜாகிரத நிலையில் அறியப்படும் ஜகத் அறிவைக் காட்டிலும் வேறாகாது. ஆகையால் திரிலோகங்களும் வெறும் உணர்ச்சிகளாக அறியப்படுவதால் அவை சிதாகாசத்தில் சொப்பனம் போல் தோன்றும் தோற்றங்களென்றுதான் சொல்லப்படும்.

ராமன்: மலை, பூமி, ஜலம், தேஜஸ், ஸ்பந்தம், கிரியை, காலம், சூன்யம், சித்தோற்றம் இவை எப்படி நம்மால் அறியப்படுகின்றன? அறிவு விருத்தியாகும் பொருட்டு இதை விளக்கிச் சொல்லவும்.

வசிஷ்டர்: ராமா... நீயே யோசித்து இவை சொப்பனத்தில் எப்படி அறியப்படுகின்றன என்பதைச் சொல்.

ராமன்: ஆத்மா கேவலம் ஆகாயரூபி, இதில் தோன்றுவதாகிய ஜகத், உருவம், அசைவு இல்லாத சொப்பனத்தை ஒத்த பொய்த்தோற்றம். ஆகாய ரூபியாகிய ஆத்மாவில் எதற்கும் காரணமோ ஆதாரமோ இருக்க முடியாது. ஆகையால் அதில் வேறொன்று சத்யமானது அறியப் படாது. தோன்றுவதெல்லாம் சித்தின் அசைவு அல்லது மனமென்று வழங்குவது. சித்தானது அசைவற்றது. இதனில் ஸ்பந்தம் உணரப்பட்டால் தேசம், காலம், ஜலத்வம் என்றவை எல்லாம் வாயுவின் அசைவுபோல் தோன்றுகின்றன. இவ்விதமான உணர்ச்சிகள் கல்லில் கனத்வமாகவும், நீரில் திரவத்வமாகவும் தோன்றுகின்றன. வாஸ்தவமாக கல், ஜலம், ஜகத் என்பவைகள் கிடையாது. அவ்வாறான உணர்ச்சிகள்தான் பெருகிக் கொண்டு வருகின்றன. இருப்பது எல்லை யற்ற சிதாகாசம் ஒன்றுதான்; அதுதான் ஆத்மா, அதுதான் சர்வமும், ஓடும் நீர் ஓட்டமாகவும், சுழலாகவும், அலையாகவும், தோன்றுவது போல ஒன்றாகிய சித் பலதாகிய தோற்றங்களைக் கொடுத்து வருகின்றது. நம்மில் ஏற்படும் ஆகாய ரூபிகளாகிய உணர்ச்சிகளை உருவமும் கனமும் கொண்ட பதார்த்தங் களாக நாம் பாவித்து வருகிறோம். இவ்வுணர்ச்சிப் பெருக்குகள் ஏற்படுவதற்கு ஒரு காரணமும் கிடையாது. ஏதோ யதேச்சையாக ஏற்பட்ட உணர்ச்சிகள் இவ்வாறாக நிலைத்து விட்டன. எல்லாம் சூன்யமாகிய தோற்றங்கள், ஒன்றும் வாஸ்தவத்தில் உண்டாவது மில்லை நாசமாவதுமில்லை. வேறொன்றும் சம்பவிப்பதுமில்லை.

தோற்றமாக புலப்படுகிறவைகள் பரமாத்மத்தின் சொப்பன மென்பதுதான் வாஸ்தவம். ஜாகிரத நிலை யென்பதும் சொப்பனத்திற்கு ஈடானதே; பிறகு இந்நிலைகளில் தேகமென்பது எப்படி உண்டாக்கப்படு கின்றன.

வசிஷ்டர்: நம்முடைய சொப்பனத்தில் காணப்படுகிறவைகள் ஆகாய ரூபியான தோற்றங்கள். அங்கே தேகமோ வஸ்துக்களோ கிடையாது. சித்தானது தன்னையே பல தோற்றங்களாகக் காண்கின்றது. பிறகு ஜாகிரத நிலை நமக்கு ஜாகிரதமாக இருந்தபோதிலும் சித்துக்கு அதுவும் சொப்பனமே. போதநிலையில் மனஸ் சித்தாக விளங்கும் பொழுது இது உணரப்படும். ஆகையால் இந்நிலையிலும் தேகமோ வஸ்துவோ கிடையாது. சுருக்கிச் சொல்லுவோமாகில் சித்தின் சொப்பனமே நாமும். நம்முடைய ஜகத்தும், நம்முடைய சொப்பனங்களும், சொப்பனத்தில் சொப்பனம்.

ராமன்: சிருஷ்டிகள் கோடான கோடியாக ஏற்படுகின்றன. ஆகாயம், நீர், காற்று இவைகளிலும் அநேக சிருஷ்டிகள் உண்டாகின்றன.

இவைகளைப் பற்றியும் இவைகளுக்கு இடையே நம்முடைய ஜகத் எப்படி அமைக்கப்பட்டு இருக்கின்றது என்பதைப் பற்றியும் கேட்க நான் விரும்புகிறேன்.

வசிஷ்டர்: விசித்திரமானதும் அபூர்வமானதுமான சிருஷ்டிகள், அவரவர்களால் ஊகிக்கப்படலாம்; இவைகளைப் பற்றிப் பிறர் சொல்ல வேண்டிய தேவையில்லை. பிறகு நாம் அனுபவித்து வரும் ஜகத்தைப் பற்றி புராணங்களும் சாஸ்திரங்களும் வெகுவாய்ச் சொல்லியிருக்கின்றன. ஆகையால் நாம் இங்கே வேறு உபயோகமான விஷயங்களைக் கவனிப் போம்.

ராமன்: மகாசித்தானது இந்தத் தோற்றமாகிய ஜகத்தை எப்படி அனுபவிக்கின்றது? அதற்கு என்ன பிரமாணம், பிறகு காலமாவது என்ன?

வசிஷ்டர்: சித்தினுடைய தோற்றம் சித்தைத் தவிர்த்து வேறாகாது. பிறகு இரண்டு என்ற பாவனையே இல்லாத சித்திற்கு அனுபவம் எப்படி ஏற்பட முடியும். ஓடும் தன்மைதான் நீர், அசைவுதான் காற்று, சூன்யம் தான் ஆகாயம். இவைகளைப்போலவே சித்துதான் ஜகத். ஒன்றாய் நிற்பதில் அனுபவம், பிரமாணம், காலம் ஒன்றும் பொருந்தாது.

இப்பொழுது நான் வேறொரு விஷயத்தை பற்றிச் சொல்லுகிறேன். அதனால் ஞானம் விருத்தியடையும். காரணமில்லாமல் தோன்றும் ஜகத் ஜகத்தல்ல. பிரம்மம் பிரம்மத்தில் நிலைத்திருப்பதாகத் தான் இதைச் சொல்லக்கூடும். இது விஷயமாக ஒரு விருத்தாந்தம் சொல்லுகிறேன் கேள்.

முன்னொரு காலத்தில் நான் திரிலோகங்களையும் சுற்றி வரும் பொழுது யதேச்சையாக குசத்தீபத்தை அடைந்தேன். அதையாண்டு வந்த பிரக்ஞுப்தி என்ற அரசன் தன் நகரத்தை சொர்ணங்களால் அலங்கரித்து வெகு விவேகியாகவும் குணசாலியாகவும் விளங்கி வந்தான். ராஜனைக் காண விரும்பி அவன் இருப்பிடம் சென்றேன். அவன் என்னை வெகு சிரத்தையுடன் வரவேற்று பாத பூஜை செய்து பல விஷயங்களைப் பற்றிப் பேசத் தொடங்கினான். பேச்சின் இடையில் தத்வ விஷயங்களில் தனக்குச் சில சந்தேகங்கள் இருப்பதாகவும் இவைகளை நான் தீர்த்து மனசாந்தியடையச் செய்ய வேண்டுமென்றும் வேண்டிக் கொண்டான். அவனுடைய மகத்தான கேள்வியானது பின்வருமாறு:

பிரக்ஞுப்தி:- 1. நாம் சாஸ்திரங்களிலிருந்து அறிவது ஒருகாலம் மகாப்பிரளயமென்ற நிலை ஏற்படுவதாகவும் அப்பொழுது எல்லாக்

காரண காரியங்களும் அழிந்து பரம்பொருள் ஒன்றே மிஞ்சுவதென்பதாம். அந்நிலையிலிருந்து மீண்டும் ஜகத் எப்படி உற்பத்தியாகும்? ஆனால் வாஸ்தவத்தில் ஜகத் தோற்றம் இப்பொழுது ஏற்படுவதுபோல் எப்பொழுதும் ஏற்பட்டுக் கொண்டே வரவேண்டியது. இதை ஒப்புக் கொண்டால் மகாப்பிரளயம் எல்லோருக்கும் ஒரே சமயம் ஏற்பட முடியாது. அப்படி ஏற்படுவதில்லை என்பது சாஸ்திரங்களுக்கு விரோத மாகும்.

2. உணர்ச்சி எப்படி உண்டாகின்றதோ அனுபவமும் அப்படியே ஏற்படும். இந்த அனுபவங்கள் தேகத்தைக் கூடியே ஏற்படுகின்றன. இப்படி இருக்க மரணத்திற்குப் பிறகு தேகமின்றி எப்படி வேறு ஏதோ பிரதேசத்தில் சொர்க்க நரக அனுபவங்கள் ஏற்படுகின்றன?

3. தர்மம் அதர்மம் என்ற உருவமற்ற மனோமயமான சித்தாந்தங்கள், உருவமும் கனமும் கூடிய தேகத்தை எப்படி பாதிக்கின்றன. பாவம்-அபாவம், புண்யம் - பாவம் இவைகளால் மூர்த்தப் பொருளாகிய திரவியம் சொர்ணமாகிய பலன்கள் எப்படி சித்திக்கின்றன?

4. ஒரு புருஷன் மரணமடைந்த பிறகு, அவன் பொருட்டுப் பிரயாக் என்ற புதிய இடத்தில் செய்யப்பட்ட கர்மங்களின் பலன்களை எப்படி அனுபவிக்க முடியும்?

5. வரன் சாபம் இவை தேகத்தை எப்படி பாதிக்கின்றன. இச் சந்தேகங்களைத் தீர்த்து நான் விவேகமடையச் செய்வீராக.

வசிஷ்டர்: ராஜனே கேள்; உன் சந்தேகங்கள் முற்றிலும் நிவர்த்தி யாகுமாறு சொல்கிறேன். ஜகத்தையொட்டின பாவனைக ளெல்லாம் அசத்தியமாக இருந்தும் நம்முடைய உணர்ச்சிகளை அனுபவித்து சத்தியமாகவே தோன்றி வருகின்றன. இது இவ்வாறு, அவ்வரென்று யதேச்சையாக அறிவு ஏற்படுவதைப்போல் நிலைத்து விடுகின்றன, அதாவது தேகத்தைக் கூடியோ அல்லது தேகமின்றியோ. இவ்வாறு பலதாகிய நாமம், ரூபம், தேகங்கள், இவைகளை அறிவு எடுத்துக் கொண்ட போதிலும் அது ஒன்றாய்த் தான் விளங்குகிறது. தேகமாய் விளங்குவது அறிவே தவிர தேகமில்லை. ஒன்றாய் நிற்கும் அறிவில் இரண்டாவதான ஜகத் தோன்றுவதற்கு யாதொரு காரணமும் இல்லை. ஆகையால் அறிவு அல்லது உணர்ச்சியாகத் தோன்றும் ஜகத் பிரம்மத் தைத் தவிர்த்து வேறல்ல. இந்த உண்மை வேத சாஸ்திரங்களின் சாரமாகவும் ஜகத்தின் உண்மையான நிலையை அறிந்தும், முன்பின் நிலைகளை ஆராய்ச்சி செய்தும் என்னால் எடுத்துச் சொல்லப்பட்டது.

முன்பின் நடப்பவைகளை அனுசரிக்காமல் ஊனக் கண்களுக்கு தோன்றுவதே சத்தியமென்றும் உணர்ச்சிகள் தேக வசத்தால் ஏற்படு கின்றன வென்றும் சாதிக்கும் மூடர்களுக்கு இத்தத்துவங்களைச் சொல்லிப் பிரயோஜனமில்லை. ஆகையால் அறிவை-உணர்ச்சியை-கூடிய தேகத்தில் அறிவுதான் இயங்குகின்றது. சவம் இயங்குவதில்லை என்று எந்த மூடனும் ஒப்புக்கொள்வான். பிறகு நீ உனக்குள் சொப்பனமாகிய தோற்றங்களைக் காண்பதுபோல் பிரம்மம் தனக்குள் பிரம்மரூபங் கொண்ட ஜகத் காட்சியை சங்கல்பமாகக் காண்கிறது. இக்காட்சி எப்படி பிரம்மத்தைக் காட்டிலும் வேறாக இருக்க முடியும்? நாம் காணும் சொப்பனம் நம்முடைய மனத்தோற்றங்களே தவிர வேறொருவருடைய தல்லபோல். இதில் மோகம் எப்படி ஏற்படக்கூடும். ஆகையால் நீர், கல், மலையாகிய அறிவின் தோற்றங்கள் அறிவே. அறிவில் அறிவு தோன்றுகின்றது. ஆகையால் எல்லாம் ஆகாய சொரூபிகள். ஜகத்தும் பிரம்மத்தில் தோன்றும் சங்கல்ப நகரம். இந்த சங்கல்ப நகரம் விராட புருஷனென்று சொல்லப்படுவது. பிரம்மம் எவ்வெவ்வாறு சங்கல்பம் செய்கிறதோ அவ்வவ்வாறு நிலைத்தாக தோன்றி வருகின்றது, நீ எவ்வாறு நினைக்கின்றாயோ அப்படியே காண்பதைப்போல. பிரம்மம் ஸ்பந்தம் நிஷ் - ஸ்பந்தம் இரண்டையும் கல்பித்து அவ்வாறு இருப்பதாகத் தோன்றி வருகின்றது. ஸ்பந்தத்தை அனுசரித்தால் மகா பிரளயம் வரை ஜகத் தோற்றம் ஏற்பட்டு வருகின்றது. நிஷ் - ஸ்பந்தத்தை அனுசரித்தால் பிரம்மமாக நிலைத்து விடுகிறது.

ஸ்பந்தமாகிய சங்கல்பத்தை அனுசரித்து வந்தால் ஜகத்தோற்றங் களும் அனுபவங்களும், அவனுடைய சங்கல்பங்களை யொட்டி ஏற்படு கின்றன. இவை தேகத்தை கூடியாவது அல்லது தேகமின்றியாவது ஏற்படலாம். இதை அனுசரித்துத்தான் சொர்க்க நரக அனுபவங்கள் ஏற்படுகின்றன. மோட்சமடையும் வரை இவ்வித அனுபவங்கள் சங்கல்பம் செய்யப்பட்டவாறு ஏற்பட்டுக் கொண்டுவரும். போதம் ஏற்படாத நிலையில் தர்மம் - அதர்மம், சொர்க்கம் - நரகம் என்ற கொள்கைகளில் ஈடுபட்ட மனம் அவ்வனுபவங்களிலிருந்து விடுபட்டுக் கொள்ள முடியாது.

பிறகு தர்மார்த்தங்களும் வரசாபங்களும் பலனைக்கொடுப்பது அவரவர்களின் மனோபாவனையை அனுசரித்து. ஒவ்வொருவரிடத்தும் பிரம்ம சத்தை இருப்பதால், சங்கல்பங்கள் சத்யமாகவே அனுபவிக்கப் படுகின்றன. இவ்விஷயங்களில் மனோ ஈடுபாடும் நம்பிக்கையும்தான் தகுந்த பலனுக்கு காரணமாகின்றன.

பிரக்ஞப்தி: ஏன் பிற்பாடு ஏற்படப் போகிறவைகளை முன்னால் நாம் உணராமலிருக்கிறோம்? பிறகு ஜகத் சஞ்சலத்தைக் கொண்டதாய் இருந்தும் ஸ்திரமான தோற்றத்தை எப்படி கொடுத்து வருகின்றது.

வசிஷ்டர்: சிதாகாசத்தில் ஏற்படும் சங்கல்பங்கள் பாவனை களாதலால் இவைகளை யொட்டித்தான் இருப்பதும் இல்லாததுமாகிய தோற்றங்கள் காணப்படுகின்றன. இப்படித் தோன்றுகிறவைகள் சத் - அசத் என்று சொல்லும்படித்தான் ஏற்படுகின்றன. சித் சங்கல்பங்கள் கணமாத்திரமானவைகள், நம்முடைய சங்கல்பங்களும் அவ்விதமேதான், வெகுசீக்கிரம் அவை மறைந்து விடுகின்றன. ஆனால் நம் சங்கல்பங்கள் கால தேச கல்பனைகளைக்கூடி ஏற்படுகின்றன; ஆகையால் முன், பின் அங்கு, இங்கு என்ற பாவனைகளுக்குக் காரணமாகின்றன. சித்தோ திரிகாலத்தையும் பிரம்மாண்டத்தையும் வியாபித்து இருக்கின்றது. அதில் உணர்ச்சிகள் ஏற்படாததால் கால தேச பாவனைகளுக்கு இடமில்லை. எல்லாம் தற்காலத்து சங்கல்பங்களாகவே பாவிக்கப்படும். அவைகளை யொட்டி பேசுங்கால் சங்கல்பங்கள் தோன்றியும் மறைந்துமிருப்ப தாகத்தான் சொல்லக்கூடும்.

பிறகு லோக வியவகாரங்கள் சரிவரவும் ஒழுக்கத்துடனும் நடக்கும் பொருட்டு, தர்மா தர்மங்கள், பாபம் புண்யமென்ற கட்டுப்பாடுகள் ஏற்படுத்தப்பட்டன. இவைகளில் அவரவர்களின் பாவனையின் தீவிரத்தையொட்டி பலன்கள் அடையப்படுகின்றன. பாவனைகள் சித்தின் அம்சத்தைக் கூடி இருப்பதால் அவைகள் பலனாக அடையப் படுவதில் அதிசயமென்ன?

பிறகு நம்முடைய சங்கல்பங்கள் திரணம் திரணமாக ஏற்பட்டு விருத்தியடைகின்றன. சித்சங்கல்பங்களோ அவ்விதமில்லாமல் கண மாத்திரத்தில் பூர்ணமாக ஏற்பட்டு அப்படியே நிலைத்து விடுகின்றது. யதேச்சையாக ஏற்பட்ட ஆதி சங்கல்பங்கள் வேறு விதமாக ஏற்பட்டிருந்தால், பிரபஞ்சத்தின் அமைப்பு, நடை, அதனுள் அடங்கிய வஸ்துக்கள் எல்லாம் வேறு தோற்றத்தைக் கொடுப்பதாய் இருக்கும். இப்பொழுது நாமெல்லாம் ஒரு சொப்பனத்தோற்றங்கள். இந்த சங்கல்பத்தை யொத்தும் அதை மீறமுடியாமலும்தான் நம்முடைய சொந்த சங்கல்பங்கள் நிறைவேறக்கூடும்.

தர்மாதர்மங்கள், புண்யம், பாவம், சொர்க்கம், நரகம் ஆகிய கட்டுப்பாடுகளை நாமே ஏற்படுத்திக் கொண்டு அவைகளில் ஈடு பட்டிருப்பதால் நாம் அடையப்பட்ட பலன்களும் அவ்விதமே சித்திக்

கின்றன. இன்னும் தெளிவாகச் சொல்ல, கட்டுப்பாடுகளைக் கூடிய பாவனைகளை செய்துகொண்டு பிறகு இவைகள் பலனாக அடையப் படுவதாக பாவனை செய்து கொள்கிறோம். நம் பாவனைகள் போல் நாம் அனுபவிக்காமல் வேறெவ்விதம் அனுபவிக்கக்கூடும். மனவிகல்பங் களும் துவந்த பாவங்களுமின்றி அது வெகு பரிசுத்தமாயிருக்கும் நிலை யில், பாவனைகள் உண்டானால் அவை உடனுக்குடனே நிறைவேறும். அப்படியின்றி அது களங்கமுற்று விகல்பங்கள் அடைந்த நிலையில் ஏற்படும் சங்கல்பங்கள் காலதாமதமாகவே நிறைவேறும். அப்படி நிறைவேறுவதற்குள் மரணம் சம்பவித்தால் அடுத்த ஜன்மத்தில் அவைகள் நிறைவேறுவதாக நாம் உணருகிறோம். சொர்க்க நரக அனுபவங்களையும் பாபம் புண்யம் இவைகளின் பலன்களையும் இவ்விதமாகத்தான் ஜனங்கள் அனுபவித்து வருகிறார்கள். இங்கே பிறப்பு இறப்பு என்ற மனோ மோகங்களை நாமே வியர்த்தமாகக் கற்பித்துக் கொள்கிறோம். நடைபெறும் சம்பவங்கள் விசித்ரமாகவும் அபூர்வமாகவும் இருப்பது இக்காரணத்தாலே. பிரவிர்த்திப் பிரவாகத்தில் இவ்வித இடையூறுகள் வாஸ்தவத்தில் இல்லை. சேதனை இருக்கும் வரை பிரவிர்த்தி ஓய்வில்லாமல் நடைபெற்றுக் கொண்டே இருக்கும். நிவர்த்தி மார்க்கத்தை அனுசரித்து வந்தால் நாளடைவில் சமம் அடையப் படும்.

ராஜன்: ஆயிரம் ஜனங்கள் சந்திரக்கிரணங்களை ஏக காலத்தில் தியானம் செய்வதால், அவர்கள் ஒவ்வொருவரும் ஒரு சந்திரனை அடைந்து ஆயிரம் சந்திரர்கள் ஏக காலத்தில் ஏன் தோன்றுவதில்லை. பிறகு பல பெயர்கள் ஒரே பெண்ணை மனைவியாக அடைய சங்கல்பம் செய்து கொண்டு வந்தால் எல்லோராலும் அந்தப் பெண் அடையப் படுமா? பிறகு ஏழு எட்டு விபஸ்சித்துக்கள் தங்கள் கிரகத்திற்குள் இருந்தவாறு ஒவ்வொருவரும் ஏழு தீவுகளையும் ஏக காலத்தில் அரசாட்சி செய்தது எப்படி?

வசிஷ்டர்: சந்திரன் நம்முடைய சங்கல்பத்தினால் உண்டான வனல்ல, அவன் சித்சங்கல்ப வஸ்து. நாம் நம்முடைய சங்கல்ப வஸ்துக் களை அடையக்கூடுமே தவிர பிறருடைய சங்கல்ப வஸ்துக்களை அடைய முடியாது. ஆனால் சந்திரக்கிரணங்களை தியானிக்கிறவன் ஒவ்வொரு வனும் அவனுடைய சங்கல்பமிருக்குமாறு அக்கிரணங்களை அனுபவிப்பது நிச்சயம். அல்லது தான் சந்திரனென்று பாவித்து திட அப்யாசம் செய்து வந்தால் அப்படி ஆவதும் நிச்சயமே. அவனுடைய திட பாவனைகள் அனுபவிக்கப்படாமல் போகாது.

இரண்டாவது கேள்வியை கவனிக்க, குறிப்பிட்ட பெண் அவரவரால் பாவிக்கப்பட்டபடி கட்டாயம் அடையப்படுவாள்.

அந்த விபஸ்சித்துக்கள் எட்டுப் பெயரும் ஏக காலத்தில் ஏழு தீவுகளை மனோ ராஜ்யம் செய்து வந்தார்கள் என்பது வாஸ்தவம். பொதுவாகவே தானதர்மங்கள், தபஸ், பூஜை இவைகளால் அனுபவிக்கப் பட்ட பலன்கள் சங்கல்ப ரூபமாகத்தான் இருக்கும். தானாதிகளால் பலன் அடையப்படுமென்ற பாவனைகள் சித்தில் தோன்றும் சொப்பனங் களாகும். ஆகையால் பலன்களும் சங்கல்ப ரூபமாகத்தான் இருக்கக்கூடும். ஆனால் உணர்ச்சிகளின் வேகத்தால் சூக்ஷ்மமாகிய பலன்கள் ஸ்தூலமாக உணரப்பட்டு வரும். ஆகையால் அவனவன் சங்கல்பங்களை பிற்பாடு பலனாக அனுபவிப்பதில் யாதொரு ஆச்சரியமுமில்லை.

ராஜன்: இந்த தேகமானது சித்தின் கல்பனையாயிருந்து சித் ஒளியில் தோன்றுவதென்றால் தோற்றப்படுத்தும் தடை எது? ஏனெனில் ஒளி பரப்பு தடையின்றி கண்ணுக்குப் புலப்படாது.

வசிஷ்டர்: தேகமென்பது நிஜமான வஸ்துவில்லை, அது வெறும் தோற்றம்தானே. தேகமென்னும் கல்பனா உருவம் ஒரு உணர்ச்சியாகத் தானே இருக்கின்றது. தேகத்தின் ஸ்தூலத் தன்மையை எதன்மூலம் ஸ்தாபிக்கக்கூடும். ஸ்தூலமான உணர்ச்சியை நாம் அறிவோமே தவிர ஸ்தூலத்தை நாம் அறியோம்; உணர்ச்சியென்பது கேவல ஆகாய சொரூபம்.

ஞானமடைந்த நிலையில் இத் தோற்றங்கள் ஒன்றும் தென்படா. ஞானிகளின் நோக்கத்தில் வஸ்துக்கள் சித்தோற்றங்களாக பாவிக்கப் படும். உண்மையில் அவைகளுக்கு உருவமோ அமைப்போ கிடையாது. வஸ்துவென்பது பிரம்மத்திற்கு மறுபெயராகும். ஜகத் பிரம்மத்தைத் தவிர்த்து வேறாகாது. அது ஒன்றுதான் சத்யம், நித்யம், அதை தவிர்த்து வேறொரு பொருள் மூன்று காலத்திலும் கிடையாது. இந்த பிரம்மம்தான் ஜகத்தென்னும் சூன்யத்தோற்றமாகத் தோன்றி வருகின்றது.

ஏ ராஜன்! உன்னுடைய மகா கேள்விக்கு சந்தேகமின்றி பதில் சொன்னேன். இனி இவ்விஷயங்களை ஏற்றுக்கொண்டு, அவைகளை அனுஷ்டித்து சோகமும் சஞ்சலமுமின்றி வாழ்வாயாக.

ராமன்: சித்தர்கள் வித்யாதரர்கள் இவர்களெல்லாம் இந்த பிரபஞ்சத்தையும் இதை தாண்டியதையும் எவ்வாறாக உணருகிறார்கள்?

வசிஷ்டர்: அவர்களும், இன்னும் இதர மகான்களும், பகலிலும்

ராத்திரியும் காணக்கூடியவர்கள். நம்மைப் போலவே திடமான நிச்சயத்தைக் கொண்டு லோக பிரம்மங்களில் உழன்று வருகிறார்கள். அப்யாசத்தினால் லோகங்களை நிர்மாணித்துக் கொண்டு அதில் சஞ்சரித்து வருகிறார்கள். நம்முடைய பிரபஞ்சம் எப்படி கற்பனையோ அப்படியேதான், அவர்களுடையதும். அவர்கள் ஆகாச கமனம் முதலிய சித்திகளில் வெகு ஊக்கமாக இருந்து அவைகளை அடைந்து அனுபவிக் கின்றனர். மேலும் தியானத்தை தீவிரமாகச் செய்து லோகங்களை அனுபவித்து வருகின்றனர். தியானம் முடிந்ததும் மகா துக்கத்தை அனுபவிக்க நேரிடுகிறது, ஏனெனில் இதர கர்மங்களைச் செய்யமுடியாத காரணத்தால்.

பிரம்மமானது அகண்ட சூன்யத்தை ஒத்தது. இது எக்காலத்திலும் அந்த உருவத்தை விட்டு நழுவுவதில்லை. அதில் ஒரு மாறுபாடும் ஏற்படுவதில்லை, ஒரு சம்பிரமும் உண்டாவதில்லை. நாம் காண்பவை, நாம் அனுபவிப்பவை, நாமே மேற்கொண்ட பிரமங்கள். அதாவதுகேவல ஆகாயரூபம் கொண்ட தோற்றங்கள்; இவை பிரம்மத்தில் தோன்றுவ தால் அவைகளும் பிரம்மமே ஆகும். அல்லது அவை பிரம்மத்தின் வேறு உருவமாகும். அப்படி அகண்டமாயிருக்கும் பிரம்மத்தை அளவுக்கு அடங்கினதாக பாவித்தால் நான் என்ற தோற்றம் ஏற்படுகிறது. நான் என்பதன் விஸ்தரிப்பே ஜகத். ஆகையால் இதுதான் இயங்குவதாகக் கருதப்படும்.

ராமன்: இந்த இயக்கம் ஏன் ஏற்படுகின்றது?

வசிஷ்டர்: உண்மையாக ஒரு இயக்கமும் ஏற்படுவதில்லை, அக்ஞானத்தில் இருக்கும் பொழுதுதான் இத்தோற்றம் தென்படுகின்றது. அவர்கள் பொருட்டு அவர்கள் புத்திக்கு தெளிவுபடும்படி இவ்விதமாகச் சொல்லப்படுகிறது. வேறு விதமாகச் சொல்லவும் முடியாது. பிரம்மம் பிரம்மமாகத்தான் இருந்து வருகிறது. அதில் மாறுபாடு ஏற்படுவ தில்லை. இதைப் பற்றிய பதங்களுக்கும் சப்தங்களுக்கும் பொருளில்லை. அவை கேவல பத ஜாலங்கள். அறிவு ஏற்பட்டால் இத் தோற்றங்கள் தென்படுவதில்லை. ஆகையால் அறிவு அடைந்தவர்களிடையில் இவ்வுப தேசங்கள், சாஸ்திரங்கள், வேதங்கள், எல்லாம் வியர்த்தம், ஏனெனில் அவை வீண் வார்த்தைகளாதலால். அக்ஞானத்தில் இருப்பவர்களுக்கு போதனை செய்யும் அளவுதான், இவைகளின் பிரயோஜனம். ஞானி களுக்கு அவை தேவை இல்லை. சர்வ மௌனம்தான் அவர்கள் விரும்பி அனுசரித்து இருப்பது.

ராமன்: நான் என்பதன் விஸ்தரிப்பு இவ்வளவு பிரம்மாண்டமாக பெருகியது எப்படி?

வசிஷ்டர்: நான் என்பதின் கூட பேதம் ஏற்பட்டு துவைத பாவம் ஸ்திரப்படுகின்றது. இதுதான் உணர்ச்சிக்கு மூலம். இவ்வுணர்ச்சி தேச காலத்தையும் உடனே உணருகின்றது. இவைகளின் சேர்க்கையால் பிரபஞ்சமாகிய தோற்றம் விருத்தியடைவதில் ஒரு அதிசயமும் இல்லை.

முன்னொரு சதுர் யுகத்தில் நாம் இருவரும் குரு சிஷ்யனாக இருந்து, வனத்தில் வசித்து வருகையில் உனக்கு தத்துவ விஷயமாக ஒரு சந்தேகம் தோன்றி அதை நிவர்த்தி செய்யும்படி என்னைக் கேட்டுக் கொண்டாய். அதைச் சொல்லுகிறேன் கேள்.

சிஷ்யன்: மகா கல்பம் முடிந்த பிறகு நாசம் அடைந்தவைகள் எவை, நாசம் அடையாமல் மீந்து இருப்பது என்ன?

குரு: சிஷ்யா! சொப்பனத்திற்குப் பிறகு அதில் காணப்பட்ட பட்டனம் மலை, தடாகம், நீர் எல்லாம் நித்திரையில் நாசம் அடைவது போல உணர்ச்சிக்குப் பொருளாக இருந்தவைகள் அனைத்தும் நாசம் அடைகின்றன. ஜகத், காலம், தேசம், கிரியைகள், எல்லாம் இதில் அடங்கிப் போகும். காரண காரிய சம்பந்தமும் அற்றுப் போகும், பெயரும் கூட மீதி இருப்பது இல்லை. இருப்பது ஒன்றே, எங்கும் வியாபித்த சிதாகாசமாகிய சூன்யம்.

சிஷ்யன்: இல்லாதது தோன்றாது. இருப்பது அழியாது. பிறகு நாம் அனுபவிக்கும் ஜகத் எப்படி நாசம் அடையும்.

குரு: நீ சொல்வது முற்றிலும் சரியே. ஆனால் நாம் அனுபவிக்கும் வஸ்துக்கள் அத்தன்மையுடன் ஒருக்காலும் ஏற்படுவதில்லை. அவைகளின் அபாவம்தான் சாஸ்வதமான நிலை. ஆகாயத்தில் தோன்றும் பூச்சிகள், கானல் நீர், இவைகள் காணப்படினும் உண்மையில் இல்லாதவைகள். நாம் காணுவது நம்முடைய மதிமயக்கம். சொப்பனமும் ஜாகிரத நிலையும் எப்படி மாறி மாறி தினந்தோறும் தோன்றி வருகின்றனவோ, அப்படி ஜகத் தோற்றமும் நாசமும் மாறி மாறி தோன்றி வருகின்றன. மறைந்த சொப்பனம் எங்கு சென்றதென்று சொல்லுவதற்கில்லை. ஜகத் நாசமும் அவ்வகைதான்.

சிஷ்யன்: தோன்றுவதென்பது எது, பிறகு நாசம் அடைவதெது?

குரு: சிதாகாசம் ஒன்றுதான் நிர்மலமாயும் சாந்தமாயும் உள்ளது.

இதில் தானாக ஏற்படும் அசைவு, ஜகத் ரூபமாகத் தோன்றி இருக்கின்றது. இந்த சிதாகாசம் அமைதி அசைவு, இரண்டு தோற்றத்தையும் கொண்டது. அசைவே ஜகத், அமைதியே பிரம்மம். ஒன்று சிருஷ்டி, மற்றது பிரளயம். வெளிச்சம் இருட்டு இரண்டும் ஒரே ஆகாயத்தின் இரு தோற்றங்கள். சொப்பனம், நித்திரை இரண்டும் ஒரே நிலையின் இரு தோற்றங்கள். நம்முடைய தேக பாகங்கள் தேகத்துடன்கூடி ஒன்றாக பாவிக்கப்படுவது போல் ஜகத் தோற்றங்களும் சித்துடன் கூடி ஒன்றாகத் தான் பாவிக்கப் படும்.

சிஷ்யன்: சொப்பனத்தில் காட்சிகளும் அவைகளைக் காணும் புருஷன் ஒருவன் இருப்பது போல ஜகத்தும் அதை அனுபவிக்கும் புருஷனும் இருக்க வேண்டுமல்லவா?

குரு: சித்தென்பது ஒன்றாயும் ஒரு மாறுபாடும் இல்லாமல் எந்தக் காலத்திலும் இருந்து வருகின்றது. இரு தோற்றங்களாகத் தோன்றுவது பார்ப்போரின் நிலைமையை அனுசரித்து ஏற்படுகின்றது. அது அவ்வாறாக மாறுவதில்லை. சிருஷ்டியில் ஈடுபட்டவர்களுக்குச் சிருஷ்டி யாகவும் சாந்தத்தில் நிலை பெற்றவர்களுக்கு சாந்தம் அல்லது பிரளய மாகத் தோன்றி வருகின்றது. இந் நோக்கங்கள், நோக்கங்களைக் கொண்ட புருஷர்கள் எல்லாம் சித்தே. வியவகாரத்தின் பொருட்டு இரு பெயராக வழங்கப்படுகின்றது. ஆனால் இவ்விரண்டு நிலைகளும் ஏக காலத்தில் சம்பவிப்பதில்லை. மாறி மாறி ஏற்படுவதாகத் தோன்றி வரும்.

வால்மீகி: உபதேசங்களை இவ்வாறாகச் சொல்லி முடித்தார். சபையோர் எல்லோரும் பரமானந்தத்தில் மூழ்கினவராகவும் மகா பக்தி கொண்டவராகவும் இருந்தனர். ஏராளமான மலர்களைக் கொண்டு மகரிஷியை பூசித்தனர். வானத்திலிருந்து மலர்மாரி பொழிந்தது. துந்துபிநாதம் தொனித்தது. சபை அடங்கியதும், தசரதன் மிக வணக்கத் துடனும் சந்தோஷம் ததும்பினவனாகவும் மகரிஷியை நோக்கிச் சில வார்த்தைகள் சொன்னான்.

தசரதன்: நான் சம்சாரச் சுழலிலிருந்து மீண்டு பரம விஸ்ராந்தி அடைந்தவனாவேன். கர்மங்களின் கருத்தும், அறிகின்றவன், அறியப்படு பொருள்கள், இவைகளின் சம்பந்தமும், இந்த அறிவால் ஏற்படும் சம குணமும், தியானத்தால் ஏற்படுவது. அனுபவ பிரமங்கள் என்பதும், சங்கல்பத்தால் ஏற்படுவது ஜகத் என்பதும், சொப்பனத்தில் தன் மரணத்தையே தான் காண்பது போல தன்னையேதான் ஜகத்தாக உணருகிறோமென்பதும், இவை இரண்டும் சத்தியமான ஆத்மத்தின் இரட்டைத் தோற்றங்கள் என்றும் என்னால் அறியப்பட்டன.

ராமன்: தங்களுடைய உபதேசங்களாலும் அனுக்கிரகத்தாலும் நான் மோகங்களிலிருந்து விடுவித்துக் கொண்டேன். ஜகத் தோற்றங்களைப் பற்றிய சந்தேகங்கள் ஒழிந்து நானே பிரம்மமென்ற அறிவை அடைந்தேன். தங்களுடைய மொழிகளைக் கேட்கக் கேட்க அமிர்தத்தை பருகுகிறது போல் இருக்கிறது. இவைகளை நினைக்கும் பொழுதெல்லாம் சோகமும் பயமும் தீர்ந்து சாந்தத்தை அடைகின்றேன். இனி எனக்கு கர்மங்கள் செய்ய வேண்டுமென்ற நிமித்தமோ அல்லது வேண்டா மென்ற சலிப்போ கிடையாது. யதேச்சையாக வந்த கர்மங்களைச் செய்து சுகியாய் இருப்பேன். எனக்கு இனி சத்ரு, மித்திரன், பந்துக்கள் நல்லவன், கெட்டவன் என்ற வித்தியாசங்கள் கிடையாது. எல்லாம் தங்களுடைய அனுக்கிரகத்தால் அடையப்பட்ட பலனே.

லக்ஷ்மணன்: நூற்றுக் கணக்கான ஜன்மங்களில் சேகரிக்கப்பட்ட புண்ணியத்தின் பலனாகத் தங்களுடைய திவ்ய ஞானோபதேசங்களைக் கேட்க எனக்கு நேரிட்டது. இவைகளால் ஆயிரக்கணக்கான ஜன்மங் களில் சேகரிக்கப்பட்ட சந்தேகங்கள் தீர்ந்து என் மனம் களங்கமற்ற சந்திரனைப் போல் பிரகாசிக்கின்றது.

விஸ்வாமித்திரர்: ஆயிரம் கங்கைகளில் ஸ்நானம் செய்வதால் அடையப்படும் பலனுக்கு மேலானதே தங்கள் ஞானோபதேசத்தால் அடையப்படுவது.

நாரதர்: பிரம்ம லோகம், சொர்க்கம், பூமி எங்கும் ஞானத்தைப் பற்றி இவ்வளவு பூரணமாக நான் கேட்டறியேன். நான் மிகவும் பவித்திரனானேன்.

சத்ருக்கணன்: எல்லாவற்றிலிருந்தும் விடுபட்டவனாகவும் பிரசாந்தனாகவும் சகல சம்பத்துக்களை அடைந்தவனாகவும் சுகியாகவும் நான் ஆனேன்.

தசரதன்: அநேக ஜன்மங்களில் செய்த புண்ணியங்களின் பலனாக தங்கள் உபதேசங்களைக் கேட்கலானேன்.

வால்மீகி: பிறகு சடையோர்களும் தங்களுடைய பேச்சுகளை முடித்து கொண்டு மகரிஷியைப் பார்த்த வண்ணமாய் நிசப்தமாய் இருந்தனர். வசிஷ்டரும் இந்த விசேஷமான சத் காலட்சேபம் முடி வடைந்ததின் பொருட்டு அதைக் கொண்டாட வேண்டுமென்று அரசனுக்குத் தன் மௌனத்தால் தெரிவித்தது போல் இருந்தது. அவ்வாறே அனைவரும் சேர்ந்து ஏழு தினம் வெகு விமரிசையாக இந்த நிகழ்ச்சியை கொண்டாடினார்கள். பிராமணர்களுக்கு உணவும் தட்சிணையும்

ஏராளமாகக் கொடுக்கப்பட்டது. பிறகு இதர ஜனங்களுக்கும் பந்து மித்திரர், உத்தியோகஸ்தர், வேலையாட்கள் எல்லோருக்கும் உணவும் கொடைகளும் அளிக்கப்பட்டன.

ஏ, பரத்வாஜா! இவ்வித மகா உபதேசங்களைப் பெற்று ராமனும் அவன் சந்ததியாரும் அறிகிறவன், அறியப்படும் பொருள் இவைகளின் மூல தத்துவத்தை அறிந்து சோகமற்றவர்களாக ஆனார்கள். நீயும் இவைகளைப் பின்பற்றி யதேச்சையாக வந்த கர்மங்களைச் செய்தும், ராக துவேஷங்களைத் தள்ளி விஷயங்களில் ஈடுபட்டுக் கொள்ளாமல் பரந்த நோக்கமுள்ளவனாகவும் ஜீவன் முக்தனாகவும் இருந்து வரு வாயாக. ராஜ வம்சத்தைச் சேர்ந்த ரகு குலத்தவர்கள் ஜீவன் முக்தர்களாக ஆகியிருக்கும் பொழுது உன் போன்ற சத்துவ குணமும் விவேகமும் கூடியவன் அப்பதவியை அடைவது அசாத்தியமல்ல. இங்கே சொல்லப் பட்ட மோட்ச சம்ஹிதையை கதைகளாகக் கேட்ட ஒரு பாலன்கூட விவேகம் அடைவதில் சந்தேகம் இல்லை. வெகு தீவிரத்துடன், பந்தங் களில் சிக்கிக் கொண்ட மூடர்களும் இதைக் கேட்பதால் பலனை அடைவது நிச்சயம். எந்த தேசத்தில் இந்த சம்ஹிதையை புஸ்தக ரூபமாகவோ அல்லது பிரசங்கரூபமாகவோ, பொது ஜனங்களுக்கு வெளியிடப்படுகின்றதோ, அந்த தேசம் புண்ணிய பூமியாக விளங்குவதில் சந்தேகம் இல்லை. எவ்வளவு தரித்திரனாக இருந்தாலும், மூன்று ஜன்மத்திற்குப் பிறகாவது லக்ஷ்மி கடாக்ஷம் அடைவான் போல் இந்த சம்ஹிதையை கேட்பவரோ, வாசிப்பவரோ மூன்று ஜன்மத்திற்குப் பிறகாவது மோட்ச மார்க்கத்தை அடையாமலிருக்க மாட்டார். இதை முற்றிலும் வாசித்து முடித்தால் ஒரு ராஜ சூய யாகம் செய்வதற்கு ஈடாகும்.

ஏ, அரிஷ்டநேமி! இந்த வசிஷ்டர்-ராம சம்வாதத்தை பரத்வாஜ னுக்கு எடுத்துரைத்தேன், அதை இப்பொழுது நீயும் அறிந்தவனானாய். அறியப்பட வேண்டியதைப் பற்றியும் அறிவுக்கு மூலத்தையும் நீ அறிவாய். நீ அப் பதவியை அடைந்து அதில் நிலையாக இருப்பாயாக.

தேவதூதன்: ஏ, தேவி! ராஜ ரிஷி இப்படிச் சொல்லிலிட்டு என்னை நோக்கி சில வார்த்தைகள் சொன்னார். தேவேந்திரனுக்கும் எனக்கும் வந்தனம் அளித்து, தான் எங்களுக்கு மிகவும் கடமைப்பட்டதாகவும் தெரிவித்தார். மோட்சேபாயமான மென்மையான தத்துவங்களை அறிந்ததால் இனி இவைகளின் சிந்தையே தனக்குப் போதுமானது என்றார். இப்பொழுது நீயும் இத்தத்துவங்களைக் கேட்டவளானாய். ஞானத்தின் சாரத்தை உனக்குச் சொன்னேன். நானும் அமிர்தத்தை

பருகின வனானேன். நான் இனி விடை பெற்றுக் கொள்ளுகிறேன்.

அப்சரஸ்: தேவதூதா! உன்னை நமஸ்கரிக்கின்றேன். மகத்தான விஷயங்களை உன் மூலம் கேட்கலானேன். அறிய வேண்டிய ஞானத்தின் சாரத்தை அறிந்தேன். சோகம், பயம் இவைகளிலிருந்து விடுபட்டேன். இனி நீ போகலாம், நமஸ்காரம்.

அக்கினிவேஷ்யன்: காருண்யா! சுருசி என்ற அப்சரஸ் இந்த மகா வாக்கியங்களை சதா சிந்தனை செய்தவளாய் இமோத்கிரி, பர்வத சார்பி லிருந்த கந்தமாதன வனத்திலே காலம் கழித்து வந்தாள். அவளால் கேட்கப்பட்ட வசிஷ்டருடைய உபதேசங்களை உனக்குச் சொன்னேன். இனி நீ இஷ்டப்படி செய்வாயாக.

காருண்யன்: திருஷ்டி நினைவு வாக்கு மூன்றினாலும் விவகரிக்கப் பட்ட சம்சாரமென்பது சொப்பனம், மலடியின் புத்திரன், கானல் நீர், இவைகளுக்கு ஒப்பான நடையே என்பதை நான் அறிந்தேன். இனி அதை விட்டு நான் விலகியவனானேன். ஆகையால் யதேச்சையாக பஞ்ச கர்மங்களையே இனி செய்து வருவேன்.

அகஸ்தியர்: சுதீக்ஷணனுக்கு இவ்விதமான தன் கதையை முடித்து மோட்ச சாதனத்திற்கு ஞானம், கர்மம், இரண்டையுமே அனுசரிக்க வேண்டுமென்றும் ஆனால் செய்யும் கர்மங்கள் யதேச்சையாக வந்தவை களாக இருக்க வேண்டுமென்றும் சொல்லிவிட்டு இனித் தன் இஷ்டப் படி நடந்து கொள்ளலாம் என்றார். இதைக் கேட்ட சுதீக்ஷணன் குருவை நமஸ்கரித்து தான் அவருக்கு கடமைப்பட்டதை வெகு வினயத்துடன் அறிவித்தான்.

சுதீக்ஷணன்: நான் அக்ஞானத்திலிருந்து விடுபட்டு நடக்கும் கிரியை களுக்கு தீபம் போல் ஒரு சாட்சியாகவும் இருக்கின்றேன். சித் ஸ்பந்தமாக ஏற்படும் எல்லா பிரவிர்த்திகளும் சித்தின் வியாபகம்தான் நிரம்பி இருக் கின்றது. எப்படித் தங்கத்தால் செய்யப்பட்ட எல்லா ஆபரணங்களிலும் தங்கம்தான் வியாபகமோ, நீரின் தேக்கத்தில் அலைகள் எப்படித் தோன்றுகின்றனவோ, அப்படி சித்தில் தோற்றங்கள் தோன்றி வருகின்றன. ஆகையால் உணரப்படும் ஜகத்தானது பரம் பொருளே பூரணமாகவும்.

இனி நான் காலப் பிரவாகத்தில் காலடியில் வந்த கர்மங்களைச் செய்பவனாய் இருப்பேன். தங்கள் கிருபையால் அறிய வேண்டியயவை களை அறிந்து கொண்டேன். குருவுக்குச் செலுத்த வேண்டிய கடமையை நான் சாஷ்டாங்க நமஸ்காரத்தால் தீர்க்கிறவனாக இருக்கின்றேன்.

ஆகையால் அதைச் செலுத்துகிறேன். ஜகத்தைப் பற்றிய மோகங்கள் சாந்தியடைந்து ஆகாயத்தை ஒத்த நிர்மலமான மனதை உடையவனாக நான் இருக்கின்றேன்.

பரமானந்தமாகிய பிரம்மானந்தத்தில் நிலைபெற்றவரும், ஞான மூர்த்தியாய் விளங்குகிறவரும், திருஷ்ய விஷயங்களைக் கடந்து துவைத பாவனையையும் ஒழித்து ஒன்றாயும் சர்வமாயும் சாஸ்வதமாயும் சத்யமாயும் கேவல சாட்சியாயும், திரிகுணங்களாகவும் பிரகாசிக்கும் வசிஷ்டரை நான் நமஸ்கரிக்கின்றேன்.

- நிர்வாணப் பிரகரணம் முற்றிற்று -

9 789362 839039